AF762389

सकाळ पब्लिकेशन्स

आधुनिक दृष्टिकोनातून

लोकमान्य टिळक लिखित गीतारहस्य

प्राध्यापक अरुण तिवारी

लेखक, शास्त्रज्ञ

अरुण तिवारी यांचा जन्म १९५५ साली उत्तर प्रदेशातील मीरत येथे झाला. त्यांनी जी.बी. पंत युनिव्हर्सिटीमधून मास्टर्स इन मेकॅनिकल इंजिनीयरिंग ही पदवी प्राप्त केली आणि ते हैदराबाद येथील 'डिफेन्स रिसर्च अॅण्ड डेव्हलपमेंट लॅबोरेटरी (डीआरडीएल) येथे 'मिसाईल सायंटिस्ट' या पदावर रुजू झाले. ते डॉक्टर ए.पी.जे.अब्दुल कलाम यांच्या हाताखाली काम करीत होते.

डॉक्टर कलाम यांच्याच पालकत्वाखाली त्यांनी 'त्रिशूळ' आणि 'आकाश' या भारतीय क्षेपणास्त्राणांसाठी भारतातील पहिली टिटॅनियम एअर बॉटल तयार केली. त्या क्षेपणास्त्रांच्या एअरफ्रेम्सही त्यांनीच बनवल्या. त्यांनी हृदयरोगतज्ज्ञ डॉक्टर बी. सोमा राजू यांच्याबरोबर भारतातील पहिला, 'कलाम-राजू स्टेन्ट' या नावाने ओळखला जाणारा कॉरोनरी स्टेन्ट विकसित केला. 'पॅन-आफ्रिका ई-नेटवर्क' या नावाची आफ्रिका खंडातील सर्व हॉस्पिटल्स आणि सर्व विद्यापीठे आणि त्यांची भारतातील प्रतिरूपे यांना जोडणारी पहिली 'लिंक' तयार केली आणि अखेरीस डॉक्टर कलाम यांचे सहलेखक आणि त्यांचे आध्यात्मिक शिष्यही झाले.

१९९९मध्ये प्रकाशित झालेले डॉक्टर ए.पी.जे. अब्दुल कलाम यांचे आत्मचरित्र 'विंग्ज ऑन फायर' आणि 'ट्रान्सेन्डन्स : माय स्पिरिच्युअल एक्स्पिरियन्सेस विथ प्रमुख स्वामीजी' या दोन्ही पुस्तकांच्या लिखाणात श्री. तिवारी डॉक्टर कलाम यांचे सहलेखक होते आणि ती दोन्ही पुस्तके 'आधुनिक अभिजात साहित्य' म्हणून ओळखली जातात. ती दोन्ही पुस्तके अनेक भारतीय भाषांमध्ये भाषांतरित झाली असून त्यांची वाचकसंख्या दहा लाखांच्या घरात पोहोचली आहे.

अरुण तिवारी हे हैदराबाद येथील सीएसआयआरचे - इंडियन इन्स्टिट्यूट ऑफ केमिकल टेक्नॉलॉजीचे - 'प्लॅटिनम ज्युबेली मेन्टॉर' आहेत, हैदराबादच्याच 'केअर फाउन्डेशन'चे डायरेक्टर आहेत आणि हैदराबाद विद्यापीठाच्या स्कूल ऑफ मॅनेजमेन्ट स्टडीज् येथे अॅडजंक्ट प्रोफेसर म्हणून अध्यापनाचे काम करतात.

आपल्या देशाने सोसलेली राजकीय गुलामगिरी म्हणजे लुटारूंच्या टोळीने निरपराधांची पारध करून केलेला हिंसाचार असे जे समजतात, त्यांना इतिहासाची फारच संकुचित जाण आहे असे मी म्हणेन. भारतीयांच्या प्रारब्धात घडलेल्या ऐतिहासिकदृष्ट्या अत्यंत महत्त्वाच्या बदलाकडे इतक्या सहजपणे दुर्लक्ष करता येणार नाही. ब्रिटिश म्हणजे काही भारताला त्याच्या इतिहासाच्या हमरस्त्यावर अडवून, त्याचे हातपाय बांधून घालणारे लुटारू, डाकू नाहीत. त्यांच्या राजवटीचे परिणाम खूपच खोलवर पोहोचले आहेत आणि ते भारतीय समाजात निर्माण झालेल्या अनेक गंभीर मस्तिष्कजन्य दोषांमधून आजही दिसून येत आहेत. खरे तर ते दोष म्हणजे निष्ठेचा व एकीचा अभाव, नैतिक जीवनाची भयानक अधोगती, बेशिस्त व हिंसक वृत्ती, अशिष्ठपणा, गावंढळपणा अशा अनेक खोलवर पोचलेल्या आंतरिक दुर्गुणांची बाह्यलक्षणे आहेत. रॉबर्ट फ्रिजेस याच्या शब्दांत सांगायचे तर ती 'गर्वाने मिरवली जाणारी आत्म्याची अशुध्दता'च आपल्या अधोगतीस कारणीभूत आहे. या दोषांवर मात केलीच पाहिजे. जोवर आपण स्वत:ला नव्याने घडवत नाही, तोवर आपल्याला नवा भारतही घडवता येणार नाही. या नव्या घडणीत नैतिक शुद्धीकरण आणि आध्यात्मिक पुनरुज्जीवन या दोन गोष्टींना प्राधान्य देण्याची गरज आहे...[१]

सर्वपल्ली राधाकृष्णन (१८८८-१९७५)

भारताचे राष्ट्राध्यक्ष (१९६२-१९६७)

---

(१) फाउन्डेशन ऑफ सिव्हिलायझेशन : आयडियाज् ॲन्ड आयडियल्स, पृष्ठ ८२

आधुनिक दृष्टिकोनातून

लोकमान्य टिळक लिखित गीतारहस्य

अरुण तिवारी

सकाळ प्रकाशन

A Modern Interpretation of
Lokmanya Tilak's Geeta Rahasya by Arun Tiwari
© First published in Marathi by Sakal Media Pvt. Ltd.

© Arun Tiwari

Adhunik Drishtikonatun Lokmanya Tilak Likhit Geetarahasya

© Arun Tiwari

आधुनिक दृष्टिकोनातून लोकमान्य टिळक लिखित गीतारहस्य

लेखक : अरुण तिवारी

अनुवाद : सुदर्शन आठवले

प्रथम आवृत्ती : जानेवारी २०१९

मुखपृष्ठ : मधुमिता शिंदे

मांडणी : यशोधन लोवलेकर

प्रकाशक
सकाळ मीडिया प्रा. लि.
५९५, बुधवार पेठ, पुणे - ४११ ००२

ISBN : 978-93-87408-80-7

संपर्क : ०२०-२४४० ५६७८/८८८८८ ४९०५०
sakalprakashan@esakal.com

“ॐ नमो भगवते वासुदेवाय”

श्रीकृष्ण त्याच्या जन्मानंतर लगेच त्याच्या जन्मदात्यांसमोर चतुर्भुज श्रीविष्णुच्या रूपात अवतीर्ण झाला. ते श्रीकृष्णाचे बालपणीचे रूप - उन्नीकन्नन - आज केरळमधील गुरुवायूर येथील कृष्णमंदिरात प्रमुख दैवताच्या स्वरूपात उभे आहे.

अनुक्रमणिका

प्रस्तावना

मानवी समाज व संस्कृती यांचे सर्वश्रेष्ठ इतिहासकार सर अनॉल्ड टॉयन्बी यांनी असे निरीक्षण नोंदवले आहे की, गेल्या दहा हजार वर्षांत जगात अनेक समाज उदयास आले, उत्कर्ष पावले आणि मावळून गेले, अस्तंगत झाले. याला अपवाद केवळ वैदिक काळापासून आजतागायत सतत जागृतच नव्हे, तर आपले चैतन्य टिकवून ठेवलेल्या भारतीय समाजाचा आहे. याचे प्रमुख कारण हे आहे की हा समाज सत्याचे स्वरूप आणि मानवी जीवनाचा हेतू यांच्या पूर्ण जाणीवेच्या म्हणजेच 'ज्ञाना'च्या पायावर उभा आहे. या दृष्टीने पाहता भारतीय समाज हा या अनंत विश्वातील मानवी अस्तित्वासंबंधीच्या मूलभूत प्रश्नांची उत्तरे देण्याचा प्रयत्न करणारा जगातील पहिला 'ज्ञाना'च्या पायावर उभा असलेला समाज आहे. 'मी कोण आहे?', 'मला समजलेल्या सत्याचे नेमके स्वरूप काय?', 'आयुष्य जगण्यामागचा हेतू काय?', 'हे विश्व कोणी निर्माण केले, याचा आरंभ कसा झाला आणि अंत कसा होणार आहे?', 'मला सुखाचा आणि दु:खाचा अनुभव का येतो?', 'या चंचल, ऐहिक अनुभवांच्या जाळ्यातून माझी सुटका मी कशी करून घेऊ आणि पारलौकिक परमानंदाचा अलौकिक आनंद कसा मिळवू?' या सर्व प्रश्नांची उत्तरे देण्याचा प्रयत्न करतात ते वेद आणि विशेषत: वेदान्त - म्हणजे अक्षरश: वेदांचे सार. या वैदिक धर्माचे अथवा संस्कृतीचे मूळ तीन पवित्र ग्रंथांमध्ये साठवलेले आहे : उपनिषदांची प्रस्थानत्रयी, ब्रह्मसूत्र आणि भगवद्गीता. यातील भगवद्गीता - म्हणजे 'भगवंताचे गीत' - सर्वांत लोकप्रिय आहे. 'गीतारहस्य' - म्हणजे या भगवद्गीतेचे रहस्य उलगडून सांगणारा ग्रंथ हे भगवद्गीतेवरील सर्वात जास्त गौरविले गेलेले भाष्य वा विवेचन आहे. ते मागील शतकाच्या आरंभी लोकमान्य बाळ गंगाधर टिळक यांनी लिहिले आहे.

महाभारतात जे खगोलशास्त्रीय संदर्भ दिलेले आहेत, त्यांवरून भगवद्गीता सांगितली गेल्याचा काळ हा इ.स.पू. ३१०० ते ३१५० हा आहे. पाश्चिमात्य इतिहासकारांनीही भगवद्गीतेच्या लिखाणाचा काळ इ.स.पू. चौथे शतक, म्हणजे ज्या काळात उपनिषदे लिहिली गेली तोच ठरविला आहे. अर्जुन व श्रीकृष्ण यांच्यामधील प्रश्नोत्तरांभोवतीच्या नाट्याने गीतेच्या मूलभूत विषयाला बळकटी तर आणली आहेच; शिवाय तिला भारतीय संस्कृतीत एक असे खास स्थान प्राप्त करून दिले आहे, ज्यामुळे गीता भारतीयांच्या पिढ्यान्‌पिढ्यांशी संवाद स्थापित करून अजरामर झाली आहे.

भगवद्गीता पुढील प्रश्नांचा उहापोह करते, त्यांची उत्तरे देते : समाजातून अंग

काढून न घेतासुद्धा माणूस आध्यात्मिकदृष्ट्या अर्थपूर्ण असे आयुष्य कसे जगू शकतो? ज्याला आपले कुटुंब, आपल्यावरील कौटुंबिक तसेच सामाजिक जबाबदाऱ्या व कर्तव्ये यांचा त्याग करायचा नसतो, तो योग्य मार्गाने आयुष्य जगण्यासाठी काय करू शकतो? सर्वसंगपरित्याग केलेले संन्यासी, विहारात राहणारे भिक्षू हेच फक्त परिपूर्ण असे आध्यात्मिक जीवन जगू शकतात हा जो प्रचलित, प्रस्थापित समज आहे त्याला गीता आव्हान देते. ती क्रियाशील आध्यात्मिक आयुष्याला महत्त्व देते, त्याचे मोल समजावून सांगण्यावर भर देते. गीतेचा हा संदेश काहींना स्फूर्तीदायक वाटतो तर काहींना निराशाजनक. पण तरीही तो आजच्या युगातील काही चिंता, काळज्या यांचेही विमोचन करतो आणि म्हणूनच गीतेतील हा अनमोल संदेश आज केवळ आशिया खंडातच नाही तर संपूर्ण जगभर पसरला आहे.

भारतावर ब्रिटिशांचे राज्य होते त्या काळात परतंत्र भारतीयांच्या मनात राष्ट्रप्रेमाचे, स्वदेशवादाचे स्फुल्लिंग पेटावे या उद्देशाने लोकमान्य बाळ गंगाधर टिळक यांनी त्या काळात भगवद्गीतेवर विस्तृत भाष्य लिहिले. आधी मुसलमानांच्या, नंतर काही युरोपियन सत्ताधिशांच्या आणि अखेर ब्रिटिशांच्या साम्राज्याला शरण जाणाऱ्या त्यांच्या देशबांधवांच्या मानसिक अधोगतीचे प्रमुख कारण दैववाद आणि पलायनवाद या दोन प्रवृत्तींनी भारतीय समाजात खोलवर पोहोचून लोकांच्या मानसिकतेवर केलेला अनुचित परिणाम - असा निष्कर्ष अत्यंत बुद्धिमान विचारवंत लोकमान्य टिळक यांनी काढला. त्या मानसिकतेला सर्वसंगपरित्यागाचे तत्त्व मुळाशी असणाऱ्या आणि त्या काळात प्रसिद्धी पावलेल्या संन्यस्त बौद्ध व जैन धर्मांच्या लोकप्रियेतेने अधिकच खत पाणी घातले होते. त्यातच आदि शंकराचार्य यांनीही त्यांच्या गीतेवरील भाष्यात 'आदर्श जीवनाचा अंतिम उद्देश हा सर्वसंगपरित्यागच आहे' यावर शिक्कामोर्तबच करून टाकले होते. लोकमान्यांना मात्र शंकराचार्यांचा हा 'मंत्र' भारतीय समाजाचा शक्तिपात करण्याचे तंत्र वाटला.

म्हणूनच त्यांनी त्यांच्या गीतारहस्यात 'भगवद्गीता सर्वात जास्त महत्त्व कर्मयोगाला देते' हे अत्यंत जोरदारपणे पण तेवढ्याच तर्कशुद्ध व बुद्धिनिष्ठ पद्धतीने सिद्ध केले. प्रत्येकाचे काही विहित कर्तव्य असते, प्रत्येकावर काही कर्मांची जबाबदारी असते आणि त्यालाच अन्य कोणत्याही गोष्टीपेक्षा अधिक महत्त्व दिले गेले पाहिजे. मात्र ती कर्मे करत असताना त्यांच्या फलांची अपेक्षा धरून त्यामध्ये गुंतून पडणे मात्र कटाक्षाने टाळले पाहिजे. कर्मपूर्तीचे प्रयत्न हेच फळ आहे, त्या प्रयत्नांचे वा कर्मांचे परिणाम नव्हेत. सन्मार्ग, सौजन्य, सदाचरण यांची बूज राखणे आणि कुकर्म, दुराचरण यांचा नाश करणे हे प्रत्येकाचे आद्यकर्तव्य आहे. सदाचाराचा आत्मा आहे 'सत्य' आणि सत्य हे देवस्वरूप आहे. त्या सत्यरूपी परमेश्वराशी एकरूपता हेच मानवी जीवनाचे सुखदुःख, लाभ-हानी, यशापयश, हारजीत या सर्वांच्या पलीकडले अंतिम ध्येय आहे.

भौतिक, बाह्यजगातून लक्ष काढून घेऊन, आत्म्याच्या सखोलतेवर लक्ष केंद्रित करून मनाची समतोल अशी 'स्थितप्रज्ञ' ही स्थिती प्राप्त करून घेण्याचा भगवद्गीता

जो उपदेश करते, तो गीतारहस्य उत्तम रीतीने समजावून सांगते. भौतिक जग वासना, आसक्ती, मोह निर्माण करते आणि त्यातून येणाऱ्या नैराश्याला, वैफल्यालाही कारणीभूत ठरते. जर आत्मज्ञानाची आस धरली तर ते मनुष्याला मोक्षाप्रतही घेऊन जाते. परंतु लोक बहुतेक वेळा या मोहमयी दुनियेतील सुखात दंग होऊन जातात आणि त्यामुळे या भौतिक जगापलीकडच्या परमसत्याच्या लाभाला मुकतात. गीता हाच उपदेश करते की प्रवाहाविरुद्ध पोहून, या प्रापंचिक जगापासून दूर जाऊन आपल्याच अंतरात, आत्म्यात वसलेल्या परमसत्याचा अनुभव घ्या.

मी बडोद्याच्या महाराज सयाजीराव गायकवाड विद्यापीठात शिकत होतो, तेव्हा मला मूळ मराठी भाषेत लिहिलेले गीतारहस्य वाचायला मिळाले. मुलांना त्यांचे आयुष्य मोकळेपणाने जगू देणाऱ्या एका उदारमतवादी पण मराठी संस्कृती जपणाऱ्या कुटुंबात मी लहानाचा मोठा झालो. परंतु मला आकर्षण होते ते पाश्चिमात्य विज्ञान व तंत्रज्ञान यांचे. माझ्या मनात झालेल्या दोन विरुद्ध संस्कृतींच्या संकराविषयी मी जागरूक होतो. सहसा लोकांना निराशेने ग्रासले की ते आध्यात्मिक मार्गाकडे वळतात किंवा काही खरोखरच ज्ञानलालसेने किंवा सुख, शांती यांच्या शोधात त्या मार्गाकडे जातात. भौतिक जगातून सुटका मिळवून अनंताशी एकरूप होण्याचे अनेक मार्ग आहेत. प्रत्येक जण त्यातला कोणता मार्ग निवडतो ते त्याच्या परिस्थितीवर, त्याच्या स्वभावधर्मावर आणि मुख्य म्हणजे स्वतःच्या आयुष्याकडे पाहण्याच्या त्याच्या दृष्टिकोनावर अवलंबून असते. जे विचारी असतात ते ज्ञान आणि विवेक यांतून, जे कृतिशील असतात ते लौकिक जगातील कृतींमधून परमेश्वराचा शोध घेतात. मी ज्ञानामधून माझ्या मनात जाग्या झालेल्या प्रेमातून ते परमसत्य शोधले. गीता धर्माचे महत्त्व विशद करते. परमेश्वर भल्याचे रक्षण करायला, वाईटाचा नाश करायला, धर्माची पुनर्स्थापना करायला पुन:पुन्हा या जगात अवतार घेत असतो.

पुढे मी आयआयटीमध्ये काम करीत असताना 'परम' नावाच्या महासंगणकाची निर्मिती करत होतो. त्या महासंगणकाच्या रूपाने भारताने जगाला सर्व आकडे फक्त दहा प्रतीकांमध्ये - ज्यात प्रत्येकाला एक स्थान मूल्य आणि त्यासोबतच केवल मूल्यही असेल - मांडण्याची एक अतिशय कल्पक अशी पद्धती शिकवली. ती महत्त्वपूर्ण आणि गूढ पद्धती आज इतकी सहज सोपी वाटते, की आपण त्याचे अनमोल महत्त्व विसरूनच गेलो आहोत. भारतीय मनातील 'शून्या'चा उदय झाला नसता, तर जगात संगणकाचा उदयही झाला नसता. वेदांनी ज्ञानग्रहणाच्या ज्या अत्यंत आखीवरेखीव, शिस्तबद्ध पद्धती सांगितल्या आहेत, त्यातून स्फूर्ती घेऊन प्राचीन भारतात तक्षशीला, नालंदा, विक्रमशिला येथे मोठमोठी विद्यापीठे स्थापन झाली. त्या जगातील पहिल्यावहिल्या शिक्षणसंस्था ठरल्या.

गीता 'योग' शिकवते ते एक 'कौशल्य' किंवा 'युक्ति' म्हणून. योगः कर्मसु कौशलम् (कर्मे करण्याची जी चतुराई (कौशल्य किंवा युक्ति) तिलाच (कर्म)योग म्हणतात)

असे सांगते. ती कर्मे करण्याच्या कौशल्यात उत्कृष्टपणा आणणे हा 'स्वधर्म' म्हणून स्वीकारायला सांगते आणि तोच आपल्या आयुष्याचा हेतू असला पाहिजे असे प्रतिपादन करते. हा हेतू साध्य करण्याचे जे तीन मार्ग शक्य असतात ते ज्ञानयोग, कर्मयोग आणि भक्तियोग ते तिन्ही मार्ग गीतेमध्ये समाविष्ट केले गेलेले आहेत. मी भगवद्गीतेला वैयक्तिकरीत्या 'आपला 'स्वधर्म' म्हणजे आपले ऐहिक जीवन व आपला 'स्वभाव' म्हणजे आपले आंतरिक जीवन हे एकमेकांना पूरक व्हावे यासाठी वरील तिन्ही मार्गांचा उत्तमरीत्या केलेला समन्वय' मानतो. कर्मांच्या फळांची अपेक्षा न ठेवता, निष्काम वृत्तीने केलेली कर्मे (कर्मयागाचे पालन) ही उत्स्फूर्त, सहज आणि बंधमुक्त होऊ शकतात आणि तीच आपल्याला या परमेश्वराने निर्माण केलेल्या जगात त्याच्या मनातील योजनेनुसार जीवन जगण्यासाठी (ज्ञानयोगाचे पालन करण्यासाठी) त्याच परमेश्वराच्या स्वाधीन करतात (भक्तियोग साधतात). माझ्या मते गीतेचा संदेश हा आहे की 'बुद्धीवर वा ज्ञानावर आधारित निस्वार्थी कर्मे भक्तिपूर्वक करावीत.'

मी सध्या नालंदा विद्यापीठाचा कुलगुरू म्हणून काम करतो. या अतिप्राचीन आणि उज्ज्वल इतिहास असलेल्या विद्यापीठाला तिचे मूळ वैभव, तिचे गौरवपूर्ण स्थान मिळवून देण्याची एक योजना आम्ही सध्या राबवत आहोत. इतिहासावर नजर टाकली तर हे नालंदा विद्यापीठ पाचव्या आणि सहाव्या शतकांत, प्रथम गुप्त साम्राज्याच्या आणि नंतर हर्ष साम्राज्याच्या आश्रयाखाली नावारूपाला आले होते. पुढे १२०० साली, दिल्लीत मामलुक राजघराण्यातील बख्तियार खिलजी हा दिल्लीचा सुलतान असताना त्याच्या सैन्याने लूटमार करून हे विद्यापीठ पाडून टाकले असावे. त्यानंतर १९व्या शतकापर्यंत या वास्तूकडे कोणीच लक्ष दिले नाही. आपल्या देशाच्या पुरातत्त्व विभागाने या विद्यापीठाच्या जागेचे सर्वेक्षण केले आणि उत्खननही केले.

नालंदा विद्यापीठाचे पुनरुत्थान होत आहे, आपला देश पुन्हा त्याचे जुने 'विश्वगुरू' हे स्थान प्राप्त करीत आहे आणि त्याच वेळी हे पुस्तक प्रसिद्ध होत आहे हा फार चांगला योग जुळून आला आहे. गीतेच्या शेवटच्या अध्यायात भगवान श्रीकृष्ण अर्जुनाला 'यथा इच्छसि तथा कुरु' (तुझ्या इच्छेस येईल तेच कर) असे सांगतात. आज मनुष्याचा मेंदू आणि त्याचे हृदय - बुद्धी आणि मन - यांची ओढाताण होऊन तो जखमी झाला आहे. वेदांनी शिकवलेले शहाणपण त्याची बुद्धी आणि श्रद्धा एका उच्च पातळीवर एकत्र आणून त्याची ती जखम भरून काढू शकेल आणि त्याला एकत्र आलेल्या, समग्र जगाच्या नव्या युगात सामावून घेऊ शकेल.

अलौकिक व्यक्तिमत्त्वाच्या डॉक्टर ए.पी.जे. अब्दुल कलाम यांचे सत्पात्र असे शिष्य प्राध्यापक अरुण तिवारी यांचे मी अभिनंदन करतो आणि गीतारहस्य आजच्या वाचकांना, विशेषतः तरुण वाचकांना सादर करण्याचा आग्रह करतो. हे पुस्तक गीतारहस्याची मूळ रचना आणि त्यातील लोकमान्य टिळकांचे विचार काळजीपूर्वक, अगदी कसोशीने, जसेच्या तसे, परंतु नव्या, आजच्या आधुनिक युगाच्या भाषेत व शैलीत

वाचकांसमोर ठेवते. या पुस्तकात इंटरनेटवरून घेतलेल्या अत्यंत योग्य व पूरक चित्रांनी आणि माहितीने आजच्या वाचकांच्या बुद्धील", विचारांना चांगली चालना मिळेल.

अमेरिकन प्राध्यापक जे.बी. प्रॅट त्यांच्या १९४६मध्ये लिहिलेल्या 'द रिलिजस कॉन्शसनेस' या पुस्तकात लिहितो, 'हिंदू धर्म हा एक चिरस्थायी धर्म आहे. तो अध्यात्माचे नवे नवे अर्थ सांगतो. एका स्थिर पण तरीही सतत नव्या जोमाने जगता येणाऱ्या जीवनाचा, प्रत्येक व्यक्तीसाठी आणि जगासाठीही अनंत काळपर्यंत टिकणारा मार्ग दाखवतो.' अरुण तिवारी यांनी या त्यांच्या पुस्तकातून हे विधान अत्यंत उत्तम रीतीने सिद्ध केले आहे. हे पुस्तक शेवटी असे निश्चितपणाने सिद्ध करते की ''ज्ञान' हीच आपल्या भारतीयांची शक्ती आहे'. समग्र व सखोल विचार, चुकांची दुरुस्ती आणि स्वत:मध्ये सुधारणा या काही गोष्टी आपणा भारतीयांच्या रक्तातच आहेत. आपण मूलत:च स्वतंत्र वृत्तीचे आहोत. मी तर म्हणेन की या आपल्या भारतभूमीत जे जन्म घेतात, ते या पृथ्वीवरील सर्वांत भाग्यवान लोक आहेत. माझी खातरी आहे की हे पुस्तक नव्या भारताच्या घडणीच्या प्रयत्नकर्त्यांना आणि जगात अन्यत्रही पुढील अनेक पिढ्यांना दीपस्तंभासारखे मार्गदर्शक ठरेल.

विजय भटकर
पुणे

उपोद्घात

श्रीमद्भगवद्गीता

भगवद्गीता! इतिहासातील एक अपवादात्मक सर्ग! त्रिकालाबाधित मार्गदर्शक तत्त्व! भौतिक जगातील ऐहिक, प्रापंचिक जीवनातील वास्तवापासून ते उच्चतम जीवनादर्शांपर्यंतचा प्रवास! माणसाला रोजच्या व्यवहारातील परिस्थितीतून उन्नत करून अविचल परमानंदाच्या ब्रह्मस्थितीत घेऊन जाणारी एक असाधारण निर्मिती! जीवन आणि तत्त्वज्ञान यांना एकत्र गुंफणारा एक अलौकिक आविष्कार! प्रत्येकाच्या मनात आणि संपूर्ण जगातही शांती प्रस्थापित करणारी अशी श्रेष्ठ विचारधारा! खिन्नतेला, नैराश्याला आनंदात, उत्साहात बदलून टाकणारी दिव्य शक्ती! निष्क्रियतेला अवमानित करून सत्कर्माचा आदरसत्कार करणारा एक स्वर्गीय उत्सव! साध्या, क्षुल्लक कामाला 'कर्मयोगा'ची उंची प्रदान करणारे, कर्माद्वारे परमेश्वराशी मिलन घडवणारे स्वर्गीय तत्त्व!!

'भगवद्गीता चीनसारख्या देशाला काय शिकवू शकेल?' माझ्या पीएच.डी.च्या तोंडी परीक्षेच्या वेळी एका परीक्षकाने मला प्रश्न विचारला. परीक्षकांसमोर भगवद्गीतेविषयी बोलताना मी असे म्हणालो होतो की, तिच्या तत्त्वज्ञानाला देशांच्या सीमा अडसर ठरू शकणार नाहीत, ती जगभरातील कोणत्याही समाज-संस्कृतीशी सुसंबद्ध ठरेल. परीक्षकांनी विचारलेला प्रश्न एका भारतीय संन्याशाला विचारला गेला असल्याने जरा जास्त बोचरा वाटला. परीक्षकांनाही ते जाणवले असावे कारण त्यांनी आपण होऊनच त्यांची भूमिका स्पष्ट केली, 'काय आहे, विशिष्ट धर्माशी वा पंथाशी निगडित असलेले संशोधन मला एवढे महत्त्वाचे वाटत नाही. म्हणून...' लगेच परीक्षकमंडळातील वीस प्राध्यापकांपैकी काहींनी पुष्ट्यर्थ मान डोलावून 'चांगला आहे प्रश्न...' अशी त्या प्राध्यापकांची स्तुतीही केली. माझ्याकडे अपेक्षेने पाहणाऱ्या प्राध्यापकाच्या प्रश्नाचा रोख आणि त्याचे गमक समजून घेण्याचा मी प्रयत्न केला. मला चिनी समाज-संस्कृती, चिनी लोकांची मानसिकता, विचारपद्धती या कशाविषयीच फारशी माहिती नव्हती. पण उत्तर देणे गरजेचे होते. परीक्षक उत्तराची वाट पाहत होते.

''चीनमधले लोक कधी रडतात का?'' मी धाडसाने त्या प्रश्नकर्त्या प्राध्यापकांकडे पाहून प्रतिप्रश्न केला.

''हो...,'' उत्तर आले.

''त्यांच्या मनात कधी त्यांच्या खऱ्या कर्तव्यांविषयी संदेह निर्माण होतो?'' प्रश्नोत्तरे सुरू झाली.

''हो.''

''चीन हा भावनाहीन देश आहे का?''

''नाही.''

''एखादा चिनी मनुष्य जर नाउमेद झाला, निराश झाला, तर त्याला त्याची उमेद वाढवणारे, नैतिक धैर्य उंचावणारे, मनःशक्ती वाढवणारे चार शब्द ऐकावेसे वाटतात?''

''हो.''

परीक्षकमंडळातील इतर प्राध्यापक त्यांच्या चेहऱ्यावर झळकू पाहणारे स्मित प्रयत्नपूर्वक लपवीत होते.

मी माझा अखेरचा प्रश्न विचारला, ''चीनही सत्याचा शोध घेण्याचा प्रयत्न करते ना?''

''हो,'' प्रश्नकर्त्या प्राध्यापकाने उत्तर दिले.

''असे असेल तर भगवद्‌गीता चीनला बरेच काही देऊ शकेल. अर्जुनालाही रडू फुटले होते, तोही भावनावश झाला होता, त्याला मन शांत व्हायला हवे होते, तो त्याच्या कर्तव्यांविषयी संभ्रमित झाला होता, त्याला सत्य जाणून घ्यायचे होते आणि गळालेले धैर्य परत मिळवायचे होते. हे सगळे श्रीकृष्णाने कशा पद्धतीने केले, मित्रत्वाच्या भूमिकेतून योग्य सल्ला कसा दिला हे गीतेमध्ये अनुभवाला मिळते. त्यामुळे गीता, चीनलाच काय, जगातील कोणत्याही देशाला, कोणत्याही देशातील माणसांना निश्चितच उपयुक्त ठरेल.''

प्रश्नकर्ते प्राध्यापक गीतेशी चांगलेच परिचित असल्याने त्यांना माझे उत्तर पटले, पचले. त्या उत्तराने त्यांचे समाधान झाले.

गीता हे मानसशास्त्र आहे. सर्व मानवी भावनांचे दर्शन घडवणारे मानसशास्त्र. त्यात कधी भय जागे झालेले दिसते, कधी शौर्य गळून पडताना दिसते. कधी हृदय यातनांनी होरपळत असते, तर कधी ते शांत, आनंदी असते. कधी आशा-निराशा, सुखदुःख एकत्र नांदत असतात. कर्तव्यदक्षता आणि कामचुकारपणा यांच्यात कधी चुरस लागलेली असते. मनात शंका येते, लगेच ती फिटते आणि तिची जागा विश्वास, श्रद्धा घेतात. संभ्रम निर्माण होतो आणि कायमचा नाहीसाही होतो. बुद्धीचा ताल आणि प्रेमाचा सूर यांचा सुंदर स्वरमेळ जमतो. कधी मित्रत्वाची आर्जवे अनुभवायला मिळतात; पण त्यात प्रेमाची बांधिलकी नसते, मनमोकळे स्वातंत्र्य असते. एकाच वेळी श्रीमंती आणि गरिबी, दृढता आणि चंचलता, हसू आणि आसू, विश्वास आणि अविश्वास, तर्कशुद्धता व चमत्कार यांचे दर्शन घडते. खरोखरच गीता म्हणचे मानवी भावनांचा महासागर आहे. त्यात लपवालपवी नाही, फसवणूक नाही. सगळे कसे स्पष्ट, मोकळे, प्रांजलपणे उघड केलेले! माझ्या दृष्टीने गीता म्हणजे मानसशास्त्राचे अगदी स्वच्छ, प्रामाणिक, ऐतिहासिक, अतिशय पवित्र, कालातीत आदर्श ठरेल असे आणि एक परिपूर्ण असे दर्शन आहे आणि श्रीकृष्ण हा सर्वश्रेष्ठ मानसशास्त्रज्ञ आहे.

उत्तेजना ते शिथिलता, आणि पुन्हा पूर्ण उत्तेजना

गीतेचा प्रारंभ मोठ्या उत्तेजित अवस्थेत होतो. अर्जुनाला युद्धाचा जोश चढलेला आहे, जोर चढलेला आहे. दोन्ही बाजूंच्या सेनापतींनी कुशलतेने रचलेल्या व्यूहात सैन्ये युद्धास तयार आहेत. सैन्यांना प्रोत्साहित करण्यासाठी युद्धाच्या प्रारंभी दोन्ही बाजूंच्या वीरांनी शंखनाद केलेला आहे. अर्जुन अर्थातच युद्धाच्या भावावस्थेत पोहोचलेला आहे. (भगवद्‌गीता, अध्याय १, श्लोक २० व २१). त्याने त्याचे गांडीव नावाचे धनुष्य उचललेले आहे आणि तो त्याचा सारथी श्रीकृष्ण यास म्हणतो आहे, "हे अच्युता, युद्धास तयार असलेल्या दोन्ही सैन्यांच्या मध्ये माझा रथ नेऊन उभा कर. मला माझ्या विरोधकांचे अवलोकन करू दे." (भगवद्‌गीता, अध्याय १, श्लोक २१, २२, २३). या शब्दांमध्ये आत्मविश्वास भरून वाहत आहे. अर्जुनाला त्याची शक्ती, क्षमता आणि सामर्थ्य यांची पूर्ण जाणीव आहे. श्रीकृष्णाने अर्जुनाची इच्छा पूर्ण केली. रथ दोन्ही सैन्यांच्या मध्ये आणून उभा केला. तो अर्जुनाला म्हणाला, "पाहा, येथे जमलेले कौरव पाहा.' (भगवद्‌गीता, अध्याय १, श्लोक २५) अर्जुनाने कौरव सैन्यावरून नजर फिरवली आणि... आणि त्या क्षणी परिस्थिती पालटली, नाट्यपूर्ण बदल घडून आला! इतिहासाचे एक अनपेक्षित पान उघडले गेले. अर्जुनाला एका अज्ञात भावनेने घेरले. आपले कुटुंबीय, नातेवाईक, गुरुजन अशा स्वजनांशी युद्ध करायचे या जाणीवेने तो भावनावश झाला. भावनेने कर्तव्यावर मात केली. तो स्वतःचे स्वाभाविक शौर्य विसरला आणि त्याच्यावर ओढवलेल्या परिस्थितीविषयी खेद करू लागला. त्याला संभ्रमाने घेरले आणि नैराश्यात ढकलले. आपली वीरता विसरून तो त्याच नैराश्याची भाषा बोलू लागला, मनातून खचून गेला. त्याची ही अवस्था गीतेत या शब्दांत वर्णन केली आहे :

कृपया परया आविष्टः विषीदन् इदम् अब्रवीत् ।

त्याचे शरीर त्याची मानसिक अवस्था दाखवू लागले.
(भगवद्‌गीता, अध्याय १, श्लोक २८)

त्या क्षणी अर्जुन म्हणाला,

सीदन्ति मन गात्राणि मुखं च परिशुष्यति ।
वेपथुः च शरीरे मे रोमहर्षः च जायते ।।
गाण्डीवं स्रंसते हस्तात् त्वक् च इव परिदह्यते ।
न च शक्नोमि अवस्थातुं भ्रमति इव च मे मनः ।।

तो म्हणाला, 'हे कृष्णा, माझी गात्रे शिथिल झाली आहेत, माझे तोंड कोरडे पडले आहे, माझ्या शरीराला कंप सुटला आहे, रोमांच उभे राहिले आहेत.

गांडीव धनुष्य हातातून गळून पडते आहे. अंगाचा दाह होतो आहे, माझे मन भ्रमल्यासारखे झाले आहे. मला उभेही राहवत नाही.
(भगवद्गीता, अध्याय १, श्लोक २८ - ४७)

कल्पना करा, किती भावनात्मक प्रसंग घडतो आहे! ज्याच्या रथाच्या ध्वजावर खुद्द हनुमान विराजमान आहेत, ज्याच्या हाती (देवांचा राजा इंद्र याने दिलेले) गांडीव धनुष्य आहे आणि ज्याचे सारथ्य स्वत: भगवान श्रीकृष्ण करत आहेत तो शूरवीर गलितगात्र होऊन रथात बसून अश्रू गाळत आहे. त्याचे मूळ व्यक्तिमत्त्व भावनांनी व्यापून, झाकोळून टाकले आहे.

आज संपूर्ण मानवजात अटीतटीने व्यक्तिमत्त्वविकासाच्या मागे लागली आहे. आपण आज मोठमोठ्या कामगिऱ्या, प्रत्येक गोष्टीतील परिपूर्णता, आकर्षक व परिणामकारक सादरीकरण यांच्या युगात जगतो आहोत. गीता व्यक्तिमत्त्वविकासाच्या प्रक्रियेचे संपूर्ण दर्शन घडवते. वरील तिन्ही गोष्टींची सर्वोत्कृष्ट तंत्रे व कौशल्ये आत्मसात केलेली असली, आणि तरीही स्वत:च्या भावनांवर नियंत्रण ठेवणे, त्यांवर विजय मिळवणे ही तंत्रे अवगत नसली, तर त्या व्यक्ती त्यांच्या उचित कर्तव्यापासून कधीही विचलित होऊ शकतात. हे कसे घडते याचे अर्जुन हे मूर्तिमंत उदाहरण आहे.

हतबल झालेल्याला सावरून स्वत:च्या पायावर ठामपणे उभे राहायचे असेल, तर त्याने अतिशय काळजीपूर्वक गीता अभ्यासली पाहिजे. अर्जुन पथभ्रष्ट झालाच होता; पण अखेरीस त्याला त्याची वाट सापडली आणि तो पूर्ण समर्पित वृत्तीने सन्मार्गावर आला.

अर्जुनाचे भाग्य मोठे म्हणून त्याला भगवान श्रीकृष्णासारखा गुरू मिळाला. तो त्या वेळी अर्जुनाच्या रथाचे सारथ्य करत होता आणि त्याच बरोबर अर्जुनालाही मार्गदर्शन करत होता. तो आपला सारथी असला तरी तो परमेश्वराचा अवतार आहे हे अर्जुनालाही माहीत होते. याच परमगुरूने अर्जुनाला त्याची ऊर्जा, त्याची शक्ती परत मिळवून दिली, उत्तेजना दिली.

श्रीकृष्णाने अतिशय स्वच्छ व स्पष्ट रीतीने केलेल्या उपदेशाने अर्जुन उत्साहित झाला, त्याची गेलेली शक्ती त्याला परत मिळाली. अर्जुन हतबल झाला असताना श्रीकृष्णाने त्याला जे विविध विषय समजावून सांगितले त्यात सांख्य - बुद्धीचा समतोल राखण्याची कला, कर्म करण्याची केवळ गरजच नव्हे तर त्याची अनिवार्यता, कर्म आणि योग यांचे सायुज्य साधण्याचे कौशल्य, धर्मसंस्थापना आणि त्याचे पालन यांचे महत्त्व, स्वधर्म व स्वकर्तव्य यांचा मान, मोक्षाचा प्रत्यक्ष अनुभव, मनोनिग्रहाचा मार्ग, अभ्यास व वैराग्य, ज्ञानाचे माहात्म्य, जीवनाचा अंतिम उद्देश, मन:शांती व साम्यबुद्धी यांमधील शक्ती, भक्ती आणि सेवा ही तत्त्वे, सर्व लोकांच्या कल्याणाची इच्छा करण्यातील सौंदर्य, द्वेषमुक्ती आणि मैत्री यांचे महत्त्व - असे काही विषय होते. गीतेचा केंद्रबिंदू हा श्रीकृष्णच आहे. त्याला बाजूला ठेवून गीतेचा अर्थ समजावून घेण्याचा प्रयत्न करणे व्यर्थ व वृथा आहे.

अर्जुनाचे दोन पैलू

गीतेच्या दुसऱ्या अध्यायाची सुरुवात श्रीकृष्णाला अर्जुन कसा दिसला त्या वर्णनाने होते.

तं तथा कृपयाविष्टम् अश्रुपूर्णाकुलेक्षणम् ।
विषीदन्तम् इदं वाक्यम् उवाच मधुसूदन ।।

करुणेने व्यापलेल्या, अश्रूंनी डोळे भरून आलेल्या आणि विषाद पावलेल्या अर्जुनाशी श्रीकृष्ण बोलले. (भगवद्गीता अध्याय २, श्लोक १)

हे वर्णन म्हणजे पार्थाच्या सारथ्याने पार्थाचा काढलेला फोटोच समजला, तर त्यात श्रीकृष्णाच्या संवेदनक्षमतेची सखोलता प्रतिबिंबित झालेली दिसते. त्या वेळी अर्जुनाच्या डोळ्यांतील अश्रू रणांगणावरील अनेकांनी पाहिले असतील; परंतु त्याची खरी स्थिती - संभ्रमित आणि तो संभ्रमही मोहापोटी पडलेला - फक्त श्रीकृष्णच ओळखू शकला. ही श्रीकृष्णाची ग्रहणशक्ती किंवा संवेदनक्षमता तात्त्विक दृष्टिकोनातून अगदी विशेष, असाधारण अशीच आहे. अर्जुन दुःख, उदासीनता आणि नैराश्य याने वेढलेला आहे - एकेक भावना त्याच्या तीन देहांपैकी एकेका देहात प्रतिबिंबित झालेली आहे. आपले भारतीय तत्त्वज्ञान असे सांगते की मनुष्याचा आत्मा तीन देहांच्या बंधनात असतो - जडदेह, सूक्ष्मदेह आणि कारणदेह. जडदेह म्हणजे माणसाचे दर्शनीय शरीर, जे ज्ञानेन्द्रियांना प्रतीत होते. सूक्ष्मदेहात बुद्धी आणि मन यांचा समावेश असतो. प्रत्यक्ष दिसत नसला तरी सूक्ष्मदेह बाह्यशरीरापेक्षाही अधिक कृतीशील असतो आणि त्या व्यक्तीवर नियंत्रण ठेवत असतो. बुद्धी आणि मन यांच्या अशा 'अस्तित्वा'चे जो 'कारण' असतो तो मनुष्याचा तिसरा देह. म्हणूनच त्याला 'कारणदेह' असे नाव आहे. या कारणदेहात माणसाच्या इच्छा, वासना व क्रोध, लोभ, मोह, अहंकार इत्यादी भावना स्थित असतात. त्याच भावना मनुष्याला जन्ममृत्यूच्या फेऱ्यात अडकवून ठेवतात. हा 'कारण'देहच मनुष्याला पुन्हा पुन्हा जन्म घ्यायला कारण ठरतो, म्हणूनही त्याला 'कारणदेह' म्हणतात. अर्जुनाचे अश्रुपूर्ण डोळे त्याच्या जडदेहाचे प्रतिनिधी होते, त्याचा विषाद हे सूक्ष्मदेहाचा प्रतिनिधी आणि त्याचा संभ्रम हा कारणदेहाचा.

हा संभ्रमच त्याच्या त्या विकारवश स्थितीचे मूळ होते. तो संभ्रम त्याच्या मनात नैराश्याच्या, औदासिन्याच्या रूपात प्रकटला होता आणि बाह्यशरीरात अश्रूंच्या रूपात. श्रीकृष्णाने केवळ अर्जुनाची लक्षणेच पाहिली नाहीत, त्यांच्या मूळ कारणांचेही निदान केले. गीतेच्या प्रारंभी अर्जुन अशा स्थितीचा सामना करीत आहे.

सक्षम डॉक्टरमध्ये एक विशेष गुण असतो. तो रोग्याची यातनामय अवस्था पाहत असतानाच त्याच्या उपायांनंतरची रोग्याची आनंदी स्थितीही पाहू शकतो. गीतेच्या अठराव्या अध्यायात श्रीकृष्णाने पाहिलेली अर्जुनाची भावी स्थिती वर्णन केली आहे :

ब्रह्मभूतः प्रसन्नात्मा न शोचति न काङ्क्षति ।

जो ब्रह्मभूत स्थिती प्राप्त करतो तो नित्यसुख अनुभवतो. तो दुःखही करीत नाही, कसली आकांक्षा वा अपेक्षाही धरत नाही.
(भगवद्‌गीता, अध्याय १८, श्लोक ५४)

संपूर्ण गीतेचे प्रवचन हे अर्जुनाला ही ब्रह्मभूत स्थिती - ब्रह्माशी एकरूप होण्याची स्थिती - प्राप्त होण्यावर केंद्रित झालेले आहे. तो या स्थितीला पोहोचला की त्याचे वैषम्य, वैफल्य, दुःख यांचे साहजिकच हरण होऊन त्याला परमशांतीचा सुखानुभव मिळणार होता.

स्थितप्रज्ञता

''माझे कुठे नीट लक्षच लागत नाही; माझी नेहमीच द्विधा मनःस्थिती असते, मी एक कोणता तरी निर्णय घेऊच शकत नाही; मला साध्या साध्या गैरसोयीसुद्धा सहन होत नाहीत; मी जरा जास्तच मनस्वी झालो आहे; सारखी भीती वाटते मला. मी अगदी प्रामाणिकपणे प्रयत्न केले, तरीही माझ्या वाईट सवयी काही सुटत नाहीत. माझी इंद्रिये काहीतरी हानीकारक गोष्टी करत असतात हे कळूनसुद्धा मी त्यांच्यावर नियंत्रण ठेवू शकत नाही. मला इतर लोकांशी चांगले संबंध जुळवताच येत नाहीत. मला सतत माझ्या आयुष्यात एक पोकळी असल्यासारखे वाटते; माझ्या मनाला शांतीच लाभत नाही.'' ज्यांना ज्यांना या वरीलपैकी एक वा अनेक तक्रारी असतील, त्यांनी गीतेतील 'स्थितप्रज्ञता' या स्थितीविषयीचे विवेचन वाचलेच पाहिजे.

'स्थितप्रज्ञता! मानवतेची अंतिम व्याख्या. गीतेमध्ये स्थितप्रज्ञता हे योगाचे एक प्रमुख लक्षण म्हणून प्रस्थापित केले आहे. ती आदर्श स्थिती आहे असे सांगून दुसऱ्या अध्यायात तिचे सखोल वर्णन केले आहे. त्या स्थितीची साधी व्याख्या म्हणजे 'मनाचा समतोल'. भौतिक जीवनातील अथवा आध्यात्मिक जीवनातील सर्व कृतींमध्ये हा मनाचा समतोल फार महत्त्वाचा आहे. विचारात, निर्णयात अथवा कृतींमध्ये अस्थिरता, चंचलता असली की फार मोठा गोंधळ उडतो. अर्जुनाला याच अस्थितरतेने ग्रासून टाकले होते. श्रीकृष्णाला त्याच्या मित्राच्या या दयनीय अवस्थेची पूर्ण कल्पना होती म्हणूनच तो त्याला म्हणाला,

श्रुतिविप्रतिपन्ना ते यदा स्थास्यति निश्चला ।
समाधावचला बुद्धिः तदा योगम् अवाप्स्यसि ।।

निरनिराळ्या उपदेशांनी (वेदवाक्यांनी) तुझी बुद्धी अस्थिर झाली आहे, गांगरून गेली आहे. ती जेव्हा समाधिवृत्तीत स्थिर व निश्चल होईल,

तेव्हा तुला योग प्राप्त होईल. (भगवद्गीता, अध्याय २, श्लोक ५३)

श्रीकृष्णाने 'समाधी' हा शब्द वापरला आहे. या समाधीच्या स्थितीलाच 'योग' म्हटले आहे आणि गीतेच्या संदर्भात योग म्हणजे परमेश्वराच्या सरूप अवतारावर दृढ विश्वास. म्हणून समाधी म्हणजे त्या परमेश्वराच्या रूपाशी पूर्ण एकरूपता. प्रत्यक्षात रोजची कामे करत असतानाही परमेश्वराशी एकरूपता म्हणजे समाधी साधणे असा गीतेत योगाचा अर्थ आहे. तसे झाले म्हणजे सर्वच कर्मे योगाची उच्च पातळी गाठतात. बोलणे, बसणे, चालणे या साध्या क्रियासुद्धा योगात कशा परिवर्तित करायच्या हे गीता आपल्याला शिकवते. अर्जुनाला तसा योग करायचा होता - योगी व्हायचे होते म्हणून त्याने प्रश्न विचारला,

स्थितप्रज्ञस्य का भाषा समाधिस्तस्य केशव ।
स्थितधिः किं प्रभाषेत किमासीत व्रजेत किम् ।।

हे केशवा, जो भक्त समाधीवर मन केंद्रित करतो आणि ज्याची श्रद्धा
अचल असते (जो समाधिस्थ स्थितप्रज्ञ असतो) त्याचे बोलणे,
बसणे, चालणे कसे असते? (भगवद्गीता, अध्याय २, श्लोक ५४)

हे असे प्रश्न अर्जुनाने सहजपणे विचारायचे म्हणून विचारलेले नाहीत. त्यातून त्याची मोक्षप्राप्तीची उत्कट इच्छा प्रदर्शित होते. ते प्रश्न म्हणजे त्याने परमेश्वरचरणी मनःपूर्वक केलेली प्रार्थनाच आहे. या नंतरचे अठरा श्लोक हे त्या प्रार्थनेला श्रीकृष्णांनी दिलेला प्रतिसाद आहे. त्यात स्थितप्रज्ञाची ही लक्षणे सांगितली आहेत : ज्याने ऐहिक वासनांचा त्याग केला आहे, जो आत्म्यात वास करणाऱ्या परमात्म्याशी एकरूप होण्यात सार्थकता मानतो, त्याच स्थितीत तो संतुष्ट असतो, सुखाच्या वा दुःखाच्या प्रसंगीही 'ईश्वरच कर्ता आहे' अशी पूर्ण श्रद्धा ठेवून तो मन स्थिर ठेवतो आणि जो निःसंग झाला आहे आणि ज्याने भय व क्रोध यांपासून स्वतःची सुटका करून घेतली आहे. (भगवद्गीता, अध्याय २, श्लोक ५५ ते ५७). अशा स्थितप्रज्ञाला आपले हस्तपायादि अवयव सर्व बाजूंनी आखडून घेणाऱ्या कासवाची उपमा दिली आहे (भगवद्गीता, अध्याय २, श्लोक ५८). इंद्रियांच्या वासनांनी भरकटत जाणाऱ्या मनाला जोराच्या वाऱ्याने ते नेईल त्या दिशेला वाहत जाणाऱ्या नौकेची उपमा दिली आहे (भगवद्गीता, अध्याय २, श्लोक ६७) आणि कोणत्याही परिस्थितीत मनःशांतीची सीमा न ओलांडणाऱ्या स्थितप्रज्ञाला चोहोंकडून अनेक नद्या येऊन मिळत असतानासुद्धा ज्याची मर्यादा ढळत नाही अशा महासागराची उपमा दिली आहे (भगवद्गीता, अध्याय २, श्लोक ७०). सखोल आणि सूक्ष्म मर्मदृष्टीने दिलेल्या अशा अर्थपूर्ण, परिपूर्ण उपमा वाचकांच्या हृदयाचा ठाव घेतात. पंचेन्द्रियांच्या स्पर्श, आवाज, दृष्य, चव, वास या संवेदना निर्माण करत असलेले धोके, इंद्रियांचे

संयमन आणि काम, क्रोध, मद आदि षड्रिपूंचा त्याग करण्याची नितांत आवश्यकता हेही स्पष्टपणे उघड करून सांगितले आहे (भगवद्गीता, अध्याय २, श्लोक ६२, ६३, ७१). स्थितप्रज्ञाचा या सर्वांहून अधिक महत्त्वाचा आणि अत्यावश्यक गुणविशेष म्हणजे परमेश्वरावरील निस्सीम भक्ती (भगवद्गीता, अध्याय २, श्लोक ६१). हा प्रमुख गुण असला की वरील बाकीचे गुण तो जोपासू शकतो आणि स्थितप्रज्ञता प्राप्त करू शकतो, ती टिकवून ठेवू शकतो.

स्थितप्रज्ञता आणि ब्राह्मी स्थिती

अशा रीतीने श्रीकृष्ण स्थितप्रज्ञाची सर्व लक्षणे समजावून सांगतो आणि त्या विवेचनाचा शेवट हे सांगून करतो की,

एषा ब्राह्मी स्थितिः पार्थ नैनां प्राप्य विमुह्यति ।

हे पार्था, ब्राह्मी स्थिती - ब्रह्माशी एकरूप होण्याची स्थिती - म्हणतात ती हीच.
ही प्राप्त झाली की त्यानंतर पुन्हा कोणीही कधीच मोहात पडत नाही.
(भगवद्गीता, अध्याय २, श्लोक ७२)

स्थितप्रज्ञता हा ब्रह्माचा गुणविशेष आहे त्यामुळे ही स्थिती प्राप्त झालेल्यास 'ब्रह्मरूप' म्हणणे योग्य ठरते.

ब्रह्म – एक स्वतंत्र अस्तित्व

गीतेमध्ये सतत ब्रह्माचा उल्लेख स्वतंत्र अस्तित्व म्हणून केलेला आहे. तिसऱ्या अध्यायात म्हटले आहे,

तस्मात् सर्वगतं ब्रह्म

ब्रह्म हे सर्वव्यापी आहे.
(भगवद्गीता, अध्याय ३, श्लोक १५)

चौथ्या अध्यायात म्हटले आहे,

ब्रह्मार्पणं ब्रह्म हविः ब्रह्माग्नौ ब्रह्मणा हुतम् ।
ब्रह्मैव तेन गन्तव्यं ब्रह्मकर्मसमाधिना ।।

जे अर्पण करायचे ते ब्रह्म, अर्पण करण्याची क्रियाही ब्रह्म, ज्या पवित्र अग्नीत

अर्पण करायचे तो अग्नीही ब्रह्म आणि जो हे हवन करतो आहे तोही ब्रह्मच. अशा रीतीने ब्रह्मसंबंधी कर्मात समाधिस्थिती प्राप्त झालेला योगी ब्रह्माशी एकरूप होतो. (भगवद्‌गीता, अध्याय ४, श्लोक २४)

पाचव्या अध्यायात म्हटले आहे,

स ब्रह्मयोगयुक्तात्मा सुखमक्षयमश्नुते।

ज्याला ब्रह्मयोग प्राप्त झालेला असतो, तो अक्षय सुखाचा अनुभव घेतो. (भगवद्‌गीता, अध्याय ५, श्लोक २१)

स्थिरबुद्धिरसंमूढो ब्रह्मविद् ब्रह्मणि स्थितः ।

जो ब्रह्म जाणतो आणि ब्रह्माचे ठायी स्थित होतो त्याची बुद्धी स्थिर होते आणि त्याला कधी संभ्रम पडत नाही. (भगवद्‌गीता, अध्याय ५, श्लोक २०)

सहाव्या अध्यायात म्हटले आहे,

युज्जनेवं सदाऽऽत्मानं योगी विगतकल्मषः ।
सुखेन ब्रह्मसंस्पर्शम् अत्यन्तं सुखमश्नुते ।।

अशा तऱ्हेने जो योगी पापांपासून मुक्त असतो आणि सतत परमात्म्याशी एकरूप झालेला असतो तो ब्रह्मसंयोगापासून प्राप्त होणाऱ्या परमसुखाचा अनुभव, उपभोग घेतो. (भगवद्‌गीता, अध्याय ६, श्लोक २८)

सातव्या अध्यायात म्हटले आहे,

जरामरणमोक्षाय मामाश्रित्ययतन्ति ये । ते ब्रह्म तद् विदुः

जे माझा आश्रय करून जरामरणाच्या फेऱ्यातून सुटका करून घेण्यासाठी प्रयत्न करीत असतात, ते ब्रह्म जाणतात. (भगवद्‌गीता, अध्याय ७, श्लोक २९)

ब्रह्म अक्षर आहे

अशा रीतीने अर्जुनाला उपदेश करताना श्रीकृष्ण अनेक वेळा 'ब्रह्म' या शब्दाचा वापर करतात. ते ऐकून अर्जुन आठव्या अध्यायाच्या प्रारंभीच विचारतो,

किं तद् ब्रह्म

तुम्ही ज्या विषयी मला उपदेश करीत आहात, ते ब्रह्म म्हणजे काय?
(भगवद्गीता, अध्याय ८, श्लोक १)

त्यावर श्रीकृष्ण उत्तर देतात,

अक्षरं ब्रह्म

जे अक्षर असते (कधीही नाश न पावणारे असते) ते ब्रह्म.
(भगवद्गीता, अध्याय ८, श्लोक ३)

तेव्हा महत्त्वाचे हे आहे की गीतेत 'ब्रह्म' हा शब्द 'अक्षर' शब्दाशी समानार्थी आहे.

पुरुषोत्तम – अक्षराच्याही परे

गीतेतील एक विशेष तत्त्व आपल्या लक्षात येते. दुसऱ्या अध्यायात स्थितप्रज्ञाचे गुणविशेष वर्णन केले आहेत ते असे आहे

एषा ब्राह्मी स्थितिः

ही 'ब्राह्मी स्थिती' आहे.
(भगवद्गीता, अध्याय २, श्लोक ७२)

त्याच ब्रह्माची व्याख्या आठव्या अध्यायात 'अक्षर' अशी केली आहे. म्हणूनच आठव्या अध्यायाला 'अक्षरब्रह्मयोग' असे योग्य नाव दिले आहे. वास्तविकतावादानुसार अक्षरब्रह्म आणि परब्रह्म स्वतंत्र आहेत. परब्रह्म अक्षरब्रह्मापेक्षा श्रेष्ठ आहे. हे तत्त्व पंधराव्या अध्यायात स्पष्ट केले आहे. तेथे श्रीकृष्ण परब्रह्माला पुरुष असे संबोधतो.

द्वामिमौ पुरुषौ लोके क्षरश्चाक्षरएव च ।
क्षरः सर्वाणि भूतानि कूटस्थोऽक्षर उच्यते ॥
उत्तमः पुरुषस्त्वन्यः परमात्मेत्युदाहृतः ।

या लोकात 'क्षर' व 'अक्षर' असे दोन पुरुष आहेत. क्षर म्हणजे सर्व नाशवंत भूते
आणि सर्व भूतांच्या मुळाशी असणारे जे प्रकृतिरूप अव्यक्त तत्त्व
ते अक्षर होय. जो पुरुषोत्तम असतो तो या दोहोंपेक्षा भिन्न आहे
व त्यास परमात्मा म्हणतात. (भगवद्गीता, अध्याय १५, श्लोक १६-१७)

गीतेमध्ये ब्रह्म हा शब्द अक्षर या शब्दाच्या ऐवजीही वापरलेला आहे. हे अक्षरब्रह्म परब्रह्मापेक्षा निराळे आहे. पुरुषोत्तम परब्रह्म सर्वश्रेष्ठ असून ते सर्वांनाच पूजनीय आहे. दुसऱ्या अध्यायात वर्णन केलेली ब्राह्मीस्थिती ही अक्षरस्थिती आहे. तेव्हा संपूर्ण गीतेचा आवश्यक संदेश हाच आहे की ब्रह्मरूप वा अक्षररूप होऊन (ब्रह्म अथवा अक्षर स्थिती प्राप्त करून) पुरुषोत्तमाची भक्ति, त्याचे पूजन करा. या तत्त्वज्ञानास 'अक्षर-पुरुषोत्तम दर्शन' असे म्हणता येईल.

अशा रीतीने अक्षरब्रह्म आणि परब्रह्म (परमात्मा) या दोन संकल्पना पूर्णपणे समजावून सांगितल्यानंतर, वेद व उपनिषदे यांचा एक भाग असलेली 'ब्रह्मविद्या' हा गीतेमध्ये मुख्य विषय म्हणूनच घेतला आहे. त्यामुळे गीताही एक उपनिषद आणि ब्रह्मविद्या गणली जाते. (गीतेतील प्रत्येक अध्याय 'इति श्रीमद् भगवद्गीतासु उपनिषत्सु ब्रह्मविद्यायां योगशास्त्रे श्रीकृष्णार्जुनसंवादे... असा संपविला जातो.) त्यामुळे जे वेद व उपनिषदे यांच्याशी पूर्ण परिचित नाहीत, त्यांना आयुष्यातील कोणत्याही समस्या कायमच्या सोडवू शकतात अशा गीतेतील तत्त्वांचे संपूर्ण आकलन होणे शक्य होत नाही.

गीता एक अतिशय श्रेष्ठ असे तत्त्वज्ञान आहे. ब्रह्मविद्येबरोबरच आत्म्याचे स्वरूप, देह आणि आत्मा यांमध्ये असणारे स्पष्ट निराळेपण, या जगाची संक्रमणावस्था, पूर्वजन्म, पुनर्जन्म, मोक्ष असे कितीतरी विषय त्यात अतिशय स्पष्टपणे चर्चिले आहेत. गीतेमध्ये उथळ मते, व्यर्थ युक्तिवाद आणि वरवरची विद्वत्तापूर्ण चर्चा यांच्या पलीकडे जाऊन अतिशय अर्थपूर्ण अशा तत्त्वज्ञानाची माणसाच्या रोजच्या जीवनाशी चपखल सांगड घातली आहे. हेच गीतेचे वेगळे वैशिष्ट्य आणि आगळे सौंदर्य आहे. ती ज्ञानाच्या मार्गावरून मोक्षाकडे जाणारा प्रवास घडवते.

जीवन आणि तत्त्वज्ञान यांच्यातील अभिन्नत्व, अविभाज्यता गीतेतील अनेक श्लोकांमधून व्यक्त होते. तत्त्वज्ञान हेच मुळी आयुष्य समजून घेण्याचे शास्त्र आहे. वरवर पाहता ते दोन्ही अगदी निराळे वाटतात पण वास्तवात तत्त्वज्ञान आणि प्रत्यक्ष व्यवहारातील आयुष्य हे एकच आहेत. म्हणूनच प्रमुख स्वामी महाराज यांनी गीतेतील ब्रह्मविषयक ज्ञान लहान मुलांनाही वर्णन करून सांगितले. एकदा गांधीनगरमध्ये प्रमुख स्वामीजी वीस हजार मुलांसमोर गीतेतील तत्त्वज्ञानाविषयी बोलले तेव्हा भारताचे माजी राष्ट्राध्यक्ष अब्दुल कलाम यांनी तेथे उपस्थित राहून तो आगळावेगळा अनुभव घेतला. 'प्रमुख स्वामीजी प्रत्येक मुलामध्ये एक तत्त्वज्ञच पाहतात' असा त्यांचा त्यावरील अभिप्राय होता.

माझी गीतेशी ओळख माझे आदरणीय गुरू परमपूज्य प्रमुख स्वामी महाराज यांनी करून दिली. त्यांच्या प्रवचनात नेहमी गीतेतील सखोल ज्ञान समाविष्ट असायचे. प्रमुख स्वामीजी गीतेतील दोन शब्दांना विशेष महत्त्व द्यायचे - अक्षर आणि पुरुषोत्तम. गीतेच्या आठव्या अध्यायात 'अक्षर' याविषयी बरेच विवेचन आहे, त्या अध्यायाचे नावच मुळी 'अक्षरब्रह्मयोग' असेच आहे. 'पुरुषोत्तम' याविषयीचा उपदेश पंधराव्या

अध्यायात आहे आणि त्याचे नावही 'पुरुषोत्तमयोग'असे आहे. मी जेव्हा माझा 'गीतेतील योग' हा प्रबंध लिहित होतो, त्या वेळी मला प्रमुख स्वामीजींनी स्वत: 'अक्षर व पुरुषोत्तम हे दोन शब्द म्हणजे गीतेचे सार आहे' हे विशद करून सांगितले होते. हे तत्त्व मी प्राचीन पंथांच्या आचार्यांनी लिहिलेल्या भाष्यातही वाचले नव्हते किंवा आधुनिक विचारवंतांच्या लिखाणातही मला दिसले नव्हते, या गोष्टीचे मला आश्चर्यच वाटले. परंतु मी जेव्हा गीतेचे या दृष्टिकोनातून काळजीपूर्वक अध्ययन व संशोधन केले, तेव्हा माझीही अशी खातरी पटली की हे दोन शब्द व्यवस्थितपणे समजून घेतले नाहीत, तर धर्म, स्थितप्रज्ञ, योग आणि कर्मयोग, ज्ञानयोग व भक्तियोग यांसारख्या आध्यात्मिक पद्धती स्पष्ट होणे अशक्य आहे. मी तर असे विधान करू इच्छितो की गीता आपल्याला अशा एका नव्या तत्त्वज्ञानाचा मार्ग दाखवते ज्याला 'अक्षर-पुरुषोत्तम दर्शन' असे नाव देता येईल.

मी तुमचा शिष्य (एक महत्त्वाचे वळण)

शिष्यस्तेऽहम्

मी तुमचा शिष्य आहे.
(भगवद्गीता, अध्याय २, श्लोक ७)

किती अर्थपूर्ण आणि विचारपूर्वक केलेले विधान आहे! ही हृदयाला भिडणारी भावना अर्जुनाच्या आयुष्याला नवे वळण देणारी होती. येथे शिष्यत्वाचे तत्त्व व्यवस्थितपणे स्थापित केले आहे. ज्ञानाच्या शोधात असणाऱ्यांसाठी हे मूलभूत तत्त्व आहे, प्रगतीचे प्रवेशद्वारच! सामर्थ्य, धैर्य व उल्हास देणारे तत्त्व. त्यात अज्ञान अथवा असहायता प्रकट होत नाही, त्यातून ऊर्जा मिळते आणि ज्ञानोदय होतो. अहंकारी व्यक्ती शिष्यत्व पत्करायला घाबरते आणि मग त्याचे पर्यवसान अज्ञान, संभ्रम, असहायता आणि दु:ख यात होते. जो खरा मुमुक्षु असतो, त्याच्या मनात नैसर्गिकरीत्या शिष्यत्वाची भावना असते. अर्जुन तसा खरा ज्ञानाचा साधक होता. त्याने स्वत:ला श्रीकृष्णचरणी अर्पण करून टाकले आणि त्याचा गुरू म्हणून स्वीकार केला. गीतेत याच ठिकाणी एक खरे, वैशिष्ट्यपूर्ण, परिपूर्ण, परिपक्व असे गुरुशिष्याचे नाते जन्माला येते. हे गुरुशिष्य हे नाते वैदिक संस्कृतीचे निराळेपण दर्शविणारे आहे. वेद, उपनिषदे, पुराणे, रामायण व महाभारत यांसारख्या महान कलाकृती या सर्वांमध्ये गुरुशिष्य नात्याची श्रीमंती व त्याची महानता दिसून येते. गुरुशिष्यांमधील संवादांमधून जगाला अनमोल अशी तत्त्वे प्राप्त झाली आहेत.

विश्वाचा आदी व अंत, जीवनाचे तत्त्वज्ञान, त्याचा उद्देश, सुखदु:खाच्या व्याख्या,

त्यांचा आणि जीवनाचा परस्परसंबंध, साक्षात्कारी मुक्तात्मे असे विषय वैदिक काळापासून चर्चिले गेले आहेत. गुरुशिष्यपरंपरेनुसार या विषयांवरील चर्चा या मोकळेपणाने, तर्कशुद्ध आणि निकोप वातावरणात होत होत्या आणि त्यात विश्वासार्हता होती, वैचारिक खोली होती.

आजचा संदर्भ

गीतेवर विचार करताना एक कुतूहलपूर्ण पण जिज्ञासू विचार मनात येतो, 'आजच्या या युगात आधुनिक अर्जुनांना मार्ग दाखवणारा श्रीकृष्णासारखा सखा, गुरू कोणी आहे का?' असा तारणकर्ता जो निष्क्रीयतेच्या खोल तळघरातून त्यांना वर काढेल ('न योत्स्ये' - मी लढणार नाही' - भगवद्गीता, अध्याय २, श्लोक ९) आणि विहित कर्तव्याच्या कळसावर बसवेल? ('करिष्ये वचनं तव' - तुमच्या म्हणण्याप्रमाणे (युद्ध) करतो) - भगवद्गीता, अध्याय १८, श्लोक ७३). असा दुःखहर्ता जो विषादाच्या यातनांमधून सोडवेल ('विषीदन्' - खिन्न होऊन - भगवद्गीता, अध्याय १, श्लोक २७) आणि परमसमाधानाचा स्वर्गीय अनुभव देईल? ('प्रसन्नात्मा' - अक्षय सुख, प्रसन्न चित्त - भगवद्गीता, अध्याय १८, श्लोक ५४). कोण आपली द्विधा मनस्थिती समजून घेईल आणि आपले सर्व संभ्रम दूर करेल? कोण आपले म्हणणे शांतपणे ऐकून घेऊन आपल्या अंतरातील शंकांचे निरसन करेल? आपण जर मागे पडू लागलो, किंवा माघार घेऊ लागलो तर आपला हात धरून कोण आपल्याला प्रगतीपथावर घेऊन जाईल? आपले धैर्य खचले तर कोण आपल्याला धीर देईल, त्यातून वाचवेल? ('मा शुचः' - शोक करू नकोस - भगवद्गीता, अध्याय १८, श्लोक ६६) कोण आपल्या प्रत्येक कृतीमध्ये अध्यात्मबुद्धी आणेल? ('अध्यात्म चेतसा' - ब्रह्मभाव प्राप्त केलेल्या मनाने - भगवद्गीता, अध्याय ३, श्लोक ३०) कोण स्वकर्माचे आणि सत्कर्माचे उदात्तपण व महत्त्व पटवून देईल? ('स्वकर्मणा तमभ्यर्च्य' - परमात्म्याचे कर्माने पूजन कर - भगवद्गीता, अध्याय १८, श्लोक ४६)

उत्तर अगदी स्पष्ट आहे - 'होय, नक्की आहे.'

आजही अर्जुनही आहेत आणि श्रीकृष्णही आहेत. ते नाहीत असे कधीच होत नाही आणि म्हणूनच गीताही कायम असतेच. जोवर भावनावश होणारे अर्जुन असणार तोवर त्यांना सावरून शक्ती प्रदान करणारे कृष्णही असणार. जोवर दुःखाने ग्रासलेले संभ्रमात पडलेले अर्जुन असणार तोवर त्यांना आनंद देणारे, निःसंदिग्धता देणारे कृष्णही असणार. जोवर कर्म कर्तव्यपूर्तीच्या सन्मार्गावरून ढळलेले अर्जुन असणार तोवर त्यांना कर्म कर्तव्याची जाणीव करून देऊन पुन्हा सत्पथावर आणणारे कृष्णही असणार. आजही अर्जुन आहेतच. खरे तर आपण सगळेच अर्जुन असतो आणि गीता आजच्या कृष्णाकडे निर्देश करते :

तद् विद्धि प्रशिपातेन परिप्रश्नेन सेवया । उपदेक्ष्यन्ति ते ज्ञानं ज्ञानिनस्तत्त्वदर्शिनः ॥

हे अर्जुना, गुरुला प्रणिपात करून, त्याची सेवा करून, आज्ञाधारक राहून प्रश्न विचारून ज्ञान प्राप्त करून घे. जे तत्त्ववेत्ते ज्ञानी असतात ते तुला ज्ञान देतील.
(भगवद्गीता, अध्याय ४, श्लोक ३४)

यातील 'उपदेक्ष्यन्ति' भविष्यकालवाचक आहे. त्यानेच गीता आजच्या काळाशी जोडली गेली आहे.

संभवामि युगे युगे ।

मी सतत आहेच!
(भगवद्गीता, अध्याय ४, श्लोक ८)

श्रीकृष्णाचे हे तीन शब्द म्हणजे सर्व अर्जुनांना दिलासा आहे की परमेश्वर युगानुयुगे अवतार घेतच राहणार आहे. परमात्म्याचा साक्षात्कार झालेला ज्ञानी गुरू हाच आजच्या युगातील श्रीकृष्ण होय. अशा सुयोग्य गुरूचे भक्तीपूर्वक शिष्यत्व पत्करणे हा सुख व समाधान प्राप्तीचा मार्ग आहे.

मी स्वतःला भाग्यवान समजतो की मी केवळ गीता वाचली व अभ्यासली नाही, मला गीतेचे जिवंत, मूर्तीमंत दर्शन घडले आहे. मी परमपूज्य प्रमुख स्वामीजी यांचे शिस्तबद्ध, कर्तव्यदक्ष आणि पवित्र जीवन अगदी जवळून पाहिले आहे. प्रमुख स्वामीजी हेच आजच्या काळातील श्रीकृष्ण आहेत. त्यांनी त्यांच्या सत्कर्म व सदाचरण यांच्याप्रती निस्वार्थी समर्पणाने अगणित अर्जुनांना स्फूर्ती प्रदान करून संपूर्ण समाजाचा उद्धार केला आहे. त्यांच्या प्रत्येक कृतीतून गीतेतील 'अद्वेष्टा सर्वभूतानां मैत्रं करुण एव च...' (भगवद्गीता, अध्याय १२, श्लोक १३), 'यस्मान्नोद्विजते लोको लोकान्नो द्विजते च यः... (भगवद्गीता, अध्याय १२, श्लोक १५), समः सर्वेषु भूतेषु... (भगवद्गीता, अध्याय १८, श्लोक ५४) या श्लोकांमधून वर्णन केलेल्या खऱ्या कर्मयोग्याची सर्व लक्षणे स्पष्ट दिसून येत असत. प्रमुख स्वामीजींनी संपूर्ण आयुष्यभर केवळ सर्वांच्या कल्याणाचीच इच्छा धरली आणि त्यासाठीच अत्यंत चिकाटीने, अथक परिश्रम केले - 'सर्वभूतहिते रताः' (भगवद्गीता, अध्याय १२, श्लोक ४). प्रमुख स्वामीजी सतत स्थितप्रज्ञतेच्या अवस्थेतच असत. त्यांच्या मनात वैर, द्वेष हे भाव कधीच आले नाहीत. ते दया व अनुकंपा यांची मूर्तीच होते. - 'निर्ममो निरहंकारः समदुःखसुख क्षमी' (भगवद्गीता, अध्याय १२, श्लोक १३). प्रमुख स्वामीजी भगवद्गीताच जगत होते. त्यांचा वारसा पुढे चालवणारे गुरुहारी महंत स्वामीजी यांच्या रूपातही श्रीकृष्णाची उपस्थिती जाणवते. तेव्हा गीता ही अक्षय आहे. गीतेत युगांपूर्वी सांगितलेले स्फूर्तिदायक तत्त्वज्ञान आजही जिवंत आहे, भविष्यातही जिवंत राहील, ते अमर आहे!

लोकमान्य टिळक आणि गीतारहस्य

लोकमान्य टिळक माहीत नाहीत असा भारतीय सापडणारच नाही. आपल्या तत्त्वांमुळे अविस्मरणीय ठरलेले जे हाताच्या बोटांवर मोजण्यासारखे महान आत्मे होऊन गेले, त्यात लोकमान्यांचे स्थान फार वरचे आहे. भारताच्या स्वातंत्र्यलढ्यातले ते एक फार मोठे स्फूर्तीदायक नेते होते. अतिशय स्पष्टवक्ते, प्रांजल आणि सच्चे. त्यांच्या बोलण्यात, वागण्यात लबाडी, फसवेगिरी कधीच नसायची. त्यांच्या हृदयात देशाबद्दल प्रचंड प्रेम होते. त्यांनी स्वतंत्र भारताच्या कल्पनेची पूजा केली. धर्मग्रंथांच्या विश्लेषणात्मक अभ्यासातून त्यांनी स्वदेशाभिमान हा एक चिरकाल टिकणारा सद्‌गुण असल्याचे दाखवून दिले. गीतारहस्य हे त्याचे उत्तम उदाहरण आहे.

धर्मग्रंथांमधून मिळालेल्या ज्ञानाचा लोकमान्यांनी शक्य त्या सर्व मार्गांनी देशभक्ती सबल करण्यासाठी उपयोग केला. प्राचीन वाङ्मय, संशोधनात्मक लिखाण, भाषणे, संपादकीय लेख यांचा अभ्यास व चिकित्सक समालोचन करून त्यावर स्वतंत्रपणे विचार करण्याची असाधारण क्षमता आणि कौशल्य स्वभावतःच त्यांच्याजवळ होते.

आपले विचार आपल्या देशबांधवांपर्यंत पोचवण्यासाठी गीतेचे साहाय्य घेणे त्यांना योग्य वाटले. त्यांनी गीतारहस्य लिहिले त्या काळात सर्वांत जास्त गरज लोकांना कृतिशील बनवण्याची आणि त्यासाठी कर्मयोगावर लक्ष केंद्रित करण्याची होती. गीतारहस्याचे लिखाण करून त्यांनी गीतेतील सर्वसमावेशक ज्ञान वाचकांपर्यंत पोहोचवले. लोकमान्यांचे गीतेवर प्रभुत्वही होते आणि कमालीची श्रद्धाही होती. त्याच्याच बळावर गीतारहस्याचे लिखाण त्यांनी तुरुंगाच्या चार भिंतींमध्ये, केवळ स्मरणशक्तीच्या जोरावर केले. गीतेतील 'ऊठ आणि युद्ध कर' हा मंत्र त्यांना 'उत्तिष्ठ भारत' - 'भारता, ऊठ, जागा हो' या स्वरूपात देशभर पसरवायचा होता. 'स्वराज्य हा माझा जन्मसिद्ध हक्क आहे' या मंत्रातून त्यांना प्रत्येक भारतीयाच्या मनात स्वातंत्र्याचे स्फुलिंग पेटवायचे होते. ज्ञानाच्या प्रकाशाने देशातील लोकांना जागे करण्याचे, परकीय सत्तेचा अंधकार दूर करण्याचे सामर्थ्य गीतेमध्ये आहे याविषयी त्यांना खातरी होती. तो कारावास हा त्यांच्यासाठी - आणि जगासाठी - एका अर्थी वरदानच ठरला. त्यांनी त्यांची तेजस्वी, शक्तिशाली लेखणी गीतेचे रहस्य लोकांपुढे आणण्यासाठी, गीतेचे अत्यंत समर्पक असे अर्थबोधन करण्यासाठी वापरली.

प्राचीन संत, आचार्य, भाष्यकार यांनी अभ्यासातून समोर आणलेली गीतेची अंगभूत शक्ती आणि आधुनिक तत्त्वज्ञ, विचारवंत यांनी विशद केलेले गीतेचे बाह्य सौंदर्य या दोहोंविषयीची मर्मदृष्टी गीतारहस्य वाचकांना देते. गीतारहस्यातच लोकमान्यांनी म्हटले आहे, 'गीतेवर प्राचीन पंडितांनी भाष्ये व टीका केलेल्या आहेत. त्यांनी बाह्य गोष्टींकडे विशेष लक्ष पुरविले नाही. कारण भगवद्गीतेसारख्या अलौकिक ग्रंथाचे परीक्षण करताना असल्या गोष्टींकडे लक्ष पुरवणे म्हणजे त्यांच्या मते एखादे उत्तम पुष्प नजरेस पडले

असता त्याच्या सुवासाचे, रंगाचे व सौंदर्याचे कौतुक न करता केवळ त्याच्या पाकळ्या मोजण्यात; किंवा मधाने भरलेले पोळे हातात पडले असता त्यातील छिद्रांची चर्चा करण्यातच वेळ दवडण्यासारखे होय!' (गीतारहस्य, प्रकरण १, विषयप्रवेश). गीतेचे तात्पर्य काढण्याचा, अर्थनिर्णय करण्याचा दुसरा मार्ग - मीमांसकांचा एक श्लोकही त्याच प्रकरणात दिला आहे : *(उपक्रमोपसंहारौ अभ्यासोऽपूर्वता फलम् । अर्थवादोपपत्ती च लिंगं तात्पर्यनिर्णये।। - गीतारहस्य, प्रकरण १, विषयप्रवेश)*

गीता हा ज्ञानाचा महासागरच आहे. तरीही टिळकांनी अमृतमंथन करून त्यातील ज्ञानामृत वाचकांना पाजले आहे. गीतारहस्याचा वाचक सर्व धर्मग्रंथांशी परिचित होतो.

माझे असे मत आहे की भारतातील प्रत्येक लहान, थोर व्यक्तीला देशभक्तीची आग, परकीयांवर अवलंबून राहण्यातील यातना, आपल्या पारंपरिक धर्मग्रंथांचे ज्ञानवैभव, विपर्यस्त इतिहास माहीत असण्यातील धोके आणि खरा, मूळ इतिहास माहीत असण्याची नितांत गरज, देशाच्या ऐक्यामध्ये साठलेली अमर्याद अशी शक्ती आणि सामर्थ्य आणि आपल्या देशाला त्याचे गतवैभव प्राप्त करून देण्यास आवश्यक असणारे भगिरथ प्रयत्न या गोष्टींची सखोल जाण असणे अनिवार्य, बंधनकारक, नव्हे, सक्तीचेच असले पाहिजे. गीतारहस्यामध्ये ही जाण निर्माण करण्याची क्षमता आहे.

हे पुस्तक

श्री. अरुण तिवारी यांच्यामध्ये अर्जुनाच्या बऱ्याच छटा नजरेस पडतात. मी त्यांना प्रथम पाहिले ते प्रमुख स्वामीजी यांच्या पायाशी नतमस्तक होताना. जणुं गीतेमधील 'शिष्यस्तेऽहम्' (भगवद्‌गीता, अध्याय २, श्लोक ७) या शब्दांचा प्रतिध्वनीच त्यांच्या आयुष्यात घुमत होता. प्रमुख स्वामीजी यांच्याकडून मिळालेले आशिर्वाद हे गीतेच्या प्रसादापेक्षा काही कमी नाहीत.

डॉक्टर अब्दुल कलाम यांच्यासारखा श्रेष्ठ शास्त्रज्ञ मित्र आणि गुरू मिळण्याचे भाग्य अरुण तिवारी यांना लाभले. डॉ.कलाम यांच्या आठवणी लिहिताना अरुण तिवारी यांनी त्यांच्या सर्व महत्त्वाकांक्षा, त्यांच्या भावभावना व्यक्त केलेल्याच आहेत. सर्व जग आता त्या जाणते. त्यांच्या शब्दांनी तिवारी यांनी डॉक्टर कलाम यांना अमरत्वच प्रदान केले आहे. तिवारी यांच्यावर प्रमुख स्वामीजी यांच्या शुभाशीर्वादांचा वर्षाव झालेला आहे. डॉक्टर कलाम यांच्या परमपूज्य प्रमुख स्वामीजी यांच्याविषयीच्या उच्च आदराच्या व खोल प्रेमाच्या भावना शब्दांतून व्यक्त करायलाही तिवारी यांनी डॉक्टरांना साहाय्य केले आहे. त्या दोघांनी मिळून लिहिलेल्या 'ट्रान्सेन्डन्स' या पुस्तकात ते शब्द साकार झाले आहेत.

आध्यात्मिक वातावरणातील संगोपन आणि पुढे अत्याधुनिक, तांत्रिक शिक्षण असा दुहेरी, पोषक अनुभव अरुण तिवारी यांच्या वाट्याला आला आणि त्याचा प्रत्यय फार चांगल्या रीतीने त्यांच्या लिखाणात येतो. स्वभावाने दयाशील असलेल्या तिवारींच्या

शब्दांतही कणव जाणवते. आजवर त्यांनी समर्थपणे लिहिलेल्या पुस्तकांचा आनंद जगभरातील विविध क्षेत्रांतील वाचकांनी घेतला आहे.

तत्त्वज्ञानविषयक वाङ्मय सुलभ करायचे म्हणजे ते विस्तारानेच करावे लागते. सुलभता, साधेपणा आणि संक्षिप्तता या विरुद्धच गोष्टी आहेत. खरोखरच, लोकमान्यांचे तरल पण सखोल विचार अतिशय निःसंदिग्धपणे आणि तेही आजच्या आधुनिक परिभाषेत समजावून सांगणे हे धाडसाचे आणि महत्प्रयासाचे काम आहे.

तिवारीजींनी हे पुस्तक फार प्रेमाने आणि आपलेपणाने लिहिले आहे. हे केवळ गीतेवरील लिखाण नाही, ही गीतेविषयीची परमभक्ती आहे. या नव्या पुस्तकाच्या रूपात त्यांनी एक फार अवघड असा प्रकल्प पूर्णत्वाला नेला आहे.

अरुण तिवारींनी हे पुस्तक मला देऊन मी गीता, टिळक आणि हे पुस्तक यांच्याविषयी लिहावे असा आग्रहच धरला. मी आमचे ज्येष्ठ संत माननीय ईश्वरचरण स्वामीजी यांच्याशी बोललो. 'तिवारी फारच छान माणूस आहे,' असे म्हणून 'त्यांच्यासाठी लिहिणे ही फारच मोठी सेवा ठरेल, जरूर लिहा आणि त्यांना संतोष द्या' असे त्यांनी मला सांगितले.

गीतेसारख्या स्फूर्तिदायक, महान ग्रंथावरील त्यांच्या पुस्तकाविषयी लिहिण्याची संधी मला दिल्याबद्दल मी तिवारी यांचा मनापासून आभारी आहे.

मी आशा करतो की लोकमान्यांच्या गीतारहस्याचे हे नवे दर्शन नव्या पिढीला लाभदायक ठरेल. त्यांना नैतिकतेची तत्त्वे समजतील. कर्तव्याची, त्यांच्यावरील जबाबदारीची जाणीव होईल. त्यांना निश्चयाचे बळ मिळेल. तिवारी यांनी या पुस्तकाद्वारे समाजाची जी पवित्र हृदयाने सेवा केली आहे त्याबद्दल मी त्यांचे पुन्हा एकवार आभार मानतो.

स्नेहपूर्वक,
महामहोपाध्याय साधु भद्रेशदास
सारंगपूर

परिचय

'श्रीमद्भगवद्गीतारहस्य' (यापुढे ज्याचा उल्लेख 'गीतारहस्य' असा करण्यात येईल) हा लोकमान्य बाळ गंगाधर टिळक यांचा संस्मरणीय ग्रंथ सर्वप्रथम १९१५ मध्ये मराठी भाषेत प्रसिद्ध झाला. पाठोपाठ त्याची हिंदी (१९१७), गुजराथी (१९१७), कानडी (१९१९), तेलगू (१९१९), तमिळ (१९२४) आणि शेवटी इंग्लिश (१९३५) या भाषांत भाषांतरे झाली. पौर्वात्य देशांचा - भाषा, संस्कृती, परंपरा इत्यादींचा - समग्र अभ्यास करणाऱ्या जगभरातील विचारवंतांकडून या ग्रंथाला मान्यता मिळालीच; शिवाय पारतंत्र्याच्या अंधारात चाचपडणाऱ्या आपल्या भारत देशातील जनतेलाही या ग्रंथाने प्रकाश दाखवला. सखोल ज्ञान असणाऱ्या माणसाचाही आत्मा ज्यात रमेल आणि रसिकांना वाङ्मयीन सौंदर्यही अनुभवता येईल असा यासारखा दुसरा ग्रंथ कदाचित कुठेच सापडणार नाही.

कथानायकाला खलनायकांशी झुंझावे लागते हे दाखवणारी पुस्तके, चित्रपट, दूरदर्शन मालिका यांचे पेवच फुटले आहे; परंतु ज्यात गीतेचे सातशे श्लोक समाविष्ट आहेत त्या महाभारत या वैभवशाली महाकाव्यात खलनायक वाईट कारणांसाठी सत्कर्मे करतात आणि नायक चांगल्या कारणांसाठी दुष्कर्मे करतात. या 'महाभारत' नावाच्या महाकाव्यातील पात्रांच्या वाट्याला आलेली नाही अशी माणसावर कोसळणारी कोणतीही आपत्ती, कोणतीही अडचणीची स्थिती नसेल! भारतीयांच्या पिढ्यान्‌पिढ्या याच महाभारतातील भगवद्गीतेतून चांगले आणि वाईट यांतला फरक शिकत लहानाच्या मोठ्या झाल्या आहेत.

'गीतारहस्य' - याची वेगळी ओळख करून देण्याची गरजच नाही. जोवर भारतीयांच्या मनात देशाच्या भूतकाळाविषयी जाज्वल्य अभिमान आहे आणि जोवर ते त्याच्या उज्ज्वल भविष्याची आशा मनात धरून आहेत, तोवर लोकमान्य टिळक हे नाव आणि त्यांनी गीतेवर लिहिलेले हे भाष्य, हे दोन्ही भारतीयांच्या स्मरणात तर राहीलच, ते भाष्य काळजीपूर्वक वाचले, अभ्यासिलेही जाईल. तरुण मनांवर सध्या प्रसारमाध्यमे, सोशल मिडिया आणि माहितीचे मायाजाल अविरत मारा करून त्यांच्या मनात चांगले काय आणि वाईट काय या संबंधी जो प्रचंड संदेह - खरे तर सावळा गोंधळच - निर्माण करीत आहेत तो पाहून, गीतारहस्य प्रकाशित झाले त्याला शंभर वर्षे उलटून गेल्यानंतरही हे त्याचे आधुनिक अर्थान्तरण करणारे पुस्तक वाचकांसमोर

ठेवण्याची प्रेरणा मिळाली, तसे करावे असे प्रकर्षाने वाटले. आज या तरुणांच्या मनाचा लंबक चांगले-वाईट, बरोबर-चूक, शहाणपणा-वेडेपणा यांच्यामध्ये आंदोलित होऊच दिला जात नाही. विविध माध्यमांना वेठीला धरणाऱ्या मोठमोठ्या कंपन्या, उद्योगधंदे यांच्या जे फायद्याचे असेल त्यावर तो लंबक धरून ठेवला जातो. आजचा संघर्ष हा चांगले आणि वाईट यांमध्ये नाहीच, तो दोन प्रकारच्या वाईटांमध्येच आहे! आज परिस्थिती अशी आहे की आरोग्याला सारखेच घातक असलेल्या आणि सारखेच निरुपयोगी असलेल्या दोन प्रकारांतूनच एक निवडून निवडीचे स्वातंत्र्य साजरे करायची वेळ तरुणांवर आलेली आहे, आणली गेलेली आहे.

गीतारहस्याच्या प्रस्तावनेत लोकमान्य टिळक लिहितात, 'गीतेतील धर्म सत्य व अभय खरा; पण तो ज्या काली ज्या स्वरूपाने सांगण्यात आला, त्या देशकालादि परिस्थितीत पुष्कळ फरक पडला आहे.' आज शंभर वर्षांनी तर समाज, सरकार, इतकेच काय समाजाच्या मूल्यप्रणालीतदेखील फार मोठा बदल घडला आहे. काही बाबतीत तर आमूलाग्र कायापालट झाला आहे असेच म्हणावे लागेल. काहींच्या मते 'कर्मे करावीत की सोडून द्यावीत' हा जो गीतेच्या केंद्रस्थानी असलेला प्रश्न आहे, तो सांप्रत काळी अस्तित्वातच नाही. लोकांच्या मनात बेगडी पर्याय आणि अनावश्यक निवडी यांचे असे काही दाट जाळे विणले गेले आहे, की काही करणे आणि सोडून देणे - कर्म आणि कर्मत्याग - यात फारसा फरकच उरलेला नाही. चांगले आणि वाईट यांच्यामधील सीमारेषाही पुसट झाली आहे. त्यामुळे लोक हा प्रश्न अनावश्यक समजतात यात काही नवल नाही. माणसाच्या आदर्श स्थितीच्या सुबक, स्वच्छ चित्रावर चांगल्या वाईटातील संघर्षाचे डाग पडले आहेत. निर्धन व सधन, धर्मनिष्ठ आणि धर्मद्रोही एकत्र नांदत आहेत. विविध फॅशन्स, अनुकरणाचे वेड, वेडांची अनुकरणे यांच्या भाराखाली चांगल्या वाईटाचा, बरोबर-चूक याचा विचारच दबला जातो आहे. कसेही असले तरी अखेर जे चांगले वा बरोबर ते चांगले आणि बरोबर आणि जे वाईट वा चूक ते वाईट आणि चूक हे सत्य काही नाकारता येत नाही. ते ओळखण्यात, ते ठरवण्यात, त्यातील निवड करण्यात माणसांचा गोंधळ होऊ लागला की त्यांना कसला तरी - सत्याचा - बळकट, भरवशाचा आधार लागतो, निर्णय करायला मदत लागते. अशा वेळी जेव्हा बौद्धिक मतभेद होतात, चर्चा वा वाद होतात, त्या वेळी गीतारहस्य सत्य समोर आणण्याचा प्रयत्न करते. लोकांना स्वतःचा स्वतःला, उपजत प्रेरणेने चांगल्या वाईटातील, चूक व बरोबर यांतील फरक समजावा हाच गीतारहस्याचा उद्देश आहे. हा ग्रंथ तोच उद्देश, तोच विचार केंद्रस्थानी ठेवून लिहिला आहे.

गीतेचा मध्यवर्ती संदेश 'जगाशी संलग्नता' हा असल्याचे सांगून लोकमान्य पुढे म्हणतात, 'मूळ गीता ही निवृत्तीचे तत्त्वज्ञान शिकवत नाही, तर कर्मयोग शिकवते. गीतेत सांगितलेल्या तत्त्वज्ञानानुसार 'परमेश्वराविषयीचे ज्ञान प्राप्त करून घेऊन

बुद्धीची शक्य तितकी स्वच्छता व शुद्धता करून घेणे' हे प्रत्येक मानवप्राण्याचे आद्य कर्तव्य आहे. परंतु हा गीतेचा प्रमुख विषय नाही. युद्धाच्या प्रारंभी अर्जुनाला त्याच्या कर्तव्याविषयी संभ्रम पडला होता - युद्धात भाग घ्यावा की घेऊ नये असा त्याला प्रश्न पडला होता. त्याचेच कुटुंबीय, आप्त, स्वकीय यांच्याविरुद्ध लढून त्यांना मारून टाकण्याचे पाप आपल्या हातून घडेल या भीतीचे ओझे त्याच्या मनावर चढले होते. त्याचा संदेह दूर करण्यासाठी गीतेने त्याला कोणतेही पाप न लागता मोक्षाची प्राप्ती होईल असा कर्मयोगाचा उपाय सुचवला.' 'भक्ति हा महत्त्वाचा घटक असलेल्या ज्ञानयोगाच्या पायावर केलेला कर्मयोग' हा गीतेचा आशय, भावार्थ, तात्पर्यार्थ आहे' असे लोकमान्य निश्चयपूर्वक सांगतात.

'ज्ञान वा बुद्धीचा पाया असलेले अत्यंत भक्तिपूर्वक केलेले कर्म' हे गीतेचे रहस्य उलगडून दाखवण्यासाठी लोकमान्यांनी गीतेमध्ये येणारे विविध विषय व सिद्धान्त पंधरा प्रकरणांमध्ये विभागले आहेत आणि त्यांच्याशी संबंधित महत्त्वपूर्ण अशी तर्कशुद्ध मते, युक्तिवाद, कारणमीमांसा यांचा त्यात समावेश केला आहे. ते लिहितात, 'गीतारहस्यविवेचन गीतेच्या भाषांतरापासून मी निराळे काढले आहे.' त्यानुसार गीतारहस्याचे तीन प्रमुख उद्देश समोर येतात :

१) गीतेतील विषय व सिद्धान्त भारतीय तत्त्वज्ञान व विचारपद्धती यांच्या बांधणीत व विकासात कुठे आणि कसे आले आहेत ते दाखवणे

२) संन्यास व कर्मयोग यांतील भेद स्पष्ट करणे

३) गीता आणि अन्य धार्मिक मते, निरनिराळी तत्त्वज्ञाने यांची तुलना करून गीता व्यावहारिक कृतींच्या दृष्टिकोनातून कशी महत्त्वाची आहे हे विशद करणे.

'संपूर्ण मानवजातीला उपलब्ध असलेला कर्म व अकर्म यांच्यात भेद करण्याचा मूळ, सर्वांगीण करार म्हणजे गीता' असे लोकमान्य अत्यंत विद्वत्तापूर्ण पद्धतीने प्रतिपादन करतात. कर्माकर्मविवेक किंवा नीतिशास्त्र यावर पहिला ग्रंथ ग्रीक तत्त्वज्ञ ॲरिस्टॉटल याने लिहिला व त्यानंतरही अनेक पाश्चिमात्य विद्वानांनी त्यावर सिद्धान्त मांडले हा दावा फेटाळून लावून डॉक्टर राधाकृष्णन यांनी त्यांच्या गीतारहस्याच्या इंग्रजी भाषांतरात म्हटले आहे, 'फार पूर्वीच पूर्वेकडील चीन व जपान हे देश आणि पश्चिमेकडील अनेक देश गीतेच्या प्रभावाखाली आले होते. बुद्ध धर्मातील महायान पंथाचे दोन प्रमुख ग्रंथ 'महायानश्रद्धोपत्ति' आणि 'सद्धर्मपुंडरिक' यांच्यावरही गीतेचा चांगलाच प्रभाव पडलेला लक्षात येतो.' डॉ. राधाकृष्णन गीतेचे वर्णन 'a popular poem which helps even those who wander in the region of many and variable' असे करतात.

गीतेतील कर्मयोगाचा संदेश हा जीवनाच्या तत्त्वज्ञानावर आधारित आहे. गीता कर्म करण्यापूर्वी जीवनाचा अर्थ समजावून घ्यायला सांगते. 'नीतिशुद्ध कर्म कर' अशी आज्ञा केल्याने ते होत नाही, ते आध्यात्मिक साक्षात्कारातून घडते. 'माणसाला

ब्रह्माचे ज्ञान होऊन त्या ज्ञानाच्या माध्यमातून त्याने एकदा बुद्धीचा समतोल गाठला - त्याला साम्यबुद्धी प्राप्त झाली - की नंतर त्याच्या हातून कोणतेच पाप घडत नाही' हा गीतेचा संदेशच सॉक्रेटिसच्या (इ.स.पू. ४७०-३९९) 'मनुष्य जे काही पाप करतो ते अज्ञानानेच करतो' या प्रतिपादनातून प्रतिध्वनित होतो.

गीतेमधून उगम पावलेला सजगतेचा झरा पुढे विलासवादी (एपिक्युरियन) आणि तितिक्षावादी (स्टॉइक) ग्रीकांनी आणि इमॅन्युअल कान्ट (१७२४-१८९४) या जर्मन, जॉन स्टुअर्ट मिल (१८०६-१८७३) व हर्बर्ट स्पेन्सर (१८२०-१९०३) या इंग्लिश तत्त्ववेत्त्यांनीही कसा प्रवाही ठेवला याचा लोकमान्यांनी गीतारहस्यात फार उत्तम रीतीने आढावा घेतला आहे. हा विचारप्रवाह लोकमान्यांनंतरही वाहता राहिला. महात्मा गांधी (१८६९-१९४८) यांनी स्पष्टच कबुली दिली आहे की, 'मला जेव्हा निराशा घेरते, त्या अंधारात मी एकटा पडतो, मला प्रकाशकिरण कुठेच दिसेनासा होतो, तेव्हा मी भगवद्गीतेचा आधार घेतो. गीतेत एके ठिकाणी मला एक श्लोक दिसतो, दुसरीकडे आणखी एखादा सापडतो आणि माझ्यावर कोसळलेल्या भयानक घटनांच्या धक्क्यांमधून बाहेर पडण्याची वाट मला दिसते, माझ्या चेहऱ्यावर हसू फुटते.' अल्डस हक्सले (१८९४-१९६३) गीतेचे वर्णन संक्षेपाने 'अत्यंत योजकतेने केलेले, चिरकालीन टिकणाऱ्या तत्त्वज्ञानाचे आध्यात्मिक विवेचन' असे करतो व असेही विधान करतो की, 'जगातील प्रत्येक धार्मिक परंपरेचे मूळही तेच असून प्रत्येक धर्म तेच परमसत्य कथन करतो.

गीतारहस्य पंधरा प्रकरणांत विभागलेले आहे. पहिल्या प्रकरणात भारतीय तत्त्वज्ञानाच्या विस्तृत नकाशावरील गीतेचे स्थान दाखवलेले आहे. कोणत्याही शास्त्राची माहिती करून घ्यायची जर इच्छाच नसेल, तर ते शास्त्र शिकता व शिकवताच येत नाही. त्यामुळे दुसरे प्रकरण कर्मयोगाचे शास्त्र म्हणजे योग्य कर्म कोणते त्याचे शास्त्र जाणण्याची इच्छा, अर्थात 'कर्मजिज्ञासा' निर्माण करते आणि मग त्यापुढील तिसरे प्रकरण 'कर्मयोगशास्त्र' समजावून सांगते. चौथ्या प्रकरणात सुखवाद - 'सुख हे परम साध्य' हे तत्त्वज्ञान सांगितले आहे आणि पाचव्या प्रकरणात सुख व दु:ख यांतील फरक विचारपूर्वक कसा समजावून घ्यावा, म्हणजेच 'सुखदु:खविवेक' याबद्दलचे विवेचन केले आहे. सहावे प्रकरण आत्मा या संकल्पनेची प्रस्तावना करते, देह व आत्मा - क्षेत्र व क्षेत्रज्ञ - हे कसे निराळे आहेत हे सांगते आणि सातवे प्रकरण तोच विषय आत्म्याचे स्वरूप व क्षराक्षरसृष्टी यांचा विचार करणाऱ्या सांख्यशास्त्राच्या आधारे विस्ताराने सांगते. आठव्या प्रकरणात प्रकृतीचा व्यापार कसा चालतो म्हणजेच विश्वाची उभारणी व संहारणी कशी होते हे आणि नवव्या प्रकरणात सर्व व्यक्त पदार्थांच्या मुळाशी एकच अव्यक्त द्रव्य असते हे परमात्म्याविषयीचे तत्त्वज्ञान सांगितले आहे. दहावे प्रकरण कर्माचे व कर्माकर्माच्या निवडीचे आत्मस्वातंत्र्य यावर आणि अकरावे प्रकरण त्याच अनुरोधाने कर्म की संन्यास यांतील निवड यावर चर्चा

करते. या दोन्हींच्या आधारावर बाराव्या प्रकरणात एक आदर्श समाजरचना उभी केली जाते. तेरावे प्रकरण भक्तिमार्ग दाखवते आणि अन्य धर्मग्रंथांच्या तुलनेत गीतेचे श्रेष्ठत्त्व सिद्ध करते. शेवटच्या दोन प्रकरणांत - चौदाव्या व पंधराव्या प्रकरणात - गीतेतील प्रत्येक अध्यायाचा परामर्श घेऊन, त्यांची संगती लावून गीतेचा संदेश एकत्रितपणे मांडला आहे. पंधराव्या प्रकरणात ज्ञानयोग व भक्तियोग यांचा मेळ घालून पालन केलेल्या कर्मयोगापेक्षा अन्य कोणताही योग कनिष्ठ दर्जाचा असल्याचेही म्हणजेच 'ज्ञानभक्तियुक्त कर्मयोग' सर्वश्रेष्ठ असल्याचे प्रतिपादन केले आहे.

हे जे पुस्तक आहे ते गीतारहस्यातील पंधरा प्रकरणांमधील प्रत्येक प्रकरणाचा सारांश त्याच्या मूळ स्वरूपात वाचकांसमोर ठेवते आणि ते करताना आजचा, इंटरनेटने जोडलेल्या गेलेल्या जगाचा आणि जागतिकीकरणाचाही संदर्भ घेते. माणसांची 'स्थितप्रज्ञ' अवस्था हीच जगभरात शांती व सुव्यवस्था नांदेल असे सुसंवादी सामाजिक जीवन आणि त्यातील रहिवाशांचे नीतिमान आयुष्य यांचा पाया आहे असे सांगून लोकमान्यांनी 'गीतारहस्य' या ग्रंथात त्या अवस्थेचे असाधारण महत्त्व प्रतिपादन केलेले आहे. परंतु दुर्दैवाने आज त्याच्या पूर्ण विरुद्ध घडते आहे. २०१७ सालात राहणारे जवळजवळ सर्व पिढ्यांमधले सगळे लोक इलेक्ट्रॉनिक माध्यमांच्या आहारी गेलेले आहेत, 'आभासी' समाजातच राहत आहेत.

आपले ज्येष्ठ, वडीलधारे, आदरणीय गुरू यांच्याशी युद्ध करावे की नाही असा संदेह अर्जुनाला पडला होता आणि आजची तरुण पिढी त्याच्या अगदी विरुद्ध, वडीलधाऱ्यांकडे अनास्थेने बघते, पूर्णपणे उदासीनता दाखवते. आज 'काय करू नये' असा प्रश्न नसून 'काय काय करणे शक्य आहे' असा आहे. दूरदर्शनवर दाखविले जातात त्याच पद्धतीच्या समाजाच्या गटांनी, निराळ्या प्रकारच्या सामाजिक संस्थांनी एकूणच सामाजिक जाणीवेवर कब्जा केलेला आहे.

'सोशल मीडिया'चे प्रस्थ प्रचंड वाढले आहे. ती संस्कृती लोकांना स्वतःमध्येच गुंतून पडायला, आत्मरत बनायला केवळ उद्युक्त आणि प्रोत्साहितच करत नाही, ती तशा स्वमग्न लोकांचा उदोउदोही करते. आपल्याला लाभलेल्या मानवी जीवनाचे उद्दिष्ट काय याचा शोध घेण्याऐवजी लोक स्वतःच्याच कोषात सुरवंट बनून गुंतून पडले आहेत, एकटेपणाच्या कळा सोसत राहिले आहेत. नव्या वास्तवाला सामोरे न जाता - कोषातून बाहेर पडून फुलपाखरू होऊन त्या कळांपासून सुटका करून न घेता - त्यांच्यासारख्या कोषात अडकलेल्या इतर सुरवंटांच्याच मागे लागत आहेत. त्यांच्याकडून सहानुभूती मागून त्यातच समाधान मानत आहेत. फेसबुकवरील 'लाइक्स' आणि यू ट्यूबवर 'अपलोड' केलेल्या व्हिडिओंना दिले जाणारे 'थंब्ज अप' हेच समाजातील 'विनिमयाचे नवे चलन' बनले आहे. 'स्टेटस अपडेट' आणि 'इमोजीं'चा अखंड वापर ते वापरणाऱ्यांची हृदये किती शुष्क झाली आहेत, ते स्वतः किती भावनाशून्य बनले आहेत हे दाखवतात. अशा 'भावनाहीन एकट्यां'ची संख्या

दिवसेंदिवस वाढतेच आहे. शब्दांची मर्यादा असलेले फोनवरील 'टेक्स्ट्स' आणि 'ट्विटर'वरील 'पोस्ट्स' यांमुळे विशेषतः लिहिण्याचे, विचार व भावना व्यवस्थितपणे व्यक्त करण्याचे कौशल्यच नष्ट होत चालले आहे. इतकेच नव्हे तर तरुण पिढीच्या मनातील नवे काही जाणून घेण्याची इच्छाही कोमेजून गेली आहे, जिज्ञासेची ज्योतच विझून गेली आहे. कोणालाही स्वतः प्रयत्न करायचे नाहीत, काही शोधायचे नाही. बस, सोशल मीडियावर विचारायचे आणि उत्तरे मिळवायची, मिळालेल्या ज्ञानातच समाधान मानायचे! साहजिकच बुद्धीच्या पाटीवर निरुपयोगी कल्पना आणि निरर्थक, हिणकस चौकशा याखेरीज बाकी काही लिहिलेच जात नाही!

स्वतःच्या बुद्धीला ज्ञानाचा 'नांगर' न लावणाऱ्या अधिकाधिक लोकांची जहाजे मतमतांतराच्या सागरात भरकटत आहेत, गटांगळ्या खात आहेत, बुडूनही जात आहेत. इंटरनेट प्रत्येकाला स्वतंत्र 'प्लॅटफॉर्म' उपलब्ध करून देऊन स्वतःची मते, विचार, निरीक्षणे जगभरात प्रसृत करण्याला - तेही त्याच्या सत्यतेची, अधिकृततेची कोणतीही खातरजमा न करता - खुला वाव देते आणि या मिळालेल्या 'मोकळ्या रानात' वावरताना लोकांना 'आपण कोणीतरी महत्त्वाचे आहोत' असे वाटू लागते, मनात वृथा अभिमान जागा होतो. या सगळ्याचा परिणाम असा होतो की बरोबर काय आणि चूक काय यात, कर्म आणि अकर्म यात फरकच राहत नाही. गर्व आणि त्यातून येणारा उद्धटपणा यांचेच सर्वत्र राज्य दिसते. असे संभ्रमित लोक स्वतःच निर्माण केलेल्या खोट्या वास्तवात राहतात. त्यांच्या त्या बेगडी जगात नातीसुद्धा 'लिंक्ड इन'च असतात.

'योग' म्हणजे 'मानवी कल्याण' या संकल्पनेपासून बरेचसे लोक दूर गेलेले आहेत, त्यांची व्यक्तिमत्त्वे भंगली आहेत - कामाच्या ठिकाणी एक, घरात दुसरे, समाजात वेगळेच व्यक्तिमत्त्व आणि पूर्णपणे स्वतःच्या म्हणजे 'इंटरनेट'च्या वैयक्तिक जगात आणखीच निराळे, अपरिचित, विचित्र व्यक्तिमत्त्व - अशी आजची स्थिती आहे. या व्यक्तिमत्त्वांच्या तुकड्यांत त्या सर्वांचे खरे, मूळ व्यक्तिमत्त्व हरवूनच गेले आहे. आजची ही स्थिती पाहता येत्या काही वर्षांतच इंटरनेट पुढील कित्येक पिढ्यांची व्यक्तिमत्त्वे हिरावूनच घेईल अशी भीती वाटते. खरंच, पुढच्या पिढीला काहीतरी भान असेल का? का ती पूर्ण बेभानच निपजेल? आपला आकार, आपली शैली, आपली ढब, आपला डौल विसरून गेलेल्या संस्कृतीत आपला आत्मा बुडवून टाकायचा ही आजची संकल्पना आणि आत्मा परमात्म्यात, परब्रह्मात विलीन करायचा ही प्राचीन संकल्पना - यात दोन ध्रुवांइतके अंतर आहे. मोक्षाची, मुक्तीची कल्पना मोडीत निघाली असून आधुनिक मानव तंत्रज्ञानाच्या सापळ्यात अडकून पडला आहे.

आधुनिक भारतातील धर्मनिरपेक्ष म्हणवल्या जाणाऱ्या शिक्षणक्रमातून गीतेसकट सर्व धर्मग्रंथ वगळले गेले आहेत हा एक मोठा उपरोधच आहे. सध्याच्या लोकांमध्ये, विशेषतः तरुणांमध्ये, गीतेविषयी तीन मतप्रवाह आहेत. पहिले मत असे

आहे की गीता 'स्वत:चे विहित कर्तव्य करीत राहावे' हे सांगते. दुसऱ्या मताप्रमाणे गीता सर्व इच्छा, वासना यांचा त्याग करून जगापासून अलिप्त व्हावे असे सांगते. आणि तिसरे मत असे आहे की मृत्यूपश्चात जे जीवन असते, त्याविषयीचे आध्यात्मिक विवेचन गीतेमध्ये आहे. ज्या काळात इच्छा, महत्त्वाकांक्षा यांना खतपाणी घालून यश, ऐहिक सुख मिळवण्याची अहमहमिका लागली आहे, त्या काळात या मतप्रवाहांमुळे 'गीतेत सांगितलेले तत्त्वज्ञान हे आजच्या काळात अव्यवहार्य ठरणारे तत्त्वज्ञान आहे' अशीच तरुण पिढीची समजूत झालेली आहे. ही गैरसमजूत दूर करून 'गीता आजच्या जगातही कृतिशील जीवन जगण्यासाठी आवश्यक असणाऱ्या क्षमता व कौशल्ये प्राप्त करून घेण्याचा उत्कृष्ट मार्ग दाखवते, त्याच तरुणांना सतत पडणाऱ्या संभ्रमातून बाहेर येण्यास, अडचणींवर मात करण्यास, द्विधा मन:स्थितीत योग्य निर्णय घेण्यास भरघोस व निश्चित साहाय्य करते' हे सत्य कोणीच त्या तरुण पिढीसमोर आणत नाही.

बटण दाबले की विद्युतप्रवाह वाहू लागतो आणि दिवा लागतो किंवा एखादे साधन, यंत्र सुरू होते. हे पुस्तक तसेच 'बटण दाबायला' सांगते आहे. बटण दाबा, तुमची हृदये उघडा आणि गीतेचा कालातीत असा संदेश आत घ्या - तुमचे सांप्रत काळचे अनेक प्रश्न सुटतील किंवा निदान शमतील. आज मानवजातीसमोर दहशतवाद, जागतिक तापमानवाढ, आर्थिक टंचाई, कुटुंबव्यवस्थेचे विभाजन, इत्यादी अनेक समस्या आ वासून उभ्या आहेत. या समस्यांना सामोरे जाण्यासाठी, त्या सोडवण्यासाठी, मानवजातीसमोरील इतर आव्हानांनाही तोंड देण्यासाठी ज्या गोष्टी आवश्यक आहेत, त्यात प्रत्येकाने एक परिपक्व, प्रगल्भ, जबाबदार व्यक्ती बनणे ही एक आत्यंतिक गरज आहे.

गेल्या शंभर वर्षांत जग लक्षणीयरीत्या बदलले आहे. परंतु आजही 'बरोबर काय? योग्य, उचित काय?' हे समजावून सांगण्याचे काम तसेच राहिले आहे. लोकमान्य गीतारहस्याच्या प्रस्तावनेच्या अखेरीस भावनात्मक आवाहन करतात, 'वैदिक धर्मातील राजगुह्याचा हा परीस "उत्तिष्ठत! जाग्रत! प्राप्य वरान्निबोधत!" - "उठा! जागे व्हा! आणि (भगवंतांनी दिलेले) हे वर समजून घ्या!" या कठोपनिषदातील मंत्राने प्रेमादरपूर्वक आम्ही होतकरू वाचकांच्या हवाली करतो. यातच कर्माकर्माचे सर्व बीज आहे; आणि या धर्माचे स्वल्पाचरणही मोठ्या संकटातून सोडविते, असे खुद्द भगवंतांचेच निश्चयपूर्वक आश्वासन आहे. यापेक्षा आणखी काय पाहिजे? "केल्याविण काही होत नाही" हा सृष्टीचा नियम लक्षात आणून तुम्ही मात्र निष्काम बुद्धीने कर्ते व्हा म्हणजे झाले. निव्वळ स्वार्थ-परायण-बुद्धीने संसार करून थकल्याभागल्या लोकांच्या कालक्रमणार्थ, किंवा संसार सोडून देण्याची तयारी म्हणूनही गीता सांगितलेली नसून संसारच मोक्षदृष्ट्या कसा केला पाहिजे व मनुष्यमात्राचे संसारातले खरे कर्तव्य काय याचा तात्त्विकदृष्ट्या उपदेश करण्यासाठी गीताशास्त्राची प्रवृत्ति झालेली आहे. म्हणून

पूर्ववयातच गृहस्थाश्रमाचे किंवा संसाराचे हे प्राचीन शास्त्र जितक्या लवकर समजून घेणे शक्य असेल तितक्या लवकर प्रत्येकाने समजून घेतल्याखेरीज राहू नये, एवढीच आमची शेवटी विनंती आहे.'

लोकमान्यांनी गीतारहस्यात महाभारतातील काही आश्चर्यजनक, अविश्वसनीय वाटतील अशा गोष्टी समाविष्ट केल्या आहेत. परंतु आपण मात्र आपल्या मुलांना 'आपल्या', 'आजच्या' कथा ऐकवल्या पाहिजेत, ज्या योगे त्यांना त्या गोष्टी लिहिल्या त्यानंतर काळ कितीतरी पुढे गेल्याचे जाणवेल. अतिप्राचीन काळी, ज्या वेळी माणूस शिकार करून पोट भरत होता, त्या काळात त्याच्या भोवतीचे डोंगरदऱ्या हेच काय ते त्याचे जग होते. प्राचीन मानव प्राण्यांशी संवाद साधायचे, झाडांशी, दगडांशीही बोलायचे. स्वर्गस्थ देव-दानव मानवरूपात प्रकट होऊन मर्त्य जगाच्या व्यवहारात भाग घ्यायचे. या गोष्टी सामान्य गणल्या जायच्या. गीतारहस्यामध्ये लोकमान्यांनी अशा विस्मयकारक विचित्रकथांची वस्त्रे विणली आहेत. त्यात माणसे आणि प्राणी एकमेकांशी संवाद साधतात. रीतीच्या, नीतीच्या गोष्टी करतात, त्यातून नैतिक मूल्ये ठरतात, तत्त्वज्ञानावर चर्चा होते. या काळाच्या ओघात हरवलेल्या अतर्क्य जगाशी संबंध जोडणे महत्त्वाचे आहे. ते सगळेच आता बदलले आहे परंतु एक उद्देशपूर्ण असे अर्थपूर्ण आयुष्य जगणे हे तसेच राहिले आहे, तितकेच महत्त्वाचे राहिले आहे. कोणत्याच पातळीवर - कौटुंबिक, सामाजिक, व्यवसायिक, राष्ट्रीय वा आंतरराष्ट्रीय पातळीवर - आयुष्य हा एकट्याने खेळण्याचा खेळ नसतो. इतरांना समजावून घेणे, त्यांच्याशी संपर्क राखणे, संवाद साधणे हे आवश्यक, नव्हे अनिवार्यच असते.

हे पुस्तक लिहिण्याच्या स्फूर्तीचे बीज परमेश्वराने सर्वप्रथम माझ्या मनात पेरले ते २००५ मध्ये मी म्यानमारमध्ये मंडाले येथे गेलो असताना, जेव्हा मला हे समजले की त्याच मंडाले येथील तुरुंगात लोकमान्य टिळक १९०८ ते १९१४ या काळात बंदिवान होते आणि त्या तुरुंगातील चार भिंतींत त्यांनी गीतारहस्याची ४००हून अधिक पाने लिहिली होती! त्या तुरुंगाचा उमदा जेलर त्यांच्या बौद्धिक तेजाने, त्यांच्या दुर्दम्य इच्छाशक्तीने, आत्मशक्तीने दिपून गेला होता, चकित होऊन गेला होता आणि प्रचंड प्रभावित झाला होता. त्याने लोकमान्यांना लिखाणासाठी कागद देऊ केले होते आणि लोकमान्यांनी लिखाण शिसपेन्सिल वापरून केले होते. पुढे मी डॉक्टर ए.पी.जे.अब्दुल कलाम यांना 'ट्रान्सेन्डन्स : माय स्पिरिच्युअल एक्स्पिरियन्सेस विथ प्रमुख स्वामीजी' या पुस्तकाच्या लिखाणात साहाय्य केले. २०१५मध्ये, डॉक्टर कलामांच्या मृत्यूपूर्वी एक महिना हे पुस्तक प्रकाशित झाले. त्या सहलेखनाच्या काळात या पुस्तकाच्या लिखाणाचे पेरले गेलेले ते परमेश्वरी बीज 'रुजले' आणि माझ्या हातून गीतारहस्यावरील पुस्तक लिहून होणार हे विधिलिखित माझ्या मनात पक्के झाले. १ ऑगस्ट २०१६ या दिवशी प्रमुख स्वामीजी यांचे अंत्यसंस्कार आटोपून मी परतलो आणि त्याच दिवशी

या पुस्तकाच्या लिखाणाला प्रारंभ केला. सतराव्या शतकात महाराष्ट्रात होऊन गेलेले भक्तिमार्गातील महान संत तुकाराम यांच्या या अभंगाने लोकमान्यांनी गीतारहस्याची सुरुवात केली आहे :

संतांची उच्छिष्टे बोलतो उत्तरे ।
काय म्यां पामरे जाणावे हे ।।

ही भावना लोकमान्यांना जितकी लागू होती त्यापेक्षा कितीतरी पटीने ती मला लागू आहे!

माझे भाग्य असे की मला डॉक्टर कलाम यांचे पालकत्व तेहतीस वर्षे लाभले. त्यामुळे माझे मन पूर्णपणे समाधान पावले. त्यानंतर प्रमुख स्वामीजी यांच्या कृपाप्रसादाने, मी ज्यापासून नेहमीच वंचित राहिलो होतो ती असीम अशी मनःशांतीही मला मिळाली. या पुस्तकाने डॉक्टराचे अनमोल पालकत्व आणि स्वामीजींचा अलभ्य कृपाप्रसाद फळाला आला असेच मी म्हणेन. त्या दोघा मुक्तात्म्यांचा हा शुभाशीर्वाद आहे. आज मी हे पुस्तक माझ्या भावी वाचकांच्या हाती सोपवताना अशी आशा करतो की ते 'उठा, जागे व्हा' हा संदेश पाळतील आणि आपल्या पूर्वजांनी आपल्याला दिलेल्या शुभाशीर्वादांचे जाणीवपूर्वक स्मरण ठेवतील. भारतात जन्म मिळाला यात जे अभिमान मानत असतील आणि त्यांच्या जन्मभूमीच्या संपन्नतेची, प्रगतीची, प्रतिष्ठेची आशा बाळगत असतील, त्या सर्वांना मी हे पुस्तक प्रेमपूर्वक अर्पण करतो.

अरुण तिवारी
हैदराबाद

१९०८मध्ये लोकमान्य टिळक यांनी देशाच्या स्वातंत्र्यासाठी लढणाऱ्या, प्राणांचे बलिदान करणाऱ्या लढवय्यांचे गुणगान गाणारे लिखाण प्रसिद्ध केले. त्या वेळी त्यांच्यावर राजद्रोहाचा आरोप ठेवून ब्रिटिश सरकारने त्यांच्यावर खटला भरला आणि त्यांना सहा वर्षांची शिक्षा फर्मावली. तो तुरुंगवास त्यांना देशापासून दूर ब्रह्मदेशातील मंडाले येथील तुरुंगात भोगायचा होता. त्यांना ही शिक्षा फर्मावणाऱ्या न्यायाधीशासमोर लोकमान्यांनी अत्यंत धाडसाने त्यांचे हे प्रसिद्ध विधान केले : 'देश आणि त्या देशातील लोक यांचे प्रारब्ध ठरवणारी या न्यायालयाहूनही श्रेष्ठ अशी उच्च शक्ती आहे. मला वाटते त्या परमेश्वरी शक्तीचीच अशी इच्छा असावी, की मी ज्या ध्येयपूर्तीसाठी झगडतो आहे, ते ध्येय माझी लेखणी आणि माझी वाचा यापेक्षा माझ्या या अशा तुरुंगवासातील हालांनीच साध्य व्हावे.'

मंडाले येथील तुरुंगवासातच लोकमान्यांनी 'गीतारहस्य' लिहिले.

ऋणनिर्देश

हे पुस्तक लिहिणे हेच माझ्या जन्माचे उद्दिष्ट, माझे जीवनसाध्य, माझे विधिलिखित होते असे मी मानतो आणि ते पुस्तक कृतज्ञतापूर्वक माझी आई श्रीमती उपासना तिवारी हिच्या चरणी ठेवून तिचा शुभाशीर्वाद घेतो. माझे वडील श्री. कृष्ण चंद्र तिवारी यांनी मला लहानाचे मोठे केले, उत्तम शिक्षण दिले. ते शिक्षण आणि त्यांनी केलेले पालनपोषण यामुळेच मी आयुष्यात यशस्वी होऊ शकलो, काही चांगली कामे करू शकलो. परंतु ती पाहण्याआधीच, १९७९मध्ये ते हे जग सोडून गेले. हे माझे जीवितकार्य मी त्यांच्या पुण्यस्मृतीस अर्पण करतो.

माझे परमभाग्य की १९८२ साली मी डीआरडीएलमध्ये दाखल झाल्याबरोबर, माझ्या अगदी तरुणपणीच, डॉक्टर ए.पी.जे.अब्दुल कलाम यांनी मला 'हेरले' आणि त्यांच्या तालमीत तयार केले. त्यानंतरची ३३ वर्षे त्यांच्या कडक पण काळजीपूर्वक मार्गदर्शनाखाली माझ्यातला साधा मेकॅनिकल एंजिनीयर क्षेपणास्त्रक्षेत्रात संशोधन करू शकला. पुढे 'ट्रान्सलेशनल रिसर्चर - मूलभूत विज्ञानाचा उपयोग वैद्यकीय शास्त्रात करणारा आणि त्यातून मानवी आरोग्य व लोकहित साधणारा संशोधक ('कलाम-राजू स्टेन्ट'चा शोध) होऊ शकला, लेखन करू शकला आणि अखेरीस आपला संस्कृतीचा वारसा व नैतिक मूल्ये यांचे शिक्षण देणारा शिक्षक म्हणून आजही काम करू शकतो आहे. हे पुस्तक पाहून अज्ञातात वावरणारा कलाम यांचा आत्मा संतुष्ट होईल.

मला अनेक साधुसंतांचा कृपाप्रसाद लाभला आहे. गुरुकुल प्रभात आश्रमाचे साधु विवेकानंदजी, सत्पुरुष प्रमुख स्वामीजी महाराज आणि सत्पुरुष महंत स्वामीजी महाराज यांनी मला त्यांच्या आशीर्वादाने उपकृत केले आहे. साधु स्वयंप्रकाशदास (डॉक्टर स्वामीजी), साधु ईश्वरचरणदास स्वामीजी, साधु आत्मस्वरूपदास स्वामीजी, महामहोपाध्याय साधु भद्रेशदास स्वामीजी, साधु मुनीवत्सलदास स्वामीजी, साधु ब्रह्मविहारीदास स्वामीजी आणि साधु दिव्यमूर्तीदास स्वामीजी यांनी मला आध्यात्मिक मार्गावर माझे पाय पक्के रोवायला मोलाची मदत केली आहे. हे पुस्तक मी त्या सर्व संतमहात्म्यांना अर्पण करतो.

'आपल्याला लाभलेल्या आयुष्याचा सदुपयोग निष्काम कर्मयोगासाठी आणि लोकसंग्रहासाठी करावा' हा लोकमान्य बाळ गंगाधर टिळक यांचा कालातीत असा संदेश

नीट समजून घ्यायला, तो स्वतः तंतोतंत पाळणारे - तो जगणारेच - खरे कर्मयोगी डॉक्टर सोमा राजू, श्री गोविंद लालजी ढोलकिया, डॉक्टर विजय भटकर, श्री महेश राजोजीभाई पटेल यांनी मला मोलाचे साहाय्य केले.

या जगात कोणीच एकटे नसते. आपल्या लक्षातही न येणाऱ्या घटनांचा संबंध निराळ्याच विश्वातील, काळातील मोठ्या घटनांशी, व्यक्तींशी असतो. माझ्या आयुष्यातून निघून गेलेले असे काही थोर आत्मे आहेत, ज्यांची उपस्थिती मला सतत जाणवत असते आणि त्यांच्यावाचून हे पुस्तक लिहूनच झाले नसते हे मी मुद्दाम येथे सांगू इच्छितो. माझी आजी श्रीमती जावित्रीदेवी, माझे काका कैलासवासी श्री जगत प्रकाश शर्मा, माझे प्राध्यापक अरुण प्रकाश, अजाई कुमार द्रोण आणि शरच्चंद्र मालविय या तशा आत्म्यांना चिरशांती लाभावी अशी मी प्रार्थना करतो.

माझी पत्नी डॉक्टर अंजना तिवारी, माझी भावंडे सौ. सीमा शर्मा व सलील तिवारी यांचाही मी ऋणी आहे. माझे पुत्र असीम आणि अमोल आणि माझा नातू अगस्त्य यांनी ज्या परंपरेच्या मातीत जन्म घेतला, त्यात त्यांचे पाय नेहमी रोवलेले राहोत अशी मी प्रार्थना करतो. ज्येष्ठत्वाची रांग मोडून माझा धाकटा भाऊ वरुण तिवारी २३ नोव्हेंबर २०१७ रोजी निवर्तला. परंतु मला माहीत अहे, अनंताच्या राज्यात काहीच 'अकाली' नसते. तो या जगात नसला तरीही हे पुस्तक त्याच्यापर्यंत पोहोचेलच!

माझे प्रकाशक 'सकाळ पब्लिकेशन्स', मला हे पुस्तक लिहिण्याची संधी देणारे त्याचे अध्वर्यू आशुतोष रामगीर, हे पुस्तक आत्ताच्या स्वरूपात तुमच्यापर्यंत पोहोचवण्यासाठी पूर्ण प्रयत्न करणाऱ्या माझ्या संपादिका योगिता वैद्य या सर्वांचे मी मनःपूर्वक आभार मानतो.

अखेरीस, या पुस्तकाच्या वाचकांच्या क्षेमकल्याणासाठी मी प्रार्थना करतो. वाचकहो, तुम्ही हे पुस्तक हाती घेऊन वाचता आहात हाच तुमच्या व माझ्यातील अक्षय नात्याचा पुरावा आहे. आपण या आधीही एकत्र होतो आणि पुन्हा कोणत्या तरी अन्य काळाच्या, विश्वाच्या अक्षांश-रेखांशावर आपली पुनर्भेट होईल.

अनेक उदार व्यक्तींनी गीतेचा संदेश जास्तीत जास्त प्रसृत व्हावा यासाठी इंटरनेटवर अगदी सढळ हाताने माहिती दिली आहे आणि मीही तिचा तसाच उपयोग केला आहे. मी ही माहिती जेथून घेतली त्याचा संदर्भ अत्यंत काटेकोरपणे पुस्तकात समाविष्ट करण्याची खबरदारी माझ्या प्रकाशकांनी घेतलेली आहेच, परंतु काही संदर्भांचा नीट मागोवा घेता आला नाही. मी दोन्ही हात जोडून असे योगदान देणाऱ्यांची क्षमा मागतो, नतमस्तक होऊन अशी अनमोल माहिती देणाऱ्या सर्वांविषयी आदर व कृतज्ञता व्यक्त करतो.

ॐ सर्वे भवन्तु सुखिनः ।
ॐ सर्वे सन्तु निरामयाः ।
सर्वे भद्राणि पश्यन्तु

मा कश्चित दुःख भाग्भवेत ।।
ॐ शान्तिः शान्तिः शान्तिः ।।

मी अवर्णनीय, अव्यक्त अशा ब्रह्माच्या चरणी प्रार्थना करतो,
सर्वजण सुखी होवोत
सर्वांना चांगले आरोग्य लाभो,
सर्वांना सदैव चांगलेच पाहायला मिळो
कोणाच्याही वाट्याला दुर्दैव न येवो
सर्वत्र, सर्वांच्या आयुष्यात नेहमीच शांती नांदो !
ॐ

विशेष आभार :
महामहोपाध्याय साधू भद्रेशदास यांच्या प्रस्तावनेचे
हिंदीतून इंग्रजीत भाषांतर करणारे
श्री. सुभाष फडके

संस्कृत श्लोकांचे परीक्षण करणारे
वैदिक संशोधन मंडळ (आदर्श संस्कृत शोध संस्था, पुणे)
डॉक्टर भाग्यलता पाटसकर
श्री. प्रणव गोखले (असिस्टंट डायरेक्टर)
अमृता कुलकर्णी (रिसर्च असिस्टंट)

ॐ

१

अमृताची कुपी

सर्वोपनिषदो गावो दोग्धा गोपालनंदनः ।
पार्थो वत्सः सुधीर्भोक्ता दुग्धं गीतामृतं महत् ।

सर्व उपनिषदे ही गायींच्या कळपांसारखी आहेत. एका गोपालाचा पुत्र श्रीकृष्ण गायींचे दूध काढणारा गोपाल आहे. बुद्धिमान अर्जुन गायीचे दूध पिणारे वासरू आहे. ते दूध म्हणजेच गीता आहे. मानवजातीसाठी अमृत आहे.[१]

सर्व उपनिषदे याच कोणी गायी, भगवान श्रीकृष्ण हे स्वतः दूध काढणारे (गवळी), बुद्धिमान अर्जुन हा (त्या गायींना पान्हा आणणारा) भोक्ता वत्स, आणि (अशी अपूर्व सामग्री जुळून आल्यावर) जे दूध काढिले तेच हे मोठे गीतामृत.

गीतारहस्याच्या पहिल्या प्रकरणाला 'विषयप्रवेश' असे नाव दिले आहे. प्रकरणाची सुरुवात महाभारताच्या पहिल्या - आदिम श्लोकाने होते.

नारायणं नमस्कृत्य नरं चैव नरोत्तमम् ।
देवीं सरस्वतीं चैव ततो जयम् उदीरयेत् ।।
(देवी सरस्वतीं व्यासं ततो जयमुदीरयेत ।।)

नारायणाला, नरांमध्ये उत्कृष्ट जो नर त्याला, ज्ञानदेवी सरस्वतीला (आणि व्यासांना) वंदन करून 'जय' म्हणजेच 'महाभारत' म्हणण्यास आरंभ करावा.

अतिप्राचीन काळापासून भारतात भक्त आणि भगवान या दोघांचेही पूजन करण्याची पद्धत रूढ आहे. बॅटरीचे जसे दोन विद्युतध्रुव असतात तसे त्यांना मानले जाते. जेव्हा जेव्हा ईश्वर मानवावतार धारण करून पृथ्वीवर प्रकट होतो, तेव्हा तेव्हा सर्व अधर्मांचा नाश करून धर्माची पुनर्स्थापना करण्याच्या कामी तो एका कोणातरी मानवाशी जोडी जुळवतो. त्या जोडीला 'नर - नारायण' असे म्हटले जाते. बद्रीनाथाच्या देवळात बद्री-विशाल या देवमूर्तीबरोबरच नर आणि नारायण यांच्याही दोन पाषाणमूर्ती आहेत. बोचासणवासी

---

१. स्वामी चिद्भवानंद, भगवद्गीता, पान ६९.

स्वामीनारायण टेंपलमध्येही दोन मूर्ती आहेत, एक भगवानाची 'अभयमुद्रे'मध्ये (कोपरात दुमडलेल्या उजव्या हाताचा तळहात समोर धरलेली मुद्रा) - भक्ताला अभय देणारी आणि दुसरी भक्ताची उजव्या हाताने त्या दानाचा स्वीकार करणारी. काही मंदिरांत आणखी एक आदेश देणारी किंवा निर्णय सुनावणारी गुरूची मूर्तीही आढळते.

नर-नारायण या कल्पनेच्या पायरीवरून लोकमान्य आपल्याला गीतेच्या प्रांतात घेऊन जाऊन सुरुवातीलाच त्या महान ग्रंथाचे सार अगदी थोडक्यात पण स्पष्ट व अचूक समजावून सांगतात. गीतारहस्य या ग्रंथात मनुष्य म्हणजे एका अदृश्य बीजामधून अंकुरलेला स्फटिक अशी कल्पना केलेली आहे. हे बीज या शाश्वत जगातील नाही, त्यामुळे या जगाची जी अनैतिकता अथवा भ्रष्टता आणि भ्रामकता ही दोन मूलभूत लक्षणे आहेत ती त्या बीजाला लागू होत नाहीत. त्या बीजातून जे उगवलेले असते त्याची वाढ होते, परंतु ते बीज मात्र वाढीपासून अलग राहते. आपण त्या बीजाला नीट जाणूनही घेऊ शकत नाही, बदलूही शकत नाही, त्याचा शोधही घेऊ शकत नाही. ते मनुष्याच्या कल्पनाशक्तीच्या बाहेरचे आहे; पण तरी ते आहे हे निश्चित - स्फटिकाचे अदृश्य बीज. माणसांना त्यांच्या मार्गात, त्यांच्या समोर येणाऱ्या कोणत्याही गोष्टीला काहीतरी नाम, सर्वनाम द्यायची इतकी सवय लागलेली असते; की प्रत्येक गोष्टीला नाव दिल्याशिवाय त्यांना चैनच पडत नाही. या बीजाला, या स्फटिकाला, देवत्व बहाल करण्याच्या दृष्टीने 'हृदय' हे नाव दिले गेलेले आहे. येथे हे हृदय म्हणजे आपल्या शरीरात रक्ताभिसरण करणारा पंप नव्हे, ते मानवी भावनांचे स्थान आहे. अशा पवित्र आणि विनयशील हृदयातच परमेश्वर वास करतो आणि सर्व दुःखे, वेदना, संकटे, विपत्ती या आत्म्याच्या पावित्र्याची, पावित्र्याच्या सामर्थ्याची जाणीव करून देतात.

गीतारहस्य, प्रत्येक मनुष्याच्या हृदयात परमेश्वर वास करतो असा निर्वाळा देते आणि माणसाचे कर्म हेच त्याचे अस्तित्व आहे असे प्रतिपादन करते. सुताराने जर कामच केले नाही, तर लाकडाचे फर्निचर बनणारच नाही, ते लाकूडच राहील आणि कुऱ्हाड चालली नाही तर वृक्षाचे लाकूड बनणार नाही, वृक्ष तसाच राहील. माती, पाणी, हवा आणि सूर्यप्रकाश यांशिवाय बीजाचा वृक्ष होणार नाही, बीज तसेच राहील. कर्म आणि अस्तित्व हे जसे जुळून येतात, तसेच कर्ता मनुष्य आणि करविता परमेश्वर यांची जोडीही जुळून येते.

मनुष्य हा एका अशा कार्याचे माध्यम आहे, एक साधन आहे, मध्यस्थ आहे, जे कार्य त्याचे नाही, त्याचे त्या कार्यावर काही नियंत्रणही नाही. जे जे जळते त्याची राख होते. जळणारे आगीला त्याचे सर्वस्व, त्याची शक्ती, त्याचे पूर्ण अस्तित्वच, समर्पित करून टाकते. तसेच मनुष्याचे होते. होत असलेल्या कार्याचा, बदलाचा, घडत असलेल्या घटनांचा तो भाग होतो, जळून गेल्यावर अनिवार्यपणे उरणाऱ्या राखेसारख्या त्या कार्याच्या, घटनेच्या परिणामांचा केवळ साक्षीदार होतो. जशा कोणत्याही सर्वसाधारण गोष्टी जळत्या आगीत पडल्या की टिकून राहू शकत नाहीत, तसेच जगात राहणारा माणूस

घडणाऱ्या घटनांपासून, त्यांच्या परिणामांपासून अलग राहू शकत नाही. राजा असो वा रंक, धनवंत असो वा भिकारी, नट, नट्या वा विदूषक, विद्वान किंवा मूर्ख - कोणीही असो - सर्वांना नियम एकच - मातीतून जन्म आणि शेवट ही माती! आत्म्याशी खरोखरच प्रांजल संभाषण साधायचे असेल, आध्यात्मिक विश्वातील रहस्ये समजावून घ्यायची असतील तर कोणालाच बाहेर, दुसरीकडे, दुसऱ्याकडे जावे लागत नाही. ते अनंत ज्ञान आत्म्याच्या आतच असते. डॉक्टर कलाम यांनी मला रूमी या सुनी पंथाच्या मुसलमान कवीची (१२०७ - १२७३) एक कविता ऐकवली होती,

परमेश्वराच्या कृपाप्रकाशात स्वतःच्या हृदयात नीट डोकावून पहा
म्हणजे तुझ्यावर लज्जित होण्याची वेळ येणार नाही
कारण मते असोत वा इच्छा; अपेक्षा, लालसा असोत वा दोष
ते सारे त्याला, शुद्ध दुधात पडलेला केस जसा दिसतो
तितक्या सहजपणे व स्पष्टपणे दिसते.[२]

हे प्रकरण आता तुम्हाला भगवद्गीतेची जन्मकथा सांगणार आहे. भगवद्गीता ही स्वतंत्र निर्मिती नाही. अठरा पर्वांचे प्रचंड महाकाव्य 'महाभारत', त्यातील सहावे 'भीष्मपर्व', त्यातील २५ ते ४२ ही प्रकरणे म्हणजे सातशे श्लोकांची भगवद्गीता. अतिशय श्रेष्ठ अशा अर्थाचे हे सातशे श्लोक कधीतरी जेव्हा हाती लागले तेव्हापासून ते विद्वत्तेचा पायाही ठरले आणि मेरुमणीही. तेव्हापासून त्या त्या काळातील प्रत्येक विद्वानाने गीतेवर भाष्य लिहिले आणि यात मुळीच आश्चर्य नाही की 'गीता काय सांगते?' या प्रश्नाचे उत्तर प्रत्येक विद्वानाच्या भाष्यात निराळे असलेले दिसून येते. लोकमान्यांनी लिहिले आहे, 'गीतेच्या कोणकोणत्या आणि किती विविध आवृत्त्या, तिच्या चांगल्या वाईट नकला, तिचे सारांश आपल्या हिंदू पुराणकथा, लोककथा यांतून केले गेले, सांगितले गेले असतील याची आपण कल्पना करू शकतो. परंतु गीतेनंतरच्या काळात या ज्या 'पौराणिक' गीता लोकांसमोर आल्या, त्यामुळे मूळ भगवद्गीतेची सखोलता, गहनता, परिपूर्णता, तिचे तेज जराही झाकोळले नाही, उलट त्या पौराणिक गीताच अंधारात बुडून गेल्या.'

हिंदू धर्म 'सनातन धर्म' या नावानेही ओळखला जातो. सनातन म्हणजे अनंत, अविनाशी. गेल्या हजारो वर्षांत भारतीय विचारपद्धती कशी उत्क्रांत होत गेली हे जाणून घेणे आधुनिक काळातील लोकांना खूपच उपयुक्त ठरेल. ख्रिश्चन धर्मात जशी चर्च ही एक नियंत्रक संस्था आहे, पोपसारखा अधिकृत नेता आहे, तसे हिंदू धर्मात नियुक्त व्यवस्थापन नाही. मुल्ला, मौलवी, मौलाना यांसारखे धर्माधिकारीही नाहीत. श्रुती

२. हेलमिन्स्की, कबीर (२०००) यामध्ये उद्धृत केलेली रूमी, मथनावी, I 3144-3145, द रूमी कलेक्शन, पान ६६.

(ऐकलेले) आणि स्मृती (लक्षात ठेवलेले, राहिलेले) या दोन रूपांत प्राचीन विद्वानांनी एक संपन्न असे ज्ञानभांडार जमवलेले आहे, त्याखेरीज हिंदूंचा कोणताही एक प्रमाणित असा धर्मग्रंथ नाही, त्या धर्माचा कोणी प्रेषितही नाही.

कोणत्या रूपातील देवाची आराधना, भक्ती करायची ते प्रत्येक जण त्याचा तो ठरवू शकतो; कणाकणात, अणूरेणूत देव पाहायचा, की विश्व निर्माण करणाऱ्या, सर्वशक्तिमान, विश्वाच्या कारभारात बारीक लक्ष घालणाऱ्या एकाच परमेश्वरावर विश्वास ठेवायचा हे प्रत्येक जण त्याचे तो ठरवू शकतो. देव, ईश्वर या कल्पनांविषयीच शंका घेणारेसुद्धा हिंदू आहेत. त्यांच्या मते परमेश्वराचे रूप-स्वरूप, त्याचे अस्तित्त्व यांविषयी काहीही जाणून घेणे केवळ अशक्यच आहे. हिंदूंमध्ये देव मुळीच न मानणारे नास्तिकसुद्धा आहेत.

हिंदू धर्माचे मूळ आहे 'वेद'. संस्कृतमध्ये वेद याचा अर्थ ज्ञान असा आहे. प्राचीन ऋषीमुनींना अथक साधना करून, घोर तपश्चर्या करून जे साक्षात्कार झाले, त्यांतून मिळालेले ज्ञान म्हणजे वेद अशी धारणा आहे. या श्रेष्ठ वेदांच्या निर्मितीचे, लिखाणाचे श्रेय कोणाही मर्त्य मानवाला दिलेले गेलेले नाही आणि म्हणूनच त्यांना 'अपौरुषेय' (कोणत्याही मानवाने न निर्मिलेले) अशी संज्ञा देण्यात आलेली आहे. वेद चार आहेत - ऋग्वेद, यजुर्वेद, सामवेद आणि अथर्ववेद.

वेदांत जे सांगितले आहे ते थोडक्यात कथन करण्याच्या प्रमुख उद्देशाने ब्राह्मणग्रंथ आणि आरण्यके लिहिली गेली. त्यात वेदांनी नेमून दिलेल्या विधी, रीती, उपचार यांचे ते

जेव्हा प्रलय जगाचा नाश करतो त्यावेळी एक असुर वेदांचे पवित्र ग्रंथ लपवून ठेवतो. भगवान विष्णु मत्स्यावतार धारण करतात, त्या असुराला ठार मारतात, मानवजातीचे प्रजनक, प्रथम पुरुष मनु आणि सात ऋषींना वाचवतात आणि ते वेदांचे पवित्र ग्रंथ त्यांच्या स्वाधीन करतात.

सहज समजतील अशा पद्धतीने स्पष्टीकरण देण्यात आले, काही तात्त्विक संकल्पनांचा समावेश करण्यात आला आणि मग त्यात काही काल्पनिक कथा, चमत्कार यांची भरही घालण्यात आली. कालांतराने जसजसे वेद निरनिराळ्या विद्वज्जनांकडून अभ्यासले जाऊ लागले, तसतसे त्यांची समज, क्षमता, कुवत यांनुसार त्यांत बदल केले जाऊ लागले. जुन्या सुमधुर गाण्यांचे जसे नाचऱ्या तालाच्या संगीतात भ्रष्ट आधुनिकीकरण केले जाते, तसेच वेदांतील मूळच्या मंत्रांमधील सखोलता, गूढता हरवू लागली. प्रदर्शनीय विधी, वेडीविद्री कर्मकांडे त्यात घुसली. अर्थ मावळला, देखावा वाढला, त्यांचेच स्तोम माजू लागले. चिंतन, विचार मागे पडला, रूढी प्रबल झाल्या. हळूहळू या ब्राह्मणग्रंथांनी आणि आरण्यकांनीच वेदांना बाजूला सारून हिंदू धर्मग्रंथांचे स्थान घेतले.

ख्रिस्तपूर्व चौथ्या शतकात जैमिनी नावाच्या ऋषींनी 'आत्मज्ञान' हे केंद्रस्थानी धरून तयार केल्या गेलेल्या 'वेदान्त तत्त्वज्ञाना'ला विरोध करणारा, यज्ञयागांना, कर्मकांडांना महत्त्व देणारा, त्यांचा प्रचार करणारा एक पंथ 'मीमांसाशास्त्र' या नावाने स्थापन केला. कलियुगातील पहिला राजा होता जनमेजय. त्याच्या पित्याला तक्षक नावाच्या एका नागाने दंश केल्याने मृत्यू आला होता. जनमेजयाला त्याच्या पित्याच्या मृत्यूचा सूड उगवायचा होता. त्यासाठी त्याने या जैमिनी ऋषींकरवी 'नागयज्ञ' केला आणि सर्व नागयोनीलाच यज्ञाच्या आगीत नष्ट केले. याच ऋषी जैमिनी यांनी महाभारताची स्वतंत्र आवृत्ती लिहिली, ती 'जैमिनीभारतम्' या नावाने ओळखली जाते.

मतमतांतरे आणि मिथके यांनी भरलेले ब्राह्मणग्रंथ आणि आरण्यके यांना बुद्धिवान, विद्वान, कर्मठ विचारवंतांचा पाठिंबा लाभला नाही आणि त्यामुळे त्यांवर विश्वास ठेवणारे अधिकच संकुचित वृत्तीचे, मनुष्याच्या अंतःसामर्थ्याबद्दल साशंक बनले. याच काळात गुरू-शिष्य संवाद या स्वरूपात अनेक 'उपनिषदे'ही लिहिली गेली. संस्कृत भाषेत 'उप' म्हणजे 'जवळ', 'शेजारी' आणि 'निषद' म्हणजे 'बसणे'. यावरून 'उपनिषद' याचा शब्दशः अर्थ 'कोणाच्या तरी जवळ बसणे' असा आहे. त्यावरून उपनिषदे म्हणजे 'जवळ बसून, विश्वासपूर्वक केलेली संभाषणे'. गुरु आपल्या शिष्याला वेदांचा खरा अर्थ समजावून सांगत आहे. सर्व सजीवांच्या परमेश्वराशी असलेल्या एकात्मतेचे अंतिम सत्य जाणून घेण्यासाठी तो गुरू त्याच्या शिष्यांना गुप्तपणे मार्गदर्शन करीत आहे. प्रत्येक उपनिषद हेच त्याच्या त्याच्या विशिष्ट पद्धतीने समजावून सांगते. या सर्व उपनिषदांचा प्रमुख विषय हा 'एकाश्वरवाद' हा आहे - ईश्वर एकच आहे आणि तोच या विश्वाचे पायाभूत मूलतत्त्व आहे. उपनिषदे साधकांना 'अंधविश्वास, अंधश्रद्धा दूर सारा. धर्म, पंथ यांची झापडे काढून टाका. निराधार, अत्याग्रही मतांना बळी पडू नका' असे बजावतात. वेद आणि उपनिषदे यांचे नाते वर्णन करताना असे म्हटले जाते - 'उपनिषदे म्हणजे वेदामृताचे अमृत आहेत'.

अशी दोनशे उपनिषदे लिहिली गेल्यानंतर वेदांचे अवगणन होऊ नये आणि त्याहीपेक्षा ते विकृत होऊ नयेत म्हणून उपनिषदांच्या निर्मितीवर बंदी घालण्यात आली. वेदांमधील सर्व तत्त्वांचे एकत्रित व अधिकृत रूप म्हणून 'वेदान्त' ही संज्ञा प्रचारात

आली. पहिल्या दहाबारा उपनिषदांना 'प्रमुख उपनिषदां'चा दर्जा देण्यात आला. प्रथम बृहदारण्यक व छांदोग्य, त्यानंतर तैत्तिरीय, ऐत्तरीय व कौषितकी ही उपनिषदे ख्रिस्तपूर्व ७०० ते ६०० या शतकात लिहिली गेली. त्यानंतरची उपनिषदे गद्याऐवजी पद्यात लिहिली गेली. पद्यात लिहिलेले सर्वात प्राचीन उपनिषद आहे केनोपनिषद. त्यानंतरची कठोपनिषद, इशोपनिषद, श्वेतावतरोपनिषद आणि मुंडकोपनिषद ही सर्व पद्यात लिहिलेलीच आहेत पण पुन्हा शेवटची दोन - प्रश्नोपनिषद आणि मांडुक्योपनिषद ही गद्यात लिहिली गेली आहेत.

बादरायण नावाच्या ऋषींनी शेकडो उपनिषदांमधील तत्त्वज्ञान व अध्यात्म या दोन्ही विषयांसंबंधीचे विचार, तत्त्वे यांचा एकत्रित अभ्यास करून अतिशय पद्धतशीरपणे त्यांचा सारांश कमीत कमी शब्दांत - ५५५ श्लोकांमध्ये लिहिला. या श्लोकांना 'सूत्रे' असे म्हणतात आणि म्हणून तो ग्रंथ 'ब्रह्मसूत्र' या नावाने प्रसिद्ध आहे. वेदान्तातील सर्व महत्त्वाच्या संकल्पनांची व्यवस्थित मांडणी करून बादरायण ऋषींनी त्या एका माळेत ओवल्या. म्हणूनच ब्रह्मसूत्र म्हणजे 'उपनिषदातील उत्फुल्ल फुले ओवून केलेला अतिशय सुंदर असा पुष्पहार' बनला आहे. त्यात निरनिराळे वैदिक पंथ, संप्रदाय यांच्या मूलतत्त्वांची दखल घेतलेली आहे, त्यांचे विश्लेषण केलेले आहे आणि त्याच मूलतत्त्वाच्या बहुशाखीय व विभिन्न आवृत्त्यांचाही उल्लेख केलेला आहे. उपनिषदांमध्ये परमेश्वर, हे विश्व आणि आत्म्याच्या मुक्त आणि उन्मुक्त या दोन स्थिती यांबद्दलची जी तत्त्वे सांगितली आहेत, जी शिकवण दिली गेली आहे, त्यातील वरवरचे विरोधाभास, विसंगती काढून टाकून, त्यांची एकत्र, व्यवस्थित बांधणी करण्याचे बहुमूल्य काम ब्रह्मसूत्रांनी केले आहे. वेद आणि उपनिषदे यांच्यावरही टीका करणारे होतेच. ब्रह्मसूत्रांनी त्यांच्या टीकास्त्रांचा सामना करून वेद व उपनिषदे यांचे समर्थन केले, त्यांना भरघोस, सबळ पाठिंबा दिला; म्हणून या ब्रह्मसूत्रांना 'वेदान्तसूत्रे' असेही म्हटले जाते.

वेदान्ताचा पाया बळकट करणारा अखेरचा ग्रंथ म्हणजे भगवद्‌गीता. वेद व उपनिषदे ही ज्यांना सक्षम गुरूंचे मार्गदर्शन लाभू शकत नाही अशा सामान्यांच्या आकलनशक्तीच्या बाहेरची आहेत. परंतु त्यांच्या तुलनेत गीता समजायला सोपी आहे आणि ती अगम्य असे तत्त्वज्ञान आणि सामान्य, व्यवहारी जीवन ही टोके सांधणारा पूल आहे. आम्ही या आधीच सांगितले आहे की वेद म्हणजे कोणाही मर्त्य मानवाने न लिहिलेले, केवळ ऐकलेल्या ज्ञानावरून (श्रुती) तयार झाले. विद्वान ऋषी, साधुसंत यांनी वेदांचा सखोल अभ्यास केला आणि केवळ स्मरणातून (स्मृती) उपनिषदांची निर्मिती केली आणि उपनिषदांतील शिकवणुकीच्या सारांशाची तर्कशुद्ध (न्याय) सूची, त्यांची एकवाक्यता म्हणून 'ब्रह्मसूत्र' लिहिले गेले. वेद, उपनिषदे व ब्रह्मसूत्रे यांचे अनुक्रमे श्रुतिप्रस्थान, स्मृतिप्रस्थान आणि न्यायप्रस्थान असे नामाभिधान करण्यात आले. भगवद्‌गीतेला उपनिषदांच्याही वरचे स्थान देण्यात आले. अशा रीतीने भगवद्‌गीता अंतर्भूत असलेल्या हिंदू धर्माच्या या तीन मुख्य आधारस्तंभांना, तीन दंडकांना मिळून 'प्रस्थानत्रयी' असे नाव देण्यात आले. ही प्रस्थानत्रयी म्हणजेच वेदान्त.

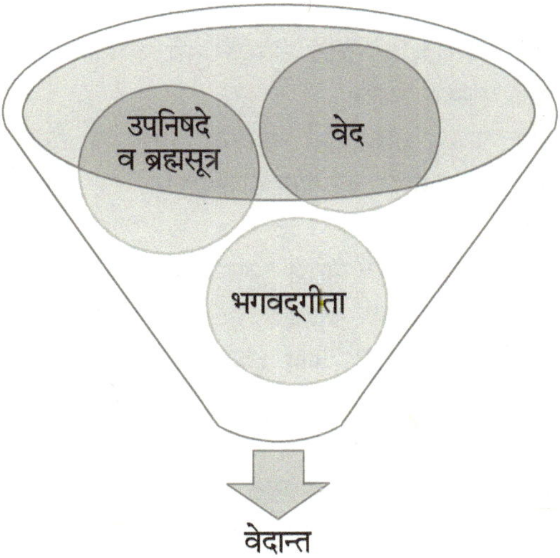

वेद, उपनिषदे, ब्रह्मसूत्र आणि भगवद्गीता मिळून सनातन धर्माची 'प्रस्थानत्रयी' तयार करतात आणि त्यातूनच 'वेदान्त' परिणत होतो. त्यात मानवी आयुष्याच्या मूलभूत प्रश्नांची उत्तरे मिळतात.

या प्रस्थानत्रयीचा अधिकार ठामपणे प्रस्थापित झाल्यानंतर त्याच्याशी धरून नसलेले कोणतेही धर्ममत, तत्त्व, विचार हे लोकही स्वीकारेनासे झाले, त्यांना राजाश्रयही मिळेनासा झाला. परिणामी अन्य कोणत्याही संप्रदायाचे जे प्रवर्तक आचार्य होते, त्यांनी याच त्रयीचा अभ्यास, विश्लेषण करून त्यावरील त्यांचे निष्कर्ष प्रसिद्ध करण्याचा प्रघात पडला. काळ आणि काळाबरोबर सामाजिक, राजकीय परिस्थिती बदलत राहिली आणि त्यानुसार कित्येक भाष्ये व टीका लिहिल्या गेल्या. सातव्या शतकात गुप्त साम्राज्याचा नाश झाला. त्याचा परिणाम म्हणून बुद्ध धर्माचा ऱ्हास झाला. तेथपासून दहाव्या शतकात परदेशी आक्रमणे होऊ लागेपर्यंतच्या तीनशे वर्षांच्या काळात असे अनेकविध संप्रदाय स्थापन होऊन लोकांना आकर्षित करू लागले होते.

आपल्याच संप्रदायाचे वर्चस्व, श्रेष्ठत्व सिद्ध करण्याच्या या प्रयासात विश्वाची उत्पत्ती, त्यावरील सजीवांची वस्ती आणि त्याच्याशी ईश्वराचे असलेले नाते यांविषयी विभिन्न दृष्टिकोन भारतात प्रसारित झाले. त्याचा प्रमुख उद्देश सत्याचा शोध घेण्यापेक्षा आपला संप्रदाय सोडून इतरांची मते व निष्कर्ष यावरील लोकांचा विश्वास उडावा हा होता. त्यातील अद्वैत संप्रदायाने 'सर्वांचे मूळ एकच आहे, सर्व गोष्टी त्याच मुळाशी परतून येतात आणि ते मूळ त्या गोष्टींपासून विलग असते' असे प्रतिपादन केले. द्वैत संप्रदायाने 'मनुष्याचा आत्मा आणि परब्रह्म हे निराळे असतात, त्यांना त्यांचे त्यांचे स्वतंत्र अस्तित्व

असते' असा सिद्धान्त मांडला. आणखी एका संप्रदायाने 'मर्यादित अद्वैत सिद्धान्त' सादर केला - आत्मा आणि परब्रह्म हे निराळे असले, तरी प्रत्येक आत्म्यामध्ये परब्रह्माशी एकरूप होण्याचे अंत:सामर्थ्य असते.

याच भिन्न संप्रदायांच्या आचार्यांनी गीतेवरही भाष्ये व टीका लिहिल्या, त्याही केवळ त्यांच्या विचारांचे समर्थन करण्यासाठी नव्हत्या, तर इतरांच्या तत्त्वांचे खंडन करण्यासाठीही होत्या.

आता या पुस्तकात प्रस्थानत्रयीखेरीज भारतातील अन्य विचारसंप्रदायांचा विकास कसा होत गेला याचा ऐतिहासिक आढावा घेतला जाणार आहे. त्यात चार प्रमुख आचार्यांचे संप्रदाय आहेत - प्रथम आदि (आद्य) शंकराचार्य (इसवी सन ७८८ ते ८२०), त्यानंतर रामानुजाचार्य (इसवी सन १०१७ ते ११३७), मध्वाचार्य (इसवी सन ११९७ ते १२७६) आणि वल्लभाचार्य (इसवी सन १४७९ ते १५३१).

लोकमान्य लिहितात, 'शंकराचार्य हे मोठे अलौकिक ज्ञानी असून त्यांनी आपल्या दिव्य सामर्थ्याने त्या वेळी चोहीकडे माजलेल्या जैन व बुद्ध मतांचे खंडन करून आपले अद्वैत मत (एका शुद्ध, बुद्ध, नित्य व मुक्त परब्रह्माखेरीज दुसरी कोणतीही स्वतंत्र व सत्य गोष्ट नाही.) स्थापित केले व श्रौतस्मार्त वैदिक धर्माच्या संरक्षणार्थ भरतखंडाच्या चारी दिशांस चार मठ उभारले.' या सिद्धान्तानुसार 'त्याची अगणित रूपे, त्यातील सर्व क्रिया, कृती यांसकट हे जग सत्य नाही. मिथ्या आहे, माया आहे. जे अज्ञानात (अविद्या) राहतात त्यांनाच हे सगळे सत्य भासते. आपण सगळेच या अज्ञानाच्या आणि त्यामुळे या मायेच्या दास्यात अडकलेले असतो. ऐहिक जगातील आपल्या कृती व यत्न हे आपल्याला कार्यकारणभावामध्ये अडकवून टाकतात. आपल्याला वैयक्तिक अस्तित्व नसते. आपण एका अनुभवगम्य गोष्टीचे लहान भाग असतो. हा विवेक आला की आपला अहंभाव वितळून जातो, आपले भरकटणे थांबते आणि आपल्याला परमानंदाचा लाभ होतो.'

लोकमान्य लिहितात, 'या सिद्धान्ताकडे तात्त्विकदृष्ट्या पाहिले तर शंकराचार्यांचे असे म्हणणे आहे की,

१) 'मी, तू किंवा मनुष्याच्या डोळ्यांस दिसणारे जगत् - म्हणजे सृष्टीतील पदार्थांचे नानात्व - खरे नसून या सर्वांत एकच शुद्ध व नित्य परब्रह्म भरलेले आहे. आणि त्या परब्रह्माच्या मायेने मनुष्याच्या विविध इंद्रियास नानात्वाचा भास होतो.

२) मनुष्याचा आत्माही मुळात परब्रह्मरूपीच असतो.

३) आत्म्याच्या व परब्रह्माच्या ऐक्याचे पूर्ण ज्ञान म्हणजे अनुभवात्मक ओळख झाल्याखेरीज कोणासही मोक्ष (जन्ममृत्यूच्या फेऱ्यातून सुटका) मिळणे शक्य नाही.

डॉक्टर एस.राधाकृष्णन त्यांच्या गीतेवरील भाष्यात म्हणतात, 'शंकराचार्यांचे असे म्हणणे आहे की चित्तशुद्धीसाठी गृहस्थाश्रमाची कर्मे, कर्तव्ये करणे आवश्यक असते, परंतु ज्ञानप्राप्ती झाली, विवेकाची जाण आली की कर्मांचा आपोआपच त्याग होतो. कर्म व

ज्ञान हे अंधार व उजेडासारखे परस्परविरोधी असतात. शंकराचार्यांच्या मते वेदिक कर्मे ही जे अज्ञान व वासना यांच्या दास्यात अडकून पडलेले असतात त्यांच्यासाठीच असतात. मोक्षप्राप्तीच्या इच्छुकांनी मात्र सर्व कर्मांचा त्याग करावा.'[३] सर्व वासनांवर विजय मिळवल्याशिवाय आणि त्यातून उद्भवणाऱ्या कर्मांच्या त्याग केल्याशिवाय ब्रह्मज्ञानाची प्राप्ती होतच नाही.

आद्य शंकराचार्य त्यांच्या शांकरभाष्यात असा निश्चित निष्कर्ष काढतात की त्यांची तत्त्वे आणि भगवद्गीतेची शिकवण दोन्ही समानच आहेत. या त्यांच्या विधानाच्या समर्थनार्थ ते गीतेतील पुढील श्लोक उद्धृत करतात,

यथैधांसि सनिद्धोऽग्निर्भस्मसात्कुरुतेऽर्जुन ।
ज्ञानाग्निः सर्वकर्माणि भस्मसात्कुरुते तथा ।।३७।।

ज्याप्रमाणे प्रज्वलित केलेला अग्नी सर्व काष्ठे भस्मसात करून टाकतो, त्याप्रमाणे ज्ञानरूप अग्नी सर्व कर्मांचे, माणसाच्या ऐहिक जगाविषयीच्या आसक्तीचेही भस्म करून टाकतो. (भगवद्गीता, अध्याय ४, श्लोक ३७)

श्रेयान्द्रव्यमयाद्यज्ञाज्ज्ञानयज्ञः परन्तप ।
सर्वं कर्माखिलं पार्थ ज्ञाने परिसमाप्यते ।।३३।।

द्रव्यमय यज्ञापेक्षा ज्ञानमय यज्ञ श्रेष्ठ, कारण सर्व प्रकारच्या कर्मांचे पर्यवसान ज्ञानात होते. ज्ञानाधारित कर्मे ही आसक्ती व आवेगापोटी केलेल्या कर्मापेक्षा श्रेष्ठ असतात. त्या दोन प्रकारच्या कर्मातील फरक ओळखणे आणि आसक्ती व आवेगापोटी कर्मे न करणे म्हणजेच खरा त्याग होय.
(भगवद्गीता, अध्याय ४, श्लोक ३३)

लोकमान्य पुढे लिहितात, 'श्री शंकराचार्य त्यांच्या लिखाणातून हे स्पष्ट करतात की पूर्वटीकाकारांनी सांगितल्याप्रमाणे ज्ञान व कर्म यांचा समुच्चय गीतेत प्रतिपाद्य नाही. ते पुढे असेही दाखवतात की भगवान श्रीकृष्ण अर्जुनास शांकरसंप्रदायाच्या सिद्धान्ताचाच उपदेश करतात की कर्म हे ज्ञानप्राप्तीचे साधन हे गौण असून, अखेर सर्व कर्मसंन्यासपूर्वक ज्ञानानेच मोक्ष मिळतो. यावरून आपण असे म्हणू शकतो की गीतेचे प्रवृत्तीरूप काढून टाकून तिला निवृत्तीपर सांप्रदायिक रूप देण्याचा प्रारंभ आदि शंकराचार्यांपासून, त्यांच्या शांकरभाष्यापासून झाला.'

आदि शंकराचार्यांनंतर दोनशे वर्षांहून अधिक कालावधीनंतर श्री रामानुजाचार्य यांनी 'विशिष्टाद्वैत' संप्रदाय प्रवृत्त केला आणि तो सिद्ध करण्यासाठी शंकराचार्यांप्रमाणेच,

३. एस. राधाकृष्णन, द भगवद्गीता, हार्पर कॉलिन्स पब्लिशर्स, नॉयडा, इंडिया, २०१४, पान ९.

पण स्वतंत्रपणे, प्रस्थानत्रयीवर (अर्थात त्यातच गीतेवरही) एक भाष्य लिहिले. (श्री रामानुजचार्यांना आद्य शंकराचार्यांचा मायामिथ्यात्ववाद आणि अद्वैत सिद्धान्त मान्य नव्हता. जीव, जगत् व ईश्वर ही तीन तत्त्वे जरी भिन्न असली तरी जीव (चित्) व जगत (अचित्) ही दोन्ही एका ईश्वराचेच शरीर असल्यामुळे चिदाचिद्विष्ट ईश्वर एकच होय व ईश्वर-शरीरातील या सूक्ष्म चिदचिदापासून पुढे स्थूल चित्-अचित् किंवा अनेक जग व जगत् निर्माण होतात असे त्यांचे म्हणणे होते.) श्री रामानुजाचार्य जगाकडे असत्य, माया म्हणून बघायला तयार नव्हते. जग मिथ्या वा माया नाही. ते खरे, अस्सल आहे. जसे शरीर व आत्मा हे एक असतात तसेच हे विश्व आणि ईश्वर हे एक आहेत. या सादृश्यातून ते विश्वाची ईश्वरावरील संपूर्ण आधीनता अधोरेखित करतात. आत्मा जसे शरीराचे आधारतत्त्व आहे, तसाच ईश्वर आत्म्याचे आधारतत्त्व आहे. आत्मा व ईश्वर केवळ समान आहेत म्हणून नव्हे, तर ईश्वर आत्म्याचा अंतर्भेद करून सतत आत्म्यामध्येच वास करीत असतो म्हणून ते एकच आहेत. ईश्वराने हेतुपुरस्सर या विश्वाची निर्मिती केली आहे आणि तो सर्व सजीवांना मुक्ती प्रदान करेल. श्री रामानुजाचार्य आदि शंकराचार्यांचा सिद्धान्त अमान्य करतात आणि त्यांचा कर्मसंन्यासाचा मार्गही नाकारतात. गीता ही ज्ञानाचा, भक्तीचा आणि कर्माचा मार्ग दाखवते हे मान्य करून श्री रामानुजाचार्यांनी त्यातील भक्तिमार्गावर जास्त भर दिला.

कर्मसंन्यास, निवृत्ती यांऐवजी भक्तिमार्गाचा पुरस्कार करून श्री रामानुजाचार्यांनी श्री शंकराचार्यांच्या संप्रदायात फार मोठा बदल घडवून आणला. लोकमान्य लिहितात, 'अद्वैत ज्ञानाऐवजी विशिष्टाद्वैत आणि संन्यासाऐवजी भक्ती असा जरी शांकर संप्रदायात श्री रामानुजाचार्यांनी फरक घडवून आणला, तरी आचरणदृष्ट्या भक्ती हेच अखेरचे कर्तव्य मानल्याने चातुवर्ण्याची सर्वधर्मोक्त सांसारिक कर्मे आमरण करणे हा पक्ष गौण ठरतो. कर्मांनी चित्त शुद्ध होऊन ज्ञान प्राप्त झाल्यावर चतुर्थाश्रम घेऊन ब्रह्मचिंतनात रंगून गेले काय, किंवा प्रेमाने निस्सीम वासुदेवभक्तीत रंगून गेले काय, दोन्ही मार्ग कर्मयोगदृष्ट्या एकाच मासल्याचे म्हणजे म्हणजे निवृत्तीपर होतात.'

लोकमान्य पुढे असे निरीक्षण नोंदवतात, 'श्री शंकराचार्यांचा मायामिथ्यावाद अमान्य करून वासुदेवभक्तीनेच अखेर मोक्ष मिळतो हा श्री रामानुजाचार्यांचा सिद्धान्त जरी बरोबर असला, तरी परब्रह्म व जीव काही अंशी एक आणि काही अंशी भिन्न मानणे परस्परविरुद्ध असून असंबद्धही होते.' त्यामुळे तिसरा संप्रदाय निघणे अपरिहार्यच होते. पण त्यालाही दोनशे वर्षांचा काळ जावाच लागला.

श्री मध्वाचार्य यांनी 'परब्रह्म आणि जीव हे सदैव भिन्नच आहेत, त्यांच्यात काही अंशी अथवा पूर्णपणे ऐक्य होणे हे समर्थनीय असूच शकत नाही' असा सिद्धान्त मांडला. मानवी आत्मा परातत्त्वात स्थित असतो हे जाणून, ते एकमेकांची प्रतिबिंबे, प्रतिमा अथवा छाया आहेत असे म्हणता येईल; पण त्यांचे संपूर्ण ऐक्य अशक्य आहे. सर्वच जीवांना अखेरीस, कदाचित अनेक पुनर्जन्मांनंतर, मोक्ष मिळणारच आहे हे तत्त्वही

सर्वस्वी अमान्य करून मध्वाचार्यांनी जीवांचे तीन वर्ग केले - मोक्षाच्या लायक असलेले (मोक्षयोगी), सतत पुनर्जन्म अथवा परकायाप्रवेश यांच्याच चक्रात सापडलेले (नित्य संसारी) आणि ज्यांचे नरकात जाणे निश्चित आहे असे (तमोयोगी).

महामहोपाध्याय डॉक्टर बी.एन.के. शर्मा म्हणतात, 'न्याय, मीमांसा आणि वेदांत या प्राचीन संप्रदायातील सदोष अथवा अपूर्ण आणि अप्रचलित अथवा कालबाह्य अशा संकल्पना, असे काही वर्ग, काही व्याख्या, काही प्रक्रिया त्यातून बाजूला काढण्याचे काम श्री मध्वाचार्यांनी केले. त्यांनी त्या विषयातील सर्व जुने सिद्धान्त 'साक्षी' या तत्त्वाचा खास संदर्भ घेऊन, ज्ञानाच्या सबलतेच्या, वैधतेच्या निकषांवर घासून समोर ठेवले.[3]

लोकमान्य लिहितात, 'श्री मध्वाचार्यांनी त्यांच्या प्रस्थानत्रयीवरील भाष्यात 'हे सर्व ग्रंथ द्वैतमतप्रतिपादकच आहेत' असे दाखविले आहे. श्री मध्वाचार्य मोक्षाचा (जन्ममृत्यूच्या फेऱ्यातून बाहेर पडण्याचा) मार्ग म्हणून ज्ञानयोग अमान्य करतात. त्याऐवजी भक्तियोग हाच मुक्तीचा एकमेव मार्ग असल्याचे प्रतिपादन करतात. त्यांच्या गीतेवरील भाष्यात ते म्हणतात की, गीतेत निष्काम कर्मयोगाची महती जरी वर्णिली असली तरी निष्काम कर्म हे साधन असून, भक्ती हीच अखेरची निष्ठा होय. भक्ती सिद्ध झाल्यावर कर्म केले काय किंवा न केले काय; त्यात काही विशेष नाही.'

दोन शतकांनंतर वल्लभाचार्य यांनी असे जाहीर केले की आत्मा ईश्वरापासून वेगळा

आत्मा आणि ब्रह्म यांचे मिलन म्हणजे ॐ. वेद, उपनिषद आणि इतरही सर्व हिंदू धर्मग्रंथांतील प्रत्येक नव्या प्रकरणाचा प्रारंभ व अंत 'ॐ' याच अक्षराने केलेला सापडतो. बायबलची सुरुवात मात्र या शब्दांनी झालेली आहे : 'प्रारंभी शब्द होता, शब्द देवासह होता, शब्द 'देव' हाच होता.'

नाही; परंतु अग्नीच्या ठिणग्यांप्रमाणे जीव हे ईश्वराचे अंश आहेत. मायाविरहित म्हणजे शुद्ध जीव व परब्रह्म ही एकच आहेत, दोन नव्हेत. आपल्या या सिद्धान्ताला त्यांनी 'शुद्धाद्वैती' असे नाव दिले. असे सांगितले जाते की या वल्लभाचार्यांना १४९३ साली उत्तर प्रदेशात मथुरेच्या पश्चिमेला, वृंदावनजवळच्या व्रज (ब्रज) येथील गोवर्धन पर्वतावर श्रीकृष्णाची एक मूर्ती सापडली. तिची स्थापना राजस्थानातील नाथद्वारा येथील 'श्रीनाथजी' मंदिरात करण्यात आली आहे.

रामानुजाचार्य आणि मध्वाचार्य यांच्या मधल्या काळात श्री निंबार्क यांनी एक राधाकृष्णभक्तिपर वैष्णव संप्रदाय स्थापन केला. 'जीव, जगत व ईश्वर हे तिन्ही जरी भिन्न असले, तरी जीव व जगत यांचे व्यापार व अस्तित्व स्वतंत्र नसून ईश्वरेच्छेवर अवलंबून आहेत आणि मूळ परमेश्वरातच जीव व जगत यांची सूक्ष्म तत्त्वे अंतर्भूत असतात' असे मत त्यांनी मांडले. श्री निंबार्क यांचे शिष्य केशव काश्मिरी यांनी गीतेवर 'तत्त्वप्रकाशिका' नावाची एक टीका लिहिली.

लोकमान्य लिहितात, 'डोळ्यांना प्रत्यक्ष दिसणाऱ्या वस्तू खऱ्या मानल्याखेरीज व्यक्ताची उपासना म्हणजे भक्ती निराधार अथवा काही प्रमाणात लटकी पडते अशा समजुतीने शांकरसंप्रदायातील मायावाद न स्वीकारता द्वैत्याचे वा विशिष्टाद्वैत्याचे हे निरनिराळे भक्तिपर संप्रदाय प्रवृत्त झालेले आहेत हे उघड आहे.'

महाराष्ट्रातील संतांनी मायावाद व अद्वैत स्वीकारून भक्तीचे समर्थन केले आहे. लोकमान्य लिहितात, 'संत तुकारामांनी 'तुज व्हावा आहे देव । तरि हा सुलभ उपाय' या शब्दांत ब्रह्मात्मैक्यरूप मोक्ष मिळवण्याचे भक्ती हे सर्वात सुलभ साधन असल्याचे सांगितले आहे. अद्वैतपर्यवासी भक्तिमार्गच गीतेतला मुख्य विषय आहे हे या श्लोकातून सिद्ध होते. भगवंतच अर्जुनाला सांगतात,

क्लेशोऽधिकतरस्तेषामव्यक्तासक्तचेतसाम् ॥
अव्यक्ता हि गतिर्दुःखं देहवद्भिरवाप्यते ॥५॥

अव्यक्त ब्रह्माचे ठायी चित्त लागणे अधिक क्लेशमय आहे.
इंद्रियगोचर भक्ती हाच सोपा मार्ग आहे.
(भगवद्गीता अध्याय १२, श्लोक ५.)

भक्तिमार्गातील सर्वांत उत्तम, श्रेष्ठ ग्रंथ म्हणजे नाथ पंथातील संत ज्ञानेश्वर (१२७५-१२९६) यांनी मराठी भाषेत लिहिलेली गीतेवरील टीका 'ज्ञानेश्वरी'. ज्ञानेश्वरांनीच त्यांच्या ग्रंथाला 'भावार्थदीपिका' - 'श्रीमद्भगवद्गीतेतील भाव व अर्थ या दोन्हींवर प्रकाश टाकणारा दिवा' असे अर्थवाही नाव दिले आहे. खरोखरच ज्ञानेश्वरी हा गीतेवर आधारित भारतीय तत्त्वज्ञानाची मूलतत्त्वे विशद करून सांगणारा एकमेव ग्रंथ आहे. भगवद्गीतेतील

केवळ बावीस वर्षांच्या अल्पायुष्यात संत ज्ञानेश्वर यांनी काळावर आपली कायमची मोहोर उमटवली. त्यांनी भगवद्गीतेवर मराठीत केलेल्या 'ज्ञानेश्वरी' या अप्रतिम भाष्याचे स्पष्टता, शुद्धता, निःसंदिग्धता हे विशेष तर आहेतच, शिवाय स्थितप्रज्ञ योग्यासाठी कासवाची, स्वतःच्या विद्वत्तेविषयी गर्व बाळगणाऱ्यासाठी चंदनाच्या वृक्षाला वेटोळे घालून बसलेल्या सर्पाची यांसारख्या त्यात वापरलेल्या उपमा, उत्प्रेक्षा, दृष्टांत हेही अत्यंत अर्थपूर्ण व वैशिष्ट्यपूर्ण आहेत.

सातशे श्लोकांचा अर्थ समजावून सांगणाऱ्या ८५००हून अधिक ओव्यांची ज्ञानेश्वरी. प्रत्येक श्लोकाचा भावार्थ अनेक ओव्यांमधून उलगडून सांगितलेला असून तो विशद करून अधिक स्पष्ट व सुलभ होण्यासाठी त्याला उपमा, उत्प्रेक्षा या साहित्यिक अलंकारांनी सजवलेले आहे आणि अनेक दृष्टांतांनी नटवलेले आहे. तात्त्विक व साहित्यिक उंची एकत्रितपणे गाठलेला तो एक अद्वितीय ग्रंथ आहे.

अनेक संतांनी सांगितलेल्या गीतेच्या अर्थान्तरणाचा, त्यावरील विवेचनांचा आढावा घेतल्यानंतर लोकमान्य लिहितात, 'भगवद्गीतेत कर्मयोग प्रधान मानला आहे असे कोणीच म्हणत नाही.' एक हजार वर्षांच्या दीर्घ कालावधीत आध्यात्मिक क्षेत्रातील अधिकारी व्यक्तींनी, सांप्रदायिक भाष्यकारांच्या आणि टीकाकरांच्या भिन्न भिन्न मतांच्या गलबल्यांविषयी प्रसिद्ध महाराष्ट्रकवी वामन पंडित (१६०८ - १६९५) यांच्या काही

पंक्ती लोकमान्य उद्धृत करतात,

'परी अजी भगवंतजी । या कलियुगामाजी ।।
जो तो गीतार्थ योजी । मतानुरूप ।।
कोण्या मिसे तरी कोणी । गीतार्थ अन्यथा वाखाणी ।।
मज नावडे ती थोरांचीही करणी । काय करू जी भगवंता ।।

'हे भगवंता, या कलियुगात जो तो त्याच्या त्याच्या मतांनुसार गीतेचा अर्थ लावतो, या ना त्या बहाण्याने वेगवेगळाच अर्थ सांगतो. ते सर्व जण श्रेष्ठ आहेत, पण तरीही मला त्यांची ही करणी पसंत नाही. हे भगवंता, मी काय करू?'

लोकमान्य लिहितात, 'हे सर्व संप्रदाय निघण्यापूर्वी गीता निर्माण झाली असून, ही गीता श्रीकृष्णांनी अर्जुनाचा भ्रम वाढवण्यासाठी नव्हे, तर तो दूर करण्यासाठी सांगितलेली आहे. तीत एकाच विशिष्ट निश्चितार्थाचा अर्जुनास उपदेश केला असून त्या उपदेशाचा परिणामही अर्जुनावर तसाच झाला आहे.'

संन्यास कर्मणां कृष्ण पुनर्योगं च शंससि ।
यच्छ्रेय एतयोरेकं तन्मे ब्रूहि सुनिश्चितम् ।।१।।

आपण एकदा कर्मांचा त्याग करायला सांगता आणि एकदा भक्तिभावाने कर्मे करण्याचा मार्गच उत्तम असे सांगता. तेव्हा मला दोहोंपैकी खरोखरीच जे श्रेय, म्हणजे अधिक प्रशस्त ते एकच निश्चितपणे सांगा.
(भगवद्गीता, अध्याय ५, श्लोक १)

हा अर्जुनाचा प्रश्न व त्यावर श्रीकृष्णांनी दिलेले खालील उत्तर दोन्ही निःसंदिग्ध व स्पष्ट आहेत.

संन्यासः कर्मयोगश्च निःश्रेयसकरावुभौ ।
तयोस्तु कर्मसंन्यासात्कर्मयोगो विशिष्यते ।।२।।

कर्मसंन्यास (कर्मे न करणे) आणि कर्मयोग (भक्तिभावाने कर्मे करणे) हे दोन्ही मार्ग निःसंदिग्धपणे श्रेयस्कर व कल्याणकारी आहेत, परंतु या दोन्हींत भक्तिभावाने कर्मे करण्याचा, कर्मयोगाचा मार्ग अधिक श्रेष्ठ आहे.
(भगवद्गीता, अध्याय ५, श्लोक २)

प्रश्न व उत्तर दोन्ही इतके निःसंदिग्ध, सुस्पष्ट असूनसुद्धा गीतेच्या शिकवणुकीविषयी

इतका संभ्रम का असावा याविषयी लोकमान्य आश्चर्य व्यक्त करतात. त्यावर ते एक काव्यात्मक स्पष्टीकरण देतात, 'एखादे गोड व सुरस पक्वान्न पाहून एकाने ते गव्हाचे, दुसऱ्याने तुपाचे व तिसऱ्याने साखरेचे आहे असे आपापल्या अभिरुचीप्रमाणे म्हटले, तर त्यांपैकी आपण कोणते खोटे मानणार? कारण गहू, तूप आणि साखर हे तिन्ही पदार्थ एकत्र करून त्यांपासून लाडू, जिलबी, घीवर इत्यादी अनेक पक्वान्ने करता येण्यासारखी असल्याने, त्यापैकी प्रस्तुत पक्वान्न कोणते याचा निर्णय गोधूमप्रधान, घृतप्रधान किंवा शर्कराप्रधान आहे एवढे म्हटल्यानेच होऊ शकत नाही. समुद्रमंथनाचे वेळी ज्याप्रमाणे एकास अमृत तर दुसऱ्यास विष आणि कित्येकांस लक्ष्मी, ऐरावत, कौस्तुभ, पारिजात वगैरे निरनिराळ्या वस्तु मिळाल्या, तरी तेवढ्याने समुद्राच्या वास्तविक स्वरूपाचा निर्णय झाला नाही, तद्वतच गीता एकच असूनही निरनिराळ्या सांप्रदायिकांना त्यांच्या त्यांच्या दृष्टिकोनातून ती निरनिराळी दिसते.'

अशा परिस्थितीत गीतेचे खरे तात्पर्य काय हे सांगण्यासाठी लोकमान्य मीमांसा पंथातील मीमांसकांचा एक श्लोक उद्धृत करतात :

उपक्रमोपसंहारौ अभ्यासोऽपूर्वता फलम् ।
अर्थवादोपपत्ती च लिंगं तात्पर्यनिर्णये ।।

मीमांसक म्हणतात, कोणत्याही लेखाचे, प्रकरणाचे किंवा ग्रंथाचे तात्पर्य काढणे असल्यास वरील श्लोकात सांगितलेल्या सात गोष्टी साधनीभूत (लिंग) असून, त्या सातही गोष्टींचा विचार अवश्य केला पाहिजे. पैकी 'उपक्रमोपसंहारौ' म्हणजे ग्रंथाचा आरंभ व शेवट या पहिल्या दोन गोष्टी होत. कोणीही झाला तरी तो मनामध्ये काही विशिष्ट हेतू धरून ग्रंथ लिहिण्यास सुरुवात करतो आणि सदर विशिष्ट उद्देश सिद्ध झाल्यावर ग्रंथ समाप्त करतो. म्हणून ग्रंथाचा उपक्रम व उपसंहार ग्रंथतात्पर्या-निर्णयाचे कामो प्रथम लक्षात घेतले पाहिजेत.

सरळ रेषेची व्याख्या देताना भूमितिशास्त्रात असे सांगतात की आरंभीच्या बिंदूपासून जी रेघ डाव्या-उजव्या बाजूस किंवा खाली वर न करता शेवटच्या बिंदूपर्यंत नीट जाते तिला सरळ रेघ म्हणावे. ग्रंथांच्या बाबतीतही हाच न्याय लागू आहे. परंतु प्रारंभापासून शेवटापर्यंत जाण्यास दुसऱ्या वाटा असल्या, तर त्या सर्व वाकड्या किंवा आडवाटा समजल्या पाहिजेत. आद्यंत पाहून अशा रीतीने ग्रंथाचे तात्पर्य काय याची दिशा प्रथम निश्चित केल्यावर, त्या ग्रंथात 'अभ्यास' म्हणजे पुनरुक्ती किंवा वारंवार काय सांगितले आहे ते पाहावे. कारण ग्रंथकाराच्या मनात जी गोष्ट सिद्ध करायची असते, तिच्या समर्थनार्थ तो अनेक वेळी अनेक कारणे दाखवून दर वेळी "म्हणून ही गोष्ट सिद्ध झाली" किंवा "म्हणून अमुक केले पाहिजे" असा पुन:पुन्हा एकच निश्चित सिद्धान्त

सांगत असतो. ही तिसरी गोष्ट झाली. ग्रंथतात्पर्य काढण्याची चौथी व पाचवी साधने 'अपूर्वता' (नाविन्य) आणि 'फल' (परिणाम) ही होत. चांगला ग्रंथ नवे काहीतरी देतो आणि तो लिहिण्यामागे विशिष्ट उद्देश असावा लागतो. सहावी आणि सातवी गोष्ट आहे अर्थवाद आणि उपपत्ती. लिखाणातून निघणारे सर्व अर्थ आणि दृष्टीकोन अर्थवादात येतात आणि उपपत्तीत एखादी गोष्ट सिद्ध करून दाखवण्यासाठी उपसंहारात सर्व बाधक प्रमाणे खोडून काढली जातात.

लोकमान्य म्हणतात, 'आमच्या प्राचीन मीमांसकांनी ठरवून टाकलेले ग्रंथतात्पर्य-निर्णयाचे हे नियम सर्व देशांतील विद्वानांस सारखेच संमत असल्यामुळे गीतेतील तात्पर्य जर आपल्याला शोधायचे असेल, तर ते उपक्रम (प्रारंभ) व उपसंहार (शेवट) यांच्याशी सुसंबद्ध असले पाहिजे.'

लोकमान्यांनी ही गोष्ट ठामपणाने सांगितली आहे की, 'महाभारताचे युद्ध, प्रत्यक्ष शस्त्रसंपात सुरू होण्यापूर्वीच्या अत्यंत महत्त्वाच्या क्षणी भगवंतांनी अर्जुनाला गीता सांगितली आहे. त्या क्षणी भगवंतांना अर्जुनाला संन्यास देऊन वैराग्याने भिक्षा मागत रानावनात पाठवायचे नव्हते.'

भगवंतांनी गीता सांगताना जागोजागी 'तस्मात्' म्हणजे 'म्हणून', 'या कारणासाठी' हे अनुमानदर्शक पद वारंवार वापरून, 'तस्माद्युध्यस्व भारत' - 'हे अर्जुना, म्हणून तू युद्ध कर' असे अर्जुनाला सांगताना त्याची सतत तशीच सबळ, सयुक्तिक कारणे दिलेली आहेत.

अन्तवन्त इमे देहा नित्यसोक्ताः शरीरिणः ।
अनाशिनोऽप्रमेयस्य तस्माद्युध्यस्व भारत ।। १८।।

नित्य अविनाशी व अचिंत्य असा जो शरीराचा मालक (आत्मा) त्याला प्राप्त होणारे हे देह किंवा शरीरे नाशवंत म्हणजे अनित्य होत असे म्हटले आहे, तेव्हा या कारणासाठी शत्रूची शारीरिक ओळख, त्याचे आणि तुझे नाते या गोष्टींनी विचलित न होता युद्ध कर. (भगवद्गीता, अध्याय २, श्लोक १८)

हतो वा प्राप्यसि स्वर्गं जित्वा वा भोक्ष्यसे महीम् ।
तस्मादुत्तिष्ठ कौन्तेय युद्धाय कृतनिश्चयः ।।३७।।

युद्धात एक तर तुझे शरीर एका सत्कार्यासाठी नष्ट होईल आणि तुझ्या आत्म्याला मोक्षप्राप्ती होईल किंवा दुष्टांचा नाश करून, सत्याची पुनर्स्थापना करून तू पृथ्वी भोगशील! म्हणून हे अर्जुना, तुझा मार्ग स्पष्ट आहे, दोन्ही बाजूंनी तुला युद्ध केलेच पाहिजे. (भगवद्गीता, अध्याय २, श्लोक ३७)
(मेलास तर स्वर्गास जाशील आणि जिंकलास तर पृथ्वी भोगशील!

म्हणून हे अर्जुना, युद्धाचा निश्चय करून ऊठ!)

तस्मादसक्तः सततं कार्यं कर्म समाचर ।
असक्तो ह्याचरन्कर्म परमाप्नोति पूरुषः ॥१९॥

म्हणून संभ्रम बाजूस सार, निरंतर आसक्तीरहित हो आणि कर्तव्यकर्मांचे व्यवस्थित आचरण कर. कारण आसक्तिरहित होऊन कर्म करणाऱ्या पुरुषाला परमगती मिळते. (भगवद्गीता, अध्याय ३, श्लोक १९)

एवं ज्ञात्वा कृतं कर्म पूर्वैरपि मुमुक्षुभिः ।
कुरु कर्मैव तस्मात्त्वं पूर्वैः पूर्वतरं कृतम् ॥१५॥

आत्मज्ञान प्राप्त केलेल्या पूर्वीच्या काळातील मुमुक्षु लोकांनीही विहित कर्मे केली, म्हणून - तूही त्यांचाच सन्मार्ग स्वीकारून अन्यायविरुद्ध युद्ध करण्याचे तुझे योद्ध्याचे कर्तव्य पार पाडले पाहिजेस.
(भगवद्गीता, अध्याय ४, श्लोक १५)

तस्मात्सर्वेषु कालेषु मामनुस्मर युध्य च ।
मय्यर्पितमनोबुद्धिर्मामेवैष्यस्यसंशयम् ॥७॥

या कारणास्तव मन व बुद्धी परमेश्वराप्रती अर्पण कर आणि तुझे अन्यायाविरुद्ध, अंधकाराच्या सामर्थ्याविरुद्ध युद्ध करण्याचे कर्तव्य पार पाड. असे केलेस म्हणजे तू परमेश्वराजवळच जाऊन पोचशील यात जराही संशय नाही.
(भगवद्गीता, अध्याय ८, श्लोक ७)
(म्हणून सर्व काळी म्हणजे नेहमीच माझे स्मरण करत जा आणि युद्ध कर. माझ्या ठायी मन व बुद्धी अर्पण केलीस म्हणजे लढाई करूनही मलाच येऊन पोहोचशील यात संशय नाही.)

तस्मात्त्वमुत्तिष्ठ यशो लभस्व जित्वा शत्रून्भुङ्क्ष्व राज्यं समृद्धम् ।
मयैवैते निहताः पूर्वमेव निमित्तमात्रं भव सव्यसाचिन् ॥३३॥

कर्ता-करविता तो परमेश्वरच असतो. हे सव्यसाची (कुशल धनुर्धरा), त्याने तुला या अन्यायाचा नाश करून सुस्थिती पुनर्स्थापित करण्याच्या कार्यात केवळ निमित्त म्हणून निवडले आहे. तू ज्यांना मारणार आहेस त्यांचा अंत याआधीच निश्चित झालेला आहे. तू त्यांना मारलेस असे समजून स्वतःची फसवणूक करून घेऊ नकोस. (भगवद्गीता, अध्याय ११, श्लोक ३३)

(तस्मात, तू उठ, यश मिळव आणि शत्रूंना जिंकून समृद्ध राज्याचा उपभोग घे. मी यांना पूर्वीच मारलेले आहे (म्हणून आता), हे सव्यसाची (अर्जुना) तू निमित्ताला मात्र (पुढे) हो.)

तस्माच्छास्त्रं प्रमाणं ते कार्याकार्यव्यवस्थितौ ।
ज्ञात्वा शास्त्रविधानोक्तं कर्म कर्तुमिहार्हसि ।।२४।।

कर्तव्यमार्गावर शास्त्रे मार्गदर्शक होतात. तुझ्या कृती या तुझ्या इच्छा, आकांक्षा, लालसा यातून निर्माण व्हायला नकोत, समाजाच्या संकेतांनुसारही व्हायला नकोत, त्या या मार्गदर्शक शास्त्रांनी सांगितलेल्या कर्तव्य-अकर्तव्याच्या व्याख्येनुसार व्हायला हव्यात. (भगवद्गीता, अध्याय १६, श्लोक २४)

म्हणून (तस्मात्) कार्याकार्यव्यवस्थितीचा, म्हणजे कर्तव्य कोणते आणि अकर्तव्य कोणते याचा निर्णय करण्यास तुला शास्त्र प्रमाण मानले पाहिजे व शास्त्रात काय सांगितले आहे ते समजून घेऊन त्याप्रमाणे या लोकी कर्म करणे तुला योग्य होईल.

एतान्यपि तु कर्माणि सङ्गं त्यक्त्वा फलानि च ।
कर्तव्यनीति मे पार्थ निश्चितं मतमुत्तमम् ।।६।।
कर्मे बाजूला सारायची नसतात, तर ती आसक्ती न ठेवता, फलाची आशा न ठेवता करायची असतात. कर्माचा त्याग करण्याचा पर्याय नसतोच. कर्म करायचे की नाही हा मुद्दाच नाही, ती कर्तेपणाचा अहंभाव वा वैयक्तिक लाभ यांच्याविना करायची असतात. हे माझे निश्चित आणि अंतिम मत आहे.
(भगवद्गीता, अध्याय १८, श्लोक ६)

म्हणून सर्वच कर्मे आसक्ती न ठेवता, फलांचा त्याग करून केली पाहिजेत असे, हे पार्था, माझे निश्चित मत (असून तेच) उत्तम आहे.

श्रीकृष्णाने जे काही अर्जुनाला सांगितले, ते त्याला पटले की नाही आणि त्याचा भ्रम नष्ट झाला की नाही याची श्रीकृष्णाने अर्जुनाकडून खातरजमा करून घेतली.

कच्चिदेतच्छ्रुतं पार्थ त्वयैकाग्रेण चेतसा ।
कच्चिदज्ञानसम्मोहः प्रनष्टस्ते धनञ्जय ।।७२।।

मी नेमका प्रश्न विचारतो आहे, मी जे सांगितले ते तू एकाग्र चित्ताने ऐकलेस का? तुझे अज्ञानापोटी विचलित झालेले मन स्थिर झाले का?

(भगवद्‌गीता, अध्याय १८, श्लोक ७२)
(तुझा अज्ञानरूपी मोह अगदी नष्ट झाला ना?)

नष्टो मोहः स्मृतिर्लब्धा त्वत्प्रसादान्मयाच्युत ।
स्थितोस्मि गतसन्देहः करिष्ये वचनं तव ।।७३।।

उत्तरही नेमके, स्पष्ट देत आहे, माझा भ्रम नाहीसा झाला, माझे सर्व संशय दूर झाले, तुमच्या कृपाप्रसादाने मला माझे योग्य कर्तव्य कुठले ते समजले. मी कर्तेपणाच्या अहंभावाने नाही, तर आत्मज्ञानाने माझे विहित कर्म करणार आहे.
(भगवद्‌गीता, अध्याय १८, श्लोक ७३)
हे अच्युता, तुमच्या प्रसादाने मोह नष्ट झाला; आणि मला (कर्तव्य-धर्माची) स्मृती झाली. मी (आता) निःसंदेह होऊन राहिलो आहे. तुमच्या म्हणण्याप्रमाणे (युद्ध) करतो.

एस. राधाकृष्णन यांच्या शब्दांत, 'ही उत्क्रांती म्हणजे सर्व सबबी, बहाणे, टाळाटाळ यांचा पूर्ण लोप, मनावरील सर्व आवरणांचे हरण - वस्त्रापहरण - होय.[४] या नंतर अर्जुनाने शस्त्र धारण केले व युद्धास प्रारंभ केला. त्याने भीष्म, कर्ण, जयद्रथ आणि अन्य कित्येक कौरववीरांना प्रसंगानुरूप व परिस्थितीनुरूप यमसदनाला पाठविले. लोकमान्य आवेशाने लिहितात, 'भयंकर कुलक्षय होणार हे डोळ्यांपुढे स्पष्ट दिसत असताना 'लढावे की नाही आणि जर लढणे हाच योग्य मार्ग असेल तर तो कुलक्षयाचे पाप टाळून आचरणे कसे शक्य आहे' हा अर्जुनासमोरचा यक्षप्रश्न होता. त्याचे उत्तर पुढील शब्दांत दिले गेले, 'निष्काम बुद्धीने युद्ध कर किंवा कर्म कर!' लोकमान्य पुढे त्याचे स्पष्टीकरण देतात, 'वेदान्त, भक्ती किंवा पातंजली योग ही गीतेत मुळातच उपदेशिली नाहीत असे आमचे म्हणणे नाही. परंतु या तीन विषयांची गीतेत जी जुळणी केलेली आहे ती अशी असली पाहिजे की, तिच्यामुळे परस्परविरुद्ध धर्मांच्या भयंकर कचाट्यात सापडल्याने 'हे करू का ते करू' अशा रीतीने कर्तव्यमूढ झालेल्या अर्जुनाला आपल्या कर्तव्याची निष्पाप वाट सापडून क्षात्रधर्माप्रमाणे आपले शास्त्रोक्त कर्म करण्यास त्याने प्रवृत्त व्हावे.'

तात्पर्य सांगताना लोकमान्य लिहितात, 'प्रवृत्तीधर्माचेच ज्ञान या ठिकाणी प्रस्तुत असून बाकी गोष्टी तत्सिध्यर्थ म्हणजे आनुषंगिक असल्यामुळे गीताधर्माचे जे रहस्य तेही प्रवृत्तिपर म्हणजे कर्मपरच असले पाहिजे हे उघड सिद्ध होते. पण ते प्रवृत्तिपर रहस्य कोणते आणि ते वेदान्तशास्त्रापासूनच कसे निष्पन्न होते याचा नीट खुलासा कोणत्याही टीकाकाराने केलेला नाही. जो पाहावा तो गीतेचा उपक्रम म्हणजे पहिला अध्याय आणि आणि शेवटचा उपसंहार व फल याकडे दुर्लक्ष करून गीतेतील ब्रह्मज्ञान किंवा भक्ती आपापल्या संप्रदायासच कशी

४. एस. राधाकृष्णन, द भगवद्‌गीता, हार्पर कॉलिन्स पब्लिशर्स, नॉयडा, इंडिया, २०१४, पान ९.

कर्मयोग हा गीतेचा प्रतिपाद्य विषय आहे. तुमच्या जन्माला एक उद्देश असतो. भूतकालावर काम करून भविष्य घडवण्याच्या हेतूने पाठवलेले तुम्ही एक दूत असता. तुमच्या आयुष्याच्या प्रवासातील तुम्ही गाठलेला टप्पा आणि प्राप्तपरिस्थिती या अनुरूप कर्म करण्यास तुम्ही कर्तव्यबद्ध असता. तेव्हा कर्तव्याचा पापरहित मार्ग शोधा.

अनुकूल होतात, याचा निवृत्तीदृष्ट्या खल करण्यात गढून गेलेला आहे. जणू काय ज्ञान व भक्ती यांचा कर्माशी नित्यसंबंध ठेवणे हे एक मोठे पापच आहे.'

देशाच्या नागरिकांना आपला देश जे अभिव्यक्तीस्वातंत्र्य देतो त्यातच आपल्या देशाची महानता आहे. गीतेच्या अखेरच्या अध्यायात श्रीकृष्ण अर्जुनाला '... यथेच्छसि तथा कुरु' म्हणजेच 'तुझ्या इच्छेला येईल तसे कर' असे सांगतो. डॉक्टर राधाकृष्णन यावर अधिक प्रकाश टाकतात, 'श्रीकृष्ण तटस्थ वाटतो कारण तो अर्जुनावर निर्णय सोडून देतो. माणसाचा अनुनय करावा, त्याला समजावून सांगावे, पण त्याच्यावर आपण सांगतो तसेच वागण्याची बळजबरी करू नये, आपला निर्णय त्याच्यावर लादू नये. त्याला दिशा दाखवावी, त्याला ढकलू नये. त्याला पटवून सांगावे, त्याच्यावर सक्ती करू नये. परमेश्वरसुद्धा त्याच्या आज्ञा माणसावर लादत नाही. त्याचा आदेश पाळणे-न पाळणे हे आपल्यावर अवलंबून असते. संपूर्ण समर्पण साधकाच्या पूर्ण अनुमतीनेच साध्य करावे.'[५]

लोकमान्यांनी गीतारहस्याचे लेखन ब्रह्मदेशातील मंडाले येथे प्रदीर्घ तुरुंगवास भोगत असताना केले. सर्व लोकांपासून दूर, एकांतात, अतिदूरच्या प्रदेशात, लोकमान्यांनी निव्वळ सत्याचे परीक्षण केले असावे. आयुष्यात पुढे काय वाढून ठेवलेले असते

५. एस. राधाकृष्णन, द भगवद्गीता, हार्पर कॉलिन्स पब्लिशर्स, नॉयडा, इंडिया, २०१४, पान ४४५.

ते कोणालाच, सर्वांत बुद्धिमान असणाऱ्यांनाही आधी कळत नाही. ते कायमच एक रहस्य, एक कोडेच राहते. मानवी प्रमाद अणि सत्ताधीशांनी घेतलेले चुकीचे निर्णय यांतून उद्भवलेल्या परिस्थितीची अंतिम परिणती म्हणजे महाभारतातील युद्ध. निरनिराळ्या कारणांनी युद्ध खेळण्यास प्रवृत्त होऊन कुरुक्षेत्राच्या युद्धभूमीवर आलेल्या हजारो योद्ध्यांपैकीच अर्जुनही एक होता. पण तो महत्त्वाचा योद्धा होता. तो युद्ध खेळला नसता, तर युद्ध थांबले नसते; पण एक योद्धा म्हणून त्याची कारकीर्द संपुष्टात आली असती. गीतारहस्य या आपल्या ग्रंथाच्या पहिल्या प्रकरणाचा शेवट लोकमान्य भारतीय टीकाकरांची उथळ, संकुचित हेतू ठेवून लिहिलेली भाष्ये आणि पाश्चिमात्त्य विद्वानांनी केलेली ज्ञानमीमांसा यांचा संमिश्र परामर्ष वाचकांसमोर ठेवून करतात.

लोकमान्य पहिल्या प्रकरणाचा शेवट अत्यंत थोडक्यात पण स्पष्ट अशा विधानांनी करतात. ते म्हणतात, 'समग्र गीता-ग्रंथाचे काटेकोर परीक्षण करून त्यातील संगती दाखवणे हा या ग्रंथाचा मुख्य उद्देश आहे. परंतु तसे करण्यापूर्वी गीतेच्या प्रारंभी परस्परविरुद्ध नीतिधर्माच्या कचाट्यात सापडून अर्जुनावर जे संकट आले होते, त्याच्या स्वरूपाचा जास्त खुलासा करणे आवश्यक आहे. एरवी गीतेतील विषयांचे मर्म वाचकांच्या पूर्ण लक्षात येणार नाही. म्हणून कर्माकर्माच्या विवंचनेची संकटे कशी असतात व अनेक प्रसंगी 'हे करू का ते करू' अशा घोटाळ्यात पडून मनुष्य कसा गांगरून जातो हे नीट समजण्यासाठी असल्या प्रसंगांची जी अनेक उदाहरणे शास्त्रात, विशेषतः महाभारतात आढळून येतात त्यांचाच आता आधी विचार करू.'

ॐ

२

प्रत्येक पेचावरील चतुर तोडगा

> असावे की नसावे? हाच खरा प्रश्न आहे. बेगुमान दैवाची गोफणफेक आणि शरवर्षाव मनातल्या मनातच सहन करण्यात थोरपण आहे, की संकटाच्या सागराचा सर्व शस्त्रांसह सामना करून ती शस्त्रे संपवून टाकण्यात? 'मरणे म्हणजे झोपी जाणे, अधिक काही नाही!' असे म्हणणे, की मनाला छळणारे क्लेश आणि देहाच्या वाट्याला येणारे हजारो नैसर्गिक आघात संपवून टाकणे!
>
> शेक्सपिअर[१]

आपल्या सभोवताली घडणाऱ्या गोष्टींवर, आपल्याला येणाऱ्या विविध अनुभवांवर विचार करून आपले वर्तन, आपल्या कृती ठरवण्याची क्षमता ही मानव जातीला मिळालेली विशेष देणगी आहे. कोणते कपडे घालायचे, आज जेवायला काय करायचे अशा अगदी क्षुल्लक, रोजच्या गोष्टींपासून आपला, आपल्या कुटुंबाचा चरितार्थ, आणि सर्वात महत्त्वाचे म्हणजे आपले कुटुंबीय, आपले नातेवाईक, आपले सगेसोयरे, त्यांच्याबरोबरचे आपले नातेसंबंध अशा गंभीर विषयांच्या बाबतीत माणूस क्षणोक्षणी पर्यायांची निवड करीत असतो, निर्णय घेत असतो. त्यातल्याच काही निवडी, काही निर्णय फार दीर्घकालीन परिणाम करणारे ठरतात, आयुष्य बदलून टाकायला कारणीभूत होणारे ठरतात. काही काही निर्णय तर परतीचा मार्ग बंद करणारेही असतात. याहीपुढे जाऊन त्यातले काही निर्णय तर आपल्या पुढल्या पिढीची आयुष्येदेखील बदलून टाकण्याइतके दीर्घकालीन परिणाम घडवणारे ठरतात. उदाहरणार्थ, अमेरिकेत स्थलांतरित झालेल्या जोडप्यांची मुले ही अमेरिकेचे नागरिक म्हणूनच जन्माला येतात किंवा विवाहबाह्य संबंधातून जन्माला आलेल्या मुलांच्या कपाळी कायमचाच 'अनौरस संतती' हा शिक्का बसतो. त्यातल्या त्यात नैतिक निर्णय फार सावधगिरीने, काळजीपूर्वक घ्यावे लागतात. नोबेल पुरस्कार विजेता, भौतिकशास्त्रज्ञ अल्बर्ट आइन्स्टाईन (१८७९ - १९५५) म्हणतो, 'माणसाने त्याच्या कृती सदोदित नैतिकतेला धरून असतील यासाठी सतत प्रयत्न केले पाहिजेत. आपली मन:शांती, इतकेच नव्हे तर आपले अस्तित्वदेखील त्यावरच अवलंबून

---

१. द ट्रॅजेडी ऑफ हॅम्लेट, प्रिन्स ऑफ डेन्मार्क, अंक ३, प्रवेश १.

असते.' फ्रेंच तत्त्वज्ञ अल्बर्ट कॅम्यु (१९१३ - १९६०) म्हणतो, 'नैतिक मूल्ये नसलेला माणूस म्हणजे या जगात मोकळा सोडलेला हिंस्र प्राणी होय.' [२]

महाभारतातील युद्धाच्या प्रारंभीच अर्जुनावर जी परिस्थिती ओढवली होती ती दोन परस्परविरोधी कर्तव्यांच्या मार्गातील ओढाताण होती. त्यामुळे दोहोंमधील कुठल्या कर्तव्यपूर्तीचा मार्ग योग्य, या संदेहात त्याने पडणे हे काही जगावेगळे नव्हते. लोकमान्य गीतारहस्याच्या दुसऱ्या प्रकरणाला 'कर्मजिज्ञासा' असे नाव देतात आणि त्याचा आरंभ या गीतेमधील श्लोकाने करतात,

किं कर्म किमकर्मेति कवयोऽप्यत्र मोहिताः ।
तत्ते कर्म प्रवक्ष्यामि यज्ज्ञात्वा मोक्ष्यसेऽशुभात् ।।१६।।

कर्म आणि अकर्म - काय करावे आणि काय करू नये हे समजण्यात विद्वानसुद्धा गोंधळात पडतात. श्रीकृष्ण अर्जुनाला सांगतात, हे समजून घेण्याचे रहस्य मी तुला सांगतो म्हणजे तुला या अनिर्णित अवस्थेचा त्रास होणार नाही आणि तू अशुभापासून, पाप करण्यापासून वाचशील.

(भगवद्गीता, अध्याय ४, श्लोक १६)

कर्म कोणते आणि अकर्म कोणते, या बाबतीत शहाण्या पुरुषांनादेखील भ्रम पडत असतो; (म्हणून) जे जाणल्याने पापापासून मुक्त होशील, अशा रीतीचे कर्म कोणते ते तुला सांगतो.

'मानवी आयुष्य म्हणजे प्रारब्धाचा पूर्वसंकेत, आत्म्याची उत्क्रांती, उन्नती' हे तत्त्वतः मान्य केले तर शक्याशक्यतेचा सामना करणे ही नैसर्गिक स्थितीच होते आणि त्यांच्याशी झगडणे किंवा जुळवून घेणे, म्हणजेच योग्य पर्यायाची निवड करणे हेही नित्याचेच होऊन बसते. काही लोक जन्मतातच अतिशय प्रतिकूल परिस्थितीत. गरिबी, जुलूम, अनारोग्य, काहींना राहायला घर नसते, काहीजण तर अनाथ असतात. पण तरीही ते त्या प्रतिकूल परिस्थितीशी झगडतात आणि आयुष्यात असाधारण उंची गाठतात. त्याविरुद्ध, काहींच्या मस्तकावर जन्मतःच लक्ष्मीचा वरदहस्त असतो; तरीही ते आयुष्य व्यसनात, बाहेरख्यालीपणात, पापवासनेत वाया घालवतात आणि भणंग भिकारी होऊन, मुलाबाळांना बेघर, निराश्रित अवस्थेत ठेवून या जगातून निघून जातात. या दोन टोकांच्या अवस्था आहेत. त्यांच्या मधल्या अवस्थांत लाखो लोक मध्यमवर्गीयांचे साधे, सरळ आयुष्य जगतात. काही जण काहीही उपयुक्त, हितकारक, परोपकारी कार्य न करता वृद्धत्व गाठतात. असे का होते? या प्रश्नाचे उत्तर सरळ, सोपे नाही. प्रत्येक जण भिन्नभिन्न मूल्यांच्या जाळ्यात अडकलेला असतो. कुठला मार्ग सुरळीतपणे पुढे जात राहील आणि

---

२. अल्बर्ट कॅम्यु (१९१३-१९६०) - फ्रेंच लेखक, तत्त्ववेत्ता, पत्रकार

कुठला मध्येच ठप्प होईल, कुठल्या मार्गात मध्येच अडथळा येईल हे लगेच समजत नाही. काही मार्गांवर पुढे गेल्यावर वाटेत धोका आहे हे लक्षात आले तरीही मागे वळणे, माघारी जाणेही नेहमीच शक्य होत नाही. काही वेळा तर समोर जे दोन पर्याय असतात ते दोन्ही हानीकारक असू शकतात - 'घ्या, नाही तर सोडा', 'तव्यावरून चुलीत', 'आगीत नाही तर फुफाट्यात', 'शार्कच्या तोंडात नाही तर समुद्राच्या तळाशी', 'सैतानाच्या तावडीत नाही तर समुद्राच्या तळाशी' - असेच टोकाचे पर्याय असतात. खरे तर ते पर्याय नसतातच, दोन्ही पर्यायांत हानी अटळ असते. पण अर्जुन काही अशा पर्यायांच्या निवडीच्या पेचात सापडला नव्हता. निर्णय घेण्याच्या अवस्थेपर्यंत पोचलाच नव्हता. युद्ध सुरू होण्याआधी त्याला त्याचे योग्य कर्म कोणते हे जाणून घ्यायचे होते. 'या परिस्थितीत नेमके काय करावे' अशी त्याची विचारणा होती. उचित कर्माची निवड करणे त्याला अवघड झाले होते. तो किंकर्तव्यमूढ अवस्थेत होता.

कर्माकर्मसंशयाचे असले प्रसंग इतिहासातून हुडकून काढून किंवा कल्पून - स्वकल्पनेने शोधून - त्यांवर मोठमोठ्या कवींनी सुरस काव्ये अगर उत्तम नाटकेही रचली आहेत. अवघड, समस्यापूर्ण, काही वेळा पेचात टाकणाऱ्या परिस्थितीत 'योग्यायोग्यते'ची निवड करता न येणे, बरोबर काय ते न उमगणे हे माणसाचे उपजत लक्षण असून ते जगातील सर्वच माणसांमध्ये दिसून येते हे परिणामकारक रीतीने सिद्ध करून दाखवताना इंग्रजी साहित्यातील अलौकिक कवी व नाटककार शेक्सपिअर (१५६४ - १६१६) याने लिहिलेल्या 'हॅम्लेट' व 'कोरायोलॅनस' - या दोन नाटकांचे उदाहरण दिले जाते.

'हॅम्लेट' या नाटकात शेक्सपिअर याने अशा एका राजपुत्राच्या विवंचनेची हृदयद्रावक कथा रंगवली आहे, ज्याच्या काकांनी त्याच्या पित्याचा वध करून त्याच्याच आईशी विवाह केलेला असतो. त्या राजपुत्रावर कोसळलेल्या भीषण परिस्थितीचे वर्णन शेक्सपिअर 'दारुण नशिबाने केलेले शरसंधान' असे केले आहे. त्या विद्ध झालेल्या राजपुत्रासमोर या अनन्वित संकटाचा सामना करून ती संपवण्याचे दोन मार्ग असतात - त्याला दगा देणारे काका आणि त्याची आई यांच्यावर सूड उगवणे किंवा हार पत्करून स्वत:च 'काळझोप' पत्करणे. त्यातसुद्धा तो संकटग्रस्त राजपुत्र 'त्या काळझोपेतही कोणती भयंकर स्वप्ने पडतील', 'जिवंतपणी भोगाव्या लागणाऱ्या जुलुमांपेक्षा मृत्युनंतरचे हाल अधिकच यातनादायी असले तर काय होईल' याची चिंता करत असतो.

'कोरायोलॅनस' हे दुसरे पात्र शेक्सपिअरने अस्तित्वाविषयीचा पेचप्रसंग मांडण्यासाठी निवडले आहे. कोरायोलॅनस नामक एका शूर रोमन सरदाराला रोमच्या नागरिकांनी पदच्युत करून हद्दपार केलेले असते. त्यामुळे तो राज्यालगतच्या व्हॉल्शियन्स या इटालियन जमातीशी हातमिळवणी करतो. ती जमात रोमची शत्रू असते. कोरायोलॅनस या दोन विरुद्ध निष्ठांच्या जाळ्यात अडकतो. त्याला रोम हे एक आदर्श राज्य बनवून त्याची सेवा करायची उत्कट इच्छा असते; पण रोमचे लोक त्याला आवडत नसतात. त्यातच त्याच्या आईची तिच्या पुत्राला सिंहासनावर बसलेला पाहण्याची महत्त्वाकांक्षा असते. ती

पुरी करण्याच्या उद्देशानेच तो शत्रुपक्षाला मिळालेला असतो. त्यांच्या मदतीने नावडत्या रोमन लोकांच्या हातून सोडवून त्याचे आदर्श रोम त्याला त्याच्या हाती मिळणार असते. त्याच्या मनाचा गोंधळ अखेरीस त्याच्याच नाशास कारणीभूत होतो.

लोकमान्य लिहितात, 'कर्तव्याकर्तव्याच्या मोहात पडल्याची अशा प्रकारची दुसरीही उदाहरणे जगाच्या प्राचीन वा अर्वाचिन इतिहासात पुष्कळ आहेत, पण इतक्या दूरवर जाण्याचे आपणास काही कारण नाही. आपला म्हाभारत हा ग्रंथ अशा प्रकारच्या प्रसंगांची एक खाणच आहे असे म्हटले तरी चालेल. यात आहे तेच इतर ठिकाणी आहे; यात नाही ते इतर कोठेही नाही.'

त्यानंतर लोकमान्य भारतीय संस्कृतीतील काही उच्च, उदात्त नीतीनियमांची निवड करून त्याचे पालन करताना द्विधा मन:स्थितीचा सामना कसा करावा लागतो त्याचा वेध घेतात. हे नियम इतके उदात्त, इतके आदर्श आहेत की त्यांचे अचूक पालन करणे हे व्यवहारात कधीकधी शक्य होत नाही. पण तरीही त्यांचे स्थान तसेच राखले जाते आणि त्यामुळे त्याचे पालन करण्यात अपयश येते आणि तसा माणूस अपुरा ठरतो. लोकमान्य 'अहिंसे'च्या तत्त्वाने सुरुवात करतात. 'अहिंसा परमोधर्म:' हे तत्त्व केवळ आपल्या वैदिक धर्मातच नव्हे, तर अन्य धर्मांतही मुख्य गणले गेले आहे. पण जर एखादा दुष्ट मनुष्य कोणाच्या तरी घरात घुसला, संपत्ती लुटू लागला किंवा कुटुंबीयांपैकी कोणावर प्राणघातक हल्ला करू लागला, तर काय करायचे? त्याच्यावर प्रतिहल्ला करावयास नको? अशा वेळी मनु काय म्हणतो ते लोकमान्य सांगतात,

गुरुं वा बालवृद्धौ वा ब्राह्मणं वा बहुश्रुतम् ।
आततायिनमायान्तं हन्यादेवाविचारयन् ।।

असला आततायी म्हणजे दुष्ट मनुष्य, तो गुरू आहे, वृद्ध अगर पोर आहे, का विद्वान ब्राह्मण आहे, इकडे न पाहता, खुशाल ठार मारावा.
(मनुस्मृती, ८.३५०)

एक फार महत्त्वाचा मुद्दा येथे मांडलेला आहे. जेव्हा एखादा संरक्षक दुसऱ्याचे वा स्वसंरक्षक स्वत:चे संरक्षण करताना हल्लेखोराला, गुन्हेगाराला मारतो, तेव्हा त्या हत्त्येचे पाप ती हत्त्या करणाऱ्याला लागत नसून, तो आततायी आपल्या अधर्मानेच मारला जातो. त्याचा मृत्यू झालेलाच असतो किंवा तो त्याच्या कुकर्माने निश्चित झालेलाच असतो, संरक्षकाकडून त्याची कारवाई होते इतकेच. ते घडण्याला काही प्रत्यवायही नसतो. अहिंसा म्हणजे हिंसा न करणे नव्हे. धर्मसंरक्षणार्थ केलेली हिंसा ही न्याय्यच धरली जाते. याचा पुरावा आपल्याला अनेक देवदेवतांच्या मूर्तींमधून, चित्रांमधून मिळतो. त्यात देव हातात शस्त्र घेऊन राक्षसांचा, राक्षसी प्राण्यांचा वध करीत असलेला दाखवलेला असतो.

एखाद्या अज्ञानी माणसाच्या नजरेला कालीमाता ही हिंसक प्रवृत्तीची संहारक वाटेल, परंतु कालीमाता ही सैतानांची निपजच थांबावी म्हणून त्यांचे रक्तच पिऊन टाकणारी, मातेच्या स्वरूपातील ईश्वरी अवतारच आहे.

हिंदू धर्मीयांच्या मनात ऋत - म्हणजे विश्वनिर्मिती - या संकल्पनेला खूप महत्त्वाचे स्थान असते. त्यातून या विश्वाला सुस्थितीत ठेवणाऱ्या 'धर्म' या संकल्पनेचा उदय होतो. ती सुस्थिती बिघडवण्याच्या कोणत्याही प्रयत्नास अज्ञान वा हिंसा असे समजले जाते. याच समजुतीतून 'अहिंसा' तत्त्वाचा, अहिंसेच्या संदेशाचा जन्म झालेला आहे. या 'ऋत' वा 'धर्म' यांची घडी बिघडवणाऱ्या कोणाहीविरुद्ध केलेली हिंसक कृती ही पाप समजली जात नाही, ते सत्कार्यच समजले जाते. एखादा पोलीस एखाद्या गुन्हेगाराला पकडण्यासाठी जर बळाचा वापर करीत असेल किंवा न्यायाधीश जर एखाद्या खुन्याला, बलात्कार केलेल्या नराधमाला मृत्युदंड सुनावत असेल, तर ती हिंसा मानली जात नाही. ते अहिंसा तत्त्वाचे उल्लंघन ठरवले जात नाही. धर्मसंरक्षणार्थ किंवा स्वकर्तव्यपूर्तीसाठी जे लढतात, प्राण गमावतात, त्यांना भारतीय समाज, भारतीय संस्कृती फार मोठा मान देते, त्यांचा आदर करते, सन्मान करते.

अहिंसा परमो धर्मः
धर्महिंसा तथैव च ।

अहिंसा हा अंतिम धर्म आहे. धर्मसंरक्षणार्थ केलेली हिंसा
हादेखील परमधर्म आहे.[३]

सर्वसामान्यांना या श्लोकाच्या दोन्ही ओळी लागू असतात. 'सनातन धर्मा'नुसार जे लोक कर्मत्यागाचा स्वीकार करतात त्यांना आणि सर्वसंगपरित्यागी संन्याशांना मात्र या श्लोकातील पहिली ओळ लागू असते. संन्याशाला जर कोणी कधी त्रास दिला, डिवचले, अगदी त्याच्या जीवाला जरी धोका उत्पन्न केला, तरीही त्याने विरोध करू नये. स्वतःचा बचाव करू नये, कोणतीही हिंसक कृती करू नये; कारण त्याचे नाते त्याच्या शरीराशी उरलेलेच नसते. ते फक्त आणि फक्त त्याच्या आत्म्याशीच असते. परंतु काही धर्मोपदेशकांनी, अहिंसेच्या समर्थकांनी, प्रचारकांनी सहेतुकपणे या श्लोकातील दुसरी ओळ गाळून टाकली.

'नॉन-व्हायोलन्स' या इंग्लिश शब्दात हिंसेला स्पष्ट शब्दात नकार दिलेला आहे; परंतु 'अहिंसा' या शब्दात तो नकार मर्यादित, परिस्थितीनुरूप आहे. 'सनातन धर्मा'त कोणतीही वाईट, अनिष्ट गोष्ट थांबवण्यासाठी किंवा मोठी हिंसा टाळण्यासाठी हिंसेचा मार्ग अनुसरणे हे प्रत्येकाचेच नैतिक कर्तव्य समजले गेलेले आहे. उदाहरणार्थ, राज्यात

---

३. http://www.hindupedia.com/en/Ahinsa_Paramo_Dharma

सुस्थिती आणि शांतता नादावी यासाठी राजाने योग्य तेवढी कडक शिक्षा फर्मावलीच पाहिजे. 'अहिंसा' तत्त्वाचे पालन करण्यासाठी राजाला दुसऱ्यांचे जीव घेणाऱ्याचा जीव घेणे क्रमप्राप्तच आहे.

ऋत व धर्म या वैश्विक तत्त्वांवर अहिंसा हे तत्त्व स्थिर आहे. ते विशेष करून प्रत्येकाच्या शरीराच्या वा मनाच्या हिंसक ऊर्मी, पाशवी वासना ताब्यात ठेवण्याचे, त्यांवर पूर्ण नियंत्रण ठेवण्याचे साधन आहे. दुसऱ्यांविषयी अनादराची, तिरस्काराची, द्वेषाची, घृणेची भावना असणे, पूर्वग्रह असणे, अनाठायी अहंकार बाळगणे, कोणाचेही आयुष्य बरबाद करण्याची योजना आखणे या सर्व अपायकारक भावना मनात येणे वा आणणे हेसुद्धा अहिंसा तत्त्वाचे उल्लंघन आहे. त्या उलट एखाद्या दुष्टाच्या धाकदपटशाला बळी न पडणे, भलत्या मोहाला, कामतृष्णेला, वासनांना निग्रहाने दूर सारणे हेही अहिंसेचे पालन आहे. या दृष्टीने अहिंसा हे केवळ संघर्ष टाळणे किंवा जुलम्यांचा अनुनय करणे नसून अहिंसेचे पालन करणे हे अत्यंत उच्च प्रतीचे शौर्यकृत्य आहे.

लोकमान्य एक महत्त्वाचा मुद्दा असा मांडतात की अहिंसा हे स्वयंसिद्ध तत्त्व नव्हे. पूर्ण अहिंसा ही अशक्यप्राय गोष्ट आहे, तिचे पालन कोणताही धर्मग्रंथ अनिवार्य असल्याचे सांगत नाही. महाभारताच्या वनपर्वात द्रौपदी वनवासाच्या काळात तिच्या पतींबरोबर क्षमशीलतेच्या गुणवत्तेविषयी चर्चा करते. ती चर्चा त्याच पर्वात या क्षमाशीलता या महान गुणाविषयाचे एक अनवादात्मक दर्शन घडते, त्याची पूर्वसूचना आहे. त्या नंतर पांडव रानात शिकारीला जातात. ती संधी साधून सिंधु राज्याचा राजा जयद्रथ त्याच्या लोकांबरोबर येऊन द्रौपदीचे अपहरण करतो. शिकारीहून परत आल्यावर पांडव द्रौपदीच्या शोधार्थ निघतात आणि तिच्या अपहरणकर्त्यांचा माग काढतात. परंतु युधिष्ठिर जयद्रथाला न मारता सोडून देतो. ही कथा पुढे क्षमाशीलतेच्या अभ्यासाचा विषय बनली. त्यानंतरच्या युगात जेव्हा भक्त प्रल्हादाचा नातू बली प्रल्हादाला विचारतो की 'जयद्रथाला सोडून दिले हे युधिष्ठिराने योग्य केले का?' तेव्हा प्रल्हाद त्याला सांगतो,

न श्रेय: सततं तेजो न नित्यं श्रेयसी क्षमा ।
इति तात विजानीहि द्वयमेतदसंशयम् ।।६।।
यो नित्यं क्षमते तात बहून्दोषान्स विन्दति ।
भृत्या: परिभवन्त्येनमुदासीनास्तथैव च ।।७।।
सर्वभूतानि चाप्यस्य न नमन्ते कदाचन ।
तस्मान्नित्यं क्षमा तात पण्डितैरपवादिता ।।८।।

बळाचा वापर करणे आणि क्षमा करणे हे दोन्ही गुण स्वयंसिद्ध नाहीत. दुष्ट लोकांना क्षमा करण्याचे परिणाम फार घोर होऊ शकतात. जे दुबळे - मनाने कोते

असतात, अज्ञानी असतात आणि जे शत्रु असतात, त्यांना क्षमा केली तर त्यांना त्याचे महत्त्व कळत नाही, ते त्या उदात्त कृतीला नेहमीच हीन लेखतात आणि सूडवृत्ती बाळगून त्याची हानीकारक पद्धतीने फेड करतात. ज्ञात्यांनी क्षमाशीलता हे धर्मकृत्य मानलेले नाही.
(महाभारत, वनपर्व, अध्याय (किराट पर्व) २९, श्लोक ६ ते ८.)

'अहिंसा परमो धर्म:।' हे वचन भगवद्गीतेत आहे असे चित्र उभे केले जाते; पण ते खरे नाही. उलट श्रीकृष्ण अर्जुनाला 'ऊठ आणि युद्ध कर' असेच सांगतात.

अथ चेत् त्वमिमं धर्म्यं संग्रामं न करिष्यसि ।
ततः स्वधर्मं कीर्तिं च हित्वा पापमवाप्स्यसि ।।३३।।

दुष्टांविरुद्ध युद्ध करण्याच्या कर्तव्यापासून दूर पळणे, मग ते भावनेच्या आहारी जाऊन असो, दुबळेपण अथवा कमजोरी म्हणून असो, एका योद्ध्यासाठी पापच आहे. ही कृती निश्चितच लज्जास्पद ठरेल.
(भगवद्गीता, अध्याय २, श्लोक ३३)

तेव्हा अन्याय, दुष्टता, कुकर्म यांच्या बाबतीत श्रेष्ठ अहिंसा धर्माचा वापर न करता त्यांच्याविरुद्ध लढा देणे हेच मानवाचे कर्तव्य आहे. योद्ध्याने जर रणभूमीवर अहिंसक बनण्याचे ठरवले, तर ती केवळ त्याच्या कर्तव्याची उपेक्षाच ठरत नाही, तर ते पाप समजले जाते. म्हणूनच श्रीकृष्ण म्हणतात की, जर अर्जुनाने त्याच्या कर्तव्याचा त्याग केला तर ते तिरस्करणीय ठरेल, त्रासदायक ठरेल, त्याच्या हातून पाप घडेल.

श्रीकृष्ण पुढे म्हणतात,

परित्राणाय साधूनां विनाशाय च दुष्कृताम् ।
धर्मसंस्थापनार्थाय सम्भवामि युगेयुगे ।।८।।

साधूंच्या (सुष्टांच्या) संरक्षणासाठी, दुष्टांचा नाश करण्यासाठी आणि जगात धर्माच्या संस्थापनेसाठी मी प्रत्येक युगात मानवी जन्म घेत असतो आणि जगात सुस्थिती निर्माण करत असतो. (भगवद्गीता, अध्याय ४, श्लोक ८)

या ठिकाणी लोकमान्य भारतीय संस्कृतीतील उच्च, उदात्त नीतीनियमांपैकी अहिंसेनंतरचा, 'सत्यवचन' हा नियम घेतात. त्याची सुरुवात ते ऋग्वेदातील सूक्ताने करतात, (मंडल १०, सूक्त ७)

ऋतं च सत्यं चाभीद्धात्तपसोऽध्यजायत ।
ततो रात्र्यजायत ततः समुद्रो अर्णवः ।।१।।
समुद्रादर्णवादधि संवत्सरो अजायत ।
अहोरात्राणि विदधद्विश्वस्य मिषतो वशी ।।२।।
सूर्याचंद्रमसौ धाता यथापूर्वमकल्पयत् ।
दिवं च पृथिवीं चान्तरिक्षमथो स्वः ।।३।।

(ब्रह्माच्या) खडतर तपश्चर्येतून सत्यविचार व सत्यवचन या तत्त्वांची उत्पत्ती झाली आणि त्यांनीच रजनी, अवकाश आणि जलमय सागर (अर्णव, समुद्र) निर्माण केले.
त्या अवकाशातून आणि त्या जलमय सागरातून प्रत्येक क्षण नियंत्रित करणारे दिवसरात्रीचे चक्र सुरू झाले.
'धात्या'ने - निर्मात्याने प्रथम सूर्य, चंद्र, त्यानंतर स्वर्ग व पृथ्वी व तदनंतर हवा व प्रकाशाच्या प्रांताची निर्मिती केली. सर्व सृष्टी उत्पन्न होण्यापूर्वी 'ऋतं' व 'सत्यं' उत्पन्न झाली असून त्या सत्यानेच आकाश, पृथ्वी, वायु वगैरे पंचमहाभूतेही आवरून धरलेली आहेत.

अशा रीतीने वेदांनी सत्य ही संकल्पना अस्तित्वात व वास्तवात आणली. सत्य या शब्दाचा अर्थ (धात्वर्थच) 'असणारे', म्हणजे 'कधीही नाहीसे न होणारे' अथवा 'त्रिकालाबाधितराहणारे' असा आहे. वेदांनी तपश्चर्येवर फार भर दिलेला आहे. अशा तपश्चर्येतूनच ब्रह्माने विश्वनिर्मात्याला आवाहन केलेले आहे. तपश्चर्येनेच देवदेवतांनी श्रेष्ठत्व प्राप्त करून घेतले. अवकाशातील तेजोगोल, ग्रह तारे, आकाश यांनाही तपश्चर्ये तूनच तेजाची प्राप्ती झालेली आहे.

लोकमान्य मनुस्मृतीचाही दाखला देतात,

वाच्यर्था नियताः सर्वे वाङ्मूला वाग्विनिः सृताः ।
तां तु यः स्तेनयेद्वाचं स सर्वस्तेयकृन्नरः ।।

मनुष्यमात्राचे सर्व व्यवहार वाणीने चालले आहेत. एकमेकांचे विचार एकमेकांस कळविण्यास शब्दांसारखे दुसरे साधन नाही. मग या सर्व व्यवहाराला आश्रयीभूत असा जो हा वाणीचा मूळ झरा तोच जो गढूळ करतो, अर्थात वाणीशी जो प्रतारणा करतो, तो मनुष्य सर्व मुद्दलाचीच चोरी करणारा होय. (मनुस्मृती, ४.२५६)

असत्य, कपट व विपर्यास ही पापाचीच रूपे, अपरिपक्व मनाची लक्षणे मानली गेलेली आहेत. आपण सत्य सांगून पापविमोचन करू शकतो. जसे शरीर पाण्याने

स्वच्छ, शुद्ध होते, तसेच अंत:करण सत्याने स्वच्छ, शुद्ध होते. सत्याच्या आज्ञापालनाने खरोखरच आत्म्याची शुद्धी होते. सत्याला चिरंतन मूल्य आहे. ते काळवेळानुसार बदलत नाही. पण तरीही सत्य जाणत्याला हानीकारक होण्याची शक्यता असतेच. 'सत्यम् ब्रूयात् प्रियम् ब्रूयात् न ब्रूयात् सत्यमप्रियम्' म्हणजे रुचेल असेच सत्य सांगावे, न रुचणारे, कटु सत्य न बोललेलेच बरे. 'नीड टू नो' - गरजेपुरतीच, आवश्यक तीच माहिती - अशी एक संज्ञा सरकारी व्यवस्थापनात, विशेषत: लष्करी सेवेत वापरली जाते. जी माहिती अत्यंत महत्त्वाची, संवेदनशील असते ती नियंत्रित ठेवली जाते. त्यासाठी पद्धतशीर नियमावली असते. या नियमांनुसार लोकांना ज्या गोष्टी माहीत असायलाच हव्यात, ज्या वेळी माहीत असायला हव्यात तेव्हाच आणि तेवढ्याच कळू दिल्या जातात, त्याहून अधिक काहीही कळू दिले जात नाही. आवश्यकतेहून अधिक माहिती देणे अथवा मिळणे हे धोकादायक ठरू शकते. परंतु वरील सूत्र असे पूर्ण होते - 'प्रियं च नानृतम् ब्रूयात्' - परंतु कितीही सुखद, रुचकर असले, तरी असत्य सांगणे हे पूर्णत: वर्ज्य आहे. अशा प्रकारे सत्य हाताळणे हा नैतिकतेचा चिरंतन मार्ग (एष धर्म: सनातन:) आहे.

सध्याच्या युगाला 'कलियुग' - अंधारयुग - असे संबोधले जाते. मनु हा आदिमानव मानला जातो. तो युगे निर्माण करतो. सत्ययुग, त्रेतायुग आणि द्वापरयुग ही तीन युगे उलटून गेली. चौथे युग ते कलियुग. महाभारताच्या युद्धाच्या अखेरीस श्रीकृष्णाचा अंत झाला. तो द्वापरयुगाचाही अंत आणि कलियुगाचा प्रारंभ होता. या कलियुगाच्या अंती मानवजातीची आध्यात्मिकदृष्ट्या अधोगती होऊन, ती नाशास तयार होईल आणि नव्या मनुचे आगमन होईल, त्याचे पहिले नवे युग अस्तित्वात येईल. या आजच्या कलियुगात जग हे सत्यावर नाही, तर असत्यावर चालते आहे. आपण अंतिरंजित पुराणकथा, दंतकथा, विपर्यस्त गोष्टी, थापा यांत इतके बुडून गेलो आहोत, की आपल्याला सत्याची ओळख पटणे अवघड झाले आहे. या कल्पनांच्या आहारी गेलेल्या ढोंगी जगात लोकांना सत्यपालनाचे महत्त्वच उरलेले नाही. अंधाऱ्या गल्लीत जसे साप आणि दोर दोन्ही सारखेच दिसतात, तद्वत या जगात आपण सर्व जण काल्पनिक संकटांचे, संभाव्य धोक्यांचेच भय बाळगून राहतो आहोत आणि खऱ्या संकटांविषयी, धोक्यांविषयी अनभिज्ञ राहतो आहोत.

आपल्या समाजाने ताणाचा आणि दबावाचा परमोच्च बिंदू गाठला आहे.

प्रत्येक सिव्हिल इंजिनियरला - स्थापत्य अभियंत्याला - ही गोष्ट माहीत असते की इमारतीचे वजन पेलणाऱ्या ज्या तुळया बांधकामात वापरल्या जातात, त्या तुळयांवर असा एक बिंदू असतो जेथे त्यावरचा ताण दाबामध्ये बदलतो. म्हणूनच त्या तुळया तयार करताना, ताण घेऊ शकणाऱ्या लोखंडाच्या सळया आणि दाब सहन करू शकणारे सिमेंट काँक्रीट या दोन्हींचा अत्यंत बुद्धिमान वापर केलेला असतो. तसेच जीवनात असे प्रसंग येतात जेव्हा सत्य असत्यात बदलते. आजच्या

काळात असत्याची निर्मिती करणारे कारखाने फार जोरात चालत आहेत. प्रसारमाध्यमे अर्धसत्य पूर्ण सत्यात बदलून; समज, अंदाज यांना निश्चिती बहाल करून त्यांना सत्य म्हणून सादर करण्यात तरबेज झालेली आहेत. शहाण्यांचे म्हणणे मानणे, शक्ती, सत्ता असणाऱ्यांच्या मागे धावणे या मानवी प्रवृत्तींना आवाहन करून या आधुनिक जगाने समाजाचे मत आपल्या हितसंबंधांना पोषक बनवणारी तंत्रे विकसित करणे आणि त्यांचा योग्य पद्धतीने वापर करणे ही कामे करणाऱ्या आणि त्यांचे शिक्षण देणाऱ्या संस्था कार्यान्वित केल्या आहेत.

अशा या जगात काय केले पाहिजे? आत्मोन्नतीच्या मार्गावर चालणाऱ्या व्यक्तीचे कार्य कधीच बदलत नाही. जगातील ढोलताशे कितीही जोरात वाजत असले तरी त्यामुळे गोंधळून न जाता प्रत्येकाने आपल्या हृदयाचा आवाज ऐकलाच पाहिजे. आपल्या हृदयाला पटलेले सत्य आपल्यापासून कधीच लपून राहत नाही. ते श्वासोच्छ्वासातून, हृदयाच्या धडधडीतून, भयाने अथवा उत्कंठेने अंगावर उभ्या राहणाऱ्या रोमांचातून आपल्याला प्रतीत होतच असते. या कलियुगात सत्याची अचूक ओळख पटणे हे खरोखरच कठीण झाले आहे, जिकीरीचे झाले आहे; पण तरीही ती गोष्ट अतिशय उपयुक्त, फायदेशीर आणि महत्त्वपूर्ण आहे.

लोकमान्य म्हणतात, 'अहिंसा व सत्य याबद्दल जर एवढा वाद तर जे तिसरे सामान्य जे 'अस्तेय' (चोरी न करणे) तत्त्व आहे त्यासही हाच न्याय लागू असल्यास नवल ते काय?

लोकमान्य एक कथा सांगतात. एकदा भुकेने व्याकुळ झालेले ऋषी विश्वामित्र श्वपचाच्या म्हणजे मांगाच्या घरच्या कुत्र्याच्या मांसाची तंगडी चोरून खाऊन त्या अभक्ष्य अन्नाने आपली क्षुधा शांत करण्यास प्रवृत्त झाले. मांगाने विरोध केला तेव्हा विश्वामित्रांनी त्यालाच दम दिला. म्हणाले, 'अरे, बेडके जरी ओरडली तरीही गाई पाणी पिण्याचे सोडत नाहीत, गप्प बस! मला धर्मज्ञान सांगण्याचा तुझा अधिकार नव्हे, उगाच बढाई मारू नकोस.' असे म्हणून विश्वामित्रांनी त्याचा अव्हेर केला आणि 'जीवितं मरणात्श्रेयो जीवन्धर्ममवाप्नुयात्' - 'जगेल तर पुढे धर्म, म्हणून धर्मदृष्ट्याही मरण्यापेक्षा जगणे श्रेयस्कर' असे त्या मांगाला बजावले. यावर लोकमान्य 'जगणे हाच काही या जगातील पुरुषार्थ नव्हे. काकबळी खाऊन कावळेही खूप वर्षे जगतात' असे सांगून विदुलेची कथा सांगतात.

विदुला ही सुशिक्षित आणि शूर अशी राजकन्या, वीरपत्नी आहे. तिचा पुत्र संजय हा सिंधुसम्राटाकडून पराभूत झाल्याने निराश होऊन निष्क्रीय अवस्थेत पडून राहिला आहे. त्याला विदुला सांगते, 'असा निराशेने कोलमडणारा तिचा पुत्र असूच शकत नाही. आपले ओझे आपल्या खांद्यावर वाहून नेण्याची धमक नसेल, तर तो पुरुष नसून नपुंसक असला पाहिजे.' ती त्याला भीती सोडण्याची विनवणी करते. 'पराभवाचे दु:ख करीत बसून शत्रूला सुख देत राहू नकोस. त्यामुळे तू आत्मसन्मानाला वंचित

होतो आहेस' असे सांगून ती त्याला लहानसहान लाभांमध्ये समाधान न मानता मनात महत्त्वाकांक्षा बाणवण्याचा सल्ला देते. ती म्हणते की बहिरी ससाणा जसा आकाशात भरारी घेतो, तशी झेप घेऊन त्याने त्याच्या कार्याने आपली ओळख सिद्ध केली पाहिजे. रणांगणावर शौर्याने लढून क्षत्रिय कुळाचे तो जे देणे लागतो, ते देऊन त्याने ऋणमुक्त झाले पाहिजे. त्याने जर त्याचे सामर्थ्य दाखवले नाही, तर त्याच्या जगण्याला अर्थ काय उरला? जरी मुळे कापली गेली तरी निराश न होता सर्व शक्ती, धैर्य पणाला लावून पुन्हा उभे राहिले पाहिजे.

आज, उद्या किंवा शंभर वर्षांनी, प्रत्येकाला मरायचे आहेच, मग त्याची भीती का बाळगायची? धास्ती का घ्यायची? त्याच्या कल्पनेने अश्रू का गाळायचे, शोक का करायचा? परामानसशास्त्रानुसार आत्मा अमर असतो, तो कधीच मरत नाही. तो त्याच्या उन्नतीच्या, उत्क्रांतीच्या पथावरील आवश्यकतांनुसार शरीरे बदलत राहतो. एखाद्याला शरीराने ओळखणे म्हणजे पोशाखालाच माणूस म्हणण्यासारखे आहे. नाटकाचा एक अंक संपला की रंगमंचाचा पडदा खाली येतो, पण नाटक संपत नाही. दुसरा अंक सुरू होतो. कथा निरंतर सुरूच राहते. आत्म्याचे परमात्म्याशी मीलन होण्याची कथा अगणित जन्मांपर्यंत सुरूच राहते. त्या जन्मातील कर्मांनुसार, प्रगती वा अधोगतीनुसार शरीरे बदलत राहतात.

जातस्य हि ध्रुवो मृत्युर्ध्रुवं जन्म मृतस्य च ।
तस्मादपरिहार्येऽर्थे न त्वं शोचितुमर्हसि ॥२७॥

मानवी जीवन जन्ममृत्यूच्या चक्रात फिरत असते. जो जन्माला आला त्याला मरावे लागते आणि नवे शरीर धारण करून पुन्हा जन्म घ्यावा लागतो. या अटळ गोष्टींचा कोणीच अती विचार करू नये, त्यासाठी कोणीच शोक करू नये.
(भगवद्गीता, अध्याय २, श्लोक २७)

कारण जो जन्मला त्याला मृत्यू निश्चित आहे, आणि जो मेला त्याला जन्म निश्चित; म्हणून (या) अपरिहार्य गोष्टीचा (तुझ्या वरील मताप्रमाणे) शोक करणे तुला उचित नाही.

भारतीय राजांचे दोन वंश होते - सूर्यवंश आणि चंद्रवंश. सूर्यवंशी राजे करारी होते, सौजन्य, सचोटी, स्वयंशिस्त, प्रतिष्ठा यांना महत्त्व देणारे होते, कठोर शिस्तीने, संन्यस्त वृत्तीने आणि वंशपरंपरेनुसार राज्यकारभार करणारे होते. श्रीराम हा सूर्यवंशी राजांमधील श्रेष्ठ राजा. सूर्यवंशी राजांचे सर्वात आदरणीय गुरू होते ऋषी वसिष्ठ. चंद्रवंशी राजे राज्याचा विस्तार करू पाहणारे होते. पारंपरिक चालीरीतींना फार महत्त्व न देणारे, आपल्या मर्जीनुसार वागणारे, ऐषारामी आयुष्य जगणारे होते. श्रीकृष्ण हा चंद्रवंशी राजांमधील श्रेष्ठ राजा. ऋषी विश्वामित्र हे चंद्रवंशी राजांचे गुरू.

शरीर हे नाशवंत असते आणि उच्चकुलीन, उमदे आत्मे आपल्या कर्तव्याच्या अग्नीत स्वेच्छेने आपल्या प्राणांचीही आहुती कशी देतात यावर भर देताना लोकमान्य सूर्यवंशातील राजा दिलीप याची कथा सांगतात.

हा दुर्लभ पण नाशवंत मानवदेह खर्ची घालून यापेक्षाही अधिक शाश्वत अशी एखादी वस्तू प्राप्त करून घ्यावयाची असते तेव्हा - उदाहरणार्थ, देशासाठी, धर्मासाठी, सत्यासाठी, आपला बाणा, व्रत किंवा ब्रीद राखण्यासाठी, अब्रूसाठी, यशासाठी अथवा सर्वभूतहितार्थ - अनेक महात्म्यांनी अनेक प्रसंगी या तीव्र कर्तव्याग्नीत आनंदाने आपल्या प्राणांची आहुतीही दिलेली आहे हे सांगताना लोकमान्य सूर्यवंशातील राजा दिलीप याचा उल्लेख करतात.

पवित्र कामधेनू गायीच्या शापामुळे दिलीप राजा निपुत्रिक असतो. तो वसिष्ठ ऋषींची मदत मागतो. ते त्याला कामधेनूची कन्या नंदिनी हिची सेवा करण्याची आज्ञा देतात. एकदा नंदिनी गाय चरत असताना एक सिंह तिच्यावर हल्ला करतो. राजा दिलीप नंदिनीला सोडवण्यासाठी सिंहाशी लढतो पण त्याला हरवू शकत नाही. पराभूत होऊनही राजा दिलीप जराही डगमगत नाही. वसिष्ठांच्या धेनूचे सिंहापासून रक्षण

काहीही झाले तरी शरीर हे मर्त्यच असते, ते नष्ट होणारच असते. नीतिमान व्यक्ती कर्तव्याच्या अग्नीत त्या शरीराची आहुती द्यायलाही मागे पुढे पाहत नाहीत. नंदिनी नावाची गाय रानात चरत असताना अचानक एक सिंह तेथे आला आणि त्याने तिच्यावर झडप घातली. राजा दिलीप याने सिंहाला त्या गरीब गायीला सोडून देण्याची विनंती केली आणि तिच्या बदल्यात स्वतःचे शरीर सिंहाला देऊ केले.

करण्यासाठी तो सिंहास त्याचा देह बळी देण्यास तयार होतो. 'नंदिनीला न खाता सोडून दे आणि मला खा' अशी तो सिंहाची प्रार्थना करतो. राजाच्या या निष्ठेने, त्यागाने प्रसन्न होऊन नंदिनी त्याला दिलेला शाप मागे घेते आणि त्याला लवकरच संतती होईल असा आशीर्वाद देते. अशा रीतीने रघु राजाचा जन्म होतो आणि त्याचा वंश पुढे श्रीरामापर्यंत आणि त्यानंतरही वाढत राहतो.

राजा दिलीप याच्या कथेनंतर राजा शिबी, दधीचि ऋषी आणि कर्ण यांच्या कथाही येतात. शिबी हा चंद्रवंशातील एक प्रसिद्ध राजा होता. एका हिंस्त्र ससाण्याच्या तावडीत सापडलेला कपोत पक्षी शिबी राजाला शरण जाऊन त्याच्याकडे संरक्षण मागतो. हा ससाणा म्हणजे साक्षात इंद्र असतो. तो शिबी राजाची परीक्षा घेत असतो. तो त्या कबुतराच्या बदल्यात राजा शिबीकडे कबुतराच्या वजनाइतके शिबीचे मांस मागतो आणि शिबी राजा जराही न डगमगता ते इंद्राला देऊन टाकतो.

सर्पांचा राजा वृत्र हा देवांचा शत्रू असतो. इंद्र त्याच्याशी युद्ध करतो. या वृत्रावर कोणत्याही अस्त्राचा परिणाम होत नसल्यामुळे इंद्र युद्ध हरत असतो. त्या वेळी त्याला असे कळते की दधीचि ऋषींच्या वादळ पेलू शकणाऱ्या चिवट व सामर्थ्यशाली विद्युतभारित हाडांनीच फक्त वृत्राला मृत्यू येऊ शकतो. तेव्हा तो दधीचि ऋषींकडे जातो. देवांच्या कल्याणासाठी दधीचि ऋषी प्राणत्याग करतात, कामधेनू गाय त्यांच्या हाडांवरील मांस खाऊन टाकते आणि इंद्र दधीचिंच्या मणक्याच्या हाडाचे वज्र वापरून वृत्राचा वध करतो. ते शस्त्र 'वज्रायुध' या नावाने ओळखले जाते.

कर्णाचा जन्म अतिशय विचित्र, असाधारण अशा परिस्थितीत झाला होता. अविवाहित राजकन्या कुंती (जी पुढे चंद्रवंशी राजा पंडु याची पत्नी झाली) हिने सूर्यदेवतेला आवाहन केले होते आणि त्याच्यापासून तिला मुलगा झाला होता. जन्मतःच त्या मुलाच्या रक्षणार्थ त्याच्या अंगावर सोनेरी कवच होते. विवाहपूर्व संततीमुळे समाजात अपमान होऊ नये म्हणून कुंती त्या मुलाला नदीत सोडून देते. तो एका रक्षणकर्त्याला सापडतो. तो रक्षणकर्ता एक नीच जातीचा सारथी असतो. तो कर्णाला स्वतःच्या मुलाप्रमाणे वाढवतो. कालांतराने कर्ण आणि दुर्योधन यांची मैत्री होते आणि दुर्योधन त्याच्या त्या मित्राला एक राज्य देऊ करतो. महाभारताच्या युद्धात जेव्हा अर्जुन आणि कर्ण यांच्यातील युद्ध अनिवार्य होते, तेव्हा कर्णाचा पराभव व्हावा यासाठी इंद्र याचक बनून कर्णाकडून त्याच्या जन्मजात सोनेरी कवचाचे दान मागतो. परिणामांची पूर्ण कल्पना असूनसुद्धा कर्ण जराही न कचरता ते काढून देतो. 'जीव गेला तरी बेहत्तर, माझ्या कीर्तीचे रक्षण करणे हे माझे व्रत आहे.'

लोकमान्य लिहितात, 'या प्रश्नांवर विचार करा, 'मेल्यावर कीर्तीचा काय उपयोग? संभावित पुरुषाला दुष्कीर्तीपेक्षा मरण किंवा जीवितापेक्षा परोपकार अधिक प्रिय का वाटावा?' या प्रश्नांची योग्य उत्तरे देण्यास आत्मानात्मविचारात शिरल्याखेरीज दुसरा मार्ग नाही. आणि उत्तरे दिली तरीही कोणत्या प्रसंगी जिवावर उदार होणे योग्य आणि

आणि कोणत्या प्रसंगी अयोग्य हे समजण्यास कर्माकर्मशास्त्राचाही विचार करावा लागतो. नाहीपेक्षा जिवावर उदार होण्याचे यश मिळणे दूर राहून मूर्खपणाने आत्महत्त्या केल्याचे पाप मात्र पदरात पडण्याचा संभव असतो.

त्यानंतर लोकमान्यांनी कौटुंबिक संघर्ष, कुटुंबीयांमधील गंभीर मतभेद यांचा विचार केला आहे. अपराध करणाऱ्या एखाद्या कुटुंबसदस्याला किंवा नातेवाईकाला शिक्षा करायची की नाही, काय व कशी शिक्षा करायची याविषयी मनुस्मृतीतील एक श्लोक उद्धृत केला आहे,

पिताचार्यः सुहृन्माता भार्या पुत्रं पुरोहितः ।
नादण्ड्यो नाम राज्ञोऽस्ति यः स्वधर्मे न तिष्ठति ।।

बाप, आचार्य, मित्र, आई, बायको, मुलगा वा पुरोहित, कोणीही असो, जर तो आपल्या धर्माप्रमाणे वागत नसेल, तर राजास तो अदंड्य नाही, म्हणजे राजाने त्यास योग्य शासन केले पाहिजे. (मनुस्मृती, ८.३३५)

या संदर्भात सगर राजाची कथा सांगितली आहे. या सूर्यवंशी राजाला दोन बायका होत्या - सुमती आणि केषिणी. परंतु त्याला संतती नव्हती. म्हणून त्याने और्व ऋषींकडे मदत मागितली. भविष्य पाहून ऋषींनी दोन्ही राण्यांसमोर विचित्र पर्याय ठेवला. वंश पुढे नेणारा एकच पुत्र किंवा साठ हजार पुत्र. केषिणीने एका पुत्राचा पर्याय निवडला, सुमतीने साठ हजार पुत्रांचा.

केषिणीच्या एकुलत्या एका मुलाचे नाव ठेवले गेले 'असमंजस'. तो उनाड निघतो. पिता तर त्याचे नावच टाकतो. परंतु सुमतीचे साठ हजार पुत्रही काही चांगले निघत नाहीत. पुढे सगर राजा राज्यवृद्धीसाठी अश्वमेध यज्ञ करायचे ठरवतो. एका रात्री यज्ञाचा घोडा नाहीसा होतो. साठ हजार पुत्रांना तो कपिल ऋषींच्या आश्रमाजवळ सापडतो. त्या वेळी कपिल ऋषी तपश्चर्येत मग्न असतात. ती मूर्ख आणि उद्धट मुले शस्त्रे परजून ऋषींवर हल्ला करतात. तपश्चर्येचा भंग होतो, कपिल ऋषी डोळे उघडतात आणि त्यांच्या दिव्य दृष्टीने त्या साठ हजार राजपुत्रांना भस्मसात करून टाकतात.

तेव्हा सगर राजा असमंजस या त्याच्या पुत्राचा मुलगा अंशुमत याला यज्ञाचा घोडा आश्रमातून आणण्यासाठी पाठवतो. चतुर अंशुमत कपिल ऋषींसमोर हात जोडून, मान खाली घालून उभा राहतो व त्यांची नम्रपणे क्षमायाचना करतो. त्याच्या नम्रपणामुळे प्रसन्न होऊन ऋषी घोडा तर बिनतक्रार परत देतातच, अंशुमतला एक वरही देतात. तेव्हा अंशुमत साठ हजार सगरपुत्रांचे प्राण मागतो. कपिल ऋषी म्हणतात, 'त्यांना जीवनदान मिळेल, पण लगेच नाही. तू, तुझे पुत्र सदाचाराने वागलात, तर तुझ्या नातवाला स्वर्गातील गंगा पृथ्वीवर आणण्याची संधी मिळेल आणि त्या गंगाजलाने तुझ्या या सर्व चुलत्यांना

देवांची नदी गंगा पृथ्वीवर आणण्यासाठी भगीरथाने एक हजार वर्षे घोर तपश्चर्या केली. तिचा प्रचंड प्रवाह आपल्या जटांमध्ये साठवून नंतर तो हलकेच वाहील अशा तऱ्हेने पृथ्वीवर सोडावा यासाठी त्याने भगवान शिवाला गळ घालून तयार केले. भगीरथाच्या या प्रयत्नांच्या स्मृत्यर्थ गंगेच्या, तिचा देवप्रयाग येथे अलकनंदा नदीशी संगम होईपर्यंतच्या प्रवाहास 'भागीरथी' असे म्हणतात.

जीवदान मिळेल.' अंशुमतचा मुलगा दिलीप आणि त्याचा मुलगा भगीरथ. या भगीरथानेच गंगा पृथ्वीवर आणली.

प्राचीन भारतीयांजवळ गूढ आणि अमूर्त अशा संकल्पना साध्या सोप्या, अगदी सर्वसामान्यांनाही समजतील अशा कथांमधून सांगण्याची हातोटी होती. अशीच 'सप्तर्षी' ही एक संकल्पना आहे. पहिल्या प्रकरणात सांगितल्याप्रमाणे हे सात ऋषी ब्रह्मदेवाचे मानसपुत्र

आहेत आणि त्यांची निर्मिती ही संपूर्ण मन्वंतराच्या काळात झालेली आहे. (एक मन्वंतर हे ३०,६७,२०,००० वर्षांचे असते आणि ती वर्षे चार युगांमध्ये विभागलेली असतात.) सप्तर्षी मन्वंतराचा पूर्ण काळ पृथ्वीवर असतात आणि जेव्हा पृथ्वीवरील जीवन संपुष्टात येते, तेव्हा ते परमेश्वरात विलीन होतात. नवा मनु उदयाला येतो तेव्हा त्याच्याबरोबर नवे सप्तर्षी असतात. प्रवासात वाटाडे ठरणाऱ्या ज्या सात ताऱ्यांच्या समूहाच्या आकाशातील स्थानावरून उत्तर दिशा कोणती ते ठरवतात, त्या ताऱ्यांना सप्तर्षींचीच नावे दिलेली आहेत : वसिष्ठ, मरीचि, पुलस्त्य, पुलह, अत्रि, अंगीरस आणि क्रतु.

यानंतर लोकमान्य ब्रह्मर्षी अंगीरस यांची एक कथा सांगतात. शौनक नावाच्या एका सर्वसामान्य माणसाने अंगीरस ऋषींना प्रश्न विचारला, 'ज्याने विश्वनिर्मितीचे गूढ समजेल असे कोणते ज्ञान आहे?' ब्रह्मर्षी अंगीरस यांनी ज्ञानाचे दोन प्रकार सांगितले - एक कनिष्ठ ज्ञान आणि दुसरे श्रेष्ठ ज्ञान. कनिष्ठ ज्ञान म्हणजे मंत्र, विधी, कर्मकांड, यज्ञ, सर्व कला, हस्तकौशल्य, शास्त्रे यांविषयीचे ज्ञान आणि श्रेष्ठ ज्ञान हे या विश्वातील ज्ञान नसून ज्याची प्राप्ती झाली की ते माणसाला अक्षर अशा अनंताकडे घेऊन जाते ते ज्ञान.

ब्रह्मर्षी अंगीरस शौनकाला एक समानार्थी कथा सांगतात. एका झाडाच्या दोन फांद्यांवर दोन पक्षी बसलेले असतात. एक दुसऱ्यापेक्षा वरच्या फांदीवर बसलेला असतो. खालच्या फांदीवरील पक्षी उड्या मारत असतो, चिवचिवत असतो, आंबट गोड फळे चाखून पाहत असतो. वरच्या फांदीवरचा पक्षी स्वतःच्या हालचालींवर संयम ठेवून खालच्या फांदीवरील पक्ष्याच्या हालचालींवर लक्ष ठेवून असतो. काही वेळाने खालच्या फांदीवरील पक्षी सतत हालचाली करून कंटाळतो. त्याचे लक्ष वरच्या फांदीवर बसलेल्या पक्ष्याकडे जाते. तो त्याच्या शांतपणाने प्रभावित होऊन त्याच्याच फांदीवर जाऊन बसतो. एकाच फांदीवर बसून पाहिल्यावर मात्र त्याला ते दोघेही अगदी सारखेच असल्याचे जाणवते. कथेचे तात्पर्य हे की वरची फांदी आणि खालची फांदी या एकाच आत्म्याच्या जाणीवेच्या दोन स्थिती आहेत.

त्याच आत्म्याच्या जाणीवेला खालच्या स्थितीतून, जी शारीरिक, लैंगिक, स्थूल असते, तरल नसते - वरच्या स्थितीत - जी उच्च, उदात्त, व्यापक, परोपकारी, सत्वशील, तरल असते - घेऊन जाण्याचा प्रयत्न करणे हाच जीवनाचा खरा हेतू असतो. सॉक्रेटिस म्हणतो त्याप्रमाणे 'आत्मपरीक्षणाविना जीवन जगणे व्यर्थ आहे'.[४] वय वाढल्याने कोणी शहाणा आणि परिपक्व होत नाही.

न तेन वृद्धो भवति येनास्य पलितं शिरः ।
यो वै युवाप्यधीयानस्तं देवाः स्थविरं विदुः ॥

४. सॉक्रेटिसवर नास्तिकतेचा आणि तरुण पिढीला बिघडवण्याचा आरोप ठेवण्यात आला होता आणि त्याबद्दल त्याला मृत्युदंड देण्यात आला होता. त्या खटल्याच्या सुनावणीचे वेळी त्याने हे वचन उच्चारले होते असे 'प्लेटोज् ॲपॉलॉजी'मध्ये वर्णन केले आहे.

केस पांढरे झाले म्हणजे तेवढ्यानेच एखादा मनुष्य वृद्ध होत नाही; तरुण असला तरी जो ज्ञानवान त्याला देव वृद्ध समजतात. (मनुस्मृती २.१५६)

या उलट, जो जराही ज्ञानप्राप्ती न करता वृद्ध होतो त्याचे जगणे व्यर्थ ठरते. परिपक्वता येण्यासाठी माणसाला सत्य, अहिंसा इत्यादि सद्‌गुण अंगी बाणवून घ्यावेच लागतात. लोकमान्य लिहितात, 'धर्मनिरूपण करणारा भिक्षू नवीन, तरुण असला, तरी स्वतः उच्चासनावर बसून जुन्या, आपल्यापूर्वी दीक्षा घेतलेल्या म्हणजे वयोवृद्ध अशा भिक्षूसही त्याने धर्मोपदेश करावा अशी बुद्धानेच परवानगी दिली आहे.'

या आधीच्या कथेत प्रल्हाद त्याचा नातू बली याला क्षमाशीलतेच्या योग्यायोग्यतेविषयी सांगतो. या वेळची कथा प्रल्हादाचे वडील आणि त्याचे काका यांच्यातील आहे. हिरण्यकशिपू एक असुर असतो, चैनी असतो, उद्धट असतो. 'सुवर्णावगुंठित' असा ज्याच्या नावाचा अर्थ होतो, तो त्याच्या नावाप्रमाणेच जगणारा असतो. त्याची पत्नी कयाधु आणि पुत्र प्रल्हाद. श्रीविष्णुने त्याच्या वराह अवतारात प्रल्हादच्या काकाचा म्हणजे हिरण्यकशिपूच्या धाकट्या भावाचा वध केलेला असतो; त्यामुळे हिरण्यकशिपूच्या मनात श्रीविष्णुविषयी राग आणि तिरस्कार असतो.

आपल्यावर आपल्या भावासारखी वेळ येऊ नये म्हणून हिरण्यकशिपूने घोर तपश्चर्या करून ब्रह्मदेवाकडून असा वर मागून घेतलेला असतो की ब्रह्माने निर्माण केलेल्या कोणत्याही मानवाकडून अथवा प्राण्याकडून, तसेच कोणत्याही निवासात अगर निवासाबाहेर, रात्री वा दिवसा, भूमीवर वा आकाशात त्याला मृत्यू येणार नाही.

दैववशात प्रल्हाद मात्र श्रीविष्णुचा परमभक्त बनतो. आपल्या मुलाला आपल्याच वैऱ्याची भक्ती करण्यापासून परावृत्त करण्यात अपयशी ठरलेला हिरण्यकशिपू प्रल्हादाला श्रीविष्णुचे सर्वव्यापित्व सिद्ध करण्याचे आव्हान देतो. 'तुला जर तुझा विष्णु वाचवणार असेल तर मी तुझा प्राण का घेऊ नये' असेही विचारतो. प्रल्हाद एका खांबाकडे बोट करून सांगतो, 'या खांबातदेखील माझा विष्णु आहे.' हिरण्यकशिपू रागारागाने हातातील गदेने तो खांब फोडून टाकतो. तत्क्षणी त्या खांबातून वरील अर्धे शरीर सिंहाचे आणि खालील अर्धे शरीर मानवाचे असलेला 'नरसिंह' बाहेर येतो. हिरण्यकशिपूला मिळालेल्या वरदानातील सर्व अटी सांभाळून विष्णु त्याचा वध करतो. नरसिंहाच्या अवतारात तो मानवही नसतो आणि प्राणीही नसतो. तो हिरण्याकशिपुला उंबरठ्यावर बसून (निवासातही नाही, निवासाबाहेरही नाही) संधिप्रकाश असताना (दिवसाही नाही आणि रात्रीही नाही) मांडीवर घेऊन (भूमीवरही नाही आणि आकाशातही नाही) त्याचे पोट फाडतो. लोकमान्य लिहितात, 'प्रल्हादाने पित्याची अवज्ञा केली, पण भगवत्प्राप्ती करून घेतली.'

या कथा, ही उदाहरणे यांवरून ही गोष्ट लक्षात येते की इतर अनेक महत्त्वाच्या गोष्टींपुढे कमीजास्त वयाच्या व्यक्तींमधील, पिता-पुत्रांमधील नात्याचेही महत्त्व

भगवान नरसिंह त्याचे भक्त संकटात, धोक्यात असले की त्यांचे रक्षण करतोच. किरकशन नावाच्या एका कपालिकेने - स्मशानात राहून माणूस व प्राणी यांचे बळी देऊन ईश्वराला प्रसन्न करून घेणाऱ्या जमातीतील स्त्रीने - आदि शंकराचार्य यांना ठार मारण्याचा प्रयत्न केला, तेव्हा भगवान नरसिंहांनी शंकराचार्य यांचा शिष्य पद्मपाद याच्या शरीरात प्रवेश करून किरकिशन हिला ठार मारले. त्याच वेळी आदी शंकराचार्य यांनी भगवान नरसिंह यांच्या समोरच 'लक्ष्मी-नरसिंह करुणावलंबम् स्तोत्र' रचले.

उरत नाही. मुलगा जर आपल्या पित्याला अद्वातद्वा बोलू लागला, शिवीगाळ करू लागला, तर त्याला निष्ठुर, पाशवी अशी दूषणे दिली जाणार नाहीत का? शिष्याच्या आपल्या गुरूप्रती असलेल्या दायित्वाविषयी सांगताना भीष्माने युधिष्ठिराला दिलेला 'आईबापांपेक्षाही गुरू श्रेष्ठ' हा सल्ला लोकमान्य उद्धृत करतात आणि नंतर मरुत्त राजाची कथा सांगतात.

या कथेत देवांचा राजा इंद्र आणि इंद्राचे गुरू बृहस्पती गुणवान, पुण्यवान राजा मरुत्त याचा हेवा करत असतात. त्यामुळे मरुत्त राजा जेव्हा यज्ञ करायचे ठरवतो आणि बृहस्पतींना त्यासाठी आमंत्रण देतो, तेव्हा मत्सरी इंद्र बृहस्पतींच्या मागे लागून त्यांना ते आमंत्रण नाकारायला लावतो. निराश झालेला मरुत्त बृहस्पती यांचा धाकटा भाऊ

संव्रत याला यज्ञाचे पौरोहित्य करण्याची विनंती करतो. संव्रत त्याच्या मंत्रसामर्थ्याने यज्ञाचे वेळी इंद्राला तेथे येऊन यज्ञसमर्पित गोष्टींचा स्वीकार करायला लावतो. मरुत्त इंद्राविषयी राग वा आकस पूर्णपणे विसरून, मनापासून त्याचा आदरसत्कार करतो. कथेचे तात्पर्य असे की, गुरूने जरी घमेंडीत चुकीचा मार्ग धरला, तरी त्याविषयी नापसंती व्यक्त केलीच पाहिजे, ताकीदही दिली पाहिजे. वाल्मीकी रामायणात असे म्हटले आहे,

गुरोरप्यवलिप्तस्य कार्याकार्यमजानतः ।
उत्पथप्रतिपन्तस्य न्याय्यं भवति शासनम् ।।

उच्चस्थानावर असलेली व्यक्ती (उदाहरणार्थ इंद्र) किंवा ज्ञानामुळे वंदनीय ठरलेली व्यक्ती (उदाहरणार्थ बृहस्पती) यांचाही उद्धटपणा, गर्विष्ठपणा स्वीकारार्ह नाही. तसेच अशा व्यक्तींकडून घडलेले अविवेकी वर्तन अथवा मर्यादेचे उल्लंघन हेही क्षम्य नाही. (अयोध्या कांड, सर्ग २१, श्लोक १३)

भीष्म आणि परशुराम, अर्जुन आणि द्रोणाचार्य यांच्यामधील युद्ध याच तत्त्वावरून झाले आणि हिरण्यकशिपूने नेमलेले गुरू जेव्हा प्रल्हादाला भगवत्प्राप्तीविरुद्ध उपदेश करू लागले, तेव्हा याच तत्त्वावर प्रल्हादाने त्याचा निषेध केला आहे. शांतिपर्वात भीष्म स्वतःच श्रीकृष्णास असे सांगतात की 'गुरू पूज्य खरा; पण त्यानेही नीतीच्या मर्यादा पाळल्या पाहिजेत.'

हे स्पष्टच आहे की उपनिषदांचाही उपदेश हेच सांगतो की, ज्येष्ठ जरी देवासमान असले तरी त्यांनाही नीतीनियमांच्या बंधनातून सुटका नसते. तैत्तिरीयोपनिषदात शिष्यांना माता, पिता, गुरू आणि अतिथी यांना देवासमान मानायला सांगितल्यावर असेही सांगितले आहे त्यांच्या सत्कर्मांचेच अनुकरण करावे, बाकीच्याकडे दुर्लक्ष करावे.

देवपितृकार्याभ्यां न प्रमदितव्यम् । मातृदेवो भव ।
पितृदेवो भव । आचार्यदेवो भव । अतिथिदेवो भव ।
यान्यनवद्यानि कर्माणि तानि सेवितव्यानि ।
नो इतराणि । यान्यस्माकं सुचरितानि
तानि त्वयोपास्यानि । नो इतराणि ।।२।।

प्रत्येक माणसाने त्याची इतरांप्रती असलेली कर्तव्ये निभावलीच पाहिजेत. माता, पिता, गुरू आणि अतिथी यांना देवासमान वागणूक दिली पाहिजे. ती संपूर्ण दोषविरहित असली पाहिजे. (तैत्तिरीयोपनिषद, १.११.२)

हिंदू परंपरा मन:शांती टिकवण्यावर सर्वात जास्त भर देते आणि त्यासाठी मनोनिग्रह, इंद्रियनिग्रह, कर्मसंयम यांचा आग्रह धरते. क्रोध हा मन:शांती नष्ट करणारा सर्वात मोठा 'रिपू' आहे आणि ती भावना फारच गुंतागुंतीची आहे. ती हळूहळू मनाचा ताबा घेते आणि अगदी अचानक व्यक्त होते. पण क्रोधावरचा उताराही मन:शांती हाच आहे. ही जी प्रक्रिया आहे ती नीट समजून घेण्याने आत्मशोधाच्या, आत्मोन्नतीच्या मार्गावर खूपच प्रगती होते. रक्त सळसळत असलेले तरुण-तरुणी जेव्हा सहलीला, प्रवासाला निघतात, तेव्हा वाहन वेगाने, अविचारीपणाने, आजूबाजूच्या माणसांची, वाहनांची, कशाचीच पर्वा न करता चालवतात हे दृष्य नेहमीच्या पाहण्यातले आहे. पण जे लोक कामावर जात असतात, काही विशिष्ट हेतूने वाहन चालवीत असतात, तेव्हा ते सावध असतात. ते वेळेवर निघतात, शांतपणे, मर्यादित वेगाने वाहन चालवतात आणि वेळेवर पोहोचतात. जगण्याचा अर्थ, हेतू नीट कळलेला असला म्हणजे क्रोधासारख्या भावना ताब्यात राहतात, त्यांची तीव्रता कमी होते. लालसा, हाव यांनी प्रेरित कृतींवरही नियंत्रण राहते. काम, क्रोध आणि लोभ ही नरकाची तीन द्वारे आहेत असे भगवद्गीता सांगते.

त्रिविधं नरकस्येदं द्वारं नाशनमात्मन: ।
काम: क्रोधस्तथा लोभस्तस्मादेतत् त्रयं त्यजेत ॥

आत्मा त्याच्या उन्नतीसाठी एका जीवनाच्या प्रवासाचा अंगिकार करतो. तो आत्मोन्नतीच्या मार्गावरील प्रवास काम, क्रोध आणि लोभ, ज्यांचे वर्णन नरकाची तीन द्वारे असे केले आहे, या तीन दुर्गुणांनी पथभ्रष्ट होतो, कधीकधी उलटाही फिरतो. (भगवद्गीता, अध्याय १६, श्लोक २१)

लोकमान्य एक गोष्ट मात्र निदर्शनास आणून देतात - सर्व प्राण्यांनी जर उद्या 'काममहाराजांना' अजिबात रजा देऊन आमरण ब्रह्मचर्य व्रत पाळण्याचे मनात आणले, तर पन्नास किंवा फार झाले तर शंभर वर्षांच्या आतच सर्व सजीव सृष्टीचा लय होऊन जिकडे तिकडे सामसूम होईल. संपत्ती (अर्थ) आणि इच्छा (काम) प्रगतीला ऊर्जा पुरवतात. परंतु त्यांना धर्माचे अधिष्ठान असणे आवश्यक असते. आपला अपमान झाल्यावरही ज्या पुरुषाला राग किंवा चीड येत नाही, त्या पुरुषची मैत्री असली काय आणि द्वेष असला काय, सारखेच! 'ज्या पुरुषाला अन्यायाचा राग येतो व जो (अपमान) सहन करीत नाही तोच पुरुष म्हणायचा.' सर्व सुधारणा म्हटली म्हणजे या प्रबळ मनोवृत्तीस योग्य आळा घालणे ही होय, त्यांचा समूळ नाश करणे ही नव्हे. जगाचा व्यवहार चालण्यास नेहमी क्रोध किंवा तेजही उपयोगी नाही आणि नेहमी क्षमाही कामाची नाही. कोणताही सद्गुण झाला तरी तो सर्वच प्रसंगी साजतो असे नाही. श्रीकृष्ण हे स्पष्टपणे सांगतात,

बलं बलवतां चाहं कामरागविवर्जितम् ।
धर्माविरुद्धो भूतेषु कामोऽस्मि भरतर्षभ ।।११।।

वासना, आसक्ती (कामराग) आणि खरे आध्यात्मिक बल असलेल्यांच्या, धर्म अनुसरणाऱ्यांच्या इच्छा यात श्रीकृष्ण फरक करतात. धर्माला अनुसरून जो काम ते त्यांचेच रूप असल्याचेही सांगतात.
(भगवद्गीता, अध्याय ७, श्लोक ११)

महाभारतात 'धर्मा'चे वर्णन 'विद्वत्ता, साधेपणा, त्याग, श्रद्धा, यज्ञयाग, सहनशीलता, शुद्ध भाव, पावित्र्य आणि सर्वांत महत्त्वाचे आत्मसंयमन या श्रेष्ठ नैतिक सद्गुणांचा समुच्चय' असे केले आहे. मध तयार होण्यासाठी मधमाश्यांना फुलाफुलांमधून मधुरस गोळा करावा लागतो, त्यांच्या त्यासाठीच्या निराळ्या पोटात पचवावा लागतो, नंतर पोळ्यात साठवावा लागतो. आत्मोन्नतीचे तसेच आहे. आत्मोन्नतीसाठी रोजच्या जीवनात पुण्यकर्मे करावी लागतात. दया, सहृदयता, संयम, सहिष्णुता, मितव्यय अशा तत्त्वांचे आचरण करावे लागते. आपल्या कर्मांची फळे लोककल्याणासाठी आणि लोकसंग्रहासाठी वापरावी लागतात.

श्रीकृष्ण भीष्मांना विचार व कृती यांच्या एकात्मतेचा आदर्श समजत असे. भीष्म शरपंजरी पडलेले असताना श्रीकृष्णाने युधिष्ठिराला 'राजधर्म' शिकून घेण्यासाठी त्यांच्याकडे जायचा सल्ला दिला. त्या वेळी युधिष्ठिराला भीष्मांनी सहा दिवस राजधर्म शिकवला. भीष्मांनी त्यांचे उपदेश व त्यांच्या सूचना यांमधून उत्तम राज्यकारभार, शासनपद्धती यांच्या तत्त्वांचे समृद्ध भांडारच युधिष्ठिरासमोर खुले केले आणि शिवाय त्याच्या सकसतेला रसभरीत आणि स्फूर्तिदायक कथाकहाण्यांची फोडणीही दिली. त्यामध्ये एक कथा ढगांचा राजा - जलदराज कुंदधर आणि एक ब्राह्मण यांची होती. त्या ब्राह्मणाला त्याच्या कामाचे देवांकडे प्रदर्शन करून त्याबद्दल इनाम मिळवण्याची सवय होती. कुंदधर याचा वावर सतत ब्राह्मणांचे मर्त्य जग आणि देवांचा स्वर्ग यामध्ये होता. त्याने त्या ब्राह्मणाला दिव्यदृष्टी प्रदान केली आणि इनामांच्या मोहाने गोळा केलेली संपत्ती किती चंचल असते, क्षणभंगुर असते, ती या जगातून जाताना आपल्या बरोबर नेता येत नाही या वस्तुस्थितीची जाणीव करून दिली. त्या दिव्यदृष्टीच्या साहाय्याने कुंदधराने त्या ब्राह्मणाला नरकात खितपत पडलेल्या कितीतरी बलशाली राजे, तालेवार धनिक यांचे दर्शन घडवले. सरतेशेवटी भीष्मांनी सांगितले,

देवता ब्राह्मणाः सन्तो यक्षा मानुषचारणाः ।
धार्मिकान्पूजयन्तीह न धनाढ्यान्न कामिनः ।।५४।।
सुप्रसन्ना हि ते देवा यत्ते धर्मे रता मतिः ।
धने सुखकला काचिद्धर्मे तु परमं सुखम् ।।५५।।

देव, ब्राह्मण, सज्जन संत आणि यक्ष हे नेहमीच गुणवान आणि धर्मशील व्यक्तींचा आदर करतात; परंतु जे आपल्या वासनांची पूर्ती करण्यात मशगूल असतात अशा धनवानांचा आदर कधीच करत नाहीत. देवाकडे संपत्तीची याचना करणे हे खरोखरच निरर्थक, व्यर्थ असते. तुमचे मन धर्म, सद्‌गुण, चारित्र्य यांवर निष्ठा ठेवत असेल, तर देव कायमच तुमचे कल्याण करेल, तुमच्या बाजूला उभा राहील. संपत्ती फार थोडे सुख देते. धर्म, सद्‌गुण यांमध्ये सुखाचे प्रमाण फार मोठे असते, ते परमसुख प्रदान करतात.

(महाभारत, शांतीपर्व, अध्याय २६३, श्लोक ५४, ५५)

सुख, संपत्ती यांच्यामागे धावणाऱ्या मनापेक्षा धर्म, चारित्र्य, सद्‌गुण यांचा ध्यास, हव्यास घेणाऱ्या मनाचे श्रेष्ठत्त्व प्रतिपादन केल्यानंतर लोकमान्य या चांगल्यावाईटाच्या चर्चेला कालाचे परिमाण लावतात. काल जसजसा बदलतो, तसतसे व्यावहारिक धर्मातही फरक पडत जातात आणि त्यामुळे एखाद्या प्राचीन कालातील गोष्टीच्या योग्यायोग्यतेबद्दल निर्णय करायचा असेल, तर तत्कालीन धर्म-अधर्म यांविषयीच्या समजुतींचाही अवश्य विचार करावा लागतो.

अन्ये कृतयुगे धर्मास्त्रेतायां द्वापरेऽपरे ।
अन्ये कलियुगे नृणां युगह्रासानुरूपतः ।।

युगमानाप्रमाणे कृत, त्रेता, द्वापर व कलि या युगांतील धर्मनियमही भिन्न असतात.

(मनुस्मृती, १.८५)

लोकमान्य पुढे लिहितात, 'अर्थात, हे निर्बंध ज्या वेळी अंमलात नव्हते, त्या वेळचे धर्माधर्म व त्यानंतरचे धर्माधर्म यांचा निर्णय भिन्न रीतीनेच केला पाहिजे; व त्याचप्रमाणे वर्तमानकाळी असलेले धर्म जर पुढे बदलले, तर त्याबरोबर भविष्यकालीन धर्माधर्माचे विवेचनही निराळ्या धोरणांवर केले जाईल.' चांगलेवाईट, धर्म-अधर्म यांच्या व्याख्या काळाप्रमाणे बदलत असतात, तशाच त्या देश, समाज यांनुसार, अगदी कुटुंबानुसारही बदलत असतात. संस्कृती, स्वभाव, वर्तन यांमधील घटकांचा वारसा सातत्याने एका व्यक्तीकडून दुसऱ्या व्यक्तीकडे जात राहत असतो.

लोकमान्य शेवटी लिहितात, 'कर्माकर्माच्या संशयांची सर्व कोडी जर मी याप्रमाणे सोडवत राहिलो, तर मला दुसरे महाभारतच लिहावे लागेल.' या प्रकरणाचा शेवट ते असा करतात, 'गीता हे महाभारताचे रहस्योपनिषद व शिरोभूषण होऊन, महाभारत हे गीतेत प्रतिपादिलेल्या मूलभूत कर्मतत्त्वांचे सोदाहरण विस्तृत व्याख्यान झाले आहे.'

*यः शास्त्रविधिमुत्सृज्य वर्तते कामकारतः ।
न स सिद्धिमवाप्नोति न सुखं न परां गतिम् ।।२३।।*

*शास्त्र, धर्म, अध्यात्म यांच्या नियमांचे उल्लंघन, वैषयिक वासनांनी चालना मिळणाऱ्या कृती हानीकारकच असतात. त्यातून सुखही मिळत नाही, समाधानही मिळत नाही, सिद्धीही मिळत नाही, श्रेष्ठता तर मिळत नाहीच.
(भगवद्गीता, अध्याय १६, श्लोक २३)*

*तस्माच्छास्त्रं प्रमाणं ते कार्याकार्यव्यवस्थितौ ।
ज्ञात्वा शास्त्रविधानोक्तं कर्म कर्तुमिहार्हसि ।।२४।।*

शास्त्रे ही कर्तव्यपथावरील मार्गदर्शक असतात. तुमची कर्मे ही इच्छा, लालसा, वासना यांतून निर्माण होता कामा नयेत अथवा रूढ समाजनियमांप्रमाणेही असता कामा नयेत, ती जीवनाचा खरा अर्थ समजून घेऊन कालातीत शास्त्रांमध्ये समाविष्ट केलेलीच असली पाहिजेत. (भगवद्गीता, अध्याय १६, श्लोक २४)

लोकमान्य सांगतात, 'नुसत्या मोक्षशास्त्राचे, म्हणजे वेदान्ताचे प्रतिपादक उपनिषदादि, आणि अहिंसादि सदाचरणाचे नुसते नियम सांगणारे स्मृत्यादि ग्रंथ जरी अनेक असले, तरी वेदान्तातील गहन तत्त्वज्ञानाच्या आधारे 'कार्याकार्यव्यवस्थिती' लावणारा, म्हणजे कर्तव्य कोणते व अकर्तव्य कोणते हे सांगणारा गीतेसारखा दुसरा प्राचीन ग्रंथ निदान सध्या तरी संस्कृत वाङ्मयात आढळून येत नाही.' भगवद्गीतेचे अनुकरण करणाऱ्या, ज्ञानमूलक प्रवृत्तीमार्गाचा व कर्मयोगाचा उपदेश श्रीरामाला करणाऱ्या वसिष्ठ ऋषींच्या 'योगवासिष्ठ' या ग्रंथाचाही उल्लेख करतात.

ॐ

३

कर्मयोगशास्त्र

प्रत्येक शास्त्रात अनेक सत्यांचा समन्वय असतो, सुसूत्रीकरण असते. निरनिराळ्या निरीक्षणांमधील एकेक निरीक्षण जर वेगळे काढले गेले असते, स्वतंत्रपणे हाताळले गेले असते, तर शास्त्रे जन्मालाच आली नसती.

ऑगस्ट कॉम्ट[१]

अगदी सुरुवातीच्या काळातील शास्त्रज्ञ हे तत्त्वज्ञ होते आणि त्यातील बरेच जण धार्मिक वृत्तीचे होते. इंग्लिश तत्त्वज्ञ फ्रान्सिस बेकन (१५६१-१६२६) हा अनुभववादाचा (सिद्धान्तांपेक्षा प्रत्यक्ष अवलोकन आणि प्रयोग यांवर आधारलेल्या ज्ञानावर आधारित मतप्रणालीचा) जनक समजला जातो. इटालियन खगोलशास्त्रज्ञ आणि गणितज्ञ गॅलीलिओ गॅलिली (१५६४-१६४२), फ्रेंच गणितज्ञ ब्लेझ पास्कल (१६२३-१६६२), जर्मन गणितज्ञ गॉटफ्रीड लॅबिनिझ् (१६४६-१७१६) आणि अनुवंशशास्त्राचा जनक समजला जाणारा ऑस्ट्रेलियन वनस्पतीशास्त्रज्ञ ग्रेगर मेन्डेल (१८२२-१८८४) हे सगळेच शास्त्रज्ञ असूनही धार्मिक प्रवृत्तीचे होते. परंतु हळूहळू विज्ञान आणि धर्म यांच्यामध्ये भिंत उभारली जाऊ लागली. नीतिमत्ता विज्ञानाच्या अखत्यारीतून बाहेर काढली गेली. या चुकीच्या फारकतीविषयी लोकमान्य म्हणतात, 'कोणतीही कृती नैतिकतेला धरून आहे अथवा नाही याचा निर्णय सत्य, वास्तववादी आणि अर्थपूर्ण शास्त्रीय पद्धत याखेरीज अन्य कोणते निकष वा आधार वापरून करता येईल?'

नैतिकता हा मनुष्यस्वभावाचाच एक भाग असतो का? जनुकांसारखी नीतिमत्ताही मागील पिढीकडून पुढील पिढीला वारशात मिळते का? तसे असेल तर नैतिक बाबतीतील पेच प्रसंगाचे परीक्षण करण्याची शास्त्रीय पद्धत अस्तित्वात असू शकेल का? इंग्लिश सृष्टीवैज्ञानिक चार्ल्स डार्विन (१८०९-१८८२) याने सिद्ध केल्याप्रमाणे प्रत्येक माणसात त्याच्या मूळ पूर्वजाकडून नीतीअनीतीची सखोल जाणीव उपजतच आलेली असते. अर्वाचीन युगातील माणसेही सहजपणे चांगुलपणाला सहकार्य करणारी

---

१. ऑगस्ट कॉम्ट, फिलॉसॉफी ऑफ मॅथेमॅटिक्स : 'ए टू डेफिनिशन ऑफ मॅथेमॅटिक्स'. ऑगस्ट कॉम्ट (१७९८-१८५७) हा फ्रेंच तत्त्ववेत्ता होता. तो समाजशास्त्राचा संस्थापक आणि विज्ञानाचा पहिला तत्त्वज्ञ (फर्स्ट फिलॉसॉफर ऑफ सायन्स) मानला जातो.

असतात आणि त्याला चांगुलपणानेच उत्स्फूर्त प्रतिसाद देतात. स्वाभिमानाचा अतिरेक आणि कोणत्याही गोष्टीची हाव या गोष्टी जगभरात सगळीकडेच वाईट समजल्या जातात, अनैतिक मानल्या जातात. 'अमुक एक असेच असले पाहिजे, असे नसलेच पाहिजे', 'अमुक कर, अमुक करू नकोस' अशा निर्णायक पण भ्रामक युक्तिवादावर लोकमान्य या प्रकरणात, नुसत्या मूलभूत स्वरूपाच्या सिद्धांतांनीच नाही, तर त्यांच्या पुष्ट्यर्थ शास्त्र-पुराणातील भरभक्कम आणि भरपूर पुरावे देऊन, अतिशय तर्कशुद्ध पद्धतीने घणाघात करतात. आजच्या युगात विविध क्षेत्रांत इतकी प्रचंड प्रगती झाली असूनसुद्धा लोक त्यांच्या पूर्वजांपेक्षाही अधिक संभ्रमित असलेले दिसून येतात. इलेक्ट्रॉनिक माध्यमांचा सुकाळ झाल्याने, माहितीचे भांडार खुले झाल्याने लोकांना असे वाटू लागले आहे की त्यांचे ज्ञान, त्यांची आकलनशक्ती, बोध घेण्याची पात्रता व क्षमताही वाढली आहे आणि त्यातून 'हे असेच असले पाहिजे', 'ते तसे नसलेच पाहिजे' अश समजुतीही त्यांच्या मनात दृढ होऊ लागल्या आहेत. त्यातच 'अमुक एक आत्ता घडत नाही म्हणजे ते कधीच घडायला नको' असल्या भ्रमांची भर पडते आहे. म्हणूनच लोकमान्य या प्रकरणात कर्म, योग व धर्म या तीन संकल्पनांच्या अत्यंत वास्तवपूर्वक आणि खऱ्या व्याख्या वाचकांसमोर सादर करून त्यांना त्या संभ्रमित अवस्थेतून बाहेर पडण्यास साहाय्य करतात.

गीतारहस्याच्या तिसऱ्या प्रकरणाची सुरुवात लोकमान्य या शब्दांत करतात, 'कोणत्याही शास्त्राची माहिती करून घेण्याची एखाद्यास जर पूर्वी इच्छा नसेल, तर तो ते शास्त्र शिकण्यास अनधिकारी होतो. आणि अशा अनधिकारी पुरुषास ते शास्त्र सांगणे म्हणजे पालथ्या घड्यावर पाणी ओतण्यासारखे आहे.' याला पूरक अशा दोन सूत्रांचाही - ख्रिस्तपूर्व चौथ्या शतकातील विद्वान जैमिनी यांच्या 'मीमांसासूत्रा'तील पहिले सूत्र 'अथातो धर्मजिज्ञासा' आणि जैमिनी यांचे गुरू बादरायण यांच्या 'ब्रह्मसूत्रा'तील पहिले सूत्र 'अथातो ब्रह्मजिज्ञासा' - (आता धर्म / ब्रह्म यांच्याविषयी ज्ञान प्राप्त करण्याची इच्छा प्रदर्शित करावी) ते उल्लेख करतात आणि असे म्हणतात की 'ब्रह्मोपदेश ज्याप्रमाणे मुमुक्षूला (मुक्ती वा मोक्षाच्या इच्छुकास) किंवा धर्मोपदेश धर्मेच्छूला (धर्म जाणून घेण्याच्या इच्छुकास), त्याचप्रमाणे कर्मशास्त्रोपदेश संसारात कर्मे कशी करावी याचे तत्त्व जाणण्याची इच्छा किंवा जिज्ञासा ज्याला झाली आहे त्यालाच करणे योग्य होय. यासाठीच पहिल्या प्रकरणात 'अथातो' (गीता या विषयाची जिज्ञासा) करून दुसऱ्यात 'कर्मजिज्ञासे'चे स्वरूप व कर्मयोगशास्त्राचे महत्त्व यांचे आम्ही दिग्दर्शन केले आहे. अमुक ठिकाणी माझे अडते असे प्रथम अनुभवास आल्याखेरीज अडचणींतून सुटण्याच्या शास्त्राचे महत्त्व लक्षात येत नाही आणि महत्त्व न कळल्यामुळे केवळ घोकलेले शास्त्र पुढे ध्यानातही राहण्यास कठीण पडते.'

श्रीकृष्ण अर्जुनाला पहिला सल्ला हा देतो :

बुद्धियुक्तो जहातीह उभे सुकृतदुष्कृते ।
तस्माद्योगाय युज्यस्व योगः कर्मसु कौशलम् ॥५०॥

बुद्धी परमेश्वरार्पण असली की केलेल्या कर्माचे बरेवाईट परिणाम हे अप्रस्तुतच ठरतात. आपला भार ईश्वरावर टाकून आपले कर्तव्य कौशल्याने पार पाडणे याला 'योग' म्हणतात (योगः कर्मसु कौशलम्).
(भगवद्गीता, अध्याय २, श्लोक ५०)

(आसक्ती सोडून, व कर्म सिद्ध होवो वा निष्फळ होवो, दोन्ही सारखे मानून 'योगस्थ' होत्साता, म्हणजेच) जो साम्यबुद्धीने युक्त झाला, तो पाप आणि पुण्य या दोहोंपासून या लोकी अलिप्त राहतो, म्हणून योगाचा आश्रय कर. (पाप पुण्य न लागता) कर्मे करण्याची जी चतुराई (कौशल्य किंवा युक्ती) तिलाच (कर्म)योग असे म्हणतात.

सामान्यपणे, 'जीवन जगणे' याचा अर्थ समाजमान्य कृती - कर्मे करणे असा आहे. अर्थात काही कर्मे चांगली समजली जातात काही वाईट. वाईट कर्मांमध्ये आजारपण, वंध्यत्व, परिस्थितीशी जुळवून न घेणे, मृत्यू ही काही अगदी टोकाची उदाहरणे आहेत. कर्मे चांगल्या पद्धतीने करण्याची, वाईट पद्धतीने न करण्याची शैली, चातुर्य व कौशल्य याला 'योग' म्हणतात. कर्मे कशीही केली तरी प्रत्येक सजीवाला मृत्यू हा अटळच असतो. निर्जीव वस्तूही त्यांचे काम नीट करत नसल्या, तर त्याही मृतांतच जमा होतात. कर्मांविना जीवन हे जीवनच नव्हे. लोकमान्य म्हणतात, 'अर्जुनावर आलेला प्रसंग लोकविलक्षण नसून, संसारात अशा प्रकारची लहान मोठी संकटे ज्या अर्थी सर्वांसच प्राप्त होतात, त्या अर्थी या 'कर्मयोगशास्त्रा'चे भगवद्गीतेत जे विवेचन केले आहे ते आपण सर्वांनीच शिकणे गरजेचे आहे.'

लोकमान्य पुढे म्हणतात, 'कोणतेही शास्त्र झाले तरी त्याच्या प्रतिपादनात येणाऱ्या प्रमुख शब्दांचे अर्थ नीट समजण्यासाठी सदर शब्दांच्या व्याख्या देऊन त्या शास्त्रातील प्रतिपादनाची मूलभूत सरणीही थोडक्यात सांगावी लागते; नाही तर पुढे अनेक प्रकारचे गैरसमज किंवा घोटाळे उत्पन्न होतात. यासाठी या सामान्य पद्धतीस अनुसरून या शास्त्रात येणाऱ्या काही मुख्य शब्दांच्या अर्थाचे परीक्षण करतो.' तदनुसार तीन मुख्य शब्दांचे अर्थ परीक्षणार्थ घेतात : कर्म, योग व धर्म.

पहिला शब्द आहे 'कर्म.' हा फारच बव्हर्थी शब्द असून वेगवेगळे लोक त्याचा वेगवेगळा अर्थ घेतात. अगदी सोप्या पद्धतीने सांगायचे तर तो कार्यकारण भावापैकी कार्य याचा समानार्थी शब्द आहे. कृती व त्याचा परिणाम या साखळीतील कृती म्हणजे कर्म. चांगली कृती, चांगले शब्द वा भाषा, चांगल्या कल्पना यांचे कर्त्याला फायदेशीर असेच परिणाम घडतात. याच्या उलट कुकर्मे, अपशब्द, दुष्ट विचार हे कर्त्याला हानीच पोहोचवतात. परंतु 'चांगल्यातून चांगलेच आणि वाईटातून वाईटच घडते' या नियमाला

बऱ्याच वेळा अपवाद घडत असल्यामुळे त्यावर इलाज म्हणून या समीकरणात प्रतीक्षेचा काळ समाविष्ट करण्यात आला. कर्माचे फळ मिळण्यासाठी पूर्ण जन्मभर, कदाचित पुढील जन्मापर्यंतही थांबावे लागते. दुष्ट लोकांनाही चांगली फळे मिळतात याचे कारण त्यांच्या आधीच्या जन्मातील त्यांनी केलेली सत्कर्मे हे असते, तसेच चांगल्या लोकांचे अपयश हाही त्यांच्या भूतकाळातील कुकर्मांचा परिणाम असतो अशी कारणमीमांसा दिली जाऊ लागली.

'चांगल्यातून चांगलेच आणि वाईटातून वाईट घडते' या नियमाला आणखी एक जोड देण्यात आली ती 'सुधारणेच्या संधी'ची. प्रायश्चित्त, तपश्चर्या, पूजाअर्चा, तीर्थयात्रा, दानधर्म अशा उपायांची. असे मानले जाऊ लागले की यांतील काही पुण्यकारी, परोपकारी, जनहिताच्या कृती करून काही मध्यावधी सुधारणा घडवून आणता येतील. काही प्रमाणात परिणामांची कठोरता कमी करता येईल. निदान पुढील जन्म प्राण्याचा, वनस्पतीचा अथवा किडामुंगीचा मिळण्याऐवजी जरा वरच्या दर्जाचा मिळेल.

जैमिनीने माणसाच्या सर्व क्रियाकर्मांमधून परमेश्वराचा सहभाग काढून टाकला. त्याने असे जाहीर केले की कृती (कर्म) आणि त्याचे परिणाम (फल) ही प्रक्रिया एखाद्या रासायनिक प्रक्रियेसारखी असते. रासायनिक प्रक्रियेतील रसायने वा त्यांची मिश्रणे व्यवस्थितपणे घालून दिलेल्या नियमांनुसार, त्यांच्यामधील तत्त्वांचा वापर करून ती प्रक्रिया घडवून आणतात, कर्म व फल यांचेही तसेच होते. निरनिराळ्या फलप्राप्तीसाठी निरनिराळी क्रियाकर्मे शोधून काढली गेली. वेदांमध्ये अशी जी क्रियाकर्मे वा कर्मकांडे सांगितली होती, त्यांची जुळणी करून जैमिनीने ती 'धर्म' म्हणून सांगितली. लोकमान्य लिहितात, 'हे सांगण्याचे कारण एवढेच की या शब्दांचे मीमांसाशास्त्रात किंवा अन्य ठिकाणी जे संकुचित अर्थ दिले आहेत, ते मनात येऊन वाचक संभ्रमात पडू नयेत. कोणताही धर्म घ्या, त्यात ईश्वरप्राप्तीसाठी काहीतरी कर्म करायला सांगितलेले असते. प्राचीन वैदिक धर्माप्रमाणे म्हटले म्हणजे यज्ञयाग हेच ते कर्म होय. आणि हे यज्ञयाग कसे करावे यासंबंधाने वैदिक ग्रंथातून ठिकठिकाणी जी अनेक व कधी कधी दिसण्यात विरोधी वचने आहेत त्यांची संगतवार जुळणी कशी लागते हे दाखवण्यासाठीच जैमिनीच्या पूर्वमीमांसाशास्त्राची प्रवृत्ति झाली आहे.'

लोकमान्य म्हणतात, 'संहिता व ब्राह्मणग्रंथ यांत सर्व वर्णन यज्ञयागादिकांचेच आहे... वेदातील यज्ञयागादिक कर्म केले म्हणजे स्वर्गप्राप्ती होते, एरवी होत नाही, मग ते यज्ञयाग तुम्ही अज्ञानाने करा किंवा ब्रह्मज्ञानपूर्वक करा, तुम्हाला स्वर्गप्राप्ती होतेच असे या कर्मठ, याज्ञिक किंवा नुसत्या कर्मवाद्यांचे म्हणणे आहे. उपनिषदांत जरी हे यज्ञ ग्राह्य धरले आहेत, तरी त्यांची योग्यता ब्रह्मज्ञानापेक्षा खालच्या पायरीची ठरवून त्यामुळे स्वर्गप्राप्ती झाली तरी खरा मोक्ष मिळण्यास ब्रह्मज्ञानच आवश्यक आहे.'

लोकमान्य सर्व प्रकारच्या कर्मांबद्दलची चर्चा विस्ताराने करतात. 'या सर्व कर्मांचे पुन्हा नित्य, नैमित्तिक आणि काम्य (काही हेतूने केलेले कर्म) असे भेद केलेले आहेत.

नेहमी केलेच पाहिजे असे जे स्नानसंध्यादि कर्म ते नित्यकर्म होय. हे केल्याने काही विशेष फल किंवा अर्थसिद्धी होत नाही, पण न केले तर मात्र दोष घडतो.'

'नैमित्तिक म्हणजे काही कारण पूर्वी उपस्थित झाल्याने जे करावे लागते ते कर्म. उदाहरणार्थ, अनिष्ट ग्रहशांती, प्रायश्चित्ते वगैरे. ज्यासाठी आपण शांती किंवा प्रायश्चित्त करतो ते निमित्त पूर्वी घडले नसल्यास ही कर्मे करण्याची जरूर नाही. याखेरीज आपणास काही विशिष्ट गोष्टींची इच्छा होऊन तत्प्राप्त्यर्थ आपण कित्येकदा शास्त्रास अनुसरून जे कर्म करतो ते काम्य कर्म होय. उदाहरणार्थ, पाऊस पडण्यासाठी किंवा पुत्रप्राप्त्यर्थ यज्ञ करणे. नित्य, नैमित्तिक आणि काम्य याशिवाय काही कर्मे - उदाहरणार्थ, सुरापान - शास्त्राने अजिबात त्याज्य ठरवली असल्याने त्यास 'निषिद्ध' कर्मे असे म्हणतात.'

आपल्या समोरील प्राप्त परिस्थितीत, कोणतीही बाह्य मदत न घेता, जे आपल्याला करता येईल पण तरीही ते योग्य, बरोबर असेल, उपलब्ध पर्यायांत जो अधिक चांगला असेल अशा पर्यायाची निवड करून विहित कर्म कसे पार पाडायचे हा व्यापक प्रश्न भगवद्गीतेत चर्चिला गेला आहे. 'कर्म करायचे किंवा करायचे नाही' - केवळ एवढाच दृष्टिकोन ठेवणे हे पुरेसे समजले जात नाही. लोकमान्यांनी या आधीच्या प्रकरणात हे दाखवून दिले आहे की, आयुष्यात असे अनेक प्रसंग समोर उभे ठाकतात ज्या वेळी शास्त्रांमध्येही विसंगती, विरोध दिसून येतो. शास्त्रांनी सांगितलेल्या मार्गातही एकवाक्यता नसते. योद्ध्याने लढले पाहिजे, पण नेहमीच नाही, विनापवाद परिस्थितीत नाही आणि मुख्य म्हणजे तारतम्य, विवेक यांना सोडून तर नाहीच नाही. त्यामुळे अशा अनेक आणि प्राय: विसंगत वा परस्परविरोधी आज्ञा देणाऱ्या, 'जीवन कसे जगावे?' हे सांगणाऱ्या निरनिराळ्या 'नियमावल्या' तयार करण्यापेक्षा माणसाचा विवेक, सारासार विचार करण्याची क्षमता, जाणीव यांची पातळी उंचावणे आणि त्यानुसार पर्याय निवडून, निर्णय घेऊन कर्म करण्याची क्षमता त्याच्यात निर्माण करणे हे अधिक आवश्यक, तसेच श्रेयस्करही आहे.

कर्तृत्ववान, जोमदार, विधायक असे आयुष्य जगत असताना असे अनेक प्रसंग घडतात, अशा विविध परिस्थितींचा सामना करायला लागतो की ते प्रसंग, त्या परिस्थिती रूढ, पूर्वापार चालत आलेल्यांच्या, सर्वसाधारणपणे माहीत असलेल्यांच्या कितीतरी पलीकडच्या असतात. त्यामुळे खरे तर केव्हा काय करायचे हे ठरवून देणारी नियमपुस्तिका तयारच करता येणे शक्य नाही. माणूस काही स्वर्गप्राप्तीचा उद्देश डोळ्यांसमोर ठेवून आयुष्य जगत नसतो, त्यामुळे एक आदर्श जीवनपद्धती काही नित्यनियम, विधी, काही अनिवार्य कर्मे ठरवून घेऊन, सर्व शास्त्रनिषिद्ध कर्मे दूर ठेवून 'गोळीबंद' करता येत नाही. लोकमान्य म्हणतात, 'या प्रतिपादनास कर्माचे जे भेद सांगितले, त्यांजकडे विशेष लक्ष पुरवण्याचे कारण नाही. गीतेचा प्रमुख प्रतिपाद्य विषय व्यापक असल्याने त्यात 'कर्म' या शब्दाचा अर्थ केवळ श्रौत अगर स्मार्त कर्मे एवढाच संकुचित न समजता, त्याहून जास्त व्यापक घेतला पाहिजे.'

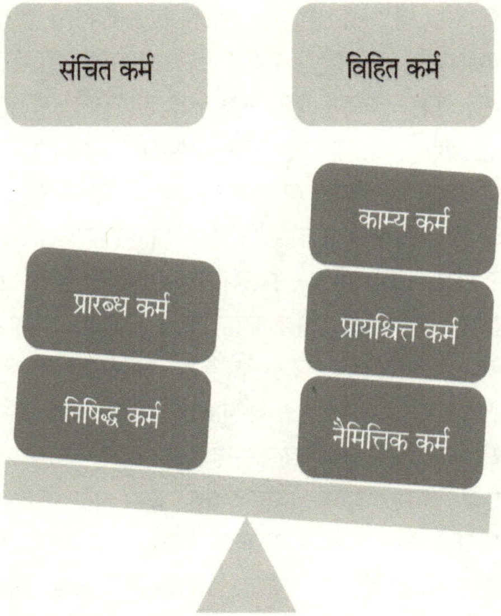

ब्रिटिश थिऑसॉफिस्ट ॲनी बेझंट (१८४७-१९३३) यांचे प्रसिद्ध वचन आहे : कर्म आपल्याला पुनर्जन्माकडे घेऊन येते, जन्म-मृत्यूच्या चक्राला बांधून टाकते. कुकर्म जेवढ्या कठोरपणे आपल्याला खेचून नेते, तितक्याच निर्दयपणे सत्कर्मही ओढते आणि आपल्या दुर्गुणांची शृंखला जितक्या दृढपणे आपल्याला जखडून ठेवते तेवढीच घट्ट सद्‌गुणांची साखळीही बांधून ठेवते.[२]

'केवळ केले जाते ते कर्म' असे गीता मानत नाही. शरीराची प्रत्येक कृती, मग ती कायिक असो, वाचिक असो वा मानसिक असो, ती गीतेतील 'कर्म' या शब्दात समाविष्ट आहे. त्यामुळे लढाई करणे, मारणे, शेती किंवा व्यापारधंदे करणे यांनाच कर्म न म्हणता, श्वासोच्छ्वास करणे, चालणे यांनाही कर्मेच म्हटलेले आहे. इतकेच काय, झोप घेणे, ध्यान मनन करणे, पूर्ती करणे, इच्छा करणे, अगदी गप्प बसणेसुद्धा कर्मेच मानलेली आहेत. तनमनाच्या सर्व क्रिया ही खरोखरच कर्मेच आहेत - ती चराचर सृष्टीच्या गुंतागुंतीच्या व्यापारातून उद्‌भवतात आणि स्वतःबरोबर वादातीत अटळ असे परिणामही घडवतात.

नैव किञ्चित्करोमीति युक्तो मन्येत तत्त्ववित् ।
पश्यञ्श्रृण्वन्स्पृशञ्जिघ्रन्नश्नन्गच्छन्स्वपञ्श्वसन् ।।८।।
प्रलपन्विसृजन्गृह्णन्नुन्मिषन्निमिषन्नपि ।
इन्द्रियाणीन्द्रियार्थेषु वर्तन्त इति धारयन् ।।९।।

---

२. थिऑसॉफिकल रिव्ह्यू, खंड १७, पान १३९.

श्रीकृष्ण अर्जुनाला इंद्रिये आणि त्यांच्या कृती आणि त्याचा आत्मा यात अंतर ठेवायला सांगतो, त्या कर्मांकडे अलिप्त निरीक्षकाप्रमाणे पाहावे असे सुचवतो. जो परमेश्वराशी एकरूप झालेला असतो, त्याला (योगयुक्त तत्त्ववेत्त्या पुरुषाला) हे सत्य माहीत असते आणि तो इंद्रियांच्या सतत बदलणाऱ्या पाहणे, ऐकणे, स्पर्श करणे, वास घेणे, खाणे, चव पाहणे, चालणे, झोपणे, श्वासोच्छ्वास करणे, बोलणे, उत्सर्जन करणे, हातात धरणे, डोळ्यांची उघडझाप करणे इत्यादी कृतींचा स्रोत आणि त्याची कर्मे, त्याचे कर्तेपण यांच्यामध्ये गोंधळ करीत नाही. (मी काहीच करीत नाही असे समजतो.) (भगवद्‌गीता, अध्याय ५, श्लोक ८ व ९)

या दृष्टीने पाहिले की देहाचे जिवंत राहगे व मरणे हीही विहित कर्मेच ठरतात. जगण्याची शिक्षा भोगायची की मुक्ती वा मोक्षप्राप्तीसाठी झगडत मृत्यू जवळ करायचा याचा विचार मनुष्य करू शकतो. आणि असा निवडीचा, निर्णयाचा विचार उपस्थित झाला की कर्म या शब्दाला 'कर्तव्यकर्म', 'विहित कर्म', 'अकर्म' असे अर्थ प्राप्त होतात.

किं कर्म किमकर्मेति कवयोऽप्यत्र मोहिताः ।
तत्ते कर्म प्रवक्ष्यामि यज्ज्ञात्वा मोक्ष्यसेऽशुभात् ।।१६।।

कर्म कोणते आणि अकर्म कोणते या बाबतीत शहाण्या पुरुषांनासुद्धा भ्रम पडत असतो. म्हणून श्रीकृष्ण अर्जुनाला म्हणतो की जे जाणल्याने तू अशा भ्रमापासून आणि पापापासूनही मुक्त होशील असे रहस्य मी तुला सांगतो.
(भगवद्‌गीता, अध्याय ४, श्लोक १६)

कर्म ही संकल्पना केवळ मनुष्यांच्या कर्मापुरतीच मर्यादित नाही, तर चराचर सृष्टीच्या, अचेतन वस्तूंच्या कृती, व्यापार हीही 'कर्मे'च असतात. लोकमान्य या बाबतीतला विचार दहाव्या प्रकरणात करणार असल्याचे सांगून येथे तो बाजूला ठेवतात.

कर्मानंतर लोकमान्य 'योग' या शब्द व संकल्पनेचे विवरण करतात. सुरुवातीलाच 'योग' हा शब्द कर्मापेक्षा जास्त 'भानगडी'चा असल्याचे सांगतात. या शब्दाचा हल्लीचा रूढार्थ 'प्राणायामादिक साधनांनी चित्तवृत्तीचा किंवा इंद्रियांचा निरोध करणे' अथवा 'पातंजलसूत्रोक्त समाधि किंवा ध्यानयोग' असा असून त्याच अर्थाने उपनिषदांतही त्याचा प्रयोग केलेला आहे. लोकमान्य लिहितात, 'परंतु हा संकुचित अर्थ भगवद्‌गीतेत सामान्यतः विवक्षित नाही हे प्रथम लक्षात ठेवले पाहिजे. योग हा शब्द 'युज्' म्हणजे 'जोडणे' या धातूपासून निघाला असून, त्याचा धात्वार्थ 'जोड, जुळणी, मिळवणी, संगती, एकत्रावस्थिती' असा आहे आणि पुढे तशी स्थिती प्राप्त होण्याचा 'उपाय, साधन, युक्ती किंवा इलाज' म्हणजे कर्म असाही अर्थ झाला आहे. प्राचीन काळातील विद्वान अमरसिंह

यांनी चंद्रगुप्त विक्रमादित्याच्या (इसवी सन ३८०-४१५) काळात लिहिलेल्या 'अमरकोश' या संस्कृत भाषेतील 'ज्ञानाचा खजिना' म्हणून ओळखल्या जाणाऱ्या ग्रंथातही ३.३.३७१ या सूत्रात हेच सर्व अर्थ दिलेले आहेत :

योगः संहननोपायध्यानसंगतियुक्तिषु ।

फलज्योतिषात काही ग्रह इष्ट अगर अनिष्ट असल्यास त्या ग्रहांचा 'योग' इष्ट वा अनिष्ट आहे असे आपण म्हणतो. आणि 'योगक्षेम' या शब्दात 'योग' म्हणजे प्राप्त न झालेल्या गोष्टी मिळवणे असा अर्थ होतो. लोकमान्य म्हणतात, 'गीतेत 'योग', 'योगी' किंवा 'योग' या शब्दांपासून झालेले सामासिक शब्द सुमारे ऐंशी वेळा आलेले आहेत. त्यातील बहुतेक सर्व ठिकाणी ते 'युक्ती, कौशल्य, साधन, उपाय, जोड' या अर्थांनी आले आहेत. गीताशास्त्रातील व्यापक शब्दांपैकी तो एक आहे असे म्हणण्यास हरकत नाही.'

कालांतराने 'योग' हा शब्द फारच 'बाजारू' बनला, स्वस्त झाला. बऱ्याच जणांनी त्याची हवी तशी ओढाताण केली, त्याच्या अनेक व्याख्या केल्या. त्या शब्दाने त्याचा मूळ अर्थच गमावला. हे लक्षात घेऊन लोकमान्यांनी त्याची व्याख्या 'एकच कर्म करण्याच्या अनेक उपायांपैकी, साधनांपैकी उत्तम उपाय वा साधन' याच्याशी जोडली आहे. उदाहरणार्थ, द्रव्य संपादन करायचे असले तर ते चोरीने, फसवून, भिक्षेने, सेवा करून, कर्ज काढून, मेहनत करून अशा अनेक साधनांनी मिळवता येते. या प्रत्येक साधनाला 'योग' म्हणता येईल; परंतु 'आपले स्वातंत्र्य न गमावता मेहनत करून पैसा मिळवणे' या उपायासच मुख्यत्वे करून 'द्रव्यप्राप्तीयोग' असे म्हणता येईल. हा जो सरळमार्गी पण फार अर्थपूर्ण 'योगा'र्थ सांगितलेला आहे, त्यानुसार एका क्षणात आजच्या आधुनिक जगात, समाजात मानाचे स्थान व मान मिळवून बसलेले कितीतरी कोट्यधीश हे लबाड, कपटी, बँकांना फसवणारे, समाजाचे शोषण करणारे ठरतील.

लोकमान्य म्हणतात, 'खुद्द भगवंतांनीच गीतेत जर योग शब्दाची व्याख्या 'योगः कर्मसु कौशलम्', म्हणजे 'कर्मे करण्याची काही विशेष प्रकारची कुशलता, युक्ती, चतुराई अगर शैली' अशी केलेली आहे, तर मग गीतेत तरी त्या शब्दाचा मुख्य अर्थ काय याबद्दल कोणतीच शंका राहू नये. पण भगवंतांनी केलेल्या या व्याख्येकडे लक्ष न देता, ज्या अर्थी गीतेवरील बऱ्याच टीकाकारांनी या शब्दाची ओढाताण करून गीतेचा मथितार्थ अनेक रीतींनी काढला आहे, त्या अर्थी तो गैरसमज दूर करण्यासाठी 'योग' या शब्दाची येथे आणखी थोडी फोड करणे आवश्यक आहे.'

'योग' हा शब्द प्रथमतः गीतेच्या दुसऱ्या अध्यायात असून तेथेच त्याचा अर्थ काय हेही स्पष्ट केले आहे. भगवंत कौरवांविरुद्धचे युद्ध का केले पाहिजे याची प्रथम सांख्य मार्गाप्रमाणे उपपत्ती सांगतात आणि मग योगाप्रमाणे. सिद्धहस्त योद्धा अर्जुन यास ते योगाधिकाराने युद्ध करायला सांगतात (आपले स्वातंत्र्य न गमावता केलेली मेहनत, स्वप्रयत्न).

एषा तेऽभिहिता साङ्ख्ये बुद्धियोंगे त्विमां श्रृणु ।
बुद्ध्या युक्तो यया पार्थ कर्मबंधं प्रहास्यसि ।।३९।।

शरीर व आत्मा स्पष्टपणे भिन्न आहेत (एषा तेऽभिहिता) अशा शब्दांत सांख्य म्हणजे संन्यासमार्ग समजावून सांगितल्यानंतर श्रीकृष्ण अर्जुनाला बुद्धियोग समजावून सांगतात. त्यानुसार मनावर इंद्रियांचे नाही, तर बुद्धीचे नियंत्रण असावे लागते. अशा रीतीने कर्मबंधातून मुक्त होऊन (कर्मबंधं प्रहास्यसि), त्या बंधनाचा त्याग करून, तू तुझे कर्म कर. (भगवद्गीता, अध्याय २, श्लोक ३९)

भगवंत समजावून सांगतात की मनात इच्छा, फलाशा ठेवून केलेले पूजापाठ, विधी, अनुष्ठान हे व्यर्थ असते. ईश्वरकृपा मागणाऱ्यांचो बुद्धीही व्यग्र होते आणि वादातीत अशा कर्मयोगाचा विसर पडतो. ईश्वराला प्रसन्न करून घेण्यासाठी गायलेली स्तुतिगीते, केलेले त्याग हे आपल्या भूतकाळातील कर्मांच्या अनिवार्य परिणामात तसूभरही बदल घडवून आणू शकत नाहीत. भूतकाळातच आपला भविष्यकाळ आपणच घडवलेला असतो. जे नुकसान होत असते ते कमी करण्यासाठी गरज असते ती पश्चात्तापाची आणि सत्कर्मांची.

यामिमां पुष्पितां वाचं प्रत्रदन्त्यविपश्चितः ।
वेदवादरताः पार्थ नान्यदस्तीति वादिनः ।।४२।।
कामात्मानः स्वर्गपरा जन्मकर्मफलप्रदाम् ।
क्रियाविशेषबहुलां भोगैश्वर्यगतिं प्रति ।।४३।।

श्रीकृष्ण केवळ विधी नियमांनुसार केलेली कर्मकांडे आणि खरे कर्म यांतील भेद सांगतात. वेदांमध्ये वर्णन केलेली कर्मे ही स्वर्गीय देवांप्रती फलप्राप्तीच्या उद्देशाने केलेले, सकाम नवस समजले जातात. स्वतःचे सुख, सत्ता, ऐश्वर्य यांच्या प्राप्तीसाठी कष्टदायी, क्लिष्ट असे धार्मिक विधी शोधून काढणारे लोक स्वतःच निर्माण केलेल्या स्वर्गात रममाण होतात. ते स्वर्गसुख उपभोगल्यानंतर (स्वर्गपरा) त्याच्या बदल्यात ते त्यांच्या कर्माची फळे भोगायला पुन्हा या मर्त्य जगात येतात (जन्मकर्मफलप्रदाम्). (भगवद्गीता, अध्याय २, श्लोक ४२, ४३)

पश्चात्ताप आणि सत्कर्म हे खंबीर मनानेच शक्य होते. भगवंत अर्जुनाला त्याचे मन इच्छा, वासना यांच्यामागे न जाऊ देता, त्यात मनाची शक्ती न दवडता ते आसक्ती, इच्छा वा अनिच्छा यांच्यापलीकडच्या स्थितीत निमग्न ठेवून तशा 'योगस्थ' स्थितीत कर्म करायला सांगतात.

योगस्थः कुरु कर्माणि सङ्गं त्यक्त्वा धनञ्जय ।
सिद्ध्यसिद्ध्योः समो भूत्वा समत्वं योग उच्यते ।।४८।।

हे धनंजया, आसक्ती सोडून, तसेच कर्म सिद्ध होवो वा निष्फळ होवो, दोन्ही सारखेच मानून 'योगस्थ' होत्साता कर्मे कर. यश-अपयश समवृत्तीने स्वीकारून केलेली कर्मेच 'योग' होतात. (समत्वं योग उच्यते) (कर्म सिद्ध होणे वा निष्फळ होणे यांचे ठिकाणी असलेल्या सारखेपणाच्या (मनो)वृत्तीसच (कर्म)योग म्हणतात.) ते स्वतःवर पूर्ण नियंत्रण मिळवणे आहे. क्रोध, संवेदनशीलता, अहंकार, महत्त्वाकांक्षा यावर विजय मिळवणे आहे.
(भगवद्गीता, अध्याय २, श्लोक ४८)

अशा रीतीने भगवंत योगाची व्याख्या 'अविचलता' अशी करतात. कर्माच्या यशापयशाने विचलित न होण्याचा, सचिंत न होण्याचा उपदेश करतात. अशा शांत वृत्तीने केलेली कर्मे वैयक्तिक सुखासाठी, इच्छा, लालसा पूर्ण करण्यासाठी किंवा अहंकारापोटी अथवा पूर्वग्रहदूषित वृत्तीने केलेल्या कर्मांपेक्षा श्रेष्ठ, हितावह आणि लाभदायक ठरतात.

दूरेण ह्यवरं कर्म बुद्धियोगाद्धनञ्जय ।
बुद्धौ शरणमन्विच्छ कृपणाः फलहेतवः ।।४९।।

हे अर्जुना, परमज्ञानाला आणि मर्मदृष्टीला शरण जा. फलाची आशा धरून केलेली कर्मे योगबुद्धीने, साम्यबुद्धीने केलेल्या कर्मांपेक्षा निकृष्ट असतात. फलाकडे दृष्टी ठेवून कर्मे करणारे कृपण म्हणजे दीन असतात.
(भगवद्गीता, अध्याय २, श्लोक ४९)
बुद्धीच्या (सारखेपणाच्या) योगापेक्षा, हे धनंजया, (बाह्य) कर्म फारच कनिष्ठ होय. (म्हणून या साम्य) बुद्धीला शरण जा. फलहेतुक म्हणजे फलाकडे नजर ठेवून काम करणारे लोक कृपण म्हणजे दीन किंवा खालच्या पायरीचे होत.

भगवंत अखेरीस असे सांगतात की अविचल मनाने, समबुद्धीने, वैयक्तिक लाभाची, फळाची अपेक्षा अथवा सूडाची, अनुनयाची भावना न ठेवता केलेली कर्मे जगहितात, जगाच्या सुस्थितीत भर घालतात, कर्म करणाऱ्याला कोणतेही नुकसान पोहोचवीत नाहीत, त्यांचे कोणतेही कार्मिक परिणाम होत नाहीत. योगाचे लक्षण 'योगः कर्मसु कौशलम्' असेच असल्याचे सांगतात आणि समबुद्धीने कर्म करण्याची एक प्रकारची विशेष युक्ती म्हणजे योग याविषयी कोणताही संदेह उरू देत नाहीत.

लोकमान्य लिहितात, 'ज्ञानी मनुष्याने जगात कसे वागावे याचे शंकराचार्यांच्याही पूर्वीपासून चालत आलेल्या वैदिक धर्माप्रमाणे दोन मार्ग आहेत. त्यांपैकी ज्ञान प्राप्त

झाल्यावर सर्व कर्मांचा स्वरूपतः संन्यास म्हणजे त्याग करणे हा मार्ग असून, ज्ञानप्राप्ती झाली तरी कर्मे न सोडता त्यांच्या पापपुण्याची बाधा न लागेल अशा युक्तीने तीच आमरणान्त करीत राहणे हा दुसरा मार्ग आहे.'

संन्यास म्हणजे 'सोड' व योग म्हणजे 'जोड'. त्यामुळे कर्माच्या 'सोड-जोडी'चे दोन भिन्न भिन्न मार्ग होतात. सांख्य आणि योग (सांख्ययोगी) अशा दुसऱ्या संक्षिप्त संज्ञाही पुढे या दोन मार्गांसच अनुलक्षून योजिलेल्या आहेत.

सांख्ययोगौ पृथग्बालाः प्रवदन्ति न पण्डिताः ।
एकमप्यास्थितः सम्यगुभयोर्विन्दते फलम् ।।४।।

सांख्य (कर्मसंन्यास) आणि योग (कर्मयोग) हे भिन्न आहेत असे मूर्ख लोक म्हणतात, पंडित तसे म्हणत नाहीत. कोणताही एक मार्ग चांगल्या तऱ्हेने आचरल्यास दोहोंचे फल मिळते. (भगवद्गीता, अध्याय ५, श्लोक ४)

योग या विषयावरील भाष्याच्या शेवटी लोकमान्य हे स्पष्ट करतात की 'बुद्धी स्थिर करण्यासाठी पातंजल योगातील आसनांचे वर्णन सहाव्या अध्यायात आहे हे खरे आहे, पण ते कोणासाठी? तपस्व्यांकरता नव्हे, तर कर्मयोगी म्हणून युक्तीने कर्म करणाऱ्या मनुष्यास 'समता' ही युक्ती सिद्ध करून घेण्यासाठी सांगितले आहे.' निर्णायक पुरावा म्हणून या अध्यायाच्या शेवटी भगवंतांनी अर्जुनाला जो उपदेश केला आहे त्याचा लोकमान्यांनी दाखला दिला आहे :

तपस्विभ्योऽधिको योगी ज्ञानिभ्योऽपि मतोऽधिकः ।
कर्मिभ्यश्चधिको योगी तस्माद्योगी भवार्जुन ।।४६।।

तपस्वी लोकांपेक्षा (कर्म)योगी श्रेष्ठ, ज्ञानी पुरुषांपेक्षाही श्रेष्ठ आणि (अग्निहोत्रादि कर्मे करणाऱ्या) कर्मठांपेक्षाही श्रेष्ठ समजतात. तस्मात्, हे अर्जुना, तू योगी म्हणजे कर्मयोगी हो. (भगवद्गीता, अध्याय ६, श्लोक ४६)

भगवंत अशा प्रकारे जेव्हा अर्जुनाला कर्मयोगी होण्याचा सल्ला देतात त्या वेळी त्यांच्या सूचना अगदी स्पष्ट आहेत : यश आणि अपयश समबुद्धीने स्वीकारून, उत्कृष्ट कौशल्याचा वापर करून, फळाच्या अपेक्षेचे ओझे मनावर न घेता कर्म कर. दोन बाजूंची सैन्ये समोरासमोर उभी राहून युद्धारंभाची प्रतीक्षा करत असताना अर्जुनाला 'पातंजल योगाचा आश्रय घेऊन तू युद्धाला उभा रहा' असा उपदेश भगवंत करणे हे संभवनीयच नाही व शक्यही नाही, ते मूर्खपणाचेच ठरले असते' असा निर्वाळा देऊन लोकमान्य या पातंजल योगाच्या बाबतीतील गोंधळ संपवतात. यानंतर 'योगी व कर्मयोगी हे शब्द

'समता' ही युक्ती सिद्ध झाली, म्हणजेच समबुद्धी प्राप्त झाली की मन एखाद्या कुशल साधनासारखे काम करू लागते. शरीर, मन आणि आत्मा आपल्या प्रत्यक्ष काम करणाऱ्या हातांशी पूर्ण सहकार्य करतात, त्यांच्या सर्व क्षमता पणास लावतात आणि लक्ष सर्वस्वी कामावर केन्द्रित होते. पूर्वीच्या काळी वधूसाठी योग्य वर शोधण्यासाठी त्यांची शक्ती, कुशलता, क्षमता यांची परीक्षा घेतली जायची. आपली उपवर कन्या द्रौपदी हिच्या योग्यतेचा वर शोधण्यासाठी तिचे पिता पांचालदेशाचा (सध्याचे मध्यउत्तरप्रदेश राज्य) राजा द्रुपद याने तिच्या स्वयंवरात अनुरूप वर शोधण्यासाठी जमिनीवर ठेवलेल्या पाण्यात प्रतिबिंब पाहून वर चक्राकार फिरणाऱ्या माशाचा डोळा धनुष्यबाणाच्या साहाय्याने फोडायचा असा एक अत्यंत अवघड पण लावला होता.

गीतेत समानार्थक असून 'कर्मयोग' हा लांबलचक शब्द वापरण्याऐवजी 'योग' हा संक्षिप्त शब्दच गीतेत व महाभारतातही अधिक वापरण्यात येत असतो' असे सांगून त्याचा अर्थ 'समबुद्धीने, स्थिर मनाने, उत्तम कौशल्याचा वापर करून युक्तीने कर्मे करणे' असाच होतो हेही ते स्पष्ट करतात.

लोकमान्य 'योग म्हणजेच कर्मयोग' या बाबतीतील चर्चेचा शेवट राजा जनकाचे तेजस्वी उदाहरण देऊन करतात. हाती राजसत्ताधिकार व अंगी बळ असूनही जनक राजा एखाद्या योग्यासारखा जीवन जगत होता. प्लेटो या महान ग्रीक तत्त्वज्ञाने (ख्रिस्तपूर्व

४२८-३४८) जे राजकारणाचे सिद्धांत मांडले, त्यात जे सत्ताधीश सत्तेचा वापर करताना तत्त्वज्ञानाचा वापर करीत अशा उच्चदर्जाच्या राजांचे वर्णन त्याने 'फिलॉसॉफर किंग' - 'तत्त्वज्ञ राजा' असे केले आहे. जनक राजाही तसाच 'तत्त्वज्ञ राजा' होता. तो नेहमीच विद्वानांच्या सभा घेत असे, मानवी जीवनाचा खरा व योग्य मार्ग, मोक्षाचा खरा अर्थ अशा विषयांवर त्यांच्या चर्चा घडवून आणत असे. निरनिराळे पंथ, परंपरा पाळणारे ते विद्वज्जन दिवसेंदिवस, महिनोंमहिने वाद प्रतिवाद करायचे पण जनक राजाचे समाधान करणारे उत्तर काही त्यांना सापडत नसे. राजा जनकाच्या कथावर्णनात येथेच, पुढे राजा जनकाचा आध्यात्मिक गुरू झालेला, अष्टवक्र याची कहाणीही समाविष्ट होते.

अष्टवक्र अतिशय आदरणीय मानला जातो. रामायणात त्याची आदर्श पुत्र म्हणून श्रीरामाशी तुलना केलेली आहे. श्रीरामाने रावणावर विजय मिळवला तेव्हा त्याला आशीर्वाद देण्यासाठी त्याचे पिता राजा दशरथ स्वर्गातून पृथ्वीवर आले तेव्हा त्यांनी आपण आपल्या मूल्यनिष्ठ पुत्रापुढे खुजे ठरलो, असे म्हटले. त्याचप्रमाणे अष्टावक्रही आपल्या वडिलांपुढे चार पावले होता.
(सहावा खंड (युद्ध कांड), सर्ग ११९, श्लोक १७)

या अष्टवक्राच्या जन्माची एक आख्यायिका सांगितली जाते - कहोद नावाचा एक ब्राह्मण होता. त्याची पत्नीही त्याच्याइतकीच विद्वान होती. तो तिच्याबरोबर नेहमी आध्यात्मिक विषयांवर चर्चा करायचा. ती गर्भार राहिली. तिच्या पोटातील गर्भ असा काही असाधारण होता, की ती गर्भार असताना जेव्हा पतीपत्नीमध्ये चर्चा व्हायच्या, तेव्हा तो गर्भ त्या चर्चेतील मुद्दे समजावून घेत असावा असे गर्भातून आवाज यायचे. एकदा कहोद काहीतरी चुकीचे सांगत असताना गर्भातून विचित्र, ती चूक दाखवणारा, चर्चेत अडथळा आणणारा विचित्र आवाज आला. कहोद चिडला आणि त्याने 'जन्माला येणाऱ्या बालकात व्यंग, विकृती असतील' असा शाप दिला. आठ अवयवांत तशी व्यंगे घेऊन जन्माला आलेल्या बालकाचे नाव 'अष्टवक्र' असे ठेवले गेले. शरीर विरूप असले तरी बालकाची बुद्धी विलक्षण तेजस्वी होती.

राजा जनकाच्या दरबारातील एका विद्वानांच्या सभेला कहोदला पाचारण केले असताना अष्टवक्र हाही पित्यासमवेत तेथे गेला होता. 'जे जे अस्तित्वात आहे त्या सगळ्यांत निरंतर सत्याचा वास असतो की नसतो' या विषयावर जोरकस वादविवाद सुरू होता. त्या न संपणाऱ्या वादाला, पांडित्यपूर्ण दोषदर्शनाला कंटाळलेला अल्पवयीन अष्टवक्र मध्येच उभा राहिला आणि म्हणाला, 'हा सर्व पोकळ वाद आहे. येथे जमलेले सर्व जण मूर्खासारखे बोलत आहेत; कारण त्यांच्यापैकी एकालाही आत्म्याचे खरे स्वरूप माहीत नाही.'

विद्वानांमधील वादाला निरर्थक, मूर्खांचे बोलणे म्हणून दूषणे देणाऱ्या त्या शरीर धड नसलेल्या बालकाच्या औद्धित्याने सर्व उपस्थितांना धक्काच बसला. राजा जनकाने त्याला विचारले, 'बालका, तू तरी आत्म्याचा खरा अर्थ समजावून सांगू शकशील का?' अष्टवक्राने जोरदार होकार भरला तेव्हा आश्चर्यचकित झालेल्या जनक राजाने त्याच्या धाष्टर्याचा व आत्मविश्वासाचा आदर करून त्याला तो अर्थ सांगण्याची विनंती केली. अष्टवक्र म्हणाला, 'पण तो अर्थ समजावून सांगण्याची ही योग्य वेळही नव्हे आणि ही जागाही! त्यासाठी राजांना मी जेथे राहतो तेथे, जंगलात यावे लागेल.' आणि तो सभेतून चालता झाला.

त्यानंतर काही आठवड्यांनी अजूनही पेचात असलेला जनक राजा अष्टवक्राच्या शोधार्थ जंगलात गेला. अष्टवक्र एका झाडाखाली समाधिस्थ बसला होता. त्याला पाहून राजा जनक त्याच्या घोड्यावरून खाली उतरत असतानाच अष्टवक्राने त्याला त्याच्या त्याच अर्धवट उतरण्याच्या स्थितीत पुतळ्यासारखे स्तब्ध व्हायला सांगितले. एक पाय अधांतरी वर उचललेला आणि दुसरा रिकिबीत अशा विचित्र स्थितीत राजा जनक अष्टवक्राच्या म्हणण्याप्रमाणे स्थिर राहिला. राजाला जणू काळ थांबल्यासारखे वाटले. काही क्षण गेले, तास की दिवस, महिने की वर्ष हेही त्याला कळेना. तो तसाच न हालता स्तब्ध होता आणि ती स्तब्धता खूपच प्रदीर्घ होती. त्याच स्थितीत त्याला आत्मज्ञान झाले.

आत्मज्ञानी जनक राजा घोड्यावरून उतरला आणि सरळ अष्टवक्राच्या पाया पडला आणि म्हणाला, 'मला आता राज्यही करायचे नाही, बाकी काहीही करायचे नाही कारण त्या

सगळ्या गोष्टी आता माझ्यासाठी निरर्थक बनल्या आहेत.' त्याने अष्टवक्राबरोबर जंगलातच राहण्याची इच्छा व्यक्त केली. परंतु अष्टवक्राने ती मान्य केली नाही. तो म्हणाला, 'खरे आत्मज्ञान तेच, जे तुम्हाला याची जाणीव करून देते की तुम्हाला तुमचे आयुष्य तुमच्या आवडीनिवडींनुसार जगता येत नाही. ते तुमच्या गरजा आणि इच्छाअपेक्षांप्रमाणेही नसते. तेव्हा, हे राजा, तुला आवडो वा न आवडो, तुला त्याची गरज वाटो वा न वाटो, तुझ्या राज्यातील जनतेच्या भाग्यात एका आत्मज्ञानी राजाचे नेतृत्व असल्यामुळे तुला परत जाऊन राज्यसूत्रे हाती घ्यावीच लागतील, राजेपद भूषवावेच लागेल.'

भगवद्गीतेत भगवंत राजा जनकाचे उदाहरण एक आदर्श राजा आणि कर्मयोगी म्हणून देतात. जनकाने राज्य केले ते ना त्याच्या स्वानंदासाठी केले ना त्याच्या लाभासाठी. ते त्याने त्याचे कर्तव्य म्हणून केले, विहित कर्म म्हणून केले. निरपेक्ष कर्म करण्यासाठी, समोर आलेल्या परिस्थितीचा स्वीकार करून समबुद्धीने कर्म करण्यासाठी तो त्याचे उर्वरित आयुष्य जगला. त्याची कन्या सीता एका भयंकर दिव्यातून जात असताना तिच्या या आत्मज्ञानी पित्याची वागणूक किती व कशी संयमित व सावध, काटेकोर, परिपक्व आणि निर्दोष होती हे रामायणाचे वाचक चांगलेच जाणतात.

कर्मणैव हि संसिद्धिमास्थिता जनकादय: ।
लोकसंग्रहमेवापि सम्पश्यन्कर्तुमर्हसि ।।२०।।
यद्यदाचरति श्रेष्ठस्तत्तदेवेतरो जन: ।
स यत्प्रमाणं कुरुते लोकस्तदनुवर्तते ।।२१।।

राजा जनक (मिथिलेचा राजा आणि श्रीरामाची पत्नी सीता हिचा पिता) आणि अन्यादिकांनीही कर्मानुष्ठान करूनच जीवनाची सार्थकता मिळवली, कर्मानेच सिद्धी मिळवली. ते जगाच्या कल्याणासाठी झटले (लोकसंग्रह). (तसेच लोकसंग्रहाकडे लक्ष देऊनही तुला कर्म करणेच उचित होईल.) अशा आदर्श लोकांचेच सर्व अनुकरण करतात. (लोकस्तदनुवर्तते). श्रेष्ठ (म्हणजे आत्मज्ञानी, कर्मयोगी) पुरुष जे जे करतो तेच इतर म्हणजे सामान्य लोक करीत असतात. तो जी गोष्ट प्रमाण म्हणून अंगिकारतो तिलाच लोक अनुसरतात.
(भगवद्गीता, अध्याय ३, श्लोक २० व २१)

आपल्यावर ओढवणाऱ्या प्रसंगाला आपण बाह्यत: काय व कसा प्रतिसाद देतो यापेक्षा आपला आंतरिक प्रतिसाद काय व कसा असतो ह्याला जास्त महत्त्व असते. आपले आयुष्य आपल्या भोवतालच्यांच्या चुका सुधारण्यासाठी नसून स्वत:मध्ये सुधारणा घडवून आणण्यासाठी असते. गुरू किंवा शिक्षक जेव्हा शिष्यांना शिकवत असतो, तेव्हा खरे तर तो त्या विषयाचे त्याचे ज्ञान, त्या विषयाची त्याची समज वाढवत

असतो. जेव्हा घरातील स्त्री कुटुंबासाठी स्वयंपाक करत असते, त्या वेळी ती त्या सर्वांचे पोषण, संवर्धन करण्याचे पवित्र कार्य करीत असते. तुमच्या कृतींच्या बाह्य स्वरूपापेक्षा त्याचे अंत:स्वरूप कसे असते - त्यामागची प्रेरणा, त्यामागील हेतू काय असतो यावरून त्या कृतीची गुणवत्ता, तिचे मोल ठरते. जीवन म्हणजे एक तीर्थयात्रा असते आणि यात्रिक अंतरात्म्याच्या दिशेने किती प्रवास करतो यावरच त्या यात्रेची प्रगती मोजली जाते.

लोकमान्य लिहितात, 'सुदैव आमचे की कर्मयोगाचे प्रतिपादन करण्याचे हे काम या योगमार्गाचे प्रवर्तक आणि सर्व योगांचे साक्षात् ईश्वर (योगेश्वर = योग + ईश्वर) जे श्रीकृष्ण भगवान् त्यांनी स्वत: पत्करून अर्जुनास त्यातील रहस्यांचा सर्व लोकांच्या हितासाठी बोध केला.'

यानंतर लोकमान्य योगाला 'कर्मयोग' आणि योगशास्त्राला 'कर्मयोगशास्त्र' असेच संबोधतात. इतर सर्व शास्त्रांची असतात तशी या कर्मयोगशास्त्राचीही काही तत्त्वे आहेत, इतर शास्त्रांप्रमाणेच काही नियमही आहेत, सिद्धान्त आहेत, सिद्धता आहेत, मुळापर्यंत जाऊन सत्य शोधण्याच्या पद्धतीही आहेत. यात कोणत्याही आज्ञा दिलेल्या नाहीत, रहस्ये उलगडून दाखवलेली नाहीत; परंतु एखादे कर्म नेहमीच आचरता येईल की त्याला काही अपवाद असतील, अपवाद असले तर ते कोणते व ते का उत्पन्न होतात हे सांगितलेले आहे. कर्माचा मार्ग चांगला किंवा वाईट एवढेच म्हणण्याऐवजी तो चांगलावाईट ठरवण्याचे काही धोरण, काही पद्धती आखून दिलेल्या आहेत आणि त्यांच्याच आधारावर हे शास्त्र ते कर्म करायचे की नाही याचा निर्णय घेण्यास सांगते.

लोकमान्य लिहितात, 'चांगला आणि वाईट हे शब्द सामान्य आहेत व त्याच अर्थी कधी शुभ आणि अशुभ, कधी हितकर व अहितकर, कधी श्रेयस्कर आणि अश्रेयस्कर तर कधी पाप वा पुण्य अगर धर्म्य वा अधर्म्य या शब्दांचाही उपयोग करीत असतात. कार्य-अकार्य, कर्तव्य-अकर्तव्य आणि न्याय्य-अन्याय्य या जोड शब्दांचा अर्थही तोच आहे. तथापि, हे शब्द वापरणाऱ्याची सृष्टीरचनेबद्दलची मते निरनिराळी असल्यामुळे 'कर्मयोगशास्त्रा'च्या निरूपणाचे पंथही निरनिराळे झाले आहेत.'

यानंतर लोकमान्य कर्मयोगशास्त्राचे अधिक स्पष्टीकरण देतात, 'कोणतेही शास्त्र घ्या, त्यातील विषयांची चर्चा सामान्यत: तीन प्रकारे करता येते - आधिभौतिक (जडवादाधारे विचार), आधिदैविक (धर्मशास्त्रविषयक परीक्षण) व आध्यात्मिक (परामानसशास्त्राधारित परीक्षण). कोणत्याही विषयाचे विवेचन करण्याचे हे तीन मार्ग प्राचीन कालापासून चालत आले असून उपनिषद्-ग्रंथांतूनही त्यांचा उपयोग केलेला आढळतो.'

लोकमान्य लिहितात, 'जड सृष्टीतील पदार्थ आपल्या ज्ञानपंचेद्रियांना ज्याप्रमाणे गोचर होतात त्याप्रमाणेच ते आहेत, त्या पलीकडे काही नाही, अशा दृष्टीने विचार करणे ही यांपैकी पहिली पद्धत होय; तीस आधिभौतिक विवेचन असे म्हणतात. उदाहरणार्थ, सूर्य ही देवता न मानता केवळ पांचभौतिक पदार्थांचा एक गोळा आहे असे मानून उष्णता, प्रकाश, अंतर, आकर्षण वगैरे त्याच्या गुणधर्मांचेच जेव्हा परीक्षण करतात, ते सूर्याचे

आधिभौतिक विवेचन होते. दुसरे उदाहरण झाडाचे घ्या. झाडाला पालवी फुटणे वगैरे क्रिया कोणत्या अंतर्गत शक्तीने होतात याचा विचार न करता, जमिनीत बी लावले की त्याला अंकुर फुटतो व पुढे त्याचीच वाढ होऊन शाखा, पाने, फुले वगैरे त्याचे दृष्य विकार होतात इत्यादि प्रकार त्याचा केवळ बाह्य दृष्टीने विचार केला म्हणजे ते झाडाचे आधिभौतिक विवेचन झाले. रसायनशास्त्र, पदार्थविज्ञानशास्त्र, विद्युतशास्त्र वगैरे आधुनिक शास्त्रातील विवेचन याच प्रकारचे असते. किंबहुना अशा प्रकारे एखाद्या वस्तूच्या दृष्य गुणांचा विचार झाला म्हणजे आपले काम झाले, यापेक्षा सृष्टीतील पदार्थांचा अधिक विचार करणे निष्फळ आहे असेही आधिभौतिक पंडित मानतात.'

ही दृष्टी सोडून जड सृष्टीतील पदार्थांच्या मुळाशी काय आहे, या पदार्थांचे व्यवहार केवळ त्यांच्या गुणधर्मांमुळे होतात की त्यांच्या पाठीमागे दुसरे काही तत्त्व आहे अशा दृष्टीने विचार करू लागले म्हणजे आधिभौतिक विवेचनाच्या पलीकडे जाणे भाग पडते. उदाहरणार्थ, पांचभौतिक सूर्याच्या जड वा अचेतन गोळ्यात तदधिष्टात्री सूर्य नावाची एक देवता असून तीच सूर्याचे जड व्यवहार चालवते असे जेव्हा आपण मानतो, तेव्हा त्यास 'आधिदैविक' विवेचन म्हणतात. या मताप्रमाणे झाडात, पाण्यात, हवेत वगैरे सर्वत्र त्या त्या जड पदार्थांहून भिन्न अशा अनेक देवता असून त्या सदर जड पदार्थांचे व्यवहार चालवतात असे समजण्यात येते.

पण जड सृष्टीतील हजारो जड पदार्थांत याप्रमाणे हजारो स्वतंत्र देवता न मानता बाह्य सृष्टीचे सर्व व्यवहार चालवणारी व मनुष्याचे शरीरात 'आत्म'स्वरूपात राहून त्याला सकल सृष्टीचे ज्ञान करून देणारी एकच इंद्रियातील 'चिच्छक्ति' या जगात असून त्या शक्तीनेच जग चालते असे जेव्हा मानतात, तेव्हा त्यास 'आध्यात्मिक' विवेचन असे नाव देतात.

लोकमान्य लिहितात, 'यापैकी गीतेतील 'अध्यात्मविद्या विद्यानाम्' (सर्व शास्त्रांमध्ये अध्यात्मशास्त्रच सर्वात श्रेष्ठ आहे) या वाक्यानुसार आमचे शास्त्रकार या तीन विवेचनपद्धतींपैकी आध्यात्मिक विवेचन पद्धतीलाच अधिक महत्त्व देतात.

सर्गाणामादिरन्तश्च मध्यं चैवाहमर्जुन ।
अध्यात्मविद्या विद्यानां वादः प्रवदतामहम् ।।३२।।

भगवंत अर्जुनाला सांगतात, सृष्टिमात्राचा आदि, अंत व मध्यही मीच आहे हे ध्यानात ठेव. विद्यांपैकी अध्यात्मविद्या मी आहे आणि आपापसांत शास्त्रार्थ करणाऱ्यांचा वाद (कोणताही पक्षपात न करता केवळ शास्त्रनिर्णयार्थ केला जाणारा शास्त्रार्थ) मी आहे. (वादः प्रवदतामहम्)
(भगवद्गीता, अध्याय १०, श्लोक ३२)

यानंतर लोकमान्य पाश्चिमात्य पंडित याविषयी काय म्हणतात याकडे वाचकांचे लक्ष वेधतात. प्रथम ते समाजशास्त्राचा प्रणेता समजला जाणारा फ्रेंच तत्त्वज्ञ ऑगस्ट काँट (१७९८-१८५७) याचा उल्लेख करतात. तो आधिभौतिक प्रतिपादनाला अधिक महत्त्व देतो. तो म्हणतो, 'सृष्टीच्या बुडाशी जे अगम्य व कधीही न कळण्यासारखे तत्त्व आहे ते हुडकीत बसण्यात काही हशील नाही.' प्राचीन काळी रानटी मनुष्याने जेव्हा झाडे, ढग, ज्वालामुखी वगैरे हालते-चालते पदार्थ सर्वप्रथम पाहिले तेव्हा त्या सर्व देवता आहेत असे धर्मभोळेपणाने तो समजू लागला. काँटच्या मते तो आधिदैविक विचार होता. कालांतराने मनुष्याची बुद्धी व ज्ञान वृद्धिंगत झाले, तसतसे तो त्यामागची कारणे शोधू लागला.

आधिदैविक विचारांची जागा आध्यात्मिक विचारांनी घेतली. हा देवदेवतांचा खेळ नसून त्या सर्व पदार्थांत त्या पदार्थाइतक्या खऱ्या परंतु अदृश्य शक्तींचा - आत्मतत्त्वाचा - पद्धतशीर असा सहभाग असावा, त्यांचे त्या पदार्थांवर नियंत्रण असावे असे त्यांना वाटू लागले. त्यातूनच मनुष्याने त्या पदार्थांच्या गुणधर्मांचा अधिक अभ्यास करून त्यावर स्वतःच नियंत्रण मिळवले. त्याच मार्गाने वरची पातळी गाठल्याने वीज, वाफेचे इंजिन, तारायंत्र यांसारखे शोध लावणे त्याला शक्य झाले. तोवर रहस्यमय वाटणाऱ्या शक्तींचा असा वापर अधिक चांगले, सुखकारक, सोयीस्कर जग निर्माण करण्याकडे केला जाऊ लागला. काँट याने या सगळ्याचा मथितार्थ असा काढला की 'प्रत्येक मनुष्याने सर्व मानवजातीवर प्रेम ठेवून सदैव लोककल्याणासाठी झटणे आणि ही पृथ्वी सर्वाधिक चांगले आयुष्य जगता येईल अशी जागा बनवणे हाच मनुष्याचा परमधर्म होय तोच समाजशास्त्राचा पाया होय.

हे म्हणजे असे झाले की, सुरुवातीला मृत्यू म्हणजे 'यमाचे - मृत्यूच्या देवतेचे - बोलावणे' या पहिल्या स्थितीपासून सुरुवात करायची, मग हृदयविकार अथवा कर्करोग यांसारखा एखादा आजार हे मृत्यूचे कारण असते या मधल्या स्थितीला पोहोचायचे आणि मग मृत्यू म्हणजे प्राणवायूच्या अभावाने सजीव पेशीचा अंत हा शास्त्रीय तपशील समजण्याच्या तिसऱ्या स्थितीपर्यंत पोहोचायचे. उदाहरणार्थ, हृदयाला रक्तपुरवठा करणाऱ्या रक्तवाहिन्यांच्या आतील बाजूला न पचलेल्या कोलेस्ट्रॉलचा थर साचत जातो, त्यामुळे त्या लहानलहान होत जातात आणि एक दिवस हृदयाचा रक्तपुरवठा पूर्ण थांबून, प्राणवायू न मिळाल्याने हृदयातील पेशीसमूह मृत होतो, म्हणजेच अशा रीतीने हृदयाचा रक्तपुरवठा थांबणे हे 'यमदेवतेचे बोलावणे' ठरते. लोकमान्य लिहितात, 'या तीन विचारस्थितींना मी या माझ्या ग्रंथात आधिदैविक, आध्यात्मिक आणि आधिभौतिक ही तीन प्राचीन नावे दिलेली आहेत.' अर्थात या स्थितीतही एकाला मृत्यू येतो आणि दुसऱ्याला येत नाही असे का होते, कोणाला तो लवकर येतो, कोणाला खूप उशिरा येतो असे का होते असे काही प्रश्न उरतातच आणि त्यासंबंधी मीमांसा होत राहते, संशोधनही सुरू राहते. पण या सगळ्या विविध गोष्टींमुळे जे घडायचे असते त्यात काहीही बदल होत नाही. मृत्यूची वेळ येते, या कारणाने वा त्या कारणाने, त्या वेळी पेशींना प्राणवायू मिळत

नाही आणि मृत्यू होतोच!

यानंतर लोकमान्य 'धर्म' या संज्ञेचे स्पष्ट पण सूत्ररूपाने विवेचन करतात. धर्म या शब्दाचा नित्यव्यवहारात कित्येकदा निव्वळ 'पारलौकिक सुखाचा मार्ग' या अर्थीच उपयोग करण्यात येत असतो. 'तुझा धर्म कोणता?' असा जेव्हा आपण एखाद्यास प्रश्न करतो, तेव्हा केवळ पारलौकिक कल्याणार्थ तू कोणत्या मार्गाने जातोस - वैदिक, बौद्ध, जैन, ख्रिस्ती, महमदी का पारसी - असे त्यास विचारण्याचा आपला हेतू असतो आणि त्याचप्रमाणे त्याचे उत्तरही तो देत असतो.

धर्माकडे या दृष्टीने पाहताना त्याच्या अगणित व्याख्या केल्या जातात. कर्मकांड, विधी करणे याला 'धार्मिकानुष्ठान' म्हटले जाते. राजाच्या कर्तव्यांना, जबाबदाऱ्यांना 'राजधर्म' म्हटले जाते. जनतेच्या कर्तव्यांना 'प्रजाधर्म', सामान्य देशवासीयांच्या कर्तव्यांना 'देशधर्म', जातीच्या सदस्यांच्या कर्तव्यांना 'जातीधर्म', कुटुंबातील सदस्यांच्या कर्तव्यांना 'कुलधर्म', मित्रामित्रांच्यातील आदर्श वागणुकीला 'मित्रधर्म' असे संबोधण्यात येते. व्यक्तिगत वर्तनालाही 'स्वधर्म' अशी संज्ञा दिली जाते आणि हे लोण पुढील जन्मापर्यंत नेऊन 'मोक्षधर्म'ही वर्णिला जातो. वेन डायर हा एकोणिसाव्या-विसाव्या शतकातील (१९४०-२०१५) लेखक त्याच्या स्वधर्माबद्दल असे विधान करतो, 'मला माहीत आहे की 'मी ज्याला 'बिग धर्मा' - 'महाधर्म' - म्हणतो तो बरोबर घेऊन मी या जगात आलो आहे. जगभरातील लोकांना स्वावलंबन आणि सकारात्मक प्रेमाचा दृष्टिकोन शिकवण्याचा आराखडा तयार करणे हा तो माझा महाधर्म आहे. त्याचे पालन करण्यासाठी आवश्यक तो एकांत मला माझ्या आयुष्याने दिला त्यासाठी मी माझ्या आयुष्याचा ऋणी आहे.'[३]

जैन धर्माचा संस्थापक वर्धमान महावीर याने धर्म म्हणजे वस्तूंचा स्थायिभाव असे जाहीर केले आहे. समाजाला एकत्र बांधून ठेवणारी सुस्थिती म्हणजे धर्म असेही समजले जाते. अलीकडच्या काळात 'मोक्षप्राप्ती' हा जीवनाचा एकमेव उद्देश राहिलेला नाही, त्याला इतर अनेक उद्दिष्टांपैकी एकाचे आणि तेही अखेरच्या उद्देशाचे स्थान प्राप्त झाले आहे. पुरुषार्थाच्या चार आदर्शांचा त्यांच्या महत्त्वानुसार क्रम आता असा आहे : नैतिक वर्तन, धनप्राप्ती, इच्छापूर्ती आणि अखेरीस मुक्ती. अशा रीतीने धर्म हा नैतिकतेची नियमावली बनला आहे. डॉक्टर बाबासाहेब आंबेडकर (१८९१-१९५६) म्हणतात, 'लोक आणि त्यांचा धर्म यांची परीक्षा सामाजिक नीतिमत्तेवर आधारित अशा सामाजिक मानकांवर केली पाहिजे. धर्म ही लोककल्याण, समाजस्वास्थ्य यांसाठी अत्यावश्यक असणारी गोष्ट हे जर मान्य केले तर वरील मानकाखेरीज अन्य कोणतेच मानक इतके अर्थपूर्ण ठरणार नाही.'[४]

---

३. http://www.awaken.com/2017/01/divine-love-is-the-answer-to-your-true-purpose/

४. डॉ. बी.आर. आंबेडकर, ए रिप्लाय टू द महात्मा ccnmtl.columbia.edu/projects/mmt/ambedkar/web/appendix_2.html

या ठिकाणी लोकमान्य हिंदु समाजव्यवस्थेतील जाती वर्ण पद्धतीविषयीचा गोंधळ दूर करतात. धर्म हा शब्द ब्राह्मण, क्षत्रिय, वैश्य व शूद्र या चातुर्वर्ण्यांची कर्मे, त्यांची नेमकी कर्तव्ये आणि त्यांचे समाजातील स्थान हे सांगताना अनेक ठिकाणी आणि अनेक वेळा उपयोगात आणला जातो. भगवद्गीतेतही धर्म हा शब्द 'इहलौकिक चातुर्वर्ण्यांचे धर्म' या अर्थानेच योजलेला आहे. भगवंत अर्जुनास 'तुझा स्वधर्म काय ते पाहून' लढण्यास सांगतात.

स्वधर्ममपि चावेक्ष्य न विकम्पितुमर्हसि ।
धर्म्याद्धि युद्धाच्छ्रेयोऽन्यत्क्षत्रियस्य न विद्यते ॥३१॥

भगवंत अर्जुनाला त्याच्या स्वधर्माकडे पाहून त्याने जराही कचरता कामा नये असे सांगतात. कारण धर्मोचित युद्धापेक्षा क्षत्रियाला, योद्ध्याला दुसरे काहीच श्रेयस्कर नाही (श्रेयोऽन्यत् क्षत्रियस्य न विद्यते). (भगवद्गीता, अध्याय २, श्लोक ३१)

लोकमान्य लिहितात, 'स्वधर्मे निधनं श्रेयः परधर्मो भयावहः - म्हणजे 'स्वधर्माप्रमाणे वागत असताना मरण आले तरी त्यात कल्याण आहे, परंतु परक्याचा धर्म आचरणे भयावह आहे.' समाजाचे सर्व व्यवहार सुरळीत चालावे, कोणा एका विशिष्ट व्यक्ती वा मंडळींवरच सर्व भार न पडता समाजाचे सर्व बाजूंनी संरक्षण व पोषण व्हावे यासाठी पूर्वीच्या ऋषींनी श्रमविभागरूप चातुर्वर्ण्यसंस्था घालून दिली होती.' ही अशीच श्रमविभागणीची संकल्पना ख्रिस्तपूर्व १६०० ते ११०० या ताम्रयुगाच्या काळात ग्रीसमधील मायसेनियन समाजातही राबवली जात होती. प्लेटोने फार सुरेख शब्दांत म्हटले आहे, 'सर्व लोक मुळात सारखेच असतात, सर्वांना एकाच कारागिराने, एकाच मातीतून घडवलेले असते. आपणच उगीच स्वतःला फसवत असतो. त्या परमेश्वराला गरीब शेतकरी आणि शक्तिशाली राजा हे दोघेही सारखेच प्रिय असतात.'[५]

श्रेयान्स्वधर्मो विगुणः परधर्मात्स्वनुष्ठितात् ।
स्वधर्मे निधनं श्रेयः परधर्मो भयावहः ॥३५॥

परधर्म सुखाने आचरता आला तरी त्यापेक्षा आपला धर्म म्हणजे विहित कर्म (विगुणः) सदोष असूनही आचरणे अधिक श्रेयस्कर आहे. स्वधर्माप्रमाणे वागत असताना मरण आले तरी ते कल्याणप्रद आहे, परधर्माचरण खरोखरच भयावह आहे. (भगवद्गीता, अध्याय ३, श्लोक ३५)

---

५. प्लेटो हा क्लासिकल ग्रीसमधील (ग्रीसच्या कला, साहित्य, विज्ञान, राजकारण या सर्व क्षेत्रांतील विकासाच्या व संपन्नतेच्या काळातील) तत्त्ववेत्ता आणि अथेन्समधील तत्त्वज्ञानाचे प्रशिक्षण देणाऱ्या संस्थेचा - 'ॲकॅडमी'चा - संस्थापक होता.

या श्लोकावरील भाष्यात डॉक्टर एस. राधाकृष्णन लिहितात, 'सर्वांकडे सारखेच गुण नसतात. परंतु ते पाच आहेत की एक - हे महत्त्वाचे नसते, तर आपल्या स्वत:वरील विश्वास आपण किती प्रामाणिकपणे सार्थ करतो हे महत्त्वाचे असते. आपण आपले कर्म, मग ते लहान असो वा महान, पूर्ण ताकदीने, धैर्याने - मर्दासारखे - सर्वांत चांगल्या रीतीने पार पाडले पाहिजे. चांगल्या रीतीने म्हणजे त्याची गुणवत्ता सर्वांत वरच्या दर्जाची असली पाहिजे, ते निर्दोष असले पाहिजे, त्यात पूर्णत्व दिसले पाहिजे. आपले कर्म कदाचित आपल्याला न आवडणारे असेल पण तरीही, ते कितीही नावडते असले तरीही, ते प्राणापलीकडे प्रयत्न करून, प्रामाणिकपणे पूर्ण केलेच पाहिजे.'[६]

लोकमान्य असे निरीक्षण नोंदवतात, 'पुढे यातील पुरुष केवळ जातिमात्रोपजीवी, म्हणजे खरी स्वकर्मे विसरून नुसते नामधारी (वर्णाची कर्तव्ये विसरून केवळ जन्माने प्राप्त झालेल्या वर्णाचे नाव लावणारे) ब्राह्मण, क्षत्रिय, वैश्य किंवा शूद्र झाले. मुळात ही व्यवस्था समाजधारणार्थ निघालेली असून चातुर्वर्ण्यापैकी जर एखाद्या वर्णाने आपले धर्म म्हणजे कर्तव्य सोडून दिले, किंवा एखादा वर्ण पूर्णत: नष्ट झाला आणि त्याची जागा दुसऱ्या लोकांनी भरून काढली नाही, तर एकंदर समाज पांगळा होऊन पुढे हळूहळू नाशही पावतो किंवा निदान निकृष्टावस्थेस तरी येऊन पोहोचतो हे उघड आहे.'

लोकमान्य सांगतात की, धर्म ही समाजाला बांधून ठेवणारी शक्ती आहे. ते लिहितात, 'धर्म हा शब्द 'धृ' म्हणजे धारण करणे या धातूपासून निघाला असून धर्मानेच सर्व प्रजा बद्ध झालेली आहे. ज्याने (सर्व प्रजेचे) धारण होते तोच धर्म हा निश्चय होय. म्हणून हा धर्म सुटला म्हणजे समाजाची बंधने तुटली असे समजावे. आणि समाजाची बंधने तुटली की आकर्षणशक्तीखेरीज आकाशातील सूर्यादिक ग्रहमालेची किंवा सुकाणूखेरीज समुद्रातल्या तारूची जी स्थिती व्हावयाची तीच समाजीचीही होत असते.'

वेदात 'ऋत' या संकल्पनेला इंग्लिश भाषेत प्रतिशब्द नसला तरी चीन देशात प्रचलित असलेल्या 'ताओ' संकल्पनेशी ती बरीचशी जुळते. या संकल्पनेतून वस्तूच्या, ज्यामध्ये मानवतेच्या भविष्याचाही समावेश आहे, अस्तित्वाचा क्रम लक्षात येतो. या संकल्पनेचा विस्तार केल्यास त्यात अवकाशाचा वैश्विक क्रम सामावू शकतो, किंवा तिच्याकडे चांगले आणि वाईटाचे संतुलन साधणारा दैवी क्रम असेही पाहता येऊ शकते, किंवा अज्ञाताचे प्रकटीकरण असाही तिचा अर्थ घेता येईल. वैदिक संस्कृतीत, ऋत ही असंख्य अस्तित्वांना आणि त्यांना कार्यरत ठेवणाऱ्या शक्तींना एकत्रित बांधून एकाकार करणाऱ्या सामर्थ्यशाली संतुलन प्रणालीसारखी एक परमोच्च शक्ती आहे. प्रत्यक्ष देवांनाही याचे उल्लंघन करता येत नाही. श्रीरामाला लंकेपर्यंत पोहोचण्याचा मार्ग वाटेतील समुद्र मोकळा करून देईना. त्याला कोरडा करून टाकण्याची कल्पना श्रीरामाच्या मनात आली, तेव्हा त्यांना या ऋत शक्तीची प्रचीती आली :

---

६. एस. राधाकृष्णन, द भगवद्गीता, हार्पर कॉलिन्स पब्लिशर्स, नॉयडा, इंडिया, २०१४, पान १६८.

त्या क्षणी खवळलेल्या उंच उंच लाटांचे तांडव सुरू झाले, सागरराजाने त्याचे अतीभव्य, रौद्र रूप धारण केले, जलसर्पांनीही त्यांचे भयकारी दर्शन दिले. सागरराजाने अत्यंत आदरपूर्वक श्रीरामाला 'पायांनी चालत सागराला पार करण्यासाठी पाण्याची पातळी कमी करता येत नाही' या प्राचीन नियमाची आठवण करून दिली. परंतु त्याने श्रीरामाला सेनेसह सागर पार करण्यासाठी विश्वकर्माचा पुत्र, सर्वश्रेष्ठ कारागीर, वानरराज नल याची मदत घेऊन खोल सागरावर सेतू बांधून घेण्याचा उपाय सुचवला.[७]

यावरून हे स्पष्ट होते की 'ऋत' या संकल्पनेतील धर्म हा लोकांच्या वर्तनावरून सिद्ध होतो. 'ऋत' बरोबरच आणखी एक आगळी, वैशिष्ट्यपूर्ण संकल्पना आहे 'ऋण'. या विश्वातील मानवाच्या अस्तित्वाबद्दलची कृतज्ञता, पृथ्वीवरील मानवासाठीचे जीवन, ते जगणारे मानवाचे शरीर, त्याचे आरोग्य, त्याला लागणारे अन्न या सर्वांची उपलब्धता यासाठी विश्वनियंत्याचे युगानुयुगांचे ऋण मानून त्यासाठी त्याचे ऋणी, असल्याची भावना. अन्नाच्या मिळणाऱ्या प्रत्येक घासातील मीठ सागर देतो, त्यातील धान्यकण भूमीत वाढणारी पिके देतात, झाडांच्या बिया तेल देतात. माणसाला जीवित ठेवणाऱ्या वातावरणातील प्राणवायूसाठी कोणी पैसे मोजत नाही. तो विनामूल्य मिळतो. म्हणूनच सर्वांनीच त्यांना जगता येणारे जीवन मिळाले असल्याबद्दल कृतज्ञ राहिलेच पाहिजे.

अशा व्यापक अर्थाने धर्माकडे पाहिले की त्यामध्ये मानवामानवामधील संपर्क, सर्व प्रकारची देवाणघेवाण यांचे मूळ दिसते, तसेच पर्यावरणाचे संरक्षण, पृथ्वीतलावरील अन्य सजीवांचे रक्षण व संवर्धन यांसारख्या जबाबदाऱ्यांसकटच्या जीवनाचे संतुलन राखण्याचे साधनही दिसते. मानवी जीवनाचे नानाविध पैलू आणि त्याच्याशी संलग्न असलेले त्याच्या सभोवतालचे जग या विषयावर भरपूर लेखन केले गेले आहे. धर्म सर्वसमावेशक आहे. त्याची जी तत्त्वे आहेत ती स्वहित, कुटुंबाचे हित, समाजहित हे विषय तर हाताळतातच, त्यात न्यायतत्त्वेही समाविष्ट असतात आणि धर्म राजापासून साधू-फकीरापर्यंत सर्वांची कर्तव्येही ठरवतो. त्यातील नैतिकतेची व्याख्याही दोन व्यक्तींपुरती मर्यादित, संकुचित नसते, तर संपूर्ण समाजव्यवस्थेच्या सुस्थितीचा त्यात विचार असतो.

तरीही लोकमान्य सावधानतेचा इशारा देतातच, 'समाजधारणा हाच धर्माचा मुख्य बाह्य उपयोग होय हे तत्त्व जरी आम्हास कबूल असले, तरी वैदिक किंवा इतर सर्व धर्मांतील परमसाध्य जे आत्मकल्याण किंवा मोक्ष त्यावरची दृष्टी आम्ही कधीही चळू देत नाही हा इतरांपेक्षा आमच्या मतातला विशेष आहे. समाजधारणा घ्या, सर्वभूतहित घ्या, ही बाह्योपयोगी तत्त्वे जर आमच्या आत्मकल्याणाच्या मार्गात आड येत असली तर ती आम्हास नकोत.' ते पुढे लिहितात, 'प्राचीन ग्रीक पंडितांचेही मत असेच होते

७. डोनाल्ड अलेक्झांडर मॅकेन्झी, 'इंडियन मिथ ॲण्ड लीजंड', ग्रेशम, १९१३, पान ४१७.

की मनुष्याचे 'अत्यंत हित' किंवा 'सद्गुणांची पराकाष्टा' यांसारखे काहीतरी परम साध्य कल्पून मग त्या धोरणाने कर्माकर्मविवेचन केले पाहिजे.'

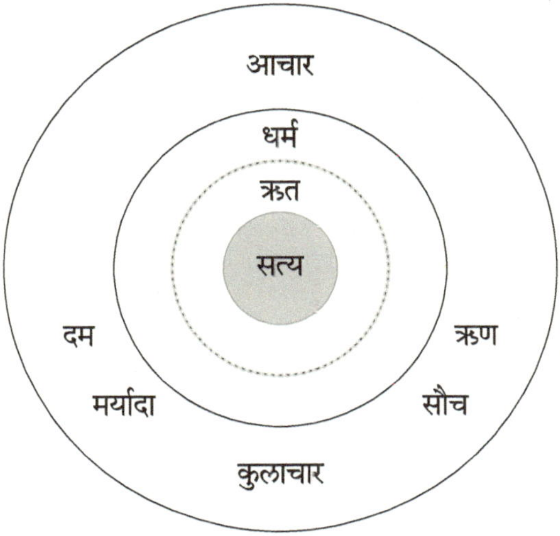

सत्य म्हणजे कायदा, ऋत म्हणजे त्या कायद्याची कार्यवाही करणारी व्यवस्था, आणि धर्म म्हणजे त्या कायद्याला पाठिंबा देणे, तो उचलून धरणे, त्याचे पालन करणे. आयुष्याला दिशा दाखवणारा हा जो धर्म-अर्थ-काम यांचा त्रिकोण असतो त्याचा धर्म हा एक कोन असतो. मनु धर्माला सर्वश्रेष्ठ मानतो तर चाणक्य, कौटिल्य 'अर्थ सर्वश्रेष्ठ' असे म्हणतात आणि वात्स्यायन म्हणतात, 'बहुतेक बाबतीत तिन्ही कोन सारखेच महत्त्वाचे असतात.'[८]

लोकमान्य या प्रकरणाचा शेवट असा करतात, 'धर्म 'आचारप्रभव' म्हणा, 'धारणात्' धर्म म्हणा, अगर 'चोदनालक्षण' धर्म म्हणा, धर्माची म्हणजे व्यावहारिक नीतिबंधनांची कोणतीही व्याख्या पत्करली, तरी धर्माधर्माचा संशय पडला म्हणजे त्याचा निर्णय करण्यास वरील तिन्ही लक्षणांचा फारसा उपयोग होत नाही.'

त्यानंतर पुढील प्रकरणाचा विषय समजावून सांगताना लोकमान्य म्हणतात, 'पण अनेक संशय फिटण्यासाठी ते संशय कोणते हे आधी कळले पाहिजे, म्हणून कोणत्याही शास्त्रातील सिद्धांतपक्ष सांगण्यापूर्वी त्या बाबतीत जे पक्ष निघाले असतील त्यांचा अनुवाद करून त्यातील दोष अगर अपुरेपणा दाखवण्याची प्राचीन व अर्वाचीन ग्रंथकारांची पद्धत आहे.'

---

८. http://dharmalaw.blogspot.in2008/12/dharma-rajya- rule- of- dharma.html

ते हेही स्पष्ट करतात, 'या पद्धती आमच्याकडे पूर्वी विशेष प्रचारात नसून प्राधान्ये करून पाश्चिमात्य पंडितांनीच त्या अर्वाचीन काळी पुढे आणलेल्या आहेत हे खरे, पण तेवढ्यामुळे त्याचा विचार या ग्रंथात करू नये असे मात्र म्हणता येत नाही. कारण, केवळ तुलनेसाठीच नव्हे, तर गीतेतील आध्यात्मिक कर्मयोगाचे महत्त्व लक्षात भरण्यासही या पद्धतींची, संक्षेपाने का होईना, पण माहिती असणे जरुरीचे आहे.'

ॐ

४

सुखाचा ध्यास

ज्या क्षणी माणूस त्याच्या दैनंदिन गरजा वाढवायला बघतो, त्या क्षणी तो 'साधी राहणी, उच्च विचारसरणी' या आदर्शापासून ढळतो. माणसाचे खरे सुख मनाच्या समाधानात, मनःशांतीत असते.

महात्मा गांधी

जे योग्य, उचित असते ते लोकांना नेहमीच प्रिय असते असे नाही आणि जे लोकांना प्रिय असते ते नेहमीच योग्य, उचित असते असेही नाही.

अल्बर्ट आइनस्टाईन

सुखाचा केवळ ध्यास घेणेच नव्हे तर सर्वशक्तीनिशी त्याच्या मागे लागणे ही माणसाची उपजत प्रवृत्तीच आहे. पण त्या प्रवृत्तीला औपचारिक स्वरूपात सर्वप्रथम स्वीकारण्यात आले ते 'युनायटेड स्टेट्स डिक्लरेशन ऑफ इन्डिपेन्डन्स'मध्ये एक, कोणालाही नाकारता न येणारा, प्रत्येक नागरिकाचा हक्क म्हणून - आणि तेही जगण्याच्या आणि स्वातंत्र्याच्या हक्कांचाच दर्जा देऊन! या आधुनिक जगात हे जगण्यातील, जीवनातील सुख म्हणजे करमणूक, मौजमजा, चैन असा चुकीचा अर्थ काढून अधिकाधिक लोक विलासी, भोगवादी जीवन जगू लागले आहेत आणि त्याबद्दल कोणाला आश्चर्यही उरलेले नाही. सुरुवात होते ती जीवनावश्यक गोष्टींसाठी लागणारा पैसा मिळवण्याने. परंतु लवकरच बहुतेक सर्वांच्या आवश्यकता वाढू लागतात. गरजा वासनेत बदलू लागतात, हाव वाढते, ती झपाटून टाकते आणि मग सुखाचा शोध दुःखाच्या, निराशेच्या खोल, अथांग अशा गर्तेत नेऊन टाकतो. बुद्ध धर्माच्या परिभाषेत अशा सुखासाठी हपापलेल्यांना पाशवी लालसेने झपाटलेली 'भुकेली भुते' असे म्हणतात. परंतु ऐहिक सुखे देणाऱ्या गोष्टींची संख्या वाढत जाते, इंद्रियसुखांवरील भर वाढत जातो, त्या प्रमाणात सुख मात्र वाढत नाही. उलट त्या सगळ्याची परिणती दुःख व यातनांमध्ये होते हे मानववंशशास्त्राने सिद्ध केलेले सत्य आहे. या पुस्तकाच्या प्रस्तावनेत म्हटलेलेच आहे, 'वाढते उत्पादन, वाढता उपभोग आणि तरीही सतत उणे होत जाणारे, दूर पळणारे, हूल देणारे सुख-समाधान' या अक्षाभोवती फिरणाऱ्या या आधुनिक जगात भगवद्गीतेतील संदेश अधिकच अर्थपूर्ण, महत्त्वपूर्ण व सुसंबद्ध ठरतो.'

आज बहुसंख्य लोकांना, विशेषत: ज्यांच्याकडे भरपूर पैसा आहे पण सुख, समाधान यांची वानवा आहे अशा तरुणांना, हा प्रश्न सतत भेडसावत असतो की खऱ्या सुखाच्या प्राप्तीचे, विचारपूर्वक ठरवलेले, खातरीचे, अनुभवसिद्ध आणि तरीही साधे, सोपे मार्ग सांगणारी मार्गदर्शिका कुठेतरी उपलब्ध असेल का? आजची परिस्थिती पाहता ही गोष्ट निश्चित आहे की हे जे इच्छा-आकांक्षा, अपेक्षा, भोग-उपभोग आणि आनंद-सुख यांचे चक्र असते, त्याला कोठेतरी खीळ पडते आहे. लोकमान्य या प्रकरणात हे साधार सिद्ध करतात की जीवन जगणे म्हणजे कर्तव्यबुद्धीने केलेल्या कर्मांचे दान सतत 'देत राहणे' होय. सत्ता, आढ्यता यांचा वापर करून खोटे सुख 'घेत राहणे' म्हणजे जीवन जगणे नव्हे. परमेश्वराने फक्त मनुष्यप्राण्यालाच विवेकशक्ती दिली आहे. तिचा वापर करून जीवन जगले तरच खऱ्या सुखाचा लाभ होतो. अविचाराने मनाला झपाटून टाकणाऱ्या भोगविलासात रमण्याने नाही. हे प्रकरण आपल्या पुराणांमधील अनेक दाखले देऊन याकडे निर्देश करते की आधिभौतिकशास्त्र माणसाचे मानसिक आरोग्य, मन:शांती आणि आत्मानंद याला विशेष महत्त्व देत नाही. आजच्या जगात ज्या संस्कृतीने नवतरुणांना भारून टाकले आहे, ती संस्कृती जीवनाकडून केवळ 'घेत राहणे', आयुष्य निव्वळ उपभोगणे (जे प्रत्यक्षात स्वत:ची क्षमता, गुणवत्ता ओळखण्यापासून माणसाला दूर ठेवते आणि त्याला खरे सुख, समाधानही लाभू देत नाही) यावर, म्हणजे प्राप्त करण्यावर भर देते, स्वत:ला ओळखून आत्मोन्नती करण्यावर, आंतरिक समाधान, मन:शांती मिळवण्यावर म्हणजे असण्यावर नाही. या प्रकरणात लोकमान्य त्या सर्व नवतरुणांना या विचारप्रणालीविरुद्ध धोक्याचा इशारा देतात, त्यांना सावध करतात.

भौतिकवाद वा ऐहिकवाद हा काही भारताला नवीन नाही. अनेक परकीयांनी भारतावर आक्रमणे करून येथे जम बसवण्यापूर्वी भारतातील जनता विपुलतेचा आनंद उपभोगत होती, वैभवात नांदत होती. त्या काळात जगातील अन्य भागांत राहणाऱ्या लोकांच्या तुलनेत सर्वच क्षेत्रांत खूपच प्रगत होती. संपूर्ण जगातल्या उत्पादनाच्या किंमतीच्या पंचवीस टक्के इतक्या किंमतीचे उत्पादन त्या वेळी एकट्या भारतात होत होते. परिणामी जगात सर्वात श्रीमंत म्हणून गणल्या जाणाऱ्या लोकांपैकी बरेच लोक भारतवासी होते. ख्रिस्तपूर्व आठशे सालापासूनच भारतात विविध प्रकारच्या उद्योगसंस्था कार्यरत होत्या. व्यापाऱ्यांची एक 'श्रेणी' नावाची संस्था होती. कच्चा माल मिळवणे, त्याची खरेदी, त्याची व देशात तयार होणाऱ्या मालाची गुणवत्ता तपासणे व त्याची प्रत राखणे, त्यांच्या किंमती ठरवणे व त्या नियंत्रित करणे अशी सर्व कामे ती संस्था करीत असे. ही गोष्ट रोमन उत्पादन संस्थांची सुरुवात होण्याच्या दोन शतके आधीची आहे.[१] ख्रिस्तपूर्व सहाशे सालात भारतात प्रजासत्ताक राज्ये 'महाजनपद' या नावाने अस्तित्वात

१. विक्रमादित्य खन्ना, द इकॉनॉमिक हिस्ट्री ऑफ द कॉर्पोरेट फॉर्म इन एन्शियंट इंडिया, (http://www.law.harvard.edu/programs/corp_gov/papers/2006-sp-Speakers_paper03_02_21_Khanna.pdf)

होती. त्यातील काहींनी तर स्वतःची निराळी मध्ये भोक असलेली चांदीची नाणीही पाडली होती. खरेदीविक्रीच्या व्यवसायात भरपूर प्रगती केलेली होती आणि गावाशहरांच्या विकासावरही लक्ष पुरवले होते.[२] सुरुवातीला केवळ शिकारीवर उपजीविका करणारे लोक, शिकार सोडून प्रथम शेतीकडे वळले आणि शेती करून चांगला जम बसवल्यानंतर त्यांना एकमेकांच्या उत्पादनांची, मालाच्या, सेवांच्या देवघेवीची गरज भासू लागली. आपल्याकडे असलेले दुसऱ्याला देणे आणि त्याच्याकडे असलेले आपण घेणे अशा पद्धतीने सर्वांच्या गरजांची पूर्ती होऊ लागली. ही अशी देवघेव आंतरराष्ट्रीय स्तरावर पोहोचली ती भारतीय व ग्रीक यांच्यामधील देवघेवीने. त्या वेळी या दोन देशांनी प्रथमच मालाची किंमत मालाने चुकवण्याच्या पद्धतीत बदल करून त्यासाठी नाण्यांचा, पैशाचा वापर सुरू केला. ख्रिस्तपूर्व चौथ्या शतकात आर्य चाणक्य यांनी मौर्य साम्राज्याबरोबरच्या व्यापारात 'लेखी' व्यवहाराची, नोंदींची पद्धती सुरू केली.

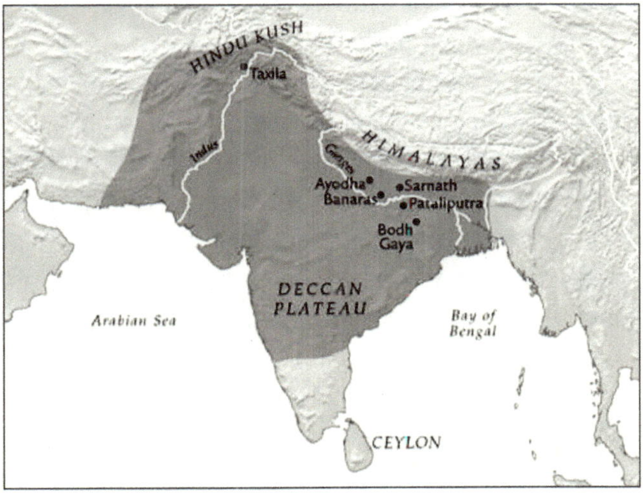

इ.स.पू. ३२२ मध्ये चंद्रगुप्त मौर्य याने स्थापन केलेल्या मौर्य साम्राज्याची गणना त्या काळच्या जगातील प्रमुख सत्ताकेंद्रांमध्ये केली जात होती. त्याच्यानंतर त्याचा नातू सम्राट अशोक याने त्या साम्राज्याच्या सीमा जेव्हा विस्तारल्या, त्या वेळी त्याचे क्षेत्रफळ पन्नास लाख चौरस किलोमीटर्सपर्यंत पोहोचून ते रोमन साम्राज्यापेक्षाही विस्तीर्ण बनले होते.

आर्थिक व्यवहारांची पद्धत एका सत्तेखालच्या संपूर्ण प्रदेशात सर्वत्र सारखीच असणे हा कोणत्याही राज्या-साम्राज्याचा खास गुणविशेष समजला जातो. भारतातही

२. महाजन नूपुर, बालसुब्रह्मण्यम्, 'स्कॅनिंग इलेक्ट्रॉन मायक्रोस्कोपी स्टडी ऑफ ॲन सिल्व्हर पंच-मार्क्ड कॉईन विथ सेन्ट्रल पेन्टॅगॉनल मार्क', न्युमिनिस्मॅटिक डायजेस्ट, २१-२, १५३-६४.

नुकतीच सुरू केलेली 'एक देश, एकच करपद्धती' ही मोहीम आपली लोकशाही बळकट करण्याचा एक फारच स्तुत्य असा प्रयत्न आहे. मौर्य साम्राज्याने स्वीकारलेली अशीच समान करपद्धती त्या साम्राज्याच्या अंताबरोबरच लयाला गेली. त्या नंतरच्या १५०० वर्षांत भारतात अनेक मोठमोठी राज्ये, साम्राज्ये स्थापन झाली - सहाव्या ते दहाव्या शतकात मध्य व पश्चिम भारतात पाय रोवलेले राष्ट्रकूट, आत्ताच्या कर्नाटक राज्यात दहावे ते चौदावे शतक या काळात राज्य करीत असलेले होयसळा, अकरावे शतक ते पंधराव्या शतकाचा आरंभ या काळातील 'ईस्टर्न गंगा' अथवा 'चोडगंगा' साम्राज्य. सम्राट अशोकाने जिंकलेल्या होयसळा साम्राज्यातील कलिंग या राज्याचे त्या पराभवानंतर असे काही जोरदार पुनरुत्थान झाले, की ते राज्य भरभराटीला येऊन त्या राज्याने गंगा नदीच्या पूर्वेकडच्या - आजच्या ओरीसा, पश्चिम बंगाल, पूर्व आंध्र प्रदेश व छत्तीसगड या भागांवरदेखील सत्ता गाजवली. असे म्हटले जाते की पहिल्या सहस्त्रकाच्या अखेरीस भारत ही जगातील सर्वात मोठी अर्थव्यवस्था गणली जात होती. जगातील एकूण संपत्तीच्या पंचवीस टक्के संपत्ती भारतात होती.

भारतीयांनी प्रदीर्घ काळापर्यंत संपन्न जीवन उपभोगले यावर भर देऊन लोकमान्य 'आधिभौतिक सुखवाद' या प्रकरणाचा आरंभ करतात. पृथ्वीवरील मानवी जीवन सुरळीत राखणाऱ्या आणि त्याला धोका वा हानी पोहोचवणाऱ्या अशा दोन्ही जबरदस्त नैसर्गिक शक्तींची बुद्धिनिष्ठ कारणमीमांसा करून त्यांची तर्कसंगती लावण्याच्या उद्देशाने धर्म अस्तित्वात आले. पाश्चिमात्य परिभाषेत ज्याला 'पॅगनिझम' म्हणतात त्यानुसार प्राचीन काळीच मानवाने नैसर्गिक शक्ती त्याच्या जीवनाचा, त्याच्या एकंदरीत अस्तित्वाचाच एक अविभाज्य भाग आहेत असे समजून त्यात दैवी वा पाशवी असा भेदभाव करायचा नाही असा जाणीवपूर्वक निर्णय घेतला. हाच तर्क पुढे नेऊन काही लोकांनी आत्मा, मरणोत्तर जीवन या कल्पनाही नाकारल्या. 'आजच्या घडीला जे समोर आहे तेच सत्य' असा पवित्रा घेतला आणि पुढे त्यातूनच 'जे समोर आहे त्यात कष्ट कमी, त्रास कमी आणि आनंद जास्त हा उद्देश समोर ठेवून तोच जीवन जगण्याचा योग्य मार्ग' असाही समज रूढ झाला. तोच उपभोगाचा मार्ग बहुसंख्यांनी निवडला. याला तत्त्वज्ञानाचे रूप दिले गेले, आणि 'लोकायत' (लोकांचा दृष्टिकोन) हे नावही. तो दृष्टिकोन असा : जगण्याचा उद्देश मौजमजा करून सुख, आनंद मिळवणे हा असून त्यातही स्वार्थ सर्वात महत्त्वाचा आहे, ते साधल्यानंतर जर काही उरले, तर ते भोवतालच्या लोकांच्या सुखासाठी खर्च करावे.

जे जे ज्ञानेंद्रियांनी अनुभवता येत नाही, त्या सर्वांचे अस्तित्व नाकारणारा पहिला हिंदू होता अजित केशकंबली (मानवी केसांचे कांबळे सतत पांघरणारा). अर्थातच आत्म्याचे अस्तित्वही त्याने नाकारले आणि कर्म आणि या जन्मातील कर्मांनुसार पुनर्जन्म या संकल्पनाही नाकारल्या. या मतांचा पुरस्कार करणारा तोच पहिला भारतीय निरीश्वरवादी, नास्तिक समजला जातो आणि भारतीय तत्त्वज्ञानातील 'चार्वाक पंथा'चा प्रणेताही. त्याने आणि अर्थातच त्याच्या अनुयायांनी बरे-वाईट, पाप-पुण्य यांतला फरक धुडकावला.

औदार्य, दया, नैतिकता या गुणांना मातीमोल मानले आणि त्यामुळे त्या काळच्या विद्वानांनी, विचारवंतांनीही त्याला धुडकावून लावले, त्याचा अनादर केला आणि त्याच्या या तत्त्वज्ञानाला, चार्वाक पंथाला भारतीय तत्त्वज्ञानाच्या मुख्य प्रवाहापासून दूर, काठावरच ठेवले. त्यानंतर भारतात बुद्ध व जैन धर्मांचा झपाट्याने प्रसार झाल्यामुळे तशा पद्धतीचे सुखासीन, भोगवादी, अनैतिक जीवन हे त्याज्य ठरवले गेले, पाप समजू जाऊ लागले. तशा जीवनपद्धतीची प्रतिष्ठा पूर्णपणे लयाला गेली. ते तत्त्वज्ञान हा फसवा युक्तिवाद मानला जाऊ लागला. आठव्या शतकात श्री शंकराचार्यांचा उदय झाला आणि मग तर चंगळवाद पाशवी वासनाच टरला आणि आधीच खुरटलेले चार्वाक पंथाचे झुडूप बाराव्या शतकाच्या काळात पूर्ण सुकून गेले.

लोकमान्य लिहितात, 'ज्या आधिभौतिक शास्त्रांची अर्वाचीन काळी अत्यंत वाढ झाली आहे, त्यात व्यक्त पदार्थांच्या बाह्य व दृश्य गुणांचाच विचार प्राधान्ये करून कर्तव्य असतो. 'दुःखाचा सर्वांसच कंटाळा असतो आणि सुख सर्वांसच हवे असते' (महाभारत, शांतीपर्व) ('प्रत्येकालाच दुःख सहन करायला नको असते, सुख उपभोगायला हवे असते.') ज्या शास्त्रज्ञांनी, वैज्ञानिकांनी केवळ आधिभौतिक शास्त्रांचा अभ्यास करण्यात त्यांची संपूर्ण आयुष्ये घालवली किंवा ज्यांनी कायम त्याच शास्त्रांशी संबंधित अशाच काटेकोर पद्धतींचा पाठपुरावा केला, त्यांना केवळ व्यक्त पदार्थांच्या बाह्य व दृश्य गुणांचाच प्रामुख्याने विचार करण्याची सवय लागली. त्यांच्या तत्त्वज्ञानविषयक दृष्टीला काही प्रमाणात मर्यादा पडल्या. ती फारच संकुचित झाली. कोणत्याही गोष्टीविषयी चर्चा करताना ते अव्यक्त, अदृश्य, अनाकलनीय, आध्यात्मिक अथवा पारलौकिक कारणांचा किंवा परलोकाचा विचार, तशा विषयांचे संदर्भ यांना फारच कमी महत्त्व देऊ लागले. त्यामुळे भौतिक जगाच्या पलीकडच्या पारलौकिक जगाचा विचार त्यांच्या दृष्टिकोनाच्या कक्षेच्या बाहेर राहू लागला. असे जरी असले तरी जगातील मनुष्यामनुष्यांमधला व्यवहार सुरळीत राहणे, जनहिताची काळजी घेतली जाणे गरजेचे, अगदी अगत्याचे आहे आणि त्यासाठी नीतिमत्ता, नैतिक निर्बंध यांचे पालन अनिवार्य आहे याची जाणीव त्यांना होतच राहिली. यातूनच परलोकाविषयी अनास्था असणाऱ्यांना, अव्यक्त अध्यात्मज्ञानावर व पुढे परमेश्वरावरही विश्वास न ठेवणाऱ्यांनाही कर्मयोगशास्त्राचे महत्त्व मात्र पटले.

या ठिकाणी लोकमान्य सुखप्राप्तीच्या आधिभौतिक सिद्धांतांविषयी विश्लेषक दृष्टिकोन घेतात, 'नैतिक कर्मअकर्मांच्या निर्णयार्थ ज्या आधिभौतिक बाह्य सुखाचा विचार करायचा ते कोणाचे - स्वतःचे का परक्याचे, एकाचे का पुष्कळांचे - याबद्दल मतभेद पडून नव्याजुन्या मिळून सर्व आधिभौतिकवाद्यांचे मुख्यतः कोणते वर्ग होऊ शकतात आणि हे त्यांचे पंथ कितपत समर्पक किंवा निर्दोष आहेत याचा आता मी संक्षेपाने विचार करणार आहे.'

आधिभौतिक तत्त्वज्ञानाच्या मुळाशी मिध्यावाद - स्वार्थसुखवाद - आहे. (परलोक किंवा परोपकार सर्व झूट असून आध्यात्मिक धर्मशास्त्रे लुच्च्या लोकांनी आपले पोट

भरण्यासाठी लिहिलेली आहेत, या जगात खरा काय तो स्वार्थ, आणि तो ज्या कृत्याने साधेल किंवा ज्याने आपल्या आधिभौतिक सुखाची अभिवृद्धी होईल तेच न्याय्य, प्रशस्त किंवा श्रेयस्कर समजले पाहिजे असे या पंथाचे म्हणणे आहे.) जगात असे लोक आहेत जे आयुष्य निरर्थक आहे असे मानतात आणि म्हणून धार्मिक व नैतिक तत्त्वे ही समाजजीवनाचा पाया असतो हेही मानत नाहीत. हा त्यांचा मिथ्यावाद ते इतरांवरही थोपवतात आणि आध्यात्मिक, धार्मिक, व नैतिक वर्तनाचे पुरस्कर्ते हे स्वार्थी लोक असून त्यांनी स्वतःच्या फायद्यासाठी हे सर्व नीतीनियम केलेले आहेत असे ते म्हणतात. त्यांच्या दृष्टीने वस्तुनिष्ठ अशी नैतिक सत्ये नसतातच किंवा खरी विधानेही नसतात. कोणतीच कृती ही नैतिकदृष्ट्या बरोबर, चुकीची, चांगली अथवा वाईट नसते. ती प्राप्त परिस्थितीत व प्रसंगात स्वतःचे हित व सुख जपण्यासाठी योग्य अशी असते. या विचाराचे लोक गुलामी, देहविक्रय, मृगया या गोष्टींचे, इतकेच नव्हे तर दुसऱ्याच्या हत्येचेही समर्थन करतात. ही गोष्ट अमेरिकन कादंबरीकार कॉरमॅक मॅककार्थी (जन्म १९३३) याने 'नो कंट्री फॉर ओल्ड मेन'मधील या एका वाक्यात फार छान पद्धतीने सांगितली आहे : 'मुद्दा हा आहे की काही मुद्दाच नाही!'

हे सर्व तत्त्वज्ञान फसवे, चुकीचे असल्याचे सांगून लोकमान्य वाल्मीकी रामायणातील जाबाली ऋषींचे उदाहरण देतात. जाबाली ऋषी राजा दशरथाचे सल्लागार होते. त्यांनी श्रीरामाला अनेक तार्किक कारणे सांगून वनवासाला जाण्यापासून परावृत्त करण्याचे प्रयास केले; परंतु भगवंतांनीच तसे करण्यास नकार दिला.

भरत परत आला आणि त्याला जेव्हा हे समजले की त्याची माता कैकेयी हिने कट करून त्याचा बंधु श्रीराम याला वनवासात पाठवले आहे आणि त्या दुःखाने त्याचे पिता दशरथ मरण पावले आहेत, तेव्हा त्याने परिस्थिती बदलण्याचे ठरवले. त्याने प्रथम पित्याचे अंत्यसंस्कार उरकले आणि मग भावाला परत आणून राज्य त्याच्या स्वाधीन करण्याचे ठरवून तो श्रीरामाच्या मागे वनात गेला. असेच करणे हे जनतेच्या हिताचे आहे असे त्याचे मत होते. जाबाली ऋषींनी, जे राजा दशरथाच्या मंत्रीमंडळाचे सदस्यही होते, त्या मताला दुजोरा दिला आणि असे सांगितले की श्रीरामाने परत येऊन सिंहासनाचा स्वीकार करून राज्यकारभार सांभाळला, तर ते क्षत्रिय धर्माचे पालनच ठरेल. परंतु पुन्हा एकदा श्रीरामाने ते अमान्य केले आणि जाबाली यांचे धर्माचे ज्ञान योग्य नसल्याचा निर्वाळा दिला.

निन्दाम्यहं कर्म कृतं पितुस्त द्यस्त्वामगृह्णाद्विषमस्थबुद्धिम् ।
बुद्ध्यानयैवंविधया चरन्तं ।
सुनास्तिकं धर्मपथादपेतम् ।।
यथा हि चोरः स तथा हि बुद्धस्तथागतं नास्तिकमत्र विद्धि ।
तस्माद्धि यः शक्यतमः प्रजानाम् ।
न नास्तिकेनाभिमुखो बुधः स्यात् ।।

माझ्या वडिलांनी आपल्यासारख्या भरकटेल्या बुद्धीच्या, सन्मार्गावरून ढळलेल्या नास्तिकाला आपल्या पदरी ठेवण्याची जी चूक केली आहे, त्याबद्दल मी त्यांना दोषच देतो. एका नास्तिकाला बुद्धिमान समजणे या एका विचाराला, या विचारपद्धतीला, एखाद्या चोराला करतात तसे शासन केले गेले पाहिजे अशीच ही परिस्थिती आहे. तोच संशयित आहे आणि जनहित लक्षात घेऊन त्याला शासन केलेच पाहिजे. कोणत्याही परिस्थितीत शहाण्याने नास्तिकाच्या सहवासात राहू नये. [३] *(रामायण, अयोध्याकांड, अध्याय १०९, श्लोक ३३, ३४)*

मिथ्यावादानंतर येते अहंमन्य, आत्मकेन्द्री वृत्ती. अमेरिकन लेखक वेन डायर (१९४०-२०१५) याने फार सुरेख लिहिले आहे, 'अहंभाव हा निव्वळ भ्रम असतो पण या भ्रमाचा प्रभाव फार मोठा असतो. तुमचा अहंभाव हीच तुमची ओळख होऊ देणे हे तुम्हाला तुमची खरी ओळख पटण्यास प्रतिबंध करते. आपल्या जवळ ज्या ऐहिक गोष्टी असतात त्या म्हणजेच आपण, आपण जे काही करत असतो ते म्हणजेच आपण असे समजून चालणे हा आपले जीवन जगण्याचा आणि जीवनाला पारखण्याचा राजमार्ग नव्हे, तो आडवळणाचा, मागचा रस्ता आहे.'[४] लोक या 'अहं'भोवतीच आपले जीवन केंद्रित करून टाकतात. त्यांच्या बाबतीत घडणाऱ्या सर्व गोष्टींचे, त्यांच्यासमोर उभ्या राहणाऱ्या कोणत्याही परिस्थितीचे कर्तेपण ते स्वतःकडेच घेतात, स्वतःला 'नायक' मानून चालतात. म्हणजे असे लोक 'मी आत्ता अमुक एका विमानकंपनीच्या विमानाने प्रवास करतो आहे' असे म्हणत नाहीत. 'मी आत्ता आकाशभ्रमण करतो आहे!' असे म्हणतात. 'मी बाजारातून अमुक कंपनीचे रोखे विकत घेतले आहेत' असे म्हणत नाहीत. 'मी अमुक कंपनीचा अंशतः मालक - एक भागीदार - झालो आहे' असे म्हणतात. अशा लोकांच्या दृष्टीने त्यांचे जग, त्यांचे आयुष्य - एवढेच अस्तित्व असते. त्यांच्या पलीकडल्या कोणावर त्यांच्या कृत्यांचा, वर्तनाचा काय परिणाम होतो आहे याच्याशी त्यांना जराही देणेघेणे नसते. ते धार्मिक गोष्टीही त्यांना मिळालेले स्थान, प्रतिष्ठा यांबद्दलचे ऋण फेडायच्या भावनेतूनच करतात. ते एखाद्या शाळेत स्वच्छतागृह बांधण्यासाठी मोठी देणगी देतील; पण त्या स्वच्छतागृहाबाहेर केवळ त्यांचेच नव्हे तर त्यांचे वडील, आजोबा यांचीही देणगीदार म्हणून नावे लिहिलेला फलक लावला जाईल या अटीवरच! शाळा, देवळे, उद्याने, बसस्टॉप्स, इतकेच कशाला, वयोवृद्धांना चालताना विश्रांती घेता यावी म्हणून रस्त्याच्या कडेला ठेवलेले बाक जरी बघितलेत, तरी अशा दयाळू, कृपाळू दानशूरांच्या आणि धार्मिक लोकांच्या नामफलकांच्या रूपात त्यांचा अशिष्टपणा झळकताना दिसेल. अशा लोकांनी त्यांचे जगणे अशा फलकांत आणि स्मारकांत बंदिस्त

३. वाल्मीकी, खंड २ : अयोध्या कांड - बुक ऑफ अयोध्या, सर्ग १०९. देसिराजू हनुमंत राव व के.एम.के. मूर्ती यांनी भाषांतरित केलेले वाल्मीकी रामायण.

४. http://www.drwaynedyer.com/blog/the-ego-illusion/

करून ठेवलेले असते. भगवद्‌गीता अशा पद्धतीच्या दानशूरतेचे वर्णन अत्यंत परखडपणे 'आसुरी संपत्ती' या शब्दात करते.

इदमद्य मया लब्धमिमं प्राप्स्ये मनोरथम् ।
इदमस्तीदमपि मे भविष्यति पुनर्धनम् ।।१३।।
असौ मया हतः शत्रुर्हनिष्ये चापरानपि ।
ईश्वरोऽहमहं भोगी सिद्धोऽहं बलवान्सुखी ।।१४।।
आढ्योऽभिजनवानस्मि कोऽन्योऽस्ति सदृशो मया ।
यक्ष्ये दास्यामि मोदिष्य इत्यज्ञानविमोहिताः ।।१५।।

या तीन श्लोकांत भगवंत अशा खोट्या भ्रमात असलेल्या अज्ञानी लोकांचा 'त्यांच्या कृतीचे कर्ते ते स्वतः असतात' हा दावा वर्णन करून सांगतात. 'हा माझा दिवस आहे. आज मी माझ्या इच्छा पूर्ण करून घेऊ शकतो, धन कमावू शकतो. मी माझ्या शत्रूंचा नाश करीन आणि माझ्या बळाचा उपभोग घेईन. मी श्रीमंत, संपन्न आहे, उच्चकुलीन आहे, माझ्यासारखा दुसरा कोण आहे? मी यज्ञ करीन, मी गरजूंना दान देईन आणि माझ्या विपुल सुबत्तेत, ऐश्वर्यात आणि औदार्यात जगत राहीन. (भगवद्‌गीता, अध्याय १६, श्लोक १३, १४, १५)

या १६व्या अध्यायातील १४व्या व १५व्या श्लोकांवर भाष्य करताना एकनाथ ईश्वरन लिहितात, 'गीतेमधले हे दोन श्लोक कर्तेपणाच्या घमेंडीचे दोन पैलू फार चांगल्या पद्धतीने सांगतात - ती एका हाताने इतरांचा नाश करण्यात धन्यता मानते आणि दुसऱ्या हाताने सढळ औदार्य दाखवून इतरांचे नुकसान न करण्यात अभिमान बाळगते.'[५]

लोकमान्य लिहितात, 'ढळढळीत नागडा स्वार्थ अगर अप्पलपोटेपणा जगात चालत नाही. कारण आधिभौतिक विषयसुख जरी प्रत्येकास इष्ट असले, तरी आपले सुख इतर लोकांच्या सुखोपभोगाच्या आड आल्यास ते आपले नुकसान केल्याखेरीज राहत नाही असे प्रत्यक्ष अनुभवास येते. स्वतःचे सुख किंवा स्वार्थ साध्य असला तरी लोकांना आपल्याप्रमाणे सवलत दिल्याखेरीज आपल्याला सुख मिळणे शक्य नसल्यामुळे स्वसुखासाठीच दूरदर्शीपणाने इतर लोकांच्या सुखाकडेही आपण पाहिले पाहिजे.'

मिथ्यावाद व आत्मकेंद्रित वृत्ती यांच्या पाठोपाठ येते ती भीती. लोक उदारतासुद्धा भीतीपोटीच दाखवतात. अमेरिकन लेखक नेपोलियन हिल (१८८३-१९७०) हा त्याच्या 'थिंक ॲन्ड ग्रो रिच' या पुस्तकात लिहितो, 'भीती ही सहा प्रकारची असते आणि प्रत्येक माणूस कधी ना कधी त्यातील काही प्रकारच्या भीतींच्या संयोगाने ग्रासला जातोच. सर्व

५. एकनाथ ईश्वरन, द भगवद्‌गीता फॉर डेली लिव्हिंग', जयको पब्लिशिंग हाऊस, मुंबई, इंडिया, २००७, खंड ३, पान २७७

सहा प्रकारच्या भीतींनी घेरले न जाणारे लोक भाग्यवानच म्हणावे लागतात. जी भीती सर्वात जास्त प्रमाणात त्रास देते, ती प्रथम ठेवून जर यादी केली, तर पहिल्या तीन भीती असतात : दारिद्र्याची भीती, टीका होण्याची भीती आणि आजारी पडण्याची, अनारोग्याची भीती. मनातील चिंतांच्या मुळाशी बहुतेक वेळा या तीन भीती असतात. त्यानंतर येते ती आपल्याला प्रिय असलेल्या गोष्टींच्या वा व्यक्तींच्या विरहाची भीती, नंतर वृद्धापकाळाची भीती आणि अखेरीस सर्वांनाच वाटत असणारी मृत्यूची भीती.[६] यातून चार्वाकाचे तत्त्वज्ञान न स्वीकारता सहकार्य व स्वसंरक्षण यांच्या पायावर एक विचारपद्धती उभी राहिली. मनाला सतत टोचणारी भीती अनेक सत्कार्यांना प्रेरणा देते. औदार्याला आणि कधीकधी तर त्यागालाही प्रवृत्त करते. परंतु अशी भीतीतून लादली गेलेली नैतिकता, घडणारे सदाचार हे दिखाऊ, बनावट असतात. ज्या क्षणी मनातील भीती दूर होते, त्या क्षणी त्या लोकांची मूळ वृत्ती उसळी खाते आणि ते निर्दय, क्रूरसुद्धा बनतात.

लोकमान्य लिहितात, 'आपलीही पुढे कदाचित अशीच अवस्था होईल या भीतीने, आपल्या भावी दुःखाच्या कल्पनेने आपण धास्तावतो. परोपकार, औदार्य, दया, माया, कृतज्ञता, नम्रता, मैत्री वगैरे जे गुण सकृतदर्शनी लोकांच्या सुखासाठी आहेत असे वाटते ते मुळात पाहू गेले असता स्वतःच्याच सुखाचे किंवा स्वतःच्याच दुःखनिवारणाचे पर्याय असतात. आपल्यावर प्रसंग आल्यास लोकांनी आपल्याला मदत करावी याच अंतस्थ बुद्धीने कोणी झाला तरी दुसऱ्यास मदत करतो किंवा दान देतो आणि आपल्यावर लोकांनी माया करावी म्हणून आपण त्यांच्यावर माया करतो.'

'आपण दुसऱ्यांच्या नजरेत चांगले दिसावे, लोकांचे मत आपल्याविषयी चांगले व्हावे' हा विचार फार मोठा प्रेरक असतो. 'माणूस हा केवळ स्वार्थाच्या मुशीत ओतलेला पुतळा किंवा भीतीपोटी सर्कसमध्ये सांगतील तशा उड्या मारणारे जनावर असतो' या विचारांचे लोकमान्य पूर्णपणे खंडन करतात. इंग्लिश तत्त्वज्ञ जोसेफ बटलर (१६९२-१७५२) या विद्वानाच्या मतांचा दाखला देऊन लोकमान्य 'माणसामध्ये चांगल्या वाईट गुणांचे मिश्रण असते' असे प्रतिपादन करतात. मातीत अनेक प्रकारची बीजे पडतात, पेरली जातात, त्यातल्या काहींनाच अंकुर फुटतो, काहींना नाही फुटत. पाण्याची उपलब्धता, योग्य ऋतु अशा अनेक गोष्टींवर ही प्रक्रिया अवलंबून असते. एखादा माणूस चांगला वा वाईट ठरवून टाकून त्याच दृष्टीने त्याच्याकडे पाहणे हे सर्वस्वी चुकीचे आहे. त्याला तोंड द्यावी लागलेली, लागणारी परिस्थिती त्याला चांगला वाईट घडवते. त्याच्या मनात विविध प्रवृत्तींचा संघर्ष सतत सुरू असतो, तो कधीच थांबत नाही. विवेकानंद ही गोष्ट सूत्ररूपात समजावून सांगतात. ते म्हणतात, ''जगात चांगले आणि वाईट दोन्हीही अस्तित्वात आहे आणि त्यांच्या मध्यभागी वस्तुस्थिती आहे. ती वाईटही नाही आणि चांगलीही नाही, ती सर्वोत्तम आहे. सर्वोत्तम कोणीतरी

६. नेपोलियन हिल, 'थिंक अ‍ॅन्ड ग्रो रिच', अ‍ॅमेझिंग रीड्स, इंडिया बुक डिस्ट्रिब्युटर्स (बॉम्बे) लिमिटेड, मुंबई, इंडिया, २०१४.

एकच असू शकतो, चांगले अनेक असू शकतात आणि वाईटही असंख्य असतात. चांगल्या आणि वाईटाच्या अनेक परि असतात, पण सर्वोत्तम मात्र केवळ एकच असते. आणि अशा सर्वोत्तमाकडे पारदर्शक आवरणातून पाहिले, तर चांगल्याचे विविध प्रकार दिसतात आणि कठीण कवचातून नजर टाकली तर जे दिसते, त्याला आपण वाईट म्हणतो. चांगले आणि वाईट या कल्पना अंधश्रद्धेचे वेगवेगळे प्रकार आहेत.''[७]

त्यानंतर लोकमान्य बृहदारण्यकोपनिषदातील याज्ञवल्क्य आणि त्यांची पत्नी मैत्रेयी यांची कथा सांगतात. ख्रिस्तपूर्व सातव्या शतकात आजच्या उत्तर बिहार प्रांतात विदेह नावाचे एक राज्य होते. तेथे याज्ञवल्क्य ऋषी त्यांच्या मैत्रेयी व कात्यायनी या दोन पत्नींसह राहत होते. त्या काळच्या पद्धतीनुसार विशिष्ट वयानंतर सांसारिक जीवनाचा त्याग करायची वेळ आली, तेव्हा त्यांची संपत्ती दोन पत्नींमध्ये कशी वाटायची या विषयावर ते त्यांच्या पत्नींबरोबर चर्चा करीत होते. मैत्रेयी त्यांना म्हणाली, 'मला असे काहीतरी द्या ज्यामुळे मला शाश्वत, चिरंतन अशा सुखाचा लाभ होईल!' या मागणीने दिङ्मूढ झालेल्या याज्ञवल्क्यांनी तिला समजावून सांगितले की या जगातील कोणतीही व कितीही संपत्ती, शक्ती वा सत्ता माणसाला कायम टिकणारे सुख देऊ शकत नाही अथवा अमरत्त्वही देऊ शकत नाही. जो जन्मला त्याला मृत्यू हा अटळ आहे. या जन्मात जे काही कमवाल, मिळवाल ते अखेरीस येथेच ठेवून जावे लागते. त्यावर मैत्रेयीने प्रश्न केला, 'मग तुम्ही तुमच्या मिळवलेल्या ज्या संपत्तीची वाटणी करीत आहात तिचा उपयोग तरी काय आहे?'

वानप्रस्थाश्रम स्वीकारायला तयार झालेल्या आपल्या पतीला मैत्रेयीने असाही प्रश्न केला की, 'जर संपत्ती नाही तर मग चिरंतन सुख देणारे, अमृतत्वाची प्राप्ती करून देणारे दुसरे काय आहे?' या मैत्रेयीच्या प्रश्नाला याज्ञवल्क्यांनी दिलेले उत्तर हे भारतीय तत्त्वज्ञानातील एक मौलिक विचारमौक्तिक समजले जाते. ते म्हणाले, 'या जगात जे जे अस्तित्वात आहे, ते ते सर्व मिथ्या, अशाश्वत आहे. ते केवळ आत्म्याचे दृष्यस्वरूप आहे आणि तो आत्माच काय तो फक्त शाश्वत व चिरंतन आहे. आपण सर्व त्या आत्म्याचीच रूपे आहोत. सर्व नातीगोती, जगातील सर्व व्यवहार, परस्परसंपर्क, देवाणघेवाण, इतकेच नव्हे तर प्रेम, राग, द्वेष, आकर्षण, तिरस्कार, आवडनावड या भावना - हे सर्व काही कर्ता आणि कृती यांचे परस्परांवर होणारे परिणाम आहेत, पण ते सर्व मिथ्या आहेत.' याज्ञवल्क्य त्यांच्या आणि मैत्रेयीमधील, खरे तर कोणत्याही पतीपत्नीमधील नात्याचे 'दोन मनांनी परस्परांची केलेली परिपूर्ती' असे वर्णन करतात आणि म्हणतात, 'पतीही आपल्या पत्नीवर खरोखर प्रेम करत नसतो आणि तीही त्याच्यावर करत नसते. ते दोघेही एकमेकांच्या मानसिकतेत वास्तव्य करतात आणि दोघेही अवास्तव असल्याने, संपूर्ण समाधान कधीच साध्य होऊ शकत नाही.

---

७. http://www.vivekanand.net/PDFBooks/PracticalVedanta.pdf. या संकेतस्थळावर ९ ऑगस्ट २०१७पर्यंत पाहिलेल्या माहितीनुसार.

याज्ञवल्क्य ऋषींना फार मानाचे स्थान आहे. 'रामचरितमानस' या आपल्या ग्रंथाच्या प्रस्तावनेत संत तुलसीदासांनी म्हटले आहे, 'मी केवळ याज्ञवल्क्य ऋषींनी त्यांची पत्नी कात्यायनी हिचे पिता भारद्वाज ऋषी यांना, सर्वच सज्जन सन्मार्गी लोकांची हृदये आनंदाने भरून टाकण्याच्या सद्‌हेतूने सांगितलेल्या श्रीरामचंद्रकथेचे पुनर्कथन करीत आहे.'

जागबलिक जो कथा सुहाई । भरद्वाज मुनिबरहि सुनाई ।।
कहिहउँ सोइ संबाद बखानी । सुनहुँ सकल सज्जन सुखु मानी ।।

याज्ञवल्क्य आणि मैत्रेयी यांच्या संवादातून व्यक्तीचा आत्मा आणि परमात्मा यांच्यातील एक तरल असा फरक समोर येतो. ते दोन्ही एकच असूनही भिन्न आहेत. स्वच्छ व शांत तलावातील चंद्रबिंबाप्रमाणे प्रत्येक आत्म्यात परमात्म्याचे प्रतिबिंब पडलेले असते. पाणी हलले अथवा ते गढूळले तर प्रतिबिंब बिघडते. तसेच व्यक्तिगत आत्म्याचे होते. पाणी चांगले नसले की - जास्त चांगल्या पद्धतीने सांगायचे तर पाण्यात चिखल असला, पाणी ढवळले जात असले की - आत्मा गोंधळात पडतो, डळमळतो. कधी कधी तर दुष्ट बनतो, चुकादेखील करतो. कोणत्याही दोन माणसांमधील प्रेम हे सर्वव्यापी असते, जे नात्यांच्या चिखलातून आणि संवादांच्या चक्रातून प्रत्ययास येणाऱ्या संपूर्ण निर्मितीमधून वाहते आणि तिला एकसंध राखते. जे आपल्या आत्म्याला जगातील गढूळतेपासून, ऐहिक घटनांपासून दूर ठेवतात, त्यांच्या आत्म्यामध्ये परमात्म्याचे स्वच्छ प्रतिबिंब पडते.

स्वामी विवेकानंद म्हणतात, 'कुठल्याही पाण्याचे अंतिम ध्येय सागराला मिळणे हेच असते. सर्व स्पर्शांचे केंद्र हे त्वचा, सर्व वासांचे केंद्र हे नाक, सर्व चवींचे केंद्र हे जीभ, सर्व दृष्ये, आकार यांचे केंद्र डोळे, आवाजांचे केंद्र कान, विचारांचे केंद्र मन, ज्ञानाचे केंद्र हृदय, सर्व कामांचे केंद्र हात असते. समुद्रात जर थोडेसे मीठ टाकले तर ते पाण्यात असे मिसळून जाते की ते कोणालाच पुन्हा बाहेर काढता येत नाही. या अनंत, अक्षय अशा परमात्म्याचेही तसेच आहे. सर्व ज्ञान त्याच्यामध्येच सामावलेले आहे. हे विश्व त्याच्यातूनच उदय पावते आणि त्यातच अस्तंगत पावते. त्याच्या पलीकडे ज्ञानही नाही, त्याला अंत नाही, मृत्यूही नाही.'[८]

लोकमान्य लिहितात, 'मनुष्यस्वभाव केवळ स्वार्थपर म्हणजे तमोगुणी किंवा राक्षसी नसून स्वार्थाबरोबर परोपकारबुद्धीची सात्त्विक मनोवृत्तीही मनुष्याच्या अंगी उपजतच, स्वतंत्र निर्माण झालेली आहे. परोपकार म्हणजे केवळ दूरदर्शी स्वार्थ नव्हे, असे सिद्ध झाल्यावर स्वार्थ म्हणजे स्वसुख आणि परार्थ म्हणजे दुसऱ्याचे सुख या दोन्ही तत्त्वांवर सारखी दृष्टी ठेवून कार्याकार्यव्यवस्थितीशास्त्राची रचना करणे प्राप्त होते.' या चर्चेचा शेवट

---

८. http://www.vivekananda.net/PDFBooks/PracticalVedanta.pdf. Last accessed on 9 August 2017.

ते प्राचीन भारतातील धर्म व भाषा या क्षेत्रांतील तत्त्वज्ञांचा मूळ पुरुष समजला जाणाऱ्या भर्तृहरीच्या (इसवी सन ४५०-५१०) या शब्दांनी करतात,

एते सत्पुरुषाः परार्थघटकाः स्वार्थान्परित्यज्य ये ।
सामान्यास्तु परार्थमुद्यमभृतः स्वार्थाऽविरोधेन ये ।।
तेऽमी मानुषराक्षसाः परहितं स्वार्थाय निघ्नन्ति ये ।
ये तु घ्नन्ति निरर्थकं परहितं ते के जानीमहे ।।

आपला फायदा सोडून जे लोकांचे कल्याण करतात तेच खरे सत्पुरुष म्हणायचे! स्वार्थ न सोडता लोकांसाठी झटणारे पुरुष सामान्य होत; आणि आपल्या फायद्यासाठी लोकांचे नुकसान करणारे पुरुष मनुष्य नसून राक्षस समजले पाहिजेत! परंतु या पलीकडल्या म्हणजे लोकहिताचा निरर्थक नाश करणाऱ्या पुरुषांना काय नाव द्यावे ते आम्हाला कळत नाही.
(भर्तृहरी लिखित नीतीशतकम् , परोपकारस्तुती, श्लोक ७४)

लोकमान्य हीच चर्चा पुढे नेत म्हणतात, ''सुख' व 'हित' या दोन शब्दांच्या अर्थांत बराच भेद आहे. पण सध्या जरी तो भेद बाजूला ठेवला आणि 'सर्वभूतहित' म्हणजे 'पुष्कळ लोकांचे पुष्कळ सुख' असे धरून चालले तरी कार्याकार्यनिर्णयाच्या कामी केवळ या तत्त्वाचा उपयोग केला, तर अनेक महत्त्वाच्या अडचणी उत्पन्न होतात असे दिसून येईल.'

'नीतिमत्ता' ही संकल्पना नेहमीच वादाचा, मतभेदाचा विषय ठरली आहे. काहींच्या मते ती वैश्विक आहे, एक कालातीत असे अविचल जीवनमूल्य आहे. काही जण मात्र ती कालानुरूप उत्क्रांत होत जाणारी, राजकीय व सामाजिक परिस्थितीच्या गतीनुसार बदलणारी संकल्पना आहे असे मानतात. धर्म हा नीतिमत्तेचा दंडक असतो याविषयी तर नुसते मतभेदच नाहीत, तर तो जोरदार मारामारीचा विषय आहे. चांगले काय, नैतिक काय हे धर्माधर्मांत निरनिराळे सांगितले आहे. त्याहूनही अवघड परिस्थिती तेव्हा येते, जेव्हा एका धर्मातले सत्कर्म दुसऱ्या धर्मात कुकर्म मानले जाते! हिंदू धर्मात गायीला परमपूज्य मानतात, 'गोमाता' म्हणून गौरवतात, तिची पूजा करतात, तर दुसऱ्या धर्मात तिचीच अन्नासाठी, गोमांसासाठी कत्तल केली जाते. डॉक्टर ए.पी.जे.अब्दुल कलाम म्हणतात, 'कोणताही धर्म त्याच्या निर्वाहासाठी वा प्रसारासाठी परहत्त्येचा आदेश देत नाही.' अशा परिस्थितीत कोणता धर्म बरोबर हे कोण आणि कसे ठरवणार?

लोकमान्य म्हणतात, 'संख्येचा नीतिमत्तेशी नित्यसंबंध असू शकत नाही. असेही लक्षात ठेवले पाहिजे की सामान्यतः सर्व लोकांस कधी कधी जी गोष्ट सुखावह वाटते, तीच दूरदर्शी पुरुषास परिणामी सर्वांच्याच गैरफायद्याची आहे असे दिसत असते. उदाहरणार्थ, सॉक्रेटिस व येशू ख्रिस्त यांचीच गोष्ट घ्या. दोघेही आपापल्या मते परिणामी कल्याणकारक

असाच उपदेश देशबंधूना करत होते. परंतु त्यांच्या देशबांधवांनी त्यांस 'समाजाचे शत्रु' ठरवून देहान्त प्रायश्चित्त दिले.' महात्मा गांधींचे यावरील विधान फार अर्थपूर्ण आहे, 'जीझस हा आदर्श आहे, महान आहे, पण तुम्ही ख्रिश्चन्स, तुम्ही मुळीच त्याच्यासारखे नाहीत!'

'नेमके चांगले, योग्य, नैतिक काय?' हा कायमच एक यक्षप्रश्न राहिलेला आहे. एका व्यक्तीसाठी चांगले आणि पुष्कळ लोकांसाठी चांगले यांतील संघर्ष तर निरंतर चालणाराच आहे! सत्ताधीश व राज्यकर्ते यांचे हित ज्यात आहे त्याच गोष्टींना केवळ चांगले, योग्य, नैतिक मानले जाऊ नये यासाठी ग्रीक तत्त्वज्ञ ॲरिस्टॉटल (ख्रिस्तपूर्व ३८४-३२२) याने 'समान हित' ही संकल्पना मांडली. राज्यकर्त्यांच्या सत्ताशक्तीला वेसण घालण्यासाठी इटालियन संन्यासी आणि धर्मगुरू थॉमस ॲक्विनस (१२२५-१२७४) याने त्या 'समान हिता'च्या संकल्पनेला शासनपद्धतीचा पाया बनवले, तिला 'मुख्य उद्देश' या स्थानाची उंची दिली. इंग्लिश तत्त्वज्ञ जॉन लॉक (१६३२-१७०४) याने राजकीय समाजाच्या अस्तित्वाचा अंतिम हेतू हा 'शांतता, सुरक्षा आणि जनतेचे सार्वजनिक हित' असल्याचे आणि 'जनहित' हा कायद्यांचा कायदा असल्याचे जाहीर केले.

लोकांच्या नीतिमत्तेची प्रमाणे, मानके ठरवताना स्कॉटिश तत्त्वेवत्ता डेव्हिड ह्यूम (१७११-१७७६) याने असा दावा केला की सामाजिक संकेत हे समान जनहित साधावे हाच उद्देश ठेवूनच ठरविले जातात. अमेरिकेची राज्यघटना तयार करणाऱ्यांपैकी एक राजकीय मुत्सद्दी, अमेरिकेचे चौथे अध्यक्षपद भूषविणारा जेम्स मॅडिसन (१७५१-१८३६) याने कोणतीही कृती जनहिताची आहे की नाही हे ठरवण्यासाठी 'न्याया'ची चौकट वापरण्याचे आदेश दिले. फ्रेंच-स्विस तत्त्ववेत्ता जॅक रूसो (१७१२-१७७८) यानेही 'समान हित', 'जनहित' साधले जावे हीच समाजाचीही इच्छा असते असे प्रतिपादन करून शासनाने त्याच्या प्रजेच्या बाबतीत तेच उद्दिष्ट पूर्ण करण्याचा सतत ध्यास घ्यावा आणि समाजाला त्याची फळे चाखू द्यावीत असे म्हटले आहे. अब्राहम लिंकनचे तर ध्येयवाक्य जगप्रसिद्धच आहे, 'लोकांचे, लोकांनी, लोकांसाठीच चालवलेले शासन हे या पृथ्वीतलावरून कधीच नष्ट होणार नाही.'[९]

एखादे कृत्य चांगले आहे असे निश्चितपूर्वक सांगणे फार कठीण असते. बाह्यपरिस्थितीची गती, तिच्यातील बदल या गोष्टी तर असतातच, शिवाय माणसाची अंत:प्रेरणा, सतत बदलणारी मानसिक स्थिती, अंतस्थ हेतू यांमुळेही त्या कृतीचे चांगलेवाईटपण ठरत असते. माणूस आणि मशीन यांत हाच तर फरक असतो. माणसाचे वागणे मशीनसारखे नसते. मशीनचे वागणे, प्रतिसाद जसा निश्चित असतो, तसे माणसाचे नसते. माणसावर मशीनसारखे अवलंबून राहता येत नाही. माणसामाणसाच्या वृत्तीत फरक असतो - कोणी लौकिकात

---

९. 'गेटिसबर्ग ॲड्रेस' या नावाने प्रसिद्ध असलेल्या, अमेरिकेचे प्रेसिडेंट अब्राहम लिंकन यांनी अमेरिकेतील यादवी युद्धाच्या काळात गुरुवार, दिनांक १९ नोव्हेंबर १८६३ या दिवशी दुपारी पेनसिल्व्हेनियामधील गेटिसबर्ग येथील 'सोल्जर्स नॅशनल सिमेट्री'मध्ये जवानांना श्रद्धांजली वाहताना केलेल्या भाषणातून.

रमणारा तर कोणी पारलौकिकात. जे एका साधुवृत्तीच्या माणसाला समजू शकते ते सामान्य माणसाला कळतेच असे नाही. लोकमान्य लिहितात, 'नीतीधर्माचे आमचे तत्त्व खरे आहे, अडाणी लोकांनी त्याचा दुरुपयोग केल्यास आम्ही काय करणार?' या उत्तरात काही अर्थ नाही. कारण तत्त्व जरी खरे असले तरी त्याचा उपयोग करण्यास अधिकारी कोण आणि ते त्याचा उपयोग केव्हा व कसा करतात वगैरे मर्यादाही त्याबरोबरच सांगितल्या पाहिजेत.'

लोकमान्य येथे एक उदाहरण देतात. अमेरिकेत एका मोठ्या शहरात सर्व लोकांच्या उपयोगाकरिता व सुखाकरिता ट्रामवे करायची होती. परंतु त्या कामास अवश्य लागणारी अधिकाऱ्यांची मंजुरी मिळण्यात दिरंगाई होऊ लागली. तेव्हा ट्रामवेच्या व्यवस्थापकाने अधिकाऱ्यास पैसे भरल्यावर (लाच दिल्यावर) सदर मंजुरी ताबडतोब मिळाली व लवकरच ट्रामवेचे काम पुरे होऊन शहराच्या सर्व लोकांची त्यामुळे फार सोय व फायदा झाला. नंतर काही दिवसांनी लाचेची गोष्ट उघडकीला येऊन व्यवस्थापकावर फौजदारी खटला करण्यात आला. व्यवस्थापकाला दोषी ठरवून त्याला शिक्षा झाली. या ठिकाणी पुष्कळ लोकांचे पुष्कळ सुख एवढेच नीतितत्त्व विचारात घेऊन निभाव लागत नाही. लाच दिल्यामुळे ट्रामवे झाली हा बाह्य परिणाम पुष्कळांना पुष्कळ सुख देणारा होता, पण तेवढ्याने लाच दिली ही गोष्ट न्याय्य होत नाही.

दुसऱ्या एका उदाहरणात 'दान करणे' ही कृती घेतली आहे. लोक गरजूंना मदत व्हावी म्हणूनच केवळ दान देत नाहीत. त्यात त्यांचे नाव होते, त्यांना प्रसिद्धी मिळते हाही एक हेतू व फायदा असतोच. दान करणे हा आपला धर्म (दातव्यम्) समजून निष्काम बुद्धीने दान करणे आणि कीर्तीसाठी किंवा दुसऱ्या काही फलांसाठी दान करणे या दोन्ही कृत्यांचे बाह्य परिणाम जरी एकच असले, तरी पहिले दान सात्त्विक (केवळ परोपकार) आणि दुसरे राजस (सहेतुक) असा भेद भगवद्गीतेतही केला आहे; आणि तेच दान जर कुपात्री - अयोग्य माणसास केले - असल्यास त्याला तामस (अज्ञानी) किंवा गर्ह्य (आक्षेपार्ह) असे म्हटले आहे.

दातव्यमिति यद्दानं दीयतेऽनुपकारिणे ।
देशे काले च पात्रे च तद्दानं सात्त्विकं स्मृतम् ।।२०।।

निरपेक्ष वा कर्तव्यबुद्धीने, (योग्य) स्थळ, काळ व पात्रता यांचा विचार करून, आपल्यावर उपकार न करणाऱ्यासही जे दान देतात ते सात्त्विक म्हटले जाते.
(भगवद्गीता, अध्याय १७, श्लोक २०)

या श्लोकावरील आपल्या भाष्यात डॉक्टर एस. राधाकृष्णन 'आत्मसमर्पणा'ची कल्पना समाविष्ट करतात. भगवंतांनी वर्णिलेली ही 'आपले सर्वस्व समाजहिताला समर्पित करण्याची दानपद्धती' आहे. ते म्हणतात, 'गरिबाला दिलेले - सत्पात्री - दान

केवळ त्या गरिबालाच लाभदायक ठरते असे नाही, तर ते देणाऱ्यासही लाभदायक ठरते. जो देतो त्याला मिळतेही!'[१०]

यत्तु प्रत्युपकारार्थं फलमुद्दिश्य वा पुनः ।
दीयते च परिक्लिष्टं तद्दानं राजसं स्मृतम् ।।२१।।

केलेल्या उपकारांचा बदला म्हणून, काही फलांची आशा ठेवून, देणाऱ्याला दुखावणारे दान दिले, तर त्याला राजस दान म्हणतात. ते सापेक्ष असल्याने चांगले दान समजले जात नाही. (भगवद्गीता, अध्याय १७, श्लोक २१)

अदेशकाले यद्दानमपात्रेभ्यश्च दीयते ।
असत्कृतमवज्ञातं तत्तामसमुदाहृतम् ।।२२।।

अकाली, अयोग्य व्यक्तीला, आदरही न दाखवता किंवा त्याची अवहेलना करून दान दिले, तर त्याला तामस म्हणतात. ते मंद बुद्धीचे, अविवेकीपणाचे लक्षण मानले जाते. (भगवद्गीता, अध्याय १७, श्लोक २२)

अशा रीतीने अनेक उदाहरणांनी जिच्यावर पूर्ण अवलंबून राहता येईल अशी नीतिदृष्ट्या न्याय्य वा अन्याय्य याचा निर्णय करण्याची कोणतीही बाह्य पद्धत माणसाला मार्गदर्शन करण्यास उपलब्ध नसल्याचे दाखवून देऊन लोकमान्य एखाद्या आंतरिक, अंतर्गत यंत्रणेची शक्यता अजमावून पाहतात. तशा पद्धतीत ती दात्याला सर्वमान्य असा मार्ग दाखवण्याच्या बाबतीत कितपत निश्चित व निर्दोष ठरू शकेल हा प्रश्न संभवतो. परंतु गीतेच्या प्रारंभीच भगवंत 'कर्मापेक्षा बुद्धी श्रेष्ठ' असे सांगतात. त्यानुसार बुद्धीचा वापर हीच कृती बरोबर वा चूक, योग्य वा अयोग्य हे ठरविण्याची अंतर्गत यंत्रणा ठरू शकेल.

दूरेण ह्यवरं कर्म बुद्धियोगाद्धनञ्जय ।
बुद्धौ शरणमन्विच्छ कृपणाः फलहेतवः ।।४९।।

भगवंत अर्जुनाला बुद्धीला शरण जायला सांगतात. फळावर नजर ठेवून केलेल्या कृती या फलाशा न ठेवता केलेल्या कृतींपेक्षा नेहमीच कनिष्ठ, निकृष्ट असतात आणि तशा कृती करणारेही दयनीय, अनादरणीय असतात.
(भगवद्गीता, अध्याय २, श्लोक ४९)

या अशा आंतरिक न्यायपद्धती वापरताना मनाची शुद्धता फार महत्त्वाची असते. जसे,

---

१०. एस.राधाकृष्णन, द भगवद्गीता, हार्पर कॉलिन्स पब्लिशर्स, नॉयडा, इंडिया, २०१४, पान ४१३.

चालक मद्यधुंद असला की गाडीला रस्त्यावर अपघात होण्याची शक्यता जास्त असते, तसे मन जर लालसा, वासना यांसारख्या घातक भावनांनी दूषित असले, तर ते योग्य कृती करण्याला कसे उद्युक्त होणार? सत्कर्माचा मार्ग कसा दाखवणार? शुद्ध व पवित्र मन हे मूलभूतरीत्या परमेश्वराशी जोडले गेलेले असते. अशा शुद्ध, निर्मळ मनाची माणसे फार मोठ्या धोक्यांमधूनही सहीसलामत वाचतात, कित्येक हानीकारक प्रसंगांचा यशस्वीपणे सामना करू शकतात याची कितीतरी, खरोखरच अगदी भरपूर उदाहरणे दिसतात. सुदाम्याने श्रीकृष्णाला दिलेल्या साध्या पोह्यांतूनही त्याच्या मनाची शुद्धता, निरागसता प्रकर्षाने प्रकट होते. म्हणूनच भगवंताला त्याची किंमत त्रिभुवनापेक्षा अधिक वाटली! महात्मा गांधींनी म्हटले आहे, 'आपले विचार, आपली उक्ती आणि कृती यांच्यामध्ये पूर्णपणे सुसंवाद राखा. सतत विचारांच्या शुद्धतेवर लक्ष केंद्रित करा आणि मग बघा, सगळे काही चांगले होईल!'

या नंतर लोकमान्य दान, परोपकार यांच्या पुढे जाऊन असे म्हणतात, 'लहान किड्यापासून मनुष्यापर्यंत सृष्टीची उत्तरोत्तर चढती पायरी लक्षात आणली म्हणजे दुसरा असाही प्रश्न निघतो की, परोपकारबुद्धी या एकाच सद्गुणाचा मनुष्यात इतका उत्कर्ष झालेला आहे, की त्याबरोबरच न्यायबुद्धी, दया, शहाणपण, दूरदृष्टी, तर्क, शौर्य, धृति, क्षमा, इंद्रियनिग्रह इत्यादि दुसऱ्या अनेक सात्त्विक सद्गुणांचीही वाढ झालेली आहे?' हा प्रश्न उपस्थित केल्यावर ते त्याचे उत्तरही असे देतात, 'हा विचार मनात आला म्हणजे, इतर सजीव प्राण्यांपेक्षा मनुष्यात सर्वच सद्गुणांचा उत्कर्ष झाला आहे असे म्हणणे भाग होते. या सर्व सात्त्विक गुणांच्या समुच्चयाला आपण तूर्त 'माणुसकी' असे नाव देऊ. याप्रमाणे परोपकारापेक्षा माणुसकी श्रेष्ठ ठरल्यावर, कोणत्याही कर्माच्या योग्यायोग्यतेचा किंवा नीतिमत्तेचा निर्णय करण्यास त्या कर्माची केवळ परोपकारबुद्धीच्या धोरणानेच परीक्षा करण्यापेक्षा 'माणुसकी'च्या - म्हणजे मानवज्ञातीत इतर प्राण्यांपेक्षा जे जे गुण उत्कर्ष पावले आहेत असे आढळून येते त्या सर्वांच्या - दृष्टीने सदर कर्माचे परीक्षण करणे जरुरीचे होते.'

ते अशा निर्णयाप्रत येतात की, 'एकट्या परोपकारवृत्तीवर भिस्त ठेवून कसा तरी निर्वाह करण्यापेक्षा सर्व मनुष्यांचे 'मनुष्यपण' किंवा 'माणुसकी' ज्या कर्माने वाढेल किंवा त्या माणुसकीस जे शोभेल तेच सत्कृत्य किंवा तोच नीतिधर्म असे आता म्हटले पाहिजे. ही व्यापक दृष्टी एकदा पत्करली म्हणजे 'पुष्कळांचे पुष्कळ सुख' हा सदर दृष्टीचा एक स्वल्प भाग होऊन केवळ त्याच दृष्टीने सर्व कृत्यांच्या धर्माधर्मतेचा विचार केला पाहिजे हे मत शिल्लक न राहता, माणुसकीही अवश्य बघितली पाहिजे असे निष्पन्न होते. आणि 'माणुसकी', 'मनुष्यपण' कशात आहे याचा सूक्ष्म विचार करू लागले म्हणजे याज्ञवल्क्याने म्हटल्याप्रमाणे 'आत्मा वा अरे द्रष्टव्यः' - आत्म्याला ओळखण्याची, आत्म्याकडे पाहण्याची वेळ येते.'

येथे लोकमान्य कठोपनिषदातील नचिकेतची कथा सांगतात. या भारतीय लोककथेप्रमाणे नचिकेत आणि मृत्यूची देवता यम यांची भेट होते. नचिकेत यमाला

विचारतो की 'मृत्यूनंतर माणसाचे काय होते?' हे रहस्य नचिकेतपासून लपवण्यासाठी यम त्याला तो प्रश्न सोडून इतर प्रश्न विचारण्यासाठी मोठमोठ्या बक्षिसांची लालूच दाखवतो, परंतु नचिकेत त्याच्या त्याच प्रश्नावर ठाम राहतो. अखेर यमाला नचिकेतला मर्त्य मानवाची अविनाशी ओळख जो आत्मा त्याचे ज्ञान - 'आत्मज्ञान' - प्रदान करावेच लागते. या कथेत मानवी शरीराला पाच अश्वांच्या रथाची समर्पक उपमा दिली आहे. ते पाच अश्व म्हणजे माणसाच्या पाच संवेदना - पाहणे, ऐकणे, चव घेणे, वास घेणे आणि स्पर्श करणे - असल्याचे यम नचिकेतला सांगतो. सदाचारी, सत्शील लोक या पाच संवेदनांवर नियंत्रण ठेवतात. ते चवीला चांगले म्हणून काहीही खात नाहीत, जे शरीराला चांगले असेल, आरोग्याला बाधक नसेल तेच खातात. ही पाच ज्ञानेंद्रिये त्यांच्यावर अंमल गाजवत नाहीत, तेच त्या ज्ञानेंद्रियांना स्वतःच्य काबूत ठेवतात. जे योग्य, उचित असेल तेच त्यांना करू देतात. अनियंत्रित संवेदना मर्त्य मानवाला 'प्रेया'च्या - इंद्रियास प्रिय वाटणाऱ्या बाह्यसुखांच्या - मार्गाने मृत्यूकडे घेऊन जातात. बुद्धीचा वापर करून संवेदना संयमित, नियंत्रित राखलेल्या असल्या, की माणूस 'श्रेया'च्या - खऱ्या व चिरकालिक कल्याणाच्या - मार्गाने जात राहत जीवन जगतो.

भारतीय धर्मात नचिकेत या व्यक्तिरेखेला फार मोठे स्थान आहे. स्वामी विवेकानंदांचे त्या बाबतीतील हे विधान प्रसिद्ध आहे : 'मला नचिकेतसारखे आपल्या लक्ष्यावर अढळ श्रद्धा असणारे दहाबारा तरुण जरी मिळाले तरी मी या देशाच्या विचारधारेचा प्रवाह बदलून टाकू शकेन, प्रयत्नांना नवी दिशा देऊ शकेन.'[११]

---

११. http://www.nachiketatapovan.org/about-nachiketa-in-vivekananda-s-words-.html

आधुनिक जग हे 'श्रेया'पेक्षा 'प्रेया'च्या मागे धावते. पौष्टिक, आरोग्यदायक अन्न खाणे, शारीरिक व्यायाम करणे, दिवसातील काही वेळ शांत राहून ध्यान करणे हे सन्मार्ग सोडून बाहेरून मागवलेले अन्नपदार्थ खाणे, तासन्‌तास संगणकासमोर किंवा टीव्हीसमोर बसणे, एक मिनिटही फोन, मेसेज यांपासून दूर न राहणे, धूम्रपान, मद्यपान, लैंगिक चाळे करणे या सर्व घातक मार्गांकडे लोक वळले आहेत. आपल्याच हातांनी ते आत्मघात करून घेत आहेत. डॉक्टर कलाम एका हॉस्पिटलला भेट देऊन आले होते. तेथे अनेक तरुण रोगी अतिदक्षता विभागात पाहून ते मला म्हणाले, 'मला एक दुष्टचक्र फिरताना दिसते आहे. आजच्या तरुणांची जीवनपद्धती पूर्णपणे अनियंत्रित होत चालली आहे. ते अधिकाधिक अविचारीपणाने, निष्काळजीपणाने वागत आहेत आणि ते फारच धोकादायक आहे. मला फार भीती वाटते आहे कारण यात लोक दुखावले जात आहेत.' खरोखरच, आपल्या तरुणांना चांगल्या स्वयंसेवी कार्यात, सामाजिक कार्यात गुंतवण्याची आणि मुख्य म्हणजे विचार करण्याची सवय लावण्याची नितांत गरज आहे.

श्रेयश्च प्रेयश्च मनुष्यमेतस्तौ संपरीत्य विविनक्ति धीरः ।
श्रेयो हि धीरोऽभिप्रेयसो वृणीते प्रेयो मन्दा योगक्षेमाद् वृणीते ।।२।।

माणूस नेहमीच चांगल्यावाईटाच्या मध्ये अडकलेला असतो. प्रेय (तात्कालिक, बाह्य इंद्रियसुख) व श्रेय (खरे, चिरकालिक सुख) ही मनुष्याच्या पुढे आली म्हणजे ज्ञानी, शहाणा मनुष्य प्रेयापेक्षा श्रेय अधिक पसंत करतो आणि अज्ञानी, मंदबुद्धी मनुष्य शारीरिक सुखांच्या जाळ्यात अडकतो आणि आत्मकल्याणाच्या सर्व गोष्टी दूर सारतो. (कठोपनिषद, भाग १, अध्याय २, श्लोक २)

आपल्याला मनुष्यजन्म लाभला आहे त्यामुळे आपल्याला निवड करण्याची, विवेकाची क्षमता लाभली आहे, जी या पृथ्वीतलावरीलच नव्हे, तर संपूर्ण विश्वातील कोणत्याही सजीवाला लाभलेली नाही. परंतु या अद्वितीय नैसर्गिक देणगीला दुसरीही बाजू अशी आहे की त्या निवड करण्याच्या प्रक्रियेपासून माणसाला सुटकाही लाभत नाही. प्रत्येक क्षणी, जाणीवपूर्वक अथवा अजाणता, आपण जे जे काही करतो, बोलतो, विचार करतो, त्यांत अनेक उपलब्ध पर्यायांमधून आपण निवड करत असतो. प्रत्येक पर्यायाचे काही ना काही परिणाम असतातच. आपण जर आपल्या विचारांत, कृतींत, उक्तींत 'श्रेया'ऐवजी 'प्रेया'ची निवड केली, तर आपण आपल्यासाठी अनारोग्य, असमर्थता, अपंगत्व, निराशा यांनी भरलेले भविष्य निर्माण करीत असतो.

'प्रेय' आपल्याला तात्कालिक सुख, आनंद देते, अल्पकाळ चित्तवृत्ती खुलवते, तात्पुरते समाधान देते. एखादे गोड पक्वान्न, एखादा बिअरचा ग्लास, प्रिय व्यक्तीबरोबरचे

काही एकांताचे क्षण - या गोष्टींनी सहजपणे, स्पष्टपणे छान वाटतेच. पण हे 'प्रेय' क्षणभंगुर, अल्पकालीन असते. ते दीर्घ काळ टिकत नाही, टिकू शकत नाही. जीभेवरील गोडी मिनिट दोन मिनिटे राहते, बिअरची धुंदी फार तर तासभर, आणि प्रिय व्यक्तीसोबतचा काळ संपला की मीलनाचे सुख विरहाच्या दुःखात बदलते. प्रेयाचे सुख फार लवकर दूर जाते आणि आपण पुन्हा त्यासाठी लालसावतो, याचना करू लागतो. या उलट कल्याणकारक, गुणवत्तापूर्ण आणि परिपूर्ण असे श्रेय सुरुवातीला, वर वर पाहता असुखकारक असते, काही वेळा गैरसोयीचे असते. उदाहरणार्थ, ज्ञानग्रहण, व्यायाम, कच्च्या भाज्यांचा वा कडधान्यांचा पौष्टिक आहार, अव्यभिचार - पण काही काळानंतर ते दीर्घकाळ टिकणारे फायदे देते, फार उत्तम असे परिणाम घडवून आणते.

लोकमान्य लिहितात, 'इंद्रियगम्य बाह्य सुखापेक्षा बुद्धिगम्य अंतःसुखाची किंवा आध्यात्मिक सुखाची योग्यता अधिक आहे, इतकेच नव्हे तर विषयसुख आज आहे ते उद्या नाही म्हणजे ते अनित्यही आहे. नीतिधर्माची गोष्ट तशी नाही. अहिंसा, सत्य वगैरे धर्म बाह्योपाधींवर म्हणजे बाह्य सुखदुःखांवर अवलंबून नसून सर्व काळी आणि सर्व प्रसंगी एकसारखे लागू पडणारे, अतएव नित्य आहेत असे सर्व लोक मानतात.'

स्वार्थ, स्वतःच्या कुटुंबाचे कल्याण, जातीचे हित नाहीतर 'पुष्कळांचे पुष्कळ सुख' अशा बाह्य गोष्टींवरून नीतिमत्ता ठरविणाऱ्या आणि काळ-वेळ-परिस्थितीनुसार मानके बदलणाऱ्या आधिभौतिकवादाविरुद्धच्या प्रतिपादनाच्या शेवटी लोकमान्य म्हणतात, 'जे अढळ असे नीतिमत्तेचे सिद्धान्त आहेत ते अशा ढिसूळ तत्त्वज्ञानावर तोलले जाणार नाहीत.'

न जातु कामान्न भयान्न लोभाद्धर्मं त्यजेज्जीवितस्यापि हेतोः ।
धर्मो नित्यः सुखदुःखे त्वनित्ये जीवो नित्यः हेतुरस्य त्वनित्यः ।।५०।।

जेव्हा लालसा, वासना, हाव किंवा भीती या भावना वरचढ ठरतात, तेव्हा त्या माणसाला नैतिक तत्त्वे धाब्यावर बसवण्याचा धोका पत्करायला लावतात. चांगले जीवन जगण्याचे नियम मानवी आत्म्यात उपजतच ठसलेले असतात. ते समजून घेऊन, त्यांचा नीट अर्थ लावून रोजच्या जीवनातील कर्मे करताना, परिस्थिती हाताळताना त्यांचे काटेकोरपणे पालन करण्यानेच जीवनात माणसाचा निभाव लागतो. (महाभारत, स्वर्गारोहण पर्व, अध्याय ५, श्लोक ५०)

लोकमान्य मोठ्या कौशल्याने व परिणामकारक रीतीने नीतिमत्तेला धार्मिक, तात्त्विक आणि न्याय-अन्यायाच्या नियमांपासून मुक्त करतात. माणसाचा आत्मा हा त्याच्या सर्व इंद्रियेच्छा, त्याच्या शारीरिक हालचाली नियंत्रित करत असतो, गरज पडली तर त्यावर अंमलही गाजवीत असतो. त्या आत्म्याचे मार्गदर्शन घेऊन जीवन व्यतीत करणे हेच माणसाचे खरे संचित असते. मानवी जीवनाची नैसर्गिक रचना हीच असते. हा आत्म्याचा

प्रामाणिक आवाज दाबून टाकून इंद्रियांना अथवा घातक भावनांना कुरघोडी करू देणे आणि त्यांच्या आज्ञेखाली कर्मे करणे हा माणसाने समजून-सवरून, जाणतेपणाने घेतलेला निर्णय असतो. अशा पद्धतीने केलेल्या कृती या बहुतेक वेळा मोह पाडणाऱ्या, सुख, समाधान, तृप्ती देणाऱ्या, चित्तवृत्ती फुलवणाऱ्या, मन प्रसन्न करणाऱ्या असतात; पण ते सर्व अल्पकालीन असते. त्या एका अशा आत्मघातकी यंत्रणेची उभारणी करत असतात ज्यातून सुटकेचा मार्ग नसतो.

'प्रेय' बाजूला सारून 'श्रेया'ची निवड करणे ही यातली मेख आहे. निवड करण्याची क्षमता, विवेकशक्ती ही मानवाखेरीज या विश्वातील अन्य कोणत्याही सजीवाला दिलेली नाही. पण ही शक्ती अशी आहे की ती जर अयोग्य पद्धतीने वापरली, तर ती फार मोठा, तिरस्करणीय असा शाप ठरते. संवेदना, ज्ञानेंद्रिये ही आत्म्याला जीवनातील, जगातील विकासमार्गावरील वाटचालीत उपयोगी पडणारी साधने असतात, परंतु जो अज्ञानी असतो त्याच्या बाबतीत तीच पायातल्या बेड्या बनतात आणि विकासमार्गावरील वाटचाल रोखतात. तात्कालिक बाह्य इंद्रियसुखांच्या या खेळात प्रथम माणसाचे मन त्या बाह्य संवेदनांना शरण जाते, आणि मग त्यांच्यावर नियंत्रण राखायचे सोडून त्यांच्याच तालावर नाचू लागते. मग लोक मद्यपि बनतात, धूम्रपानाच्या आहारी जातात, जुगारी बनतात, चोरी करतात आणि दुसऱ्याचा जीवदेखील घेतात. आयुष्य नासून टाकतात. काही जण हा मनाचा अंकुश उत्तम रीतीने वापरतात, मनसामर्थ्याने इंद्रियांना काबूत ठेवतात; पण काही वेळा हे सबल मन त्यांचा ताबा घेते आणि अहंकार निर्माण करते. हा अहंकार मनाला चैतन्यहीन करून टाकतो. एखादा अजगर जसा जिवंत हरणाला खाऊन टाकतो, तसाच! निसर्गाने माणसाची बुद्धी आणि त्याचा आत्मा यांच्यात एक नैसर्गिक जोड निर्माण केलेला असतो. आत्मा बुद्धीकडून आज्ञा घेत असतो. पण मनाला अचेतन करून अहंकारच सर्व सूत्रे हाती घेतो, तोच मनाला आणि इंद्रियांनाही आज्ञा देऊ लागतो. अशाच रीतीने युधिष्ठिराने द्युतात पांडवपत्नी द्रौपदीला गमावले. अशा रीतीने नीतिमत्तेवरील सर्व बाह्य गोष्टींचा डोलारा नष्ट करून टाकून तिचे नाते आत्म्याशी जोडून दिल्यावर लोकमान्य पुढील प्रकरणाच्या विषयाची प्रस्तावना करतात, 'सुखदु:खांचे खरे स्वरूप काय व नित्य सुख कशाला म्हणतात याचा आता विचार केला पाहिजे.'

ॐ

५

अंतर्गत कारभार

माणसाने सुखी असावे अशी केवळ परमेश्वराची इच्छा नसते, माणसाने स्वत:ला सुखी करावे किंबहुना माणसाने स्वत:चे सुख स्वत: शोधावे अशी त्याची इच्छा असते.

इमॅन्युअल कान्ट

सुख हे काही एखादी तयार वस्तू नसते, ते आपल्या कृतींमधून साकार होते.

दलाई लामा

सुख कोठे असते, शरीराच्या बाहेर की शरीराच्या आत? प्रश्न साधा वाटला तरी उत्तर खूपच गुंतागुंतीचे आहे. सुख जर शरीराच्या आत असले, तर मग तो एक भाव असतो, ती भावना असते की संवेदना असते? का ती मेंदूतील जीवरासायनिक प्रक्रिया असते असे अनुमान निघू शकेल? तसे असेल तर सुख म्हणजे क्षणिक आनंद असा त्याचा अर्थ होईल. त्यातून पुढील प्रश्न निर्माण होईल - किती सुख मिळणे चांगले? सुख जर शरीराच्या बाहेर असेल, आजूबाजूच्या वस्तुंमध्ये असेल, तर मग ते मिळवणे ही एक स्पर्धा होईल. जे सामर्थ्यवान असतील, धनवान, संपन्न असतील आणि जे त्यासाठी प्रयत्नांची पराकाष्टा करतील, जीव टाकतील ते सुखी होतील; कारण ते त्या सुखदायक वस्तु मिळवू शकतील आणि त्या ज्यांना मिळवता येणार नाहीत ते अपयशी आणि म्हणून दु:खी होतील. जर सुख शरीराबाहेरही नसेल आणि आतही नसेल, आणि ते बाहेरच्या वस्तू आणि शरीराचा अंतर्भाग यामध्ये मानवी संवेदनांमार्फत प्रस्थापित होणाऱ्या संबंधांत असेल, तर त्या संवेदना माणूस आणि सुख यांच्यामधल्या मध्यस्थ ठरतात का? तसे असेल तर त्या मध्यस्थांचा - संवेदनांचा - जास्तीत जास्त कार्यक्षमतेने उपयोग करून सुखप्राप्ती शक्य आहे का? धूम्रपान, मद्यपान, गोड पदार्थांचा स्वाद, सुगंधाचा आस्वाद अशा ज्या संवेदना जागृत करून आनंद निर्माण करणाऱ्या गोष्टी आहेत त्या सुखदायी कृती ठरू शकतील का?

सुख ही कृती आहे की प्रवृत्ती? पुन्हा प्रश्न साधा पण उत्तरे अनेक आणि गुंतागुंतीचीही! सुख म्हणजे जर प्रवृत्ती असेल, तर ती जन्मजात, उपजतच असते की

ती संगोपनाच्या काळात होणाऱ्या वा केल्या जाणाऱ्या संस्कारांचा भाग असते? ती जर क्रिया वा कृती असेल, तर ती करण्याची वा घडण्याची वेळ ठरवता येते का? ती नियंत्रित वा नियमित करता येते का? ती जास्तीत जास्त व्यापक करता येते का? दीर्घकाळपर्यंत सुरू ठेवता येते का? आणखी एक प्रश्न - सुखाचा अभाव म्हणजे काय? अंधाराला स्वतःचे अस्तित्व नसते, प्रकाशाचा अभाव म्हणजे अंधार. दुःखाचे तसेच असेल का? सुखाचा अभाव म्हणजे दुःख. की दुःखाला भीती, काळजी अशी रूपे असतील? सुखाच्या नाण्याची दुसरी बाजू! समजा माझा सुखाचा काळ संपला, आणि वाईट गोष्ट म्हणजे, उशिरा नाही तर लवकरच संपला आणि अचानक संपला तर? विषाद, उपेक्षावाद! 'घोस्टली, ग्रिम ॲण्ड ग्रूसम' या आपल्या पुस्तकात इंग्लिश लेखक टी.एच. व्हाईट याने लिहिले आहे, 'आयुष्य म्हणजे ज्याबद्दल बोलूच नये असा नरक आहे आणि त्याचे एकमेव कारण हे आहे की ते आयुष्य काही वेळापुरते का होईना सुंदर, सुखी असते! आपण जर कायम दुःखीच राहिलो, प्रेम, सौंदर्य, विश्वास, आशा यांसारख्या गोष्टी आपल्या जवळपास फिरकल्याच नाहीत, आपल्या प्रेमाला कधीच प्रतिसाद मिळणार नाही याबद्दल खातरीच असती, तर आयुष्य किती साधेसोपे होऊन गेले असते, नाही?'

गौतम बुद्धाने अस्तित्वाची तीन लक्षणे - त्रिलक्षण - सांगितली आहेत : अनित्य (चिरस्थायी नसणे), अनात्मन (आत्मा नसणे) आणि दुःख. त्यानुसार सर्व काही अल्पकालीन, अचिरस्थायी, तात्पुरते टिकणारे असते. दुःख हा अस्तित्वाचा एक अविभाज्य व आवश्यक भाग असतो. कशालाही स्वतंत्र अस्तित्व नसते. प्रत्येक गोष्ट तिच्या जन्मासाठी, उगमासाठी, पोषणासाठी दुसऱ्या कशावर तरी, कोणावर तरी अवलंबून असते. आपल्या भोवतालचे जग जसे सतत बदलत असते, तसेच आपले जगही सतत बदलत असते. आपण रस्त्यावरून चालत असतो, त्या वेळी इतरही अनेक जण हालचाल करत असतात. कोणी आपल्यासारखेच चालत असते, कोणी गाडीमध्ये बसून चाललेले असते, कोणी बसमधून तर कोणी मोटरसायकलवरून. आपण जेथे राहत असतो तेथे इतरांचेही वास्तव्य असते, आजूबाजूला त्यांची घरे असतात, त्यांच्याकडे पाहुणे येऊन राहिलेले असतात, त्यांना कोणी कोणी भेटायला येत असते. आपण जेथे काम करतो तेथेही अनेक सहकर्मचारी असतात, श्रेष्ठ कनिष्ठ अधिकारी असतात, ग्राहक असतात. प्रत्येक जण आपापले सतत बदलत राहणारे अस्तित्व बरोबर घेऊनच वावरत असतो. प्रत्येक क्षणी एक आत आणि एक बाहेर असा नवा संबंध जुळत असतो, जुना तुटत असतो. एका क्षणी जे अगदी जवळ असते ते पुढच्या क्षणी लांब जाते आणि त्याच्या विरुद्धही घडते. या अशा परिस्थितीत खरोखरच जे मिळते त्यातले काय सुख देईल हे माहीत होणे, आणि मिळालेच जर सुख तर त्या सुखाचे आकलन होणे शक्य आहे का? जर्मन मानसशास्त्रज्ञ एडवर्ड फ्रीडरिच विल्हेम फ्लूगर (१८२९-१९१०) याचे हे वचन अगदी अचूक आहे : 'प्रत्येक

सजीवाच्या गरजेचे जे कारण असते तेच ती गरज पूर्ण होण्याचेही कारण असते.[१]

लोकमान्यांनी या नव्या प्रकरणाला 'सुखदुःखविवेक' असे नाव दिले आहे. त्याचा आरंभ ते असा करतात, 'या जगातील प्रत्येक मनुष्य सुख कसे मिळेल किंवा प्राप्त झालेल्या सुखाची वृद्धी कशी होईल, आणि दुःख कसे टळेल अथवा कमी कसे होईल, यासाठी सदैव धडपड करत असतो, ह्या सिद्धान्त आमच्या शास्त्रकारांस मान्य आहे.'

आयुष्यात सुखी कसे व्हायचे याचा स्पष्ट, निश्चित मार्ग अजून कोणालाच सापडलेला नाही. त्यामुळे सर्वहिताचे वा जनांच्या सुखाचे धोरण ही तर अशक्य अशीच गोष्ट आहे. प्रत्येक आयुष्य म्हणजे सुख-दुःखाचे चक्र असते. त्यांची ये-जा सुरू राहते. त्यांच्या येण्याजाण्याची आवर्तता आणि त्यांचा कालावधी हे अनिश्चित असतात, बदलत राहतात. सुख म्हणजे दुःखाचा अभाव आणि दुःख म्हणजे सुखाचा अभाव अशा अर्थानेही त्यांच्याकडे पाहिले जाते. माणसाच्या उपजत प्रवृत्तीनुसार तो आयुष्यात येणाऱ्या विविध प्रसंगांशी जुळवून घेऊन आयुष्य जगत राहतोच; परंतु तरीही प्रत्येक प्रसंगाने माणसाच्या मनात एक चांगली, आनंदाची अथवा वाईट, क्लेशकारक भावना ही निर्माण होतेच. यातील भरपूर प्रमाणातल्या आणि वरचेवर येणाऱ्या आनंदी भावना एकत्रितपणे सुख निर्माण करतात आणि अर्थातच त्याच्या उलट, वाईट भावनांचा प्रादुर्भाव झाला की त्या 'दुःख' निर्माण करतात.

पौर्वात्य जगातील लोक 'मानवी आयुष्य म्हणजे दुःख' असेच मानतात. गौतम बुद्धाने सांगितलेल्या चार 'आर्यसत्यां'मध्ये 'जगात दुःख आहे' हे पहिले सत्य आहे. पाश्चिमात्य मात्र 'आयुष्य ही मौजमजा करण्याची संधी' मानतात. 'युनायटेड स्टेट्स ऑफ अमेरिके'च्या संस्थापकांनी नागरिकांच्या हक्कांमध्ये 'सुखाचा पाठपुरावा करण्या'च्या हक्काला 'जगण्याच्या आणि स्वातंत्र्याच्या हक्कां'चेच स्थान दिलेले आहे. यातील कोणताही दृष्टिकोन स्वीकारायचा ठरवला तरीही एक गोष्ट अगदी उघड आहे की पौर्वात्य असो वा पाश्चिमात्य, प्रत्येक माणूस हा दुःख टाळायचा आणि सुख प्राप्त करण्याचाच प्रयत्न करत असतो. त्यासाठी तो शक्य त्या प्रत्येक मार्गाचा अवलंब करतो आणि तसे करत असताना तो दुसऱ्यांच्या भावनांचा विचार करायच्या भानगडीत पडत नाही. नोबेल प्राइझ विजेते, ब्रिटिश तत्त्वज्ञ बर्ट्रांड रसेल (१८७२-१९७०) यांनी हे तत्त्व साररूपाने सांगितले आहे, 'आजच्या जगात दुसऱ्यांच्या दुःखांची कामना करणाऱ्या लोकांपेक्षा स्वतःच्या सुखाची इच्छा बाळगणारे लोक अधिक असते, तर काही वर्षांत पृथ्वीवर स्वर्ग अवतरला असता.'

मेंदूमधला जो भाग बुद्धिनिष्ठ, तर्कशुद्ध निर्णय घेण्याचे आणि भविष्यातील योजना आखण्याचे काम करतो त्याला प्रीफ्रंटल एरिया असे म्हणतात. परमेश्वराने माणसाच्या मेंदूमधील हा भाग चांगला मोठा दिलेला आहे. त्यामुळे माणसाला पुढील शक्यतांचा अंदाज घेऊन, त्यांची कल्पना करून अनेक पर्यायांमधून निवड करण्याची क्षमता प्राप्त

१. वॉल्टर बी. कॅनन, 'द विज्डम ऑफ द बॉडी', न्यूयॉर्क : द नॉर्टन लायब्ररी, १९६७, पान २१.

झालेली आहे. या क्षमतेवरच माणसाच्या आयुष्याचा मार्ग ठरतो. परंतु आनंद देणारे पर्याय निवडणे नेहमीच हितकर नसते. लोकमान्य लिहितात, ''सुख' या शब्दाऐवजी प्रायः 'हित', 'श्रेय' किंवा 'कल्याण' हे शब्द अधिक वापरण्यात येतात व त्यामधील भेद काय हे पुढे सांगण्यात येईल. तथापि 'सुख' शब्दातच सर्व प्रकारच्या सुखाचा अगर कल्याणाचा समावेश होतो असे मानल्यास, सामान्यतः प्रत्येकाचा प्रयत्न सुखासाठी असतो हे मत सर्वांसच ग्राह्य आहे, असे म्हणण्यास हरकत नाही.'

महाभारतातील शांतीपर्वामध्ये असलेल्या पराशर गीतेमध्ये असे म्हटले आहे,

यदिष्टं तत्सुखंप्राहुर्द्वेष्यं दुःखमिहोच्यते ।
कृताकृतस्य तपसः फलं पश्यस्व यादृशम् ॥२७॥

जे काही आपणास इष्ट असते ते मिळाले की आपल्याला आनंद होतो, आणि ते हरवले की आपणास वाईट वाटते. आपल्या प्रयत्नांना अनिष्ट फळ मिळाले की आपणास दुःख होते. सुख आणि दुःख हे माणसाच्या मनाचे भ्रम आहेत.
(महाभारत, शांतीपर्व, अध्याय २८४, श्लोक २७)

जे इष्ट, जे आपल्या पसंतीचे, आपल्या दृष्टीने योग्य ते मिळवणे हे माणसाच्या प्रयासांमागचे उद्दिष्ट असते. आपल्या मनाची जडणघडणच अशी केलेली आहे की ते जाणता आणि अजाणताही जे आपल्याला इष्ट वाटते, त्याच गोष्टींच्या व वस्तूंच्या शोधात असते हे निर्विवाद सत्य आहे. परंतु त्या इष्ट गोष्टी वा वस्तूंच्या प्राप्तीने आपल्याला सुख मिळतेच हे मात्र सत्य नाही. आपल्याला तहान लागली की आपण पाणी शोधतो. जसजसा वेळ जाईल, तसतसे आपण हातघाईवर येतो; पण म्हणून कोणी पाणी या बाह्य पदार्थाला 'सुख' हे नाव देत नाही. याच न्यायाने पैसा, दागदागिने, बंगला, प्रेम, अगदी प्रियकर वा प्रेयसी हेही 'सुख' या संज्ञेस कसे पात्र ठरतील? तहान भागणे याने जी इंद्रियतृप्ती मिळते तिने सुख मिळते; पण त्यामुळे जे जे हवेसे वाटेल, ते सर्व सुखच असले पाहिजे असा व्यापक सिद्धान्त करता येत नाही.

लोकमान्य याचे स्पष्टीकरण देतात, 'नैयायिकांनी (न्याय शाखा) 'अनुकूलवेदनीयं सुखं' - (जी वेदना आपल्याला अनुकूल ते सुख) आणि 'प्रतिकूलवेदनीयं दुःखं' (जी वेदना आपल्याला प्रतिकूल ते दुःख) अशा व्याख्या देऊन सुख व दुःख या एक प्रकारच्या वेदनाच ठरविल्या आहेत.'

हिंदू तत्त्वज्ञानात सुख आणि दुःख हे मानवी विश्वातील कार्यकारणभावापुरते मर्यादित नाही. त्यात देवदेवता, स्वर्गीय आत्मे, भूतपिशाच्च यांची 'करणी'ही समाविष्ट असते. देव देवतांचा 'कोप' हा हिंदूंच्या भीतीचा फार मोठा विषय आहे. विशेषतः संसर्गजन्य रोगांच्या साथी, मानसिक विकृती यांचे खापर हमखास अशा 'अमानवी'

कारणांवरच फोडले जाते. लोकमान्य लिहितात, '(ही वेदनारूप सुखदुःखे केवळ मनुष्याच्या व्यापारांनीच उद्‌भवतात असे नाही, तर कधी काही देवतांच्या कोपामुळेही दुर्धर रोग उद्‌भवून त्यांचे दुःख मनुष्यास भोगावे लागते. म्हणून) वेदान्तग्रंथांमधून सामान्यतः सुखदुःखांचे आधिदैविक, आधिभौतिक व आध्यात्मिक असे तीन भेद करीत असतात.'

आधुनिक विज्ञानाने हे सिद्ध केले आहे की जंतू, जिवाणू, विषाणू मानवी शरीराला हानीकारक असतात पण ते शरीराची रोगप्रतिकारकशक्ती जर कमी पडली, तरच दुष्परिणाम घडवू शकतात. या संबंधीचे शास्त्र चांगले प्रस्थापित झालेले आहे; परंतु काही लोकांची शरीरे जंतूना विरोध करतात आणि काही लोकांची मात्र करत नाहीत याचे कोडे मात्र या शास्त्रालाही अजून उलगडलेले नाही. जनुकांकडे बोट दाखवले जाते परंतु जनुकांच्या या लक्षणाच्या बाबतीतील 'नियंत्रक' कोण याविषयीही अजून अनिश्चितता आहे. त्यामुळे बरीचशी शारीरिक, आरोग्यविषयक सुखदुःखे ही 'आध्यात्मिक' समजली जातात. लोकमान्य लिहितात, '(पैकी देवतांच्या प्रसादाने किंवा कोपाने जी सुखदुःखे अनुभवावी लागतात त्यांना 'आधिदैविक' ही संज्ञा असून, बाह्य सृष्टीतील पृथिव्यादि पंचमहाभूतात्मक पदार्थांचा मनुष्यांच्या इंद्रियांशी संयोग होऊन शीतोष्णादिकांमुळे जी सुखदुःखे होतात त्यास 'आधिभौतिक' हे नाव देतात आणि अशा प्रकारच्या बाह्यसंयोगावाचून उद्‌भवणाऱ्या इतर सर्व सुखदुःखास 'आध्यात्मिक' असे म्हणतात. हे वर्गीकरण स्वीकरले म्हणजे शरीरातल्याच वातपित्तादि दोषांचे प्रमाण बिघडून उद्‌भवणारी ज्वरादि दुःखे आणि तेच प्रमाण बरोबर असता अनुभवास येणारे शरीर प्रकृतीचे स्वास्थ्य यांची गणनाही 'आध्यात्मिक' सुखदुःखात करावी लागते. कारण ही सुखदुःखे जरी पंचभूतात्मक स्थूल शरीरातील म्हणजे शारीर असली, तरी शरीराबाहेरील पदार्थांच्या संयोगामुळे ती उद्‌भवली आहेत असे नेहमीच म्हणता येत नाही व त्यामुळे आध्यात्मिक सुखदुःखातही शारीर व मानसिक असा वेदान्तदृष्ट्या भेद करावा लागतो. पण सुखदुःखांचे शारीर व मानसिक याप्रमाणे भेद केले तर आधिदैविक सुखदुःखे निराळी मानण्याची गरज जरूर रहात नाही. कारण) देवतांच्या प्रसादाने किंवा कोपाने होणारी सुखदुःखेही मनुष्यास अखेर आपल्या शरीराने किंवा मनानेच भोगावी लागत असतात हे उघड आहे. म्हणून (वेदान्तग्रंथातील परिभाषेप्रमाणे सुखदुःखांचे त्रिविध वर्गीकरण न करता त्याचे) बाह्य किंवा शारीर सुखदुःखास 'आधिभौतिक' आणि सर्व मानसिक सुखदुःखास 'आध्यात्मिक' ही नावे आम्ही या ग्रंथात योजली आहेत.

भावभावनांची एक मालिकाच तयार होते. ती सुरू होते एका तृष्णेने - असमाधान, अपूर्णत्व, अभाव यातून निर्माण होणाऱ्या तीव्र अशा तहानेने. ती तहान भागवण्यासाठी, ती पोकळी, ती त्रुटी भरून काढण्यासाठी माणूस कृती करतो. हवे असलेले, प्रिय असलेले, आवडणारे जे काही, ते घेतो, मिळवतो, झडप घालून घेतो. त्या क्षणी ती तहानेची भावना

शमते ती पुन्हा परतून जागृत होण्यासाठीच! या वेळी तहान निराळ्या गोष्टीची असते, किंवा आधी मिळालेले अजून, भरभरून हवे असते त्याची असते. अशा रीतीने माणसाला हजारो गोष्टींची आसक्ती निर्माण होत असते. त्यातूनच त्यातल्या काही गोष्टींची त्याला व्यसने लागतात. त्यातील काही उघड, स्पष्ट दिसणारी - सिगरेट ओढणे, तंबाखू खाणे, मद्यपान, जुगार अशी - असतात, तर काही आंतरिक असतात - कामार्तता, आकर्षण, आसक्ती, हाव आणि हजारो गोष्टींपैकी काहींचे पछाडून टाकणारे वेड - काहींना चहाचे तर काहींना टीव्ही पाहण्याचे, 'सोशल मिडिया'वर तासन्‌तास घालवण्याचे, काहींना देवाधर्माचे नाहीतर कोणत्या तरी 'स्वामी'चे वा 'बाबा'चे, एखाद्या पंथाचे. लाखो लोक अशा अर्थहीन आयुष्यात कुजत राहतात, विविध तृष्णा विविध दु:खे निर्माण करतात. विरक्ती, सांसारिक कर्मांचा त्याग असे मार्ग अनुसरल्याशिवाय ती दु:खे निर्माण करणाऱ्या तृष्णांचा बीमोड होत नाही आणि त्या तृष्णांचा पुरता बीमोड झाल्याखेरीज खऱ्या, नित्य सुखाची, मन:शांतीची, मनाच्या मूळ साम्यावस्थेची प्राप्ती होत नाही. अष्टावक्रगीतेत म्हटले आहे,

अलमर्थेन कामेन सुकृतेनापि कर्मणा ।
एभ्यं संसारकान्तारे न विश्रान्तमभून् मनः ।।१०-७।।
कृतं न कति जन्मानि कायेन मनसा गिरा।
दु:खमायासदं कर्म तदद्याप्युपरम्यताम् ।।१०-८।।

यश, श्रीमंती, सुबत्ता, क्षणिक आनंद, भाविकपणे केलेली धार्मिक कर्मकांडे यांच्या दाट जंगलात माणसाचे मन सतत, अविश्रांतपणे हिंडत असते. (१०-७) शरीर, मन, कृती आणि उक्ती यांच्या साहाय्याने तू जन्मोजन्मी त्यासाठी कष्ट करत आला आहेस. आता हे थांबले पाहिजे. (१०-८)

लोकमान्य लिहितात, 'पुढे जैन व बौद्ध धर्मांनीही या बाबतीत वैदिक संन्यासमार्गाचेच अनुकरण केलेले आहे. म्हणून या दोन्ही धर्मांच्या ग्रंथांमधून तृष्णेच्या दुष्परिणामांचे व त्याज्यतेचे वेदान्तापेक्षा कांकणभर जास्त सरस वर्णन केलेले आहे. तृष्णेचे हे दुष्परिणाम भगवद्‌गीतेस मान्य नाहीत असे नाही, तथापि ते टाळण्यास कर्माचा सर्वस्वी त्याग करणे उचित नाही असा गीतेचा सिद्धान्त असल्यामुळे सुखदु:खांच्या वरील उपपत्तीचा थोडा सूक्ष्म विचार केला पाहिजे.'

ते पुढे लिहितात, 'सर्व सुख तृष्णादि दु:खांच्या निवारणापासून उत्पन्न होते हे संन्यासमार्गियांचे म्हणणेच आधी सर्वस्वी खरे मानता येत नाही. एकदा अनुभवलेली (पाहिलेली, ऐकलेली वगैरे) वस्तु पुन्हा हवीशी वाटणे याला काम, वासना किंवा इच्छा असे म्हणतात, व इच्छित वस्तू लवकर न मिळाल्यामुळे दु:ख होऊन ही इच्छा तीव्र होत चालली, किंवा मिळालेले सुख पुरे न होता अधिकाधिक हवेसे वाटू लागले, म्हणजे

त्या इच्छेस 'तृष्णा' हे नाव प्राप्त होते. परंतु नुसत्या इच्छेला अशा रीतीने तृष्णेचे स्वरूप प्राप्त होण्यापूर्वीच जर ती इच्छा पूर्ण झाली, तर तिच्यापासून होणारे सुख तृष्णादुःखांच्या क्षयापासून झाले असे म्हणता येणार नाही.'

तृष्णा ही दुःखकारकच असते हे म्हणणे चुकीचे आहे. तीव्र इच्छा - तृष्णा - ही खरे तर जगण्याची प्रेरणा असते. फ्रेंच कादंबरीकार होनोर डी बालझॅक (१७९९-१८५०) याने ही गोष्ट फार चांगल्या रीतीने समजावून सांगितली आहे, 'संकुचित, कोत्या मनाच्या लोकांना त्यांची शक्ती सिद्ध करायला जुलूमशाहीचा - वर्चस्वाचा - वापर करावा लागतो, मोठ्या मनाच्या माणसांची तहान समभावाने भागते.' इच्छा होणे हे अनिवार्यच आहे, ती अनिवार होणे, लालसा बनणे हे अनिवार्य नाही. तो एक पर्याय आहे. तहान भागणे, गरज पूर्ण होणे, आवश्यक तेवढे मिळणे, उणीव भरून निघणे आणि वासना जागृत होणे, हाव सुटणे यांतील सीमारेषा फार पुसट आहे. इतकी पुसट आहे की भल्याभल्यांनाही फसायला होते. बुद्ध धर्मात पुनर्जन्मानंतरच्या सहा अवस्थांचे वर्णन केले आहे त्यात एक अवस्था 'भुकेल्या प्रेतां'ची आहे. त्यांच्यासंबंधी म्हटले आहे, 'ही प्रेते फार दयनीय असतात, त्यांची पोटे भली मोठी आणि सतत रिकामी असतात. पण चिमणीएवढी तोंडे, गिळताही येणार नाही इतके बारीक गळे, त्यामुळे त्यांना काहीच खाता, गिळता येत नाही आणि भुकेलेच राहावे लागते. जे लोभी लालची असतात, असूया बाळगतात, मत्सर करतात त्यांना ही भुकेल्या प्रेतांची अवस्था प्राप्त होते. या अवस्थेचा संबंध आसक्ती, झपाटलेपण आणि अनिवार्यता यांच्याशी आहे.'[२]

लोकमान्य लिहितात, 'संन्यासमार्गातील सुखाची व्याख्या सोडून देऊन इंद्रियांच्या ठायी बऱ्यावाईट पदार्थांचा उपभोग घेण्याची स्वाभाविक शक्ती असून त्याप्रमाणे इंद्रिये आपापले व्यापार करीत असता त्यांस एखादे वेळी अनुकूल व एखादे वेळी प्रतिकूल विषय प्राप्त झाल्याने मूळची तृष्णा अगर इच्छा नसतानाही आपल्याला सुखदुःख होत असते असे म्हणावे लागते.' त्याच्या प्रमाणात काय तो फरक पडतो. इंद्रियांशी बाह्य पदार्थांचा - त्यांस 'मात्रा' ही संज्ञा आहे - संयोग झाला - शरीराला स्पर्श झाला, डोळ्यांना दृष्य दिसले, कानांना आवाज ऐकू आला, नाकाला वास आला, जीभेला चव लागली, इतकेच काय मनात लोभ, लालसा, राग अशा भावना उत्पन्न झाल्या - की आधी संवेदना आणि त्यातून सुख वा दुःख निर्माण होते. गीतेत या अनुभवाला 'मात्रास्पर्श' असे म्हटले आहे.

मात्रास्पर्शास्तु कौन्तेय शीतोष्णसुखदुःखदाः ।
आगमापायिनोऽनित्यास्तांस्तितिक्षस्व भारत ।।१४।।

मात्रास्पर्शाचे, म्हणजे बाह्यसृष्टीतील पदार्थांचे इंद्रियांशी संयोगांचे, परिणाम कमी अधिक प्रमाणात शीत, उष्ण, सुखद, दुःखद असे, परंतु क्षणिक असतात असे

---

२. http://www.thoughtco.com/hungry-ghosts-449825

सांगून भगवंत अर्जुनाला ते अनित्य, विनाशी परिणाम जराही विचलित न होता सहन करायला सांगतात. (भगवद्‌गीता, अध्याय २, श्लोक १४)

आवाज कानांना ऐकू यायला हवा असेल तर त्याचे ध्वनिमान ६८.५ ते ७१.५ डेसिबल्स आणि त्याची कंपनसंख्या २० ते २०,००० हर्ट्झ याच मर्यादेत असावी लागते. असे का याला काही स्पष्टीकरण नाही. या मर्यादेपलीकडचा आवाज माणसाच्या कानांना ऐकू येत नाही आणि ध्वनिमान जर ७१.५ डेसिबल्सच्या वर असेल, तर तो आवाज कानाच्या पडद्याला इजा पोहोचवतो. दिसण्याचेही असेच आहे. प्रकाशाच्या दोन प्रकाशलहरींमधील अंतर ४०० ते ७०० नॅनोमीटर्स असले आणि तो जांभळा ते तांबडा या सप्तरंगांच्या कक्षेत असला तरच माणसाच्या डोळ्यांना दिसतो. संपूर्ण संगीत म्हणजे या आवाजाच्या मर्यादित कक्षेतला खेळ असतो. चवींचे म्हणाल तर त्या सहा प्रकारच्या आहेत - गोड, आंबट, खारट, तिखट, कडू आणि तुरट. पण प्रत्येक माणसाची प्रत्येक चवीची कमाल व किमान मर्यादा निरनिराळी असते. तापमान ४५ अंश सेल्शियसच्या वर गेले किंवा शून्य अंशाला पोहोचले की आपल्या त्वचेला इजा पोहोचण्याचा धोका असतो. तसेच ते ७ अंश सेल्शियस असताना त्वचा बधीर होते. आपल्या नाकाला दहा वास घेता येतात. फुलांचा, आंबट फळांचा (उदाहरणार्थ लिंबू, संत्रे), इतर फळांचा, लाकडाचा (उदाहरणार्थ पाईन वृक्षाच्या लाकडाचा) किंवा राळेचा, रसायनांचा (उदाहरणार्थ अमोनिया, कपड्यांचा पांढरा रंग खुलवणारे रसायन), गोड पदार्थांचा (उदाहरणार्थ चॉकलेट, व्हॅनिला, कॅरॅमल), पुदिना अथवा कापूर यांसारखे उग्र वास, लाह्या अथवा बदाम यांसारख्या भाजलेल्या अथवा कठीण कवचाच्या फळांचे वास, आंबट दही, सिगरेटचा धूर यांसारखे नाकाला झोंबणारे वास, कुजलेल्या वा नासलेल्या भाज्यांचे वास. हे शेवटचे दोन - झोंबणारा आणि कुजका - वास शिसारी आणणारेच असतात. मेंदूतील डोपामाईन, ऑक्सिटोसिन, सेरोटोनिन आणि एन्डॉर्फिन्स ही चार रसायने सुख, आनंद, दुःख हे भाव निर्माण करतात. या अशा साधनांनी माणूस जगाशी संबंध ठेवत असतो. गीतेत म्हटले आहे,

इंद्रियस्येन्द्रियस्यार्थे रागद्वेषौ व्यवस्थितौ ।
तयोर्न वशमागच्छेत्तौ ह्यस्य परिपन्थिनौ ।।३४।।

इंद्रिये आणि त्यांचे विषय - स्पर्श, गंध, चव वगैरे - हे एकमेकांशी जोडलेले असतात आणि त्यामुळे मनात बऱ्या वाईट संवेदना निर्माण होत असतात. या संवेदनांचा प्रभाव आत्म्याच्या कल्याणास बाधक ठरतो.
(भगवद्‌गीता, अध्याय ३, लोक ३४)

इंद्रिय आणि त्याचे (शब्दस्पर्शादि) विषय यांच्यामधील प्रीती व द्वेष (ही दोन्ही) व्यवस्थित म्हणजे मूळचीच ठरलेली आहेत. या प्रीतीद्वेषांच्या ताब्यात आपण जाऊ नये, (कारण) ते मनुष्याचे (वाटमारे) शत्रू होत.

या श्लोकावरील भाष्यात डॉक्टर एस. राधाकृष्णन म्हणतात, 'माणसाने त्याची बुद्धी आणि समज यांच्यानुसार वागले पाहिजे. आपण जर आपल्या क्षणिक ऊर्मींच्या, आवेगाच्या, भावनावेगाच्या आहारी गेलो, तर आपले आयुष्यही अन्य प्राण्यांसारखे, अर्थहीन होऊन जाईल. आपण जर विरोध केला नाही, संयम बाळगला नाही, तर एखाद्या गोष्टीविषयीची अनावर आवड किंवा नावडच आपली कृती ठरवेल. जोवर आपण काही गोष्टी आवडतात म्हणून करत राहतो आणि इतर काही गोष्टी आपल्याला आवडत नाहीत म्हणून त्यांच्यापासून दूर राहतो तोवर आपण आपल्या कृतींच्या बंधनात राहू. पण जर आपण भावना बाजूला ठेवून कर्तव्यबुद्धी जागृत ठेवून कृती केल्या, तर आपण 'प्रकृती'च्या खेळाचे बळी ठरणार नाही. अनिवार्य अशा कृती, कर्तव्यांची पूर्ती या काही मनुष्याचे कृतिस्वातंत्र्य हिरावून घेत नाहीत, त्या केवळ त्याला योग्य वळण लावतात.[३]

आधुनिक गणिती भाषेत ज्याला 'डोमेन' सिद्धांत म्हणतात, तो गीतेत कर्म आणि जाणिवा यांच्यातील क्रिया-प्रतिक्रियांच्या स्वरूपात उलगडून दाखवला आहे. या 'डोमेन' सिद्धांतात पूर्वनियोजित रचनेनुसार माहितीचे मूल्यांकन आणि संगणकाच्या आदेशांची रचना करण्याच्या भाषेची जशी प्राथमिक जुळणी केली जाते, त्याचप्रमाणे शरीरातील पंचेंद्रियांशी निगडित असलेली पण शरीरांतर्गत नसलेली कर्मे मानवाच्या जीवनकार्यांचा अविभाज्य भाग बनलेली असतात. या 'डोमेन' सिद्धांताचे विलक्षण वैशिष्ट्य म्हणजे, संगणकाद्वारे केले जाणारे विशिष्ट कार्य हेच त्या कार्यात माहितीचा साठा म्हणून वापरलेले असते. त्यामुळे ते कार्यही आदेशांची रचना करण्याच्या भाषेची प्राथमिक जुळणी करतानाच त्या विशिष्ट कार्याच्या संगणकीय परिघात म्हणजेच 'डोमेन'मध्ये येणारा भाग म्हणून अंतर्भूत केलेले असते. तद्वत मानवी शरीराच्या सभोवतालात असणाऱ्या असंख्य क्रियाकर्मांचा मानवाच्या मनात सूक्ष्मरूपाने अधिवास झालेला असतो. या सूक्ष्म क्रियाकर्मांचा फक्त आकलनाच्या पातळीवर सहभाग नसतो, तर शारीरिक पातळीवर प्रत्यक्ष क्रिया घडवून आणण्यातही फार मोठा वाटा असतो. हे आपल्याला माहीतच आहे की आपण स्वप्नात एखादी गोष्ट पाहिली, की आपल्या मनात काळजी, भीती, लालसा यांसारख्या भावनांचा उद्रेक होतो आणि आपल्या शरीराच्या हालचालींमध्ये त्याचा पडसाद उमटतो.

इंद्रिये, त्यांचे विषय, संवेदना, त्यांना मनाकडून व शरीराकडून मिळणारे प्रतिसाद यांचे हे जे गतिशास्त्र असते, त्याला वरील श्लोकात 'व्यवस्थि' अशी संज्ञा वापरलेली आहे. इंद्रियांना त्यांच्या विषयांकडून मिळणाऱ्या संवेदनेला आवड अथवा नावड, आकर्षण अथवा प्रतिकर्षण, स्वीकार किंवा अव्हेर, तिरस्कार दर्शविणारे प्रतिसाद

३. एस. राधाकृष्णन, द भगवद्गीता, हार्पर कॉलिन्स पब्लिशर्स, नॉयडा, इंडिया, २०१४, पान १६८.

शरीराकडून मिळतात. ते कधीकधी दिसत नाहीत, पण ते खूपच शक्तिशाली असतात. त्यामुळेच ते प्रतिसाद ती इंद्रिये 'बुद्धी'पर्यंत पोचवतात आणि मग बुद्धी ते विषय, ती क्रिया किती लाभदायक अथवा हानीकारक आहे हे ठरवते, काही बाबतीत ती कशी लाभदायक करून घेता येईल हेही ठरवते आणि तसा संदेश पुढे आत्म्यापर्यंत पोहोचवते. या 'व्यवस्थि'कडे दुर्लक्ष करणे, तिला नाकारणे हे नक्कीच शहाणपणाचे नाही. कारण तसे करणे अशक्यच आहे, त्यासाठीचे कोणतेही प्रयत्न हे व्यर्थच जातील हेही नक्की आहे. उलट ते प्रतिसादाचे संदेश दाबून टाकण्यापेक्षा, नष्ट करण्याचे प्रयत्न करण्यापेक्षा ते हानीकारक न होता लाभदायक कसे होतील हे पाहणेच श्रेयस्कर ठरते. त्यांच्यात घातक, विनाशक शक्ती इतकी असते की ते अनिर्बंध ठेवणे अशक्यच असते. म्हणूनच केवळ इंद्रियदमन, परित्याग, संन्यास असे उपाय न सुचवता या बाबतीत गीताही अपवादात्मकरीत्या वरील उपदेशच करते - एखादी अभियांत्रिकी प्रक्रियेतील सर्व यंत्रणांचे व्यवस्थापन ही ती प्रक्रिया सुरळीत चालून तिचा इच्छित व इष्ट परिणाम साधला जाईल याच दृष्टीने केले जाते; तसेच 'व्यवस्थि'चे व्यवस्थापन त्यातील आकर्षण, प्रतिकर्षण, स्वीकार, तिरस्कार या भावना त्यातून वगळून टाकून त्यातून सर्वांचेच कल्याण कसे साधले जाईल, सर्वांनाच लाभ होईल, सुख कसे मिळेल याचा विचार करून करावे.

सुख आणि दु:ख या दोन भिन्न वृत्ती आहेत की त्यांपैकी एक म्हणजे दुसरीचा अभाव आहे याचे परीक्षण 'सांख्ययोगा'तील 'अस्तित्वा'च्या सिद्धान्तानुसार केले आहे. या सिद्धान्तात २४ तत्त्वे आहेत. आपल्या भोवताली असलेली जमीन, आकाश, वृक्ष, पर्वत, नद्या, आकाशस्थ जीव हे पाच मूलतत्त्वांपासून निर्माण झाले असे सांगितले जाते. पृथ्वी, आप (पाणी), तेज (अग्नी), वायू आणि आकाश या त्या पाच मूलतत्त्वांना पंचमहाभूते असे म्हटले जाते. मनुष्य त्याच्या सभोवतालाशी त्याच्या तीन संवेदनाक्षेत्रांद्वारे संपर्क ठेवतो. त्या क्षेत्रांचे तीन भाग असतात. पहिला भाग म्हणजे माणसाची पाच ज्ञानेंद्रिये - कान, नाक, डोळे, जीभ आणि त्वचा. दुसरा भाग म्हणजे पाच कर्मेंद्रिये - स्वरयंत्र, हात, पाय, जननेन्द्रिय, गुदद्वार. तिसऱ्या भागात पाच ज्ञानेन्द्रियांद्वारे मिळणाऱ्या पाच संवेदना - आवाज, वास, दृष्य, चव व स्पर्श. यांना पंचतन्मात्रा म्हणतात. पाच ज्ञानेंद्रिये व पाच कर्मेंद्रिये आणि माणसाचे मन असे मिळून गीता 'दशैकम्' (दहा अधिक एक) अशी संज्ञा वापरते. उरलेली चार तत्त्वे आहेत - पुरुष (आत्मा, देहभान, जाणीव), प्रकृती (अव्यक्त निसर्गद्रव्ये), महतबुद्धी (पद्धतीनिष्ठ व वैयक्तिक बुद्धी) आणि अहंकार (वैयक्तिक ओळख, स्वत्त्व).

महाभूतान्यहङ्कारो बुद्धिरव्यक्तमेव च
इन्द्रियाणि दशैकं च पंच चेन्द्रियगोचराः ।।५।।

भगवंत या श्लोकात सविकार क्षेत्राचे वर्णन करतात जे पंचमहाभूते, अहंकार, बुद्धी, प्रकृती, पाच ज्ञानेंद्रिये, पाच कर्मेंद्रिये, आणि मन यांचे दशैकम् आणि पाच संवेदना किंवा तन्मात्रा यांनी बनलेले असते.
(भगवद्गीता, अध्याय १३, श्लोक ५)

म्हणून सुख आणि दु:ख या पद्धतीनिष्ठ क्रिया आहेत, त्या काही निवड करून मिळणाऱ्या गोष्टी नाहीत.

या २४ तत्त्वांच्या आराखड्यात तृष्णा, सुख व दु:ख कुठे बसते? लोकमान्य लिहितात, 'सर्व सुख तृष्णाक्षयरूप किंवा दु:खाभावरूप नसून सुख व दु:ख या दोन स्वतंत्र वस्तू आहेत असे जरी मानले, तरी या दोन्ही वेदना परस्परविरुद्ध किंवा प्रतियोगी असल्यामुळे ज्याला दु:खाचा यत्किंचितही अनुभव नाही, त्याला सुखाची गोडी कळणे शक्य आहे की नाही, असा यापुढील प्रश्न आहे.' यातून सुख ही एक सवयीने जाणवणारी संवेदना आहे असा अर्थ निघतो. इंग्लिश कवी जॉन मिल्टन (१६०८ - १६७४) याने त्याच्या 'पॅरॅडाइज लॉस्ट' या जगप्रसिद्ध कवितेत योग्य शब्दात सांगितले आहे, 'मन ही एक अशी अजब चीज आहे जी स्वर्गाचा नरक बनवू शकते आणि नरकाचा स्वर्ग! त्यामुळे मी जोवर तोच आहे तोवर त्यापैकी कोठे आहे यामुळे काहीच फरक पडत नाही!'[४] या संदर्भात महाभारतातील हा एक श्लोक पहा :

प्रायेण श्रीमतां लोके भोक्तुं शक्तिर्न विद्यते ।
काष्ठान्यपि हि जीर्यन्ते दरिद्राणां नराधिप ।।२९।।

सुखाची सवय झाली की त्याचे महत्त्व कमी होते. श्रीमंतांच्या पचनसंस्थेला रोजच स्वादिष्ट अन्न खाण्याची सवय झाली की त्यांना तसल्या अन्नाचे अप्रूप उरत नाही, हावही राहत नाही; पण तेच, खायलाच मिळत नाही अशा गरीब लोकांना लाकडासारखे बेचव अन्नसुद्धा गोड लागते, हवेहवेसे वाटते.
(शांती पर्व, २८.२९)

खरोखरच, दु:खाच्या अनुभवाखेरीज सततच्या सुखाचा आनंद घेणे शक्य आहे की नाही याचा विचार करणेही व्यर्थ आहे. स्टीफन कॉव्हे (१९३२-२०१२) हा लेखक त्याच्या 'सेव्हन हॅबिट्स फॉर मोस्ट इफेक्टिव्ह पीपल' या पुस्तकात सुखदु:खाला 'स्वयंस्फूर्त, आधीच ठरवून ठेवलेल्या, आपण निवडलेल्या संवेदना' असे म्हणतो. वैज्ञानिकांनी नुकतेच असे सिद्ध केले आहे की मेंदू विचारांची जाणीवपूर्वक निवड करून संवेदनेत बदल घडवून आणू शकतो. त्यामुळे सुख ही आता एक 'प्राप्य' गोष्ट झाली

४. जॉन मिल्टन, 'पॅरॅडाइज लॉस्ट', बुक १, ओळ - २३३ ते २३५.

आहे, त्यामुळे सुखाला आता 'सापेक्ष भावने'चा दर्जा मिळाला आहे. आपल्यापैकी प्रत्येक जण निराळा असतो, 'एकमेवाद्वितीय' असतो. वंशिकता ठरवणाऱ्या जनुकांमधूनच प्रत्येकाची सुखाची मानके ठरून गेलेली असतात. त्यामुळे काहीही सुखद वा दुःखद हे त्या मानकांवरूनच ठरते. काही लोक मुळातच आनंदी असतात, ते बहुतेक वेळा आनंदातच दिसतात आणि त्याच्या उलट काही लोक स्वभावतःच उदास, खिन्न असतात आणि नेहमीच तसेच दिसतात. जाणीवपूर्वक प्रयत्नांनी, सततच्या सरावाने मेंदूची रचना, विचारपद्धती बदलता येते हीदेखील आता शास्त्रसिद्ध गोष्ट आहे. ज्या गोष्टींनी आपल्या सुखाचा, आनंदाचा पारा वर वर जाईल, अशा गोष्टी हळूहळू शिकून त्या दिनक्रमात समाविष्ट केल्या पाहिजेत. त्याचप्रमाणे ज्या गोष्टी तो पारा खाली नेतात, आपल्याला दुःख देतात, त्यांचेही निरीक्षण, परीक्षण करून त्या टाळल्या पाहिजेत. ज्याला हे ज्ञान नसते त्याच्या बाबतीत सुखापाठीमागे दुःख आणि दुःखापाठीमागे सुख असा क्रम सुरूच राहतो. कालिदासाच्या 'मेघदूता'तील हा श्लोक पाहाः

कस्यैकान्तं सुखमुपनतं दुःखमेकान्ततो वा ।
नीचैर्गच्छत्युपरि च दशा चक्रनेमिक्रमेण ।।

(कोणालाही नेहमीच सुख किंवा नेहमीच दुःख अशी स्थिती येत नसते. सुखदुःखाची दशा चाकाच्या धावेप्रमाणे एकसारखी खाली वर होत असते.) आयुष्य हे फिरत्या चाकाच्या धावेसारखे असते. आत्ता हवेत गिरकी घेत असते, पुढच्या क्षणी खाली फरपटत असते.

लोकमान्य लिहितात, कोणालाही नेहमीच सुख किंवा नेहमीच दुःख अशी स्थिती येत नसते. सुखदुःखाची दशा ही चाकाच्या धावेप्रमाणे एकसारखी खाली वर होत असते. अतिप्राचीन काळातील ययाति नावाच्या प्रसिद्ध राजाची गोष्ट सांगितली आहे. इंद्र जसा स्वर्गाचा राजा होता तसा ययाति पृथ्वीचा राजा होता. त्याला दोन बायका होत्या - शर्मिष्ठा आणि देवयानी. त्याला त्या दोघींपासून एकेक पुत्र होता. शर्मिष्ठेचा पुत्र पुरु आणि देवयानीचा यदु. ययाति दोन्ही बायकांवर सारखे प्रेम करत नसे. शर्मिष्ठा त्याची लाडकी होती, देवयानी नावडती होती. तसेच त्या दोघींच्या मुलांच्या बाबतीतही होते. पुरु आवडता, यदु नावडता. निराश देवयानीने तिचे समर्थ पिता शुक्राचार्य यांच्याजवळ तक्रार केली. शुक्राचार्य रागावून ययातीला शाप देतात व ज्या तारुण्यामुळे तो असा भेदभाव करतो, त्यांच्या कन्येकडे दुर्लक्ष करतो, ते तारुण्यच त्याच्यापासून हिरावून घेतात. ययाति जराजर्जर म्हातारा होतो. पश्चात्तापदग्ध ययातिला शुक्राचार्य उःशाप देतात, की जर कोणी त्याचे वार्धक्य स्वीकारून त्याला तारुण्य देऊ केले, तर तो पुन्हा तरुण होऊ शकेल. पण असे कोणी का करेल?

“हे लक्षात ठेव की ज्याचा विवेक त्याला सोडून गेला आहे अशा अविवाहित पुरुषाच्या वासनांची तृप्ती करायला जगातील सगळे अन्न, सगळी संपत्ती आणि जगातील सर्व स्त्रियाही पुरे पडणार नाहीत. आगीत तूप ओतल्यावर जशी आग जास्तच भडकते, तशी त्याची इंद्रियसुखाची हाव अशा चैनींचा कितीही उपभोग घेतला तरी न संपता वाढतच राहते... ज्याला सुख आणि शांती मिळवण्याची तीव्र इच्छा असेल, त्याने अशा वासनांचा पूर्ण त्याग केला पाहिजे आणि त्याऐवजी जी वृद्धही होत नाही की नष्टही होत नाही अशा गोष्टीचा ध्यास घेतला पाहिजे.”[५]

पण आपल्या आईवर वडिलांनी आजन्म प्रेम करत राहावे म्हणून ययातिच्या आवडत्या राणीचा आवडता पुत्र पुरु ते दिव्य करायला तयार होतो. ययाति पुन्हा तरुण होऊन विषयसुखोपभोग घेऊ लागतो. परंतु एक वेळ अशी येते की ययातिला या गोष्टीची जाणीव होते की, एक हजार वर्षे जरी सुखांचा उपभोग घेतला तरी विषयवासनेची तृप्ती न होता हवनद्रव्याने जसा अग्नी प्रज्वलित होतो, त्याप्रमाणे उपभोगाने ती विषयवासना वाढतच राहते. ययातिची ही कथा महाभारतात समाविष्ट करण्यात आली आहे आणि ययातिला झालेली जाणीव या श्लोकातून व्यक्त केलेली आहे :

---

५. स्वामी व्यंकटेशानंद, द कन्साइझ श्रीमद् भागवतम्, स्टेट युनिव्हर्सिटी ऑफ न्यू यॉर्क प्रेस, पाने २२७-२२९.

न जातु कामः कामानामुपभोगेन शाम्यति ।
हविषा कृष्णवर्त्मेव भूय एवाभिवर्धते ।।५०।।

कोणतीच गोष्ट सुखोपभोगाची तहान भागवू शकत नाही. जेवढी ती सुखदायी गोष्ट जास्त जास्त मिळत जाते तेवढी तिच्याबद्दलची वासना वाढतच जाते. यज्ञाच्या अग्नीत आहुती टाकली की जसा तो अधिकाधिक प्रज्वलीत होतो तसे मिळणारे सुख ती वासना तीव्र करीत जाते आणि ते अखंड चक्र अखेर स्वनाशापर्यंत पोचवते. (महाभारत, आदिपर्व, ७५.५०)

सुखोपभोग, विषयवासना यांच्या मागे लागणाऱ्यांना, आपले आयुष्य त्याचसाठी खर्च करणाऱ्यांना ही कथा रोखठोक असा धोक्याचा इशारा देते. अशा प्रकारे सुख, विषयोपभोग यांच्या वासनांनी झपाटलेल्या कित्येक अतिश्रीमंत, ख्यातनाम, सामर्थ्यवान लोकांच्या संपन्न, समृद्ध आयुष्यांचा अंत आत्यंतिक दुःखपूर्ण, यातनामय झाल्याची अनेक उदाहरणे आपल्या भोवतीच्या जगात आहेत. बुद्ध तत्त्वज्ञानाच्या परिभाषेत राजा ययातिला 'मान्धाता' असे म्हणतात. त्याच्या मृत्यूसमयी तो म्हणाला होता,

न कहापणवस्सेन तित्ति कामेसु विज्जति ।
अपि दिब्बेसु कामेसु रतिं सो नाधिगच्छति ।।

आकाशातून कधी पैशाचा पाऊस पडत नाही! खरे समाधान देणारी गोष्ट मिळते का? वासना म्हणजे यातना आणि असमाधान म्हणजे दुःख. हे ज्याला उमगले तो शहाणा, सूज्ञ आणि भाग्यवान. [६]

कार्षापण नामक नाण्याचा पाऊस पडला तरी कामाची 'तित्ति' म्हणजे तृप्ती होत नाही आणि स्वर्गातील सुखे मिळाली तरी कामी पुरुषाचा काम सुटत नाही.

लोकमान्य यानंतर तृष्णा, वासना यांची सकारात्मक बाजू मांडतात. ते म्हणतात, 'चातुर्वर्ण्याने बांधलेल्या समाजात ब्राह्मणांनी ज्ञानाची, क्षत्रियांनी ऐश्वर्याची, वैश्यांनी धनधान्याची अशा प्रकारची इच्छा अगर वासना जर सोडली, तर तो समाज लवकरच अधोगतीला जाईल. ते पुढे म्हणतात, 'गोडी किंवा इच्छा पाहिजे पण ती यशाची असावी, आणि व्यसनही पाहिजे पण ते विद्येचे असावे, ते गर्ह्य नाही.' इच्छा, तृष्णा ही आपल्यावर प्रभाव टाकणारी बाह्य शक्ती असता काम नये, ती आंतरिक शक्ती असली पाहिजे. गाडीचे कसे, तिला शक्ती मिळते ती एका अंतर्ज्वलन होणाऱ्या इंजिनाने, तशी आंतरिक इच्छेने आपल्या आयुष्याला गती मिळाली पाहिजे. कुठे जायचे हे न ठरवताच नुसतेच

६. http://www.sacred-texts.com/bud/j2/j2111.htm. Last accessed on 15 August 2017.

भटकत राहणे हा जसा एक निरर्थक प्रवास ठरतो, तसेच निरुद्देश इच्छांच्या मागे लागून केलेला जीवनप्रवासही व्यर्थच ठरतो.

दलाई लामा यांनी म्हटले आहे, 'तुम्ही जेव्हा असमाधानी असता, तेव्हा तुम्हाला अधिक, आणखी अधिक हवे असते. मन तृप्त कधी होतच नाही. पण तुम्ही जेव्हा समाधानी वृत्तीची डोळस जोपासना करता, त्या वेळी तुम्ही स्वतःला सांगू शकता की 'मला जे खरेच हवे आहे, ते सर्व काही माझ्याकडे आहे.'[७] इच्छा ही एक नैसर्गिक देणगी आहे - तिला 'संपत्ती'च्या रूपात पाहिले जाते. इंद्रियभोगांच्या पाशवी वासनेची 'संपत्ती' स्वनाशच विकत घेते; पण जर इच्छाच उरली नाही, तर तो 'संपत्ती'चा अपव्ययच ठरतो. म्हणून इच्छेचा, तृष्णेचा त्याग करणे आणि त्या बरोबरच त्यासाठीची कर्मे साडून देणे हा काही या जगात जीवन जगण्याचा उचित मार्ग नव्हे. आत्म्याचा साक्षात्कार होण्यासाठी मानवी जन्म मिळतो आणि तो साक्षात्कार घडायला इच्छा, तृष्णा या साधनांसारख्या उपयोगी पडतात, म्हणूनच त्यांचे अस्तित्व केवळ नैसर्गिक नाही तर आवश्यकही आहे. आत्मा जाणून घेऊन, त्याचा आवाज ऐकून आपण खरोखरच अतृप्त इच्छा, मोह, वखवख, अतिरेक, सततचे असमाधान या सर्वांपासून सुटका करून घेऊ शकतो.

तृष्णा, तीव्र इच्छा, असमाधान या गोष्टी एका सतर्क व्यक्तीच्या बाबतीत अगदी नैसर्गिकच आहेत आणि त्या या जगात प्रगती करण्यासाठी, उत्कर्ष साधण्यासाठी, नवनव्या योजना, उपक्रम राबवण्यासाठी कराव्या लागणाऱ्या अपार प्रयत्नांसाठीची ऊर्जा, शक्ती पुरवतात. अंधारातून जाणारी व्यक्ती ही चोर वा दहशतवादी असेल या भीतीने, धास्तीने कोणत्याही अनोळखी व्यक्तीला मारून टाकणे जेवढे मूर्खपणाचे आहे, तेवढेच ते आपली इच्छा मारून टाकून, आहे त्यात समाधान मानून जगत राहणे - म्हणजेच आपली यच्चयावत कर्मेच सोडणे - हेही मूर्खपणाचेच आहे, जीवनहेतूच गमावण्यासारखे आहे. इच्छा वा तृष्णा वाईट नसतात. त्या वाईट उद्देशासाठी असल्या, त्यांच्या पूर्ततेचे मार्ग गैर असले, तर त्या दुःखकारक, यातनादायक सिद्ध होतात. तेव्हा सरसकट सर्व प्रकारच्या इच्छा, तृष्णा यांचा त्याग करून असमाधानात न राहता, केवळ अशा विशिष्ट, दुःखकारक आशा, तृष्णा अगर असंतोष सोडणे आणि स्वधर्माप्रमाणे कर्मे करून सर्वांचेच हित, कल्याण साधणे हा युक्तीचा मधला मार्ग गीतेत सांगितला आहे. गीतेतील कर्मयोग म्हणजे असमाधान, असंतोष यांचा त्याग नव्हे, भीतीपोटी सर्व कर्मांचा त्यागही नव्हे, तर नैतिक, हितावह अशीच सत्कर्मे करण्याचे धैर्य व कौशल्य होय. महात्मा गांधींनीही अशा सुदृढ असमाधानाला, असंतोषाला भावी प्रगतीची नांदी म्हटले आहे.

इंद्रियांकडून जी कर्मे केली जातात त्यांना अर्थ प्राप्त होतो तो मनानेच. इंद्रियांकडून मिळणाऱ्या संवेदनांनी मन क्रियाशील होणे आणि मनाकडून संवेदना नियंत्रित होणे हे दोन स्वतंत्र, भिन्न घटनाक्रम आहेत. माणूस कानाने ऐकतो, त्वचेने स्पर्श अनुभवतो, डोळ्यांनी पाहतो, जीभेने चव घेतो आणि नाकाने वास घेतो, पण केवळ त्यामुळे त्याला सुख अथवा

---

७. http://www.oprah.com/omagazine/oprah-interviews-the-dalai-lama/2

दुःख लाभत नाही. त्याला जे ऐकायचे असते तेच ऐकायला मिळते की नाही, त्याला जो स्पर्श व्हायला हवा असतो, जे दृष्य पहायचे असते, ज्याची चव हवी असते, जो वास हवा असतो तेच सगळे नेमके त्याला अनुभवायला मिळते की नाही यावर त्याचे सुखदुःख अवलंबून असते. म्हणजेच सुखदुःखाचे मूळ हे त्याची इच्छा, पसंती म्हणजेच त्याच्या स्वाभाविक वृत्तींमध्ये असते. हे सूत्र विसरून इंद्रियांना बाह्य पदार्थांच्या संयोगापासूनच दूर ठेवणे हे मूर्खपणाचे आहे. मानव हा या विश्वातील वैशिष्ट्यपूर्ण सजीव आहे कारण या विश्वात अन्य कोणालाही नसलेली आकलनाची, विचार करण्याची, सभोवतालच्या वास्तवाची दखल घेण्याची शक्ती, शिवाय कल्पनाशक्तीही फक्त त्यालाच आहे. सर्बियन-अमेरिकन संशोधक निकोला टेस्ला (१८५६-१९४३) याने फार अर्थपूर्ण विधान केले आहे, 'आपल्याला जेवढे अधिक ज्ञान मिळते तेवढे आपण अधिक अज्ञानी होत असतो, कारण केवळ अशा प्रबोधनातूनच आपल्याला आपल्या मर्यादांची जाणीव होते. या बौद्धिक उत्क्रांतीचा एक अतिशय समाधानदायक परिणाम हा आहे, की आपल्यासाठी सतत नवनव्या शक्यतांची दालने उघडली जातात.'

लोकमान्य लिहितात, 'आधिभौतिक सुखदुःखांचा अनुभव घडण्यास केवळ इंद्रियेच कारण नसून मनाचे त्यास जरूर साहाय्य लागते; आणि आध्यात्मिक सुखदुःखे तर मानसिकच असतात. सर्व प्रकारचा सुखदुःखानुभव अखेर मनावरच अवलंबून असतो असे दिसून येते; आणि हे जर खरे असेल, तर मनोनिग्रहाने सुखदुःखानुभवांचाही निग्रह होणे अशक्य नाही असे पुढे आपोआपच प्राप्त होते.'

न्यायमीमांसा पंथाने (नैयायिकांनी) ग्रहणक्षमता, निष्कर्ष, समानतेचे तत्त्व आणि साक्ष या चार प्रमाणांनी दिलेल्या अस्वेदनेच्या (दुःखाच्या) अर्थाला लोकमान्य आव्हान देतात. नैयायिक हे अस्वेदना या शब्दात शारीरिक व मानसिक अशा दुहेरी वेदनांचा समावेश करत असून सुखदुःखाचे बाह्य वस्तुस्वरूप दाखवतात. लोकमान्य मनूने केलेली सुखाची व्याख्याही उद्धृत करतात, ज्यात 'सुख म्हणजे एखाद्या विशिष्ट परिस्थितीत स्वतःच्या मनाला काय वाटते यावर नियंत्रण ठेवण्याची क्षमता' असे म्हटले आहे.

सर्वं परवशं दुःखं सर्वमात्मवशं सुखम् ।
एतद्विद्यात्समासेन लक्षणं सुखदुःखयोः ।।

सुखदुःख हे इंद्रियगम्य अनुभवावरील नियंत्रणावर अवलंबून असते. (परक्यांच्या (बाह्य वस्तुंच्या) जे काही ताब्यात असते ते दुःख आणि स्वतःच्या (मनाच्या) जे ताब्यात असते ते सुख हे सुखदुःखाचे संक्षिप्त लक्षण होय.) जेव्हा इतरेजन आपल्या गोष्टींवर नियंत्रण ठेवतात, तेव्हा आपल्याला दुःख होते. जेव्हा आपले आयुष्य आपल्या ताब्यात असते, तेव्हा आपण सुखी होतो. (मनुस्मृती, ४,१६०)

न्यायमीमांसा पंथ (नैयायिक) सुखदु:खाचे बाह्यवस्तुस्वरूप दाखवतात, तर मनू सुखदु:खाच्या आंतरिक अनुभवांवर भर देतो. यावरून अंतिम निष्कर्ष असा काढला जातो की सुखदु:खाची अनुभूती घडण्यास केवळ इंद्रियेच कारणीभूत नसतात. गुरू स्वामी सीतारामानंद हे अधिक स्पष्ट करतात, 'वस्तू तुम्हाला सुख देतात असे वाटते कारण मनाला अमुक एक वस्तू आवडते वा आवडत नाही याचे वळण पडून गेलेले असते. प्रत्यक्ष वस्तू तुम्हाला दीर्घकालीन सुखानुभव देऊ शकत नाहीत. वस्तू या बाह्यस्वरूप असतात आणि सुख हे आतून येत असते, ते सुख हा तुमचा स्थायीभाव असतो... तसे सुख फक्त मनानेच अनुभवता येते. त्यासाठी मन शांत, विचारहीन करावे लागते. मन जेव्हा विचारात हेलकावे खात असते, तेव्हा ज्यात खरे सुख असते, ज्यात तुमचे 'मीपण' असते, तेही तुम्हाला विरूप अवस्थेत दिसते. म्हणून मन आरशासारखे किंवा शांत सरोवरासारखे निश्चल व पारदर्शक ठेवणे फार महत्त्वाचे असते. तशा मनात मग तुम्हाला तुमचे स्वच्छ प्रतिबिंब दिसते.' ८

दुर्लभा वेदविद्वांसो वेदोक्तेषु व्यवस्थिताः ।
प्रयोजनमतस्त्वत्र मार्गमिच्छन्ति संस्तुतम् ॥२॥

दुःखाचा सामना करण्याचा सर्वात परिणामकारक उपाय म्हणजे त्याच्याकडे दुर्लक्ष करणे. त्याला महत्त्व दिले नाही की ते ओशाळते.
(महाभारत, शांतीपर्व, अध्याय २०५, श्लोक २)

सुखदु:ख ही मनाच्या बाहेर नसतात हे सिद्ध झाल्याने बाह्य वस्तू या सुखदु:खाच्या समीकरणातून वजाच होऊन जातात. सर्व कर्मांतून सुखच प्राप्त होणार अशीच अपेक्षा ठेवण्याची मनाला सवय लागते आणि तसे झाले नाही की ते अस्वस्थ होते - हे दु:खाचे मूळ आहे. जर कोणतीच अपेक्षा न ठेवता, मन पूर्णपणे ताब्यात ठेवून कर्म केले, तर दु:ख निर्माण होत नाही. तेव्हा दु:खाच्या भीतीने कर्मांचाच त्याग करणे हे जीवनतत्त्वाच्या विरुद्ध आहे, तो 'शून्यवाद' ठरेल. लोकमान्य लिहितात, 'फलाची आशा सोडणे म्हणजे फल मिळाले असता ते सोडणे किंवा ते फल कोणासच कधीच न मिळण्याची वासना ठेवणे असा अर्थ नव्हे. तसेच, फलाशा आणि कर्मे करण्याची नुसती इच्छा, आशा, हेतू किंवा फलाप्रीत्यर्थ एखाद्या गोष्टीची योजना करणे यांतही पुष्कळ भेद आहे.'

याचा अर्थ काय? बहुतेक सर्व कर्मे ही आपल्याला हवे ते फळ मिळावे अशा इच्छेने आणि काही विशिष्ट हेतू ठेवून केली जातात. कर्मांच्या बाबतीतला मनाचा प्रवास हा अहंकार आणि ममत्व ('मी'पणा) या दोन चाकांवर सुरू असतो आणि मनच

---

८. http://joythruyoga.com/20-notes-on-lasting-happiness-by-sitaramanand/ या संकेतस्थळावरील स्वामी सीतारामानंद यांच्या '२० नोट्स ऑन लास्टिंग हॅपिनेस'मधून.

शरीराला हालचाल करून कर्म करण्याची आज्ञा देत असते. माणसाच्या सर्व उद्योगांच्या मागे त्यांतून मिळणाऱ्या फळाच्या आशेचीच प्रेरणा आणि शक्ती असते. म्हणजेच मनाची स्थिती, त्याची विचारपद्धती हा मुद्दा महत्त्वाचा ठरतो. मन जर क्रोध, आसक्ती, अज्ञान, हेवा, अभिमान अशा भावनांनी ग्रासलेले असेल, तर कुकर्म घडते. अपेक्षित फळ मिळण्यात अडथळा आला की दुःखपरंपरेस आरंभ होत असतो आणि केवळ त्या कर्मांच्या कर्त्यालाच नाही, तर त्याच्या भोवतालच्यांनाही त्या दुःखाची झळ लागते. हा अडथळा मनुष्यकृत असला की क्रोध किंवा द्वेषही उत्पन्न होऊन त्या द्वेषाने कुकर्म घडते व कुकर्माने नाश होतो, अडथळा अनिवार्य व दैवकृत असला तर निराशा, हताशपण, उदासी, विषण्णता येते.

माणसाची सावली जशी सतत त्याच्याबरोबर राहते, तशी फलाशा ही कर्माची साथ सोडत नाही. ग्रीक तत्त्वज्ञ एपिक्युरस (इसवी सनापूर्वी ३४१-२७०) याचे हे विधान नेमका अर्थवध घेणारे आहे. तो म्हणतो, 'जे तुमच्याजवळ नाही त्याची आशा धरून जे तुमच्याजवळ आहे ते नासवू नका, लक्षात ठेवा, आज जे तुमच्याजवळ आहे ते तुम्हीच कधीतरी ज्याची आशा धरली होती तेच आहे.'

लोकमान्य लिहितात, 'कर्माच्या परिणामांचे ठायी जी ही ममत्वयुक्त आसक्ती असते. हिलाच 'फलाशा', 'संग', 'अहंकारबुद्धी', व 'काम' अशी दुसरी निरनिराळी नावे आहेत. संसारातील दुःखपरंपरेस येथपासूनच खरा आरंभ आहे. हेच गीताही सांगते, विषयसंगापासून काम, कामापासून क्रोध, क्रोधापासून मोह व अखेर मनुष्याचा नाश होतो.'

ध्यायतो विषयान्पुसः सङ्गस्तेषूपजायते ।
सङ्गात्सञ्जायते कामः कामात्क्रोधोऽभिजायते ॥६२॥

विषयांचे चिंतन करणाऱ्या पुरुषांचा सदर विषयाचे ठिकाणी संग, म्हणजे सलगी वाढत जाते. या संगापासून पुढे काम, म्हणजे सदर विषय आपल्याला पाहिजे ही वासना उत्पन्न होते आणि (हा काम तृप्त होण्यास अडथळा झाला म्हणजे) त्या कामापासूनच क्रोध निर्माण होतो. (भगवद्गीता, अध्याय २, श्लोक ६२)

क्रोधाद्भवति संमोहः संमोहात्स्मृतिविभ्रमः ।
स्मृतिभ्रंशाद् बुद्धिनाशो बुद्धिनाशात्प्रणश्यति ॥६३॥

क्रोधापासून संमोह म्हणजे अविवेक होतो, संमोहातून स्मृतिभ्रम, स्मरणशक्तीचा नाश, त्यातून बुद्धिनाश होतो. चांगले आणि वाईट यांतील फरकही ओळखेनासा होतो आणि अखेरीस (पुरुषाचा) सर्वस्वी घात होतो.
(भगवद्गीता, अध्याय २, श्लोक ६३)

मनुष्य कर्मांमध्ये जी फलाशा, काम अगर संग ठेवतो, तेच खरे दुःखाचे मूळ आहे हे निश्चित झाल्यावर दर वेळी कर्मांमधून अपेक्षित असलेले सुखद फळच मिळेल ही आशा न ठेवता कर्म केले, तर मनोनिग्रहाने दुःख निवारण होतेच. त्यासाठी सर्व विषय, कर्मे अगर सर्व प्रकारच्या इच्छा-अपेक्षा सर्वस्वी सोडून देण्याची जरूर पडत नाही. कर्म करूनही आपल्या इच्छा अपेक्षा पूर्ण झाल्या नाहीत, तर त्याचा अनिष्ट परिणाम होऊ न देणे महत्त्वाचे आहे.

रागद्वेषवियुक्तैस्तु विषयानिन्द्रियैश्चरन् ।
आत्मवश्यैर्विधेयात्मा प्रसादमधिगच्छति ।।६४।।

पण आपले मन, अंतकरण ज्याच्या ताब्यात आहे, तो पुरुष इंद्रियविषयांच्या बंधनात अडकत नाही. कोणतीही आसक्ती किंवा कोणाविषयी राग, तिटकारा नसेल, तर तो आत्मसुख प्राप्त करून घेऊ शकतो. फलाशा अथवा आसक्ती नसल्यामुळे तो कर्म हे कर्तव्यबुद्धीने करतो आणि त्याचे जे काही फळ मिळेल त्याचा विनातक्रार स्वीकार करतो. (भगवद्‌गीता, अध्याय २, श्लोक ६४)

येथेच सर्वत्र गौरवली जाणारी, प्रसिद्धी पावलेली 'स्थितप्रज्ञ' ही संकल्पना येते. जड प्रकृती, जगाचे व्यवहार मनुष्याला जराही किंमत देत नाहीत. प्रकृतीचे सत्त्व, रज व तम हे गुण पूर्णतः व्यक्तिनिरपेक्ष असतात. ते माणसाचे लिंग, वय, त्याचे सामाजिक स्थान या कशाचाही विचार करत नाहीत. प्रकृतीच्या व्यवहारात व्यक्तिसापेक्षाची अपेक्षा करणेच चुकीचे, मूर्खपणाचेच आहे. त्यातूनच सुख वा दुःख निर्माण होते. जगातील कर्माचा व्यवहार प्रकृतीच्या गुणधर्मांप्रमाणे सुरूच राहणार आणि त्यातून जी सुखद वा दुःखद कर्मफळे मिळतील, ती कर्त्याने शांत आणि समतोल वृत्तीने स्वीकारली पाहिजेत. गुजराथ राज्यात जैन धर्माच्या तत्त्वज्ञानातून परमपूज्य दादा भगवान (१९०८-१९८८) यांनी अक्रम विज्ञान ही मोहीम सुरू केली. त्यांनी या समतोल वृत्तीची अगदी पटणारी व्याख्या केली आहे, 'कोणी आपल्याला फुले दिली तरी ओढ, आवड निर्माण होत नाही आणि कोणी आपल्याला दगड मारले तरी त्याचा राग येत नाही, तिरस्कार वाटत नाही ती समतोल बुद्धी.' भगवद्‌गीतेतही 'यः सर्वत्रानभिस्नेहस्तत्तत्प्राप्य शुभाशुभम्' असे स्थितप्रज्ञाचे लक्षण सांगितले आहे.

यः सर्वत्रानभिस्नेहस्तत्तत्प्राप्य शुभाशुभम् ।
नाभिनन्दति न द्वेष्टि तस्य प्रज्ञा प्रतिष्ठिता ।।५७।।

कोणत्याच बाजूला ओढ वा आसक्ती नसलेला कोणत्याही परस्थितीत निःसंगच राहतो. जो शुभ घडले तरी हुरळून जात नाही आणि अशुभ घडले

तरी शोक करीत नाही त्याची बुद्धी स्थिर झालेली असते.
(भगवद्‌गीता, अध्याय २, श्लोक ५७)

या श्लोकावरील भाष्यात एकनाथ ईश्वरन 'सर्वत्रानभिस्नेह' ही संकल्पना समजावून सांगताना म्हणतात, 'ज्याच्या मनात कोणत्याच पातळीवर स्वार्थपर आसक्ती नसते, त्याची बुद्धी स्थिर असते आणि तो 'स्व'मध्येच सखोल रुजलेला असतो. [९]

न प्रहृष्येत्प्रियं प्राप्य नोद्विजेत्प्राप्य चाप्रियम् ।
स्थिरबुद्धिरसम्मूढो ब्रह्मविद् ब्रह्मणि स्थितः ॥२०॥

प्रिय असलेली गोष्ट प्राप्त झाली असता आनंदून जाऊ नये आणि अप्रिय प्राप्त झाले असता खिन्नही होऊ नये. अशी ज्याची बुद्धी स्थिर असते व जो मोह पावत नाही, तो ब्रह्मवेत्ता ब्रह्माच्या ठिकाणी स्थिर झालेला असतो.
(भगवद्‌गीता, अध्याय ५, श्लोक २०)

लोकमान्य लिहितात, 'चांदोबास धरण्यासाठी आकाशात हात पसरणाऱ्या लहान मुलाच्या मुठीत ज्याप्रमाणे चांदोबा कधीच सापडत नाही, तद्वतच आत्यंतिक सुखाच्या आशेने केवळ आधिभौतिक सुखाच्या पाठीस लागणाऱ्यांस केव्हाही अत्यंत सुखाची प्राप्ती होणे दुर्घट होय. परंतु आधिभौतिक सुख हाच काय तो सुखाचा एकटा प्रकार नसल्यामुळे या अडचणीतूनही अत्यंत व नित्य सुखप्राप्तीचा मार्ग काढता येण्यासारखा आहे.'

सुखदुःखाने मन हेलकावणार नाही, दोलायमान होणार नाही अशा पद्धतीने मनावर निग्रह ठेवणे हे सर्वात महत्त्वाचे आहे. इंग्लिश तत्त्वज्ञ स्टुअर्ट जॉन मिल (१८०६-१८७३) याचे एक विधान लोकमान्य उद्‌धृत करतात, 'शारीरिक सुखाने समाधान पावलेल्या डुकरापेक्षा असमाधानी माणूस असणे चांगले, तसेच समाधानी मूर्खापेक्षा असमाधानी सॉक्रेटिस असणे चांगले. आणि जर त्या डुकराचे किंवा त्या मूर्खाचे मत भिन्न असेल, तर त्याचे 'त्यांना फक्त त्यांचीच बाजू माहीत आहे' एवढेच एक कारण असू शकते!'

माणसाकडे त्याला त्याच्या इंद्रियांच्या संवेदना तपासून त्याच्या कृती ठरवण्याची प्रक्रिया करण्यासाठी आणि अस्तित्वात नसलेल्या भविष्यकाळाचीसुद्धा कल्पना करण्यासाठी एक अवकाश ईश्वरी देणगी म्हणून मिळालेले आहे आणि म्हणूनच तो अन्य प्राण्यांहून श्रेष्ठ ठरला आहे. बी.के.एस. अय्यंगार त्या अवकाशाला 'चिदाक्ष' असे नाव देतात. ते म्हणतात, 'येथे सगळे अवधानच त्या चिदाक्ष नावाच्या अवकाशात विरून

---

९. एकनाथ ईश्वरन, द भगवद्‌गीता फॉर डेली लिव्हिंग', जयको पब्लिशिंग हाऊस, मुंबई, इंडिया, २००७, खंड १, पान १११.

जाते... सर्व कृती, त्यामागच्या प्रेरणा मालवून जातात. ...बाह्यसृष्टीतील कोणतीही गोष्ट निवडली तरी चालेल - आकाशाची निळाई, एखादा ध्वनी, सूर्य, चंद्र, वाहती नदी किंवा आणखी काही. बाह्य ध्येय विकल्पाचे वैविध्य एकत्र करून त्याला एकात्म अशा आकलनाकडे वळवते... अंतर्गत ध्येय शरीरांतर्गत विविध भागांवर अवलंबून असून अवयवनिष्ठ व अव्यक्त असते... अवयवनिष्ठ ध्येय जिथे पंचव्योमाची उकल होते, असा चिंतनप्रदेश असलेल्या अवकाशपुलावर (आधार) व्यक्त होते.[१०]

अंतर्गत अवकाशाखेरीज, सजगतेच्या या विस्तृत पटलावर, पृथ्वीचा 'वरचा' भाग 'खालच्या' भागापासून विलग करणाऱ्या पंचमहाभूतांना रंग चढतो, आणि माणूस हा कुत्रा, डुक्कर, बैल, इत्यादी शरीरनिष्ठ आनंदासाठी जगणाऱ्या पशूंपासून वेगळा नसतो. लोकमान्य लिहितात, 'प्राण्यांप्रमाणेच मनुष्यालाही जर केवळ इंद्रियसुखाचीच गोडी असती आणि विषयोपभोग एवढेच काय ते जगात सुख आहे अशीच त्या प्राण्यांप्रमाणेच त्याचीही समजुत असती, तर मनुष्य पशू होण्यासही राजी झाला असता. पण तरीही ज्या अर्थी कोणीही पशू होण्यास राजी होत नाही, त्या अर्थी पशूंपेक्षा मनुष्यांमध्ये काही तरी विशेष आहे हे उघड होते. हा विशेष कोणता ते पाहू गेले म्हणजे मन आणि बुद्धी यांच्या द्वारे स्वतःचे व बाह्यसृष्टीचे ज्यास ज्ञान होते, त्या आत्म्याच्या स्वरूपाचा विचार करावा लागतो. एकदा हा विचार सुरू झाला म्हणजे पशू आणि मनुष्य या दोघांना सारखेच साध्य असलेल्या विषयोपभोगसुखापेक्षा मनाच्या आणि बुद्धीच्या अत्यंत उदात्त व्यापारात व शुद्धावस्थेत जे सुख तेच मनुष्याचे श्रेष्ठ किंवा अत्यंत सुख असे ओघानेच प्राप्त होते. ही सुखे सर्व आत्मवश म्हणजे बाह्य वस्तुंची अपेक्षा न ठेवता किंवा दुसऱ्याचे सुख कमी न करता आपल्या प्रयत्नानेच आपल्या स्वतःस प्राप्त होण्यासारखी असून, जसजसे वर चढत जावे तसतसे या सुखाचे स्वरूप अधिकाधिक शुद्ध व निर्भेळ होत असते.'

लोकमान्य पुढे लिहितात, 'सारांश, आत्मबुद्धिप्रसारापासून होणाऱ्या केवळ बुद्धिगम्य सुखास किंवा आध्यात्मिक आनंदासच आमचे शास्त्रकार श्रेष्ठ सुख मानत असून हे नित्य सुख आत्मवश असल्यामुळे सर्वांस प्राप्त होण्यासारखे आहे व सर्वांनी ते संपादन करण्याचा प्रयत्न करावा, असा त्यांचा अभिप्राय आहे. पशुधर्माखेरीज मनुष्याचे म्हणून जे काही विलक्षण किंवा विशिष्ट सुख आहे ते हेच, व हा आत्मानंद केवळ बाह्योपाधींवर कधीच अवलंबून राहत नसल्यामुळे तो सर्व सुखांत नित्य, स्वतंत्र व श्रेष्ठ आहे.'

'आत्म्याची शांती किंवा सुख हेच अत्यंत श्रेष्ठ सुख असून ते आत्मवश असल्यामुळे सर्वांनी प्राप्त करून घेण्यासारखे आहे. पण सर्व धातूंत सोने अत्यंत मौल्यवान ठरवल्याने लोखंडादि इतर धातूंची गरज ज्याप्रमाणे नाहीशी होत नाही, किंवा साखर अत्यंत गोड असली तरी मिठावाचून ज्याप्रमाणे काम भागत नाही, तद्वतच आत्मसुखाचे किंवा आत्मशांतीचेही आहे. किमानपक्षी शरीरधारणार्थ तरी ऐहिक वस्तूंची जोड या शांतीस पाहिजे हे निर्विवाद आहे; आणि याच अभिप्रायाने आशीर्वादाच्या संकल्पात नुसते

१०. कोफी बुसिया, अय्यंगार, द योगा मास्टर, शांबला पब्लिकेशन्स, बोस्टन, यूएसए, पान १९९.

'शान्तिरस्तु' असे न म्हणता 'शान्तिःपुष्टिस्तुष्टिश्चास्तु' - म्हणजे शांतीबरोबरच पुष्टि (ऐहिक सुख) आणि तुष्टि (समाधान, मनःशांती) पाहिजे असे म्हणण्याचा परिपाठ आहे. ...तेव्हा कर्माकर्माची परीक्षा ही नीतिनिर्णयाची सर्व बाह्य साधने किंवा आधिभौतिक मार्ग गौण ठरवून आत्मप्रसादरूपी अत्यंत सुख आणि त्यालाच जोडून असणारी कर्त्यांची शुद्धबुद्धी या आध्यात्मिक कसोटीनेच केली पाहिजे.'

आपल्या भोवतालच्या परिस्थिती आणि घटना यांवर आपले सुखदुःख अवलंबून नसते, तर ते आपण त्यांना कसा व काय प्रतिसाद देतो यांवर अवलंबून असते. तो नकारात्मक द्यायचा की सकारात्मक हा पर्याय तुमच्यासमोर असतो, निवड तुम्ही करायची असते. एखाद्या गोष्टीमुळे शारीरिक वा मानसिक वेदना होतात, पण त्याचे दुःख करून घ्यायचे की नाही हे आपल्या स्वाधीन असते. प्रत्येकाची एक विशिष्ट मनोवृत्ती असते. काही लोक कोणत्याही गोष्टीच्या - एकंदर आयुष्याच्याच - चांगल्या बाजूवर लक्ष केंद्रित करतात, काहींचे लक्ष हमखास वाईट बाजूकडेच जाते आणि अशांचीच संख्या साधारणपणे जास्त असते. ते लोक त्यांच्याजवळ काय आहे त्यापेक्षा काय नाही यावर जास्त भर देतात. काहींसाठी पेला नेहमी अर्धा रिकामाच असतो, अर्धा भरलेला नसतोच.

'सुख ही माणसाची मनोवृत्ती असते. सुख ही मनात धरलेली हिताची आणि कल्याणाची अपेक्षा असते. तो एक असा भाव असतो ज्यात कोणतीही अडचण वा अडथळा पार करून जाण्याची शक्ती, विश्वास असतो' या शब्दांत लोकमान्य सुखाचा अर्थ समजावून सांगतात. मनाला सुख मानून घेण्याचे, सकारात्मक विचार करण्याचे

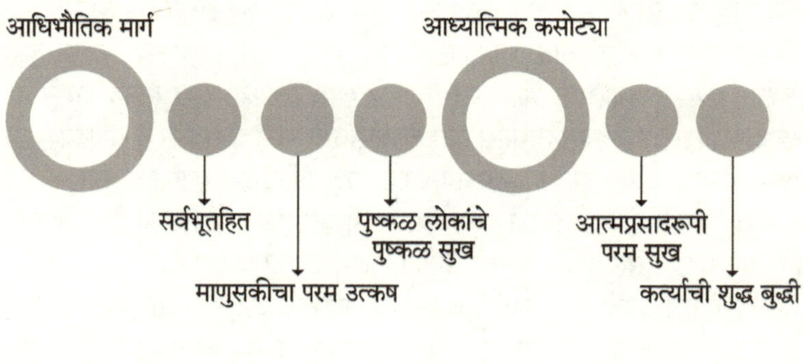

आध्यात्मिक कसोट्या या आधिभौतिक मार्गापेक्षा वरचढ ठरतात. म्हणूनच कर्माकर्माचा निर्णय भौतिकदृष्ट्या काय लाभदायक, सुखकारक किंवा वरच्या श्रेणीचे यावर न करता, आत्मप्रसादरूपी अत्यंत सुख आणि त्यालाच जोडून असणारी कर्त्यांची शुद्धबुद्धी या निकषांवर केला गेला पाहिजे.

शिक्षण देणे आवश्यक असते. आपण केलेल्या कृतींवर आपण ठाम असले पाहिजे आणि देवावर पूर्ण, अढळ असा विश्वास ठेवला पाहिजे. एक स्तोत्र आहे,

आकाश नेहमीच निळे असेल
जीवनमार्गावर नेहमीच फुलांचा सडा असेल
सूर्यावर कधीच ढग नसतील
सर्वत्र सुखच सुख असेल, दुःखाचा मागमूस नसेल
तनमनात वेदनाहीन शांतीचा सदैव वास असेल
अशी काही देवाने आश्वासने नाही दिली आपल्याला!
पण आला दिवस घालवायला असीम शक्ती, कष्टांना विश्रांती
वाटेवर प्रकाशरेखा, कसोटीच्या क्षणी अपार कृपा
अमाप प्रेम, अथक दया
आणि केव्हाही तो हजर आहे आपल्याला साहाय्य द्याया
याची मात्र खात्री दिली आहे त्याने आपल्याला!! [११]

'आला दिवस घालवायला असीम शक्ती, कष्टांना विश्रांती, वाटेवर प्रकाशरेखा, कसोटीच्या क्षणी अपार कृपा, अमाप प्रेम, अथक दया, केव्हाही तो हजर आहे साहाय्य द्याया' - हे दान देवाने प्रत्येकासाठी दिलेले तर आहे; पण ते दिले आहे हे समजावून घ्यावे लागते. ते निष्ठापूर्वक, भक्तिभावाने स्वीकारावे लागते, त्याची प्रतीती घ्यावी लागते. वाईट दिसणाऱ्या, भासणाऱ्या गोष्टींतसुद्धा चांगले शोधण्याची मनाला सजगपणे सवय लावून जीवनविषयक श्रेष्ठ शिकवणी आत्मसात करून घ्याव्या लागतात. आफ्रिकन-अमेरिकन कवयित्री माया अँजलो हिने म्हटले आहे, 'एखादी गोष्ट तुम्हाला नाही आवडली तर ती बदलून टाका आणि जर ती गोष्ट बदलता येतच नसेल, तर तुमची मनोवृत्ती बदला!'

लोकमान्य लिहितात, '...सर्वभूतहित, पुष्कळांचे पुष्कळ सुख, माणुसकीचा परम उत्कर्ष वगैरे नीतिनिर्णयाची सर्व बाह्य साधने किंवा आधिभौतिक मार्ग गौण ठरवून आत्मप्रसादरूपी अत्यंत सुख आणि त्यालाच जोडून असणारी कर्त्याची शुद्धबुद्धी या आध्यात्मिक कसोटीनेच कर्माकर्माची परीक्षा केली पाहिजे असा कर्मयोगशास्त्रात अखेर सिद्धान्त केला आहे.'

जे लोक त्यांच्या भोवतालच्या दृश्य सृष्टीच्या परिघात स्वतःला डांबून घेतात, त्या पलीकडचे व्यापक विश्व पहात नाहीत, त्यांच्याच अंतरात वास करणारा आत्मा ज्या परमोच्च शक्ती आकर्षित करू शकतो त्यांचा अनुभव घेत नाहीत. त्यांना खरोखर अपंगच म्हटले पाहिजे. ते त्यांना लाभलेल्या आयुष्याचे स्वहस्तेच नुकसान करून घेत असतात. जे या जगापासून, संसारापासून दूर पळतात आणि 'ब्रह्म-माया' यांच्या

११. https://www.hymnal.net/en/hymn/r.t/720

भ्रमात राहून स्वत:चे आयुष्य वाया घालवत असतात, तेही याच प्रकारच्या लोकांच्यात मोडतात. लोकमान्य लिहितात, 'वेदान्तावरील हल्ली सामान्यत: वाचण्यात येणारे ग्रंथ संन्यासमार्गाच्या अनुयायांनीच लिहिलेले असल्यामुळे आणि संन्यासमार्गास तृष्णारूपी संसार सर्वच नि:सार वाटत असल्यामुळे, त्यांच्या ग्रंथात कर्मयोगाची उपपत्ति नीट दिलेली नाही हे खरे. किंबहुना या परसंप्रदायसहिष्णु ग्रंथकारांनी संन्यासमार्गातील कोटिक्रम कर्मयोगात घुसडून देऊन संन्यास आणि कर्मयोग हे दोन स्वतंत्र मार्ग नसून संन्यास हाच काय तो एक शास्त्रोक्त मोक्षमार्ग असाही समज उत्पन्न करण्याचा प्रयत्न केला आहे...'

कार्याकार्यशास्त्राचे अध्यात्मदृष्ट्या विवेचन करण्याची जी 'गीते'ची पद्धती आहे तीच पाश्चिमात्य देशातील इमॅन्युअल कान्ट (१७२४-१८०४), आर्थर शोपेनहॉवर (१७८८-१८६०), व्हॉन शेलिंग (१७७५-१८५४), योहान गॉटलिब फिश्टे (१७६२-१८१४), गेऑर्ग विलहेल्म फ्रीडरिक हीगल (१७७०-१८३१) या तत्त्वज्ञांनी आणि त्यानंतर इंग्लिश तत्त्वज्ञ थॉमस हिल ग्रीन यानेही वापरलेली आहे. दृश्य सृष्टीचा किती जरी विचार केला तरी ही सृष्टी पाहणारा, कर्म करणारा कोण हे जोपर्यंत नीट कळलेले नाही, तोपर्यंत मनुष्याचे या जगात परमकर्तव्य काय याचा विचार तात्विकदृष्ट्या अपुराच राहणार. ते ट्रेडमिलसारख्या मशीनवर चालण्यासारखे आहे. अशा लोकांच्या जीवनाचे भव्य नाट्य ते निष्क्रीय प्रेक्षकासारखे पाहत असतानाच संपून जाते. असे लोक कधीच प्रगती करू शकत नाहीत आणि ते अपवादानेच सुखी, आनंदी असतात, बहुतेक वेळ दु:खीच असतात. 'आत्मा वा अरे द्रष्टव्य: श्रोतव्यो मन्तव्यो निदिध्यासितव्य:' हा याज्ञवल्क्याचा उपदेश खरोखरच कालातीत असून तो आजच्या जगातील माणसांना अधिकच लागू होणारा आहे. आजच्याच जगातील अमेरिकन आध्यात्मिक गुरू मेरिॲन विल्यमसन हिने हाच उपदेश या शब्दांत समजावून सांगितला आहे, 'तुम्ही तत्त्वज्ञान, अध्यात्म शिकला असाल, तर हे जग तुम्हाला तुमच्यापेक्षा भिन्न दिसणारच नाही. तुम्ही जगाशी एकरूप झालेले असाल.'

भारतीय तत्त्वज्ञान हा खरोखरच मानवजातीला मिळालेला, तर्क, विविध मते, उलट सुलट विचारधारा, युक्तिवाद यांचा एक अफाट खजिनाच आहे. त्यात कोणतीही गोष्ट, तत्त्व गृहित धरलेले नाही. त्याच्या सर्व अंगांचा सांगोपांग विचार केल्याशिवाय, नव्हे सखोल परीक्षण, विश्लेषण केल्याशिवाय ते स्वीकारलेलेच नाही. प्रत्येक बाबतीत दोन वा अधिक बाजू मांडून - त्यांना पूर्वपक्ष व अपर पक्ष असे म्हणतात - त्यांचे समर्थन व खंडन करून त्या सिद्ध करण्याची पद्धत त्यात वापरली जाते. चर्चा, वाद यांतील प्रत्येक सदस्य अनेक ग्रंथ, लेख, भाषणे यांतील संदर्भ, घटनांचे पुरावे, उदाहरणे देऊन आपल्या पक्षाचे, बाजूचे, मताचे, म्हणण्याचे समर्थन करतो, ते पटवण्याचा प्रयत्न करतो. गीतेत भगवंतानेदेखील स्वत:ला 'वाद: प्रवदतामहम्' असे म्हटले आहे.

सर्गाणामादिरन्तश्च मध्यं चैवाहमर्जुन ।
अध्यात्मविद्या विद्यानां वाद: प्रवदतामहम् ।।३२।।

हे अर्जुना, चराचर सृष्टिमात्राचा (सर्गणम्) आदि (उत्पत्ति), अंत (लय) व मध्यही (स्थितीही) मीच आहे. विद्यांमध्ये अध्यात्मविद्या आणि सर्व प्रवदतांचा - परस्पर शास्त्रार्थ करणाऱ्यांच्या निर्णयाला कारण, त्याचा निष्कर्ष - वाद - मीच आहे. (भगवद्गीता, अध्याय १०, श्लोक ३२)

लोकमान्य म्हणतात, 'आमच्या शास्त्रकारांची दृष्टी आधिभौतिकाच्या पलीकडे गेलेली असून अध्यात्मदृष्ट्याच कर्मयोगाची पूर्ण उपपत्ती त्यांनी दिली आहे. पण ती उपपत्ति सांगण्यापूर्वी कर्माकर्मपरीक्षणाच्या दुसऱ्या एका पूर्वपक्षाचाही थोडा परामर्श घेणे जरूर असल्यामुळे ते विवेचन या पुढील प्रकरणात करतो.'

ॐ

६

बीज आणि माती

एक वृद्ध विचारवंत
चालला आहे भूशिरातून
स्वत:शीच बोलत बोलत...
बाजूच्या पाण्यात चिमण्या खेळतायत,
उन्हावाऱ्यात काठावरची माती सुकतीय.
पण उद्या मात्र नक्कीच
मातीत कुळव फिरणार
तेव्हा कोणी मध्ये नको यायला
जेव्हा बिया मातीत मिसळून जाणार.[१]

या प्रकरणात लोकमान्य आधिभौतिक मार्गाखेरीज एक निराळा मार्ग वाचकांसमोर ठेवतात. हा पंथ प्रामुख्याने पाश्चिमात्य देशांतून (प्राय: ख्रिस्ती धर्मोपदेशकांनी) प्रवृत्त केलेला आहे. आधीच्या प्रकरणात त्यांनी हे स्पष्ट केले आहे की क्षणिक सुख दिले म्हणून एखाद्या कृतीला, कर्माला चांगले मानणे हा निव्वळ मूर्खपणा आहे. या प्रकरणात ते असे सांगतात की कोणतीही कृती वा कर्म हितकारक आहे की अहितकारक, की ते कर्म न करणे हा पर्यायच सर्वात योग्य आहे याचा निर्णय तर्क अथवा विचाराने कोणीच करत नाही, तर तो निर्णय त्या क्षणी नैसर्गिक प्रवृत्ती, मनोवृत्ती जे करायला प्रवृत्त करतात त्यावर घेतला जातो. लोकमान्य लिहितात, 'आधिभौतिकवादी काहीही उपपत्ति सांगोत, धर्माधर्मनिर्णय करीत असता मनुष्याच्या मनाची काय स्थिती होत असते याचा जर क्षणभर विचार केला, तर आपणांस असे आढळून येईल की कारुण्य, दया, परोपकार इत्यादी मनुष्याच्या मनात असणाऱ्या स्वाभाविक व उदात्त मनोवृत्तीच एकदम एखादे कृत्य करण्यास त्यास प्रवृत्त करीत असतात.'

माणसाची प्रत्येक कृती ही काही मानसिक विश्लेषणानंतर केली जात नाही. काही वेळा तीव्र इच्छेतून, आवेगातून, ऊर्मीतून, प्रेरणेतून माणूस ती कृती करायला प्रवृत्त होतो. काही वेळा तर कोणीच, तो स्वत:सुद्धा, कल्पनाही करू शकणार नाही अशी, अशक्य वाटणारी कृत्येही त्याच्या हातून घडतात. अगदी आपल्या घरात बसून कुटुंबीयांशी चर्चा

१. आयरिश कवी आणि कादंबरीकार पॅट्रिक कॅव्हना (१९०४-१९६७).

सुरू असताना, किंवा दोन जुने, जवळचे मित्र बोलत असतानासुद्धा एखाद्याच्या तीव्र भावनांच्या उद्रेकाचा किंवा अगदी अचानक आणि अनपेक्षित अशा लहरीपणाचा प्रत्यय येतो. तशा अपवादात्मक कृतींमागे काही विचार नसतो आणि तो भावनांचा भर ओसरला की बऱ्याच वेळा हातून घडलेल्या तशा कृतींविषयी खेद अथवा पश्चात्तापही व्यक्त केला जातो. कोणाला रस्ता ओलांडायला किंवा जिन्याच्या पायऱ्या चढायला मदत करणे, अथवा दान देणे, अगदी समोरून येणाऱ्या अनोळखी व्यक्तीकडे पाहून स्मितहास्य करणे यांसारखी कृत्येही त्या क्षणी, तात्काळ हातून घडून जातात. बहुतेक उत्स्फूर्त क्रिया या आपल्या 'आतून' आलेल्या असतात. त्यात कसले सोंग नसते, आव नसतो, कोणाचे अनुकरणही नसते, प्रतिक्रियाही नसते. त्या, बस, घडून जातात! अर्थात, यातले काही नसले तरीसुद्धा त्यांच्या मागे 'अग्रदूत' असतात. त्याला काहीतरी पाया असतो. त्या मागे कोणती तरी शक्ती कार्यरत असते. काय असेल ते तसे घडवणारे?

लोकमान्य लिहितात, 'अर्थात, माणसामधील उदात्त मनोवृत्तीच कर्मयोगशास्त्राचा खरा पाया होत. या मनोवृत्ती आपणास कोणी दिल्या नसून त्या निसर्गसिद्ध म्हणजे स्वाभाविक किंवा एका दृष्टीने स्वयंभू देवता आहेत. न्यायाधीश आपल्या गादीवर बसला म्हणजे त्याच्या बुद्धीस न्यायदेवतेचे स्फुरण होऊन तो न्याय देत असतो... न्यायदेवतेप्रमाणेच कारुण्य, दया, परोपकार, कृतज्ञता, कर्तव्य, प्रेम, धैर्य इत्यादी सद्गुणांच्या ज्या स्वाभाविक मनोवृत्ती त्याही देवताच होत.' मानवी मनोवृत्तींनासुद्धा आध्यात्मिक बाजू असेल? त्यांना देवता मानता येईल?

'माणसाचा आत्मा, आत्मभान हा त्याच्या अस्तित्वाचा एक महत्त्वाचा भाग आहे' या विधानाला कोणत्याही पुराव्याची गरज नाही. माणसाच्या मनात, आत एक जागा असते जेथे त्याला त्याचा नाही, तर त्याच्या आत्म्याचा आवाज ऐकू येत असतो. प्रत्येक माणसाच्या आतला तोच आत्मा त्याच्या सर्व कृतींचा एक सजग साक्षीदार असतो. जर काही न्यायाचे, चांगुलपणाचे उल्लंघन होत असेल तर तो आतून 'ढोसतो' - अंकुश लावतो ही गोष्ट प्रत्येक माणसाला चांगलीच माहीत असते. एका हिंदी गाण्यात हे अतिशय सुंदर शब्दांत सांगितले आहे : 'तोरा मन दर्पन कहलाये, भले बुरे सारे कर्मोंको देखे और दिखाए।'[२] पण हा मनाचा आरसा नेहमीच स्वच्छ, निर्मळ नसतो. त्यावर धूळ बसलेली असते, काही वेळा तर तेलकट थर चढलेला असतो, आणि त्यामुळे तो त्याचे काम नीट करू शकत नाही. मुळातच परावर्तनाची प्रक्रिया हीच संघर्षमय असते आणि जेव्हा आपण एखादे वेळी आपल्या मनाशी ठरवलेल्या आणि त्यांचे पालन करण्याचा निश्चय केलेल्या नैतिक मर्यादांचे उल्लंघन करणारी कृती करतो किंवा ती आपल्या हातून घडते, तेव्हा तर हे परावर्तन आत्म्यापर्यंत पोहोचण्यात अथवा पोहोचवण्यात अशक्य अशा अनंत अडचणी येतात. त्यातून मनस्ताप होतो, अपराधाची भावना जागृत होते.

---

२. १९६५मधील 'काजल' या हिंदी चित्रपटासाठी संगीतकार रवी यांच्या संगीत दिग्दर्शनाखाली आशा भोसले यांनी गायलेले व साहिर लुधियानवी यांनी लिहिलेले गीत.

ही प्रक्रिया समजून घ्यायला वरील 'मनोदेवतां'ची कल्पना फारच उपयुक्त ठरते. जसा स्वर्गात देवदेवतांचा वास असतो तसाच तो माणसाच्या शरीरातही असतो. पाच आंत्रिके - हृदय, फुफ्फुसे, यकृत, मूत्रपिंड आणि प्लीहा देवतांच्या रूपात पाहिली जातात. या देवतांच्या देवालयात - म्हणजे मानवी शरीरात - आपण मेंदू, पित्ताशय, डोळे, नाक, कान, जीभ आणि दात याही देवतांची स्थापना करू शकतो. या देवता निरनिराळी कार्ये करतात आणि ती एकमेकांशी जोडलेली, संबंधित अशी असतात. उद्योगक्षेत्रात शासक, व्यवस्थापक अधिकारी जी कामे करतात तीच या देवताही करतात आणि शरीरक्रियांचा समतोल सांभाळतात. ध्यानधारणेने अथवा योगसाधनेने या देवतांचे त्यांच्या जागी दर्शन घडू शकते आणि प्राणायामाने त्यांचे पूजन करता येते. त्यांच्या कृपेने आरोग्य व दीर्घायुष्याची कामना करता येते. एखाद्याला झालेल्या बाह्य अथवा अंतर्गत जखमांनी जी अरिष्टे येतात, त्यांपासून रक्षण करण्यासाठीही त्यांचा धावा करता येतो. आध्यात्मिक मार्गावर जसजशी प्रगती होत जाते, तसतशी या देवतांच्या दर्शनाची प्रक्रियाही अधिकाधिक प्रगत होत जाते. मन:पटलावरील त्या देवतांच्या केवळ प्रतिमा नाहीशा होऊन त्या मन:शक्तीत परावर्तित होतात. मनाला सतर्क बनवतात. आध्यात्मिक मार्गावर वाटचाल करत राहिले की श्वासोच्छ्वासावर, त्यातून आपल्या मूळ प्रवृत्तींवर आणि हळूहळू आत्म्यावर नियंत्रण मिळवता येते. लोकमान्य लिहितात, 'या देवतांची शुद्ध रूपे कोणती हे प्रत्येकास स्वभावत:च माहीत असते. परंतु लोभामुळे, द्वेषाने, मत्सराने किंवा दुसऱ्या अशाच कारणांनी तो या देवतांचे स्फुरण जुमानत नाही, त्यास देवतांनी काय करावे? आता हे खरे आहे की, कित्येकदा या देवतांमध्येच लढा पडून, एखादे कृत्य करताना कोणत्या देवतेची स्फूर्ती बलवत्तर मानावी याचा आपल्याला संशय पडतो आणि मग या संशयाच्या निर्णयार्थ न्यायकरुणादि देवतांखेरीज दुसऱ्या कोणाचा तरी सल्ला घेणे जरूर पडते.'

लॅटिन तत्त्वज्ञ नवजात अर्भकाच्या मनाला 'टॅब्युला रासा' म्हणजे 'कोरी पाटी' असे म्हणतात; मात्र भारतीय लोक मूल गर्भात असताना होणाऱ्या संस्कारांनाही, अनुभवांनाही खूप महत्त्व देतात. त्या बाबतीत अभिमन्यूच्या आणि अष्टवक्रच्या कथांची उदाहरणे दिली जातात. त्यानंतर त्या बालकाच्या बालवयात होणारे संस्कार, घटना याही विचारांत घेतल्या जातात. या दृष्टीने पाहिल्यास बालकाच्या मनाला 'टॅब्युला रासा' न म्हणता 'सदसद्विवेकबुद्धीची देवता' म्हणता येईल. लोकमान्य लिहितात, 'अध्यात्मविचाराच्या किंवा सुखदु:खांच्या तारतम्याच्या भानगडीत न पडता आपण आपल्या मनोदेवतेची साक्ष घेतली तर सदर देवता दोहोंपैकी कोणता मार्ग श्रेयस्कर आहे याचा आपणास झटकन निकाल देत असते व त्याचमुळे वरील सर्व देवतांपेक्षाही मनोदेवता श्रेष्ठ असते.'

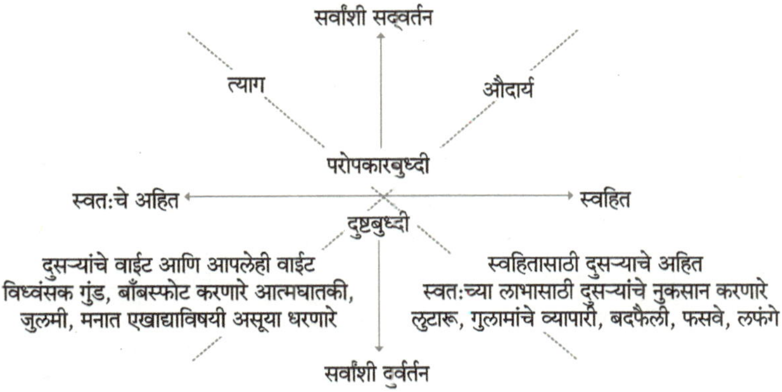

जेव्हा श्रेयस (परोपकारबुद्धी) आणि प्रेयस (दुष्टबुद्धी) या दोन विरोधी बुद्धींमध्ये झगडा निर्माण होतो, तेव्हा मनोदेवतेने श्रेयसच्या बाजूनेच निश्चितपणे कौल द्यावा यासाठी जो सारासार विचार करावा लागतो ते काम विवेकबुद्धी करते.[३]

ही सदसद्‌विवेकबुद्धी येते कुठून? मूल जन्माला येणे ही तर एक जीवशास्त्रीय प्रक्रिया आहे. सध्या शहरा-शहरात पेव फुटलेली फर्टिलिटी क्लिनिक्स - प्रजनन चिकित्सालये - तेच सिद्ध करत आहेत. स्पर्म डोनेशन आणि सरोगेट मदर्स - शुक्रजंतूंचे दान आणि कृत्रिम मातृत्व - या विषयांवर चित्रपटसुद्धा निघत आहेत. शुक्रजंतूंची फौज वाटेत येणाऱ्या सर्व धोकादायक द्रवांचा सामना करत कशी द्रुतवेगाने बीजांडकोशापर्यंत पोहोचते; पण त्यातले फारच थोडे कसे त्या बीजांडकोशाचा भेद करण्याच्या उद्देशाने त्याच्याभोवती वेढा घालून बसतात याचे चित्रमुद्रणदेखील दूरदर्शनवर दाखवले जात आहे. एकूण दहा ते तीस कोटी शुक्रजंतूंपैकी फक्त पंधरा टक्के शुक्रजंतूंचा बीजांडाशी संयोग होऊ शकतो आणि संयोगासाठीचा योग्य काळ महिन्यातून फक्त बारा तासांचाच असतो. जोवर शुक्रजंतू बीजांडकोषात शिरत नाही तोवर त्या दोघांच्यातही बुद्धीचा अंशही नसतो. पण त्यांचा संयोग झाला की एक नवा जीव जन्माला येतो, एक स्वतंत्र जीवनाची सुरुवात होते आणि एका मानवाची निर्मिती होण्यासाठी आवश्यक असलेली बुद्धीही तात्काळ निर्माण होते. अशा रीतीने या पहिल्याच पेशींच्या केंद्रस्थानी आत्मा आणि मन, बरेवाईट याचा निर्णय करण्याची बुद्धी - सदसद्‌विवेकबुद्धी - यांचा विकास सुरू होतो. शुक्रजंतूंचे उत्पादन पिट्यूटरी ग्रंथीत झालेले सापडते - याच ठिकाणी अनेक रहस्ये लपलेली असतात.

---

३. श्री श्री आनंदमूर्ती, 'अ‍ॅडॉर्निंग द डॉन - डिस्कोर्सेस ऑन निओह्युमनिस्ट एज्युकेशन, आनंदमार्ग पब्लिकेशन, न्यू यॉर्क, पान २१३.

ही प्रक्रिया मेंदूच्या ज्या भागांत सुरू होते त्या भागाला 'हायपोथॅलॅमस-पिट्यूटरी ॲक्सिस' असे म्हणतात. न्युरोट्रान्समीटर्स नावाचे रासायनिक संदेशवाहक वा प्रक्षेपक, काही ग्रंथी आणि हॉर्मोन्स - संप्रेरक - यांची मिळून ही एक यंत्रणा असते. शुक्रजंतूंचे जीवनचक्र ७४ दिवसांचे असते. मेंदूतील पिनीयल नावाच्या ग्रंथीतून मेलॅटोनिन नावाचे संप्रेरक स्त्रवते. ते स्त्रीच्या शरीरातील प्रजनन संप्रेरक मुक्त करण्याच्या वेळेची निवड करते आणि 'अंडकोशिके'ची जागाही ठरवते. २०१७पर्यंतची विज्ञानाची प्रगती येथपर्यंतच झालेली आहे. यापुढचे विज्ञानाला ज्ञात नाही. परंतु जे विज्ञानाला ज्ञात नाही त्याला 'अज्ञात' म्हणता येत नाही. ते विज्ञानाच्या पलीकडचे - अतींद्रिय - आध्यात्मिक ज्ञान आहे. पिनीयल आणि पिट्यूटरी या दोन ग्रंथींमधील संयोग - शरीर व बुद्धी यांचा संयोग - ही एक फार प्राचीन संकल्पना आहे. या ग्रंथींच्या संयोगाद्वारे आपला व पारलौकिकाचा - परमेश्वरी शक्तीचा - संबंध प्रस्थापित होतो आणि आपल्या मनाची, बरेवाईट ठरवण्याच्या आपल्या बुद्धीची - सदसद्‌विवेकबुद्धीची - क्षमता विकसित होते.

ही पिनीयल ग्रंथी माणसाला त्याच्या पायाभूत अस्तित्वाशी जोडते. माणसाच्या या पायाभूत अस्तित्वाला आध्यात्मिक भाषेत 'प्रकृती' असे म्हणतात. ज्या बीजांडापासून माणसाची उत्पत्ति होते ती ही प्रकृती. तसेच आपल्या शरीरातून आत्मशक्ती किंवा ईश्वरी अंश प्रकट करण्याचे काम पिट्यूटरी ग्रंथीच्या मार्गाने होते. त्या शक्तीला, ईश्वरी अंशाला आध्यात्मिक भाषेत 'पुरुष' म्हणतात. अशा रीतीने पिनीयल व पिट्यूटरी ग्रंथींचे मीलन म्हणजेच पुरुष व प्रकृती यांचा संयोग. या संयोगातून अनेक गुंतागुतीच्या गोष्टी निर्माण होतात. त्यापैकी एक म्हणजे निसर्गदत्त असा नीतीअनीतीचा, बऱ्यावाईटाचा विचार, नीतीनियमांची जाण. हा विचार, ही जाण फक्त आणि फक्त ईश्वरी देणगीच असू शकते, ती माणसाच्या मनात उत्पन्न व्हायला दुसरा कोणताही मार्ग नाही.

लोकमान्य लिहितात, 'मनोदेवता' या शब्दात मनात असणाऱ्या इच्छा, क्रोध, लोभ वगैरे सर्व विकारांचा समावेश न करता, फक्त चांगले किंवा वाईट निवडण्याची जी ईश्वरदत्त किंवा स्वाभाविक शक्ती मनात आहे तेवढीच प्रस्तुत प्रकरणी विवक्षित धरायची... कोणत्याही संशयाच्या प्रसंगी मनुष्य स्वस्थ अंतःकरणाने जरी क्षणभर विचार करेल, तर ही 'सदसद्‌विवेचनदेवता' त्यास कधीही अंतर देणार नाही.'

कोणत्या सद्‌गुणाला कोणत्या वेळी किती महत्त्व द्यायचे याची या बड्या देवतेजवळ एक यादी नेहमीच तयार असून, त्या यादीप्रमाणे वेळोवेळी ही मनोदेवता आपला निकाल ताबडतोब देत असते.

त्या मनोदेवतेजवळची ती सद्‌गुण-दुर्गुणांची यादी निरनिराळ्या लोकांनी निरनिराळ्या वेळी निरनिराळ्या माध्यमांतून जगापुढे ठेवण्याचा प्रयत्न केला आहे - उदाहरणार्थ, बायबलमधील 'टेन कमांडमेंट्स' - पण ते समजण्यास व त्यांचे पालन करण्यास अवघडच पडते. जग इतके विशाल आहे, लोकांमध्ये इतके वैविध्य व विभिन्नता आहे की एका ठिकाणी, एका परिस्थितीत जे योग्य, बरोबर ठरते, ते दुसऱ्या

एखाद्या ठिकाणी, वेगळ्या परिस्थितीत चुकीचेच नव्हे, तर धोकादायकही ठरू शकते. आयरिश तत्त्वज्ञ जेम्स मार्टिनो (१८०५-१९००) याने तर्क आणि सदसद्विवेकबुद्धी यांच्या पायावर धर्माची व्याख्या केली आहे. त्याचे हे प्रसिद्ध वचन आहे, 'चिरंतन अशा परमेश्वरावर श्रद्धा असणे, म्हणजेच शुद्ध, पवित्र मन आणि ईश्वरेच्छा यांचे जगावर राज्य असते या तत्त्वावर निष्ठा असणे आणि सर्व मानवजातीशी नैतिकतेचे नाते असणे - म्हणजे धर्म.' याच जेम्स मार्टिनोने 'मनोदेवतेच्या घरची धर्म-अधर्माच्या तारतम्याची यादी' प्रसिद्ध केली आहे' असा उल्लेख लोकमान्यही करतात. ते लिहितात, 'या यादीत नम्रतापूर्वक पूज्यभावाला पहिले, म्हणजे अत्युच्च स्थान दिले असून त्याचे खालोखाल कारुण्य व त्याखाली कृतज्ञता, औदार्य, वात्सल्य इत्यादि क्रमाक्रमाने उतरत्या पायऱ्या दाखवल्या आहेत. खालच्या पायरीच्या आणि वरच्या पायरीच्या सद्गुणांचा तंटा झाला, की वरच्या पायरीच्या देवतेसच अधिकाधिक मान दिला पाहिजे असा या तत्त्वज्ञाचा अभिप्राय आहे.'

कार्य-अकार्य, धर्म-अधर्म यांचा निर्णय करण्यास यापेक्षा अधिक चांगला मार्ग आहे का? मानवी विचार, तर्क, मूल्यांकन, 'हे करावे की करू नये' याचा निर्णय यांची मजल 'पुष्कळांचे पुष्कळ सुख' याच्यापुढे जाऊच शकत नाही. मानवाची तारतम्यबुद्धी तेथे संपते. तीच गोष्ट सुखदु:खाचा निकष लावून केलेल्या निर्णयाची. शेवटी 'सुख किती, दु:ख किती', 'किती कमी वा जास्त' हे माप योग्य ठरूच शकत नाही. लोकमान्य लिहितात, 'एखाद्या न्यायाधीशास राजाकडून अधिकार मिळाला नसताना त्याने एखादा निकाल दिल्यास त्या निकालाची जी वासलात होईल, तीच सुखदु:खांचा दूरदृष्टीने विचार करून केलेल्या कार्य-अकार्य निर्णयाची होईल.'

विहिरीत पडलेल्या माणसाला स्वत:च स्वत:ला वर काढता येत नाही. कोणीतरी त्याला वरून ओढून बाहेर काढावे लागते. तेही त्याच्या बुटांच्या नाड्या धरून वर ओढता येत नाही. पियर टीलहार्ड डी चार्डेन (१८८१-१९५५) हा फ्रेंच तत्त्वज्ञ म्हणतो, 'आपण आत्मानुभव घेणारी माणसे नसून मानवानुभव घेणारे आत्मे आहोत.'[४] लोकमान्य म्हणतात, 'आपणांपेक्षा थोर अधिकाराचा दुसरा कोणीतरी आज्ञा करण्यास पाहिजे; आणि ते काम मनुष्यापेक्षा श्रेष्ठ अतएव मनुष्यावर अंमल करण्यास समर्थ अशा सदसद्विवेकदेवतेलाच करता येते.'

लबाड आणि ढोंगी माणसे त्यांच्या कुकर्माचेसुद्धा समर्थन 'हे मी माझ्या सदसद्विवेकबुद्धीने कौल दिल्यावरच केले' असे सांगून करू शकतात. विशेषत: पैसा आणि सत्ता यासाठी विरोधी पक्षातसुद्धा प्रवेश करणारे राजकारणी तर असे नेहमीच करतात. पण म्हणून 'सदसद्विवेकबुद्धीच्या नावाखाली कुकर्म केले, तरी त्यांच्या परिणामांमधून काही सुटका मिळत नाही' असा धोक्याचा इशारा लोकमान्यही देतात. ते म्हणतात, 'एखाद्याने कुकर्म केले असता त्यालाच त्याची पुढे लाज वाटते किंवा त्याचे

४. रॉबर्ट जे फ्युरे, 'द जॉय ऑफ काइंडनेस', (१९९३), पान १३८.

मन त्याला खात असते, हेही या मनोदेवतेच्या शिक्षेचे फल आहे; आणि यावरून या स्वतंत्र मनोदेवतेचे अस्तित्व सिद्ध होते. कारण आपले मन आपल्यालाच का खाते याची एरवी उपपत्ति लागत नाही असे या पंथाचे मत आहे.'

मनुष्यामध्ये असलेली सदसद्विवेकबुद्धी ही ईश्वरदत्तच असते ही संकल्पना भारतीयांना काही नवीन नाही. पाश्चिमात्य धर्मांपैकी ज्यू धर्मातील 'स्टार ऑफ डेव्हिड' किंवा ख्रिश्चन धर्माच्या सुरुवातीच्या काळातील 'ग्रीक क्रॉस' ही प्रतिके माणसाला ऊर्जा देणाऱ्या आंतरिक ईश्वरी शक्तीचीच साक्ष देणारी आहेत. स्विस मानसशास्त्रज्ञ कार्ल युंग (१८७५-१९६१) म्हणतो, 'मनोविकासाचे अंतिम ध्येय आत्म्याचा साक्षात्कार आहे हे मला समजू लागले आहे. ती प्रक्रिया सरळ रेषेतील उत्क्रांतीची नसते, त्यात मानसिकता आत्म्याच्या परीघावरती गोलाकार फिरत असते. जीवितकार्य : माणसाच्या आंतरिक आत्मशक्तीचा, तर्कविसंगत वाटणारा, 'आतला आवाज' त्याला त्याच्या समाजाच्या, 'कळपा'च्या 'चाकोरी'तून बाजूला काढून, त्याच्या जीवितकार्याच्या मार्गावर नेतो आणि त्या वेळी तो माणूस त्याला साद घालणाऱ्या त्या आत्म्याच्या आवाजाचेच ऐकतो.'[५]

'आपण निर्माण केलेल्या मनुष्यप्राण्यांच्या वर्तनावर नैतिकतेचे बंधन घालण्याच्या हेतूने परमेश्वराने त्यांना स्वतःच्या वर्तनाचे स्वतःच समालोचन, परीक्षण करण्याची आंतरिक क्षमता प्रदान करून ठेवली आहे' या शब्दांत सदसद्विवेकबुद्धी या ईश्वरदत्त देणगीचे महत्त्व प्रतिपादन केल्यावर लोकमान्य त्याच्या थोडे अधिक खोलात शिरतात, 'सदसद्विवेकबुद्धी ही नीतिमत्तेची सेविका आहे. ती दुर्बल असली की तिची क्षमताही कमी असते आणि मग तिच्या सांगण्यानुसार कर्म केल्यावरही अपराधी भावना निर्माण होण्याची शक्यता असते. तीच सबल असली की तिचा निर्णय तसे ओशाळलेपण येऊ देत नाही.' स्वतःविषयी जागरूकतेचा एक भाग म्हणून सदसद्विवेकबुद्धी जेव्हा एखादे कृत्य योग्य अथवा अयोग्य असल्याची जाणीव करून देते, त्या वेळी त्या व्यक्तीला त्यामुळे सुख अथवा दुःख हे वाटतेच. या ज्या कृत्याचा परिणाम करणाऱ्या विविध भावना असतात, या स्वर्गीय देवतांप्रमाणे माणसांना त्यांचे जीवन जगायला मार्गदर्शक म्हणून काम करत असतात. भारतातील आणि ग्रीसमधील लोक या देवतांना 'विश्वनियंत्रक देवता'च मानतात.

लोकमान्य लिहितात, 'भगवद्गीतेत कीर्ती, श्री (संपत्ती), वाक् (वाणी), स्मृति, मेधा (कुशाग्र बुद्धी), धृति (दीर्घोद्योग, चिकाटी) आणि क्षमा या देवता मानल्या आहेत आणि त्यांपैकी स्मृति, मेधा, धृति आणि क्षमा हे मनाचे धर्म आहेत.'

मृत्युः सर्वहरश्चाहमुद्भवश्च भविष्यताम् ।
कीर्तिः श्रीर्वाक्च नारीणां स्मृतिर्मेधा धृतिः क्षमा ॥३४॥

---

५. कार्ल युंग, 'मेमरीज्, ड्रीम्स, रिफ्लेक्शन्स' (१९६२), पान २२२; डेव्हलपमेंट ऑफ पर्सनॅलिटी (१९५४)

भगवंत अर्जुनाला हे पटवून देत आहेत की, ते केवळ जगनिर्माते व जगन्नियंते नाहीत, तर ते सर्वांचा क्षय करणारे मृत्यूही आहेत. त्यांच्यातील आंतरिक सौंदर्याचे तेज (श्री), एकनिष्ठा (धृति) आणि क्षमा ही स्त्रीलक्षणेही येथे सांगितली आहेत. (भगवद्गीता, अध्याय १०, श्लोक ३४)

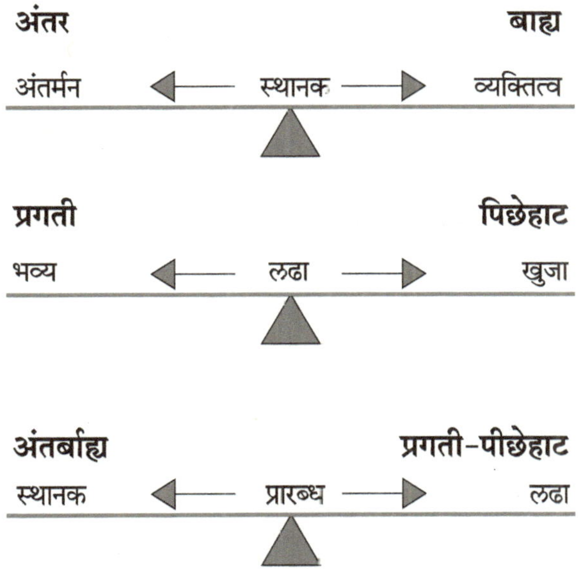

या आकृतीत 'स्थानक' हे अंतर्मन आणि बाह्य व्यक्तित्व यांच्यातील समानता, सहमती अथवा भेद वा तणाव दर्शवते. त्यातील 'लढा' हा एका बाजूला आपल्या भव्य व्यक्तित्वाची जाणीव व त्या आधारे जोरदार प्रगती आणि दुसरीकडे आपले व्यक्तित्व खुजे असल्याची खंत आणि त्यामुळे पीछेहाट यांमधील समतोल अथवा यांतील तणाव दर्शवतो. 'प्रारब्ध' त्या दोन्हींमधला अंतिम निर्णय दर्शविते. ते आकारस्थिती आणि युद्धशक्ती यांमधील समतोल किंवा ताण असते. [६]

एकनाथ ईश्वरन ईश्वराचे हे कार्य असे समजावून सांगतात, 'आपण अनेक वर्षे आपले आयुष्य या ना त्या पद्धतीने जगण्याचा प्रयत्न करीत असतो. तोवर परमेश्वर वाट पाहतो; पण जर त्यानंतरही आपल्याला हे उमगले नाही की जगण्याचे उद्दिष्ट मृत्यूच्याही पलीकडे आहे तर तो आपल्याला विश्रांतीसाठी, आपली स्थिती सुधारण्यासाठी आपल्याला घेऊन जातो. आपण जेथपर्यंत पोचलो होतो त्यापुढे जाण्याइतकी आपली तयारी झाली, की तो आपल्याला नवे बलदंड शरीर देऊन उद्दिष्टपूर्तीच्या नव्या प्रयत्नांसाठी जगात परत

६. http://www.watchwordtest.com/wdynamics.aspx

पाठवतो.'[७] वरील श्लोकात जी स्त्रीलक्षणे सांगितली आहेत तो एक नवा संदर्भ आहे. परमेश्वराचे मानवजातीवरील - त्याच्या लेकरांवरील - प्रेम आपल्या लेकरांप्रती मातेच्या हृदयात असणाऱ्या निःस्वार्थी प्रेमाच्या रूपात सादर केले आहे.

'स्व'पासून वेगळ्या अशा एखाद्या शक्तीला, ज्याला 'देव' समजले जाते, आणि वरदान देण्याचे सामर्थ्य ज्याच्याकडे असते, त्याला शरण जाण्याच्या माणसाच्या इच्छेमधून दैवत उगम पावते. पण ते त्यापुढे जात नाही आणि देवाकडून आणि फक्त देवामधूनच निर्माण झालेले शक्तीविहीन मनोविलसित म्हणून त्याचे अस्तित्व शिल्लक राहते. या देवतांच्या भक्तीकडे 'केवळ मनाचे समाधान करण्याचे साधन' म्हणूनच पाहता येते. एखादा पदार्थ खाणे, एखादे पेय पिणे, सुगंधी फूल हुंगणे, छानशी निवांत झोप घेणे, सुमधुर संगीत ऐकणे या गोष्टीही मनाला समाधान देतात; परंतु त्या काही देवता बनत नाहीत. तसेच समाजात मानाचे स्थान, ख्याती, लोकांकडून प्रशंसा प्राप्त करण्याच्या मागे लागणे यांसारख्या गोष्टीही देवता बनत नाहीत. तशा उच्च स्थानाच्या अथवा वर उल्लेख केलेल्या सुखद गोष्टींविषयीच्या आपल्या ज्या शारीरिक व मानसिक अशा तीव्र इच्छा असतात त्या मात्र देवता मानल्या जातात आणि त्यांचे पूजन हे अपरिपक्व, संकुचित मनाचे लक्षण मानले जाते. अशा रीतीने या मनोदेवता ही माणसाची स्वनिर्मिती असते असे सांगून लोकमान्य सत्यशोधासाठी खोलात शिरतात.

कर्म बरोबर अथवा चूक हे ठरवण्याच्या बाबतीत मनाच्या शुद्धतेला फार महत्त्व दिले जाते. 'कोणत्याही प्रकारची जळमटे न चढलेली, पूर्ण स्वाभाविक स्थितीतील सदसद्‌विवेकबुद्धी' अशी शुद्ध मनाची व्याख्या केली आहे. मन हे रात्रीचे वेळी आकाशातील तारांगण आपल्या स्वच्छ पाण्यात परावर्तित करून ते पृथ्वीवर अवतरवणाऱ्या तळ्यासारखे शांत, नितळ, निर्मळ असले पाहिजे. पण शांत मन म्हणजे निष्क्रीय, बधीर, विचारच न करणारे नव्हे. सद्‌विचार, पवित्र भावना परावर्तित करणारे असले पाहिजे. सर्व स्मृतिग्रंथांच्या आरंभी स्मृतिकार ऋषी मन एकाग्र करूनच धर्म, अधर्म सांगत असत, अशी वर्णने आहेत. मन तसे शुद्ध असले म्हणजे त्यांच्या लिखाणात त्यांच्या मनाने रचलेले काही किंवा त्यांची वैयक्तिक, पूर्वग्रहदूषित मते, निष्कर्ष त्यात न येता, जे परमसत्य असेल तेच निर्भीडपणे, परखडपणे सांगितले जाईल याची खातरी असते. गोस्वामी तुलसीदास हे महान संतकवी श्रीगणेशाला आवाहन करतात की, त्यांचे मन इतके शुद्ध कर की त्यात रामसीतादेखील वास करू शकले पाहिजेत.

हेतुपूर्वक शिक्षणाने, प्रयत्नाने मनःशक्तीची उत्क्रांती, तिचा विकास आणि सदाचाराने मनाची शुद्धता हा सदसद्‌विवेकबुद्धीच्या प्राप्तीचा सेतू आहे. प्रत्येक जण कर्म-अकर्म, योग्य-अयोग्य यासंबंधीचा जो निर्णय घेतो, तो त्याचे शिक्षण, त्याचे वळण, त्याच्या मनाची शुद्धता यांवर अवलंबून असतो. तसे परिपक्व, सुशिक्षित मन नसेल, तर अगदी

---

७. एकनाथ ईश्वरन, द भगवद्‌गीता फॉर डेली लिव्हिंग', जयको पब्लिशिंग हाऊस, मुंबई, इंडिया, २००७, खंड २, पान २५४.

ईश्वरी देणगी असली तरीही सदसद्विवेकबुद्धी काम करत नाही. तिची स्थिती बंद करून ठेवलेल्या किंवा 'बूट न केलेल्या' संगणकासारखी असते. लोकमान्य लिहितात, ('मनाला जसे शिकवलेले असते, वळण लावलेले असते, तद्वत ते बऱ्यावाईटाचा निर्णय करते. म्हणून आपल्या ऋषींनी प्रत्येकाला आपले मन विकसित करण्याचा, परिपक्व करण्याचा प्रयत्न करण्याचा उपदेश केला आहे, ती स्थिती म्हणजे काय आणि ती प्राप्त करण्याचे नियमही सांगितलेले आहेत. परंतु ती सदसद्विवेचनशक्ती म्हणजे एखादी ईश्वरी देणगी असते, ती माणसाच्या विचारशक्तीपेक्षा काही निराळी असते हे मात्र ते मान्य करीत नाहीत.') स्वस्थ व शांत अंत:करणाने एखाद्या गोष्टीचा विचार केला पाहिजे हे तत्त्व आमच्या प्राचीन शास्त्रकारांस कबूल आहे. पण धर्माधर्माचा निर्णय करणारी बुद्धी एक आणि काळे-गोरे निवडणारी बुद्धी एक हे तत्त्व त्यांस मान्य नाही. मन ज्याप्रमाणे सुशिक्षित असेल त्या प्रमाणे ते बरेवाईट निर्णय करते, म्हणून मनाची सुधारणा करण्यास प्रत्येकाने झटले पाहिजे असेही त्यांनी प्रतिपादन केले आहे आणि ही सुधारणा कोणती व कशी करावी याबद्दल नियमही सांगितले आहेत. पण सदसद्विवेचनशक्ती म्हणून सामान्य बुद्धीहून काही निराळी ईश्वरी देणगी आहे हे मत त्यांना कबूल नाही.) मन, जे निर्णय घेण्याची जागा (क्षेत्र) असते ते आणि त्या मनात काहीही वादळ उठले तरी अविचल राहणारा, चिरंतन, अविनाशी असा निर्णयप्रक्रियेचा निष्पक्ष साक्षीदार, मनाचा उत्तम जाणकार आत्मा (क्षेत्रज्ञ) यांतील फरक जाणून घेणे हा कळीचा मुद्दा असतो. या 'क्षेत्र' व 'क्षेत्रज्ञ' यांच्यातील अंतर, त्यांच्यातील अडथळे, त्यांच्यामधील कोलाहल या गोष्टी नीट हाताळाव्या लागतात.

लोकमान्य लिहितात, 'मनुष्यास ज्ञान कसे प्राप्त होते व त्याच्या मनाचे व बुद्धीचे व्यापार कसे चालतात याचे प्राचीन काळी सूक्ष्म परीक्षण झालेले आहे. या परीक्षणास 'क्षेत्राक्षेत्रविचार' असे म्हणतात. क्षेत्र म्हणजे शरीर आणि क्षेत्रज्ञ म्हणजे आत्मा. हा क्षेत्राक्षेत्रविचार हे अध्यात्मशास्त्राचे मूळ आहे... म्हणून या ठिकाणी त्याच क्षेत्राक्षेत्रविद्येचा आपण थोडक्यात विचार करू. भगवद्गीतेतील बऱ्याच सिद्धान्तांचा खरा अर्थही त्यामुळे वाचकांच्या नीट लक्षात येईल.'

शरीर हे असे 'क्षेत्र' असते जेथे केवळ कृतीच होत नाहीत, तर त्या कृतीच्या परिणामांची बीजेही तेथेच, त्याच क्षेत्रात पेरली जातात, उगवतात, वाढतात आणि त्याची फळेही मिळतात. एका दृष्टीने शरीर म्हणजे एक कार्यक्षम असा कारखाना असतो. त्या कारखान्यात अन्न, पाणी, प्राणवायू, सूर्यप्रकाश यांसारखा 'कच्चा माल' बाहेरून घेतला जातो. त्यांच्यापासून ऊर्जानिर्मितीचे म्हणजेच शक्तीच्या निर्मितीचे काम केले जाते आणि त्या प्रक्रियेतून निघणारा टाकाऊ माल उत्सर्जनावाटे बाहेर टाकला जातो. दुसऱ्या दृष्टीने पाहिले तर शरीर म्हणजे एक कृतिशील यंत्र असते.

शरीर सभोवतालच्या परिस्थितीनुसार वागते आणि जैविक प्रक्रियांचा वापर करते. त्यात दोन प्रकारची इंद्रिये असतात. पाच कर्मेंद्रिये आणि पाच ज्ञानेंद्रिये. शरीराचे सर्व

व्यवहार पाच कर्मेंद्रियांद्वारे केले जातात - आपण पायांनी चालतो, हातांनी कामे करतो, वाणीने बोलतो, गुदद्वाराने मल बाहेर टाकतो आणि जननेंद्रियांद्वारे मूल जन्माला घालतो. पाच ज्ञानेंद्रियांनी सभोवतालशी संबंध जोडतो. नाकाने श्वास घेतो, वास घेतो, डोळ्यांनी पाहतो, कानांनी आवाज ऐकतो आणि त्वचेने स्पर्श करतो. ही दहा इंद्रिये बाह्यजग आणि आपण यांच्यामधील दुवा आहेत.

ज्ञानेंद्रियांद्वारे जे ज्ञान, ज्या संवेदना मिळतात, त्यांवर मन योग्य ती प्रक्रिया करते. ती जर केली गेली नाही, तर त्यातील वैधर्म्यही दूर होत नाही आणि ते ज्ञान व्यर्थच ठरते. ध्वनीलहरी कानांवर आदळतात, कानांचे पडदे कंपही पावतात; परंतु जोवर श्रवणसंस्थेतील मज्जातंतू कानाच्या आतील भागातील संदेश मेंदूपर्यंत पोहोचवत नाहीत, तोवर आपल्याला काहीही ऐकू येत नाही. प्रकाशकिरणे डोळ्यातील दृक्पटलावर पडतात; पण जोवर ती संवेदना मज्जातंतूंमार्फत मेंदूतील योग्य त्या भागापर्यंत पोहोचत नाहीत, तोवर आपल्याला दिसत काहीच नाही. लोकमान्य लिहितात, 'दोन प्रहर झाले असता घड्याळात बाराचे ठोके पडू लागल्यावर किती वाजले हे कानांस समजत नाही. प्रत्येक ठोका जसजसा पडत जातो तसतशा हवेच्या लाटा कानांवर आदळतात आणि मज्जातंतूंद्वारे प्रत्येक ठोक्याचा मनावर प्रथम निरनिराळा संस्कार झाल्यावर त्या सर्वांची बेरीज करून किती वाजले ते ठरविण्याचे काम आपण करत असतो. ज्ञानेंद्रिये पशूसही आहेत आणि घड्याळाचा एकेक ठोका पडत जातो, तसतसा प्रत्येक ठोक्याचा संस्कार त्या प्राण्याच्या कानानेही त्याच्या मनापर्यंत पोहोचतो, पण त्या सर्वांची बेरीज करून बारा वाजले हे समजण्याइतके त्याचे मन विकसित झालेले नसते.'

'चरक संहिता सूत्रस्थाना'च्या आठव्या, 'इंन्द्रियोपक्रमणीय' नावाच्या अध्यायात मनाचे कार्य आणि त्याचे ज्ञानेंद्रियांबरोबरचे संबंध स्पष्ट केले आहेत.

अतीन्द्रियं पुनर्मनः सत्त्वसंज्ञकं, चेतः इत्याहुरेके,
तदर्थात्मसंपदायत्तचेष्टं चेष्टाप्रत्ययभूतमिन्द्रियाणाम् ।।४।।

मन ज्ञानेंद्रियांच्या - अतींद्रियांच्या - पलीकडे पोहोचते. ते त्यांना बुद्धीशी जोडते (सत्त्वसंज्ञकं चेतः). आत्मा त्याच्या गुणवत्तेनुसार मनाची प्रतिक्रिया व कृती ठरवते आणि मनच सर्व संवेदनाशक्तींना चालना देते. (अध्याय ८, श्लोक ४)

स्वार्थेन्द्रियार्थसङ्कल्पव्यभिचरणाच्च अनेकमेकस्मिन्
पुरुषे सत्त्वं रजस्तम सत्त्वगुणयोगाच्च न चानेकत्वं,
नह्येकं ह्येककालमनेकेषु प्रवर्तते तस्मान्नैककाला
सर्वेन्द्रियप्रवृत्तिः ।।५।।

बाहेरील वस्तुंमध्ये गुंतलेली ज्ञानेन्द्रियांची शक्ती, त्याची विश्लेषणक्षमता आणि सत्त्व, रज तम या त्रिगुणांचा त्याच्यावर असलेला प्रभाव या तीन गोष्टींमुळे माणसाच्या मनाला एक बहुगुणी, बहुपैलू अस्तित्व प्राप्त झालेले असते; परंतु मन हे एकटेच असते आणि ते एका वेळी एका ज्ञानेंद्रियाच्या संवेदना स्वीकारू शकते आणि त्यामुळे सर्व ज्ञानेंद्रियांचे कार्य एकाच वेळी होत नाही.

(अध्याय ८, श्लोक ५)

भगवद्‌गीतेमध्ये 'इन्द्रियाणि पराण्याहुरिन्द्रियेभ्यः परं मनः' - इंद्रिये बाह्य पदार्थांपेक्षा श्रेष्ठ व इंद्रियांपेक्षा मन श्रेष्ठ - असे म्हटले आहे.

इन्द्रियाणि पराण्याहुरिन्द्रियेभ्यः परं मनः ।
मनसस्तु परा बुद्धिर्यो बुद्धेः परतस्तु सः ॥४२॥

या श्लोकात भगवंत अर्जुनाला जाणिवेची श्रेणीरचना सांगतात - ज्ञानेंद्रिये ही स्थूल बाह्यपदार्थांच्या वरच्या श्रेणीची असतात, मन त्यांच्या वर असते, बुद्धी मनाचे नियंत्रण करते आणि आत्मा हा बुद्धीपेक्षाही श्रेष्ठ आहे. तोच सर्वश्रेष्ठ आहे.

(भगवद्‌गीता, अध्याय ३, श्लोक ४२)

या श्लोकावरील त्यांच्या भाष्यात महात्मा गांधी म्हणतात, 'ज्ञानेंद्रिये, त्यांच्या संवेदना, मन आणि बुद्धी यांमध्ये क्रोध आणि वासना हे आपले रिपू वास करतात. परंतु तुमचा अंतरात्मा हा या सर्वांहून श्रेष्ठ असतो. आपले शत्रू ज्या घरात राहतात ते घर जर आपण काबीज केले, तर त्या शत्रूंना आपण मारूनच टाकले पाहिजे; नाहीतर ते तो निवास सोडून पळून जातील. ज्ञानेंद्रिये, मन व बुद्धी यांच्या परे जो परमेश्वर असतो, त्याचा एखादे वेळी विसर पडला, तर काही फार काळजीचे कारण नसते; कारण ज्या क्षणी आपण त्या दयाघनाची आठवण करू, त्या क्षणी त्या तिघांवर आपण ताबा मिळवू शकू.'[८]

संवेदनांचे विश्लेषण करण्याची क्षमता हा फार महत्त्वाचा मुद्दा आहे. ज्ञानेंद्रियांच्या संवेदनाक्षमतेची कक्षा कर्मेंद्रियांच्या कार्याची सीमा निश्चित करते. ज्ञानेन्द्रिये एका ठरावीक मर्यादेमधलीच दृश्ये पाहू शकतात, वास घेऊ शकतात, स्पर्श करू शकतात, चव घेऊ शकतात. त्या मर्यादेबाहेरील संवेदना त्यांच्यापर्यंत पोहोचू शकत नाहीत. ज्ञानेंद्रियांची विश्लेषणक्षमता कर्मेंद्रियांपेक्षा जास्त असते. काय सुखद आहे, काय दुःखदायी आहे, काय योग्य आहे, काय अयोग्य याचा निर्णय ती करू शकतात. मन इंद्रियांच्या पलीकडे पोहोचू शकते त्यामुळे ते त्यांच्या संदेशांना किती महत्त्व, प्राधान्य द्यायचे याचा निर्णय

---

८. महात्मा गांधी, भगवद्‌गीता, जयको पब्लिशिंग हाऊस, मुंबई, २०१०, पान १२३.

घेऊ शकते. बुद्धी ही मनापेक्षा श्रेष्ठ असल्याने ती मनाचे निर्णयही बदलू शकते. सर्वश्रेष्ठ आत्मा हा खरा ज्ञानी असतो, ईश्वरी अंश असतो. मन, बुद्धी यांच्याही परे असतो. कोणत्याही कृतीची योग्यायोग्यता ठरवायला ही प्रतवारी, हा श्रेणीबंध समजणे हे फार महत्त्वाचे असते.

लोकमान्य हे विस्ताराने सांगतात, 'सामान्य भाषेत आंबा हा शब्द आंब्याच्या झाडासाठीही वापरतात आणि फळासाठीही. तसेच सामान्य लोक शास्त्रीय अथवा व्यवसायात्मिक बुद्धी आणि वासनात्मक बुद्धी या दोन्ही भिन्न प्रकारच्या बुद्धींचा उल्लेख एकाच 'बुद्धी' याच नावाने करतात. कर्मयोगाचे विवेचन नीट समजायला बुद्धी या शब्दाचे वरील दोन्ही भेद माहीत असणे आवश्यक आहे.'

मन आणि बुद्धी या पेचात वरचढ कोण आहे हे पाहणे फार महत्त्वाचे असते. व्यसनी माणसांच्या बाबतीत जसे असते, तसे मन जर संवेदना आणि बुद्धी या दोहोंवर अंमल गाजवीत असेल, तर बऱ्याच वेळा अपरिपक्व, हानीकारक कृती घडण्याचा संभव अधिक असतो. पण जर बुद्धी वरचढ असेल, तर मग तर्काचा वापर केला जातो आणि माहूत जसा हत्तीला अंकुशाच्या साहाय्याने नियंत्रित करतो, त्याप्रमाणे बुद्धी सर्व सूत्रे हाती घेते. माहुताच्या हाती अंकुश नसेल, तर हत्ती बेभान होतो आणि कधीकधी तर तो माहुताला पायदळी तुडवूही शकतो. लोकमान्य लिहितात, 'गीतेतील कर्मयोगाचा पहिला सिद्धान्त हा आहे की व्यवसायात्मिक बुद्धी प्रथम शुद्ध व स्थिर केली पाहिजे.'

तस्मात्त्वमिन्द्रियाण्यादौ नियम्य भरतर्षभ ।
पाप्मानं प्रजहि ह्येनं ज्ञानविज्ञाननाशनम् ।।४१।।

भगवंत विचलित होणारे मन आणि कार्याकार्याचा निश्चय करणारी बुद्धी यांतील भेद स्पष्ट करून इंद्रियांना नियंत्रणात ठेवण्याचे, अनिश्चित, बहुशाखीय - फाटे फोडणाऱ्या - आणि न संपणाऱ्या विचारांना बाजूला सारण्याचे महत्त्व स्पष्ट करतात. (भगवद्गीता, अध्याय ३, लोक ४१)

म्हणून हे भरतश्रेष्ठा, इंद्रियांचे प्रथम दमन करून ज्ञान (अध्यात्म) आणि विज्ञान (विशिष्ट ज्ञान) यांचा नाश करणाऱ्या या पापी कामाला तू ठार मारून टाक.

बुद्धी ही इंद्रियांच्या जाणिवा, संवेदना आणि वासना यांचा विरोध करते. मनाच्या ऊर्मी संतुलित करते. मन पूर्ण ताब्यात ठेवले तरच मूळ, पायाभूत सत्य जाणून घेता येते. अशा रीतीने मन आणि व्यवसायात्मिक बुद्धी यांतील भेद स्पष्ट करून लोकमान्य पुन्हा 'मनोदेवता' या संकल्पनेकडे वळतात. एखाद्या विजेवर चालणाऱ्या उपकरणातली वीज ही काही त्या उपकरणाचा भाग नसते, तसेच मन आणि व्यवसायात्मिक बुद्धी या दोन गोष्टीही एक नसतात. मग मनावर अधिराज्य करते कोण? लोकमान्य लिहितात,

'ज्या गोष्टींचा सारासार विवेक करून निर्णय सांगावयाचा ते विषय अनेक असू शकतात. व्यापार, लढाई, फौजदारी अगर दिवाणी खटले, सावकारी, शेतकी, इत्यादि अनेक धंद्यात हरएक प्रसंगी सारासार विचार करावा लागतो. पण तेवढ्यामुळे यांतील व्यवसायात्मिक बुद्धी निरनिराळ्या होत नाहीत. सारासार विवेक म्हणून जी क्रिया आहे ती सर्वत्र एकच आहे आणि म्हणून तो विवेक किंवा निर्णय करणारी बुद्धी ही एकच असली पाहिजे.'

बुद्धी म्हणजेच 'शुद्ध बुद्धी' नव्हे. मानवाला उपजतच असलेली बुद्धी काही प्रमाणात आनुवंशिक असते. त्यानंतर ती प्रत्येकाच्या आजूबाजूची सामाजिक परिस्थिती, त्याचे शिक्षण आणि अनेक अन्य कारणांमुळे निरनिराळ्या पद्धतीने आणि कमीअधिक प्रमाणात विकसित होते. कोणाही दोघांना अगदी सारखीच बुद्धी आहे असे म्हणता येत नाही. परंतु जेवढे भिन्नभिन्न लोक, तेवढ्या वेगवेगळ्या बुद्धी असेही म्हणता येत नाही. सर्वांच्या बुद्धीमागची शुद्ध बुद्धी एकच असते. तीच सर्व प्रश्न सोडवते. पण हे सगळे असे कधी होते आणि कसे होते?

तत्त्वज्ञ बुद्धीचा वापर करण्याच्या दोन पद्धती मानतात - एक विशिष्ट वास्तविकांपासून सर्वसामान्य नियमापर्यंत पोहोचणे आणि दुसरी सर्वसामान्य नियमांच्या आधारे वास्तविकाकडे पाहणे. बुद्धी हा निरीक्षणातील साधर्म्य व वैधर्म्य पाहणे, दाखवणे आणि ती एकत्र व विलग करणे या दोन प्रक्रियांचा एक प्रकारचा गोफ असतो. ब्रिटिश लेखक क्लाइव्ह स्टेपल्स ल्युईस (१८९८-१९६३) म्हणतो, 'बुद्धी ही सत्याचा आवाज आहे, आणि कल्पनाशक्ती ही अर्थाचा.'

लोकमान्य लिहितात, 'ज्या बुद्धीने तांदूळ किंवा गहू निवडले जातात, ज्या बुद्धीने दगड आणि हिरा यांतला भेद कळतो, ज्या बुद्धीने काळे-गोरे किंवा कडू-गोड समजते, तीच बुद्धी भय कशाचे बाळगावे व कशाचे बाळगू नये, अगर सत्-असत्, फायदा किंवा नुकसान, धर्म अगर अधर्म आणि कार्य अगर अकार्य, या सर्व गोष्टींचा तारतम्य विचार करून अखेर निर्णय करीत असते.'

भगवद्गीतेतही बुद्धी ही एकच मानली असून तिचे सात्त्विक, राजस व तामस असे तीन भेद केले आहेत. भगवंत अर्जुनाला सांगतात,

प्रवृत्ति च निवृत्ति च कार्याकार्ये भयाभये ।
बन्धं मोक्षं च या वेत्ति बुद्धिः सा पार्थ सात्त्विकी ॥३०॥

भगवंत सात्त्विक बुद्धीची व्याख्या करतात - ज्या बुद्धीस कोणती गोष्ट करावी, कोणती करू नये (प्रवृत्ति-निवृति), कोणते कृत्य योग्य आणि कोणते अयोग्य (कार्य-अकार्य), कशास भ्यावे व कशास भिऊ नये (भय-अभय), कशाने आत्मा या विश्वाच्या बंधनात राहतो आणि त्यास कशाने मोक्ष मिळतो (बन्धं-मोक्षं) हे समजते ती सात्त्विक बुद्धी. (भगवद्गीता, अध्याय १८, श्लोक ३०)

नंतर ते राजस बुद्धीविषयी सांगतात,

यया धर्ममधर्मं च कार्यं चाकार्यमेव च ।
अयथावत्प्रजानाति बुद्धिः सा पार्थ राजसी ॥३१॥

धर्म व अधर्म, कार्य व अकार्य (योग्य व अयोग्य कार्य) याचा यथार्थ निर्णय करण्याची बुद्धीची क्षमता वासनांमुळे (राजस वृत्तीमुळे) भ्रष्ट होते. (भगवद्गीता, अध्याय १८, श्लोक ३१)

आणि तामस बुद्धीविषयी सांगतात,

अधर्मं धर्ममिति या मन्यते तमसावृत्ता ।
सर्वार्थान्विपरीतांश्च बुद्धिः सा पार्थ तामसी ॥३२॥

आणि बुद्धी जेव्हा तमोगुणांनी झाकोळते (मन्यते तमसावृत्ता), तामसी होते, तेव्हा ती अधर्मालाच धर्म मानते, सर्व गोष्टींकडे चुकीच्या बाजूने पाहते, उलटे मानते (सर्वार्थान्विपरीतान्). (भगवद्गीता, अध्याय १८, श्लोक ३२)

लोकमान्य लिहितात, 'या विवेचनावरून केवळ चांगले-वाईट निवडण्यास सांगणारी म्हणजे सदसद्विवेकबुद्धीरूप स्वतंत्र निराळी देवता गीतेस संमत नाही हे उघड होते... बुद्धी एकच असून चांगल्याची निवड करणे हा सात्त्विक धर्म त्या एकाच बुद्धीत पूर्वसंस्काराने, शिक्षणाने, इंद्रियनिग्रहाने किंवा आहारादिकांनी येत असतो आणि या पूर्वसंस्कारादि कारणांच्या अभावी तीच बुद्धी केवळ कार्याकार्यनिर्णयाचे कामीच नव्हे, तर इतर बाबतीतही राजस किंवा तामस होऊ शकते. '

ही जी एकच बुद्धी असते, तिच्यावर 'प्रकृती'चे जे परिणाम होत असतात, त्यामुळे वेगवेगळ्या लोकांच्या - निरनिराळ्या पेशाच्या - वकील, डॉक्टर्स, सैनिक, राजकारणी लोकांच्या - निरनिराळ्या जागी राहणाऱ्या - डोंगराळ भागात, समुद्रकिनारी, खेड्यांत अथवा शहरांत राहणाऱ्या - निरनिराळ्या स्वभावाच्या, वृत्तीच्या - सक्रीय, उत्साही, हिमती, निष्क्रीय, आळशी, भितऱ्या, विचारी, अविचारी लोकांच्या - विचारपद्धती वेगवेगळ्या बनत जातात. बुद्धी सदसद्विवेकबुद्धीत रूपांतरीत करण्याविषयी लोकमान्य लिहितात, 'जोपर्यंत व्यवसायात्मिक बुद्धी मनुष्याचे खरे हित कशात आहे याची निवडानिवड अथवा परीक्षा न करता, केवळ इंद्रियांच्या मर्जीप्रमाणे वागत असते तोपर्यंत त्या बुद्धीस शुद्ध म्हणता येत नाही. यासाठी बुद्धीला मन व इंद्रिये यांच्या ताब्यात जाऊ न देता, उलट मन व इंद्रिये तिच्या ताब्यात येतील अशी व्यवस्था आपण केली पाहिजे.'

कठोपनिषद यासाठी एक फार प्रभावशाली उपमा देते - शरीर हा एक रथ आहे, तो इंद्रियरूपी घोडे चालवीत आहेत. अशा वेळी त्या घोड्यांना रथाच्या सारथ्याने अशा अपार कौशल्याने हाकले पाहिजे, की रथ नेहमीच योग्य व सुरक्षित मार्गावरूनच जात राहील.

आत्मानं रथिनं विद्धि शरीरं रथमेव तु ।
बुद्धिं तु सारथिं विद्धि मनः प्रग्रहमेव च ।।

आत्मा (त्याच्या ऐहिक रूपात) रथातील प्रवासी असतो, शरीर रथ असतो आणि तो रथ बुद्धीरूपी सारथ्याने चालवताना विचलित, संदेहात पडलेल्या मनाचे लगाम खेचले पाहिजेत (प्रग्रहमेवच). (कठोपनिषद, अध्याय १, सर्ग ३, श्लोक ३)

या श्लोकावरील भाष्यात डॉ. एस्. राधाकृष्णन म्हणतात, ‘आधुनिक मानसशास्त्रज्ञांप्रमाणेच गुरूही साधकांची दोन प्रकारांत विभागणी करतात. पहिला प्रकार - अंतर्मुख, जे स्वभावतःच आत्मा, मन यात अधिक रमणारे असतात आणि दुसरा प्रकार - बहिर्मुख, ज्यांचा कल स्वभावतः बाह्यजगाकडे अधिक असतो. यांपैकी जे सखोल मनाच्या, आत्म्याच्या विचारांच्या भराऱ्यांमध्ये रमणारे अंतर्मुख प्रवृत्तीचे असतात, त्यांच्यासाठी आपल्याकडे ज्ञानयोग असतो आणि जे बाह्य जगातील कारवायांमध्ये रस घेणारे उत्साही, बहिर्मुख प्रवृत्तीचे असतात त्यांच्यासाठी कर्मयोग असतो. पण असे दोन भागांत लोकांचे विभाजन करता येत नाही कारण प्रत्येकामध्ये दोन्ही प्रवृत्ती असतात, त्यांचे प्रमाण कमी जास्त असते.’[९]

इन्द्रियाणि हयानाहुर्विषयांस्तेषु गोचरान् ।
आत्मेन्द्रियमनोयुक्तं भोक्तेत्याहुर्मनीषिणः ।।

इंद्रिये ही त्या रथाचे घोडे असतात (हयन) आणि इंद्रियोपभोग हा त्या रथाचा मार्ग असतो (गोचरान्). शरीर, इंद्रिये आणि मन यांच्यासह आत्मा हा त्या रथाचा भोक्ता असतो. (कठोपनिषद, अध्याय १, सर्ग३, श्लोक ४)

विज्ञानसारथिर्यस्तु मनः प्रग्रहवान्नरः ।
सोऽध्वनः पारमाप्नोति तद्विष्णोः परमं पदम् ।।

विवेकबुद्धी व तारतम्य असलेल्या मनुष्याने (विज्ञानसारथी) चंचल मनाच्या आवेशांना रोखून धरले (मनः प्रग्रहवान्), तर तो त्यांच्या इच्छित, अंतिम मुक्कामापर्यंत म्हणजे परमेश्वराच्या पायापाशी पोचतो. (तद् विष्णोः परमं पदम्). (कठोपनिषद, अध्याय १, सर्ग ३, श्लोक ९)

---

९. एस. राधाकृष्णन, द भगवद्गीता, हार्पर कॉलिन्स पब्लिशर्स, नॉयडा, इंडिया, २०१४, पान १५०.

या गोष्टी समजून घ्या की
तुमचे शरीर हे एक रथ असते आणि
तुमचा आत्मा त्या रथातील प्रवासी
त्या रथाचे सारथ्य करीत असते तुमची बुद्धी.
तुमचे मन असते सारथ्याच्या हातातील लगाम
रथाचे घोडे असतात तुमची ज्ञानेन्द्रिये व कर्मेन्द्रिये
आणि ते जात राहतात त्यांना आकर्षित करणाऱ्या गोष्टींच्या वाटांनी...
जेव्हा माणसाला समज नसते,
आणि त्याचे मनही त्याच्या ताब्यात नसते;
तेव्हा अवखळ घोडे जसे सारथ्याच्या,
तशी त्यांची इंद्रियेही त्याच्या आज्ञेत राहत नाहीत.[१०]

प्राचीन ग्रीक तत्त्वज्ञांनीही याच धर्तीवर विचार केलेला दिसतो. त्यांनीही आयुष्याची व्याख्या 'आत्म्याचा या विलक्षण जगातील प्रवास' अशीच केली आहे. महान तत्त्वज्ञ प्लेटो यानेही त्याच्या 'फीड्रस' या ग्रंथात स्वतंत्रपणे हीच रथाची उपमा थोड्याशा फरकाने वापरलेली आहे. कठोपनिषदात रथाला पाच उडते घोडे कल्पिलेले आहेत, प्लेटोच्या रथाला दोनच आहेत. त्यातील एक अश्व हा पांढरा आहे जो महत्त्वाकांक्षा, धाडस, धिटाई यांचे रूपक आहे आणि दुसरा काळा हा तृष्णा, हाव, लोभ, आळस यांचे रूपक आहे. रथ निघाला आहे स्वर्गाकडे, पांढरा अश्व रथ पुढे नेतो आहे तर काळा त्यात खोडे घालतो आहे. प्लेटो म्हणतो, 'तो स्वर्गस्थ परमेश्वर म्हणजे सुंदरता आहे, सुजाणता आहे, चांगुलपणा आहे आणि तो त्याच गुणांनी आत्म्याच्या पंखांना बळ देतो, त्याचा झपाट्याने

१०. पॅट्रिक ऑलिव्हिल (भाषांतरकार), उपनिषदाज्, ऑक्सफर्ड युनिव्हर्सिटी प्रेस, १९९६, पान २३८-२३९.

विकास करतो. परंतु जे जे याच्या विरुद्ध आहे, कुरुपता, अज्ञान, दुष्टपणा यांनी त्याचा ऱ्हास होतो, नाश होतो.'[११]

जर शरीर, इंद्रियांची शक्ती, मन, बुद्धी आणि आत्मा यांचे सायुज्य नसेल तर हा अंतिम मुक्कामाच्या दिशेचा प्रवास यशस्वी कसा होईल? यातील प्रत्येक घटकाने त्याची भूमिका चोख बजावली पाहिजे - शरीराने ऊर्जा दिली पाहिजे, जोम, जोश कायम ठेवला पाहिजे. इंद्रियांनी तल्लख राहून, पण मनाच्या नियंत्रणाखाली राहून त्यांच्यातील शक्तीचा सुयोग्य वापर केला पाहिजे. मनाने बुद्धीकडून सूचना व मार्गदर्शन घेऊन इंद्रियांना काबूत ठेवले पाहिजे. त्यांच्या नादाने बहकता कामा नये. हा प्रवास करण्याची, म्हणजेच आपले जीवन जगण्याची कला ही बुद्धी आणि मन यांना त्यांच्या शुद्ध स्वरूपात टिकून राहण्याचे, त्यांचे विहित कर्म स्वसामर्थ्याने करण्याचे शिक्षण किती आणि कसे दिले जाते, त्यांना कशी आणि किती शिस्त लावली जाते आणि त्यानुसार ते इंद्रियांकडून आलेल्या संवेदनांवर कसे काम करतात, मन त्या संवेदना बुद्धीपर्यंत कशा पोहोचवते, बुद्धी व मन मिळून इंद्रियांवर नियंत्रण कसे ठेवतात यामध्ये सामावलेली आहे.

शुद्ध मन म्हणजे काय? ज्याला बुद्धीचा आणि ज्याचा बुद्धीला पाठिंबा असतो, दोघांमध्ये सामंजस्य असते, दोघांच्यात हातमिळवणी असते आणि जे इंद्रियांकडून मोहित होत नाही ते शुद्ध मन. बुद्धीच्या पाठिंब्याविना आणि तिच्याशी सामंजस्य असल्याविना ते सतत बदलत्या जगातील वादळांचा सामना करूच शकत नाही. बुद्धीचेही खरे रूप म्हणजे शुद्ध बुद्धी. अकुशल, गलथान मनाने इंद्रियांकडून येणारे संदेश जर नीट परीक्षण, छाननी न करताच बुद्धीपर्यंत कधीही पोहोचू दिले नाहीत आणि तशा कचऱ्याने जर बुद्धीचा उकिरडा झाला नाही, तर ती कायम शुद्ध राहते. इन्द्रियांकडून मिळणारे संकेत, संदेश, संवेदना मनामार्फत बुद्धीला पोहोचून त्यांचे आकलन होऊन त्यावर योग्य ती कृती घडून येणे ही एक संपूर्ण अशी आकलनयंत्रणा असते. तिला आत्म्याचा आधार लागतो. बुद्धी शुद्ध असेल तरच तिच्याकडून त्या आत्म्याच्या आधाराचा प्रत्यय मिळत राहतो. इंद्रियांच्या वासना, त्यांना वाटणारी आकर्षणे, पडणारे मोह, त्यांच्या लहरी यांच्यापासून चांगल्या प्रशिक्षित मनाने जर समर्थपणे बुद्धीचे रक्षण केले नाही, तर ती शुद्ध राहू शकत नाही. तसेच अहंकार आणि त्याची दुरभिमान किंवा पूर्वग्रह यांसारखी आयुधेही बुद्धीला अक्षम बनवतात. अशी अशिक्षित, दुर्बल मनाची व बुद्धीची माणसे इंद्रियांचे दास बनून अधोगतीला जातात. नीतीभ्रष्ट, धर्मभ्रष्ट होतात. अशा स्थितीतील जीवनाची वाट चालणे म्हणजे ट्रेडमिलवर चालण्यासारखे होते आणि वयाने साठी-सत्तरीला पोहोचलेल्या माणसांची मानसिक वये मात्र दहा अथवा पंधराच्या दरम्यानच राहतात आणि ती माणसे त्याच 'बालवया'त मरूनही जातात.

इंद्रियांचे राज्य असलेल्या जीवनात शरीराचेच चोचले पुरवले जातात - मद्यपान, अरबटचरबट खाणे, किमती कपडेलत्ते, दागदागिने, सौंदर्यप्रसाधने, दरवळणारे सुवास

११. प्लेटो, फेड्रस, चॅरियट ॲलिगोरी (जॉवेट, १८९२), (२४६ई)

आणि कितीतरी! उद्दीपित भावना, कामवासना शमवणे, शरीराचे लाड करणे या गोष्टींतच जीवनाचे सार्थक समजले जाते आणि तशी वृत्ती बनलेले लोक त्यांच्याभोवतीच्या - कुटुंबातील, समाजातील - लोकांचे मूल्यमापनही त्याच मानकांवर करू लागतात. याच्याविरुद्ध, असे सर्व दोष, रिपू यांपासून दूर राहू शकली तर बुद्धी स्थिर, शांत, ठाम आणि चमकदार होते. अशी बुद्धी ही जीवनप्रवासातील उत्तम मार्गदर्शक ठरते. अशी बुद्धी, उत्तुंग कल्पनाशक्ती आणि उत्कट इच्छा, महत्त्वाकांक्षा यांचा समसमा संयोग झाला की आयुष्य फुलून जाते, बहरते, त्याचा उत्कर्ष होतो, भरभराट होते.

लोकमान्य लिहितात, 'बुद्धी शुद्ध कशी होते हे पाहण्यास आत्म्याचाही विचार करणे कसे जरूर पडते हे सध्या दाखवायचे आहे. आत्म्याचा हा विचार दोन बाजूंनी करावा लागतो : १) स्वतःच्या पिंडाच्या, क्षेत्र किंवा शरीराच्या, व मनाच्या व्यापाराचे परीक्षण करून त्यावरून 'क्षेत्रज्ञ' - शरीराचा धनी - असा आत्मा कसा निष्पन्न होतो याचे विवेचन करणे (यासच शारीरिक अथवा 'क्षेत्राक्षेत्रविचार' ही संज्ञा आहे). २) त्यातून जे तत्त्व निष्पन्न होते ते आणि आपल्याभोवती जी दृश्य सृष्टी म्हणजे ब्रह्मांड आहे त्याच्या निरीक्षणाने जे निष्पन्न होते ते, मिळून दोन्ही एकच आहेत की भिन्न आहेत ते पाहणे.' (अशा सृष्टीपरीक्षणास 'क्षराक्षरविचार' वा 'व्यक्ताव्यक्तविचार' असे नाव आहे.)

या दोन प्रकारच्या परीक्षणांमधून लोकमान्य दोन सृष्टींचे अस्तित्व दर्शवतात. एक आपल्या सभोवतालची दृश्य सृष्टी, ज्यातील सगळेच क्षर, परिवर्तनीय, लक्षणीय, व्यक्त आणि स्पष्ट आहे. दुसरी सृष्टी आत्ता येथे नाही, भविष्यातही नाही आणि दृश्यही नाही, ती गुप्त आहे. त्यातील सगळेच अक्षर पण अस्पष्ट व अदृश्य आहे. दोन्ही क्षेत्रे वैशिष्ट्यपूर्ण नसतात, पण समवर्ती पद्धतीने अस्तित्वात असतात. सर्व वस्तूंना अंतर्गत विस्तार असतो, ज्याला दिशादर्शक निसर्गाचा वारसा असतो. एखाद्या अस्तित्वाचा हा मानसिक भाग असून तो काळाशी किंवा अवकाशाशी संबंधित नाही. तसेच बाह्य विस्तारही असतो. दिशादर्शक निसर्गाच्या वारशाचा जेव्हा आजूबाजूच्या परिसराशी, ज्याला या पाठाच्या सुरुवातीला 'धान्य आणि मातीचे रोपण' म्हटले आहे, संबंध आल्यावर जन्मतो. क्षर किंवा व्यक्त म्हणजे सृष्टीतील नाशवंत पदार्थ आणि अक्षर किंवा अव्यक्त म्हणजे सृष्टीतल्या नाशवंत पदार्थांचे सारभूत नित्य तत्त्व होय. क्षेत्राक्षेत्रविचाराने आणि क्षराक्षरविचाराने निघालेल्या या दोन तत्त्वांचा पुनर्विचार करता ही दोन्ही ज्यापासून निघतात व या दोहोंच्याही पलीकडे (परे) जे सर्वांचे मूलतत्त्व निष्पन्न होते, त्याला परमात्मा अथवा पुरुषोत्तम म्हणतात.

भगवद्‌गीता निःसंदिग्धपणे सांगते,

द्वाविमौ पुरुषौ लोके क्षरश्चाक्षर एव च ।
क्षरः सर्वाणि भूतानि कूटस्थोऽक्षर उच्यते ।।१६।।

या लोकात क्षर व अक्षर हे दोन पुरुष (द्वौपुरुषौ) आहेत. क्षर म्हणजे सर्व (नाशवंत) भूते आणि कूटस्थ म्हणजे या सर्व भूतांच्या मुळाशी (कूटाशी) असणारे जे (प्रकृतिरूप अव्यक्त तत्त्व) त्यास अक्षर (अविनाशी) असे म्हणतात. भौतिक जगात सर्व नाशवंत असते, पारलौकिक जगात सर्व अविनाशी असते. (भगवद्गीता, अध्याय १५, श्लोक १६)

या दोन्ही पुरुषतत्त्वांचा विचार करता ती दोन्ही ज्या मूलतत्त्वापासून निर्माण होतात, त्यालाच परमात्मा असे म्हणतात. परिवर्तनीय असलेले भौतिक जग, परिवर्तनीय शरीरात वास करणारा अपरिवर्तनीय आत्मा आणि परमात्मा यांचे स्पष्ट ज्ञान झाले, की जेथून कधीच परत यावे लागत नाही अशा पारलौकिक जगात प्रवेश मिळतो व मोक्षाचा लाभ होतो. ही प्राप्ती कधी एकट्या साधकाला त्याच्या वैयक्तिक प्रयत्नांतून होऊ शकते, कधी संतपुरुषाच्या सहवासामुळे - सत्संगामुळे - तर कधी गुरूंच्या मार्गदर्शनाखाली होते.

परस्तस्मात्तु भावोऽन्योऽव्यक्तोऽव्यक्तात्सनातनः ।
यः स सर्वेषु भूतेषु नश्यत्सु न विनश्यति ।।२०।।

अव्यक्तापलीकडे एक अनादी, सनातन अव्यक्त परिमाण आहे जे अपरिवर्तनशील आहे, अविनाशी, अनंत, सनातन (व्यक्तोऽव्यक्तात्सनातनः) आहे. सतत होणाऱ्या अन्य बदलांमध्ये सर्व अस्तित्वे नष्ट झाली तरी ते नष्ट होत नाही (नश्यत्सु न विनश्यति). (भगवद्गीता, अध्याय ८, श्लोक २०)

(पण... अव्यक्तापलीकडचा दुसरा सनातन अव्यक्त पदार्थ, जो सर्व भूते नाहीशी झाली तरीही नाहीसा होत नाही..)

गीतेतील कर्मयोग हे बुद्धीला क्षरसत्याकडून ईश्वराचे परमधाम असलेल्या अक्षरसत्याकडे घेऊन जाणारे योग्य कर्मांचे शास्त्र आहे. श्री बोचासणवासी अक्षर पुरुषोत्तम संस्था (बीएपीएस) या संस्थेने उभारलेली अक्षरधाम मंदिरे याच तत्त्वाचे पालन करतात.

अव्यक्तोऽक्षर इत्युक्तस्तमाहुः परमां गतिम् ।
यं प्राप्य न निवर्तन्ते तद्धाम परमं मम ।।२१।।

त्या अव्यक्ताला 'अक्षर' असेही म्हणतात आणि तेच माझे परमधाम (अक्षरधाम) आहे. जो या अंतिम मुक्कामी पोहोचला, परमगतीस प्राप्त झाला, तो फिरून (जन्मास) येत नाही. (भगवद्गीता, अध्याय ८, श्लोक २१)

या श्लोकावरील आपल्या भाष्यात महात्मा गांधी म्हणतात, 'अज्ञानी माणसाला या परमेश्वराच्या अव्यक्त रूपाची माहितीच नसते. ते या दृश्य जगालाच त्यामागील अदृश्य असे परमसत्य समजून चालतात.' ते लिहितात, 'जो आपल्याला प्रकाश देतो, उष्णता देतो त्या सूर्याची जर आपण उपासना केली, पूजा केली, तर परमेश्वरी शक्तीचे विभाजन करून त्यातील एका शक्तीची आपण उपासना करत असतो. आपण परमेश्वराची त्या पलीकडची, परमोच्च अशी अदृश्य स्थिती ओळखली पाहिजे. हे दृश्य जग सतत नवनवीन रूपे घेत असते, परमेश्वर निरनिराळी रूपे घेत असतो; परंतु मूळचा परमेश्वर एकच असतो.'[१२]

गीतारहस्यातील हे प्रकरण यानंतर पिंड आणि आत्मा यांच्यातील परस्परावलंबनाबद्दल सांगते. इसवी सनापूर्वीच्या सहस्त्रकाच्या उत्तरार्धात लिहिल्या गेलेल्या प्रश्नोपनिषदात मानवनिर्मितीविषयीचे सहा प्रश्न व त्यांची उत्तरे लिहिली आहेत. एका तर्कशुद्ध पद्धतीने मांडणी केलेल्या त्या सहा प्रश्नांची सुरुवात 'हे विश्व व देवदेवता यांची निर्मिती कशी होते' अशा प्रकारच्या स्थूल स्वरूपातील प्रश्नांपासून झाली आहे आणि मग सूक्ष्म रूपातील मानवी शरीरनिर्मितीच्या प्रश्नापर्यंतचे प्रश्न विचारले गेले आहेत व त्यांची उत्तरे दिली गेली आहेत.

पहिल्या प्रश्नाच्या उत्तरात हे प्रतिपादन केले गेले आहे की जेव्हा परमेश्वराला एकामधून अनेकांची उत्पत्ती करण्याची इच्छा झाली, त्या वेळी त्याने प्रथम प्राण - जीवतत्त्व व रयि - प्रकृती यांची जोडी निर्माण केली. यातील प्राण म्हणजे चेतना आणि रयि ही त्याची विविध रूपे. या दोघांच्या मीलनातून सर्व निर्मिती झाली. प्राण म्हणजे सूर्य, दिवस, अमूर्त - निराकार, जीवन, आत्मा, उत्तरायण आणि अदृश्यपणा ही जिवंतपणाची लक्षणे आणि रयि म्हणजे चंद्र, रात्र, मूर्त - साकार, भौतिक वस्तू, दृश्य आणि दक्षिणायन. त्यानंतरचे प्रश्न ईश्वरी शक्ती मानवी शरीराची, सृष्टीची आणि प्राणाची उत्पत्ती कशी करते याविषयी आणि निद्रा, स्वप्न, अनंत आणि काळ यांविषयी आहेत.

मानवी जीवन हे भौतिक वास्तव नसून ईश्वरी तत्त्वाचे प्रक्षेपण आहे. मानवी शरीर, अन्य प्राणी, वनस्पती आणि इतर अनेक नावे आणि आकार हे सर्व अदृश्य, निराकार 'प्राणा'ची - जीवतत्त्वाची - दृश्य रूपे आहेत जी दृश्यमान रयिवर कार्यरत असतात. हा प्राण, ही चेतनाच शरीराला मार्गदर्शन करीत असते, शरीरात इंद्रिये आणि अन्य संवेदनांमार्फत जिवंतपणा आणत असते. प्राणाविना हालचाल करणारे आणि शरीरातील विविध संस्था चालवणारे अवयव निष्क्रीय होऊन नाश पावतात. प्राणाचा उगम आत्म्यात होतो आणि माणसासोबत जशी त्याची सावली कायम राहते तसा तो प्राण निरंतर आत्म्याची सोबत करतो. तसेच तो मनाद्वारे शरीरात प्रवेश करून त्याला जिवंतपणा प्रदान करतो.

एखादा राजा जसा त्याचे अनेक मंत्री, अधिकारी यांच्या माध्यमातून राज्य चालवत असतो, त्यावर अंमल गाजवत असतो; तसेच प्राणही पाच वायूंच्या द्वारे शरीरातील

१२. महात्मा गांधी, भगवद्गीता, जयको पब्लिशिंग हाऊस, मुंबई, २०१०, पान २२५.

निरनिराळ्या हालचाली, कृती, कार्ये घडवून आणत असतो : प्राणवायू (हा शरीराचा शासक जो प्राण त्याच्याहून निराळा असतो), अपानवायू, समानवायू, उदानवायू आणि व्यानवायू. प्राणवायू फुफ्फुसे, हृदय या भागांत असून तो श्वास, अन्न या रूपांत प्राणशक्ती शरीराच्या आत घेतो आणि ज्ञानेंद्रियांच्या संवेदना मनापर्यंत पोहोचवायचे काम करतो. अपानवायू कंबरेच्या खालच्या बाजूच्या अवयवांत असून उच्छ्वास, मूत्र, विष्ठा यांद्वारे उत्सर्जनाचे कार्य करतो. समानवायू बेंबीत असतो. तो प्राणवायू व अपानवायूंवर नियंत्रण ठेवतो आणि त्यांच्या पचन व शुद्धीकरण या कार्यांसाठी लागणारा अग्नी पुरवतो. उदानवायू हृदय व डोके यांच्यामधल्या भागात उत्पन्न होतो, ऊर्ध्व दिशेला वाहतो, सुप्तशक्ती जाग्या करतो आणि शरीरातील ऊर्जा वाढवतो. व्यानवायू म्हणजे सर्वत्र असणारी हवा. ती सर्व वायूंचे साकल्य व समतोल साधते. व्यानवायू शरीरात सर्वत्र असतो.

मानवी शरीरात निद्रावस्थेत काय असते आणि जागृतावस्थेत काय असते? या प्रश्नाचे उत्तर देताना सूर्याचे उदाहरण दिले आहे. जेव्हा सायंकाळी सूर्य मावळतो, तेव्हा त्याचे सर्वत्र पसरलेले किरण मागे जाऊन सूर्यामध्ये सामावले जातात आणि जेव्हा तो सकाळी उगवतो, तेव्हा ते पुन्हा त्याच्यामधून बाहेर पडून सर्वत्र पसरतात. तसेच माणूस झोपी जातो तेव्हा एरवी जागृत असलेल्या सर्व संवेदना मनामध्ये सामावल्या जाऊन सुप्तावस्था धारण करतात. अनेक ख्यातनाम पाश्चिमात्य मानसशास्त्रज्ञांनी मनाविषयी अनेक सिद्धान्त मांडायच्या आधी दहा लाख वर्षे या प्रश्नोपनिषदात अतिशय स्पष्टपणे म्हटले आहे, 'जागृतावस्थेत मनावर विविध ज्ञानेंद्रियांच्या संवेदनांद्वारे जे ठसे उमटतात त्यांच्या आधारे मन निद्रावस्थेत स्वप्नरूपात त्याचे स्वतःचे एक जग निर्माण करते आणि तेच त्याचा आनंदही घेते. स्वप्नांचे निर्मातेही तेच असते आणि प्रेक्षकही तेच असते. स्वप्नातील नद्या, पर्वत, झाडे, फुले या सर्वांची रूपे मनच घेत असते.'[१३]

हे विश्व, मानवी जीवन यांच्याविषयीच्या विचारांची व्यापकता आणि त्यासंबंधीच्या ज्ञानाची खोली वाढवणे, जे जाणून घेतले त्याच्याही पलीकडले जाणून घेण्याची धडपड करणे याच आध्यात्मिक प्रगतीतील महत्त्वाच्या गोष्टी असतात. त्या प्रगतीपथावरच आत्मज्ञानाच्या कक्षा वाढवणे शक्य होते. या पथावरील साधकांनीच युगानुयुगे या आत्मज्ञानाच्या विविध पातळ्या गाठण्याची क्षमता दाखवली आहे. सामान्य माणसांच्या दृष्टीने आत्मज्ञानाचा अर्थ त्यांच्या त्यांच्या कक्षांपुरताच मर्यादित असतो. जे स्वतःच्या शारीरिक सुखांपलीकडे पोहोचलेलेच नसतात त्यांची कक्षा शरीरापुरतीच मर्यादित राहते. जे जरा तरी भावनांचा विचार करतात, ते भावनिक संबंधांपर्यंत पोहोचतात आणि जे कल्पनांच्या जगातही विहार करतात, त्यांच्या समजुतीच्या, ज्ञानाच्या कक्षेत मनाचाही समावेश होतो.

---

१३. http://shivanandonline.org/public_html/?cmd=displaysection&section_id+583 या संकेतस्थळावरील स्वामी शिवानंद लिखित 'इसेन्स ऑफ प्रश्नोपनिषद' यातील परिच्छेद ११३.

लोकमान्य लिहितात, 'मन आणि बुद्धी ही विचार करण्याची साधने वा इंन्द्रिये होत. जड शरीरामध्ये यांखेरीच प्राणरूपी चेतना म्हणजे हालचाल नसेल, तर मन आणि बुद्धी असून किंवा नसून सारखीच. म्हणूनच वरील गोष्टींखेरीज चेतना म्हणून आणखी एका तत्त्वाचा शरीरात समावेश केला पाहिजे. 'चेतना' या शब्दाचाच कित्येकदा 'चैतन्य' (ज्या चित्शक्तीने जडातही हालचाल किंवा व्यापार उत्पन्न होतो) असा अर्थ होत असतो, पण येथे तो त्या अर्थाने योजलेला नाही हे लक्षात ठेवले पाहिजे.'

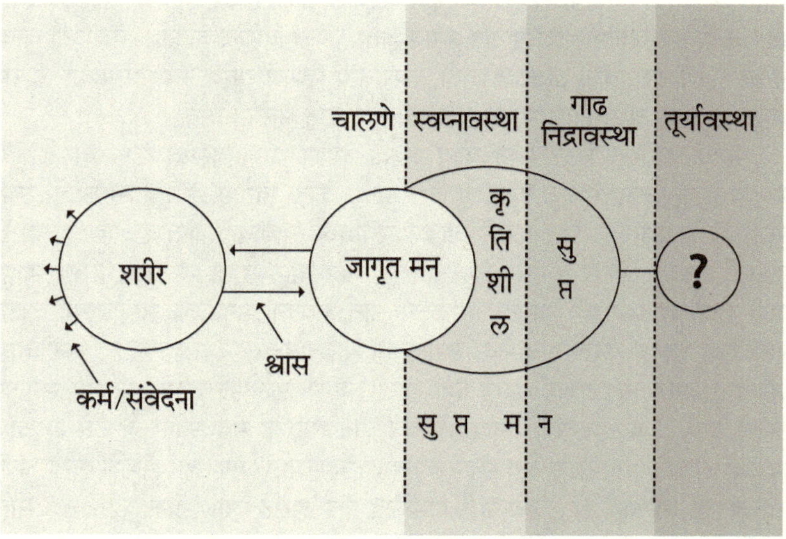

आपण जेव्हा झोपतो तेव्हा कासव जसे त्याचे हातपाय आखडून घेते, तसे मन जागृतावस्थेतून सुप्तावस्थेत जाते. मनावरील संस्कार आणि अंतःकरण स्वप्ने निर्माण करतात. मन अधिक खोलवर, बीजरूपात जाऊ शकते. या स्थितीतही ते सक्षम असते, पण सारेकाही कृतिहीन असते. या स्थितीत आपण काही निवडी करून, निर्णय घेऊन जागे होऊ, त्या वेळी एक नवी, निराळी व्यक्ती बनू शकतो का? [१४]

चेतना ही फार सुंदर कल्पना आहे. चेतना म्हणजे जड देहात दिसून येणारी प्राण्यांची हालचाल, चेष्टा किंवा जिवंतपणाचा व्यापार. एखाद्या भोवऱ्याच्या किंवा वावटळीच्या बाह्यपरिघावर प्रचंड मोठी, वेगवान हालचाल असते; पण त्यांचा केंद्रबिंदू हा स्थिर असतो. त्यांच्या मार्गात जे जे येईल त्यांना ते त्यांचा भिरभिरता वेग देतात; पण ते स्वतः तसेच स्थिर राहतात. ते वस्तूला भिडतात आणि पुढे निघून जातात, त्यामुळे ते त्या

१४. 'निद्रा इन योगा मेडिटेशन', http://tripurashakti.com/nidra/

वस्तूला जी शक्ती प्रदान करतात ती अल्पजीवी असते. तसेच उत्पन्न केलेली जाणीव ही नश्वर असते. एका क्षणी असते पुढच्या क्षणी नाहीशी होते. तिचा केंद्रबिंदू मात्र स्थिर असा ईश्वर असतो, जो चिरंतन असतो, अविनाशी असतो. चेतना ही जडत्वाला त्या चिरंतन शक्तीशी जोडते. या जड देहाची आणि जड सृष्टीची क्षणभंगुरता हे हिंदू तत्त्वज्ञानाचे असाधारण असे वैशिष्ट्य आहे. म्हणूनच त्यात भक्तीने, समर्पणाच्या भावनेने त्या चिरंतन अशा ईश्वरी शक्तीला शरण जाणे (ईश्वर प्रणिधान) हेच त्या क्षणभंगुर जीवनाचे सार्थक समजले जाते.[१५]

तेव्हा ज्ञानेंद्रिये, कर्मेंद्रिये, अन्य अवयव, मज्जासंस्था, त्यांना कार्यरत ठेवणाऱ्या भावना, संवेदना, मन हे सर्व ज्या मानवी शरीरात भोवऱ्यासारखे भिरभिरत असतात, ते मानवी शरीर म्हणजे दुसरेतिसरे काही नसून 'क्षेत्र' असते आणि त्याचे कार्य पूर्णपणे जाणणारा, त्यावर नियंत्रण ठेवणारा एक 'क्षेत्रज्ञ' असतो, जो वावटळीच्या केंद्रबिंदूसारखा स्थिर, चिरंतन, अविनाशी असतो. शरीरातून जीव निघून गेला की वावटळीने होणाऱ्या पडझडीसारखे शरीरही निर्जीव शव बनते. वावटळीत काही झाडे त्या वावटळीपुढे नतमस्तक होतात, वाकतात. मात्र वावटळ ओसरल्यावर ती पुन्हा ताठ होतात. परंतु लवचीकपणा नसलेल्या, खांबांसारख्या ताठ वस्तू मुळापासून उखडल्या जातात, उडून पडतात आणि तुटूनही जातात. ज्या विचारी, विवेकी लोकांना शरीरातील चेतनेची जाणीव असते, ते तिचा उपयोग आरोग्यासाठी करून घेतात, आजारीपण टाळतात, पोषण, संवर्धन होईल असे पाहतात, रोग दूर ठेवतात, शरीराची वाढ साधतात, त्याला कृश, क्षीण होऊ देत नाहीत. ज्यांना 'क्षेत्र व क्षेत्रज्ञ' या संकल्पनेमागील परमसत्य ज्ञात असते त्यांनाच या सर्व गोष्टी समजतात. भगवंत हेच सांगतात :

ऋषिभिर्बहुधा गीतं छन्दोभिर्विविधैः पृथक् ।
ब्रह्मसूत्रपदैश्चैव हेतुमद्भिर्विनिश्चितैः ॥४॥
महाभूतान्यहंकारो बुद्धिरव्यक्तमेव च ।
इन्द्रियाणि दशैकं च पंच चेन्द्रियगोचराः ॥५॥

या श्लोकात भगवंत (पृथ्वी वगैरे) पंचमहाभूते, अहंकार, बुद्धी, अव्यक्त प्रकृती, पाच ज्ञानेंद्रिये, पाच कर्मेंद्रिये, मन आणि त्यांचे (शब्द, स्पर्श, रूप, रस, गंध इत्यादि) विषय यांनी बनलेल्या सविकार क्षेत्राच्या - शरीराच्या अस्तित्वाचे वर्णन करतात. (भगवद्गीता, अध्याय १३, श्लोक ५)

समकालीन सैद्धान्तिक पदार्थविज्ञानशास्त्राचा अमेरिकन संशोधक मिचिओ काकु हे तत्त्व मोठ्या कौशल्याने समजावून सांगतो, 'काही वेळा हे विश्व निर्माण करणारा आणि

---

१५. पतञ्जली योग सूत्र १.२३

त्याचा कारभार चालवणारा परमेश्वर आणि नुसतेच चमत्कार दाखवणारा परमेश्वर या त्याच्या दोन रूपांतील भिन्नता समजावून घेणे उपयुक्त ठरते. शास्त्रज्ञ जेव्हा परमेश्वराचा संदर्भ देतात, त्या वेळी त्यांना नेहमीच विश्वनिर्माता आणि विश्वाचा कारभार चालवणारा परमेश्वरच अभिप्रेत असतो. ...चमत्कार दाखवणारा परमेश्वर आपल्या भानगडीत नाक खुपसतो, अद्‌भुत गोष्टी घडवून आणतो, दुष्ट शहरे नष्ट करतो, शत्रुसैन्य गारद करतो, फारोहसारख्या सम्राटांची सेना बुडवून टाकतो आणि कधीकधी शुद्ध चारित्र्याच्या उच्चकुलीनांनाही शासन करतो. ...याचा अर्थ चमत्कार घडतच नाहीत असे नाही; परंतु ते ज्याला विज्ञान वा शास्त्र म्हणतात त्याच्या कक्षेच्या बाहेर असतात.'[१६]

लोकमान्य या प्रकरणाचा शेवट मोठ्या अभिमानपूर्वक असा करतात, 'पाश्चिमात्य देशातही या प्रकारचे ऊहापोह झाले असून, कान्ट प्रभृति काही पाश्चिमात्य तत्त्वज्ञांचे सिद्धान्त आमच्याकडील वेदान्तशास्त्रातील सिद्धान्तांशी पुष्कळांशी जुळत चालले आहेत हे लक्षात आणले म्हणजे आधिभौतिक शास्त्रांची हल्लीइतकी वाढ पूर्वी झालेली नसतानाही वेदान्तातील सिद्धान्त ज्यांनी अंतर्दृष्टीने फार प्राचीन काळी शोधून काढले, त्यांच्या अलौकिक बुद्धिवैभवाचे आश्चर्य वाटल्याखेरीज राहत नाही, आणि आश्चर्यच नव्हे तर आपणांस त्याचा योग्य अभिमानही वाटला पाहिजे.'

ॐ

१६. मिचिओ काकु, हायपरस्पेस : अ साइंटिफिक ओडेस्सी थ्रू पॅरलल युनिव्हर्सेस, टाइम वार्प्स ॲण्ड द टेन्थ डायमेन्शन, ऑक्सफर्ड युनिव्हर्सिटी प्रेस (१९९५), पान ३३१.

७

विश्वाचे कोडे

परमेश्वराने हे विश्व कसे निर्माण केले हे मला जाणून घ्यायचे आहे. पण मला 'हे घडले, ते घडले की आणखी काही घडले' यात मुळीच रस नाही. किंवा विश्व म्हणजे या मूलद्रव्याचा वर्णपट आहे की त्या घटकाचा हेही मला कळायला नको आहे. या निर्मितीचे वेळी तो निर्माता विचार काय करीत असेल ते मला समजायला हवे आहे. बाकी सगळे नुसतेच कोरडे तपशील आहेत.

अल्बर्ट आइनस्टाईन

'मानवी शरीर म्हणजे क्षेत्र आणि त्यावर त्याचा चिरंतन ज्ञाता म्हणजे क्षेत्रज्ञ अधिष्ठान गाजवतो' याच संकल्पनेचा विस्तार या प्रकरणात केलेला आहे. शरीराकडे 'क्षेत्र' म्हणून बघितले की ते केवळ त्वचा व मांस यांचे आवरण असलेला हाडांचा सांगाडा आणि अवयव उरत नाही, या जडदेहाला इतरही अनेक परिमाणे लागू होतात. एक जीवात्मा - प्रत्येक जन्मात निराळ्या जडदेहात शिरणार, जन्मोजन्मी आपल्या बरोबर असणारा, आपले खरे अस्तित्व. शिवाय जडदेह व जीवात्मा यांच्या मधल्या दोन देहस्थिती - एक सूक्ष्मदेह अथवा लिंगदेह आणि दुसरा ethereal - तरलदेह. लिंगदेह जडदेहाच्या जवळ असतो, फक्त त्याला आकार नसतो. तो जडदेहासारखा रोगग्रस्त होत नाही, वृद्धही होत नाही. तरलदेह मनाच्या जवळ असतो, फक्त त्याला मेंदूची साथ नसते. या तरलदेहाची पोच या विश्वाच्या पलीकडे, पृथ्वीच्याही पलीकडे असते. सजगतेच्या विशाल समुद्रामधील माहिती तो ग्रहण करू शकतो. हे चार देह स्वतंत्रपणे अस्तित्वात नसतात, ते एकमेकांवर अध्यारोपित, अधिस्थापित असतात आणि मृत्यूपर्यंत तसेच राहतात, विलग होत नाहीत.

आज सर्वच शास्त्रज्ञ उत्क्रांतीवाद मान्य करतात, सजीवांमधील प्राण्यांमध्ये उत्क्रांती होऊन मानव वंश अस्तित्वात आला हे विश्वसनीय मानतात. परंतु प्राचीन ग्रीक हे मान्य करत नाहीत. ते असे मानतात की काही स्वर्गस्थ आत्म्यांना त्यांचा कारभार भौतिक जगात प्रसारित करायचा होता, त्यातून मानवी वंश निर्माण केला गेला. ग्रीक पुराणांमध्ये तशा स्वर्गस्थ आत्म्यांनी सुरुवातीच्या मानवी जीवनात, काही राज्यांच्या

कारभारांतही हस्तक्षेप केल्याच्या कथा आहेत. प्लेटोच्या म्हणण्यानुसार 'अॅटलांटिक महासागरात अॅटलांटिस नावाचे एक प्रचंड मोठे (लीबिया आणि आशिया यांच्या एकत्रित आकारापेक्षाही मोठे) बेट होते. पण त्याचे राज्य 'पिलर्स ऑफ हर्क्युलस'च्याही पलीकडे, मेडिटेरेनियन सागरातील ईजिप्त आणि इटलीपर्यंत पोहोचलेले होते. या महाकाय राज्यावर राज्य करणाऱ्या राजांचा वंश मूळचा पोसिडॉन या सागराच्या आणि भूकंपाच्या देवतेचा. परंतु नंतरच्या पिढ्यांमधील मर्त्य वंशजांमुळे वंशातील मूळचा दैवी अंश कमी कमी होत गेला.[१] अशा मर्त्य व अमर्त्य यांचा संकर असलेल्या वंशात एक थॉथ नावाचा राजा होता. त्याचे डोके आफ्रिकेतील आयबिस नावाच्या, लांब पायांच्या, उथळ पाण्यात भक्ष्य शोधणाऱ्या बगळ्यासारख्या पक्ष्याचे होते असे त्याचे वर्णन केलेले आहे. कालांतराने ग्रीसमधील समाजाने त्या राजाला त्यांच्या अनेक देवांपैकी एकाचे स्थान आणि 'हर्मीस' असे नाव दिले. 'जे आत तेच बाहेर आणि जे बाहेर तेच आत' यासारखी या देवरूप राजाची सात सूत्रे 'हर्मेटिक टीचिंग्ज्' किंवा 'हर्मेटिक प्रिन्सिपल्स' प्रचंड आणि प्रदीर्घ कालौघात टिकून राहून आजही जगप्रसिद्ध आहेत. मेन्टॅलिझम (मनोवाद), कॉरस्पॉन्डन्स (सुसंवाद), व्हायब्रेशन (कंपन) , पोलॅरिटी (ध्रुवत्व), ऱ्हिदम (लय), कॉज अॅण्ड इफेक्ट (कार्यकारणभाव) आणि जेंडर (पुरुषत्व आणि स्त्रीत्व) ही ती सात सूत्रे.[२]

हे संपूर्ण विश्व म्हणजे परमेश्वराच्या मनातील विचारांचा, मानसिक प्रतिभेचा आविष्कार आहे - हे आहे मनोवादाचे सूत्र. सुसंवादाचे सूत्र असे आहे की परमेश्वराची ही निर्मिती म्हणजे भौतिक, मानसिक व आत्मिक क्षेत्रांमधील सहमती, सुसंवाद, आणि एकतानता आहे. वेदिक धर्मातील 'ऋतम्' ही संकल्पनाही या सूत्राशी मिळतीजुळती आहे. 'कंपना'चे सूत्र, आधुनिक विज्ञानही जे मान्य करते तेच, 'अणूरेणूंपासून सर्व गोष्टींत कंपने असतात' याच तत्त्वाचे प्रतिपादन करते. 'मनोवादा'चे सूत्र मात्र आधुनिक विज्ञानाला सिद्धही करता आलेले नाही आणि त्याला त्याचे खंडनही करता आलेले नाही.

ध्रुवत्वाचे सूत्र सांगते की प्रत्येक गोष्ट दुहेरी असते. त्यात दोन विरुद्ध गुण एकत्र जोडीने नांदत असतात. सर्व हालचालींमध्ये आंदोलने आणि आवर्तने असतात असे 'लय' हे सूत्र सांगते. घडणाऱ्या प्रत्येक गोष्टीला काहीतरी कारण असते आणि तिचे काहीतरी परिणामही होत असतात हे कार्यकारणभाव सूत्र. तेच बुद्ध धर्मातील 'प्रतीत्यमुत्पाद' हे तत्त्वही सांगते. चिनी लोकांच्या 'यिन आणि यँग' या तत्त्वासारखेच 'जेंडर' या सूत्रातही प्रत्येक गोष्टीत पुरुषत्व व स्त्रीत्वाचे अस्तित्व असल्याचे प्रतिपादन केले आहे. अशा रीतीने ही सात सूत्रे वा नियम या विश्वाला एकत्रित ठेवण्याचे काम करतात.

वेदिक धर्मात या विश्वाचा निर्माता श्री विष्णु हा निराकार, असीम अशा क्षीरसागरामध्ये

---

१. इयान स्ट्युअर्ट, 'एकोज ऑफ प्लेटोज अॅटलांटिस', http://www.bbc.co.uk, Last updated 2011-02-17

२. थ्री इनिशिएट्स, द कबालियन (१९१२), हा हर्मीस ट्रिसमॅजिस्टस याच्या लिखाणावर आधारित 'हर्मेटिसिझम' या धार्मिक, तात्त्विक व गूढ परंपरेचे सार सांगणारा ग्रंथ आहे.

अनंत नावाच्या विशाल सर्पाच्या - शेषनागाच्या - आसनावर पहुडला असून त्याच्या नाभीतून एक कमळ उगवले आहे आणि त्यात या दृश्य विश्वाचे प्रतिनिधित्व करत असलेला ब्रह्मदेव बसला आहे अशी कल्पना केलेली आहे. हा ब्रह्मदेव साकार विश्वाचा निर्माता आहे. कमळ जसे फुलते आणि काही काळाने कोमेजते आणि पडून जाते तसेच हे निर्माण केलेले विश्वही उमलते, फुलते, कोमेजून नाश पावते आणि पुन्हा निर्माण केले जाते. अर्थात विश्वाची निर्मिती ते त्याचा अंत हा काळ फारच प्रदीर्घ - लाखो वर्षांचा असतो. म्हणजेच ब्रह्म ज्याचे प्रतिनिधित्त्व करतो ते विश्व काही कायम टिकणारे, शाश्वत नसते. ते ठरावीक काळ टिकणारेच, नंतर नष्ट पावणारे असते. वेद ब्रह्माचे आयुष्य शंभर वर्षांचे असल्याचे सांगतात. ब्रह्म शंभर वर्षांनंतर मृत्यू पावतो आणि आणि नवा ब्रह्म, नवे विश्व जन्म घेते. म्हणजेच वेदांच्या सांगण्यानुसार विश्वाचा जीवनकाल शंभर वर्षांचा असतो. कालमापनाच्या दृष्टीने पाहिले तर वेदांच्या म्हणण्यानुसार ब्रह्म शंभर वर्षे जगतो आणि आपण त्याच्या ५१व्या वर्षाच्या पहिल्या दिवसात आहोत. हे विश्व ४,३२,००,००,००० वर्षे (म्हणजे ब्रह्माचा, विश्वनिर्मात्याचा एक दिवस, ज्याला 'कल्प' असे म्हणतात) टिकते आणि त्यानंतर ते अग्नी अथवा आप (जल) या दोघांपैकी एका महाभूताकडून नष्ट केले जाते. त्या नंतर ब्रह्म एक रात्र, जी त्याच्या एका दिवसाइतकीच प्रदीर्घ असते, थांबतो. या विश्वनाशाला 'प्रलय' अशी संज्ञा आहे, र्जा ब्रह्माच्या प्रत्येक शंभर वर्षांनंतर (म्हणजे ३,११,४०,००० कोटी मानवी वर्षांनंतर)एकदा घडते. ही इतकी वर्षे ब्रह्माचा जीवनकाळ असतो. ब्रह्माला ब्राह्मणाचे म्हणजेच निर्मात्याचे प्रकटीकरण म्हटले जाते.

मी जेव्हा डॉक्टर कलाम यांना या विश्वनिर्मितीबद्दल विचारले तेव्हा ते म्हणाले, 'हे विश्व 'बिग बँग' म्हणजे महास्फोटाने १४०० कोटी वर्षांपूर्वी अस्तित्वात आले असे सिद्ध झाले आहे ही गोष्ट आता सर्वमान्य आहे. हा महास्फोट असाधारण अशा ईश्वरी शक्तीने घडवून आणला आणि एका विशिष्ट हेतूने हे विश्व निर्माण केले गेले... या मुद्यावर सर्वांची सहमती होत नाही तोवर मी अल्बर्ट आइनस्टाईनने मांडलेल्या सिद्धान्तावर विश्वास ठेवतो. तो म्हणतो, विश्व हे एका महास्फोटातून निर्माण होते आणि काही काळाने त्याचा चुराडा होतो - हे चक्र अविरत, अनंत काळापर्यंत सुरूच राहते. त्याच्या सिद्धान्तानुसार जोवर हे विश्व गुरुत्त्वाकर्षणाच्या शक्तीने खेचले जाऊन आतल्या बाजूला कोसळत नाही तोवर विस्तारतच राहते आणि कोसळल्यावर नग पुन्हा उसळून वर येते.'[३]

झरकॉन नावाचे स्फटिक ४३०० कोटी वर्षे जुने आहे हे सिद्ध झाल्यानंतर त्यावरून पृथ्वीचे वय ४५०० कोटी वर्षांपेक्षा थोडे जास्त असावे असा निष्कर्ष काढलेला आहे. तिच्या जन्मानंतर ती थंड व्हायला लागण्यापूर्वी तिला अखंड उल्कापाताचा मारा सहन करावा लागला होता. त्यामुळे पृथ्वीचा पृष्ठभाग कडक बनला आणि त्यावर एक कवच चढले, मग भोवती वातावरण तयार झाले. त्यापाठोपाठ पाणी आणि नंतर सजीवांची निर्मिती सुरू झाली.

३. ए.पी.जे. अब्दुल कलाम आणि अरुण तिवारी यांनी लिहिलेल्या स्क्वेअरिंग द सर्कल - सेव्हन स्टेप्स टू इंडियन रेनेसान्स' (युनिव्हर्सिटी प्रेस, हैदराबाद, इंडिया, २०१३) या पुस्तकाचे पान २६.

सुरुवातीला एकपेशीय प्रोकॅरियॉटिक नावाचे जीवाणू अस्तित्वात आले. त्या नंतरच्या शंभर कोटी वर्षांत बहुपेशीय जीव निर्माण झाले. ५३ कोटी वर्षांपूर्वी मासे उत्पन्न झाले. वेदिक ऋषी, पंडित त्यालाच 'मत्स्यावतार' असे संबोधतात. आणि तेच ऋषी मुनी सस्तन प्राण्यांची उत्पत्ती, जी व्हायला आणखी ३३ कोटी वर्षे जावी लागली, म्हणजे वीस कोटी वर्षांपूर्वी झाली, तिला 'वराहअवतार' असे संबोधतात. आदिमानव तर केवळ दोन लाख वर्षांपूर्वी अवतरला. मन्वंतर असे सांगते की मानवजात नष्ट व्हायला अजून २४,००० वर्षे जावी लागतील. विश्वनिर्मितीचे हे चक्र सत्ययुगाने सुरू होते, नंतर त्रेतायुग, मग द्वापारयुग आणि शेवटी कलियुग येते. प्रत्येक युगाचा कालावधी आधीच्या युगापेक्षा कमी होत जात असतो.

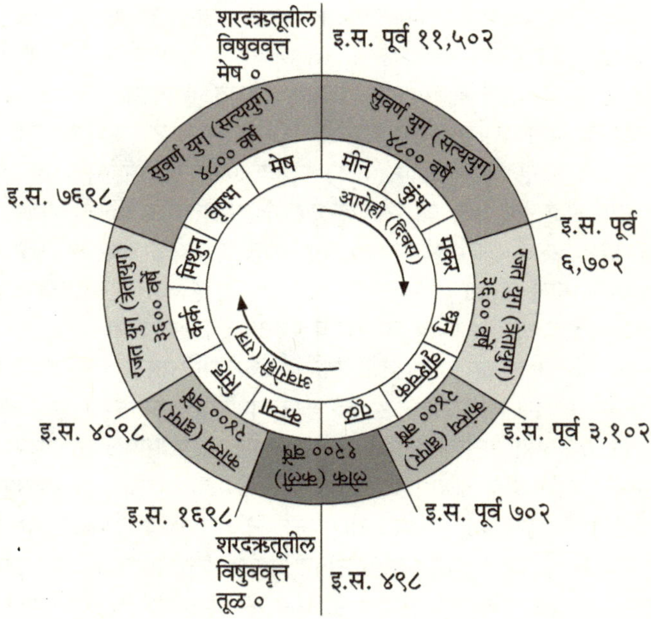

आत्ताचे कलियुग इसवीसनापूर्वी ३,१०२ वर्षे म्हणजे महाभारत युद्धानंतर सुरू झाले आहे.

एक युग २४,००० वर्षांचे असते. काही जण त्याचे चार भाग करून त्यांना लोह, कांस्य, रजत व सुवर्णयुग असे म्हणतात. युगे ऋतुंसारखे असतात. प्रत्येकाची निराळी लक्षणे, वैशिष्ट्ये असतात, पण या सजगतेच्या वैशिष्ट्यपूर्ण स्तरांच्या बदलत्या स्तरांचे प्रतिबिंब सातत्याने मानवी समाजात पडलेले दिसते.[४]

---

४. वॉल्टर क्रुटन्डेन याच्या 'लॉस्ट स्टार ऑफ मिथ अॅन्ड टाईम' (सेंट लीन प्रेस, २००५) यातील http://www.everythingology.com/lost-star-of-myth-and-time/ या संकेतस्थळावर उद्धृत केलेली माहिती.

मागील प्रकरणात 'क्षेत्र' व 'क्षेत्रज्ञ' या संज्ञांद्वारे मानवी शरीर आणि हे विश्व, ही सृष्टी, यांचा जिवंत संबंध जोडल्यानंतर लोकमान्य दृश्य सृष्टी व त्यातील मूलतत्त्व - क्षर (परिवर्तनीय) व अक्षर (अपरिवर्तनीय, अविकारी) - यांचे परीक्षण करतात आणि मग आत्म्याच्या स्वरूपाचा निर्णय करतात. क्षेत्र या शब्दाने जाणले जाणारे मानवी शरीर हे प्रकृतीचे गतिशील असे प्रतिबिंब असते. या सृष्टीत जे जे अस्तित्वात असते ते ते सर्व मानवी शरीरात असतेच. किंवा उलट असेही म्हणता येईल की हे विश्व, ही सृष्टी हे क्षेत्रज्ञ म्हणजे संपूर्ण सृष्टीचा पालनकर्ता जो परमात्मा, त्याचे प्रतिबिंब असते. प्राचीन ग्रीक यालाच मॅक्रोकोझम (ब्रह्मांड) आणि मायक्रोकोझम (त्या ब्रह्मांडाची लहान प्रतिकृती) असे म्हणतात.

लोकमान्य क्षर व अक्षर यांचे परीक्षण अनेक भारतीय शास्त्रांचा परामर्श घेऊन करतात. ते लिहितात, 'या क्षराक्षरसृष्टीचा योग्य पद्धतीने विचार करणारी तीन शास्त्रे आहेत. पहिले न्यायशास्त्र आणि दुसरे कापिलसांख्यशास्त्र. पण या दोन्ही शास्त्रांतील सिद्धान्त अपुरे ठरवून तिसऱ्या वेदान्तशास्त्राने ब्रह्मस्वरूपाचा निर्णय तिसऱ्याच पद्धतीने केला आहे.'

थोडी पार्श्वभूमी सांगायची तर इसवी सनापूर्वी एक हजार वर्षे हिंदू तत्त्वज्ञानात मुख्य सहा शास्त्रे आकाराला आलेली आहेत. पहिले कपिल ऋषींचे सांख्यशास्त्र, मग पतंजलींची योगसूत्रे, अक्षपाद गौतम मुनींचे न्यायशास्त्र आणि कणाद ऋषींचे वैशेषिक. त्यानंतर वेद व उपनिषदे यांची स्पष्टीकरणे देणारी व त्यांचा अधिकार प्रस्थापित करणारी अनुक्रमे पूर्वमीमांसा व उत्तरमीमांसा ही दोन शास्त्रे आली.

डॉक्टर एस. राधाकृष्णन म्हणतात, 'भारतीयांची पहिल्यापासूनच ही धारणा होती की सत्याला अनेक बाजू असतात आणि निरनिराळे दृष्टिकोन त्यातल्या निरनिराळ्या बाजू दाखवतात, मांडतात आणि तरीही बरेच वेळा पूर्ण सत्य सांगितले जातच नाही... सांख्य हे सर्वात प्राचीन शास्त्र आहे, त्यानंतर योग, मीमांसा, वेदान्त आणि सर्वांत शेवटी वैशेषिक आणि न्याय.'[५]

यातील कपिल ऋषींच्या सांख्यशास्त्राचा संदर्भ भगवद्गीतेत अनेक वेळा आला आहे. हे शास्त्र सृष्टीच्या निर्मितीमागील तत्त्वे मोजते, म्हणून त्याला 'मोजणारे' म्हणजे सांख्यशास्त्र म्हटले आहे. सृष्टी ही दोन मूलतत्त्वांची बनलेली आहे - पुरुष (क्षेत्रज्ञ) आणि प्रकृती (क्षेत्र). म्हणजेच शरीर हे आत्मा या क्षेत्रज्ञाचे क्षेत्र असते. त्यांचे गुणधर्म एकमेकांपासून खूपच भिन्न असतात. डॉक्टर राधाकृष्णन लिहितात, 'सांख्यशास्त्रातील द्वैतवादाची तत्त्वमीमांसा ही पाण्यावर तरंगणाऱ्या हिरण्यगर्भाच्या संकल्पनेचा तार्किक विस्तार आहे. आपण जेव्हा स्वर्गीय जगातील अलौकिक सौंदर्य पाहतो तेव्हा समर्पणक्रिया, मंत्रोच्चार, सोमरसपान यांसारख्या क्रियांमुळे निर्माण झालेल्या परमानंदाचे

५. एस. राधाकृष्णन, 'इंडियन फिलॉसॉफी' खंड १ (ऑक्सफर्ड युनिव्हर्सिटी प्रेस, २००८) पान २५,३४.

वर्णन आपल्याला ज्यात आवाज ऐकू येतात, आनंददायी दृष्ये दिसतात अशा ईश्वरी परमसुख देणाऱ्या योगस्थितीची आठवण करून देते.'[६]

सांख्यशास्त्रातील चोवीस तत्त्वे अशी आहेत : पंचमहाभूते, पाच कर्मेंद्रिये, पाच ज्ञानेंद्रिये, पाच तन्मात्र (प्राण) आणि मन, बुद्धी, अहंकार, चित्त या चार साधनांनी बनलेले अंत:करण. चित्त ही ईश्वरी देणगी असते.

प्रकृती आणि तिचे केंद्रज

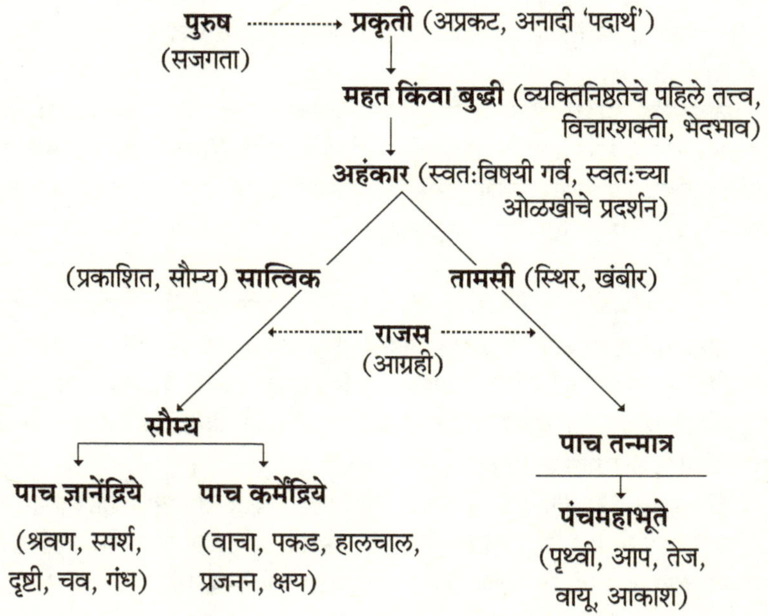

सांख्यशास्त्रानुसार ज्या ज्या गोष्टींत कालपरत्वे बदल होतो, ज्या गोष्टींचे विघटन होते, क्षय होतो, ज्या कालांतराने मृत्यू पावतात, नष्ट होतात त्या वास्तवात, खऱ्या नसतातच. त्या अवास्तव, काल्पनिक, भ्रामक असतात. याचा अर्थ असा नव्हे की त्या तुमच्या दृष्टीसमोर नसतात. अखेरीस त्या खऱ्याच असतात; कारण त्यांचे रूप बदलत असते. केवळ जे पायाभूत असते, जे कधीच बदलत नाही, जे मृत्यूही पावू शकत नाही, ज्याचे विघटनही होऊ शकत नाही आणि जे नाशही पावू शकत नाही त्यालाच फक्त 'वास्तव', 'प्रत्यक्ष' मानले जाते. हा त्या 'संपूर्ण सत्याचा' थेट अनुभव, जो प्रत्ययास आला.[७]

६. एस. राधाकृष्णन, 'इंडियन फिलॉसॉफी' खंड १ (ऑक्सफर्ड युनिव्हर्सिटी प्रेस, २००८) पान ८६.

७. http://www.swamij.com/prakriti-purusha-sankhya.htm

सांख्यशास्त्राचे जनक ऋषी कपिल यांचे असाधारणत्त्व गीतेतील भगवंतांच्या या शब्दातून प्रतीत होते :

अश्वत्थः सर्ववृक्षाणां देवर्षीणां च नारदः ।
गन्धर्वाणां चित्ररथः सिद्धानां कपिलो मुनिः ।।२६।।

मी वृक्षांपैकी अश्वत्थ म्हणचे पिंपळ वृक्ष आहे, देवर्षींमध्ये मी नारद आहे. गंधर्वांमधील मी चित्ररथ आणि सिद्धपुरुषांपैकी मी (सांख्यशास्त्रांचे जनक) विद्वान कपिल (ऋषी) आहे. (भगवद्‌गीता, अध्याय १०, श्लोक २६)

जगप्रसिद्ध 'थिऑसॉफिकल सोसायटी'ची सहसंस्थापक, रशियन-जर्मन तत्त्वज्ञ, परलोकविद्यावादी लेखिका हेलियेना पेट्रोव्हिना ब्लावाट्स्की (१८३१-१८९१) ही सांख्यशास्त्रातील प्रकांड पांडित्याने इतकी प्रभावित आणि विस्मित झाली होती, की तिला कपिल ही एकच व्यक्ती असे काही कार्य करू शकेल यावर विश्वासच बसला नव्हता. ते काम काही विद्वान मंडळींच्या गटाने एकत्र येऊन सांख्यशास्त्र - सांख्ययोग - विकसित केले असावे असेच ती धरून चालली होती. तिने लिहिले आहे, 'सांख्य तत्त्वज्ञान स्वर्गातून पृथ्वीवर आणून ते शिकवण्याचे काम पहिल्या कपिल ऋषींनी केले आणि ते लिहिण्याचे काम शेवटच्या - सगर राजाच्या साठ हजार पुत्रांना आपल्या तेजाने जाळून राख करणाऱ्या - कपिल ऋषीने केले असले पाहिजे. तसे पुराणात लिहूनच ठेवले आहे. परंतु ते साठ हजार क्रूर, दुष्ट, अमानुष सगरपुत्र म्हणजे मानवी वासनांचे मूर्त स्वरूप होते आणि त्या वासनांची पृथ्वीवर अवतरलेल्या, अत्युच्च पावित्र्याचा अवतार असलेल्या कपिल ऋषींसारख्या महान साधूने त्याच्या एका कटाक्षाने राख केली.'[८]

लोकमान्य सांख्य तत्त्वज्ञानाचे महत्त्व या शब्दांत सांगतात, 'सांख्यशास्त्राचा पहिला सिद्धान्त हा आहे की, या जगात नवे असे काहीच उत्पन्न होत नाही; कारण शून्य म्हणजे जे पूर्वी नव्हतेच त्यापासून शून्याखेरीज दुसरे काहीच निष्पन्न होणे शक्य नाही. म्हणून उत्पन्न झालेल्या वस्तूत म्हणजे कार्यात जे गुण, जे द्रव्यांश दृष्टीस पडतात, ते ज्यापासून सदर वस्तू उत्पन्न झाली त्यात म्हणजे त्याच्या मूळच्या कारणात सूक्ष्म रूपाने तरी असलेच पाहिजेत असे नेहमी समजले पाहिजे. कोणत्याही वस्तूतील म्हणजे 'सत्'मधील सर्व गुण ती वस्तू ज्यापासून - म्हणजे 'कार्य' - उत्पन्न झाली त्यातही असलेच पाहिजेत असे सांगणारा हा सिद्धान्त 'सत्कार्य'वाद या सार्थ नावाने ओळखला जातो. लोकमान्य लिहितात, 'बीजाचा नाश होऊन त्यापासून अंकुर आणि अंकुराचा नाश होऊन त्यापासून झाड बनत नाही. वृक्षाच्या बीजात जी द्रव्ये असतात ती नाहीशी न होता त्यांनीच जमिनीतून

---

८. एच.पी.ब्लाव्हाट्स्की, 'द सीक्रेट डॉक्टरीन : द सिंथेसिस ऑफ सायन्स, रिलिजन अ‍ॅन्ड फिलॉसॉफी', केम्ब्रीज युनिव्हर्सिटी प्रेस (२०११), पान ५७१.

व हवेतून दुसरी द्रव्ये आकर्षून घेतल्यामुळे बीजास अंकुर हे नवे रूप प्राप्त होते. तसेच लाकूड जळले, तर त्याचीच राख किंवा धूर इत्यादी रूपांतरे होतात. लाकडातील द्रव्ये अजिबात नाहीशी होऊन धूर हा नवीन पदार्थ तयार होत नाही. दुधाचेच दही होते, पाण्याचे होत नाही. तिळापासून तेल निघते, वाळूपासून नाही. यांसारख्या अनुभवांवरूनही हाच सिद्धान्त काढावा लागतो.'

इसवी सनाच्या दुसऱ्या शतकात ईश्वरकृष्ण यांनी सांख्यशास्त्रावरील अधिकृत मानला जाणारा 'सांख्यकारिका' या नावाचा काव्यरूप ग्रंथ लिहिला. यात असे प्रतिपादन केले आहे की सुखप्राप्तीसाठी सुखांच्या मागे धावणे ही मानवी जीवनाची एक अत्यावश्यक अशी गरज आहे; पण ती सुखे नेहमीच माणसांपासून दूर धावतात आणि हाती गवसली तरी ती अल्पकालीनच ठरतात. बऱ्याच जणांना मानसिक दुःखे सहन करावीच लागतात. अशा दुःखांच्या यातना कमी करण्याचे उपाय सांगणे हा या ग्रंथाचा हेतू आहे.

दुःखत्रयाभिघाताज्जिज्ञासा तदपघातके हेतौ ।
दृष्टे साऽपार्था चेन्नैकान्तात्यन्ततोऽभावात् ।।१।।

तिहेरी दुःखांच्या यातनांमुळे असह्य त्रास होतो, छळ होतो; म्हणून त्यांच्यापासून सुटका मिळवण्याचा उपाय विचारावा लागतो. परंतु त्या विचारण्याचाही काही उपयोग नसतो. कारण तसे उपाय असले तरी आपण त्यांना नाही म्हणतो; कारण ते उपाय परिणामकारकही नसतात आणि टिकाऊही नसतात. (१)[९]

डॉक्टर राधाकृष्णन असे निरीक्षण नोंदवतात की भगवद्‌गीता एकेका आत्म्याचे अंतिम वेगळेपण मान्य करीत नाही. ते 'सांख्यकारिका'तील उद्धरण देतात, 'भगवद्‌गीतेत जे व्यक्तिगत आत्म्याचे लक्षण आणि त्याचे सृष्टीशी नाते दाखवले आहे, त्यावर सांख्य सिद्धान्ताचा प्रभाव दिसतो. 'पुरुष' हा भूमिका करणारा नट नसून निव्वळ निष्क्रीय प्रेक्षक आहे. 'प्रकृती' सर्व काही करते. स्वतःला 'कर्ता' समजणे हा फार मोठा गैरसमज असतो. पुरुष आणि प्रकृती, आत्मा आणि सृष्टी यांतील विलगता जाणून घेणे हे जीवनाचे इतिकर्तव्य आहे, अंतिम ध्येय आहे. 'गुणां'चा सिद्धान्त खराच आहे. प्रकृतीजन्य तीन गुणांपासून मुक्त असे पृथ्वीवरही कोणी नाही, अगदी स्वर्गस्थ देवही नाहीत. या तीन गुणांच्या तिहेरी बंधनात सगळेच अडकलेले असतात. जोवर ते बंधन असते तोवर आपण जन्ममृत्यूच्या फेऱ्यात अडकलेले राहतो.'[१०]

---

९. https://en.wikipedia.org/wiki/Samkhyakarika. Last accessed on 10 September 2017.

१०. एस. राधाकृष्णन, 'इंडियन फिलॉसॉफी' खंड १ (ऑक्सफर्ड युनिव्हर्सिटी प्रेस, २००८) पान ४५०, ४५१

पुरुष आणि प्रकृती यांच्यातील नाते स्पष्ट करण्यासाठी सांख्यकारिकेच्या २१व्या श्लोकात एक आंधळा व एक लंगडा यांचे रूपक वापरले आहे. त्या दोघांना एकमेकांविषयी विश्वास वाटू लागतो. आपण कामे वाटून घेऊन आपले ईप्सित साध्य करू शकू असा आत्मविश्वास निर्माण होतो. ते कामे वाटून घेतात, आंधळा चालण्याचे काम करतो आणि लंगडा पाहण्याचे. अशा रीतीने आंधळ्याच्या खांद्यावर लंगडा बसतो आणि ते दोघे जंगल पार करतात.

पुरुषस्य दर्शनार्थं कैवल्यार्थं तथा प्रधानस्य ।
पङ्ग्वन्धवदुभयोरपि संयोगस्तत्कृतः सर्गः ।।२१।।

पुरुष सचेतन व ज्ञाता असला, तरी तो केवल म्हणजे निर्गुण असल्यामुळे त्याच्याजवळ स्वतः कर्मे करण्याची साधने नाहीत आणि प्रकृती कर्मे करणारी असली, तरी जड वा अचेतन असल्यामुळे कोणती गोष्ट करावी हे तिला कळत नाही. म्हणून लंगडा आणि आंधळा यांची जोडी जमल्यावर आंधळ्याच्या खांद्यावर लंगडा बसून ज्याप्रमाणे दोघे वाट चालू लागतात, त्याप्रमाणे जड प्रकृती आणि सचेतन पुरुष यांचा संयोग झाला म्हणजे सृष्टीतील कर्मे सुरू होत असतात. (२१)

'पुरुष आणि प्रकृती यांच्या संयोगाने ते एकमेकांचे मनोरंजन करतात, एकमेकांना सुखदुःखाच्या पाशातून मुक्त करीत असतात' या ईश्वरकृष्णाच्या म्हणण्याशी लोकमान्य सहमत होत नाहीत. ते म्हणतात, 'सांख्यमताप्रमाणे सत्कार्यवाद सिद्ध झाला म्हणजे दृश्य सृष्टीची उत्पत्ती पूर्वी काही एक पदार्थ नसता शून्यापासून झाली हे मत आपोआपच गळून पडते. कारण शून्य म्हणजे नाही आणि जे नाही त्यापासून जे आहे ते कधीही उत्पन्न होऊ शकत नाही. अर्थात सृष्टी कोणत्या तरी पदार्थापासून उत्पन्न झाली असली पाहिजे व हल्ली आपल्याला सृष्टीत जे गुण दिसतात तेच गुण या मूळच्या पदार्थात पण असले पाहिजेत हे उघड सिद्ध होते.'

डॉक्टर राधाकृष्णन हीच गोष्ट या पद्धतीने स्पष्ट करतात, 'महाभारताच्या 'नारायणीय' या भागात देवर्षी नारद यांच्या बद्रिकाश्रमाच्या भेटीचा प्रसंग आहे. ते नर व नारायण यांना भेटायला गेले असताना त्यांना असे दिसते, की नारायण स्वतः धार्मिक विधीत, पूजनात गुंतलेले आहेत. नारायणांसारख्या परमोच्च देवालाही कोणाचे तरी पूजन करताना पाहून नारद आश्चर्यात पडतात आणि ते नारायणांना मनातील शंका विचारतात. नारायण म्हणतात की ते त्यांच्या मूळ स्वरूपाचे, चिरंतन आत्म्याचे पूजन करीत आहेत. ते स्वरूप पाहायला उत्सुक असलेले नारद श्वेतद्वीपाकडे (क्षीरसागराकडे) जातात. तेथे श्रीविष्णु त्यांना सांगतात की जो त्यांना पूर्णपणे समर्पित नसतो त्याला ते दर्शन देत नाहीत. (तसेही श्वेतद्वीपात प्रवेश करण्याची कोणालाच परवानगी नव्हती, ते सागरकिनारी उभे राहून आत

श्रीविष्णुंना निरोप पोचवू शकत असत.) वासुदेवाचा धर्म नारदांना समजावून सांगण्यात आला. वासुदेव हा सर्वोच्च आत्मा - परमात्मा - आहे, सर्वांच्या अंतरीचा अधिष्ठाता. सर्व सजीव हे वासुदेवाचेच रूप असलेल्या संकर्षणाची रूपे आहेत. संकर्षणातून प्रद्युम्नाचा म्हणजे मनाचा उगम होतो आणि प्रद्युम्नातून अनिरुद्धाचा - म्हणजेच स्वयं-चैतन्याचा. हीच परमात्म्याची चार रूपे आहेत.'[११]

अनेक धर्मग्रंथांमधून ईश्वराच्या चार रूपांचे वर्णन केले गेले आहे. श्री रामानुज (१०१७-११३७) यांनी 'पंचरात्र' या नावाने काही तत्त्वे अद्वैतपंथाच्या तत्त्वांशी जोडली. त्यात त्यांनी ईश्वराची चार रूपे वर्णिली आहेत. जीवात्मा त्याच्या जाणिवेच्या स्थितीनुसार - पातळीनुसार - त्यांच्याशी संपर्क साधू शकतो - जागृत स्थिती (अनिरुद्ध), स्वप्नस्थिती (प्रद्युम्न), निद्रिस्त स्थिती (संकर्षण) आणि चौथी या चार स्थितींपैकी कोणतीच नसलेली, त्यांच्याही पलीकडची स्थिती (वासुदेव).

अदृश्य, निराकार, चिरंतन असे सर्वोच्च रूप म्हणजे परब्रह्म. अदृश्य पण चिरंतन नसलेल्या ईश्वररूपांना 'व्यूह' असे म्हणतात. युद्धामध्ये स्थितीनुसार सैन्यदले, योद्धे, शस्त्रास्त्रे यांची जशी विशिष्ट रचना केली जाते - व्यूह रचला जातो - तसेच परमेश्वर योगमायेने सजगतेला इतर प्रत्येक आकाराशी पुनर्गठित करतो.[१२]

परब्रह्म हे अनिरुद्ध, प्रद्युम्न, संकर्षण आणि वासुदेव या चतुर्व्यूहाचे उगमस्थान असते. प्रत्येक व्यूह त्याच्या आधीच्या व्यूहामधून निपजतो - वसुदेवातून संकर्षण हा एक वेगळा आत्मा निर्माण होतो, संकर्षणातून अंतस्थ असे मन - प्रद्युम्न - आणि प्रद्युम्नातून अहंतत्त्व - अनिरूद्ध असा क्रम राहतो.[१३] साधक पूजनाच्या प्रारंभी 'ॐ'चा उच्चार करतात. त्यातील 'अ'मधून प्रथम 'अनिरूद्ध', नंतरच्या 'उ'मधून प्रद्युम्न आणि 'म'मधून संकर्षण यांना तो आवाहन करतो.

लोकमान्य लिहितात, 'आता सृष्टीकडे पाहिले तर तीत झाडे, पशु, मनुष्य, दगड, सोने, रूपे, हिरे, पाणी, वायू वगैरे अनेक पदार्थ आपल्या इंद्रियास गोचर होतात; आणि त्यांची रूपे व गुणही निरनिराळे आहेत. हा निरनिराळेपणा किंवा नानात्व कायमचे किंवा मूळचे नसून मुळात सर्व वस्तूंतील द्रव्य एकच आहे असा सांख्यांचा सिद्धान्त आहे... जगातील सर्व पदार्थांचे जे हे मूलभूत द्रव्य त्यास सांख्यशास्त्रात 'प्रकृती' असे म्हणतात. प्रकृती याचा अर्थ मूळचे असा असून या प्रकृतीपासून पुढे होणाऱ्या पदार्थांस 'विकृती' किंवा मूलभूत द्रव्याचे विकार असे नाव देतात.'

यातून प्रश्न असा निर्माण होतो की सर्व पदार्थांत जर द्रव्य एकच आहे आणि त्या

---

११. एस. राधाकृष्णन, 'इंडियन फिलॉसॉफी' खंड १ (ऑक्सफर्ड युनिव्हर्सिटी प्रेस, २००८) पान ४१५.

१२. डेनिस हडसन डी., 'द बॉडी ऑफ गॉड : एन एम्परर्स पॅलेस फॉर कृष्णा इन एट्थ सेंच्युरी, कांचिपुरम' : ऑक्सफर्ड युनिव्हर्सिटी प्रेस, नॉयडा, २००८, पान ४०.

१३. जन्मजित रॉय, 'थिअरी ऑफ अवतारा अँण्ड डिव्हिनिटी ऑफ चैतन्य', अ‍ॅटलांटिक पब्लिशर्स अ‍ॅण्ड डिस्ट्रिब्युटर्स, २००२, पान २८.

द्रव्यांत जर गुणही एकच आहे, तर मग त्या एकाच गुणापासून अनेक निरनिराळे गुण कसे दृष्टीस पडतात? म्हणजेच काहीतरी गतिशील बदलाचे, परिवर्तनाचे चित्र समोर येते. जे जे अस्तित्वात आहे, त्यावर जडत्व (स्थिरता), क्रिया (हालचाल) आणि क्रियातीत, अलौकिक असे काही तरी अशा तीन गोष्टी काम करत असतात. या त्रिमितीपलीकडे काहीच अस्तित्वात असत नाही. ज्यामध्ये एक स्थिरता, स्थितिशीलता, एक क्रियाशीलता, क्रियाशक्ती आणि एक कंपनशक्ती, चैतन्य नसते असा एकही अणु अस्तित्वात नसतो. योगाच्या परिभाषेत यातील जडत्वाला तामस, क्रियाशक्तीला राजस व क्रियातीत अशा अलौकिकाला सत्त्व असे म्हणतात.

लोकमान्य लिहितात, 'प्रकृती जरी जड आहे तरी आपण होऊनच ती हे सर्व व्यवहार करीत असते. या तीन गुणांपैकी ज्ञान किंवा जाणीव हे सत्त्वाचे लक्षण आहे, अज्ञान किंवा नेणीव हा तमाचा धर्म आहे आणि रजोगुण हा प्रवर्तक म्हणजे बऱ्या किंवा वाईट कार्याला प्रवृत्त करणारा आहे. हे तिन्ही गुण कधीही निरनिराळे असू शकत नाहीत. सर्व पदार्थांत सत्त्व, रज आणि तम या तिन्हींचेही मिश्रण आहे; आणि हे मिश्रण नेहमी तिन्हींच्या अन्योन्य कमीजास्त प्रमाणाने होत असल्यामुळे मूळ द्रव्य एक असले, तरी गुणभेदाने एका मूळ द्रव्याचेच सोने, लोखंड, माती, पाणी, आकाश, मनुष्याचे शरीर इत्यादि निरनिराळे विकार होत राहतात.'

या त्रिगुणांच्या परिणामांचे लोकमान्यांनी केलेले - आणि तेही शंभर वर्षांपूर्वी केलेले - विश्लेषण वाचताना थक्क व्हायला होते. आजच्या काळातील लेखक स्टीफन लोव्हॅट यांच्या लिखाणातूनही लोकमान्यांच्याच विचारांचे पडसाद उमटतात, '(इंग्लंडच्या नैर्ऋत्य प्रांतातील सेव्हर्न नावाच्या नदीला पूर आला की धोकादायक अशी पाण्याची भिंत तयार होते पण ती नदीच्या निरनिराळ्या भागांत निरनिराळ्या खोलीची, उंचीची असते.) सेव्हर्न नदी सामान्य स्थितीत असते तेव्हाही तिची पाणभिंत असतेच, पण ती धोकादायक तर नसतेच, जाणवण्याइतकीही नसते, स्वव्यवस्थापनाच्या उद्भवापेक्षा मोठे नसते. वास्तविक हा कोणत्याही अरेषीय पद्धतीचा गुणधर्म आहे. वस्तुमात्राच्या सजीवतेच्या पातळीचे परीक्षण तिच्या विहित पद्धतीच्या क्लिष्टतेवरून आणि तिच्या मजबुतीवरून केले पाहिजे... बाह्य अडथळ्यांपासून बचाव करण्याची किंवा त्यांच्यासमोर ठामपणे उभे ठाकण्याच्या अरेषीय पद्धतीच्या क्षमतेमुळे अंतिमतः तिचा विनाश होऊ शकतो. अशा प्रकारच्या निकषानुसार एखादी खार एका विद्युत कंपनापेक्षा पुष्कळच अधिक प्रमाणात जिवंत असते. [१४]

कोणत्याही जड वस्तुला त्यातील गुण कार्यरत करीत असतात हा सांख्यशास्त्राचा सिद्धान्ताचा अग्रक्रम व त्याची अनुभवसिद्धता ही खरोखरच लक्षणीय आहे. तसेच जगात अन्य कोठेही विकसित होण्याआधी रामानुजांनी सजगता, अवकाश आणि काळ या

---

१४. स्टीफन लोवॅट, 'न्यू स्किन फॉर ओल्ड वाईन : प्लेटोज् विस्डम फॉर टुडेज् वर्ल्ड', युनिव्हर्सल पब्लिशर्स, २००७, पान ६६.

अमूर्त अशा व्युत्पत्तीच्या साहाय्याने परमेश्वराचे तेजस्वी चित्र रंगवले होते ही गोष्टही खरोखरच अविश्वसनीय वाटणारीच आहे. अलीकडच्या म्हणजे न्यूटनच्या काळापासून (१६४२-१७२७) जडतत्त्व हे भौतिक अस्तित्वाचा पाया समजले जाऊ लागले. पण विज्ञानाबाबतची समज वाढू लागली आणि या जडतत्त्वाच्या मूलकणांचा शोध घेण्याचे कुतूहल जागृत होऊ लागले. हर्मन मिन्कोवस्की (१८५४-१९०९) आणि अल्बर्ट आइनस्टाईन (१८७९-१९५५) यांनी त्यांच्या संशोधनातून जडतत्त्वाच्या मूलकणांच्या घनतेची संकल्पनाच मोडीत काढली. त्यांनी या मूलकणांना मूलभूत ऊर्जेपासून उत्पन्न झालेल्या ऊर्जेचे दुय्यम स्थान दिले.

ब्रिटिश जीवशास्त्रज्ञ आणि विज्ञानाधारित विषयांवर लेखन करणारे जॉन रॉयडन मॅडक्स (१९२५-२००९) हे अनेक वैज्ञानिक विषयांना वाहिलेल्या नियतकालिकांपैकी 'नेचर' या जगन्मान्य नियतकालिकाचे बावीस वर्षे संपादक होते. १९९० मध्ये त्यांनी त्यांच्या लिखाणातून काही भविष्यकालीन आडाखे वर्तविले होते, 'विशिष्ट तीव्रतेच्या विद्युतचुंबकीय लहरींना प्रतिबंध करणारा पदार्थ तयार करण्यात यश मिळाले तर अत्यंत चमत्कृतीपूर्ण आविष्कार घडताना दिसून येतील.'[१५] परमाणूंच्या अंतर्गत रचनेचा अभ्यास करताना सापडलेले अणू, त्या अणूंमधील कण आणि त्यातून पुढे सापडलेले क्वार्क्स यांच्या शोधांच्या साखळीतून मग ४ जुलै २०१२ रोजी 'युरोपियन ऑर्गनायझेशन फॉर न्युक्लियर रीसर्च'च्या भल्या मोठ्या 'हॅड्रन कोलायडर'मध्ये 'हिग्ज बोसॉन'चा शोध लागला. या 'अंतिम मूलभूत कणां'ना अत्यंत चपखल असे 'द गॉड पार्टिकल' - 'परमेश्वरी कण' असे नाव दिले गेले.

हे मूलभूत कण आणि प्रकाशकणांची कार्यप्रणाली या विषयीच्या अगदी आधुनिक काळात झालेल्या संशोधनाच्या पार्श्वभूमीवर लोकमान्यांचे हे शब्द खरोखरच आश्चर्यजनकच वाटतात, 'ज्याला आपण सात्त्विक गुणाचा पदार्थ म्हणतो, त्यात रज आणि तम या दोन गुणांपेक्षा सत्त्वाचा जोर किंवा प्रमाण अधिक असल्यामुळे त्यात नेहमी असणारे रज आणि तम हे गुण दबले जाऊन आपल्या दृष्टीस पडत नाहीत इतकेच. बाकी वस्तुत: पाहता, सत्त्व, रज आणि तम हे तिन्ही गुण इतर पदार्थांप्रमाणेच सात्त्विक पदार्थातही आहेत असे समजले पाहिजे. निव्वळ सत्त्वगुणी, निव्वळ रजोगुणी किंवा निव्वळ तमोगुणी असा पदार्थच नाही. प्रत्येक पदार्थात तिन्ही गुणांची झटापट चाललेली असते. या झटापटीत जो गुण प्रबल होतो, त्याप्रमाणे प्रत्येक पदार्थ सात्त्विक, राजस किंवा तामस आहे असे आपण म्हणतो.'

एकविसाव्या शतकाच्या प्रारंभी 'अस्तित्वा'विषयीचे एक महान सत्य सर्वमान्य झाले की प्रत्यक्षात प्रकट होण्याआधी, सर्वप्रथम माणसाची जाणीव ते अस्तित्व त्याच्या विचारात, मनात निर्माण करते. केवळ या आपल्या विश्वातील बाह्यशक्तीच नव्हेत, तर अवकाशातील गूढ शक्तीसुद्धा माणसाच्या विचारांना, भावनांना, मनाला प्रभावित करत

१५. जॉन मेडॉक्स, 'नेचर' या नियतकालिकाचा ६ डिसेंबर १९९०चा अंक.

असतात. माणसाचे मनच नव्हे, तर त्याच्या शरीरातील पेशीसुद्धा अशा सभोवतालच्या अनंत अवकाशातील बहुमितीय ऊर्जाक्षेत्रांना सामोऱ्या जायची क्षमता बाळगतात. या सत्याविषयी अनभिज्ञ असलेले आपल्यासारखे सामान्य लोक मात्र जे काही समोर दिसते, 'व्यक्त' स्वरूपात असते त्याचाच अनुभव घेऊ शकतो आणि अन्य शक्ती असल्या आणि आपल्यावर परिणाम करीत असल्या तरीही त्या आपल्या समजुतीच्या कक्षेच्या बाहेरच राहतात. गीतारहस्याच्या लिखाणातील संशोधनातून लोकमान्यांना या सत्याची पूर्ण जाणीव असली पाहिजे याचा प्रत्यय येतो.

जगातील सर्व गुण, वृत्ती या तीन गुणांच्यात विभागलेल्या आहेत : तामस, राजस आणि सात्त्विक. जडत्वाला तामस म्हणतात आणि हालचालीला, कृतिशीलतेला राजस म्हणतात. श्रेष्ठत्वाला, अलौकिकतेला सात्त्विक म्हणतात. या तीन परिमाणांशिवाय कोणतीच प्रत्यक्ष, भौतिक वस्तू अस्तित्वात नाही. एकही अणू विशिष्ट प्रकारची स्थितिशीलता किंवा स्थिरता, ऊर्जा किंवा शक्ती आणि कंपन या तीन परिमाणांपासून मुक्त असू शकत नाही. [१६]

लोकमान्य लिहितात, 'उदाहरणार्थ, आपल्या शरीरामध्ये रज आणि तम गुणांबरोबर सत्त्वाचा पगडा बसला, म्हणजे आपल्या देहात ज्ञान उत्पन्न होऊन खरे काय ते दिसू लागते आणि चित्तवृत्ती शांत होते. त्या वेळी शरीरात रज व तम हे गुण बिलकूल नसतात असे नाही, तर ते दबून गेलेले असल्यामुळे त्यांचा जोर चालत नाही. सत्त्वाऐवजी रजोगुण जर प्रबल झाला, तर मनुष्याच्या शरीरात लोभ जागृत होऊन त्याला हाव उत्पन्न होते व तो अनेक कृत्ये करण्यास प्रवृत्त होतो. तसेच सत्त्व व रज या दोहोंवर तमाचा पगडा बसला म्हणजे निद्रा, आळस, स्मृतिभ्रंश वगैरे दोष शरीरात उत्पन्न होतात.

१६. http://isha.sadhguru.org/blog/yoga-meditation/demystifying-yoga/the-three-gunas-tamas-rajas-and-sattva/

भगवंत भगवद्गीतेत सांगतात,

रजस्तमश्चाभिभूय सत्त्वं भवति भारत ।
रज: सत्त्वं तमश्चैव तम: सत्वं रजस्तथा ।।१०।।

सर्व माणसांमध्ये तीन गुण अखंड एकमेकांवर परिणाम करीत असतात. कधी सत्त्व रज (वासना) व तम (अज्ञान) या गुणांपेक्षा प्रबल होते. कधी रज सत्त्वाहून वरचढ होते, तर कधी तमोगुण सत्त्व व रज या दोहोंवर मात करतो.
(भगवद्गीता, अध्याय १४, श्लोक १०)

या श्लोकावरील भाष्यात डॉक्टर राधाकृष्णन म्हणतात, 'ग्रीक वैद्यकीय सिद्धान्तानुसार शरीराला अधिक महत्त्व देणाऱ्या शरीरक्रियाविज्ञानात माणसांचे वर्गीकरण शरीरातील रसांवर आधारित केले जाते. (तो सिद्धान्त 'ह्युमर थिअरी' या नावाने ओळखला जातो) त्यानुसार जो रस जास्त प्रमाणात असेल, त्यानुसार माणसांच्या वृत्तीचे चार प्रकार सांगितलेले आहेत : एक - आशावादी, उत्साही, सकारात्मक. दोन - सुस्त, आळशी, नकारात्मक. तीन - चिडखोर, रागीट आणि चार - निराश, दुबळी. हिंदू विज्ञान शरीराइतकेच मानसिक वृत्तींनाही महत्त्व देते. त्यातील 'सात्त्विक' मनोवृत्तीचा माणूस ज्ञानार्थी असतो, तेजाचा साधक असतो. राजस स्वभावाचा माणूस नेहमी अस्वस्थ, भौतिक सुखांचा इच्छुक असतो. सात्त्विक माणूस शांतपणे, मोकळ्या मनाने आणि निरपेक्ष भावनेने कृती करतो. राजस माणूस शांत बसू शकत नाही, त्याला सतत कृतिशील राहायचे असते आणि त्याच्या कृती स्वार्थीपणाकडे झुकलेल्या असतात. तामस गुणांचे आधिपत्य असलेला माणूस सुस्त, निष्क्रीय असतो. त्याचे मन अंधारलेले आणि गोंधळलेले असते आणि त्याचे संपूर्ण आयुष्य सभोवतालच्या परिस्थितीच्या आधीन असते.'[१७]

एक कालातीत असे क्षेत्र असते जेथे सर्व जण आणि सर्व काही एकमेकांशी जोडलेले, संलग्न असतात, तेथे विलगता नसतेच. मूलभूतरीत्या आपल्या सर्वांच्यात एकच ऊर्जा असते, एकच शक्ती वास करून असते. शारीरिकदृष्ट्या वा भौतिकदृष्ट्या फक्त आपण एकमेकांपासून अलग असतो. तेच निराळेपण जर ऊर्जेच्या, शक्तीच्या पातळीवर नेले गेले, इतर सजीवांवर वर्चस्व प्रस्थापित करण्याचे, त्यांच्यावर नियंत्रण ठेवण्याचे प्रयत्न केले गेले, तर ती ऊर्जाव्यवस्था भंग पावते. त्यात त्या प्रयत्नांनी उलथापालथ होते आणि ती विस्कळित झालेली व्यवस्था वैरभाव आणि त्यातून कलह निर्माण करते. त्याची मजल हिंसक संघर्षापर्यंत पोहोचते. हे जे दृश्य स्वरूपात समोर असते, जे इंद्रियगोचर असते, त्याला 'व्यक्त' अशी संज्ञा वापरतात आणि जे समोर नसते पण असते, नजिक

---

१७. एस. राधाकृष्णन, 'द भगवद्गीता', हार्पर कॉलिन्स पब्लिशर्स, इंडिया, २०१४, पान ३७७.

असते, त्याला 'अव्यक्त' म्हणतात. या व्यक्त-अव्यक्ताचे ज्ञान म्हणजे जीवनज्ञान होय. युनायटेड नेशन्सचे दुसरे सेक्रेटरी जनरल, स्विडीश राजनीतिज्ञ डॅग हॅमरशुल्ड (१९०५-१९६१) यांनी सडेतोडपणे म्हटले आहे, 'हे तुमचे जीवन जगण्यालायक बनवणारा जो जीवनहेतू आहे त्याच्या मार्गावरील एक उघड असे, छोटसे, भावनाशील न होता तटस्थपणे उचलायचे पाऊल हे आहे, की माणसाच्या शरीराने त्याला लवकरच भेटायला येणाऱ्या मृत्यूशी मित्रत्त्व साधले पाहिजे.'[१८]

आपल्यासमोर दिसणाऱ्या मर्यादित जगाचा अनुभव घेताना, त्याच्या परे, पलीकडे असणाऱ्या अमर्याद परंतु प्रतीत होणाऱ्या अदृश्य विश्वाचा संदर्भ सतत मनाशी जपणे ही एक फार महान अशी कला आहे आणि ते एक अवघड असे कौशल्यही आहे. असे अनेक द्रष्टे, ज्ञानी होऊन गेले आहेत, ज्यांनी ही कला आत्मसात केली होती. त्यांना वर्तमानात भविष्याच्या सावल्या डोकावलेल्या दिसल्या होत्या आणि त्यांनी त्या सावल्यांना, त्या अदृश्य शक्तींना दूर ठेवून समोरची परिस्थिती कौशल्याने हाताळली होती. ब्रिटिश लेखक होरस गंड्री अलेक्झांडर (१८८९-१९८९) सांगतो ते अगदी खरे आहे, 'काही सजीवांच्या डोळ्यांना दिसणाऱ्या कृती वा क्रिया आणि त्यांच्या नियोजित कृती वा क्रिया यांतील फरक जाणून घेणे आणि त्या खऱ्या क्रिया ओळखणे हे फार कठीण काम आहे; कारण त्या जेथे घडतात, त्या अचल अवकाशातील काहीच आपल्या ज्ञानेंद्रियांच्या कक्षेत येत नाही. पण तरीही ते अशक्य मात्र नाही. कारण आपल्याला इंद्रियगोचर कृतींमधूनच त्यांच्या खऱ्या, नियोजित कृतींमागील कारणे व त्यांचे परिणाम काही प्रमाणात समजू शकतात.'[१९]

लोकमान्य लिहितात, 'साम्यावस्थेत असणारी ही मूळ प्रकृती अव्यक्त म्हणजे इंद्रियांना गोचर न होणारी असून तिच्यातील सत्त्व, रज व तम या तीन गुणांच्या अन्योन्य झटापटीने उत्पन्न होणारे जे अनेक पदार्थ आपल्याला इंद्रियगोचर होतात, म्हणजे ते आपण पाहतो, ऐकतो, चाखतो, वास घेतो अगर स्पर्श करतो, त्यांस 'व्यक्त' असे (सांख्यशास्त्रात) नाव आहे. व्यक्त म्हणजे इंद्रियांस स्पष्ट गोचर होणारे पदार्थ; मग ते त्याच्या आकृतीमुळे व्यक्त होवोत किंवा रूपामुळे, वासामुळे, अगर दुसऱ्या कोणत्या गुणांनी व्यक्त होवोत. व्यक्त होणारे पदार्थ अनेक असून त्यांपैकी झाडे, दगड वगैरे काही स्थूल तर मन, बुद्धी, आकाश वगैरे काही इंद्रियांस गोचर होणारे म्हणजे व्यक्त असले तरी 'सूक्ष्म' आहेत. या ठिकाणी सूक्ष्म म्हणजे लहान असा अर्थ नाही; कारण आकाश सूक्ष्म असून सर्व जग व्यापून राहिले आहे.'

---

१८. डॅग हॅमरशुल्ड सेक्रेटरी जनरल ऑफ युनायटेड नेशन्स या पदावर असताना त्यांनी 'मार्किंग्ज्' या नावाच्या डायरीत त्यांचे विचार, कविता लिहून ठेवल्या. (ते पुस्तकरूपाने १९६४ मध्ये प्रसिद्ध झाले) त्यातील १९५७ मधील ही नोंद आहे.

१९. ए. विंटरबर्न, 'द आयडियल अ‍ॅन्ड द रियल : ॲन आउटलाईन ऑफ कॅन्ट्स थिअरी ऑफ स्पेस, टाइम अ‍ॅण्ड मॅथेमॅटिकल कन्स्ट्रक्शन', स्प्रिंगर सायन्स अ‍ॅण्ड बिझिनेस मीडिया, २०१२, पान ४.

अमेरिकन तत्त्वज्ञ विल्यम जेम्स (१८४२-१९१०) त्याच्या 'द व्हरायटीज् ऑफ रिलिजिअस एक्सपीरियन्स' या पुस्तकात 'कोणत्यातरी सूक्ष्माची जाणीव' असे शब्द वापरतो. तो म्हणतो, 'सध्याचे मानसशास्त्र माणसामध्ये सभोवतालच्या वास्तवाची, सत्यतेची जाणीव करून देणाऱ्या काही खास, विशेष अशा संवेदनांची नोंद घेते; परंतु त्याच्यापेक्षाही खोल अशा काही आंतरिक जाणिवा माणसामध्ये असतात, ज्या माणसाला तशा 'कोणत्यातरी सूक्ष्माची जाणीव' करून देणाऱ्या असतात.'

एखाद्या शास्त्रीय प्रयोगात एखाद्या गोष्टीचे कारण सापडले नाही म्हणून काही कार्यकारणभावाचा नियम अवैध ठरत नाही. एखाद्या घडत असलेल्या गोष्टीची नोंद ठेवली नाही, म्हणून काही ती गोष्ट घडलीच नाही असे होत नाही हे अनेक डॉक्टर्स आणि रोगी यांनाही माहीत असते. लक्षात न आलेला कर्करोग शरीरात फैलायचा थांबत नाही किंवा त्याची गंभीरताही कमी होत नाही.

आपल्याभोवती कितीतरी अदृश्य शक्ती असतात. विद्युतशक्तीचेच उदाहरण घ्या. आजचे आधुनिक जीवन प्रामुख्याने याच शक्तीवर चालते. परंतु अगदी विद्युत उपकरणे व साधने हाताळणाऱ्या माणसालासुद्धा ती शक्ती काही डोळ्यांनी पाहता येत नाही, त्याला काही ती दिसत नाही. तो तिला स्पर्शही करू शकत नाही. ती कडक आहे की मऊ आहे हे समजत नाही, त्याला तिचे वजनही जाणवत नाही. आपल्या कोणत्याच ज्ञानेंद्रियाला वायरमधून ती विद्युतशक्ती वाहत असताना काही संवेदना जाणवत नाही. विद्युतचुंबकीय लहरींचेही तसेच आहे. त्या सर्वत्र असतात; पण कोणीच त्या पाहू शकत नाही. आपले मोबाईल फोन्स उंच उंच मनोऱ्यांना जोडलेले असतात; पण ते कसे ते काही आपल्याला दिसत नाही. प्रकाशाचे अस्तित्वसुद्धा त्यामुळे एखादा पृष्ठभाग प्रकाशित झाल्याशिवाय आपल्याला जाणवत नाहीच.

लोकमान्य लिहितात, '(सर्व पदार्थांचे मूळ द्रव्य जी) प्रकृती जर कोणत्याही इंद्रियाला कळत नाही तर ती आहे यास पुरावा काय असा येथे प्रश्न निघतो. पण अनेक व्यक्त पदार्थांच्या अवलोकनावरून सत्कार्यवादाप्रमाणे त्या सर्वांचे मूळरूप इन्द्रियांना प्रत्यक्ष न भासले तरी सूक्ष्म रूपाने अस्तित्वात असलेच पाहिजे असे अनुमानाने सिद्ध होते, असे सांख्यांचे या प्रश्नास उत्तर आहे. आणि वेदान्त्यांनी ब्रह्माचे अस्तित्व सिद्ध करण्यास हाच कोटिक्रम स्वीकारला आहे.'

'माझे जीवन इतरांसाठी आहे' असे केवळ म्हणण्याने माणूस निस्वार्थी बनत नाही. स्वार्थाचा ऱ्हास होण्यासाठी सर्व इच्छा, वासना यांचा त्याग करावा लागतो, आणि ते ईश्वराचे पूजन, त्याची भक्ती केल्याखेरीज साध्य होत नाही. म्हणूनच ज्याला निस्वार्थीपणे लोकांचे संघटन करण्याचे काम करायचे असेल, त्याने प्रथम ईश्वराचे छत्र संपादन केले पाहिजे. आणि त्याने हेही कधी विसरून चालणार नाही, की ईश्वर अन्यत्र कोठेही नसतो, तो सर्व भूतांमध्ये वसणाऱ्या आत्म्यामध्ये स्थित असतो.[२०]

या ठिकाणी लोकमान्य सतराव्या शतकातील संतकवी स्वामी श्री समर्थ रामदास स्वामी (१६०८-१६८१) यांचे वचन उद्धृत करतात. रामदास स्वामींच्या काळात भारत देश परकीयांच्या सत्तेचे संकटही सहन करत होता आणि नैतिकतेच्या अध:पाताचेही. अशा काळात संताच्या एकान्तवासातील जीवनाचा अव्हेर करून रामदास स्वामींनी लोकांची आणि त्यांच्या संततीचीही त्या तिरस्करणीय स्थितीतून सुटका करून त्यांचे भविष्य सुकर करण्याचे आव्हान स्वीकारले आणि नैतिक अध:पतन, दारिद्र्य, व्यसनाधीनता यामुळे लोकांना घेरलेल्या दु:खांचे शमन करण्याच्या हेतूने लोकांच्या सेवेचे व्रत घेतले. एवढेच

२०. सद्गुरू श्री समर्थ रामदास स्वामी महाराज, दासबोध, http://www.sadgurubhagwanshreedharswamimaharaj.com/dasbodh.pdf.
समर्थ रामदास हे महाराष्ट्रातील सतराव्या शतकातील एक थोर संत व कवी होते. ते त्यांच्या अद्वैत वेदान्त सांगणाऱ्या 'दासबोध' या अभंगरूपातील ग्रंथामुळे कायम स्मरणात राहिले आहेत.

नव्हे, तर छत्रपती शिवाजी महाराज यांना शिष्य म्हणून स्वीकारून त्यांना रामदासांनी राज्यकारभाराचे, जनतेच्या कल्याणाचेही धडे दिले. अशा रीतीने त्या आधीची हजार वर्षे बुद्धिमान, तेजस्वी भारतीयांनी सर्वसंगपरित्याग करून संन्यास घेण्याच्या रूढ झालेल्या पद्धतीला, देशातील लहानशा भागात का होईना, बऱ्याचशा प्रमाणात आळा बसला आणि एक उत्तम, आदर्श असा शासकही लाभला. समर्थ रामदासांनी लोकांच्यात ईश्वर पाहिला आणि त्यांचीच, भक्त ईश्वराची करतो तशी त्यांनी लोकांचीच, सेवा केली. त्यांच्या 'दासबोध' या ग्रंथात ते म्हणतात,

जिकडे पाहावें तिकडे अपार । कोणेकडे नाहीं पार ।
येकजिनसी स्वतंत्र । दुसरें नाही ।।३।।

कोणत्याही दिशेला पाहिले, तरी निरंतर, अपार अशा प्रकृतीचेच दर्शन घडते, तिच्या पलीकडे अन्य काहीच नाही. सर्वांपासून मुक्त, स्वतंत्र, सर्वत्र असलेला असा जो विश्वाचा निर्माता आहे त्यानेच सर्व काही निर्माण केले आहे. त्या एकमेव निर्मात्याखेरीज अन्य कोणीच नाही. (२०.२.३)

रामदासांच्या श्लोकातून लोकमान्य सर्वव्यापी व्यक्त व भविष्यात व्यक्त होणारे अव्यक्त यांमधील संबंध समजावून सांगतात. सभोवतालच्या मोडकळीला आलेल्या, वंचित हिंदू समाजाचा विनाश समर्थ रामदासांना दिसत होता आणि त्यामुळेच त्यांनी उच्च पातळीवरील तत्त्वज्ञानाचा उपदेश न करता त्यांच्या शासक शिष्यामार्फत राज्यव्यवस्थेचा योग्य उपयोग करून दारिद्र्यात जीवन कंठणाऱ्या लोकांच्या सेवाभावाचे व्रत अंगिकारले. लोकमान्य लिहितात, 'सूक्ष्म आणि स्थूल, व्यक्त आणि अव्यक्त यांचे याप्रमाणे अर्थ केल्यावर सृष्टीच्या मूळारंभी प्रत्येक पदार्थ सूक्ष्म पण अव्यक्त प्रकृतीच्या रूपाचा असून, नंतर तो (सूक्ष्म असो वा स्थूल असो) व्यक्त म्हणजे इंद्रियगोचर होतो आणि प्रलयकाळी या व्यक्त स्वरूपाचा नाश झाला म्हणजे पुन्हा अव्यक्त प्रकृतीत मिसळून जाऊन तो अव्यक्त बनतो.'

ही अव्यक्ताची संकल्पना भगवंतांनी स्वतःच भगवद्गीतेत साररूपाने सांगितली आहे :

अव्यक्तादीनि भूतानि व्यक्तमध्यानि भारत ।
अव्यक्तनिधनान्येव तत्र का परिदेवना ।।२८।।

भगवंत अर्जुनाला सर्व निर्मितीतील निरंतर बदलाविषयी सांगतात. सर्व भूते आरंभी अव्यक्त, मध्यंतरी व्यक्त आणि पुन्हा मरणसमयी, अंतसमयी अव्यक्त स्थितीतच जातात, अशी सर्वांचीच स्थिती असल्यामुळे, हे अर्जुना, त्याविषयी शोक करण्याचे कारण नाही. (भगवद्गीता, अध्याय २, श्लोक २८)

एकनाथ ईश्वरन म्हणतात, 'द्रष्टे विद्वान आपल्याला सांगतात की बाह्य रूपाकडे लक्ष देऊ नका, आत काय आहे ते पहा, त्याचा विचार करा. मी जेव्हा समोरच्या माणसांकडे पाहतो, तेव्हा मला त्यांच्या डोळ्यांत पाहायला आवडते. ते डोळे त्यांच्या आतील गाभा दाखवणाऱ्या खिडक्या असतात. तो गाभा म्हणजे परमात्मा असतो. आपण जसजसे आत्म्याच्या अस्तित्वाविषयी जागरूक होतो, तसतसे आपल्याला समोरच्याच्या डोळ्यांमधून त्याच्या अंतरात वास करणाऱ्या प्रेमस्वरूप भगवंताचे दर्शन घडते.'[२१]

अव्यक्ताद् व्यक्तय: सर्वा: प्रभवन्त्यहरागमे ।
रात्र्यागमे प्रलीयन्ते तत्रैवाव्यक्तसंज्ञके ।।१८।।

ब्रह्मदेवाचा दिवस सुरू झाला की सर्व पदार्थ अव्यक्त रूपातून व्यक्त रूपात प्रवेश करतात आणि त्याची रात्र सुरू झाली की पुन्हा त्या अव्यक्तात विलीन होऊन जातात, लय पावतात. (भगवद्गीता, अध्याय ८, श्लोक १८)

एकनाथ ईश्वरन हा श्लोक समजावून सांगताना म्हणतात, 'ही एक फार व्यक्तिगत संकल्पना आहे. जसे आपण सगळेच झोपेतून जागे झालो की आपले सभोवताल दृश्यमान होते, तसेच विश्वनिर्माता परमेश्वर जागा झाला की नावांचे, रूपांचे विश्व अवतरते, निर्मितीची प्रक्रिया सुरू होते. प्रकृती साकारते, ऊर्जा उत्पन्न होते. काळ, अवकाश अस्तित्वात येतात आणि उत्क्रांतीचे चक्र सुरू होते. हिंदू धर्मग्रंथ आपल्याला सांगतात की काही काळानंतर ब्रह्मदेव या विश्वाच्या खेळाला कंटाळतो आणि एक डुलकी घ्यायचा विचार करतो. आपण जेव्हा अशी एक छोटीशी झोप घेतो, तेव्हा तेवढा काळ आपल्यालाही बाह्यजगाचे भान नसते, ते आपल्या जाणीवेतून तेवढा काळ पुसले जाते. तसा विश्वनिर्माता त्याच्या 'अनंत' नागावर जरासा पहुडतो आणि विश्व, प्रकृती झाडाच्या बीजातून अंकुरण्यापूर्वीच्या सुप्तावस्थेत जातात. हा अनादिकालीन समतोल ही ब्रह्मदेवाची रात्र असते ज्या वेळी सर्व सृष्टी, प्रकृती विरघळून तिच्या मूळच्या अव्यक्त स्थितीत जाते.'[२२]

अशा रीतीने व्यक्त व अव्यक्त यांची नाळ कायम जोडलेली असते. जो बदलणारा, विकारी असतो तो आणि न बदलणारा अविकारी यांच्यात फरक असतो. परमेश्वर चिरंतन असतो आणि कोणतीही बाह्य शक्ती त्यावर परिणाम करत नाही हे सर्व समजावून सांगितल्यावर, पाश्चिमात्य तत्त्वज्ञानात ज्याला 'डॉक्ट्रिन ऑफ डिव्हाइन इम्युटॅबिलिटी'

---

२१. एकनाथ ईश्वरन, द भगवद्गीता फॉर डेली लिव्हिंग - खंड १, जयको पब्लिशिंग हाउस, भारत, २००७, पृ. ७९

२२. एकनाथ ईश्वरन, द भगवद्गीता फॉर डेली लिव्हिंग - खंड २, जयको पब्लिशिंग हाउस, भारत, २००७, पृ. ११७-११८

म्हणतात ते लोकमान्य या शब्दांत सांगतात, 'या अव्यक्त प्रकृतीलाच 'अक्षर' आणि प्रकृतीपासून उत्पन्न होणाऱ्या सर्व पदार्थांस 'क्षर' अशा सांख्यांच्या दुसऱ्या संज्ञा आहेत. क्षर म्हणजे अजिबात नाश होणारे असा अर्थ घ्यायचा नसून फक्त व्यक्त स्वरूपाचा नाश एवढाच अर्थ या ठिकाणी विवक्षित आहे. प्रधान (मूलभूत), गुणक्षोभिणी (त्रिगुणांनी चेतवली जाणारी), बहुधानक (अनेक बीजांची) आणि हिच्यापासून सर्व पदार्थ प्रसव पावतात किंवा उत्पन्न होतात म्हणून प्रसवधर्मिणी अशी दुसरीही नावे प्रकृतीस आहेत.'

कोणत्याही माणसाचा वैयक्तिक अनुभव या सिद्धान्तांनी सीमित झालेला नसतो, तो भौतिक जगाच्या, काळाच्याही मर्यादा ओलांडतो. कोणत्याही पदार्थाची किंवा वस्तूची आकृती, तिचा आकार, तिचे आकारमान, तिच्या हालचाली, तिची गती, तिचे तापमान - गार, गरम, या गोष्टींच्या बाबतीतल्या प्रत्येक माणसाच्या संवेदना या त्या वस्तूच्या खऱ्या, प्रत्यक्षातल्या गुणधर्मांवर अवलंबून असतीलच असे मुळीच नाही. प्रत्येक व्यक्त पदार्थ हा कोणत्या तरी अव्यक्ताचे रूपांतर असते - कोश नाहीसा होतो आणि फुलपाखरू जन्माला येते. जे अल्पजीवी, अगदी क्षणभंगुर असते ते कोणत्या तरी अक्षय, अनंताच्या कालौघातील क्षण असतात. दृष्टीस न पडलेले वास्तव, अदृश्य शक्तीकडून नियंत्रित होणारे दृश्य जग, निघून गेलेल्या, दृष्टीआड झालेल्या भूतकाळाचे फलित आणि अजून दृष्टीपथात न आलेल्या भविष्याचा अग्रेसर असा वर्तमान - या सर्व गोष्टी या काही गुंतागुंतीच्या समस्या नाहीत. अगदी साधे, उघड असे सत्य आहेत. चिरंतन, अविकारी असा परमात्मा सर्वत्र आहे पण तो दिसत मात्र नाही. प्रकृतीची जी विविध रूपे दिसतात त्यांचे अस्तित्व निरुद्देश नाही, वस्तुनिष्ठ आहे, हेतुपूर्ण आहे आणि या सृष्टीचा सर्व कारभार हा त्याच परमात्म्याच्या अमोघ शक्तीचा जागता पुरावा आहे. ऑस्ट्रिया येथे जन्मलेला इस्राइली-ज्युइश तत्त्वज्ञ मार्टिन ब्युबर (१८७८-१९६५) याचे एक लक्षवेधी विधान आहे, 'कोणताच माणूस माणसांना ओलांडून परमेश्वरापर्यंत पोहोचू शकत नाही. त्याची निर्मिती ही माणूस होण्यासाठीच झालेली आहे.'[२३]

माणसाला कल्पनाशक्तीची अनोखी देणगी आहे, अदृश्याचे, अगोचराचेही आकलन करून घेण्याची शक्ती आहे. प्रकृतीचा भेद करून परमात्म्यापर्यंत पोचण्याची क्षमता आहे. लोकमान्य लिहितात, 'प्रधान (मूलभूत), गुणक्षोभिणी (त्रिगुणांनी चेतवली जाणारी), बहुधानक (अनेक बीजांची), आणि हिच्यापासून सर्व पदार्थ प्रसव पावतात किंवा उत्पन्न होतात म्हणून प्रसवधर्मिणी अशी दुसरीही नावे प्रकृतीस आहेत. सर्व सृष्टीतील पदार्थांचे मुख्य मूळ म्हणून प्रधान, त्रिगुणाची साम्यावस्था स्वतःच मोडते म्हणून गुणक्षोभिणी, गुणत्रयरूपी पदार्थभेदांची बीजे तीत आहेत म्हणून बहुधानक आणि हिच्यापासून सर्व पदार्थ प्रसव पावतात किंवा उत्पन्न होतात म्हणून प्रसवधर्मिणी ही नावे प्रकृतीस देत असतात. या प्रकृतीसच वेदान्तशास्त्रात 'माया' म्हणजे मायिक देखावा असे म्हटले आहे.'

---

२३. मॉरिस फ्रीडमन, मार्टिन ब्युबर अँण्ड द ह्युमन सीरीज, स्टेट युनिव्हर्सिटी ऑफ न्यू यॉर्क प्रेस, न्यू यॉर्क, युएसए, १९९६, पृ. ९७

मन, चित्त, अहंकार आणि विशेषत्वाने आत्मा असे अगोचर अवयव माणसामध्ये असतात याला पुरावा काय आहे? स्वामी ज्ञानेश्वर असे सांगतात, 'मनाची चार 'कार्यें' ही जीवनाच्या बाह्यमार्गावर चाललेल्या चक्राचे आरे आहेत, चक्र फिरते तेव्हा ते आरेही फिरतात. परंतु मध्यभागी असलेला तुंबा मात्र माणसाच्या अंतरातील आत्मा जसा अचल असतो तसा स्थिर राहतो. तो तुंबाच खरे म्हणजे चक्राला फिरण्यासाठी लागणारी शक्ती, गती पुरवत असतो; पण तो शक्तिदाता स्वतः मात्र हलत नाही. या तुंब्यासारख्या स्थिर आत्म्याविषयी ज्ञान मिळवायचे असेल, तर त्या चार आऱ्यांच्या मार्गाने त्याच्यापर्यंत पोहोचावे लागते. आणि त्या चार 'कार्यां'च्या आऱ्यांच्या गतीचे साक्षीदार बनायचे असेल, तर आत्मस्वरूपी तुंब्यासारखी दुसरी मोक्याची जागा नाही. योगा किंवा ध्यानधारणा यांच्या साहाय्याने जो या केंद्रबिंदूशी परिचित होतो त्याला आत्मज्ञानही होते.'[२४] ही आत्मज्ञानाची प्रक्रिया अशी आहे की कधीकधी अगदी अनभिज्ञही तिचा सहजपणे अनुभव घेतो आणि अत्यंत बुद्धिमान मात्र ते ग्रहण करू शकत नाही.

या बाबतीत लोकमान्य त्यांचे समकालीन जर्मन जीवशास्त्रज्ञ (सृष्टिशास्त्रज्ञ) अर्न्स्ट हेकेल यांचे मत सांगतात, 'मन, बुद्धी, अहंकार आणि आत्मा हे सर्व शारीरधर्म आहेत,' आणि पुढे म्हणतात, 'मनुष्याचे डोक्यातील मेंदू बिघडला म्हणजे त्याची स्मरणशक्तीच नाहीशी होते आणि त्याला वेडही लागते. तसेच डोक्यावर टोला पडून मेंदूचा एखादा भाग बधीर झाला तरीदेखील त्या भागाची मानसिक शक्ती नाहीशी होते. सारांश, मनोधर्म हे जडाचेच गुण आहेत, जडापासून त्यांना कधीहि वेगळे करता येत नाही. अतः मस्तकातील मेंदूबरोबरच मनोधर्म व आत्मा ही 'व्यक्त' या सदरातच घातली पाहिजेत. याप्रमाणे व्यवस्था केली म्हणजे अव्यक्त व जड प्रकृती हीच काय ती अखेरीस शिल्लक राहते; कारण सर्व व्यक्त पदार्थ या मूळच्या अव्यक्तापासूनच निर्माण झालेले आहेत.'

जड पदार्थामध्ये सजगता शोषली जाण्याच्या प्रक्रियेची पुनर्व्याख्या करत लोकमान्यांनी आत्मन आणि इतर मनोआत्मिक अवयवांना प्रकृतीचा एक भाग मानले. भौतिक तत्त्वज्ञांनी मांडलेल्या निरीक्षणांचे वर्णन त्यांनी भ्रम असे केले आणि सजगतेच्या वस्तुमानाशी, म्हणजेच मन, शरीर आणि बाह्य जगताशी चाललेल्या अंतर्खेळाला एक शाश्वत प्रक्रिया म्हणून वर्णिले. सजगतेचीच रूपे असलेले मानस, बुद्धी आणि चित्त एका क्षणासाठीही त्यापासून विलग होत नाहीत.

विचार, स्पर्शज्ञान आणि जाणीव या मानसिक प्रक्रिया ही अर्थातच मन, शरीर आणि बाह्य जगताची प्रकटीकरणे आहेत. मन, शरीर आणि बाह्य जगातील वस्तू मन आणि शरीराच्या बाहेर आणि स्वतंत्र वाटल्या, तरी बाह्य जगतातील घडामोडी दुसऱ्या काही नसून आंतरिक स्तरावर पूर्वस्थित असलेल्या सजगतेचीच प्रतिके असतात. जर्मन धर्मशास्त्रवेत्ता मेइस्टर एकहार्ट (१२६०-१३२८) याने एक सुंदर विधान केले आहे, 'मी ज्या डोळ्यांनी परमेश्वराला पाहतो, त्याच डोळ्यांनी तो परमेश्वरही मला पाहत असतो.

---

२४. http://www.swamij.com/fourfunctionsmind.htm#chitta

माझे डोळे आणि परमेश्वराचे डोळे एकच आहेत, आमची दृष्टी एकच आहे, पाहणे एकच आहे, जाणणे एकच आहे आणि आमच्यामधले प्रेमही एकच आहे.'[२५]

लोकमान्य म्हणतात, 'प्रकृतीखेरीज जगाचा कर्ता अगर उत्पादक दुसरा कोणीही नाही, मूळ प्रकृतीची शक्ती वाढता वाढताच तिला चैतन्य किंवा आत्मा हे रूप आलेले आहे. या मूळ प्रकृतीचे सत्कार्यवादासारखे कायदे अगर नियम ठरलेले आहेत आणि त्याप्रमाणे सर्व जग व त्या बरोबरच मनुष्यही कैद्यासारखा वागत आहे... (आत्मा म्हणून पदार्थ नाही, इतकेच नव्हे तर तो अविनाशी नाही आणि स्वतंत्रही नाही;) मग मोक्ष कोठून मिळणार?'

आपल्याला जसे आपल्या ज्ञानेंद्रियांनी जगाचे गूढ उकलता येत नाही, तसेच प्रयोगशील विज्ञानाचेही होते. त्या विज्ञानाची कक्षा बहुतेक करून जे प्रत्यक्ष दिसते, ज्याचे परीक्षण करता येते, ज्याची नोंद करता येते त्या गोष्टींपुरतीच मर्यादित असते. अतींद्रिय शक्तींचा वापर या विज्ञानात होत नाही. अर्थात याला अल्बर्ट आइनस्टाईनसारखा एखादा अपवाद असू शकतो, ज्याने या घटनासापेक्ष ज्ञानाच्या कक्षा ओलांडायचा प्रयत्न केला. त्याने अगदी सरळच सांगून टाकले, 'ज्याचा भेद करता येत नाही, प्रकांड पांडित्य किंवा तर्क जेथे तोकडा पडतो, ते तेजस्वी सौंदर्य अनुभवायला खरी, सखोल अशी धार्मिक वृत्ती, नितांत श्रद्धा असावी लागते आणि या एका बाबतीत तरी मी पूर्णपणे धार्मिक आणि श्रद्धाळू आहे.'[२६] मार्टिन ब्युबरने हे निराळ्या शब्दांत सांगितले आहे, 'खुद्द प्रवासीही ज्याविषयी अनभिज्ञ असतो अशी काही गूढ ठिकाणे सर्वच प्रवासांमध्ये येतच असतात.'

लोकमान्य अखेरीस निष्कर्ष मांडतात, 'हे अद्वैत जडमूलक म्हणजे एका जड प्रकृतीतच सर्व गोष्टींचा समावेश करणारे असल्यामुळे आम्ही त्यास 'जडाद्वैत' किंवा 'आधिभौतिकशास्त्राद्वैत म्हणतो.' सजगता ही दैवी असल्याने, आणि हा जड विश्वाशी संबंधित विषय असल्याने, ती कधीच विवाद्य ठरत नाही. याखेरीज, विषय आणि वस्तू हे दोन्हीही कधीही समान असू शकत नाहीत. याचाच अर्थ असा की, अनवधानाच्या अंधाराशी संबंधित सर्व घटक जड आहेत. 'मन, बुद्धी, अहंकार हे पंचभूतात्मक जड प्रकृतीचेच धर्म आहेत' हे सांख्यशास्त्राचे म्हणणे लोकमान्य अमान्य करतात. सांख्यशास्त्र पुढे सांगते की 'अव्यक्त प्रकृतीपासूनच पुढे क्रमाक्रमाने बुद्धी, अहंकार वगैरे गुण उत्पन्न होतात.' 'जड प्रकृतीपासून चैतन्य उत्पन्न होणे शक्य नाही, इतकेच नव्हे तर कोणीही झाला तरी तो आपल्याच खांद्यावर ज्याप्रमाणे बसू शकत नाही त्याप्रमाणे प्रकृतीला जाणणारा किंवा पाहणारा प्रकृतीहून भिन्न असल्याखेरीज 'मी अमुक जाणतो' ही भाषा प्रचारात येऊ शकत नाही; आणि सृष्टीव्यवहार पाहिला तर मी जे जाणतो किंवा पाहतो ते माझ्याहून भिन्न आहे असाच सर्वांचा अनुभव आहे.

---

२५. https://cac.org/meister-eckhart-part-ii-2015-07-16/

२६. http://www.spaceandmotion.com/albert-einstein-god-religion-theology.htm

म्हणून ज्ञाता व ज्ञेय, पाहणारा व पाहण्याची वस्तू, किंवा प्रकृतीचा पाहणारा व जड प्रकृती हे दोन पदार्थ मुळातच भिन्नभिन्न आहेत असा सिद्धान्त करणे भाग पडते असे सांख्यांनी ठरविले.'

भगवद्‌गीता हे सांगते :

प्रकृतिं पुरुषं चैव विद्ध्यनादी उभावपि ।
विकारांश्च गुणांश्चैव विद्धि प्रकृतिसम्भवान् ।।१९।।

भगवंत अर्जुनाला सांगतात की प्रकृती व पुरुष दोघेही अनादी आहेत. पुरुषाला क्लेश देणारे विकार व सुख देणारे (सत्व, रज व तम हे) त्रिगुण प्रकृतीपासूनच उद्‌भवतात. (भगवद्‌गीता, अध्याय १३, श्लोक २०)

गीतेत भगवंत परमेश्वर हीदेखील भगवंतांचीच निर्मिती असल्याचे सांगतात.

दैवी ह्येषा गुणमयी मम माया दुरत्यया ।
मामेव ये प्रपद्यन्ते मायामेतां तरन्ति ते ।।१४।।

भगवंत अर्जुनाला ही गोष्ट उघड करून सांगतात की ही त्रिगुणात्मक माया त्यांनीच निर्माण केली आहे. ती दैवी आहे त्यामुळे जे मर्त्य आहेत त्यांना ती दुस्तर आहे. जे भगवंतांना शरण जातात त्यांनाच तो मायासागर तरून जाता येतो. (भगवद्‌गीता, अध्याय ७, श्लोक १४)

मम योनिर्महद्‌ब्रह्म तस्मिन्गर्भं दधाम्यहम् ।
सम्भवः सर्वभूतानां ततो भवति भारत ।।३।।

महद्‌ब्रह्म म्हणजे प्रकृती ही माझीच योनी असून मी या ठिकाणी गर्भ ठेवतो आणि नंतर त्यापासून सर्व (भूते) सजीव जन्माला येतात. (भगवद्‌गीता, अध्याय १४, श्लोक ३)

डॉक्टर एस. राधाकृष्णन या श्लोकाचा अर्थ सांगताना म्हणतात, 'हा श्लोक हे निश्चितपणे सांगतो की हे संपूर्ण विश्व ही परमेश्वराची निर्मिती आहे. विश्वाचे बीज त्याच्या गर्भात वाढले आहे. या विश्वाचा तो 'हिरण्यगर्भ' आहे, विश्वात्मा आहे. या कल्पनातीत पोकळीतून जे जे काही उत्पन्न होते, त्यांना हा परमेश्वरच आकार देतो. ती बीजे आहेत. तो त्यांना अस्तित्वरहिततेमध्ये परिवर्तित करतो.'[२७]

---

२७. राधाकृष्णन, द भगवद्‌गीता, हार्परकोलिन्स पब्लिशर्स, भारत, २०१४, पृ. ३७२

आत्म्याविषयी श्रीकृष्णांनी 'ममैवांशो जीवलोके' - 'तो माझाच अंश आहे' असे म्हटले आहे. म्हणजेच गीता सांख्यशास्त्राच्याही पुढे गेली आहे.

ममैवांशो जीवलोके जीवभूतः सनातनः ।
मनःषष्ठानीन्द्रियाणि प्रकृतिस्थानि कर्षति ।।७।।

भगवंत स्पष्टपणे हे सांगतात की सर्व जीव हे त्यांचेच अगणित अंश आहेत. ते अल्पजीवी नाहीत, तर सनातन आहेत आणि प्रकृतीत असणाऱ्या मन व पाच सूक्ष्म इंद्रिये यांमध्ये ते अडकलेले असून त्यातून सुटकेसाठी धडपडत आहेत.
(भगवद्गीता, अध्याय १५, श्लोक ७)

भगवद्गीता 'परमेश्वरनिर्मित त्रिगुणात्मक मायेच्या जाळ्यातून जो सिद्धपुरुष बचावतो, त्याला प्रकृती व आत्मा यांच्याही पलीकडे असणाऱ्या परमात्म्याची प्राप्ती होते' हे तत्त्व प्रतिपादन करते, सांख्यशास्त्राचे 'प्रकृती व आत्मा हे भिन्न असतात व आत्मा प्रकृतीच्या सत्त्व, रज, तम या त्रिगुणांच्या पलीकडे असतो' हे तत्त्व मान्य करत नाही. अशा रीतीने सांख्यशास्त्र हे तर्कदृष्ट्या सदोष आहे हे लक्षात येते आणि त्यामुळे ते लोकमान्यांच्या तात्त्विक छाननीस उतरत नाही.

म्हणूनच लोकमान्य लिहितात, 'गीतेमध्ये अनेक ठिकाणी भगवंत सांख्यशास्त्रातील तत्त्वे मान्य करताना, त्यातील भाषा वापरत असताना दिसल्याने, ते त्याच्याशी सहमत आहेत असा एखाद्याचा गैरसमज होण्याची शक्यता आहे. म्हणूनच मी येथे त्या दोहोंतील साम्य व फरक दोन्ही दाखवलेले आहेत.'

लोकमान्य ही गोष्ट ठासून सांगतात की, 'मोक्ष म्हणून पुरुषाला बाहेरून प्राप्त होणारी निराळी अवस्था नाही किंवा पुरुषाच्या स्वाभाविक स्थितीहून भिन्न अशी दुसरी स्थितीही नाही. गवताच्या वरच्या त्वचेहून आतली गाभ्याची कांडी जशी निराळी किंवा पाण्यात असणारा मासा जसा पाण्याहून भिन्न त्याप्रमाणे प्रकृती व पुरुष यांचा संबंध आहे. सामान्य पुरुष प्रकृतीच्या गुणांनी मोह पावून हा भिन्नपणा ओळखत नाहीत व संसाराच्या चक्रात गुंतून राहतात. परंतु हा भिन्नपणा ज्याने जाणला तो मुक्तच आहे. (त्यालाच 'जाणता' किंवा 'कृतकृत्य' असे म्हणतात.)'

परमात्मा हा प्रकृती व आत्मा या दोहोंचा निर्माता आहे. ही निर्मिती म्हणजे निर्मितीक्षम, सर्जनशील शक्तीकडून घडलेली क्रिया आहे. बिग बँग ही काही भौतिक क्रिया नव्हे. ती ईश्वराची निर्मिती, त्याने घडवून आणलेली घटना आहे. प्रसरण अथवा आकुंचन हे विश्वाचे भौतिक गुणधर्म नव्हेत. त्या अनंत अवकाशातील, परमेश्वराच्या मनात साकार झालेल्या क्रिया आहेत. या पुस्तकाचे नववे प्रकरण प्रकृती व पुरुष यांच्या पलीकडील जे सर्वव्यापक, अव्यक्त व अमृत तत्त्व आहे त्याचा विचार करणार आहे.

त्या प्रकरणात वरील फरक अधिक स्पष्ट केला जाईल.

लोकमान्य हे व्यवस्थितरीत्या स्पष्ट करतात की वेदान्तातील अद्वैत हे तत्त्व सांख्यशास्त्रापेक्षा अधिक तर्कशुद्ध पण तरीही सांख्यशास्त्राशी सुसंगत आहे. हेही सिद्ध झालेले आहे की गीतेत सांख्यशास्त्र सामावलेले आहे. ते लिहितात, 'श्री शंकराचार्य यांनी त्यांच्या 'वेदान्तसूत्रभाष्या'त म्हटले आहे की, त्यांना उपनिषदातील 'प्रकृति व पुरुष यांच्या पलीकडे जगाचे परब्रह्मरूपी एकच मूलतत्त्व असून त्यापासून प्रकृतिपुरुषसुद्धा सर्व सृष्टी झालेली आहे' या अद्वैत सिद्धान्तास न सोडता सांख्यांचे बाकीचे सिद्धान्त अग्राह्य नाहीत.'

या प्रकरणात लोकमान्य 'गीतेमधील बोधही दैवी आहे' असे प्रतिपादन करून सांख्यशास्त्रापासून तिचे वेगळेपण सिद्ध करतात. चेतनेला पदार्थामधील आत्मा असे साकार केले जाते आणि आत्म्याला चेतनेचे शरीर. या सर्वातून सामान्य माणूस साहजिकच 'हे सगळे असे का? याचा हेतू तरी काय? विश्वनिर्माता या सर्वांमधून काय साधतो?' असे प्रश्न विचारेल. त्याचे उत्तर सरळ, साधे, पण थोडे आश्चर्यात पाडणारे आहे; कारण ते उत्तर 'काहीच नाही!' असे आहे. हिंदू तत्त्वज्ञानी, विचारवंत या सगळ्याचे वर्णन 'परमेश्वराची लीला' असे करतात. या विश्वनिर्मितीच्या मागे कोणताच विशिष्ट उद्देश जोडला गेलेला नाही.

श्री अरविंद म्हणतात, हे विश्व म्हणजे जर सच्चिदानंदाच्या शक्तीचा साक्षात्कार असेल, तर त्याचे अस्तित्व, त्याचा उद्देश हा केवळ 'परमानंद' एवढाच असू शकतो. 'लीला' या शब्दाचा अर्थच लहन बालकाचे आनंददायी खेळ, त्याचा आनंद, एखाद्या सर्जनशील कवीचा नवनिर्मितीतला आनंद, एखाद्या अभिनेत्याचा, कारागीराचा कलाविष्कारातील आत्मानंद असाच होतो. आत्मिकदृष्ट्या युवावस्थेतील वस्तूंच्या आत्मतत्त्वाचा आनंद, जो कधीही नष्ट होत नाही, स्वनिर्मात्याच्या आशीर्वादातून आणि स्वसादरीकरणाच्या परम इच्छेतून जो स्वतःमधून स्वतःलाच सतत निर्माण व पुनःर्निमाण करत राहतो, तो विश्वनिर्माताच खेळाडू आहे, तोच खेळही आहे आणि हे विश्व हेच त्याचे क्रीडांगण आहे.[२८]

ॐ

२८. राम नाथ शर्मा, श्री अरविंदाज फिलॉसॉफी ऑफ सोशल डेव्हेलपमेंट, नवी दिल्ली, अटलांटिक पब्लिशर्स अँण्ड डिस्ट्रिब्युटर्स, १९९१, पृ. ३९-४०

८

प्रकृतीची टांकसाळ

सृष्टी ही आत्म्याच्या रंगांतच रंगलेली असते.

राल्फ वाल्डो इमर्सन

मृत्यू म्हणजे दिवा विझवणे नव्हे, नव्या दिवसाची पहाट उजळली म्हणून दिवा मालवणे होय.

रवीन्द्रनाथ टागोर

या पृथ्वीतलावर सातशे कोटी लोक राहतात. त्यांचे वंश वेगळे, वर्ण निराळे, समाज भिन्न, संस्कृती विभिन्न. खरोखरच या सातशे कोटींमधला प्रत्येक माणूस निराळा, त्याचे व्यक्तिमत्त्व वेगळे, दृष्टिकोन निराळे, मते निरनिराळी, एकाच गोष्टीबाबतचे अनुभव वेगवेगळे. 'मी' आणि 'तू', 'आम्ही' आणि 'तुम्ही', 'आपण' आणि 'ते' - यातली अंतरे मानवी जीवनाचा अटळ भाग आहेत. आणि हेही अटळ आहे की प्रत्येक माणूस एका कोणत्या तरी गटाशी, समाजाशी, विचारांशी, संस्कृतीशी संलग्न असतो आणि प्रत्येक गटाच्या, समाजाच्या, संस्कृतीच्या काही विभिन्न परंतु विशिष्ट जीवनशैली, विचारपद्धती, चालीरीती, प्रवृत्ती असतात.

प्रत्येकाच्या वैयक्तिक गरजा असतात. प्रत्येकाचा काही निराळा जीवनक्रम असतो, जीवनाचा वेगवेगळा उद्देश असतो. लोक त्यांचे त्यांचे जीवन त्यांच्या त्यांच्या पद्धतीने जगत असतात आणि त्यांच्या सर्व कृतींची जबाबदारीही त्यांचीच असते. त्यामुळे 'माझे-तुझे' खूपच असते. अशा विविधतेने भरलेल्या जगात काही अर्थपूर्ण जाणिवा, संवेदनक्षमता असतील का याचा शोध जर्मनीतील कर्ट कोफ्का (१८८६-१९४१), मॅक्स वेर्थहाइमर (१८८०-१९४३) आणि वुल्फगँग कोहेलर (१८८७-१९६७) या मानसशास्त्रज्ञांनी घेतला. त्यांनी मनाबाबतचे जे संशोधन केले त्याला 'गेस्टाल्ट सायकॉलॉजी' - 'समष्टिवादी मानसशास्त्र' - असे नाव दिले गेले. 'गेस्टाल्ट' या जर्मन शब्दाचा अर्थ 'आकार, रचना' असा होतो. व्यक्तीसमोर असलेले सुटे भाग व्यक्ती स्वत:च्या मनाने एकत्रित करते व त्याचे एकसंघ चित्र तयार करते. या प्रकारचे प्रत्येकाचे संवेदन त्याच्या त्याच्या अनुभवानुसार होते. ते एकसंघ चित्र भागाभागाने होणाऱ्या जाणिवेपेक्षा वा आकलनापेक्षा व्यापक आणि संपन्न असे असते. या तत्त्वावर पुढे फ्रेडरिक पर्ल्स (१८९३-१९७०) याने

मानसोपचाराची एक पद्धतीही बसवली. त्या उपचारपद्धतीचा एक भाग, उपचाराचे साधन म्हणून त्याने एक प्रार्थनाही लिहिली :

मी माझे काम करतो, तू तुझे कर.
मी काही या जगात तुझ्या इच्छेनुसार जगायला बांधील नाही,
आणि तूही माझ्या इच्छेनुसार जगायला बंधील नाहीस.
तू तू आहेस, मी मी आहे;
योगायोगाने आपण एकमेकांना भेटलो तर फारच छान होईल
नाही भेटलो तर - नाईलाज आहे![१]

ही प्रार्थना मानवी स्वभावातील एक लक्षणीय उपरोध - वैधर्म्यातही साधर्म्याचा अनुभव - आणि त्यातील 'तू तू आहेस आणि मी मी आहे' ही पंक्ती मानवी जीवनाचा अविभाज्य भाग असणारे संघर्ष व दु:ख अधोरेखित करतात. याच 'मी' आणि 'तू' यातील अंतराच्या, फरकाच्या जाणिवेतून 'योगायोगाने आपण एकमेकांना भेटलो तर फारच छान होईल' या जगातील जवळिकीच्या शक्यतेच्या वास्तवाचा आपण आनंद घेऊ शकतो.

नवजात बालक हे काही व्यक्तिमत्त्व आपल्याबरोबर घेऊन येत नाही. जगातील आगमनाच्या क्षणाचे साधेपण आणि पूर्णत्व तेवढे त्याच्याबरोबर असते. अमेरिकन मानसशास्त्रज्ञ लुईस जेनेट कापलान (१९२९-२०१२) ही कल्पना फार मार्मिकपणे वर्णन करतो, 'ते बालक जेव्हा मातेची कूस सोडते, जन्माच्या घटकेची अनिश्चितता पार करते, त्या वेळी ते त्याच्या मातेचेच शरीर घेऊन आलेले असते. त्या बालकाच्या दृष्टीने त्याच्यात आणि त्याच्या मातेमध्ये काहीच अंतर नसते, सीमाही नसते. ते दोघे एकच असतात. एकमेकांच्या सुरात सूर मिसळण्यातील, एकमेकांत विलीन होण्यातील स्वर्गीय सुखाचा शोध त्याच वेळी लागतो.'[२] जसजसे मूल मोठे होऊ लागते तसतसा त्याच्या आतील स्वतंत्र आत्मा विकास पावू लागतो. त्याची स्वत:ची ओळख निर्माण होऊ लागते, व्यक्तिमत्त्व घडायला सुरुवात होते.

डॉक्टर ग्लेन पेट व्यक्तिमत्त्वाचे वर्णन असे करतात, 'तुमचे विचार, तुमच्या भावना आणि तुमची वागणूक यांच्या संयोगातून तुमची अशी एक ओळख तयार होते. तुम्हाला आलेली जगाची समज, जगाशी तुमचे निर्माण झालेले नाते, संबंध आणि तुमचा जगाकडे पाहण्याचा आणि त्याहीपेक्षा महत्त्वाचा तुमचा स्वत:विषयीचा दृष्टिकोन या गोष्टींतून तुम्ही

---

१. http://www.gestalt.lv/gestalt-prayer/. या संकेतस्थळावरून १५ सप्टेंबर २०१७ पर्यंत मिळवलेल्या माहितीनुसार.

२. लुईस काप्लान, 'वननेस अ‍ॅन्ड सेपरेटनेस : फ्रॉम इन्फंट टू इंडिव्हिज्युअल', सायमन अ‍ॅण्ड शुस्टर, न्यू यॉर्क, १९७८, पान २८.

घडत असता. बालपणातच व्यक्तिमत्त्व आकार घेऊ लागते आणि वारशात मिळालेल्या वृत्ती, प्रवृत्ती आणि तुमच्या सभोवतालचे वातावरण, परिस्थिती या दोन गोष्टींनी तो आकार बदलत बदलत पक्का होत जातो. तुमच्या पालकांकडून तुमच्यामध्ये लाजाळूपणा, आयुष्याचा आनंद घेण्याची वृत्ती यांसारखे गुण-अवगुण उतरतात. तुम्ही मोठे होत असताना तुमच्या भोवतीचे लोक, घडणाऱ्या घटना, तुमचे तुमच्या कुटुंबीयांबरोबर जुळत जाणारे संबंध या गोष्टीही परिणाम करतात. तुम्हाला तुमच्या पालकांकडून प्रेम, माया मिळते, की तुमचे कठोरपणे हाल केले जातात याही गोष्टी त्यात समाविष्ट असतात.[३]

बालपण संपून पौगंडावस्था व तारुण्य पार करून तुम्ही प्रौढावस्थेत पोहोचता तेव्हा अनेक बाबतींतील इतरांबरोबरची स्पर्धा हा एक घटक व्यक्तिमत्त्वात प्रवेश करतो. ही स्पर्धात्मक वृत्ती असणे वा नसणे आणि तिची तीव्रता, तिची ताकद याही गोष्टी व्यक्तिमत्त्व कणखर वा दुबळे बनण्यात महत्त्वाच्या ठरतात. कार्ल युंगच्या शब्दांत सांगायचे तर 'त्या गोष्टी व्यक्तिमत्त्व विकासाची प्रक्रिया पूर्णत्वास नेतात किंवा थांबवून टाकतात.' कार्ल युंग लिहितो, 'धुक्यासारख्या वेढून टाकणाऱ्या भोवतालच्या समाजाच्या भाऊगर्दीतून वर उठून स्वतः ठरवलेल्या मार्गाने जात राहून आपली स्वतंत्र ओळख निर्माण करायला माणसाला कोण प्रवृत्त करते? त्याला जीवितकार्य म्हणतात, जे माणसाच्या आंतरिक आत्मशक्तीचा, तर्कविसंगत वाटणारा, 'आतला आवाज' असते. तो 'आतला आवाज' त्याला त्याच्या समाजाच्या 'कळपा'च्या 'चाकोरी'तून बाजूला काढून, त्याच्या जीवितकार्याच्या मार्गावर नेतो आणि त्या वेळी तो माणूस त्याला साद घालणाऱ्या त्या आत्म्याच्या आवाजाचेच ऐकतो.'[४]

समाज, सरकार, धर्म, शिक्षण आणि अलीकडच्या काळात अटळ असलेली प्रसारमाध्यमांची गर्दी यांसारखे अनेक बाह्य घटक आणि आपला अंतरात्मा यांचा झगडा सतत सुरूच असतो. या सर्व बाह्यशक्ती निराळेपणा, हक्क, अधिकार यांच्या भ्रामक कल्पना माणसावर, त्याच्या अंतरात्म्यावर लादत असतात. फ्रेंच नवजागरणाच्या काळातील तत्त्वज्ञ मिशेल डि मॉन्टेन (१५३३-१५९२) याने आकर्षक पद्धतीने सांगितले आहे, 'प्रत्येक जण चारही दिशांना धावतो, अदृश्य भविष्यात चाचपडत बसतो; कारण कोणालाच स्वतःच्या अंतरात्म्याला सामोरे जायचे नसते.' अशा संघर्षात आपले वास्तव आणि प्रत्यक्षातले अस्तित्व यात अंतर पडत जाते, आणि त्यामुळे मनस्ताप, आंतरिक असमाधान सहन करावे लागतात. बाह्य जग सहन करावे लागते ते आपल्या आत्म्याला, जगाला आपल्या आत्म्याची काही पर्वा नसते. आपण आपल्या आत्म्याच्या जितके जास्त खोलात शिरतो, तेवढा आपल्याला आपले जीवन घडवणाऱ्या आपल्यातील आत्मबळाचा प्रत्यय येत जातो. त्यातून बाह्य जगातील अनेक गोष्टींशी एकात्मता जुळू लागते आणि

३. टी.ग्लेन पेट, एम.डी., यूएएमएस (युनिव्हर्सिटी ऑफ अर्कान्सास फॉर मेडिकल सायन्सेस) 'हिअर इज टू युअर हेल्थ' या मालिकेचे संचालकही होते. त्या मालिकेच्या १४ सप्टेंबर रोजी प्रक्षेपित झालेल्या 'हाऊ इज युअर पर्सनॅलिटी फॉर्म्ड' नावाच्या कार्यक्रमातून.

४. सी.जी. युंग, 'द डेव्हलपमेंट ऑफ पर्सनॅलिटी', खंड १७, पान १७५.

समानुभूतीची भावना विकसित होऊ लागते. अंतरात्म्याला या विशाल, अफाट जगात नेऊन ठेवून लोकमान्य ज्ञानेश्वर महाराजांनी (१२७५-१२९६) या जगाला - 'प्रकृतीच्या बाजारा'ला - दिलेले 'प्रकृतीची टांकसाळ' हे नामाभिधान उद्धृत करून, 'कोणाही अंतरात्म्याने या बाजारात अडकून न पडता, त्यातून सुटका कशी करून घ्यायची आणि आपले खरे अस्तित्व कसे जपायचे याचा ज्ञानेश्वरांनी सांगितलेला मार्गही दाखवून देतात.

आपले वय वाढत असते तेव्हा खरोखरच आपल्या भोवतालच्या गोष्टी आपल्याला घडवत असतात. आपल्या सहवासात येणारे अथवा आसपास वावरणारे लोक - आपली भावंडे, आईवडील, मित्रपरिवार, शिक्षक, शेजारीपाजारी - आपल्या व्यक्तिमत्त्वाला आकार देत असतात. आपण कुठे राहतो - खेडे, गाव, शहर - याचाही परिणाम होतो. 'मॅन द अननोन' या पुस्तकाचा ख्यातनाम लेखक, फ्रेंच शल्यविशारद आणि वैद्यकीय क्षेत्रातील नोबेल प्राइझ विजेता अलेक्सिस कॅरेल लिहितो, 'माणूस अक्षरशः पृथ्वीवरील मातीतून घडतो. म्हणूनच तो ज्या देशात राहत असेल, त्याच्या भूविज्ञानाचा, तेथील कोणत्या वनस्पती व प्राणी त्याला अन्न पुरवतात त्याचा आणि तो त्यापैकी कोणता शाकाहारी व मांसाहारी आहार निवडतो त्याचाही त्याची शरीरयष्टी आणि त्याच्या शारीरिक आणि मानसिक क्रिया यांवर फार मोठा प्रभाव पडतो.'[५] या सर्वांचा आपल्या विचारपद्धतीवरही परिणाम होतो. ही प्रक्रिया लक्षात घेतली म्हणजे अशा बाह्य गोष्टींचा आपल्या अंतरात्म्यावर पगडा न बसू देण्याच्या निर्धारातून माणसाचा निराळेपणा, त्याचे अपवादात्मक वैशिष्ट्य दिसून येते. परंतु याला एक धोकादायक बाजूही आहे. काही जण बाह्यपरिस्थितीवर विजय मिळवून आपले वैशिष्ट्य कायम ठेवण्याऐवजी स्वतःच्या मनःस्थितीतच परिस्थितीनुरूप बदल करून, काही काल्पनिक गोष्टींचा आधार घेऊन परिस्थितीवर विजय मिळाल्याचे समाधान मिळवतात.

लोकमान्य या प्रकरणात सांख्यशास्त्र व गीतेमध्ये वापरलेली सांख्यशास्त्राधारित तत्त्वे यांच्यातील आणखी फरक दाखवतात. ते लिहितात, 'भगवद्गीतेप्रमाणे प्रकृति आपला संसार चालविण्यास स्वतंत्र नसून ती हे काम परमेश्वराच्या इच्छेने चालवत असते असे म्हटले आहे... परंतु सांख्यशास्त्राप्रमाणे पुरुषाचा संयोग एवढेच निमित्तकारण प्रकृतीच्या संसाराला सुरुवात होण्यास पुरेसे होते... पुरुषाचा व तिचा संयोग झाला म्हणजे तिची टांकसाळ सुरू होते आणि वसंत ऋतूत ज्याप्रमाणे झाडांना पालवी फुटून क्रमाक्रमाने पाने, फुले व फळे येतात, तद्वत प्रकृतीची मूळची साम्यावस्था मोडून तिच्या गुणांचा विस्तार होऊ लागतो. उलटपक्षी वेदसंहितेत, उपनिषदांत व स्मृतिग्रंथांत प्रकृती मूळ न मानता परब्रह्म मूळ मानून त्यापासून प्रथम हिरण्यगर्भ आणि त्या हिरण्यगर्भापासून किंवा सत्यापासून सर्व सृष्टी झाली (हिरण्यगर्भः समवर्तताग्रे भूतस्य जातः पतिरेक आसीत्) असे म्हटले आहे.'

थेट निर्मिती की उत्क्रांती हे 'या जगाचे मूळ काय मानायचे?' या प्रश्नाच्या उत्तराच्या पर्यायांच्या निवडीवर अवलंबून आहे. आपण स्वैच्छिक बुद्धिमत्तेतून (गोल्डन एग) निर्माण झालो आहोत का? की पदार्थांचे अगणित रूपांतरण झाल्याचा निव्वळ एक

५. अलेक्सिस कॅरल, 'मॅन द अननोन', विल्को पब्लिशिंग हाऊस, दिल्ली, २०१०.

परिणाम आहोत? इंग्लिश सृष्टिवैज्ञानिक चार्ल्स डार्विन (१८०९-१८८२) याने प्रथम 'उत्क्रांतीवादा'चे तत्त्व मांडले, त्यानंतर या वादाने 'विज्ञान विरुद्ध धर्म' असे रूप घेतले. परब्रह्मापासून निर्मिती हे धर्माचे तत्त्व आणि उत्क्रांती हे विज्ञानाचे तत्त्व. या विषयावरील चर्चेत लोकमान्यांची मर्मदृष्टी दिसून येते. उत्क्रांतीवाद हा कसा तर्कशुद्ध आहे आणि तो स्वीकारणारे त्यावर पूर्ण विश्वास ठेवूनच तो स्वीकारतात हेही ते स्पष्ट करतात.

ते लिहितात, 'या उत्क्रांतीवादानुसार सूर्यमालेत प्रथमतः एकजिनसी सूक्ष्म द्रव्य भरलेले असून त्याच्या मूळच्या गतीचे किंवा उष्णतेचे मान कमीकमी झाल्याने सदर द्रव्याचा जास्तजास्त संकोच होऊन, पृथ्वी आणि सर्व ग्रह क्रमाक्रमाने निर्माण झाले व सूर्य हा शेवटी शिल्लक राहिलेला अंश आहे. पृथ्वी हा सूर्यासारखाच प्रथमतः उष्ण गोळा होता; पण त्यातील उष्णता कमी होता होता मूळ द्रव्यांपैकी काही द्रव्य पातळ तर काही घट्ट बनून, पृथ्वीवरील हवा व पाणी आणि त्या खालचा पृथ्वीचा जड गोळा, ही निर्माण झाली व पुढे या तिन्हींच्या संयोगाने सर्व सजीव व निर्जीव सृष्टी बनली आहे. डार्विन वगैरे पंडितांनी मनुष्यसुद्धा याच न्यायाने लहान किड्यापासून क्रमाक्रमाने वाढ होऊन झाला असे प्रतिपादन केले आहे.'

या वादाला इतके महत्त्व का आहे? हे जग, हा मानव थेट निर्माण झाला की क्रमाक्रमाने, आधी लहान किडा, मग मंदबुद्धी प्राणी अशा क्रमाक्रमाने उत्क्रांत होत गेला की तो परब्रह्माचे रूप आहे याने असा काय फरक पडतो? फरक पडतो तो यामुळे की उत्पत्तीचे मूळ ठरले की त्यावरून माणसाच्या वागणुकीच्या आकृतीबंधाची रचना होते. उत्क्रांतीवाद स्वीकारला तर मग नैतिकता, न्याय, जीवनोद्देश, अस्मिता, मानवता, दायित्व, कर्तव्ये या सर्व संकल्पना निरर्थक ठरतात. सृष्टीतील दुष्काळ नाहीतर अतिवृष्टी, दुर्भिक्ष्य नाहीतर विपुलता, पूर, सूक्ष्म जीवजंतू यांसारख्या अमानवी, पाशवी शक्तींतून उन्नत असे सजीव निर्माण होतात आणि मानव हा त्यातलीच एक, कोणतीही आंतरिक शक्ती नसलेली निर्मिती ठरतो. एखाद्या प्राण्याच्या खाद्यापेक्षा त्याला अधिक किंमत उरत नाही.

पण वस्तुस्थिती तशी नाही. मानव जात अस्तित्वात आल्यापासून त्याने पृथ्वीवरील अन्य सजीवांपेक्षा, सस्तन प्राण्यांपेक्षाही अधिक श्रेष्ठत्वाचे, त्यांच्यावरील प्रभुत्वाचे कितीतरी पुरावे दिलेले आहेत. डार्विन म्हणतो, 'माणूस स्वतः काही भिन्नता निर्माण करीत नाही, तो निर्हेतुकपणे शारीरिक अस्तित्वाला जीवनाच्या नव्या स्थितीत व्यक्त करतो, आणि नंतर निसर्ग जैविक संस्थेमधून कार्यरत होतो आणि वैविध्य निर्माण होते. परंतु निसर्गाने मानवाला जी भिन्नता देऊ केली आहे त्यातील योग्य ती निवडून तो त्याला हवा तसा तिचा संचय करतो. अन्य प्राणी, सजीव यांचा तो अक्कलहुशारीने स्वतःच्या फायद्यासाठी, सुखासाठी वापरही करून घेतो. ते तो कधी अगदी पद्धतशीरपणे, समजून उमजून करतो तर कधी अजाणतेपणाने, सहजपणे करतो...'[६] या पृथ्वीवर त्याचे वर्चस्व

६. चार्ल्स डार्विन, 'ऑन द ओरिजिन ऑफ स्पेसीज बाय मीन्स ऑफ नॅचरल सिलेक्शन...', डी. ॲपलटन को., न्यूयॉर्क, यूएसए. पान ४०५.

असावे, हुकमतच असावी या उद्देशानेच परमेश्वराने त्याच्यामध्ये ही वैशिष्ट्ये निर्माण केलेली आहेत म्हणून ती त्याच्यात उतरलेली आहेत, की सजीवांमध्ये प्रगती (उत्क्रांती) होत होत त्याच्यामध्ये अन्य प्राण्यांपेक्षा शारीरिक, मानसिक आणि आनुवंशिक श्रेष्ठत्व आलेले आहे? यापैकी कोणत्याच पर्यायाला विज्ञान मान्यताही देऊ शकत नाही आणि तो फेटाळूनही लावू शकत नाही. पण वस्तुस्थिती हीच आहे की आज माणसाजवळ अन्ननिर्मितीसाठी शेतेही आहेत आणि कसाईखानेही आहेत, धरणे आहेत, भट्ट्या आहेत आणि अणुशक्तीसुद्धा आहे, जिच्या साहाय्याने तो या सृष्टीला नमवू शकत नसला तरी बदलू शकतो, स्वत:च्या सोयीसाठी राजी करून घेऊ शकतो.

लोकमान्य लिहितात, '...तथापि आत्मा म्हणून मुळात काही निराळे तत्त्व मानावे का नाही याबद्दल आधिभौतिकवाद्यांत आणि अध्यात्मवाद्यांत अद्याप पुष्कळ मतभेद आहे. (जर्मन सृष्टीवैज्ञानिक आणि तत्त्वज्ञ) अर्न्स्ट हेक्रेलसारखे काही पंडित जडापासून वाढत वाढत आत्मा व चैतन्य उत्पन्न झाले असे मानून जडाद्वैत प्रतिपादन करतात आणि उलटपक्षी (जर्मन तत्त्वज्ञ) इमॅन्युअल कान्ट याच्यासारखे अध्यात्मज्ञानी असे सांगतात की, आपणांस जे सृष्टिज्ञान होते ते आपल्या आत्म्याच्या एकीकरण व्यापाराचे फळ असल्यामुळे आत्मा हे एक स्वतंत्र तत्त्व मानणे भाग आहे किंवा या सृष्टीपासूनच तो झाला आहे असे म्हणणे, हे आपल्याच खांद्यावर आपण बसू शकतो या म्हणण्याप्रमाणे तर्कदृष्ट्या असमंजस होय.'

सांप्रतकालीन हंगेरियन वैज्ञानिक, तत्त्वचिंतक आणि सिस्टिम थिअरिस्ट एर्विन लॅझ्लो (जन्म : १९३२) म्हणतो, 'आमच्या माहितीप्रमाणे या विश्वातील आम्हीच अशी सजीव जाती आहोत ज्यांना विचारशक्ती आहे. त्या शक्तीच्या जोरावर आपण कोण आहोत, या जगात का आलो आहोत हे आम्हाला माहीत आहे आणि या जगाशी कसे जुळवून घ्यायचे हेही आम्ही जाणतो. या तार्किक सुसंगतीमुळे उत्क्रांती घडून येऊन आम्ही सूक्ष्म जंतूंपासून विकसित होत होत आजच्या शारीरिक, मानसिक, आध्यात्मिक आणि संवेदनक्षमता प्राप्त असलेल्या, बऱ्याच गुंतागुंतीचे जीवन असलेल्या मानवजातीपर्यंत पोहोचू शकलो आहोत.'[७] हिरण्यगर्भ आणि बिग बँग हे दोन्ही सिद्धान्त खरे मानले आणि त्याबरोबर हे विश्व विस्तार पावते आहे हे शास्त्रीय निरीक्षणही ग्राह्य धरले, तर हेही निश्चित समजावे लागेल की विश्वाचा विस्तार होणे जेव्हा संपेल, थांबेल तेव्हा ते पुन्हा आकुंचन पावू लागेल, अखेरीस पुन्हा हिरण्यगर्भाच्या स्थितीपर्यंत जाऊन पोहोचेल आणि - आणि मग पुन्हा नवे विश्वचक्र सुरू होईल. अशा चक्राकार प्रक्रियांमध्ये एक वैशिष्ट्य समान असते की चक्राची नवी फेरी सुरू होते, तेव्हा त्यात स्थायी बुद्धीचे काळाच्या चक्रावरील आवर्तन पुन्हा पुन्हा होते. गुरुत्वाकर्षणासाठीची संख्यात्मकता आणि विद्युतचुंबकत्व इतके अचूक असते, की त्यांचे निर्माण अचानक झाल्याप्रमाणे न वाटता गतविश्वांमधून रूपांतरित झाल्याप्रमाणे वाटते.

---

७. https://www.scienceandnonduality.com/akashic-field-and-consciousness/ या संकेतस्थळावरील एर्विन लाझ्लो लिखित 'सायन्स ॲन्ड आकाशिक फील्ड'मधून.

सजगतेची उत्क्रांती

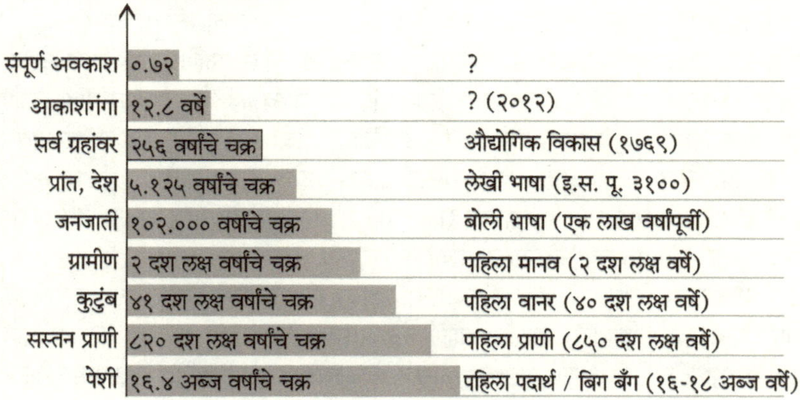

मानवजातीची उत्क्रांती ही सुरुवातीला एक असाधारण प्रक्रिया आहे असेच वाटते. ज्या प्रक्रियेतून प्रथम शिंपलाही नसलेली गोगलगाय, ओकचे वृक्ष आणि मासे निर्माण झाले, त्याच प्रक्रियेतून पुढे, जो थेट चंद्रापर्यंत भरारी मारू शकतो, जो इंटरनेटचा शोध लावू शकतो आणि जो सहजपणे बोटी-जहाजातून महासागर पार करून जाऊ शकतो असा द्विपाद प्राणी कसा निर्माण होऊ शकला?[८]

सांप्रतकालीन अमेरिकन समाजशास्त्रज्ञ, तत्त्वज्ञ विल्यम आयर्विन थॉम्पसन (जन्म १९३८) याने असे म्हटले आहे, 'मानवजातीच्या उत्क्रांतीच्या प्रक्रियेत प्रथमच प्रत्येकाचे आयुष्य इतके दीर्घ आहे आणि सांस्कृतिक बदल इतके सहजगत्या होत आहेत की प्रत्येक माणसाचे मन हे संपूर्ण विश्वातील मानवी संस्कृतीत होणाऱ्या एकंदर रूपांतराचा महत्त्वाचा, कृतिशील घटक बनलेले आहे.[९]

मानवी जीवन जन्ममृत्यूच्या फेऱ्यात अडकलेले असते. ती आणि ही संकल्पना एकत्र केली की हे लक्षात येते की जी अज्ञात शक्ती ग्रह तारे, आकाशगंगा यांना मार्गक्रमण करायला लावते तीच शक्ती आपल्याला भौतिक परिप्रेक्ष्यामध्ये आपली सजगता विकसित करण्याची क्षमता बहाल करते. यातून मृत्यूनंतरचे जीवन, आत्म्याचे अमरत्त्व आणि आपल्या वर्तमानातील प्रत्येक कृतीत डोकावणारा आपला भूतकाळ या सर्व संकल्पनांचे स्पष्टीकरण मिळते. मनोनिग्रह करून भौतिक परिप्रेक्ष्यामधून सजगतेला

---

८. एमआयटीमधील डिपार्टमेंट ऑफ ब्रेन अॅन्ड कॉग्निटिव्ह सायन्सेस विभागातील प्राध्यापक डॉ. स्टीव्हन पिंकर यांनी डब्ल्यूजीबीएच एज्युकेशनल फाउंडेशनमध्ये 'इव्होल्युशन : द माइन्ड्स बिग बँग' नावाच्या मुलाखतीमधून.

९. विल्यम आयर्विन थॉम्पसन, 'सेल्फ अॅन्ड सोसायटी : स्टडीज् इन द इव्होल्युशन ऑफ कल्चर' इंम्प्रिंट अॅकॅडमिक, यूके.

बाहेर काढून वैश्विक सजगतेमध्ये आपले मन गुंतवले तर आपल्याला बरेच काही मिळवता येईल, अध्यात्मिक प्रगती, आत्मविकास साधता येईल. विज्ञान आणि अध्यात्म हे काही एकमेकांच्या विरोधात नाहीत, ते एकच गोष्ट सांगत आहेत, फक्त त्यांची भाषा निराळी आहे, त्यांच्या परिभाषेतील संज्ञा वेगवेगळ्या आहेत.

लोकमान्यांचे पुढील लिखाण वाचून त्यांनी ते शंभर वर्षांपूर्वी लिहिले आहे याचे खरोखरीच आश्चर्य वाटते, 'सारांश, आधिभौतिक सृष्टिज्ञान कितीही वाढले, तरी सृष्टीतील मूलतत्त्वाच्या स्वरूपाचे विवेचन नेहमीच निराळ्याच पद्धतीने केले पाहिजे, असे अद्यापही पाश्चिमात्य देशातील पुष्कळ मोठमोठे पंडित प्रतिपादन करत आहेत. परंतु एका जड प्रकृतीपासून पुढे सर्व व्यक्त पदार्थ कोणत्या क्रमाने निघाले एवढाच जर विचार केला तर पाश्चिमात्य उत्क्रांतिमतात आणि सांख्यशास्त्रात वर्णिलेल्या प्रकृतीच्या पसाऱ्याच्या तत्त्वात फारसा भेद नाही असे वाचकांस दिसून येईल.'

ज्या काळात पाश्चात्य समाज अस्तित्वातही नव्हता त्या काळी भगवद्गीतेत 'गुणा गुणेषु वर्तन्त' हे तत्त्व - एक महान सत्य - सांगितले गेले आहे.

तत्त्ववित्तु महाबाहो गुणकर्मविभागयोः ।
गुणा गुणेषु वर्तन्त इति मत्वा न सज्जते ॥२८॥

हे महाबाहो अर्जुना, गुण व कर्मे ही दोन्ही आपल्याहून (आत्म्याहून) भिन्न आहेत हे तत्त्व जाणणारा ज्ञानी पुरुष गुणांचा आपसांत खेळ चालला आहे असे समजून त्यात आसक्त होत नाही. (भगवद्गीता, अध्याय ३, श्लोक २८)

डॉक्टर एस. राधाकृष्णन या श्लोकावरील भाष्यात म्हणतात, 'आनुवंशिकता आणि भोवतालच्या परिस्थितीचा दबाव या प्रकृतीने मानवी स्वातंत्र्याला घातलेल्या मर्यादा आहेत. ज्याप्रमाणे संपूर्ण वैश्विक रचनाच कार्यकारणभावाचा परिणाम असते, तसेच अनुभवात्मक अस्तित्व हे कार्यामधून उत्पन्न होते.'[१०]

स्वामी प्रभुपद म्हणतात, 'परमसत्य जाणणारा जो ज्ञानी पुरुष असतो त्याला त्याच्या भौतिक जगातील अवघडलेल्या स्थितीची कल्पना असते. त्याला हे निश्चयपूर्वक माहीत असते की तो त्या परमसत्याचाच भाग आहे... या भौतिक जगात खरे तर त्याचे स्थान नाही. ते परमसत्य, जे अंतिम ज्ञान आहे, परमानंद आहे, तीच त्याची खरी ओळख आहे. तो या ना त्या कारणाने या भौतिक जगाच्या, ऐहिक जीवनाच्या सापळ्यात अडकला आहे.'[११]

---

१०. एस.राधाकृष्णन, 'द भगवद्गीता', हार्पर कॉलिन्स पब्लिशर्स, इंडिया, २०१४, पान १६५.
११. ए.सी. भक्तिवेदान्त स्वामी प्रभुपाद, 'भगवद्गीता ॲज इट इज' द भक्तिवेदान्त बुक ट्रस्ट, मुंबई, २००६, पान १७४.

लोकमान्य लिहितात, 'गुणा गुणेषु वर्तन्त' म्हणजे गुणांपासून गुण हे जे गुणांच्या पसाऱ्याचे किंवा गुणोत्कर्षाचे तत्त्व आहे, ते दोन्हीकडे (सांख्यशास्त्रात आणि गीतेत) सारखेच आहे. सांख्यशास्त्र सांगते की घडीचा पंखा मिटलेला असता तो ज्याप्रमाणे हळूहळू उघडण्यात येतो तशी सत्त्व, रज आणि तम यांच्या साम्यावस्थेत पडलेली प्रकृतीची घडी हळूहळू खुली होत चालली म्हणजे सर्व व्यक्त सृष्टी निर्माण होते आणि या म्हणण्यात आणि उत्क्रांतिवादात वस्तुतः काही भेद नाही.'

परंतु गीता आणि उपनिषदे व वैदिक ग्रंथांनीही अद्वैत वेदान्ताबरोबरच गुणोत्कर्षवादाचाही, ख्रिस्ती धर्माप्रमाणे अव्हेर न करता, अंशतः अविरोधाने स्वीकार केला आहे ही गोष्ट तात्त्विक धर्मदृष्ट्या लक्षात ठेवण्यासारखी आहे.

विद्वत्तापूर्ण विचाराच्या पायावर लोकमान्यांना अध्यात्म हे विज्ञानापेक्षा जराही दुबळे वाटत नाही, उलट ते विज्ञानाला तेजाची झळाळी चढवते असेच ते मानतात. एखाद्या घटनेचा चक्षुर्वैसत्यम् अहवाल देणारा साक्षीदार भेटला की जसा गुप्तहेराला घटनाक्रम व्यवस्थित लक्षात येतो तसाच काहीसा प्रकार गुणोत्कर्षवाद व गुणपरिणामवाद या दोन वेदिक संकल्पनांचा परिणाम आयझॅक न्यूटन (१६४२-१७२७), विल्यम हर्शेल (१७३८-१८२२), जॉन डाल्टन (१७६६-१८४४), जेम्स ज्यूल (१८१८-१८८९) आणि जेम्स क्लार्क मॅक्सवेल (१८३१-१८७९) यांसारख्या अनेक शास्त्रज्ञांना ज्ञान प्राप्त होण्यात, मर्मदृष्टी प्राप्त होण्यात झाला आहे.

अल्बर्ट आइनस्टाईन फार सुंदर रीतीने सांगतो, 'मानव प्राणी हा ज्या विशाल पोकळीला आपण विश्व म्हणतो त्याचा एक भाग आहे आणि त्याला काळाच्या आणि जागेच्या मर्यादा आहेत. आपले विचार, भावभावना, संवेदना आणि आपण स्वतःसुद्धा, या सर्वांमुळे आपण आपल्याला या विश्वातील इतरांपेक्षा निराळे समजतो. तो केवळ एक दृष्टीभ्रम असतो, जो आपल्याला आपल्याभोवती आपल्या इच्छा, वासना, काही अगदी जवळच्या मोजक्या प्रिय व्यक्तींविषयीची अपार माया अशा भावनांच्या भिंती उभ्या करून एखाद्या तुरुंगातल्यासारखे बंद करून ठेवतो. या बंदिस्त जागेतून बाहेर पडणे, आपले भावविश्व विस्तारणे, सर्वच सजीवांवर प्रेम करणे, संपूर्ण सृष्टीतल्या सौंदर्याचा आस्वाद घेणे हे आपल्या जीविताचे ध्येय असले पाहिजे. प्रत्येक माणूस कसे आणि किती प्रमाणात त्याचे आत्मक्षेत्र वाढवतो, त्याच्या आत्म्याला मुक्तता देतो, त्यावर त्याची उंची, त्याचे श्रेष्ठत्व ठरत असते. मानवजात जर प्रदीर्घ काळापर्यंत टिकवायची असेल, तर संपूर्णपणे नव्या पद्धतीने विचार करावा लागेल.' [१२]

लोकमान्य लिहितात, 'कोणतेही काम करावयास लागण्यापूर्वी सदर काम करण्याचा अनुभव आपल्या बुद्धीने निश्चय करीत असतो किंवा ते करण्याची बुद्धी त्याला व्हावी लागते हे कोणासही सांगायला नको... किंबहुना उपनिषदातूनही मूळ एका परमात्म्यास

१२. http://www.spaceandmotion.com/albert-einstein-god-religion-theology.htm

आपण अनेक व्हावे - 'बहु स्यां प्रजायेय' - अशी बुद्धी झाल्यावर मग सृष्टी उत्पन्न झाली अशी वर्णने आहेत.'

युनिव्हर्सिटी ऑफ टेक्सास, ऑस्टिन येथील संस्कृत व भारतीय धर्म या विषयांचे प्राध्यापक पॅट्रिक ऑलिव्हिले छांदोग्य उपनिषदातील 'बहु स्यां प्रजायेय' 'अध्याय ६, भाग २, श्लोक ३) हा श्लोक असा समजावून सांगतात, ' - आणि परब्रह्माने स्वतःशी 'आपण अनेक व्हावे, आपण स्वतःमध्ये वाढ करावी' असा विचार केला आणि त्याने उष्णता निर्माण केली. उष्णतेनेही तसाच विचार केला आणि पाणी निर्माण केले. पाण्यानेही 'अनेक होण्याच्या, स्वतःमध्ये वाढ करण्याच्या' विचाराने अन्न निर्माण केले. जेथे पाऊस पडून पाणी पोहोचले, तेथे अन्नधान्य मुबलक प्रमाणात उपलब्ध होऊ लागले आणि अशा रीतीने पाण्यापासून विविध अन्नधान्य निर्माण होऊ लागले.'[१३]

हा श्लोक म्हणजे उद्दालक आणि त्याचा पुत्र श्वेतकेतु यांच्यातील संवाद आहे. तो श्लोक आणि त्याचे एकनाथ ईश्वरन यांनी केलेले भाषांतर असे आहे :

तदैक्षत बहु स्यां प्रजोयेयेति । तत्तेजोऽसृजत । तत्तेज ऐक्षत । बहु
स्यां प्रजायेयेति । तदपोऽसृजत
तस्माद्यत्र क्व च शोचति स्वेदते वा पुरुषस्तेजस एव तदध्यापो जायन्ते ॥३॥

परमात्म्याने स्वतःमधून हे अवकाश, हे विश्व निर्माण केले आणि त्यात सर्व गोष्टींना प्रवेश दिला. त्याच्यापासून निर्माण झालेले नाही असे या विश्वात काहीच नाही. प्रत्येक गोष्टीत तोच परमात्मा भरून राहिला आहे. हे श्वेतकेतु, तूदेखील त्याचाच अंश आहेस, तूही तोच आहेस.[१४]

त्या एकमेव, मूळ परमात्म्याला आपण शतगुणित, बहुगुणित व्हावे अशी स्फूर्ती झाली आणि हे विश्व निर्माण झाले.

सोऽकामयत । बहु स्यां प्रजायेयेति । सतपोऽतप्यत ।
स तपस्तप्त्वा । इदं सर्वमसृजत । यदिदं किञ्च ।
तत्सृष्ट्वा तदेवानुप्राविशत् ।

हा श्लोक (तैत्तिरिय उपनिषद २.६) डॉक्टर राधाकृष्णन असा समजावून सांगतात, 'त्याला (परमात्म्याला) इच्छा झाली, आपण अनेक व्हावे, आपण जन्म घ्यावा. मग

---

१३. पॅट्रिक ऑलिव्हिल, 'उपनिषदाज् - ट्रान्सलेटेड फ्रॉम द ओरिजिनल संस्कृत', ऑक्सफर्ड युनिव्हर्सिटी प्रेस, यूके, १९९८, पान १४९.

१४. एकनाथ ईश्वरन, 'द उपनिषदाज्', जयको पब्लिशिंग हाऊस, मुंबई, २०१०, पान १३३.

त्याने तपस्या केली आणि त्या तपस्येच्या बळावर आज जे जे काही येथे दिसते आहे ते सर्व त्याने निर्माण केले. नंतर त्या स्वनिर्मितीत तो स्वत: प्रवेश करता झाला. तोच प्रत्यक्षही झाला आणि अप्रत्यक्षही तोच झाला. तो निश्चितही झाला आणि अनिश्चितही तोच झाला. संस्थापितही आणि विस्थापितही, बुद्धिवान आणि बुद्धिहीनही, सत्य व असत्यही तोच झाला. जे येथे आहे ते त्याचे सत्यरूप, त्यालाच वास्तव म्हणतात, त्याच वास्तवाचे हे सूत्र आहे.'[१५]

या प्रकरणात यानंतर मानवाचे अस्तित्व आणि त्याचा जीवनानुभव याविषयी सांख्यशास्त्र काय सांगते, त्यात आणि वेदान्तात काय फरक आहे, गीतेचे मत काय आहे याबद्दलची प्रदीर्घ चर्चा आहे. खरे तर अशा चर्चेची गरज काय? या प्रश्नाचे सर्वात चांगले उत्तर पौर्वात्य देशांचा अभ्यासक, इंग्लिश विद्वान होर्स हेमन विल्सन याने, त्याने 'सांख्यकारिका'च्या केलेल्या अनुवादाच्या प्रस्तावनेत दिले आहे. तो म्हणतो, 'या तात्त्विक चर्चेचा हेतू शारीरिक अस्तित्वाच्या यातनांपासून सुटका मिळून आत्म्याला कायमची आणि पूर्ण मुक्ती मिळवून देण्याचे मार्ग शोधून काढून त्यातला योग्य व परिणामकारक मार्ग निश्चित करणे हा आहे.[१६] तो हे समजावून सांगतो की याच चर्चेतून प्रकृतीपासून पुढे प्रादुर्भूत होणाऱ्या मूलतत्त्वांची गणना सुरू होते. ती एकंदर पंचवीस आहेत, आणि उत्पादनशील किंवा उत्पादित म्हणून त्यांचे सहवैशिष्ट्य मूळ अस्तित्वाच्या सर्व गुपितांची उकल करते. भारतीय लोक युगानुयुगे मानवी जीवनाला दु:खदायी, यातनामय आणि त्यातील सुख, आनंद, मौजमजा या गोष्टींना अल्पजीवी, नव्हे क्षणभंगुरच आणि भ्रामक मानत आले आहेत. ऊन, पाऊस, थंडी, वारा यांचे क्लेश, तहान भूक, वृद्धत्व, अनारोग्य यांची चिंता यामुळे आयुष्य म्हणजे अनिवार्य दास्यत्व, दुर्दैव अशीच समजूत दृढ झालेली आहे. त्या जीवनातून मुक्ती हेच जे आयुष्याचे उद्दिष्ट ठरवलेले आहे ते उद्दिष्ट तेच अवघड आयुष्य जगत राहून, त्यातील मनाचे दौर्बल्य, शरीरातील दोष, घटनांमधील अवघडलेपण या गोष्टींना त्या मुक्तीमार्गावरील प्रगतीच्या संधी समजून अध्यात्ममार्गानेच साध्य करता येते.

या दु:खांवर तोडगे काढण्यासाठी सांख्यशास्त्राने सांगितलेल्या प्रकृतीच्या पंचवीस मूलतत्त्वांशी मन:शक्तीनिशी झगडणे गरजेचे आहे का? तसे ते दु:ख तर मद्याच्या एका पेल्यातही बुडवता येते. मग त्यासाठी ध्यानधारणा, तपस्या कशाला हवी? प्राचीन काळी विद्वानांनी, पंडितांनी लिहून ठेवलेल्या, चर्वितचर्वण केलेल्या उपायांचा अभ्यास करण्याचा त्रास घेण्यापेक्षा हाताशी असलेले सुखाचे उपाय करणे सोपे नाही का? मानसिक दु:खांवर दागदागिने, आकर्षक वस्त्रप्रावरणे, मसाज यांसारखे शरीराचे लाड करणे, चैनीच्या वाटा

१५. एस.राधाकृष्णन, 'द प्रिन्सिपल उपनिषदाज्', हार्पर कॉलिन्स पब्लिशर्स, इंडिया, २०१०, पान ५४८.

१६. एच.एच.विल्सन, 'द सांख्य कारिका, किंवा ईश्वर कृष्णा लिखित मेमोरियल व्हर्सेस ऑन सांख्य फिलॉसॉफी', संस्कृतमधून एच.टी.कोलब्रूक यांनी भाषांतर केलेले., वाल्पी, १८३७.

चोखाळणे हा तोडगा नाही का? - नाही. या प्रश्नांचे उत्तर अगदी ठाम नकारार्थी आहे. अशा मार्गांनी दाबलेले दुःख पुनःपुन्हा वर आल्याचे पाहिल्यावरच विद्वान द्रष्ट्यांनी हा निष्कर्ष काढला की जीवनातील क्लेश दूर करण्याचे, दुःख शमन करण्याचे असले सहज वाटणारे भ्रामक उपाय हे मुळीच पूर्ण नाहीत, अंतिम नाहीत, त्यासाठी अन्य उपायांचा शोध घेणे अत्यावश्यकच नाही तर अनिवार्य आहे.

लौकिकादुपायाद्धनादेरत्यन्तदुःखनिवृत्तिसिद्धिर्नास्ति । कुतः ।
धनादिना दुःखनिवृत्तेः पश्चाद्धनक्षये पुनरपि दुःखानुवृत्तिदर्शनात् ।

साधनसंपत्तीचा वापर आणि त्यासारख्या अन्य ऐहिक उपायांनी जीवनातील दुःख कमी करण्याचे कार्य साध्य करता येत नाही. असे का होते? कारण साधनसंपत्तीच्या आगमनाने ज्या दुःखाचे निर्गमन होते ते दुःख ती साधनसंपत्ती वापरून झाली की लगेच पुन्हा अवतरते.
(सांख्यकारिका या ग्रंथावरील एच.एच. विल्सन यांचे भाष्य, पृष्ठ १२)

एच.एच. विल्सन लिहितो, 'या विश्वाच्या अस्तित्वाविषयी सांख्यशास्त्र जी तत्त्वे सांगते, त्यामधील योग्य तत्त्वांची केलेली सूज्ञ निवड हा त्यावरील अचूक उपाय आहे. सांख्यशास्त्र ते अस्तित्व तीन भागांत विभागते. पहिला भाग आहे व्यक्त - म्हणजे जे इंद्रियगोचर आहे, संवेदनशील आहे, ज्याला स्वतःची आकृती आहे असे विकारी. दुसरा आहे अव्यक्त - जे इंद्रियगोचर नाही, आकृतीहीन आहे असे. आणि तिसरा 'ज्ञ' - म्हणजे ज्ञाता, जाणणारा. पहिले द्रव्यरूप, बदलत्या स्वरूपातील पदार्थ, दुसरे मूळ प्रकृती आणि तिसरा आत्मा. या तीन गोष्टींची व्याख्या करणे आणि त्यांच्याविषयी अधिक ज्ञान देणे हा सांख्यशास्त्राचा उद्देश आहे. त्या तिघांचे अचूक ज्ञान ऐहिक बंधनातून सोडवते, मानवी जीवनातील भोगांपासून सुटका देते आणि आत्म्याला शरीरापासून मुक्त करते.'[१७]

एस.एस. सूर्यनारायणशास्त्री साररूपाने सांगतात, 'शाश्वत आणि अशाश्वत, कर्ता आणि कृती, एकजिनसीपणा आणि पृथकत्व - बहुजिनसीपणा या (मितव्यय नियम सिद्ध करणाऱ्या) कल्पना... या विश्वाच्या योजनेस पुरेशा आहेत (यांच्या पायावर विश्वाची उभारणी खरोखर होऊ शकते). या आणि यांच्या विरुद्धच्या कल्पनांचे अस्तित्व गृहित धरून पुरुष आणि प्रकृती या दोन मूलतत्त्वांचे स्वरूप लक्षात येते. हे विश्व समजून घेण्याची ही, विज्ञानाच्या पायावरही ज्याचे समर्थन करता येईल, बुद्धीशीही प्रामाणिक राहता येईल, अशी पद्धती आहे.'[१८]

---

१७. एच.एच.विल्सन, 'द सांख्य कारिका, पान १६.

१८. पी.कोस्लोवस्की, 'द कन्सेप्ट ऑफ गॉड, द ओरिजिन ऑफ वर्ल्ड, ॲण्ड द इमेज ऑफ द ह्युमन इन द वर्ल्ड रिलिजन्स', स्प्रिंगर सायन्स ॲण्ड बिझिनेस मीडिया, न्यू यॉर्क, २०१२, पान २०.

लोकमान्य येथे 'ऑकमचे क्षूरतत्त्व' वापरून असे विधान करतात : 'मानवी इच्छेच्या तोडीची पण अस्वयंवेद्य शक्ती जड पदार्थातही आहे असे मानल्याखेरीज गुरुत्वाकर्षण किंवा रसायनक्रियेचे व लोहचुंबकाचे आकर्षण व अपसारण इत्यादि केवळ जड सृष्टीतच आढळून येणाऱ्या आवडीनिवडीची नीट उपपत्ती लागत नाही असे अर्वाचिन आधिभौतिक सृष्टीशास्त्रज्ञही आता म्हणू लागले आहेत. हे लक्षात आणले म्हणजे प्रकृतीत प्रथम बुद्धी हा गुण उत्पन्न होतो या सांख्यांच्या सिद्धान्ताचे आश्चर्य वाटण्याचे काही कारण राहत नाही. प्रकृतीत प्रथम उत्पन्न होणाऱ्या या गुणास पाहिजे तर अचेतन किंवा अस्वयंवेद्य म्हणजे स्वत:स न कळणारी बुद्धी म्हणा, पण काही म्हटले तरी मनुष्यास होणारी बुद्धी आणि प्रकृतीला होणारी बुद्धी या दोन्ही मुळात एकाच वर्गातल्या आहेत हे उघड आहे आणि त्यामुळे त्यांच्या व्याख्याही दोन्ही स्थळी एकच दिल्या आहेत. या बुद्धीसच 'महत् ज्ञान', मति, आसुरी, प्रज्ञा, ख्याति इत्यादी दुसरी नावे आहेत. पैकी महत् (पुल्लिंगी प्रथमेचे एकवचन महान् = मोठा) हे नाव प्रकृति आता मोठी होऊ लागते म्हणून किंवा या गुणांच्या श्रेष्ठतेमुळे दिले असावे असे वाटते.'

हे 'महत् ज्ञान' म्हणजे श्रेष्ठ बुद्धी जी प्रकृतीमध्ये अखंड बदल घडवते, निरनिराळ्या रूपात व्यक्त होते. म्हणून अव्यक्त प्रकृतीपासून निर्माण होणारी बुद्धी हे प्रकृतीचे पहिले व्यक्त दर्शन होय. त्यालाच 'शुद्ध कारण' किंवा संदर्भावर अवलंबून असलेले 'कारण' असेही म्हणतात. लोकमान्य लिहितात, 'प्रकृतीत प्रथम उत्पन्न होणारा महान् किंवा बुद्धी हा गुण सत्त्व, रज आणि तम या तिघांच्या मिश्रणाचाच परिणाम असल्यामुळे, प्रकृतीची ही बुद्धी दिसण्यात एक दिसली, तरी पुढे ती अनेक प्रकारची होऊ शकते. कारण सत्त्व, रज व तम हे गुण सकृद्दर्शनी जरी तीनच आहेत, तरी त्यांच्या मिश्रणात प्रत्येकाचे प्रमाण अनंत रीतींनी भिन्न होत असल्यामुळे या तिघांच्या प्रत्येकी अनंत भिन्न प्रमाणांनी झालेले बुद्धीचेही प्रकार त्रिघात अनंत होऊ शकतात.' बुद्धीपासून मानवी शरीरात निर्माण होतो 'अहंकार'. सात्त्विक अहंकारापासून मन, राजस अहंकारापासून प्राण आणि तामस अहंकारापासून तन्मात्रद्रव्ये निर्माण होतात. हीच तन्मात्रद्रव्ये शरीरातील एकंदर घटकांना जिवंत ठेवतात.

प्रत्येक पदार्थात अंगभूत असणाऱ्या त्रिगुणांच्या मिश्रणाने प्रकृतीत निर्माण होणारा महत् अथवा बुद्धी हा गुण अहंकाराच्या रूपात पदार्थाला निराळेपणा, स्वत्व, एक व्यक्तित्व बहाल करतो. ही शक्ती एकदा का पदार्थाशी एकरूप झाली, की ती तिनेच निर्माण केलेल्या व्यक्तित्वामधून बाहेर येऊ शकत नाही. एकजिनसी प्रकृतीपासून नेमकी रचना आणि विशिष्ट गुणधर्म असणारे परमाणू निर्माण झाले, की प्रत्येक माणूस हा स्वत:ला इतर माणसांपेक्षा निराळा समजू लागतो आणि मग हे जग महत् अथवा बुद्धी या गुणाच्या रूपातील अहंकारामुळे मन व शरीर याबरोबरच स्वतंत्र व्यक्तित्व असणाऱ्या अगणित व्यक्तींचे स्वतंत्रतेच्या गुणोत्तराचे क्रीडांगण बनते.

लोकमान्य लिहितात, 'मनुष्यामधला अहंकार आणि ज्या अहंकारामुळे झाडे, दगड,

पाणी किंवा निरनिराळे मूळ परमाणू एकजिनसी प्रकृतीपासून निर्माण होतात तो अहंकार यांची जात एकच आहे. दगडाला चैतन्य नसते त्यामुळे त्यास 'अहं' हे ज्ञान नसते व तोंड नसल्यामुळे 'मी निराळा व तू निराळा' असे तो स्वाभिमानाने दुसऱ्यास सांगू शकत नाही एवढाच काय तो भेद आहे. बाकी दुसऱ्यापासून पृथकपणे राहण्याचे म्हणजे अभिमानाचे किंवा अहंकाराचे तत्त्व सर्व ठिकाणी एकच आहे.'

कॅड्युशिअस

व्यक्तिनिष्ठता हे एकांगी दृष्टिकोन असणाऱ्या, एखाद्याच बाजूने विचार करणाऱ्या माणसाचे एका समतोल विचार करणाऱ्या, परिपूर्ण अशा व्यक्तीमध्ये परिवर्तन कसे होते हे सांगते. वैधर्म्यहीन बधीरपणामधून १) प्रकारनिष्ठ कार्य निराळे होते, २) आणि नेमके विरुद्ध व्यक्तिमत्त्व इतर लोकांसमोर प्रकट होते. जेव्हा ती दोन्ही व्यक्तिमत्त्वे तटस्थ आणि स्वात्म ३) आणि जेव्हा तो माणूस निवड करण्याचे, त्याची पसंती सांगण्याचे थांबवतो तेव्हा नेणिवेतून एक प्रबळ, वर्चस्व गाजवणारे व्यक्तिमत्त्व उदयाला येते.[१९]

कार्ल युंग याचे हे वचन प्रसिद्ध आहे, 'परिपूर्णतेचा योग्य मार्ग... सर्पाकृती वळणांचा असतो, ज्यावर दोन विरुद्ध गुणधर्मांचे पंख असलेले सर्प मार्गदर्शक कॅड्युशियससारखे एकमेकांना वेटोळे घालून बसलेले असतात.'

---

१९. 'ब्रिटिश असोसिएशन फॉर सायकॉलॉजिकल टाईप'च्या (बीएपीटीच्या) 'टाईपफेस' या त्रैमासिकाच्या २५(४) या खंडातील स्टीव्ह मायर्स याच्या 'कॅन सायकॉलॉजिकल टाईप बी ए बॅरिअर टू इंडिव्हिज्युएशन' या लेखातील पान १४ ते १८.

या पृथ्वीवरील विभिन्नता, विविधता खरोखरच मनावेधक आहे; परंतु त्यातही एक लक्षवेधक समानता आहे. आधुनिक विज्ञानाने हे सिद्ध केले आहे की मनुष्य असो वा प्राणी, वनस्पती असो वा किडेमुंग्या, प्रत्येक सजीवाच्या केंद्रस्थानी, त्यांच्या जनुकांतच बुद्धी ही आहेच आणि सर्वांना कृतिशील बनवणारी ती बुद्धी बाह्यकारी नसून सर्वांच्या आत आहे. जनुके ही डीएनए - डीऑक्सिरायबोन्युक्लिक ॲसिड - या रेणूंची बनलेली असतात. ते रेणू मनुष्य व सर्व जीव यांच्यामध्ये आनुवंशिक असतात. ते ॲडेनिन, ग्वानिन, साइटोसिन आणि थायमिन या चार जोड्यांचे बनलेले असतात आणि त्याचा एक विशिष्ट (गोलाकार फिरणाऱ्या शिडीसारखा) आकार असतो. या रेणूंमुळे जिवांची वाढ होते, ते हळूहळू जुने होतात, त्यांचे जीवन जगतात आणि त्यांचे अस्तित्व संपते. या रेणूंच्या साखळीला गुणसूत्रे असे म्हणतात. या गुणसूत्रांचे तीन कोटी बेसेस असतात आणि आश्चर्याची गोष्ट अशी की त्यातील ९९ टक्के बेसेस या पृथ्वीवर राहणाऱ्या सर्व माणसांमध्ये समान असतात. अन्य सस्तन प्राण्यांसारख्या उच्च जातीच्या प्राण्यांचे डीएनए आणि माणसांचे डीएनए यातही ९० टक्के समानता असते. फक्त त्यांच्या रचनेतील फरकामुळे प्रत्येक प्रकारच्या सजीवांचे जीवनक्रम निराळे असतात.

या पृथ्वीतलावर सजीवांच्या उत्क्रांतीची प्रक्रिया सुरूही होण्याआधी पहिला सजीव कसा निर्माण झाला हे जाणून घेणेही मोठे कुतूहलजनक आहे. आकाशातून पृथ्वीवर पोहोचणाऱ्या सूर्यप्रकाशातील ऊर्जा आणि पृथ्वीचा पृष्ठभाग आणि त्याच्या खालचे स्तर यांमधील भूऔष्मिक ऊर्जा या दोन ऊर्जांमधील कार्बन, नायट्रोजन आणि हायड्रोजन यांच्या साखळ्यांनी बनलेले जैविक रेणू त्या उष्णतेने जळून त्यांचे ॲस्फाल्ट - डांबरासारखा पदार्थ - कसे बनले नाही? कोण, कुठून, कसे अवतरले आणि त्यांनी हे डांबरीकरण होण्यापासून रेणूंना नुसते वाचवले नाही ते कित्येक पटींनी वाढवले? या प्रश्नाचे उत्तर विज्ञानालाही सापडलेले नाही. विज्ञान या निष्कर्षापर्यंतच पोहोचू शकले आहे की पृथ्वीवरील जीवन ३९० कोटी वर्षांपूर्वी सुरू झाले. परंतु ते कसे सुरू झाले हे रहस्य मात्र तसेच गुलदस्त्यातच राहिले आहे. 'पॅनस्पर्मिया थिअरी' या नावाचा वैज्ञानिक सिद्धान्त असे सांगतो की, पृथ्वीवरील जीवनाचा प्रारंभ करण्यासाठी आवश्यक असणारे डीएनए रेणू बाह्यअवकाशातून धूमकेतू आणि उल्का यांनी पृथ्वीवर आणले.

मानवाच्या शरीरक्रिया कशा चालतात? त्यांचे व्यवस्थापन कसे होते? विज्ञानाने असे सिद्ध केले आहे की ते काम मानवी शरीरातील पेशींमधे चालणाऱ्या अत्यंत गुंतागुंतीच्या संदेशवहनांमधून होते. असंख्य पेशी आहेत, त्यात अगणित संवेदक आणि संप्रेरक आहेत, जे सतत संदेश देत असतात, घेत असतात आणि त्या देवाणघेवाणीतून मानवी शरीराचे काम चालते. त्याचे आरोग्य-अनारोग्य नियंत्रित केले जाते. शरीरातील कोणताही अवयव स्वतंत्ररीत्या काम करत नाही. त्यातील सर्वात बाहेरच्या अवयवात - त्वचेमध्ये - कोट्यवधी संवेदी - एक्सटेरोसेप्टर्स - बाह्यग्राही - आणि मेकॅनोरिसेप्टर्स - यांत्रिकग्राही - असतात. त्वचेला बाहेरून जे स्पर्श, कंपने, बोच, वेदना, दृष्य, आवाज

यांच्या स्वरूपातील प्रेरक, चेतक, उद्दीपक मिळतात, त्यांची ते नोंद घेतात आणि त्यांना योग्य प्रकारे प्रतिसाद देतात. माणसाची त्वचा, त्याची मज्जासंस्था आणि शरीराची प्रतिकारशक्ती या तिन्ही गोष्टी परस्परांवर अवलंबून असणाऱ्या यंत्रणा आहेत आणि त्या न्युरोट्रान्समीटर्स - चेतापरिषिक - आणि सायटोकाइन्स - पेशीद्रव्यविभाजक - जी भाषा वापरतात, तीच भाषा वापरून आपापसांत संवाद साधत असतात.

माणसाच्या मनाचे कार्य कसे चालते हे सांप्रतकालीन मज्जासंस्थांचा अभ्यास असणारे मानसशास्त्रज्ञ ई.एस. कृष्णमूर्ती संगणकाच्या परिभाषेत समजावून सांगतात : मन - एक जाणवणारी पण प्रत्यक्षात न दिसणारी माणसाजवळची गोष्ट. मानवी मेंदूतील मज्जासंस्थेचे जाळे, रसायने व संप्रेरक यांच्या यंत्रणा ज्यात परावर्तित होतात ते मन. त्याची मेंदूतील विशिष्ट जागा दाखवता येत नाही, पण मेंदूतील संपूर्ण बाह्यपटल आणि ग्रे मॅटर हे त्याचे महत्त्वाचे भाग असतात. मेंदूच्या विविध भागांमधील गुंतागुंतीच्या आणि विस्तृत जोडणीमुळे माणसाला संवेदनक्षमता, ग्रहणक्षमता प्राप्त होते, भाषाज्ञान मिळते. काहीतरी करून दाखवण्याची, यश मिळवण्याची, श्रेष्ठत्व मिळवण्याची, त्यासाठी प्रयत्न करण्याची प्रेरणा मिळते, त्यासाठीची ऊर्जा मिळते आणि अवघड समस्यांमध्येही तर्कबुद्धी वापरण्याची क्षमता येते. त्या बरोबरच मेंदूच्या विविध भागांमधील रासायनिक प्रक्रियांमध्ये जर काही बिघाड निर्माण झाला, अस्वाभाविकता आली, तर त्याचे परिणाम मानसशास्त्रज्ञ वा मनोविकारतज्ज्ञ ज्या प्रकारच्या मानसिक समस्या विकृतींवर उपचार करतात तशा विकृती मनाच्या कार्यामध्ये उत्पन्न होतात.[२०]

हे सर्व शास्त्रीय ज्ञान उपलब्ध होण्याच्या कितीतरी आधीच लोकमान्यांनी या संबंधी जे लिहिले आहे ते मनोवधक आहे, 'सेंद्रिय सृष्टीतील अकरा इंद्रियशक्ती किंवा गुण आणि निरिंद्रिय सृष्टीची मूलभूत पाच तन्मात्रद्रव्ये मिळून अनुक्रमे सात्त्विक व तामस अहंकारापासून याप्रमाणे निर्माण झाल्यावर, पुढे त्यापैकी पंचतन्मात्रद्रव्यांपासून क्रमाक्रमाने स्थूल पंचमहाभूते (यांस 'विशेष' असेही नाव आहे) व स्थूल निरिंद्रिय पदार्थ होऊ लागतात आणि या पदार्थांचा यथासंभव अकरा सूक्ष्म इंद्रियांशी संयोग होऊन सेंद्रिय सृष्टी बनते असे सांख्यांनी ठरवले आहे.'

प्रकृतीपासून पुढे प्रादुर्भूत होणाऱ्या तत्त्वांचा क्रम याआधी वर्णिलेलाच आहे असा उल्लेख करून लोकमान्य तो क्रम महाभारतातील अनुगीतेत दोनदा आलेल्या ब्रह्मांडाचा वंशवृक्ष किंवा ब्रह्मवृक्ष याच्या वर्णनाद्वारे सांगतात :

अव्यक्तबीजप्रभवो बुद्धिस्कंधमयो महान् ।
महाहंकारविटपः इन्द्रियान्तरकोटरः ।।१२।।
महाभूतविशाखाश्च विशेषप्रतिशाखवान् ।
सदापर्णः सदापुष्पः शुभाशुभफलोदयः ।।१३।।

---

२०. https://www.ncbi.nlm.nih.gov/pmc/articles/PMC3115284/

आजीवः सर्वभूतानां ब्रह्मवृक्षः सनातनः ।
एतच्छित्वा च भित्वा च तत्त्वज्ञानसिना बुधः ।।१४।।
हित्वा सङ्गमयान् पाशान् मृत्युजन्मजरोदयान् ।
निर्ममो निरहंकारो मुच्यते नात्र संशयः ।।१५।।

अव्यक्त (प्रकृति) हे ज्याचे बीज, बुद्धी (महान्) हे ज्याचे खोड, अहंकार हा याचा मुख्य पर्णभार, मन व दहा इंद्रिये या खोडातील ढोल्या, सूक्ष्म महाभूते (पंचतन्मात्रे) या ज्याच्या मोठ्या शाखा आणि विशेष म्हणजे स्थूल महाभूते या त्याच्या लहान शाखा - डहाळ्या - असा हा नेहमी पाने, फुले व शुभाशुभ फळे धारण करणारा, सर्व प्राणिमात्रांना आधारभूत, पुरातन मोठा ब्रह्मवृक्ष याला तत्त्वज्ञानरूपी तलवारीने छेदून व त्याचे तुकडे तुकडे करून ज्ञानी पुरुषाने जन्म, जरा व मृत्यू उत्पन्न करणारे संगमय पाश तोडावे आणि ममत्वबुद्धी व अहंकार यांचा त्याग करावा, म्हणजे तो निःसंशय मुक्त होतो.
(महाभारत, अश्वमेधिका पर्व, अध्याय ४८, श्लोक १२ ते १५)

अशा प्रकारे वृक्षाची उपमा वापरण्याची पद्धत फार प्राचीन, ऋग्वेदाच्या काळापासून रूढ आहे. उपनिषदात त्यास 'सनातन अश्वत्थवृक्ष' असे म्हटले आहे. कठोपनिषदात यमाने नचिकेताबरोबर मृत्यूच्या रहस्याबद्दल चर्चा करताना स्वर्गाच्या दिशेला मुळे असलेल्या आणि फांद्या, पाने, फळे यांचा पसारा जमिनीच्या बाजूला असलेल्या उलट्या वृक्षाचे रूपक वापरले आहे.

ऊर्ध्वमूलोऽवाक्शाख्र एषोश्वत्थः सनानतः ।
तदेव शुक्रन्तद् ब्रह्म तदेवामृतमुच्यते ।
तस्मिन्लोकाः श्रिताः सर्वे तदु नात्येति कश्चन ।
मृतद्वै तत् ।।१।। (एतद्वे तत्)

मुळे वर, शाखा खाली, असा सनातन वृक्ष. तोच तेजस्वी आहे, तोच ब्रह्म आहे. त्यालाच 'अविनाशी, चिरंतन म्हणतात. त्यावर सर्व जग स्थिरावते, त्याच्या परे कोणीच जाऊ शकत नाही.[२१]

अशाच उलट्या वृक्षाचे रूपक भगवद्गीतेतही वापरले आहे.

ऊर्ध्वमूलमधःशाखमश्वत्थः प्राहुरव्ययम् ।
छंदांसि यस्य पर्णानि यस्तं वेद स वेदवित् ।।१।।

---

२१. पॅट्रिक ऑलिव्हिल, 'उपनिषदाज्', ऑक्सफर्ड युनिव्हर्सिटी प्रेस, यूके, १९९६, पान २४४.

अधश्चोर्ध्वं प्रसृतास्तस्यशाखा
गुणप्रवृद्धा विषयप्रवालाः ।
अधश्च मूलान्यनुसन्ततानि
कर्मानुबन्धीनि मनुष्यलोके ॥२॥

भगवंत म्हणाले, 'मूळ (एक) वर व शाखा खाली असून (जो) अव्यय म्हणजे कधीही नाश न पावणारा, छंदांसि म्हणजे वेद हे ज्याची पाने आहेत असे ज्या अश्वत्थवृक्षाचे वर्णन करतात, तो वृक्ष ज्याने जाणला तो खरा वेदवेत्ता होय. (भगवद्गीता, अध्याय १५, श्लोक १)

(सत्त्वादि तीन) गुणांनी पोसलेल्या आणि ज्यापासून (शब्द-स्पर्श-रूप-रस-गंधरूपी) विषयांचे अंकुर फुटलेले आहेत अशा त्याच्या शाखा खाली आणि वरही पसरलेल्या आहेत आणि कर्माचे रूप पावणाऱ्या त्याच्या मुळ्या मनुष्यलोकात वाढत पसरलेल्या आहेत - मनुष्य त्याच्या कर्मानुसार मनुष्यलोकात अडकून पडतो. (भगवद्गीता, अध्याय १५, श्लोक २)

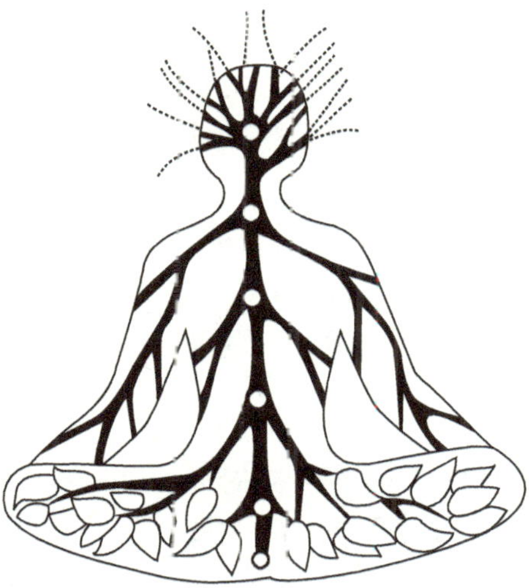

खोडापासून निघालेली मुळे वर आणि फांद्या खाली अशा उलट्या वृक्षाचे रूपक परमात्म्यापासून उत्पन्न झालेल्या या जगाचे आभासी रूप अतिशय लक्षवेधक पद्धतीने स्पष्ट करते. आपण जितके त्या मुळापासून दूर जाऊ, तितकी आपल्या जगाचा वृक्ष लवकर कोसळण्याची शक्यता वाढते. अस्तित्व एका मोसमाच्या पलीकडे टिकेनासे होते आणि पदार्थनाश होतो.

एकनाथ ईश्वरन म्हणतात, 'जेवढे आपण आपल्या विकारांना जगातील मौज लुटायची संधी देतो तेवढे आपण आपली मान जास्त जास्त अडकवून घेत असतो, अधिकाधिक धोका पत्करत असतो... जो खायला चटावलेला असतो, तो सतत वखवखलेला असतो. त्याला 'काय खाऊ, काय नको' असे होते. केव्हा खायचे, कुठे आणि किती वेळा खायचे याचाच तो विचार करत असतो. जीभ या एकाच ज्ञानेंद्रियावाटे तो जग फस्त करत असतो... एकाच विशिष्ट ज्ञानेंद्रियावर लक्ष केंद्रित करण्याचे हे असे अती खाणे, सदा खाणे हे उत्तम उदाहरण आहे जे वस्तुतः शरीरबाह्य कारणांनी निर्माण होते.[२२]

प्रकृतीपासून प्रादुर्भूत झालेल्या २५ तत्त्वांचे अवलोकन केले, तर पुरुष व मूळ प्रकृती यांखेरीजच्या २३ तत्त्वांचे वर्गीकरण चार वर्गांत केलेले आहे - १) मूलप्रकृती, २) प्रकृतिविकृती, ३) विकृती आणि ४) न-प्रकृती न-विकृती. मूलप्रकृतीनंतर प्रथम येणाऱ्या महान् म्हणजे बुद्धीला 'प्रकृतिविकृति' म्हटले आहे, तसेच अहंकार आणि पाच तन्मात्रेही 'प्रकृतिविकृति' या सदरातच समाविष्ट केलेली आहेत. परंतु पाच ज्ञानेंद्रिये आणि पाच कर्मेंद्रिये, मन आणि पाच स्थूल पंचमहाभूते ही पुढे काहीच निर्माण करत नसल्याने या सोळा तत्त्वांना 'विकृति' असे म्हटले आहे. पुरुष हा प्रकृतीही नाही आणि विकृतीही नाही. ईश्वरकृष्ण ते स्पष्ट करून सांगतात,

मूलप्रकृतिरविकृतिः महदाद्याः प्रकृतिविकृतयः सप्त ।
षोडशकस्तु विकारो न प्रकृतिर्न विकृतिः पुरुषः ॥३॥

मूल प्रकृती ही अविकृती म्हणजेच कशाचाच विकार नाही. महान, अहंकार आणि पाच तन्मात्रे अशा सात प्रकृतिविकृती आहेत. पाच कर्मेंद्रिये, पाच ज्ञानेंद्रिये, मन आणि पाच स्थूल पंचमहाभूते मिळून सोळा तत्त्वांना नुसत्या विकृती किंवा विकार असे म्हणतात. पुरुष मात्र प्रकृतीही नाही आणि विकृतीही नाही.
(सांख्यकारिका, श्लोक ३)

वेदान्तमार्गीय हे वर्गीकरण सांख्यांपेक्षा निराळे करतात. पुरुष व प्रकृती दोन्ही एकाच परमेश्वरापासून, परब्रह्मापासून निर्माण होतात म्हणून वेदान्ती प्रकृतीला स्वतंत्र स्थान देत नाहीत. त्यामुळे सांख्यांचे 'मूलप्रकृती व प्रकृतिविकृती' हे वर्गीकरण ते अमान्य करतात. त्यांच्या मताप्रमाणे सांख्य ज्याला पुरुष म्हणतात व वेदान्ती ज्याला जीव अशी संज्ञा देतात तो आणि आठ प्रकारची प्रकृती ही दोन्ही अनंत व अविनाशी तत्त्वे आहेत. उरलेली सोळा तत्त्वे सांख्य व वेदान्त दोघेही समान मानतात. भगवद्गीतेनेही वेदान्तांचे वर्गीकरण स्वीकारलेले आहे; पण त्यात अखेर थोडा फरक केला आहे. जीव हा 'परा प्रकृति'

---

२२. एकनाथ ईश्वरन, 'द भगवद्गीता फॉर डेली लिव्हिंग', जयको पब्लिशिंग हाऊस, मुंबई, २००७, खंड ३, पान १७६-१७७.

म्हणजेच ईश्वराचे श्रेष्ठ स्वरूप होय आणि सांख्य जिला मूलप्रकृती म्हणतात ती ईश्वराचे अपर - कनिष्ठ - स्वरूप असे गीतेत सांगितले आहे.

भूमिरापोऽनलो वायुः खं मनो बुद्धिरेव च ।
अहङ्कार इतीयं मे भिन्ना प्रकृतिरष्टधा ।।४।

पृथ्वी, पाणी, अग्नी, वायू, आकाश (ही पाच सूक्ष्म भूते), मन, बुद्धी आणि अहंकार मिळून आठ प्रकारे विभागलेली - अष्टधा - ही माझी प्रकृती आहे. अव्यक्त प्रकृती व्यक्त होताना ही आठ रूपे घेते. (भगवद्गीता, अध्याय ७, श्लोक ४.)

भगवंत पुढे सांगतात,

अपरेयमितस्त्वन्यां प्रकृतिं विद्धि मे पराम् ।
जीवभूतां महाबाहो ययेदं धार्यते जगत् ।।५।।

ही अपरा म्हणजे कनिष्ठ दर्जाची प्रकृती आहे असे समज. हे महाबाहो अर्जुना, याशिवाय जिने या जगाचे धारण होते अशी परा म्हणजे श्रेष्ठ प्रतीची जीवस्वरूपी माझी दुसरी प्रकृती आहे असे समज. (भगवद्गीता, अध्याय ७, श्लोक ५)

डॉक्टर राधाकृष्णन म्हणतात, 'ईश्वर हा सर्वश्रेष्ठ आहे... त्याच्यातच क्षेत्र व क्षेत्रज्ञ वास करत असतात. तीच त्याची परा व अपरा म्हणजे श्रेष्ठ व कनिष्ठ रूपे आहेत. तोच सर्व सजीवांचे जीवन, त्यांचे स्वरूप आहे... ईश्वराचे अखंड, अविभाज्य रूप अनेक जीवांमध्ये - आत्म्यांमध्ये - विभागलेले भासते. एकरूपता हे सत्य व बहुरूपता हे त्याचे आविष्करण होय...[२३]

मूळ साम्यावस्थेत असणाऱ्या एकजिनसी, निरवयव, अव्यक्त, जड प्रकृतीस व्यक्त सृष्टी निर्माण करण्याची अस्वयंवेद्य बुद्धी झाल्यावर अहंकाराने तिच्यातच सावयव बहुजिनसीपणा येऊन पुढे एका बाजूस सात्त्विक म्हणजे इंद्रियसृष्टीची सूक्ष्म अकरा इंद्रिये आणि दुसऱ्या बाजूस निरिंद्रिय म्हणजे तामस सृष्टीची मूलभूत पाच सूक्ष्म तन्मात्रे 'गुणा गुणेषु वर्तन्त।' - 'गुणांपासून गुण' या गुणपरिणामवादाप्रमाणे कशी निर्माण होतात याचे विवेचन लोकमान्य या पद्धतीने संपवतात.

सांख्य व वेदान्त यांतील मूलभूत फरक - प्रकृती ही पुरुषापासून उत्पन्न झाली नसून पुरुष व प्रकृती एकाच वेळी परमेश्वरापासून निर्माण झाले आहेत हे स्पष्ट केल्यानंतर आणि गीता पुरुषाला जीव म्हणजे परमेश्वराचा अंश कशी मानते हे सांगितल्यानंतर लोकमान्य तैत्तिरीय उपनिषदातील दाखला देऊन बाकीच्या निर्मितीच्या क्रमाबद्दलचे विवेचन करतात :

---

२३. एस.राधाकृष्णन, 'द भगवद्गीता', हार्पर कॉलिन्स पब्लिशर्स इंडिया, २०१४, पान २५१-२५२.

ॐ ब्रह्मविदाप्नोति परम् । तदेषाऽभ्युक्ता ।
सत्यं ज्ञानमनन्तं ब्रह्म । यो वेद निहितं गुहायां परमे व्योमन् ।
सोऽश्नुते सर्वान्कामान्सह । ब्रह्मणा विपश्चितेति ।
तस्माद्वा एतस्मादात्मन आकाशः संभूतः । आकाशाद्वायुः ।
वायोरग्निः । अग्नेरापः । अद्भ्य पृथिवी ।
पृथिव्या औषधयः । औषधीभ्योऽन्नम् । अन्नात्पुरुषः

ॐ । जो परब्रह्माला जाणतो तो परमात्म्यापाशी पोहोचतो. ज्याला ब्रह्म हे सत्य असते, तेच ज्ञान असते, तेच अनंत असते, ते हृदयातील गुप्त जागीही आणि अत्युच्च स्वर्गातही साठवलेले असते हे माहीत असते तो त्या परमात्म्यापासून प्रथम आकाश, आकाशापासून वायू, वायूपासून अग्नी, अग्नीपासून पाणी व पाण्यापासून पुढे पृथ्वी, पृथ्वीतून वनस्पती, वनस्पतींतून अन्न आणि अन्नातून पुरुष - निर्माण झाला नाही तर निपजला, उद्भवला हे जाणतो.[२४]

लोकमान्य लिहितात, 'ही पुढील सृष्टी पंचमहाभूतांच्या मिश्रणाने होत असून त्या मिश्रणाच्या क्रियेस वेदान्तग्रंथात 'पंचीकरण' असे नाव दिले आहे. पंचीकरण म्हणजे पंचमहाभूतांपैकी प्रत्येकाचा कमी जास्त भाग घेऊन त्या सर्वांच्या मिश्रणाने नवा पदार्थ तयार करणे असा अर्थ आहे. हे पंचीकरण अर्थात अनंत प्रकारे होऊ शकते.' .

स्वामी शिवानंद सरस्वती (१८८७-१९६३) यांचे हे प्रसिद्ध लिखाण आहे : मातीच्या बारीक बारीक कणांनी पर्वत बनलेला असतो, पाण्याच्या लहान लहान थेंबांनी महासागर तयार झालेला असतो. तसेच मानवी जीवन म्हणजे असंख्य, अनंत कृती, उक्ती, विचार यांची मालिका असते. त्यातील कमीत कमी गोष्टींचे परिणाम हे दीर्घकालीन टिकणारे असतात.' ते प्रत्येक 'जीवा'तील चार देहांचे फार सुबोध व सुस्पष्ट स्पष्टीकरण देतात. 'जड देह हा पृथ्वी, आप (पाणी), तेज, वायू आणि आकाश या पंचमहाभूतांचा आणि रस, रक्त, मांस, मेद (चरबी), अस्थी (हाडे), मज्जा आणि शुक्र (वीर्य) या सप्तधातूंचा बनलेला असतो. या जडदेहात सहा बदल (षड्भावविकार) होतात - अस्ति (अस्तित्व), जायते (जन्म), वर्धते (वाढ), विपरिनमते (बदल), अपक्षीयते (ऱ्हास) आणि विनश्यते (मृत्यू)... म्हणून जे वृद्धत्त्वामुळे क्षीण होते (शीर्यते) त्याला 'शरीर' म्हणतात आणि 'दह्यते' म्हणजे जाळणे म्हणून जो मृत्यूनंतर जाळला जातो त्याला 'देह' म्हणतात.'[२५]

---

२४. एस.राधाकृष्णन, 'द प्रिन्सिपल उपनिषदाज्', हार्पर कॉलिन्स पब्लिशर्स इंडिया, २०१०, पान ५४१-५४२.

२५. श्री स्वामी शिवानंद, 'वेदान्त फॉर बिगिनर्स' ए डिव्हाइन लाईफ सोसायटी पब्लिकेशन, इंडिया, वर्ल्ड वाईड वेब (डब्ल्यूडब्ल्यूडब्ल्यू) एडिशन, १९९९, http://www.dlshq.org

शिवानंद सरस्वती या जगातील मानवी जीवन विशद करून सांगताना म्हणतात, 'या जगातील 'संसारा'च्या सात शृंखला आहेत - देह, कर्म, राग-द्वेष, अहंकार, अविवेक आणि अज्ञान. (तुम्ही तुमच्या शरीरातील आत्मा आहात याविषयीच्या) अज्ञानामधून (सत्य, वास्तव आणि असत्य, अवास्तव यांतील फरक न ओळखण्याचा) अविवेक निर्माण होतो. अविवेकामधून अहंकार, अहंकारातून राग-द्वेष, राग-द्वेषातून कर्म आणि या कर्माचा परिपाक म्हणून देह अशी ही निर्मितीची प्रक्रिया होते. जन्ममृत्यूच्या या (अंतहीन चक्रातून) यातनांमधून मुक्ती मिळवायची असेल, तर सगळ्याचे जे मूळ ते अज्ञान नष्ट करा... आणि मग बाकीच्या शृंखला आपोआप गळून पडतील. तुमचा जड देह हे तुमच्या गतजन्मांमधील कर्मांचे फळ असते आणि य जन्मातील सुखदु:खांचे, आनंद-यातनांचे मूळ असते.'[२६]

माणूस मृत्यू पावल्यानंतर काय होते? या प्रश्नाचा विचार करणेही आवश्यक आहे. लोकमान्य लिहितात, 'ज्ञानाखेरीज जो मनुष्य मरतो त्याचा आत्मा प्रकृतीच्या चक्रातून अजिबात सुटत नाही हे उघड आहे. कारण तसे होईल तर ज्ञानाची, पाप-पुण्याची काहीच मातब्बरी राहणार नाही. बरे, मेल्यावर नुसता आत्मा म्हणजे पुरुष शिल्लक राहून तो आपण होऊनच नवे जन्म घेण्याचे काम करते असे म्हटले, तर पुरुष अकर्ता व उदासीन असून सर्व कर्तृत्व प्रकृतीचे आहे या मूलभूत सिद्धान्ताला बाधा येते. शिवाय आत्मा आपण होऊनच नवे जन्म घेतो असे मानल्यास हा त्याचा धर्म होऊन जन्ममरणाच्या फेऱ्यातून त्याची कधीच सुटका व्हायची नाही, अशी अनवस्थाही प्राप्त होते. म्हणून ज्ञानावाचून एखादा मनुष्य मेला, तरी त्याच्या आत्म्यास पुढे नवे जन्म प्राप्त करून देण्यास प्रकृतीचा त्याच्याशी संबंध राहिलाच पाहिजे असे सिद्ध होते.'

येथे मनुष्यदेहातील अनेक देहांची संकल्पना प्रवेश करते. स्थूल शरीर (जड देह) म्हणजे या जगातील माणसांचा सर्वांना दिसणारा देह. सूक्ष्म शरीर (सूक्ष्म देह किंवा लिंग देह) हे मूळ अवस्थेतील पंचमहाभूतांचे (अपंचीकृत पंचमहाभूत:) बनलेले असते. तैत्तिरिय उपनिषदात (ब्रह्मांड वल्ली, २,३,४ आणि ५) अन्नापासून बनलेल्या (अन्नमय) स्थूल शरीरापासून ('कोषा'पासून) सुरुवात करून पुढील चार सूक्ष्म शरीरांचे (कोषांचे) वर्णन आहे. महत्त्वपूर्ण श्वासाने बनलेले (प्राणमय), मनाने बनवलेले (मनोमय), बुद्धीने बनवलेले (विज्ञानमय) आणि अद्वितीय अशा परमानंदाचे (आनंदमय). स्थूल शरीराच्या आत असलेल्या या चार शरीरांचे (कोषांचे) सूक्ष्म शरीर बनलेले असते.

अन्नाद्वै प्रजा: प्रजायन्ते । या: काश्च पृथिवीं श्रिता ।
अथो अन्नेनैव जीवन्ति । अथैनदपि यन्त्यन्तत: ।
तस्माद्वा एतस्मादन्नरसमयात् । अन्योऽन्तर आत्मा प्राणमय: ।

---

२६. श्री स्वामी शिवानंद, 'वेदान्त फॉर बिगिनर्स' ए डिव्हाइन लाईफ सोसायटी पब्लिकेशन, इंडिया, वर्ल्ड वाईड वेब (डब्ल्यूडब्ल्यूडब्ल्यू) एडिशन, १९९९, http://www.dlshq.org

तस्माद्वा एतस्मात्प्राणमयात् । अन्योऽन्तर आत्मा मनोमयः ।
तस्माद्वा एतस्मान्मनोमयात् । अन्योऽन्तर आत्मा विज्ञानमयः ।।

या पृथ्वीवर अस्तित्वात असलेल्या सर्वांचा (जड देह) अन्नापासून जन्मलेला असतो, तो अन्नानेच जिवंत राहतो आणि अन्न होण्यासाठीच परत जातो (अन्नमय कोष). या खेरीज अन्नाच्या गुणांपासून प्राणमय देह (प्राणमय कोष), मनोमय देह (मनोमय कोष), विज्ञानमय देह (विज्ञानमय कोष) असतात.[२७]

तिसरा 'कारणदेह' असतो. हा सर्वात अंतर्गत देह असून त्यात आत्म्याचा वास असतो, त्यात स्वजाणीव नसलेल्या अंतर्मनावरील परिणाम साठवले जातात. आत्म्याला तो परमेश्वराचा अंश असल्याची जाणीव झाली, की हा कारणदेह नष्ट होतो, पण तोवर तो आत्म्याचा निवास असतो. मृत्यूचे वेळी आत्मा मृत शरीराला मागे सोडून जातो, त्या वेळी हा कारणदेहही अंतर्मनावर झालेल्या परिणामांसकट बाहेर पडतो, बरोबर त्या मृताच्या आधीच्या जन्मामधील कर्मांचा ताळेबंदही घेऊन निघतो. तो ज्या नव्या शरीरात प्रवेश करतो, त्या शरीराबरोबर त्या गतकर्मांची फळे भोगायला नवे आयुष्य जगू लागतो.

भगवद्गीतेत हा सूक्ष्म देह 'मनःषष्ठानीन्द्रियाणि' म्हणजे मन आणि पाच ज्ञानेंद्रिये धारण करतो असा उल्लेख आहे.

ममैवांशो जीवलोके जीवभूतः सनातनः ।
मनःषष्ठानीन्द्रियाणि प्रकृतिस्थानकर्षति ।।७।।

भगवंत स्पष्टपणे सांगतात की 'भगवंत म्हणतात, सर्व सजीव हे माझेच अगणित अंश आहेत. माझे ते सनातन अंश जीवलोकी (कर्मभूमीत) जीव होऊन प्रकृतीत असणारी मनासह सहा म्हणजे मन व पाच (सूक्ष्म) इंद्रिये तो आपल्याकडे आकर्षित करून, ओढून घेतात. (भगवद्गीता, अध्याय १५, श्लोक ७)

डॉक्टर राधाकृष्णन म्हणतात, 'ममैवांशो - माझाच एक अंश... परमेश्वर छोट्या छोट्या भागात विभागला जातो असा याचा अर्थ नाही. व्यक्ती ही परमचेतनेची चाहूल असून एका भव्य जीवनाचे केंद्रस्थान आहे. आत्मा हा गाभा असतो, केंन्द्रबिंदू असतो. तो परिवर्धित होऊन संपूर्ण जगाला गवसणी घालू शकतो... प्रत्येक व्यक्तीला या विश्वात एक अक्षय असे महत्त्व आहे. तो जेव्हा उन्नत होऊन त्याच्या सीमांच्या परे पोहोचतो तेव्हा तो विरघळत नाही... तो परमेश्वरात विलीन होतो आणि त्या विश्वनिर्मात्याच्या कार्यात सहभागी होतो. 'एखाद्या मडक्याचा अंतर्भाग किंवा एखादे घर जसे या विश्वाच्या अवकाशाचाच भाग असते, तसाच आत्मा हा परमेश्वराचा भाग, अंश असतो' या

२७. स्वामी सर्वानंद, तैत्तिरीय उपनिषद, द रामकृष्ण मठ, तामिळनाडू, १९२१, पान ५८ ते ६८.

शब्दांत श्री शंकराचार्य आत्मा हा परमेश्वराचा भाग असल्याचे समजावून सांगतात. श्री रामानुजाचार्य आत्म्याला परमेश्वराचा अंशच म्हणतात. तो या जगात एक महत्त्वपूर्ण अस्तित्व बनून येतो आणि ज्ञानेंद्रियांच्या सेवा घेऊ लागतो.[२८]

मृत्यूचे वेळी कारणदेह जडदेहाला सोडून जातो ही गोष्ट सांगताना गीतेत फुलांचा सुगंध आपल्याबरोबर नेणाऱ्या वाऱ्याची उपमा वापरली आहे - वायुर्गन्धानिवाशयात्।

शरीरं यदवाप्नोति यच्चाप्युत्क्रामतीश्वरः ।
गृहित्वैतानि संयाति वायुर्गन्धानिवाशयात् ।।८।।

वारा जसा फुलाचा सुगंध जागोजागी नेतो, तसाच आत्मा मृत्यूचे वेळी स्थूल शरीरातून मन व पाच इंद्रिये घेऊन बाहेर पडतो आणि नव्या शरीरात प्रवेश करतो. या आत्म्याच्या अवकाशप्रवासात (स्थूल देहाला नियंत्रित करणारा, मन, बुद्धी व अहंकार यांसहित) सूक्ष्मदेह त्याच्याबरोबर असतो.
(भगवद्गीता, अध्याय १५, श्लोक ८)

सूक्ष्मदेह आत्म्याला केवळ मानवी देहच नाही, तर अन्य प्राणी अथवा पक्ष्यांचे देहही स्वीकारायला लावतो. जीव हा मूलतःच उदासीन आणि निष्क्रीय असल्यामुळे तो विविध देह निर्माण करण्याची जबाबदारी घेत नाही. या मुद्यावरही सांख्य व वेदान्त शास्त्रांमध्ये मतभेद आहेत. वेदान्त तत्त्वज्ञानानुसार सूक्ष्म देह हा क्रियाशील मध्यस्थ असतो आणि 'कर्म' या प्रसिद्ध संज्ञेने ओळखल्या जाणाऱ्या संकल्पनेचा भाग असतो.

परंतु सांख्यशास्त्र 'कर्म' हे पुरुष व प्रकृती यांहून भिन्न असे तिसरे प्रमुख तत्त्व म्हणून मान्य करत नाही. कर्माला सांख्यशास्त्र सत्त्व, रज व तम या तीन गुणांचा कमी जास्त प्रमाणाने झालेला बुद्धीचा व्यापार, धर्म किंवा विकार मानते आणि त्यास 'भाव' अशी संज्ञा देते. हे भाव सत्त्व, रज व तम या गुणांच्या तारतम्याने अनेक प्रकारचे होतात. फुलाला ज्याप्रमाणे वास व कपड्याला रंग, त्याप्रमाणे सूक्ष्मदेहाला हे भाव चिकटून बसतात.

लोकमान्य लिहितात, 'देवयोनी, मनुष्ययोनी, पशुयोनी किंवा वृक्षयोनी हे भेद या 'भावा'च्या समुच्चयाचा परिणाम आहे. या सर्व भावांत सात्त्विक गुणाचा उत्कर्ष होऊन जेव्हा मनुष्यास ज्ञान व वैराग्य प्राप्त होते व त्यामुळे प्रकृत व पुरुष यांतील भेद कळू लागतो, तेव्हा पुरुष मूळच्या कैवल्यपदास पोहोचतो आणि सूक्ष्मदेह सुटून त्याच्या दुःखांची अत्यंत निवृत्ती होते. पण हा प्रकृतिपुरुषभेद न कळता नुसत्या सात्विक गुणांचाच उत्कर्ष झालेला असला, तर सूक्ष्मदेह देवयोनीत म्हणजे स्वर्गात जन्म घेते, रजोगुणांचे प्राबल्य असल्यास मनुष्ययोनीत म्हणजे पृथ्वीवर आणि तमोगुणांचे आधिक्य असल्यास त्यास तिर्यक्‌योनीत शिरावे लागते (अधोगतीस जावे लागते).'

२८. एस.राधाकृष्णन, 'द भगवद्गीता', हार्पर कॉलिन्स पब्लिशर्स इंडिया, २०१४, पान ३८८.

या विश्वातील सर्व दृश्य सजीव व निर्जीव एकाच परब्रह्मापासून निर्माण झाले आहेत या निष्कर्षाने या प्रकरणाचा शेवट केलेला आहे. या विश्वाच्या मांडणीत जी अपरिमित विविधता दिसते तिच्या मुळाशी एक अनुभवजन्य समानता दिसते. लोकमान्य आधीचे सांख्यशास्त्र आणि नंतरचे वेदान्त तत्त्वज्ञान यांतील फरक तर्कशुद्ध पद्धतीने सांगतात.

सांख्यशास्त्राप्रमाणे पुरुष म्हणजेच आत्मा, शुद्ध आणि तटस्थ. तो पदार्थ किंवा वस्तूच्या पलीकडे आहे. त्याला कोणीही जाणू शकत नाही, ज्यामुळे त्याचे रूपांतर वस्तूत होऊ शकेल. प्रकृती ही सत्त्व, रज व तम या तीन गुणांची बनलेली असते. पुरुष व प्रकृती यांचा संयोग झाला की या त्रिगुणांचा समतोल बिघडतो आणि विश्व उत्क्रान्त होते. सांख्यशास्त्रात विश्वनिर्माता - परमेश्वर - या संकल्पनेला स्थान नाही. एखादी सुंदर युवती नर्तन करताना पाहिली की युवक तिच्याकडे जसा आकर्षित होतो, तसाच तो प्रकृतीकडे आकर्षित होतो, ते जवळ येतात आणि पुरुष प्रकृतीच्या जाळ्यात अडकतो.

पुरुष व प्रकृती यांच्यातील द्वैत नाकारल्यावर आणि प्रकृती व पुरुष हे दोन्ही चिरंतन परमात्म्याचे आविष्कार आहेत असे प्रतिपादन केल्यावर लोकमान्य सावधानतेचा इशारा देतात, 'भागवत किंवा नारायणीय धर्मातील वासुदेवाच्या भक्तीचे आणि प्रवृत्तीपर धर्माचे तत्त्व भगवद्गीतेस जरी मान्य आहे, तरी वासुदेवापासून प्रथम संकर्षण किंवा जीव निर्माण झाला आणि त्यापासून पुढे प्रद्युम्न (मन) व प्रद्युम्नापासून अनिरुद्ध (अहंकार) निघाले ही भागवत धर्मातील कल्पना गीतेस मान्य नसून संकर्षण, प्रद्युम्न किंवा अनिरुद्ध यांचे नावही गीतेत कोठेही आलेले नाही.' ते लिहितात, 'आता सांख्यशास्त्रोक्त (आणि गीतेने अमान्य केलेले) प्रकृती व पुरुष दोहोंच्याही पलीकडे सर्व व्यक्ताव्यक्त किंवा क्षराक्षर जगाच्या बुडाशी दुसरे काही तत्त्व आहे की नाही याचा विचार करू.'

ॐ

९

अध्यात्म

ईश्वर - चिरंतन पूर्णत्व. सर्वांच्या नशिबाचा शिल्पकार. ग्रह ताऱ्यांची दिशा ठरवणारा, मानवाचा उद्धार करून त्याला स्वतःच्या समीप आणणारा, अनंत अवकाशातून प्रत्येक आत्म्याशी संवाद साधणारा ईश्वर म्हणजे परिपूर्णतेचा साक्षात्कार आहे!

आल्फ्रेड ॲडलर[१]

ग्रंथातील या प्रकरणापर्यंत लोकमान्य प्रामुख्याने सांख्यशास्त्राचे तत्त्वज्ञान समोर आणतात. पुरुष व प्रकृती ही दोनच स्वतंत्र व अनादि मूलतत्त्वे आहेत. पुरुष अविभाज्य आहे, अविनाशी आहे आणि अगणित आहे. प्रकृती विभाज्य, सत्त्व-रज-तम या गुणांच्या एकत्रित परिणामांनी परिवर्तन पावणारी, जगात वैविध्य आणणारी आहे. नर व मादीचा जसा संयोग होतो, तसाच पुरुष व प्रकृतीचा होतो आणि त्यातून अनेक रूपांतील सृष्टी जन्म घेते, विस्तार पावते, आणि त्यामध्ये भर पडतच राहते.

भगवद्गीतेचा दृष्टिकोन या बाबतीत निराळा आहे. पुरुष आणि प्रकृती समान असून दोन्ही ईश्वराचीच निर्मिती आहेत असे ती मानते. प्रकृती आठ भागांमध्ये विभागली गेलेली आहे - पाच दृश्य महाभूते - पृथ्वी, आप (जल), तेज, वायू, आकाश आणि तीन अदृश्य - मन, बुद्धी आणि अहंकार. पुरुष व प्रकृतीच्या संयोगाची कल्पनाही गीतेस मान्य नाही. जे काही अस्तित्वात आहे त्याचे कारण आणि त्याचा आधार दोन्ही ईश्वरच आहे. हे विश्व परमेश्वराच्या मनातील कल्पनांचा, विचारांचा दृश्य आविष्कार आहे आणि सर्व काही त्याच्याच शक्तीने व्यापलेले आहे. अनेक मणी जसे एका दोऱ्यात ओवलेले असतात, तसे हे जग त्या परमेश्वराच्या ठायी एकत्रितपणे नांदते आहे - मयि सर्वमिदं प्रोतं सूत्रे मणिगणा इव । (भगवद्गीता, अध्याय ७, श्लोक ७)

लोकमान्य लिहितात, 'प्रकृति व पुरुष हे सांख्यांचे द्वैत भगवद्गीतेस मान्य नसून या दोहोंच्याही पलीकडे तिसरे सर्वव्यापक, अव्यक्त व अमृत तत्त्व चराचर सृष्टीच्या बुडाशी आहे हा गीतेतील अध्यात्मज्ञानाचा (व वेदान्तशास्त्राचाही) पहिला सिद्धान्त आहे.

---

१. अल्फ्रेड ॲडलर (१८७०-१९३७) ऑस्ट्रेलियातील एक डॉक्टर होते. त्यांनी 'स्कूल ऑफ इंडिव्हिज्युअल सायकॉलॉजी'ची स्थापना केली.

परस्तस्मात्तु भावोऽन्योऽव्यक्तोऽव्यक्तात्सनातनः ।
यः स सर्वेषु भूतेषु नश्यत्सु न विनश्यति ॥२०॥

अव्यक्ताच्याही पलीकडे दुसरा एक सनातन अव्यक्त पदार्थ आहे, जो सर्व भूते नाहीशी झाली तरीही नाहीसा होत नाही. (भगवद्‌गीता, अध्याय ८, श्लोक २०)

भारतीयांच्या मनात युगानुयुगे या 'सगळ्याच्या पलीकडे असलेल्या' परब्रह्माच्या शोधाला आणि प्राप्तीला असाधारण स्थान आहे. अनेक साधु, संत, द्रष्टे विचारवंत यांनी परमेश्वर असल्याची कल्पना टाळायचा प्रयत्न केला आणि निरीश्वरवादाचा सखोल मागोवा घेतला, त्याच्या खरेपणाची खातरी करून घेण्याचा प्रयत्न केला. महाभारताच्या युद्धाच्या दहाव्या दिवशी कौरवांच्या बाजूने लढणारे, कौरव-पांडवांचे आदरणीय पितामह भीष्म यांच्यावर अर्जुनाने शरवर्षाव केला तेव्हा ते विद्ध झाले; परंतु त्यांचे शरीर जमिनीवर पडले नाही, तर 'शरपंजरा'वर - बाणांच्या शय्येवर - स्थिरावले. भीष्मांना मिळालेल्या एका वरानुसार त्यांच्या मृत्यूची वेळ त्यांना ठरवण्याची मुभा होती. काही दिवसांतच सूर्य दक्षिणायन संपवून उत्तरायण सुरू करणार होता. भीष्मांनी तो चांगला योग येईपर्यंत थांबायचे ठरवले.

या काळात श्रीकृष्णांनी युधिष्ठिराला पितामह भीष्मांकडे जाऊन त्यांच्याकडून विविध विषयांवरील अमूल्य असे ज्ञान मिळवण्याचा सल्ला दिला. भीष्मांनीही युधिष्ठिराला त्याच्या सर्व प्रश्नांना उत्तरे देण्याची तयारी दर्शवली. या प्रश्नोत्तराच्या काळात युधिष्ठिराने भीष्मांना विचारले, 'हे जग कोणी निर्माण केले? प्राणीमात्रांमध्ये जीवन कसे निर्माण होते? मृत्यूनंतर त्या जीवनाचे काय होते?' भीष्मांनी या प्रश्नांची उत्तरे देताना भृगु ऋषींनी भारद्वाज ऋषींना दिलेल्या स्पष्टीकरणातील पवित्र शब्दांचाच उपयोग केला.

मानसो नाम विख्यातः श्रुतपूर्वो महर्षिभिः ।
अनादिनिधनो देवस्तथाभेद्योऽजरामरः ॥११॥
अव्यक्त इति विख्यातः शाश्वतोऽथाक्षरोऽव्ययः ।
यतः सृष्टानि भूतानि जायन्ते च म्रियन्ति च ॥१२॥
सोऽसृजत्प्रथमं देवो महान्तं नाम नामतः ।
आकाशमिति विख्यातं सर्वभूतधरः प्रभुः ॥१३॥

ऋषींना युगारंभीपासून ज्ञात असलेले 'मानस' हे ईश्वर रूप असे आहे, ज्याला आदि नाही आणि अंतही नाही. त्याला शस्त्रांनी भेदता येत नाही, त्याला क्षय नाही, ते अमर आहे. ते अदृश्य, अव्यक्त आहे. शाश्वत आहे, अनंत आहे, अपरिवर्तनीय आहे. त्याने प्रथम महत् म्हणजे बुद्धी निर्माण केली, त्यातून

सजगता जन्मली आणि त्यातून त्याने अवकाश निर्माण केले. तो महाशक्तिशाली या सर्व निर्मितीचा धारक, पालक आहे.[२]
(महाभारत, शांतिपर्व, अध्याय १७५, श्लोक ११-१३)

लोकमान्य लिहितात, 'परमात्म्या'च्या वरील दोन व्याख्या भिन्न आहेत असे वाटण्याचा संभव आहे. पण वस्तुतः त्या भिन्न नाहीत. क्षराक्षर सृष्टी आणि जीव (अगर सांख्यशास्त्राप्रमाणे अव्यक्त प्रकृती आणि पुरुष) या दोहोंच्याही पलीकडे एकच परमात्मा असल्यामुळे एकदा तो क्षराक्षरापलीकडचा व एकदा तो जीवाच्या किंवा जीवात्म्याच्या (पुरुषाच्या) पलीकडचा असे एकाच परमात्म्याचे दुहेरी लक्षण किंवा व्याख्या कशी करता येईल?' कवी कालिदासाने त्याच्या 'कुमारसंभवम्' या महाकाव्यात परमेश्वराचे केलेले वर्णन लोकमान्य उद्धृत करतात,

त्वामामनन्ति प्रकृतिं पुरुषार्थप्रवर्तिनीम् ।
तद्दर्शिनमुदासीनं त्वामेव पुरुषं विदुः ॥२.१३॥

पुरुषाच्या फायद्यासाठी झटणारी प्रकृतीही तूच आणि स्वतः उदासीन असून त्या प्रकृतीला पाहणारा पुरुषही तूच. (कुमारसंभवम्, सर्ग २, श्लोक १३)

गीतेतही भगवंतांनी म्हटले आहे,

मम योनिर्महद् ब्रह्म तस्मिन्गर्भं दधाम्यहम् ।
सम्भवः सर्वभूतानां ततो भवति भारत ॥३॥
सर्वयोनिषु कौन्तेय मूर्तयः सम्भवन्ति याः ।
तासां ब्रह्म महद्योनिरहं बीजप्रदः पिता ॥४॥

महद्ब्रह्म म्हणजे प्रकृती ही माझी योनी असून मी त्या ठिकाणी गर्भ ठेवतो आणि मग सर्व भूते उत्पन्न होऊ लागतात. (भगवद्गीता, अध्याय १४, श्लोक ३)
पशुपक्ष्यादि सर्व योनींत ज्या ज्या मूर्ती जन्माला येतात, त्यांची सर्वांची महद्ब्रह्म ही योनी असून मी बीजदाता पिता आहे.
(भगवद्गीता, अध्याय १४, श्लोक ४)

डॉक्टर राधाकृष्णन या श्लोकांचे स्पष्टीकरण देतात, 'सर्व सजीवांची प्रकृती ही माता आहे आणि परमेश्वर हा पिता आहे. प्रकृती हेही परमेश्वराचे स्वरूप असल्यामुळे तोच

२. http://www.sacred-texts.com/hin/m12/m12b009.htm या संकेतस्थळावरून २० सप्टेंबर २०१७पर्यंत घेतलेल्या माहितीनुसार.

या विश्वाचा पिता व माता आहे. विश्वाची योनीही तोच आणि बीजही तोच आहे. ही संकल्पना काही भक्तिप्रकारांत वापरलेली आहे...'[३]

ममैवांशो जीवलोके जीवभूतः सनातनः ।
मनःषष्ठानीन्द्रियाणि प्रकृतिस्थानि कर्षति ।।७।।

भगवंत म्हणतात, सर्व सजीव हे माझेच अगणित अंश आहेत आणि ते सनातन आहेत. ते अंश जीवलोकी (कर्मभूमीत) जीव होऊन प्रकृतीत असणारी मनासह सहा म्हणजे मन व पाच (सूक्ष्म) इंद्रिये आपल्याकडे आकर्षित करून, ओढून घेतात. (भगवद्गीता, अध्याय १५, श्लोक ७)

ए.सी. भक्तिवेदान्त स्वामी प्रभुपाद त्यांच्या 'श्रीमद् भागवतम्'च्या प्रस्तावनेत अस्तित्वात असलेल्या विश्वाच्या पलीकडच्या, सर्व शक्तींचा स्रोत असलेल्या संपूर्णाचे फारच सुंदर वर्णन करतात, 'परमेश्वर आणि अंतिम सत्य (Absolute Truth) हे एकाच पातळीवर नाहीत. श्रीमद् भागवत अंतिम सत्याचे अचूक वर्णन करते. परमेश्वर हा विश्वाचा नियंत्रक असतो आणि अंतिम सत्य हे summom bonum - 'परमकल्याण', 'परमार्थ' असते - सर्व शक्तींचा अंतिम स्रोत असते... तेव्हा हे निःसंशय की आपण जेव्हा दुसऱ्या कोणावर तरी आपले नियंत्रण असल्याबद्दल बोलत असतो, तेव्हा वैयक्तिक गुणधर्माचे अस्तित्व असल्याचे मान्य केले पाहिजे. कारण जसे व्यवस्थापकीय क्षेत्रात निरनिराळ्या कामांसाठी निरनिराळे व्यवस्थापक असतात तसे विश्वनियंत्रक ईश्वरही अनेक असू शकतील. भगवद्गीतेनुसार असाधारण शक्ती, क्षमता असलेल्या कोणत्याही नियंत्रकाला 'विभूतिमत् सत्त्व' किंवा परमेश्वराकडून अधिकार मिळालेले नियंत्रक असे म्हटले आहे. असे 'विभूतिमत् सत्त्व' म्हणजे विशिष्ट शक्ती, क्षमता असलेले अनेक ईश्वर अथवा नियंत्रक असू शकतात; परंतु अंतिम सत्य एकमेव असते, अद्वितीय असते. श्रीमद् भागवत अशा अंतिम सत्याला किंवा summom bonum ला - परमकल्याणाला, परमार्थाला - 'परम सत्यम्' अशी संज्ञा वापरते.'[४]

येथे लोकमान्य 'जगाच्या बुडाशी असलेल्या जीव, प्रकृती आणि परमेश्वर या तीन नित्य तत्त्वांचे स्वरूप काय आणि त्यांचा एकमेकांशी नेमका संबंध काय' ते निश्चित करण्याचे काम हाती घेतात. यावर उपनिषदात खूप चर्चा झालेली आहे. लोकमान्य लिहितात, 'या बाबतीत वेदान्त्यांचे मतैक्य नसल्याने कोणी हे तीन पदार्थ मुळात एकच आहेत असे समजतात, तर कोणी जीव व जगत् ही परमेश्वराहून मुळातच थोडी किंवा अत्यंत भिन्न आहेत असे समजतात व त्यामुळे वेदान्त्यांचे अद्वैती, विशिष्टाद्वैती व द्वैती असे भेद झालेले आहेत.'

---

३. एस.राधाकृष्णन, 'द भगवद्गीता', हार्पर कॉलिन्स पब्लिशर्स इंडिया, २०१४, पान ३७३.

४. http://www.vedabase.com/en/sb/1/introduction

जीव, जगत् यांचे सर्व व्यवहार परमेश्वराच्या इच्छेने चालतात या सिद्धान्ताच्या बाबतीत कोणतेही मतभेद नाहीत, तो मात्र सर्वांस एकसारखाच मान्य आहे. ऋग्वेदातील 'हिरण्यगर्भ सूत्र' सांगते की अगदी सुरुवातीला परमेश्वर विश्वाचा निर्माता म्हणूनच अवतरला, ज्याचे वर्णन परमबुद्धी असेही केले गेले.

हिरण्यगर्भः समवर्तताग्रे भूतस्य जातः पतिरेकआसीत् ।

अगदी सुरुवातीला असलेला हिरण्यगर्भ हाच या निर्मित विश्वाचा एकमेव स्वामी होता, त्याने पृथ्वी व स्वर्ग यांचा भार उचलला होता.

यानंतर विश्वनिर्मितीची प्रक्रिया प्रगत कशी झाली याविषयी मात्र भिन्न भिन्न समजुती आहेत. काही जण असे म्हणतात की डाळिंबाच्या फळात अनेक दाणे असले, तरी त्यामुळे फळाचे एकत्व जसे नाहीसे होत नाही, तद्वत् जीव व जगत् व परमेश्वरही डाळिंबाच्या फळासारखे एकजिनसी आहेत. सांप्रतकालीन ब्रिटिश तत्त्वज्ञ व धर्मशास्त्रवेत्ता कीथ वॉर्ड (जन्म १९३८) त्याच्या 'रिलिजन ॲण्ड क्रिएशन' या पुस्तकात या मतभेदांविषयी लिहितो, 'बृहदारण्यक उपनिषदात तीन रूपके वापरलेली आहेत - कोळ्याचे जाळे, चाकाचा आरा आणि आगीच्या ठिणग्या. 'कोळी जसे अनेक धाग्यांचे जाळे विणतो, आगीतून जशा अगणित लहानलहान ठिणग्या निघतात, तसे या परमात्म्यातून सजीवांची फौज निर्माण होते. जसे चाकाचे आरे चाकाच्या मध्यभागाच्या तुंब्याशी आणि बाहेरील काठाशी घट्ट बांधलेले असतात, तसे ते सर्व जीव त्या परमात्म्याशी बद्ध असतात.' यात हे सुचवले आहे की विश्वनिर्मिती ही प्रक्रिया मनाला येईल तशी केलेली विसकळीत प्रक्रिया नसून ती अत्यंत नैसर्गिक आणि अनिवार्यपणे घडलेली आहे. मुंडक उपनिषद यात पृथ्वीतलावरील वनस्पतींची वाढ, डोक्यावरील केसांची वाढ यांसारख्या आणखी काही उदाहरणांची भर घालते... विश्वनिर्मितीमागचे स्पष्ट आणि सकारात्मक कारण न देता आल्यामुळे काही उपनिषदे व्यक्ती, मर्यादित जीवन आणि कृती यांचे महत्त्व कमी करतात.'[५]

लोकमान्य लिहितात, 'याबद्दल जास्त विचार करण्यापूर्वी खुद्द भगवंतांनीच जगत् (प्रकृति), जीव (आत्मा वा पुरुष) आणि परब्रह्म (परमात्मा किंवा पुरुषोत्तम) यांच्या परस्पर संबंधांबद्दल गीतेत काय सांगितले आहे ते पाहू. या बाबतीत गीता व उपनिषदे यांचे म्हणणे एकच असून गीतेतील विचार पूर्वी उपनिषदातून आलेले आहेत असेही पुढील विवेचनावरून वाचकांच्या लक्षात येईल.'

श्री शंकराचार्य यावर भर देतात की 'जे अचेतन असते ते स्वतंत्रपणे, कोणाच्याही साहाय्याविना, उपभोक्त्याची विशिष्ट गरज पुरवणारे असे काहीही निर्माण करायला समर्थ नसते. त्यामुळे अचेतन उद्वलितावर 'प्रधाना'वर त्याने स्वतः, कोणाच्याही

५. कीथ वॉर्ड, 'रिलिजन ॲण्ड क्रिएशन' क्लॅरेन्डन प्रेस, ऑक्सफर्ड, यु के, १९९६, पान ८२.

मार्गदर्शनाविना, कोणत्याही तत्त्वाचे जाणीवपूर्वक पालन न करता जी आश्चर्यजनक विश्वव्यवस्था जिचे वर्णन विविध आकाराची शरीरे आणि त्यांना पूरक अवयव असलेले भोक्ते म्हणून आणि बहि:स्थ स्तरावरील वैविध्यपूर्णतेचे मिश्रण असणारे पदार्थ, आणि भोक्त होण्यासाठीची पूर्वनिश्चित पूर्वपात्रता असे केले जाते, निर्माण केली असल्याचा आरोप केला जातो ते केवळ अविश्वसनीय, कल्पनातीत वाटते... सांख्यशास्त्र जे प्रतिपादन करते की उद्वलितांनी त्यांना स्वत:ला भोक्ता आणि भोक्त यांच्या अद्भुत क्रमवारीत रेखित केले आहे. तर मग 'प्रधान' हा कोणत्यातरी तत्त्वाने जाणीवपूर्वक नियंत्रित केला जातो असे निश्चितपणे म्हणावे लागेल.'[६]

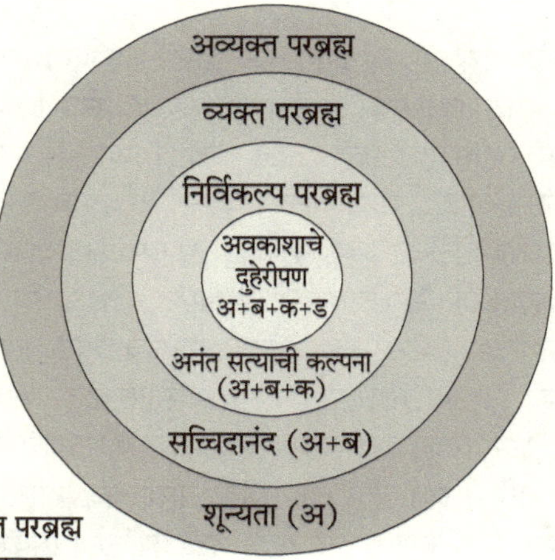

अ : अव्यक्त परब्रह्म
ब : व्यक्त परब्रह्म
क : निर्विकल्प परब्रह्म
ड : सीमित अस्तित्व

एक अंतिम परब्रह्म आहे ज्यातून सर्व काही प्रकट होते. अनेक विश्वे प्रकट होतात, त्यांचे प्रदीर्घ, अंतरिक्षीय परंतु अखेर सीमित जीवनचक्र पूर्ण करतात आणि पुन्हा परब्रह्मात विलीन होतात. प्रकट स्थितीत तीन प्रकार असतात : चेतना, सजगता आणि पदार्थ. तिन्ही एकमेकांशी जोडलेले असतात आणि तिन्ही उत्क्रांतीच्या चक्रातून जात असतात. विश्व आणि त्याअंतर्गत असलेले सर्व काही आत्म्यांसकट उत्क्रांत होते आणि नीच पातळीपासून उच्च, ईश्वराच्या अत्युच्च - गुणातीत अशा पातळीपर्यंत पोहोचतात आणि कर्मांपासूनही मुक्ती मिळवतात.[७]

---

६. एस.के.चट्टोपाध्याय, 'द फिलॉसॉफी ऑफ शंकर्स अद्वैत वेदान्त', सरूप ॲन्ड सन्स, २०००, पान २३४.

७. https://steampunkopera.wordpress.com/2011/12/29/theosophy-so-whats-it-all-about-anyway/

लोकमान्य लिहितात, 'परमेश्वराचे मूर्तिमंत अवतार जे श्रीकृष्ण तेच उपदेश करण्यास साक्षात अर्जुनासमोर उभे असल्यामुळे गीतेत ठिकठिकाणी ते पुढील शब्दांत स्वतःच्या व्यक्त स्वरूपाला अनुलक्षून प्रथमपुरुषी उल्लेख करतात - प्रकृतिं सामवष्टभ्य ('प्रकृति माझे स्वरूप आहे' - अध्याय ९, श्लोक ८), ममैवांशो जीवलोके जीवभूतः सनातनः (या जीवलोकातील जीव हे माझेच सनातन अंश आहेत - अध्याय १५, श्लोक ७), अहमात्मा गुडाकेश सर्वभूताशयस्थितः (सर्व भूतांच्या अंतरात असणारा आत्मा मीच आहे - अध्याय १०, श्लोक २०), यद्यद्विभूतिमत्सत्वं श्रीमदूर्जितमेव वा । तत्तदेवावगच्छ त्वं मम तेजोऽंशसंभवम् ।। (जी जी वस्तु वैभव, लक्ष्मी किंवा प्रभाव यांनी युक्त आहे ती ती माझ्या तेजाच्या अंशापासून झाली असेच तू समज - अध्याय १०, श्लोक ४१), मन्मना भव मद्भक्तो मद्याजी मां नमस्कुरु (माझ्या ठिकाणी मन ठेव, माझा भक्त हो, माझे यजन-पूजन कर आणि मला नमस्कार कर - अध्याय ९, श्लोक ३४), मन्मना भव मद्भक्तो मद्याजी मां नमस्करू । मामेवैष्यसि सत्यं ते प्रतिजाने प्रियोऽसि मे ।। (माझ्या ठिकाणी मन ठेव, माझा भक्त हो, माझे यजन-पूजन कर आणि मला नमस्कार कर. म्हणजे तू मलाच येऊन मिळशील, हे सत्य प्रतिज्ञेने मी तुला सांगतो, कारण तू माझा आवडता भक्त आहेस - अध्याय १८, श्लोक ६५). भगवंत अर्जुनाला आपले विश्वरूपदर्शन घडवून सर्व चराचर सृष्टी त्यांच्याच व्यक्त स्वरूपात साक्षात भरलेली आहे असे दाखवून देतात... मीच ब्रह्माचे मूळ स्थान आहे असेही सांगतात. यावरून आरंभापासून अखेरपर्यंत गीतेत भगवंतांच्या व्यक्त स्वरूपाचेच प्राधान्येकरून वर्णन आहे असे म्हणण्यास काहीच हरकत नाही.'

यामुळे महत्त्वाचा प्रश्न हा उद्भवतो की अव्यक्त परमेश्वराच्या स्वरूपाचे काय करायचे? मनुष्य म्हणजे ज्याच्यावर परमेश्वराचे संपूर्ण नियंत्रण आहे, ज्याच्या दोऱ्या परमेश्वराच्या हाती आहेत; परंतु ज्याला तो त्याला नाचवणारा नियंत्रक दिसत नाही असे कळसूत्री बाहुले आहे का? कोणाही मर्त्य माणसाला परमेश्वराचे सगुण दर्शन घडणे शक्य आहे का? श्री स्वामीनारायण (१७८१-१८३०) यांनी त्यांच्या 'वचनामृता'त म्हटले आहे (गढदा १.७८), 'परमेश्वर... जो मन व वाचा यांच्या परे आहे, जो अव्यक्त आहे... त्याने स्वतःनेच दयाळूपणाने ठरवले - या जगातील सर्व साक्षात्कारी व असाक्षात्कारी लोकांना माझे दर्शन घडले पाहिजे.' असे ठरवल्यावर ज्याची इच्छा कोणीच टाळू शकत नाही तो परमेश्वर पृथ्वीवरील सर्वांनाच दयाबुद्धीतून दृश्यमान झाला.'[८]

लोकमान्य सावधानतेचा इशारा देतात, 'परंतु एवढ्यावरून गीतेत व्यक्त परमेश्वरच अंतिम साध्य मानला आहे असे जे कित्येक केवल भक्त्यभिमानी पंडितांचे वा

८. स्वामी परातत्त्वदास, 'ॲन इन्ट्रोडक्शन टू स्वामोनारायण हिंदू थिऑलॉजी', केम्ब्रिज युनिव्हर्सिटी प्रेस, युनायटेड किंगडम, २०१७, पान १४८.

टीकाकारांचे मत आहे ते खरे धरता येत नाही. कारण वरील वर्णनाबरोबरच आपले व्यक्त स्वरूप मायिक असून त्याच्या पलीकडे - परे - असणारे अव्यक्त म्हणजे इंद्रियांस गोचर न होणारे स्वरूपच मुख्य होय असे भगवंतांनीच सांगितले आहे.'

भगवंत भगवद्गीतेत हे निःसंदिग्धपणे सांगतात :

अव्यक्तं व्यक्तिमापन्नं मन्यते मामबुद्धयः ।
परं भावमजानन्तो ममाव्ययमनुत्तमम् ।।२४।।

मी (परमात्मा) अव्यक्त म्हणजे इंद्रियांना अगोचर असताना अज्ञानी (अबुद्धयः) लोक मला व्यक्ती (श्रीकृष्ण) समजतात. व्यक्तापलीकडचे माझे श्रेष्ठ (परं भावम्), अव्यय व सर्वोत्तम (अनुत्तमम्) रूप त्यांना समजत नाही.
(भगवद्गीता, अध्याय ७, श्लोक २४)

त्यापुढच्याच श्लोकात भगवंत म्हणतात,

नाहं प्रकाशः सर्वस्य योगमायासमावृतः ।
मूढोऽयं नाभिजानाति लोको मामजमव्ययम् ।।२५।।

मी माझ्या योगमायेने आच्छादित असल्यामुळे सर्वांनाच दिसत नाही. माझे अज (न जन्मलेले) व अव्यय (अक्षय) रूप मूढांना कळत नाही.
(भगवद्गीता, अध्याय ७, श्लोक २५)

गीतेच्या शेवटच्या, अठराव्या अध्यायात भगवंत अर्जुनाला सांगतात,

ईश्वरः सर्वभूतानां हृद्देशेऽर्जुन तिष्ठति ।
भ्रामयन्सर्वभूतानि यन्त्रारूढानि मायया ।।६१।।

हे अर्जुना, सर्व भूतांच्या हृदयात जीवरूपाने ईश्वरच वास करत असतो. तो आपल्या मायेने त्या सर्वांना यंत्रावर आरूढ केल्यासारखा फिरवत असतो.
(भगवद्गीता अध्याय १८, श्लोक ६१)

स्वामी विवेकानंद या श्लोकाचा अर्थ असा सांगतात, 'परमेश्वर सर्वांच्याच हृदयात वास करीत असतो... कुंभार जसा फिरत्या चाकावर मातीला आकार देतो तसाच तो त्याच्या मायेच्या चक्रात सर्वांना फिरवतो... कुंभाराचे चक्र फिरत राहते तेव्हा विविध

आकार-प्रकार बनत राहतात - सुरईही बनते, पेलाही बनतो. कांदा आणि बटाटाही... कोण काय करू शकतो? ...सगळ्यांनाच त्याने जीवनचक्रावर बसवलेले असते.[९] प्रत्येक जण त्या परमेश्वराच्याच हातातले खेळणे असतो.

सर्वभूतानि कौन्तेय प्रकृतिं यान्ति मामिकाम् ।
कल्पक्षये पुनस्तानि कल्पादौ विसृजाम्यहम् ।।७।।
प्रकृतिं स्वामवष्टभ्य विसृजामि पुनः पुनः ।
भूतग्राममिमं कृत्स्नमवशं प्रकृतेर्वशात् ।।८।।

भगवंत म्हणतात, हे कौन्तेया, सर्व भूते त्यांची वेळ संपली की (कल्पक्षय झाला की / कल्पान्ती) माझ्या प्रकृतीस येऊन मिळतात आणि पुन्हा (कल्पारंभी) मीच त्यांना निर्माण करतो (हे चक्र आहे). (भगवद्गीता, अध्याय ९, श्लोक ७)
मी आपल्या प्रकृतीला हाती धरून (त्या) प्रकृतीच्या ताब्यात गेल्याने अवश म्हणजे परतंत्र (अर्थात् ज्याच्या त्याच्या कर्माने बद्ध) झालेला हा भूतांचा समुदाय पुनःपुन्हा निर्माण करतो. (भगवद्गीता, अध्याय ९, श्लोक ८)

डॉक्टर राधाकृष्णन म्हणतात, 'मानवी आत्मे त्यांच्या कर्मांचे स्वामी नसतात. ते प्रकृतीच्या वर्चस्वाखाली असतात आणि प्रकृती सर्वश्रेष्ठ परमेश्वराच्या अंमलाखाली असते. दैवी अवतारात, ती योगमाया, आत्मन माया, प्रकृती आहे, जी परमात्म्याच्या प्रकाशाने आणि आनंदाने भरलेली आहे आणि तिच्या सर्व कृती 'त्या'च्या अधिकारांत चालतात. ...मानवी आत्मे अज्ञानात अडकलेले असतात, प्रकृतीच्या वर्चस्वाखाली असाहाय्यपणे कर्मात अडकलेले असतात.[१०]

परमेश्वर प्रत्येकाच्या हृदयातही स्थित असतो आणि प्रत्येकाला त्याची विहित कर्मे करायला लावतो.

ईश्वरः सर्वभूतानां हृद्देशेऽर्जुन तिष्ठति ।
भ्रामयन्सर्वभूतानि यन्त्रारूढानि मायया ।।६१।।

हे अर्जुना, सर्व भूतांच्या हृदयात जीवरूपाने ईश्वरच वास करत असतो. तो आपल्या मायेने त्या सर्वांना यंत्रावर आरूढ केल्यासारखा फिरवत असतो. (भगवद्गीता अध्याय १८, श्लोक ६१)

---

९. 'स्वामी विवेकानंद - कम्प्लीट वर्क्स'मधील स्वामी मधुरानंद यांनी संकलित केलेल्या 'भगवद्गीता ॲज व्ह्यूड बाय स्वामी विवेकानंद' या लेखातून. (कलकत्ता येथे प्रकाशित झालेल्या ग्रंथाच्या पुनर्मुद्रित आवृत्तीतून, ९.४०६, पान १४६)
१०. एस.राधाकृष्णन, 'द भगवद्गीता', हार्पर कॉलिन्स पब्लिशर्स इंडिया, २०१४, पान २८५.

ए.सी. भक्तिवेदान्त स्वामी प्रभुपाद सांगतात, 'प्रत्येक सजीवाला त्याला जे योग्य ते मिळत असते.... परमात्म्याच्या देखरेखीखाली. आत्म्याने अथवा जीवाने एखादा देह धारण केला की त्याला त्या शारीरिक स्थितीच्या अंमलाखाली कार्य करावे लागते. (भौतिक शक्तीने चालणारे यंत्र). जो माणूस वेगाने जाणाऱ्या गाडीत बसून जात असेल तो हळू जाणाऱ्या गाडीत बसलेल्या माणसापेक्षा लवकर पुढे जातो (तसे). ....तसेच परमात्म्याच्या आज्ञेनुसार प्रकृती प्रत्येक सजीवाच्या पूर्वकर्मानुसार व इच्छांनुसार कार्य करायला योग्य असा देह निर्माण करते. तो सजीव स्वतंत्र नसतो.'[११]

लोकमान्य लिहितात, 'परमेश्वराचे श्रेष्ठ स्वरूप व्यक्त नसून अव्यक्त आहे एवढे जरी स्पष्ट झाले तरी हे श्रेष्ठ अव्यक्त रूप सगुण का निर्गुण याचाही येथे थोडा विचार केला पाहिजे. कारण सांख्यशास्त्रातील प्रकृती अव्यक्त म्हणजे इंद्रियांना अगोचर असूनही सगुण म्हणजे सत्त्व-रज-तमोगुणमयी आहे हे सगुण अव्यक्ताचे आपल्यासमोर एक उदाहरण असून परमेश्वराचे अव्यक्त व श्रेष्ठ स्वरूपही त्याचप्रमाणे सगुण मानले पाहिजे असे कित्येकांचे म्हणणे आहे... अव्यक्त म्हणजे इंद्रियांना गोचर न होणाऱ्या परमेश्वराची स्वरूपे याप्रमाणे सगुण व निर्गुण अशी दोनच प्रकारची वर्णिली आहेत असे नाही, तर काहीकाही ठिकाणी ही दोन्ही रूपे एकत्र मिसळून अव्यक्त परमेश्वराचे वर्णन केले आहे.' लोकमान्य खालील उदाहरण देतात :

न च मां तानि कर्माणि निबध्नन्ति धनञ्जय ।
उदासीनवदासीनमसक्तं तेषु कर्मसु ।।९।।

भगवंत अर्जुनाला सांगतात की या सृष्टी निर्माण करण्याच्या कामात त्यांची आसक्ती नाही, ते उदासीन प्रेक्षक असून त्यांची कर्मे त्यांना बंधनकारक होत नाहीत. (भगवद्गीता, अध्याय ९, श्लोक ९)

डॉक्टर राधाकृष्णन म्हणतात, 'जरी परमेश्वर या विश्वाचा आत्मा, त्याचा मार्गदर्शक म्हणून त्याची निर्मिती आणि लय नियंत्रित करीत असला, तरी त्याची त्या कार्यात भावनिक गुंतवणूक नसते, तो विश्वाच्या कारभारापासून, घटनाचक्रांपासून अलिप्त असतो... अशा रीतीने परमेश्वर विश्वनिर्मितीच्या कार्यात, विश्वाच्या क्रीडेत उत्साहाने, सक्रीयपणे भाग तर घेत असतो; पण त्याच्या परे असतो, त्याच्या कायदे-नियमांपासून मुक्त असतो.'[१२]

हार्वर्ड डिव्हिनिटी स्कूल येथील कम्पॅरिटिव्ह थिऑलॉजी या विषयाचे विद्वान प्राध्यापक फ्रान्सिस झेवियर क्लूनी (जन्म १९५०) यांचे निरीक्षण असे सांगते की 'विश्व

---

११. ए.सी.भक्तिवेदान्त स्वामी प्रभुपाद, 'भगवद्गीता ॲज इट इज' द भक्तिवेदान्त बुक ट्रस्ट, मुंबई, २००६, पान ७४५.

१२. एस.राधाकृष्णन, 'द भगवद्गीता', हार्पर कॉलिन्स पब्लिशर्स इंडिया, २०१४, पान २८५-२८६.

आणि विश्वनिर्माता परमेश्वर यांच्यामधील नाते श्री रामानुजाचार्य आधुनिक पद्धतीने सादर करतात. त्यांचे ते स्पष्टीकरण 'परमेश्वर या विश्वात पूर्णपणे भरूनही उरलेला असतो' - चराचर व्यापुनी दशांगुळे उरला - हे तत्त्व मांडणाऱ्या 'पॅनेन्थाइझम' या नावाने रूढ असलेल्या तत्त्वज्ञानाचे हिंदू रूपांतर वाटते. विश्व व विश्वनिर्माता परमेश्वर यांचे अस्तित्व एकच आहे, ते दोन नाहीतच. तो परमेश्वर सर्व भौतिक व आध्यात्मिक, परिपूर्ण नसलेल्या, उणिवा असलेल्या, परिवर्तनीय गोष्टीतही असतो आणि त्या अपरिपूर्णतेच्या परेही असतो. त्याच्याविषयीचे ज्ञान म्हणजे आत्मज्ञान तर असतेच, शिवाय अस्तित्वात असलेल्या सर्व गोष्टींचे खरे, शुद्ध ज्ञान असते.'[१३]

त्यांच्या 'गीताभाष्य' या ग्रंथाच्या प्रारंभीच श्री रामानुजाचार्य म्हणतात,

परं ब्रह्म पुरुषोत्तनो नारायणो ब्रह्मादिस्थावरान्तम्
अखिलं जगत् सृष्ट्वा स्वेन रूपेण अवस्थितः, ब्रह्मादिदेवमनुष्याणां
ध्यानाराधनाद्यगोचरः अपि अपारकारुण्यसौशील्यवात्सल्यौदार्यमहोदधिः,
स्वमेव रूपं तत्तत्सजातीयसंस्थानं स्वस्वभावम् अजहद् एव कुर्वन्
तेषु तेषु लोकेषु अवतीर्य अवतीर्य तैः तैः आराधितः, तत्तदिष्टानुरूपं
धर्मार्थकाममोक्षाख्यं फलं प्रयच्छन्

परब्रह्म, नरश्रेष्ठ नारायणाने ब्रह्मापासून प्रारंभ करून जड वस्तूंपर्यंत हे संपूर्ण विश्व उत्सर्जित केले आणि तरीही तो मात्र त्याच्याच मूळ रूपात राहिला. तो माणसांच्या पूजा, भक्ती, ध्यान, तपस्या यांच्या पलीकडे तर राहिलाच, परंतु ब्रह्म व अन्य देवदेवता यांनाही पावला नाही. तरीही तो दया, माया, प्रेम, औदार्य, सौहार्द यांचा असीम महासागर होता. त्याने हर प्रकारच्या मानवासाठी योग्य असे रूप घेतले; परंतु तरीही स्वतःचे मूळ रूप कायम राखले. अशा रीतीने तो प्रत्येक युगात अवतरला, तो युगायुगांत पुजला गेला आणि त्याने प्रत्येकाच्या इच्छेनुसार नीतिमत्ता, धन, संपत्ती, सुख, समाधान आणि मुक्तीदेखील प्रदान केली.[१४]

भगवंत म्हणतात,

यदा भूतपृथग्भावमेकस्थमनुपश्यति ।
तत एव च विस्तारं ब्रह्म सम्पद्यते तदा ॥३०॥

---

१३. लोरिलिआइ बिएर्नाकी व फिलिप क्लेटॉन संपादित 'पॅनेन्थेइझम ॲक्रॉस द वर्ल्ड ट्रॅडिशन्स', ऑक्सफर्ड युनिव्हर्सिटी प्रेस, युनायटेड किंगडम, २०१४, पान १२३, १२४.

१४. श्री रामानुज गीता भाष्य, भाषांतरकार - स्वामी आदिदेवानंद, श्री रामकृष्ण मठ, चेन्नई, पान ४१.

जेव्हा सूज्ञास सर्व भूतातील पृथकत्व म्हणजे नानात्व - निराळेपण, विभिन्नत्व - एकत्वात (एकस्थम्) दिसू लागते आणि या एकत्वापासूनच सर्व विस्तार झाला आहे हे समजते, तेव्हा त्याला ब्रह्म ही संकल्पनाही समजते.
(भगवद्‌गीता, अध्याय १३, श्लोक ३०)

स्वामी मुक्तानंद (१९०८-१९८२) या श्लोकावरील त्यांच्या भाष्यात लिहितात, 'महासागर भरती, ओहोटी, मंद लहरी, उसळत्या लाटा, त्यावरील फेस अशी त्याची विविध रूपे दाखवतो. ती प्रथमच पाहणाऱ्याला असे वाटते की प्रत्येक रूप भिन्न, स्वतंत्र आहे; परंतु ज्याला महासागराविषयी ज्ञान असते तो त्या सर्व रूपांतील अंगभूत एकत्व जाणतो. त्या प्रमाणेच सजीवांचेही अनेक प्रकार आहेत - सूक्ष्म अमिबापासून भव्यदिव्य, शक्तिशाली स्वर्गीय देवदेवतांपर्यंत. तेही भौतिक शक्तीपासून बनलेल्या सर्व जड वस्तूंमध्ये वसत असलेल्या एकाच परमात्म्याची रूपे आहेत. त्यांच्यातील फरक हा त्यांच्यातील आत्म्यामध्ये नाही, भौतिक शक्तीने निर्माण केलेल्या त्यांच्या विभिन्न जड देहरूपांत आहे... जेव्हा आपल्याला हे समजते की सर्व सजीवांचे मूळ एकच प्रकृती आहे, तेव्हा आपल्याला विविधतेतील एकता प्रतीत होते. आणि प्रकृती हीही परमेश्वराचीच शक्ती आहे हे आपल्या ध्यानात येते, तेव्हा सर्व अस्तित्वांत आपल्याला एकच मूलभूत आत्मा भरून राहिलेला दिसतो...'[१५]

लोकमान्य असा निष्कर्ष काढतात, 'थोडक्यात सांगणे असल्यास एकालाच नानात्व, निर्द्वंद्वाला अनेक प्रकारचे द्वंद्वत्व. अद्वैतालाच द्वैत अगर असंगाला संग कसा जडला याचा आता विचार करायचा आहे.'

बृहदारण्यकोपनिषदात या विषयावरील एक सुंदर गोष्ट आहे. राजा जनकाच्या दरबारात एका यज्ञाची सांगता झाल्यानंतरच्या चर्चेत असा प्रश्न समोर आला की 'देव किती आहेत?' याज्ञवल्क्य ऋषी म्हणाले, 'ते बऱ्याच गोष्टींवर अवलंबून आहे. तेहतीसही आहेत, सहाही आहेत, तीनही आहेत आणि दीडही आहे.' त्यांच्या उत्तराने अचंब्यात पडलेल्या विद्वानांनी त्यांना स्पष्टीकरण मागितले. याज्ञवल्क्य ऋषी म्हणाले, 'तेहतीस देवांमध्ये आठ वसू (सृष्टीदेवता), अकरा रुद्र (शक्तीदेवता), बारा आदित्य (सौरदेवता), इंद्र (स्वर्गाचा राजा) आणि प्रजापती (विश्वनिर्माता) यांचा समावेश आहे. ते सर्वजण आपल्यामध्ये अंतर्शायी - immanent - असतात. सहा देव आहेत - अग्नी, पृथ्वी, वायू, आकाश, स्वर्ग आणि सूर्य. तीन देव म्हणजे आपण ज्यात जगतो, त्या जाणिवेच्या तीन पातळ्या. दोन देव आहेत प्रकृती आणि अन्न व जीवन ऊर्जा, पदार्थ बाह्यांगी प्रकृती, अंतरी ऊर्जा.' त्यानंतर दीड देव हे कोडे उलगडताना याज्ञवल्क्य म्हणाले, 'या सर्व देवतांना देवत्वाचे तेज प्रदान करणारा एकच परमेश्वर असतो, जो अनेक प्रकारे तेज उधळत असतो. हा अन्य देवांसारखाच तेजाने चमकत

१५. http://www.holy-bhagavad-gita.org/chapter/13/verse/31

असणारा महातेजस्वी परमेश्वरच त्या सर्वांच्या परे असतो. हा महातेजस्वी देव लपंडाव खेळत असतो. तो तुम्हाला असे भासवतो की तो तुमच्यापासून दूर, तुमच्या बाहेर आहे, परंतु वास्तवात तो सर्वव्यापी तुमच्या अगदी नजिक, तुमच्या अंतरातच स्थित असतो. वर खाली, तुमच्या बाजूला, सर्वत्रच, सततच असतो. हा असा असून लपतो म्हणून तो अर्धा असे धरून मी दीड देव असे म्हणालो; पण परमेश्वर तर एकच आहे!'[१६]

उपनिषदकारांनी प्रकृती व पुरुष यांच्या पलीकडे जाऊन (सत्, चित् आणि आनंद हे तिन्ही गुण असणाऱ्या) सच्चिदानंद ब्रह्माच्याहो वरच्या पायरीचे 'निर्गुण' ब्रह्मच जगाचे मूळ आहे असा सिद्धान्त मांडला. थोडक्यात आपल्याला जगात 'सत्'स्वरूपी - 'सर्वम् खल्विदम् ब्रह्म' (छांदोग्य उपनिषद ३.१४.१), 'चित्'स्वरूपी - प्रज्ञानम् ब्रह्म (ऐतरेय उपनिषद ३.१.३) आणि 'आनंद'स्वरूपी ब्रह्म (तैत्तिरीय उपनिषद) पहावयास मिळते.

मानवी मनाला परमेश्वराचे अस्तित्व कसे जाणवते? 'सगुण' व 'निर्गुण' या दोन अत्यंत चपखल आणि अर्थपूर्ण शब्दांत मानव व देव यांच्या नात्याविषयीच्या, त्यांच्यातील संपर्काविषयीच्या अनेक अवघड प्रश्नांचे समाधान सामावलेले आहे. जो अव्यक्त असतो, जो अनाकलनीय असतो असा 'परब्रह्म' या नावाने ओळखला जाणारा देव माणसाच्या इंद्रियांना जाणवणारे स्वरूप कसे धारण करतो आणि तरीही 'एकाकार' राहतो? त्याला आकार, वास, स्पर्श, नाद, चव या इंद्रियांच्या संवेदना कशा प्राप्त होतात? तो एकाच वेळी संवेदनीयही होतो आणि जगाच्या, जिवांच्या कारभारापासून अलिप्तही राहतो, तो कसा? एकाच वेळी तो मृत्तिकाही असतो आणि मृत्तिकापात्रही, ते कसे?

विसाव्या शतकातील एक प्रभावशाली धर्मवेत्ता, जर्मन-अमेरिकन तत्त्वज्ञ पॉल टिलिच (१८८६-१९६५) म्हणतो, 'माणसामधील धार्मिकतेचे, आस्तिकतेचे मूळ हे त्याच्या सामान्य अस्तित्वापेक्षा अगदी निराळ्या अशा 'त्या' परमात्म्याशी नाते जोडण्याच्या उत्कट इच्छेत असते. प्रत्येक माणसाच्या हृदयात एक लहान बालक दडलेले असते. त्या दडलेल्या लहान बालकाला आयुष्यभर त्याला खरे समाधान देणाऱ्या, त्याला आयुष्याची कृतार्थता प्रदान करणाऱ्या, ज्यांना तो पूर्णपणे समर्पित होऊ इच्छितो त्या त्याच्या सहजी न सापडणाऱ्या माता-पित्याची आस लागलेली असते.'

त्याने लिहिले आहे, 'या उत्कट इच्छेचे स्वरूप धर्माधर्मात निराळे असते. कधी ते वैयक्तिक भक्तीचे रूप घेते, ज्यात परमात्म्याचे स्तुतिगान असते, त्याच्याविषयीच्या असीम प्रेमाची, कृतज्ञतेची, समर्पणाची अभिव्यक्ती असते. त्याच्या पायाशी आर्त मागणी असते, सार्थ कबुली असते, तर कधी त्यात परमकल्याणाचा प्रदीर्घ शोध असतो. त्यात अनुभवजन्य ज्ञानप्राप्तीचा हेतू समोर ठेवून केलेली तपस्या असते किंवा त्या परमात्म्याशी

---

१६. https://callofthevedas.wordpress.com/2015/12/01/how-many-gods-are-there/

एकरूप होऊन, आपल्या सर्व पापांपासून, कुकर्मांपासून मुक्ती मिळवून स्वतःमध्ये फार मोठा, सुयोग्य बदल घडवून आणण्याचा प्रयास असतो... या बाबतीत मतभेद असतात ते तो परमात्मा सगुण समजणारे आणि निर्गुण मानणारे यांच्यामध्ये... ती दोन्ही रूपे भिन्नभिन्नही समजली जाऊ शकतात किंवा एकत्रितही... आस्तिक हिंदू धर्म हा दोन्ही रूपे एकत्र करतो.'[१७]

लोकमान्य लिहितात, 'आता निर्गुणापासून सगुण कसे झाले याची उपपत्ती दिली पाहिजे. कारण जे नाही ते नाहीच, त्यापासून जे आहे ते कधीही निर्माण होत नाही असा सांख्यांप्रमाणे वेदान्तशास्त्राचाही सिद्धान्त आहे...'

अद्वैत वेदान्त सांगते की ब्रह्म अविभाज्य व निर्गुण आहे. म्हणूनच परमेश्वर 'कोणी दुसरा नाहीच, तो एकच आहे.' हे गर्दीमध्ये आपल्या पालकांना शोधणाऱ्या आणि प्रेमाच्या शोधात फिरणाऱ्या हृदयासाठी समस्याग्रस्त ठरते. जर ब्राह्मणात कोणतेच गुण नसतील, तर तो देव कसा असू शकेल?

अर्जुनाने श्रीकृष्णाला असा प्रश्न विचारला की 'काही भक्त तुझ्या सगुण रूपात तुझी भक्ती करतात, तर काही निर्गुण रूपात. त्यापैकी कोणते भक्त तुला जास्त आवडतात?' या प्रश्नावरील भाषणात महात्मा गांधी म्हणतात, 'काय उत्तर दिले असेल भगवंतांनी? हे म्हणजे एका मातेला तिच्या दोन मुलांपैकी कोण अधिक आवडतो असे विचारण्यापैकीच आहे! तिचा धाकटा मुलगा अगदीच लहान आहे, सर्वस्वी तिच्यावर अवलंबून आहे. ती जवळ असली तरच तो शांत असतो, आनंदी असतो. ती जरा नजरेआड झाली तरी बेचैन, अस्वस्थ होतो. तो एक क्षणही तिच्यापासून लांब राहू शकत नाही. तिच्याविना हे जग त्याच्यासाठी निर्वात पोकळीसारखे आहे. तिचा मोठा मुलगाही तिच्यावर तेवढेच प्रेम करतो; परंतु तो मोठा झालेला आहे, त्याला समज आली आहे. तो तिच्यापासून दूर राहू शकतो. तो तिची सेवा करतो, तिच्या कामाचा भार आणि जबाबदारी आपल्या खांद्यांवर घेऊन हलकी करतो. कामात गुंतल्यामुळे तो तिचा विरहही सहन करतो. जग त्याचे कौतुक करते आणि त्या कौतुकाने त्याची आई खूश होते, संतुष्ट होते. अशा या दोन पुत्रांच्या मातेला जर कोणी असे सांगितले, की तिला तिच्या दोन मुलांपैकी एकालाच जवळ ठेवता येईल, तर ती कोणाची निवड करेल? ती अशी निवड करूच कशी शकेल? अखेर पेचात पडलेल्या मातेने उत्तर दिले, 'जर नाईलाजच असेल तर मी माझ्या मोठ्या मुलाचा विरह सहन करू शकेन.' ...छातीशी धरलेल्या तिच्या सानुल्या बालकाला ती दूर करूच शकत नाही... त्या मातेवर जी वेळ आली होती तीच श्रीकृष्णांवरही अर्जुनाच्या त्या प्रश्नाने आणली होती. आणि त्यांनीही त्या मातेसारखेच उत्तर दिले, 'जो माझ्या सगुण रुपाची भक्ती करतो त्याच्यावर मी खूप प्रेम करतो आणि जो निर्गुण रूपाची भक्ती करतो तोही माझाच आहे!' गांधीजी पुढे सांगतात, 'खरेच, हेच सत्य आहे! दोन प्रकारच्या भक्तांमध्ये,

१७. https://plato.stanford.edu/entries/concepts-god/

त्यांच्या भक्तीमध्ये काहीच फरक नाही. सगुण असो वा निर्गुण, दोघांचीही भक्ती तितकीच सद्गुणी आहे! त्यांच्यात तुलना करणे म्हणजे औचित्याचा भंग करणे आहे.'[१८]

अशा रीतीने सगुण ब्रह्म ही संकल्पना अध्यात्मिक प्रवासाचा प्रारंभ करायला खूपच उपयुक्त आणि सगुण भक्ती ही रोजच्या जीवनातील क्लेश, दुःख यांपासून जरासा दिलासा देणारी, सोयीस्कर पद्धत सिद्ध होते. परंतु अध्यात्मिक प्रवास हाच जीवनाचा प्रवास असे ठरवलेल्या त्यागी साधकांना शक्तीमान, सर्वज्ञानी, तिन्ही जगाचा स्वामी या ब्रह्माच्या भ्रामक रूपाची सोय बाजूला सारून व्यक्तीनिरपेक्ष, निष्क्रीय आणि अनामिक अशा निर्गुण ब्रह्माच्या साक्षात्काराचा परमानंद अनुभवून आनंदभूत निराकार सजगतेच्या आनंदाचीही प्राप्ती व अनुभूती घ्यावी लागते.

सगुण निर्गुण या प्रश्नामधून लोकमान्य आत्मज्ञानाचा मार्ग अधिक सुकर करतात. त्यासाठी ते बृहदारण्यकोपनिषदातील याज्ञवल्क्य व मैत्रेयी यांच्यातील सुप्रसिद्ध संवादाचे उदाहरण देऊन पुढे म्हणतात, 'जसे मृगजळाने तहान भागणे किंवा वाळूपासून तेल निघणे अशक्य, तद्वतच जे ढळढळीत नाशवंत आहे त्यापासून केव्हा तरी अमृतत्व निष्पन्न होईल अशी आशा बाळगणे व्यर्थ होय. म्हणूनच कितीही संपत्ती मिळाली तरी 'अमृतत्वस्य तु नाशास्ति वित्तेन' - त्या संपत्तीपासून अमृततत्त्व मिळण्याची आशा नको असे याज्ञवल्क्याने मैत्रेयीस साफ सांगितले आहे.' लोकमान्य लिहितात, 'आपल्या हयातीपलीकडच्या निरंतरच्या कल्याणाची अर्थात् अमृततत्त्वाची ही कल्पना आली कोठून? मनुष्य या पृथ्वीवर निर्माण झाल्या दिवसापासून सर्व दृश्य व नाशवंत सृष्टीचे मूलभूत अमृततत्त्व काय व ते मला कसे प्राप्त होईल याचा विचार तो एकसारखा करीत आला आहे... किंबहुना मनुष्याच्या बुद्धीची ही हाव ज्या दिवशी सुटेल, त्या दिवशी त्यास 'स वै मुक्तोऽयवा पशु' - म्हणजे 'तो एक साक्षात्कारी मुक्त आत्मा तरी आहे किंवा पशु तरी आहे' असे म्हणावे लागेल.'

दिक्कालाने अमर्यादित, अमृत, अनादि, स्वतंत्र, एकजिनसी, एक, निरंतर, सर्वव्यापी व निर्गुण अशा तत्त्वाच्या अस्तित्वाबद्दल अगर त्या निर्गुण तत्त्वापासून सगुण सृष्टी कशी निर्माण झाली याबद्दल प्राचीन उपनिषदांतून जे उपपादन केले आहे, त्यापेक्षा अधिक सयुक्तिक उपपादन कोणत्याही दुसऱ्या देशातील तत्त्वज्ञांनी अद्याप शोधून काढलेले नाही. अर्वाचीन जर्मन तत्त्वज्ञ इमॅन्युअल कान्ट (१७७०-१८३१) याने मनुष्याला बाह्य सृष्टीच्या नानात्वाचे एकत्वाने ज्ञान होण्यास कारण काय याचा सूक्ष्म विचार करून आपल्या पंडितांनी दिलेली उपपत्तीच, अर्वाचीन शास्त्ररीत्या अधिक स्पष्ट करून दिली आहे. जॉर्ज हेगेल (१७८८-१८३१) हा जरी कान्टच्या पुढे गेला आहे, तरी त्याचेही सिद्धान्त वेदांच्या पुढे गेलेले नाहीत. आर्थर शोपेनहॉवर (१७८८-१८६०) याचीही गोष्ट अशीच आहे. त्याने

१८. http://www.mkgandhi.org/talksongita/chap12.htm. Last accessed on 20 September 2017.

उपनिषदांच्या लॅटिन भाषेत झालेल्या भाषांतराचे अध्ययन केले होते आणि 'जगाच्या वाङ्मयातील या अत्युत्तम ग्रंथातून आपल्या ग्रंथात काही विचार घेतले आहेत' असे त्यानेच म्हटले आहे.

लोकमान्य लिहितात, 'परंतु हे गहन विचार आणि त्याची साधक बाधक प्रमाणे किंवा वेदान्तातील सिद्धान्त आणि कान्ट आदिकरून पाश्चात्त्य तत्त्वज्ञांचे सिद्धान्त यात सादृश्य किती व वैषम्य किती, अगर उपनिषद व वेदान्तसूत्रे इत्यादि प्राचीन ग्रंथांतील वेदान्त आणि तदुत्तरकालीन ग्रंथातील वेदान्त यांतील बारीकसारीक भेद कोणते इत्यादि गोष्टींचे सविस्तर निरूपण या लहानशा ग्रंथात करणे शक्य नाही. म्हणून गीतेतील अध्यात्मसिद्धान्ताचा खरेपणा, उपपत्ति व महत्त्व लक्षात येण्यास जरूर तेवढ्याच भागाचे, मुख्यत्वेकरून उपनिषदे व वेदान्तसूत्रे व त्यावरील शांकरभाष्य यांच्या आधारे येथे आम्ही फक्त दिग्दर्शन केले आहे.'

त्यानंतर लोकमान्य वाचकांना मूळ 'सत्या'विषयी अगदी साध्यासोप्या भाषेत सांगतात. ते लिहितात, 'सामान्य लोक 'चक्षुर्वैसत्यम्' म्हणजे 'डोळ्यांना दिसते ते सत्य' अशी सत्य या शब्दाची व्याख्या करत असतात आणि व्यवहार पाहिला तरी लाख रुपये आपणास मिळाले असे स्वप्नात दिसणे किंवा लाख रुपयांची गोष्ट कानांनी ऐकणे आणि लाख रुपये प्रत्यक्ष मिळणे यात महदंतर आहे हे कोणासही सांगावयास नको.'

पॉल टिलिच लिहितो, 'अद्वैतवादी आणि आस्तिक वेदान्ती यांच्यात या गोष्टीवर एकमत आहे की सर्वात महत्त्वाची आहे ती सर्वोच्च महानता. मतभेद आहेत ते सर्वोच्च महानता नेमके कशाला म्हणायचे यावर. हे मतभेदही आध्यात्मिक आणि ज्ञानमीमांसेच्या पातळीवर - सैद्धांतिक आहेत, धर्मग्रंथातील माहितीचा अर्थ लावण्यावरून आहेत. धार्मिक रूढी, पद्धती आणि अपेक्षा यांच्यातील आहेत. परंतु सर्वात मूलभूत फरक आहे तो मूल्यमापनात. आस्तिक वेदान्ती 'प्रेमा'ला जेवढी किंमत देतात, तेवढी अद्वैतवादी देत नाहीत आणि प्रेम हे दोन व्यक्तींमधील नाते असल्यामुळे आस्तिक वेदान्ती सर्वोच्च महानतेमध्ये व्यक्तीला सर्वाधिक महत्त्व देतात.[१९]

भक्तिसिद्धान्त सरस्वती (१८७४-१९३७) यांनी त्यांच्या 'गौडिया कंठहार'च्या सातव्या 'कृष्ण तत्त्व' नावाच्या प्रकरणात परमेश्वराचे आकलन करून देणारे विचार एकत्रितपणे मांडले आहेत.[२०]

वदन्ति तत्तत्वविदस्तत्वं यज्ज्ञानमद्वयम् ।
ब्रह्मेति परमात्मेति भगवानिति शब्द्यते ॥११॥

परमसत्याचा साक्षात्कार तीन प्रकारांनी होतो : त्या परमसत्याचे स्वरूप ज्यांना

---

१९. https://plato.stanford.edu/entries/concepts-god/

२०. http://www.iskcondesiretree.com/profiles/blogs/krishna-tattva-must-read-6

समजते असे महान द्रष्टे त्या अद्वैत सत्याचे तीन प्रकार सांगतात - ब्रह्म, परमात्मा आणि भगवान. (भागवत स्कंध १, अध्याय २, श्लोक ११)

न तत्र सूर्यो भाति न चन्द्रतारकं नेमा विद्युतो भान्ति कुतोऽयमग्निः ।
तमेव भान्तमनुभाति सर्वं तस्य भासा सर्वमिदं विभाति ॥१५॥

श्रुतींनी ब्रह्माविषयी काढलेला निष्कर्ष : या विश्वाच्या पलीकडे असलेल्या परमेश्वराच्या निवासस्थानी प्रकाशासाठी ना सूर्याची गरज असते ना चंद्र ताऱ्यांची. ऊर्जेचीसुद्धा आवश्यकता नसते, मग दिव्यांची काय कथा? त्या सर्वांनाच तेज मिळते ते केवळ त्या परमेश्वराच्या तेजःपुंज दीप्तीने! खरे तर हे संपूर्ण विश्वही केवळ त्याच्या अस्तित्वाचाच परिणाम - आविष्कार आहे. (कठोपनिषद, अध्याय २, श्लोक १५)

केचित्स्वदेहान्तर्हृदयावकाशे प्रादेशमात्रं पुरुषं वसन्तम् ।
चतुर्भुजं कञ्जरथाङ्गशङ्खगदाधरं धारणया स्मरन्ति ॥८॥

परमात्मा हा त्या महान विधात्याचा एकांश आहे. तो शरीरातील हृदयात राहतो. (मुठीच्या आकाराचा तो, पण...) लोक मात्र त्याला एका हाती कमळ, दुसऱ्या हाती सुदर्शन चक्र, तिसऱ्या हातात शंख आणि चौथ्या हातात गदा धरलेला भव्य दिव्य चतुर्भुज समजतात. (भागवत, २.२.८)

ऐश्वर्यस्य समग्रस्य वीर्यस्य यशसः श्रियः ।
ज्ञान-वैराग्ययोश्चैव षण्णां भग इतीरणा ॥

भगवान याचा अर्थ : सर्व प्रकारचे ऐश्वर्य, सर्वांवर अधिकार, सर्वत्र कीर्ती ख्याती, सौंदर्य, ज्ञान आणि वैराग्य यांची मूर्ती. या सहा सुलक्षणांचे साकार पूर्णत्व म्हणजे भगवान. (विष्णु पुराण, ६.५.७४)

ग्रीक तत्त्वज्ञ हर्मीस ट्रिसमेजिस्टस याचे हे लेखाण फार प्रसिद्ध आहे : अमरत्वाचा, मुक्तीचा मार्ग फार दुर्धर आहे, तो फारच थोड्यांना सापडतो. बाकीचे त्या 'ग्रेट डे'ची - 'महान दिवसा'ची वाट पाहत राहतात, ज्या दिवशी या विश्वचक्राची चाके फिरायची थांबतात आणि अमर्त्याचे कवडसे पदार्थाच्या जड कवचातून बचावतात. जे त्या दिवसाची वाट पहात थांबतात त्यांची स्थिती फारच वईट होते; कारण त्यांना पुन्हा अज्ञानी,

अजाणते आयुष्य जगायला परत बीजजन्म घ्यावा लागतो आणि नव्या आयुष्याची वाट पहात थांबावे लागते.[२१]

लोकमान्य लिहितात, 'मनुष्यांच्या इंद्रियांना नामरूपाखेरीज दुसऱ्या कशाचेही प्रत्यक्ष ज्ञान होत नसले तरी या अनित्य नामरूपाच्या पांघरुणाखाली डोळ्यांना न दिसणारे म्हणजे अव्यक्त असे काहीतरी नित्य द्रव्य असलेच पाहिजे व त्यामुळेच सर्व सृष्टीचे एकत्वाने आपणांस ज्ञान होत असते हे वरील विवेचनाचे तात्पर्य आहे. जे काय ज्ञान होते ते आत्म्याला होते म्हणून आत्मा हा ज्ञाता म्हणजे जाणणारा झाला. या ज्ञात्याला जे ज्ञान होते, ते नामरूपात्मक सृष्टीचे होते. म्हणून नामरूपात्मक बाह्य सृष्टी हे ज्ञान झाले आणि या नामरूपात्मक सृष्टीच्या बुडाशी जे काही वस्तुतत्त्व आहे ते ज्ञेय होय.'

हे वर्गीकरण स्वीकारून भगवद्‌गीता म्हणते,

ज्योतिषामपि तज्ज्योतिस्तमसः परमुच्यते ।
ज्ञानं ज्ञेयं ज्ञानगम्यं हृदि सर्वस्य विष्ठितम् ।।१७।।

(अचित्य व अक्षर परब्रह्म, ज्याला क्षेत्रज्ञ किंवा परमात्मा म्हणतात) त्यालाच तेजाचेही तेज व अंधकारापलीकडचे म्हणतात; ज्ञान, जे जाणायचे ते (ज्ञेय) आणि ज्ञानगम्य म्हणजे ज्ञानाने(च) कळणारेही (तेच) असून सर्वांच्या हृदयात तेच अधिष्ठित झालेले आहे. (भगवद्‌गीता, अध्याय १३, श्लोक १७)

इति क्षेत्रं तथा ज्ञानं ज्ञेयं चोक्तं समासतः ।
मद्‌भक्त एतद्विज्ञाय मद्‌भावायोपपद्यते ।।१८।।

भगवंत स्वतःचे वर्णन क्षेत्र, ज्ञान व ज्ञेय असे करतात आणि सांगतात, भक्ताला जेव्हा हे समजते तेव्हा तो माझ्या स्वरूपाला येऊन पोचतो.
(भगवद्‌गीता, अध्याय १३, श्लोक १८)

या श्लोकातील 'माझ्या स्वरूपा'चे वर्णन डॉक्टर राधाकृष्णन मुक्ती, प्रीती आणि समानता - एकरूपता असे करतात.[२२]

यानंतर लोकमान्य 'ज्ञेय' या संकल्पनेचे विवरण करतात. परमात्म्याशी संबंधित गोष्टींमध्ये जे ज्ञात असते आणि जे ज्ञात नसते यामध्ये ज्ञात होण्याचे - ज्ञेयाचे - विस्तृत क्षेत्र असते. श्रुतींमध्ये दोन प्रकारची विधाने आहेत - ब्रह्म ज्ञात होऊ शकते आणि ब्रह्म ज्ञात होऊ शकत नाही. लोकमान्य लिहितात, 'ज्ञेय जाणणे म्हणजे प्रकट किंवा बदलाच्या

---

२१. http://gnosticwarrior.com/the-path-to-immortality-is-hard-and-only-a-few-find-it.html. या संकेतस्थळावर २० सप्टेंबर २०१७ पर्यंत मिळवलेल्या माहितीनुसार.
२२. एस. राधाकृष्णन, 'द भगवद्‌गीता', हार्पर कॉलिन्स पब्लिशर्स इंडिया, २०१४, पान ३६४.

सर्व शक्यता मावळणे... ज्याला सर्वसाधारणपणे जन्म आणि मृत्यू असे ओळखले जाते. ज्ञेय म्हणजे सत् नव्हे, कारण सत् हे पूर्वज्ञात असते. ज्ञेय असत्‌ही नाही, कारण ते सत् म्हणून जे ओळखले जाते त्याचे सत्त्व आणि आधारभूत असते. म्हणूनच ज्ञेय सत् नाही आणि असत्‌ही नाही. ते त्यापलीकडे असून ते दोघांनाही संभाव्यता बहाल करते.'

लोकमान्य एक गतिशील दृष्टिकोन मांडतात. आज जे 'सत्' आहे ते उद्या 'असत्' होऊ शकते आणि आज जे 'असत्' आहे ते उद्या 'सत्' असल्याचे सिद्ध होऊ शकते. ते लिहितात, 'ज्ञान म्हणजेच सत्, जे आदर्शवत् विस्तार आणि अस्तित्व यांच्या दृष्टिकोनातून वाढते. अज्ञान किंवा क्षेत्र हे असत्, जे ज्ञानाच्या वाटेतील अडथळा बनते आणि ज्ञानाला अस्पष्टता देते, आणि सर्व बदल शक्य बनवते. असे असले तरी, ज्ञान आणि क्षेत्र हे दोघेही ज्ञेय नसल्याने ज्ञेयापलीकडचे नसतात किंवा त्यापासून अंतरावरही नसतात.' ज्ञान म्हणजे वर्तुळाच्या परीघाच्या आतली बाजू आणि अज्ञान म्हणजे वर्तुळाच्या परीघाच्या बाहेरची बाजू असते. ज्या कागदावर ते वर्तुळ काढलेले असते त्याच कागदावर ते दोन्ही असतात आणि त्या कागदाला त्या वर्तुळाशी काहीच देणेघेणे नसते.

लोकमान्य लिहितात, 'ब्रह्म व आत्मा एक' या समीकरणास मराठीत 'जे पिंडी ते ब्रह्मांडी' असे म्हणतात. आणि हे ब्रह्मात्मैक्य अनुभवास आल्यावर पुढे ज्ञाता म्हणजे पाहणारा आत्मा निराळा आणि ज्ञेय म्हणजे पाहण्याची वस्तू निराळी हा भेद राहू शकत नाही, हे न्यायतःच सिद्ध होते.'

ज्ञानाच्या मार्गातील अडथळा, ज्याला आत्ताच उत्पन्न झाला आहे, असेही समजले जाऊ शकते, या प्रश्नावर लोकमान्य लिहितात, 'कोणतीही वस्तु पाहण्यास (व ऐकण्यास वगैरे) नेत्रांस (तसेच कान वगैरेंसही) मनाचे साहाय्य लागते. मन शून्य असेल तर वस्तू डोळ्यांपुढे असूनही दिसेनाशी होते हे पूर्वी सांगितलेलेच आहे. ...मन जर इंद्रियातून काढून घेतलेले असेल, तर इंद्रियांच्या विषयांची द्वंद्वे बाह्य सृष्टीत असूनही आपल्यास नसल्यासारखी होतील... (अशा रीतीने बाह्यसृष्टीतून काढून घेतलेले मन) आत्म्यात म्हणजे आत्मस्वरूपी ब्रह्मातच रत होऊन ब्रह्मात्मैक्याचा आपल्याला साक्षात्कार घडवेल.'

लोकमान्य या कल्पनेला अंतिम रूप या शब्दांतून देतात, 'ध्यानाने, समाधीने, एकान्त उपासनेने किंवा अत्यंत ब्रह्मविचारांती ही मानसिक स्थिती ज्यास प्राप्त होते, त्याला दृश्य सृष्टीतील द्वंद्वे किंवा भेद डोळ्यांपुढे असूनही दिसेनासे होतात आणि मग अद्वैत ब्रह्मस्वरूपाचा आपोआपच पूर्ण साक्षात्कार होतो. या अमूल्य, अलौकिक स्थितीत तो 'आत्मभूत' किंवा 'ब्रह्मभूत' होतो... मिठाचा खडा पाण्यात विरघळून गेल्यावर त्या पाण्यापैकी अमुक भाग खारट आणि अमुक भाग बिनखारट असा भेद राहत नाही, तद्वत ब्रह्मात्मैक्याचे ज्ञान झाल्यावर सर्व ब्रह्ममय होऊन जाते.

'जयाची वदे नित्य वेदान्त वाणी' असे ज्यांच्या अभंगांचे कौतुक केले जाते त्या संत तुकारामांनी आत्मभूत वा ब्रह्मभूतांची तुलना गुळाचा गोडवा चाखूनही बोलता येत

नसल्याने त्या गोडव्याचे वर्णन करू न शकणाऱ्या मुक्या माणसाशी किंवा पाण्यापासून निराळी नसल्यामुळे, त्या क्षणी तिला निराळे अस्तित्वच नसल्यामुळे स्वत:च्या झेप घेण्याचे वर्णन करू न शकणाऱ्या लाटेशी केली आहे.

गोडपणे जैसा गूळ । तैसा देव झाला सकळ ।।
आता भजे कोणेपरी । देव सबाह्यअंतरी ।।
उदकावेगळा नव्हे । तरंग निराळा ।।
हेम अलंकारा नामी । तुका म्हणे तैसे आम्ही ।।

गुळामध्ये जशी संपूर्ण गोडी असते, तसा देव संपूर्ण देवच असतो. जो आत बाहेर सर्वत्रच असतो त्याला मी कसा भजू?
पाण्यापासून तरंग वेगळा काढता येत नाही, अलंकारापासून सोने अलग करता येत नाही, तसे आम्ही भक्त देवापासून अलग नाही. (तुकारामगाथा ३६३७)

या प्रकरणाची अखेर आत्मा व परमेश्वर यांच्यातील संबंधांवरील भाष्याने होते. स्वामीनारायण पंथ मानवी आत्मा - जीव - हा मुक्त, अनंत असल्याचे सांगून तो सर्वस्वी परमेश्वराच्या आज्ञेने वागतो असे प्रतिपादन करतो. 'माया' (ऐहिक सुख, इच्छा, आकांक्षा आणि इंद्रियांची बाह्य, भ्रामक वस्तूंमध्ये असलेली मोहमयी गुंतवणूक) जिवाला बांधून ठेवायचा प्रयत्न करते; परंतु तो परमेश्वराला समर्पित असेल, तर तो मायापाशात अडकत नाही. एकाग्र मनाने केलेली भक्ती परमेश्वरसेवेचा आनंद देते (आणि अंतिम मुक्तीचे सुखही देते.)

स्वामीनारायण पंथाच्या तत्त्वज्ञानानुसार तीन प्रकारचे जीव - आत्मे - असतात. पहिला बंधित, दुसरा बंधमुक्त आणि तिसरा विन्मुक्त, सदामुक्त. बंधित जीव भौतिक जगाच्या, ऐहिक सुखाच्या पाशात अडकलेले असतात. त्यांना 'बद्ध' अशी संज्ञा आहे. बंधमुक्त जीवात्मे त्यांच्या उत्कट, असीम परमेश्वरभक्तीच्या बळावर जड देहाचा त्याग करून परमेश्वरचरणी विसावतात. त्यांना 'मुक्त' अशी संज्ञा आहे. जे विन्मुक्त, सदामुक्त असतात, जे 'परब्रह्मा'चे उपासक असतात ते त्या परब्रह्माच्या निवासात म्हणजे आकाशधामात - परमेश्वराच्या अक्षय निवासात राहून त्याची सेवा करतात, त्याच्याशी एकरूप, देवस्वरूप होतात.[२३]

लोकमान्य अत्यंत नम्रपणे लिहितात, 'हे सिद्धान्त शब्दांमध्ये ग्रथित करण्याचे काम सुदैवेकरून ज्याला दोन अक्षरांचे ज्ञान झाले आहे असा आमच्यासारखा कोणीही मनुष्य करू शकेल, त्यात काही विशेष नाही. हे सिद्धान्त बुद्धीत उतरल्यावर मनात

२३. https://www.swaminarayan.faith/read/articles/jiva,-ishwar,-Maya,-brahm-and-parbrahm-1

बिंबून, हृदयात ठसून, हाडामांसात खिळले जाऊन, एकच परब्रह्म सर्व प्राणीमात्रात भरलेले आहे, अशा प्रकारच्या परमेश्वरस्वरूपाची पूर्ण ओळख होण्यास, व त्याच भावनेने संकटकाळीदेखील सर्वांशी समतेने वागण्याचा अचल देहस्वभाव बनण्यास, अनेक पिढीजात संस्कारांची, इंद्रियनिग्रहार्च, दीर्घोद्योगाची व ध्यान-उपासना यांची जरूर सतत लागते.'

ते पुढे सांगतात, 'म्हणून या सर्वांच्या साहाय्याने 'सर्वांभूती एक आत्मा' हे तत्त्व संकटसमयीदेखील ज्याच्या प्रत्येक कृतीत साहजिकरीत्या स्पष्ट गोचर होऊ लागेल, त्याच्या ठायीच ब्रह्मज्ञानाचा खरा परिपाक झाला व त्यालाच मोक्ष मिळतो हा वरील सर्व सिद्धान्तांचा सारभूत आणि शिरोमणीभूत अध्यात्मशास्त्राचा अखेरचा सिद्धान्त आहे. हे आचरण ज्या पुरुषात दिसून येत नाही, त्याचे 'मडके' त्या मानाने कच्चेच आहे, ब्रह्मज्ञानाग्नीत अद्याप पुरे भाजून निघाले नाही असे समजावे. खरे साधू आणि नुसते वेदान्तशास्त्री यांमधला भेद हाच आहे.'

ते लिहितात, 'अध्यात्म हे प्रकरण संपले. आता पुढील रस्त्याला लागण्यापूर्वी 'केसरी'च्या शिरस्त्याप्रमाणे एवढा वेळ चालत आलेल्या मार्गाचे थोडे निरीक्षण करतो. कारण, असे 'सिंहा'वलोकन न केले तर विषयानुसंधान सुटून भलतीकडेच संचार जाण्याचा संभव असतो.'

वाचकांनी जर वाचले नाही, तर लिहिलेले पुस्तक निरर्थकच ठरेल. पुढे जाण्याआधी लोकमान्य त्यांच्या या पुस्तकात वाचकांनी आत्तापर्यंत काय वाचले याचे 'सिंहावलोकन' घडवतात. ग्रंथाच्या प्रारंभी वाचकांचा विषयात प्रवेश करून देऊन - निष्काम कर्मयोगाचा संदेश देऊन - लोकमान्य लिहितात, 'केल्याने होत आहे रे, आधी केलेचि पाहिजे' हेच खरे आहे, तेव्हा फलेच्छारहित कर्म श्रद्धापूर्वक करा... सर्व गृहस्थाश्रमी लोकांनी आयुष्याचे हे प्राचीन विज्ञान, ऐहिक जीवनाचे तत्त्वज्ञान आयुष्यात लवकरात लवकर समजून घेऊन ते आचरणात आणण्यात मुळीच हयगय करता कामा नये.'

दुसऱ्या प्रकरणात कर्मजिज्ञासेचे स्वरूप थोडक्यात सांगून, तिसऱ्या प्रकरणात कर्मयोगशास्त्र हाच गीतेतील मुख्य प्रतिपाद्य विषय आहे हे दाखवले. नंतर या शास्त्राची आधिभौतिक उपपत्ती एकदेशीय व अपुरी आणि आधिदैविक उपपत्ती लंगडी पडते असे सुखदुःखविवेकपूर्वक चौथ्या, पाचव्या व सहाव्या प्रकरणात प्रतिपादन केले आहे. कर्मयोगाची आध्यात्मिक उपपत्ती सांगण्यापूर्वी आत्मा म्हणजे काय हे पाहण्यासाठी सहाव्या प्रकरणात प्रथम क्षेत्रक्षेत्रज्ञविचार केला आहे. सातव्या व आठव्या प्रकरणात सांख्यशास्त्रातील द्वैताप्रमाणे क्षराक्षरविचार करून, अखेर या प्रकरणात आत्म्याचे स्वरूप काय आणि पिंडी व ब्रह्मांडी मिळून दोहोंकडेही एकच अमृत व निर्गुण आत्मतत्त्व कसे ओतप्रोत भरले आहे याचे निरूपण केले; आणि 'सर्वांभूती एकच आत्मा' हा समबुद्धियोग संपादन करून तो सदैव जागृत ठेवणे हीच आत्मज्ञानाची

व आत्मसुखाची पराकाष्ठा असून, आपली बुद्धी याप्रमाणे शुद्ध आत्मनिष्ठ अवस्थेस आणणे यातच मनुष्याचे मनुष्यपण म्हणजे नरदेहाचे सार्थकत्व किंवा मनुष्याचा परम पुरुषार्थ आहे असा निश्चय केला. ग्रंथाच्या यापुढील भागात कर्माचे कायदे कोणते व परिणाम काय, अगर बुद्धी शुद्ध असली तरी हे व्यवहार म्हणजे कर्म का केले पाहिजे इत्यादि प्रश्नांचा विचार केला आहे.

ॐ

१०

तुम्हीच व्हा तुमच्या भविष्याचे शिल्पकार!

> तसे पाहायला गेले तर मनुष्य स्वत:लाच संपूर्ण जगाच्या केंद्रस्थानी समजत असतो. सुखदु:ख, चांगले-वाईट सगळे त्याच्याच जवळ जमा होत असतात, त्याच्याच भोवती रिंगण घालत असतात आणि त्यांमधून तो आचरण नामक प्रवृत्ती तयार करतो आणि बाहेर टाकतो. त्याच्याकडे जशी सर्व काही स्वत:कडे खेचून घ्यायची शक्ती असते, तशीच लांब फेकून द्यायचीही शक्ती असते.
>
> स्वामी विवेकानंद

मानवी जन्मकारणाच्या मागे अशी कोणती कृती आहे, की ज्यामागील विज्ञान समजून घेणे पदार्थाला महत्त्वपूर्ण आहे? (कर्मयोगशास्त्र) असे मागील प्रकरणाच्या अंती सांगितल्याबर लोकमान्य नवीन प्रकरणाची सुरवात करतात. ते लिहितात, 'मनुष्याचा आत्मा हा जरी मुळात ब्रह्मसृष्टीतला आहे तरी दृश्य सृष्टीतील इतर वस्तूंप्रमाणे तोही नामरूपात्मक देहेंद्रियांनी आच्छादित असून ही देहेंद्रियादिक नामरूपे विनाशी होत. म्हणून यातून सुटून अमृतत्व कसे संपादन होईल अशी प्रत्येक मनुष्यास स्वाभाविकरीत्याच इच्छा असते.'

एव्हाना वाचकांना या गोष्टीची पूर्णपणे जाणीव झालेली आहे की आपला देह, आपले मन म्हणजे आपण नव्हे. आपल्या देहाबरोबर नष्ट न होणारा अमर आत्मा ही आपली खरी ओळख आहे. तो आपल्या समवेत काही संस्कार घेऊन सूक्ष्मदेहाच्या स्वरूपात नव्या देहात, नव्या आयुष्यात प्रवेश करतो. अनेक मजले, दोन्ही बाजूंना शेकडो खोल्या, मधला रिकामा भाग हे सर्व बांधकाम म्हणजे कोणत्या तरी एखाद्या कारणासाठी केलेली मोकळ्या जागेची विभागणी असते. तशीच देह, मन, बुद्धी, स्वभाव, आशा-आकांक्षा, अनुभव ही सगळीही काही काळासाठी केलेली आत्म्याची विभागणीच असते. मृत्यूने एक शरीर नष्ट होते आणि शरीर बदलते तेव्हा व्यक्ती बदलते, पण आत्मा नाही, तो असतो तसाच नव्या शरीरात स्थलांतरीत होतो. काही अपवादात्मक बाबतीत थेट परमात्म्यात विलीन होतो (मोक्षाप्रत जातो).

कर्म करण्यावर दिलेला विशेष भर हा भगवद्गीतेतील तत्त्वज्ञानाचा गुणविशेष आहे. गीता मनुष्यजीवनातील पूर्वसंचिताचे, प्राक्तनाचे स्थान पूर्णपणे नाकारते. आत्मा जेव्हा नवा देह स्वीकारतो, तेव्हा त्याच्याबरोबर येणाऱ्या सूक्ष्मदेहाचा अपवाद फक्त ती स्वीकारते. प्रत्येक बीजामध्ये वर्षानुवर्षे भरपूर फळे देणारा वृक्ष निर्माण करण्याची क्षमता असते, तशीच ती प्रत्येक आत्म्यातही असते. परंतु काही बीजे पेरलीच जात नाहीत, काही नापिक जमिनीत, उजाड वाळवंटात पेरली जातात, किंवा काही मध्येच किडे-कीटकांकडून खाऊन टाकली जातात, काहींची मशागतच केली जात नाही. अगणित लोकांचेही तसेच होते. ते असमाधानकारक, दुःखकारक, खालच्या दर्जाचे आयुष्य जगतात आणि त्या निरुपयोगी आयुष्याच्या अखेरीस शोचनीयरीत्या मृत्यू पावतात. या परिणामांचा विचार करताना एका सत्याचा मात्र विसर पडता कामा नये, की प्रत्येक मूलबीज हे परिपूर्ण, सक्षमच असते. भोवतालचे वातावरण, त्याची पेरणी, जोपासना, त्याला दिले जाणारे खत पाणी, किडे-मुंग्या, वादळवारा यांपासून त्याला दिले जाणारे संरक्षण आणि त्यासाठी केले जाणारे किंवा न केले जाणारे प्रयत्न, घेतली जाणारी वा न घेतली जाणारी काळजी इत्यादी अनेक गोष्टींनी त्याचे भविष्य ठरते. माणसांचेही तसेच असते.

कर्मयोगशास्त्राचा आढावा घेण्याआधी आजच्या आधुनिक जगात प्राक्तन आणि पुरुषार्थ, स्वेच्छेने निवड करण्याचे स्वातंत्र्य या बाबतीत सर्वसाधारणपणे काय विचारपद्धती प्रचलित आहे हे जाणून घेणे महत्त्वाचे आहे. आजचा तरुण उत्पादनांच्या विक्रीच्या क्षेत्राला आणि करमणूकक्षेत्राला दिल्या जाणाऱ्या प्राधान्यामुळे इतका प्रभावित झालेला आहे, की खाणेपिणे, मौजमजा हेच जीवनाचे उद्देश आहेत असेच त्याला वाटते. बस, मोठे व्हायचे, मजेत राहायचे, सुखी व्हायचे - मग त्यासाठी मार्ग कोणते चोखाळले याला महत्त्व नाही! दैव, नशीब या गोष्टी वैयक्तिक अथवा एकत्रित अपयश आले तर त्या वेळी सांगण्याच्या सबबी उरल्या आहेत. पुरुषार्थ, स्वायत्तता यांची शक्तीही फक्त प्रत्येकाला हवे ते निवडण्यासाठीच वापरली जाते. परंतु ही शक्ती अशी आहे की ती योग्य प्रकारे वापरली तर यश प्राप्त करता येते, अयोग्य प्रकारे वापरली तर अपयश पैदा होते आणि तिचा दुरुपयोग केला, तर शारीरिक वा मानसिक स्थिती ढासळून आयुष्य बरबाद होते.

अपयश आले तर त्याच्या समर्थनार्थ आणि त्यामुळे होणाऱ्या निराशेपासूनच्या, मानसिक त्रासापासूनच्या संरक्षणार्थ प्राक्तन, दैव या संकल्पनांचा वापर केला जातो. बहुसंख्य लोक आयुष्यात अपयश आले तर त्याची जबाबदारी स्वतःवर घ्यायला राजी नसतात आणि त्या वेळी इतर कशापेक्षा, कोणापेक्षा त्याबद्दल स्वतःच्या नशिबाला बोल लावणेच सोयीस्कर समजतात. सदोष आखणी, अपुरी तयारी, चुकीचे अंदाज, अयोग्य दिशेने केलेली वाटचाल, परिस्थितीची चुकीची पारख आणि आवश्यकतेपेक्षा कितीतरी कमी केलेले प्रयत्न ही कारणे आजकाल दुर्लक्षितच झाली आहेत. मुलाने श्रीमंताच्या घरी जन्म न घेता गरीबाच्या झोपडीत घेतला, विवाह अयशस्वी झाला, मृत्यू अकाली ओढवला अशा गोष्टींचे खापरही नशिबाच्या माथीच मारले जाते. सांप्रतकालीन

ब्राझिलियन लेखक पॉलो कोएलो (जन्म १९४७) याचे हे वचन अगदी पटणारे आहे, 'मी माझ्या प्राक्तनावर ताबा मिळवू शकतो, भवितव्यावर नाही. प्राक्तन म्हणजे डावीकडे किंवा उजवीकडे वळण्याचा पर्याय वा संधी आणि भवितव्य म्हणजे एकमार्गी रस्ता! माझा असा विश्वास आहे की आपले प्राक्तन आपण निवडू शकतो, भवितव्य मात्र ठरलेलेच असते.'

हेच विधान जरा नेमस्तपणे करायचे म्हटले, तर पहिले पाऊल उचलणे हे माणसाच्या हाती असते; पण निवडीचे स्वातंत्र्य तेथे संपते. पुढे जे घडते ते सांगता येत नाही पण ते अटळ असते. तेथून पुढे मानवी आयुष्याचे कायदे, नियम लागू होतात आणि तेच माणसाच्या कृतींवर नियंत्रण ठेवतात. निवडीचे स्वातंत्र्य प्रारंभापुरते मर्यादित असते, अंतिम परिणाम निवडता येत नाहीत. 'ॲपल' या सुप्रसिद्ध संगणक कंपनीचा संस्थापक स्टीव्ह जॉब्ज (१९५५-२०११) सरळ शब्दांत सांगतो, 'घटनांचे भविष्यातील दुवे जोडायला भविष्यात डोकावून चालत नाही, ते भूतकाळ तपासून, तर्कशुद्ध निष्कर्षांनी जोडावे लागतात. त्यासाठी ते आपल्याला हवे तसे जुळतील यावर पक्का विश्वास असावा लागतो आणि तो विश्वास स्वतःच्या प्रेरणेवर, हिंमतीवर, नशिबावर, आयुष्यावर, कर्मांवर - कशावर तरी - अगदी दृढ असावा लागतो. मी आजवर हेच करत आलो आणि मला कधी तोंडघशी पडावे लागले नाही, उलट यानेच माझे आयुष्य बदलून टाकले.'

दैववादावर किंवा प्रारब्धवादावर विश्वास ठेवणाऱ्यांची खातरी असते की 'निवडीचे स्वातंत्र्य वगैरे असले काही नसते. मनुष्य म्हणजे आज्ञाबद्ध यंत्र असतो. त्याला ठरवून दिलेल्याबाहेरचे त्याला काहीही करता येत नाही. (घाण्याला जुंपलेला बैल असतो, त्याला ठरलेल्या परीघातच गोल फिरत राहावे लागते.) तो गतजन्माची कर्मे बरोबर घेऊन आलेला असतो आणि त्याला 'करावे तसे भरावे' या न्यायाने त्याने केलेल्या कर्माची फळे मिळतातच. चित्रगुप्त प्रत्येक माणसाच्या पृथ्वीवरील क्रियाकर्मांची नोंद ठेवत असतो आणि त्यानुसार त्याला त्या कर्मांचे योग्य ते परिणाम भोगायला लावत असतो. कोणी श्रीमंत असो, शक्तिशाली वा उच्चपदस्थ अधिकारी असो, धार्मिक असो वा प्रभावशाली, वजनदार असो - त्याला या नोंदवहीपासून सुटका नाही. त्या नोंदींमध्ये माणसाच्या स्वाभाविक प्रवृत्तींचा आणि सुप्त गुणांचाही समावेश असतो.

कर्मे सतत कोसळणाऱ्या धबधब्यासारखी असतात, प्रत्येक कर्मापाठोपाठ त्याचा परिणामही अंगावर कोसळतोच अणि तो परिणामही त्याच्या पाठीमागे त्याच्या पुढील परिणामांचे स्रोत घेऊन येतो. अशा रीतीने जगात कर्म आणि त्यांचे परिणाम यांच्या शक्तींचे वारे सतत वाहतच असतात. कधी ते एकाच दिशेने वाहून समन्वय साधतात, तर कधी उलटसुलट वाहून एकमेकांना खच्ची करतात. साऊथ कॅलिफोर्निया येथील वेदान्त सोसायटीचे स्वामी सर्वप्रियानंद ही संकल्पना मोठ्या कौशल्यपूर्ण रीतीने सांगतात. ते म्हणतात, 'आपण जर सभोवतालच्या जगाकडे बारकाईने बघितले तर त्यात बरीच निरर्थकता दिसते, वैचित्र्य आढळते. वरवर पाहता बरेच लोक दैवाच्या फासातून बचावलेले दिसतात, कित्येक कुकर्मी

लोकदेखील अतिशय शांत, चिंतामुक्त मृत्यूचे सुख उपभोगताना दिसतात. त्याहूनही वाईट म्हणजे कितीतरी चांगले, उमदे लोक कोणत्याही सबळ कारणाविनाच कमनशिबाच्या फेऱ्यात अडकलेले असतात, त्यांच्या चांगुलपणाचादेखील तिरस्कार केलेला दिसतो, त्यांनाही क्लेश, त्रास सहन करावे लागतात. दहशतवाद्यांचे क्रूर हल्ले, निरपराध्यांची हत्या, अल्पवयीन मुलामुलींवरील अत्त्याचार... वरवर पाहता जग असमंजस वाटते, विसंगत वाटते (सर्वोत्तमतेच्या कसोटीवर); पण त्याच्या मुळाशी दुष्टावाच दिसतो (वाईटतमाच्या कसोटीवर). (परंतु) आपण जेव्हा एखादी आपत्ती पाहतो, अपयश पाहतो किंवा एखादे यश, एखादा विजयोत्सव पाहतो, तेव्हा एका प्रदीर्घ चित्रपटातील एखादीच निश्चल केलेली चित्रचौकट पाहत असतो. त्या चित्रपटाचा आरंभही आपण पाहू शकत नसतो आणि शेवटही. परंतु आपल्याला हे मात्र माहीत असते की प्रत्येकाला, मग तो अथवा ती कितीही दुष्ट, दुराचारी असो, एक ना एक दिवस, कदाचित दुसऱ्या एखाद्या जन्मात, कदाचित अत्यंत दुःखद अशा परिस्थितीत, पण त्याचे किंवा तिचे खरे स्वरूप पाहायला मिळतेच! तो किंवा ती अखेरीस त्याचा वा तिचा आणि त्या चित्रपटाचा - तो अथवा ती परमात्म्यात विलीन होण्याचा - सुखद अंत पाहतीलच.'[१] सांप्रतकालीन लेखक दीपक चोप्रा (जन्म १९४६) सारांशरूपाने हेच सांगतो, 'आपल्या कर्माच्या खऱ्या रूपाचा साक्षात्कार होणे हे एक तंत्र असून त्यातूनच सजगता स्थायी बनते.' गुरुदेव रवीन्द्रनाथ टागोर म्हणतात,

'मी तुझ्यावर अगणित रूपांत, अगणित वेळा प्रेम केले आहे....

युगानुयुगे, जन्मोजन्मी... अथक... अखंड...
माझ्या मंत्रमुग्ध हृदयाने पुनःपुन्हा गीतांचे कितीतरी हार गुंफले
ते तू भेट म्हणून स्वीकारलेस, तुझ्या अनेक रूपांत त्या माझ्या गीतांच्या हारांना गळ्यात घालून गौरवलेस
युगानुयुगे... जन्मोजन्मी... अथक... अखंड...

कर्म आणि पुनर्जन्म हे दोन्ही अविभाज्यच आहेत. एक नसेल तर दुसऱ्याचे अस्तित्वच अशक्य आहे. पुनर्जन्माच्या संकल्पनेशिवाय गतजन्मातील कृतकर्मांची झाडाझडती देण्याची, आधीच्या जन्मी न चुकवलेल्या कर्मांच्या परिणामांची देणी चुकवण्याची संधी मिळणारच नाही. स्वामी सच्चिदानंद (१९१४-२००२) यांनी कर्म व पुनर्जन्म यांना 'न सुटणारी गाठ' म्हटले आहे. ते म्हणतात, 'कर्मे जन्मोजन्मी काही विशिष्ट प्रवृत्तींच्या, स्वभावधर्माच्या - प्रेरणांच्या स्वरूपात प्रकट होत राहतातच. तीच माणसाचे स्वाभाविक वर्तन घडवतात. अशा खास स्वभावजन्य प्रवृत्ती - प्रेरणा - या अशा जुन्या कर्मानुभवांच्या खुणा असतात, जे अनेक वेळा येऊन गेलेले असतात आणि त्यांचे उमटलेले ठसे मनाच्या खोल सरोवराच्या तळाशी जाऊन बसलेले असतात. ते खोलवर

१. https://vedanta.org/what-is-vedanta/karma-and-reincarnation/

कर्म हा परताव्याचा कायदा आहे - करावे तसे भरावे. आपल्या हातून घडलेल्या कर्मांची झाडाझडती द्यावीच लागते, ती कर्मे या ना त्या स्वरूपात आपल्याकडे परत येतातच!

गेले तरी पुसलेले नसतात. आपण काही गोष्टी विसरलो असू अशा भ्रमात, गैरसमजुतीत कोणीच राहू नये. सर्व अनुभव हे चित्तात साठवून ठेवलेले असतात आणि योग्य, अनुरूप परिस्थिती निर्माण झाली की ते वर येतात. आपण एखादी गोष्ट सातत्याने करत राहिलो, तर ती सवय बनून जाते. ती सवय दीर्घ काळ पाळली गेली की ती तुमचे स्वभावलक्षण बनते आणि तशी लक्षणे जोपासली की ती प्रवृत्ती बनतात. त्यातूनच कदाचित पुढील एखाद्या जन्मात त्या उपजत प्रेरणा बनतात.'

हे प्रवृत्तींचे जन्मोजन्मीचे स्थलांतर थांबवण्यासाठी भगवद्‌गीता निष्काम कर्मयोगाचा सल्ला देते.

कर्मण्येवाधिकारस्ते मा फलेषु कदाचन ।
मा कर्मफलहेतुर्भूर्मा ते सङ्गोऽस्त्वकर्मणि ।।४७।।

कर्म करण्यापुरताच तुझा अधिकार आहे; फळ मिळणे वा न मिळणे हे केव्हाही तुझ्या अधिकारातले नाही; म्हणून माझ्या कर्माचे अमुक फळ मिळावे असा (हावरेपणाचा) हेतू मनात ठेवून कधीही कर्म करू नको आणि त्यामुळे कर्मे करायचीच नाही असेही करू नको. (भगवद्‌गीता, अध्याय २, श्लोक ४७)

स्वामी विवेकानंद हा श्लोक सहजी पटेल असा समजावून सांगतात, 'अखंड काम करा, पण त्या पलीकडच्या काही गोष्टीही ध्यानात घ्या. चांगली कामेसुद्धा माणसाला बंधनात अडकवतात. तेव्हा सत्कर्मांतही गुंतून पडू नका. त्यामुळे नाव मिळेल, कीर्ती मिळेल अशी अपेक्षा ठेवून ती करू नका. हे निष्काम कर्मयोगाचे रहस्य ज्यांना समजते

ते जन्ममृत्यूच्या फेऱ्यातून बचावतात आणि त्यांना अमरत्व प्राप्त होते. मानवजातीवर अत्यंत महत्त्वपूर्ण व सुयोग्य परिणाम घडवणाऱ्या विद्वान महंतांनी मौल्यवान असे ज्ञान देणारे मार्गदर्शक ग्रंथ लिहिले ते स्वत:ची नावे त्यावर न लिहिता! ते मरण पावले, भावी पिढीसाठी त्यांनी केवळ त्यांचे कार्य - त्यांचे ते महान ग्रंथ, तो अमूल्य ठेवा तेवढा मागे ठेवला, त्यांचे नाव नाही. आपले श्रेष्ठ भारतीय तत्त्वज्ञान कोणी लिहिले, पुराणांचे लेखक कोण - कोणाला माहीत आहे? व्यास, कपिल अशी काही जातीवाचक, सामान्य नावे प्रसारित झाली तेवढीच. ते सगळे श्रीकृष्णाचे सुपुत्र होते, ते भगवद्गीतेचे खरे अनुयायी होते. त्यांनी श्रीकृष्णांच्या या आदेशाचे तंतोतंत पालन केले : 'कर्म करण्यापुरताच तुमचा अधिकार आहे; फळ मिळणे वा न मिळणे हे केव्हाही तुमच्या अधिकारातले नाही.''[२]

या प्रकरणात लोकमान्य एकच नित्य व स्वतंत्र आत्मा एकाच वेळी मनुष्य देहात आणि या विश्वातही - पिंडी व ब्रह्मांडी - कसा वास करतो आणि पिंडीच्या आणि ब्रह्मांडीच्या आत्म्यास विलग कोण करतो आणि त्यांचा मेळ कसा घालता येतो याचे परीक्षण करतात. एक चैतन्य आणि एक चित्त. लोकमान्य यातील विलगीकरणाला 'माया' म्हणतात आणि तिला नामरूपांचा स्रोत म्हणून सादर करतात. जसा अगदी शुद्ध पाण्याचा थेंब पावसाबरोबर आकाशातून खाली पडला आणि त्याला मातीचा स्पर्श झाला की तो चिखलमय होऊन जातो, तशीच मूळ आध्यात्मिक सजगता सजीवरूपात अवतीर्ण झाली की तिला भौतिकतेतील निसर्गाचा स्पर्श होतो आणि त्यावर पदार्थाचे - प्रकृतीचे, नामरूपांचे - आवरण चढते.

लोकमान्य लिहितात, 'आत्म्यावरचे हे नामरूपांचे पांघरूण काही ठिकाणी दाट तर काही ठिकाणी पातळ असते. दृश्य जगातील वस्तू दोन प्रकारच्या असतात - सचेतन आणि अचेतन. सचेतनातही पशु, पक्षी, मनुष्य, देव, गंधर्व, राक्षस इत्यादि भेद होतात असे वेदान्तशास्त्राचे मत आहे.'

'ब्रह्म हे काही निराळे नाही, या जगात जे काही आहे ते परब्रह्मच आहे' हे समजून घेणे फार महत्त्वाचे आहे. सांप्रतकालीन ऑस्ट्रेलियन तत्त्वज्ञ रे मोरोझ ही गोष्ट अशी समजावून सांगतात, 'जीवनाचे दोन लक्षणीय आकृतीबंध आहेत. एक - बाह्यऊर्जायुक्त निसर्गदत्त भौतिक जीवन आणि दुसरे - आंतरिक जाणीवेच्या ऊर्जेने भरलेले अधिभौतिक जीवन. (भौतिक) बाह्यऊर्जायुक्त जीवन... वृक्ष, वनस्पती, फुले यामधून पुनर्निर्मित होत ते स्वयंपूर्ण बनते आणि ऊर्जाप्रतिसादात्मक बनते. या बाह्यउर्जेच्या साद-प्रतिसादाच्याही परे जाऊन जे विकसित होते ते आंतरिक जाणीवयुक्त अधिभौतिक जीवन. जीवनाचे हे दोन्ही बंध शून्यातून साकार झालेले नाहीत, त्यांची निर्मिती केली गेली आहे. यावरून तुम्ही असे एक मत बनवू शकाल की ऊर्जा तर नेहमीच अस्तित्वात असते, तिनेच काहीतरी

२. 'स्वामी विवेकानंद - कम्प्लीट वर्क्स'मधील स्वामी मधुरानंद यांनी संकलित केलेल्या 'भगवद्गीता ॲज व्ह्यूड बाय स्वामी विवेकानंद' या लेखातून. (कलकत्ता येथे प्रकाशित झालेल्या ग्रंथाच्या सातव्या पुनर्मुद्रित आवृत्तीतून, २०१६, ३.२७५, पान ५१)

चमत्कृतीपूर्ण प्रक्रिया घडवून आणून प्रथम हे भौतिक जग जीवन, मग त्यातून स्वयंपूर्ण असा दिशादर्शक रचनाबंध निर्माण केले आहेत आणि पुढे त्याचेच रूपांतर अधिभौतिक, आंतरिक जाणीवेच्या जगात व जीवनात झाले आहे. पण हे मत वस्तुस्थितीदर्शक ठरेल का? ऊर्जेपासून रचनाबंध निर्माण होण्यास साह्यभूत ठरणारी दिशादर्शक पध्दती किंवा आराखडा जर अस्तित्वात नसेल ती निर्मिती होईलच कशी? ऊर्जेला दिशेची गरज असते. ती अस्तित्वहीनतेतून प्रवाहित होऊ शकत नाही, अचानक अधिभौतिक जीवनामध्ये परावर्तित होऊ शकत नाही आणि त्यातून पुढे जीवनाच्या विविध आकृतीबंधांची निर्मितीही होऊ शकत नाही. ऊर्जेला दिशा आणि हेतू असतो. तिच्या दिशेच्या आकलनातून तिच्या हेतूंचे आकलनबिंदू समजतात...... ही गोष्ट लक्षात घेणे आवश्यक आहे की मानव ऊर्जा निर्माण करू शकत नाही, तो तिच्या पूर्वउपस्थित, उपलब्ध घटकांचा आवश्यक असा वापर करू शकतो. सजगतापूर्ण जीवन शुध्द ऊर्जेहून भिन्न असते पण मानवी शरीरात मात्र दोघांचे अस्तित्व एकमेकांशी संलग्न असते. परिणामी, हे दोन्ही परस्परभिन्न आकृतिबंध, तात्पुरत्या काळासाठी का होईना, एक होऊन एकत्वाने कसे आणि का कार्य करू शकतात याची कृतज्ञतापूर्ण जाणीव ठेवणे महत्त्वाचे आहे.' [३]

लोकमान्यांनी हे बुद्धिनिष्ठ रसग्रहण शंभर वर्षांपूर्वीच केले आहे. ते लिहितात, 'आत्मा सर्वत्र एकच आहे खरा, तथापि तो मुळात निर्गुण व उदासीन असल्यामुळे तो स्वत: काही करू शकत नाही. त्याला मन, बुद्धी यांसारख्या नामरूपात्मक साधनांची मदत लागते. ही साधने त्याला मनुष्यजन्मात प्राप्त होतात, म्हणूनच मनुष्यजन्म सर्वात श्रेष्ठ म्हटला आहे. या श्रेष्ठ जन्मात आल्यावर आत्म्यावर नामरूपाचे पांघरूण - आच्छादन पडते. त्या पांघरुणाचे दोन भेद होतात - स्थूल व सूक्ष्म.'

येथे चर्चा आत्मा मानवी देहात कसा स्थित असतो यावर येते. लोकमान्यांनी आधीच्या प्रकरणात हे सांगितलेलेच आहे की आत्मा जेव्हा आधीचा जड देह सोडून बाहेर पडतो, त्या वेळी कर्मेही त्याच्याबरोबरच असतात. ते लिहितात, 'नामरूपात्मक जन्ममरणाच्या फेऱ्यातून सुटून नित्य परब्रह्मरूपी होण्यास किंवा मोक्ष मिळण्यास पिंडीच्या आत्म्यास हरकत कोणती याचा विचार करताना लिंगशरीर - सूक्ष्मदेह - व कर्म या दोहोंचाही विचार करावा लागतो. पैकी लिंगशरीराचा सांख्य व वेदान्त या दोन्ही दृष्टींनी पूर्वीच विचार केला असल्यामुळे येथे पुन्हा चर्चा करीत नाही. ज्या कर्मामुळे आत्म्याला ब्रह्मज्ञान न होता अनेक जन्मांच्या फेऱ्यात पडावे लागते त्या कर्माचे स्वरूप काय व त्यातून सुटून आत्म्याला अमृतत्व प्राप्त होण्यास मनुष्याने या जगात कसे वागले पाहिजे एवढ्याचेच या प्रकरणात विवेचन केले आहे.'

---

३. रे मोरोझ, 'द सायन्स ऑफ कॉन्शसनेस', ओशन व्ह्यू पब्लिकेशन्स, न्यू साऊथ वेल्स, ऑस्ट्रेलिया, २००७, पान ३५८.

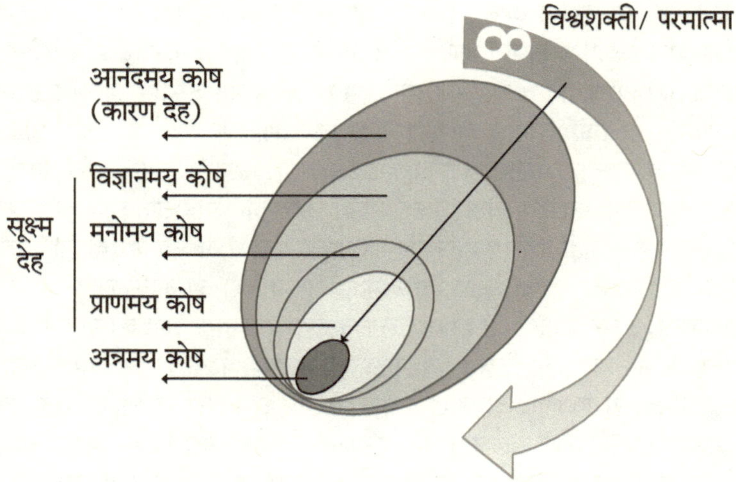

शुक्रजंतूंचे केंद्रस्थान आणि स्त्रीबीज यांच्या संयोगातून युग्मज (झायगोट) नावाची द्विगुणित पेशी तयार होते आणि त्यातून मानवी जीव जन्म घेतो. गर्भधारणेच्या वेळी आधीच्या जन्मातील सूक्ष्मदेहाला चिकटलेली परब्रह्मरूपी सजगता नव्या देहात प्रवेश करते. ही सजगता युग्मजाला गर्भाची पूर्ण वाढ करायला, त्याचे मानवी देहात रूपांतर करायला मदत करते आणि नंतर गर्भातून तो देह बाहेर आल्यापासून, त्याची पूर्ण वाढ होऊन अखेरीस तो मृत्यू पावेपर्यंत त्याची सोबत करते. मृत्यूनंतर ती सजगता दुसरा शुक्रजंतू, दुसरे स्त्रीबीज यांच्या संयोगाने तयार होणाऱ्या दुसऱ्या एखाद्या युग्मजाला चिकटते आणि त्या सर्वशक्तिमान परब्रह्याची शुद्धता तिला पुन्हा लाभते. हे चक्र मग जन्मजन्मांतरीपर्यंत सुरू राहते.

भगवद्गीतेत भगवंत सांगतात,

अजोऽपि सन्नव्ययात्मा भूतानामीश्वरोऽपि सन् ।
प्रकृतिं स्वामधिष्ठाय सम्भवाम्यात्ममायया ।।६।।

मी जन्मविरहित असलो तरी सर्व भूतांचा धनी आहे. माझे आत्मस्वरूप कधीही व्यय म्हणजे विकार पावत नाही, तरी मी प्रकृतीच्या ठायी अधिष्ठित होऊन स्वतःच्या मायेने जन्म घेत असतो. (भगवद्गीता, अध्याय ४, श्लोक ६)

डॉक्टर राधाकृष्णन याचे स्पष्टीकरण देतात, 'योगमाया म्हणजे परमेश्वराचे निवडीचे स्वातंत्र्य, त्याची 'स्वेच्छा', त्याची अगम्य शक्ती. परिपूर्ण परमेश्वर दाखवत असलेला असा अपुरेपणा, तेजस्वी श्रेष्ठता दाखवत असलेली विनम्रता, सामर्थ्याने धारण केलेली

दुर्बलता हेच या परमेश्वरनिर्मित विश्वाचे रहस्य आहे. तर्कदृष्ट्या हीच 'माया' आहे.[४]

आठव्या अध्यायात कर्माची व्याख्या 'निर्मितीची प्रक्रिया' अशी केली आहे.

अक्षरं ब्रह्म परमं स्वभोवोऽध्यात्ममुच्यते ।
भूतभावोद्भवकरो विसर्गः कर्मसंज्ञितः ॥३॥

सर्वांहून परम असे जे अक्षर म्हणजे कधीही नाश न पावणारे तत्त्व ते ब्रह्म व प्रत्येक वस्तूचा जो मूळ भाव - स्वभाव - त्यास अध्यात्म म्हणतात. भूतमात्रादि (चराचर) पदार्थांची उत्पत्ती करणारा जो विसर्ग म्हणजे सृष्टिव्यापार त्याचे नाव कर्म. (भगवद्गीता, अध्याय ८, श्लोक ३)

ब्रह्म जिवाचे रूप घेतो त्याला डॉक्टर राधाकृष्णन स्वभाव म्हणतात. या श्लोकावरील भाष्यात परब्रह्म व 'जिताजागता परमेश्वर' या संकल्पना समजावून सांगण्यासाठी त्यांनी मांडुक्योपनिषदातील हे श्लोक उद्धृत केले आहेत :

नान्तःप्रज्ञं न बहिष्प्रज्ञं नोभयतःप्रज्ञं न प्रज्ञानघनं
न प्रज्ञं नाप्रज्ञम् । अदृष्टमव्यवहार्यमग्राह्यमलक्षणं
अचिन्त्यमव्यपदेश्यमेकात्मप्रत्ययसारं प्रपञ्चोपशमं
शान्तं शिवमद्वैतं चतुर्थं मन्यन्ते स आत्मा स विज्ञेयः ॥७॥

जे बाह्य वस्तू जाणते ते परब्रह्म नव्हे, जे आतील वस्तू जाणते आणि जे अंतर्बाह्य दोन्ही वस्तू जाणते तेही परब्रह्म नव्हे, जे समूहज्ञान नसते, आकलनीयही नसते आणि अनाकलनीयही नसते. ते अदृश्य असते, अवर्णनीय असते, अचिंतनीय - विचारांच्या पलीकडले - असते, त्याला नावही नसते, काही विशिष्ट ओळखीच्या खुणाही नसतात. ते आत्मज्ञानाचे सार असते, त्यात हे विश्व मिसळते. ते शांत असते, दयाळू असते, अद्वितीय असते, ती चौथी तिमाही (आध्यात्मिक सजगतेची स्थिती) असते, ते आत्मा असते, ते ज्ञेय असते.[५]

एव सर्वेश्वरः एष सर्वज्ञ एषोऽन्तर्याम्येष योनिः सर्वस्य
प्रभवाप्ययौ हि भूतानाम् ॥६॥

हा (जिताजागता देव, निवासी आत्मा) सर्वांचा स्वामी आहे, सर्वज्ञानी आहे, अंतरावर नियंत्रण ठेवणारा आहे, विश्वाचा उगमही तोच आहे, सर्व जिवांचा आदी आणि अंतही तोच आहे.[६]

---

४. एस. राधाकृष्णन, 'द भगवद्गीता', हार्पर कॉलिन्स पब्लिशर्स इंडिया, २०१४, पान १७८.
५. एस. राधाकृष्णन, 'द प्रिन्सिपल उपनिषदाज्', हार्पर कॉलिन्स पब्लिशर्स इंडिया, २०१०, पान ६९८.
६. एस. राधाकृष्णन, 'द प्रिन्सिपल उपनिषदाज्', हार्पर कॉलिन्स पब्लिशर्स इंडिया, २०१०, पान ६९७.

रे मोरोझ अंतर्गत सजगता आणि वैश्विक सजगतेमधील साम्य व फरक उत्तम रीतीने समजावून सांगतो, 'निर्मितीचे बीज ज्याक्षणी पडते, त्या क्षणी सजगतेच्या पद्धतींकडे अनुक्रमाने पाहिले जाऊ लागते... निर्मितीमधील शोधता येईल असे सजग साधर्म्य आता व्यक्तिगत रूप धारण करते. जरी दोन प्रकारच्या सजगतांमध्ये साधर्म्य भासले आणि जरी त्या 'सजगता'म्हणून एकच असल्या तरी त्या तंतोतंत एकसमान कधीच नसतात. परिणामी, त्यांच्यातील एकमेवाद्वितीय वेगळेपणाला 'अनुक्रमित' म्हणून संबोधले जाते, किंवा जिथे तुमचा वैयक्तिक वर्चस्व गाजवणाऱ्या 'स्व' ची तार संपूर्ण सजगतेच्या स्वरांपाशी अडकते, आणि त्यामधून अचल असे स्थान ध्वनित होते, त्याला 'अनुक्रमित' किंवा एकमेवाद्वितीय स्थान म्हटले जाते, जे कोणालाही प्राप्त होत नाही. यातूनच इतर कोणीच तुमच्यासारखे बनणार नाही... याची खातरजमा केली जाते.'[७]

तुम्ही एखादी टॅक्सी भाड्याने घेता, तेव्हा ती त्या वेळी जेथे असेल तेथून तुमच्या दिशेने येत असलेली उपग्रहाच्या माध्यमातून तुम्हाला तुमच्या मोबाईल फोनवर दिसते, त्याप्रमाणे आत्मा त्याने निर्माण केलेल्या मनुष्य प्राण्यांच्याच नव्हे, तर जगातील अन्य वस्तुंच्या - प्राणी, झाडे, खडक, समुद्र, नैसर्गिक शक्ती, आकाशस्थ देवता, इतकेच नव्हे तर बीजे, खनिजे, गर्भ इत्यादींसारख्या ज्या वस्तू अजून अस्तित्वात येण्याच्या मार्गावर आहेत, ज्यांनी त्यांचे पूर्ण रूप अजून धारण केलेले नाही, त्यांच्या कर्मांचेही निरीक्षण करीत असतो. पृथ्वीपासून ३६,००० किलोमीटर्सवर भूस्थिरकक्षेमध्ये फिरत असलेला उपग्रह जसा पृथ्वीवर चालणाऱ्या गाड्यांवर लक्ष ठेवतो, तशी चिरंतन वैश्विक सजगता भाड्याच्या टॅक्सीसारखी सुयांच्या हालचालींवरसुद्धा लक्ष ठेवते.

लोकमान्य लिहितात, 'नामरूपांनी आच्छादलेले मूळ द्रव्य कधी न बदलता नेहमी एकच असते. उदाहरणार्थ, विणण्याच्या क्रियेने 'सूत' हे नाव जाऊन त्याच द्रव्यास 'वस्त्र' हे नाव मिळते. कुंभाराच्या व्यापाराने 'माती' या नावाऐवजी 'घट' हे नाव येते. म्हणून 'माये'ची व्याख्या देताना कर्म सोडून नाम व रूप या दोहोंसच माया असे कित्येकदा म्हणतात. तथापि कर्माचा जेव्हा स्वतंत्र विचार करावा लागतो तेव्हा कर्मस्वरूप व मायास्वरूप एकच आहे असे म्हणण्याची वेळ येते. म्हणून माया, नामरूपे व कर्म ही तिन्ही मुळात एकरूपीच आहेत.'

रे मोरोझच्या 'नंबर्ड कॉन्शियसनेस'च्या रूपकानुसार वैश्विक सजगतेच्या वर अगदी किंचितशा, अन्य कोणत्याही सजीवाला नसलेली, फक्त आपल्याला, मानव प्राण्याजवळ असलेल्या विशेष क्षमतेची, शक्तीची जाणीव होते - आपली विचारशक्ती, क्रिया करण्याची क्षमता याच्या आधारावर आपण वैश्विक सजगतेबरोबर जुळवून घेऊ शकतो, त्याच्याशी एकरूप होऊ शकतो किंवा फारकतही घेऊ शकतो, परमेश्वराचे साधन बनू

७. रे मोरोझ, 'द सायन्स ऑफ कॉन्शसनेस', ओशन व्ह्यू पब्लिकेशन्स, न्यू साऊथ वेल्स, ऑस्ट्रेलिया, २००७, पान ३६४.

शकतो. आपल्या प्रतिरोपित वैश्विक जगाला स्वेच्छेने प्रकाशमान केल्याने आपल्याला हे करणे शक्य होते.

लोकमान्य लिहितात, '...एका नित्य, सर्वव्यापी व निर्गुण परब्रह्मातच मनुष्याच्या दुर्बल इंद्रियांना सगुण मायेचा देखावा दिसते.' हेच विवेचन पुढील पातळीवर नेत ते लिहितात, 'येथे हा प्रश्न उपस्थित होतो की मनुष्याच्या इंद्रियांना दिसणारा हा सगुण देखावा निर्गुण परब्रह्मात मुळारंभी कोणत्या क्रमाने, केव्हा व का दिसू लागला? अथवा हाच अर्थ व्यावहारिक भाषेत सांगावयाचा असल्यास नित्य व चिद्रूपी परमेश्वराने नामरूपात्मक, विनाशी व जड सृष्टी केव्हा व का उत्पन्न केली? पण ऋग्वेदातील नासदीय सूक्तात सांगितल्याप्रमाणे हा विषय मनुष्यासच नव्हे तर देवांना व वेदांनाही अगम्य आहे.'

को अद्धा वेद क इह प्र वोचत्कुत आजाता कुत इयं विसृष्टिः ।
अर्वाग्देवा अस्य विसर्जनेनथा को वेद यत आबभूव ।।६।।

पण अखेर ही निर्मिती कशी झाली, कधी झाली हे कोण सांगू शकेल, ते माहिती तरी कोणाला असेल? देवदेवता यादेखील या निर्मितीनंतरच्या आहेत त्यामुळे खरोखरच हे सर्व कधी उत्पन्न झाले हे कोणाला माहीत असणार? [८]
(ऋग्वेद, १०.१२९.६)

लोकमान्य म्हणतात, 'या प्रश्नास 'ही एक ज्ञानदृष्ट्या निश्चित केलेल्या निर्गुण परब्रह्माचीच अतर्क्य लीला आहे... आम्ही पाहत आलो तेव्हापासून निर्गुण ब्रह्माबरोबरच नामरूपात्मक विनाशी कर्म किंवा सगुण माया आमच्या दृष्टीस पडत आलेली आहे' एवढे गृहीत धरूनच पुढे चालणे भाग पडते.'

आध्यात्मिक भाषेत यासाठी साप आणि दोराची उपमा फार प्रसिद्ध आहे. एखाद्या अंधाऱ्या खोलीत प्रवेश केल्यावर तिच्या एका कोपऱ्यात पडलेल्या दोराला आपण साप समजतो. तो समज जितका खरा असतो, तितकेच आपल्या दृष्टीसमोरील जग खरे असते. साप (जो खरा दोर असतो) पाहून आपल्याला भीती वाटते, आपले शरीर भीतीने कापू लागते, मन अस्वस्थ होते, हृदयाचे ठोके वाढतात आणि आपल्याला घाम फुटतो. तेवढ्यात कोणीतरी खोलीतला दिवा लावते आणि आपल्या लक्षात येते की तो भयंकर साप नसून निरुपद्रवी दोर आहे! आपल्याला वाटले तसा तेथे साप नव्हताच! ज्ञानाचा प्रकाश पडला आणि सत्य प्रकाशात आले की भ्रामक साप नाहीसा होतो, खरा दोर समोर येतो.

---

८. http://www.mircea-eliade.com/from-primitives-to-zen/056.html

मानवी शरीरात शुद्ध सजगता तीन टप्प्यांतील वीजप्रवाहाप्रमाणे काम करते. तीन कंडक्टर्स एकानंतर एक या पद्धतीने आवर्तनचक्राच्या एक तृतीयांश कालावधीत म्हणजेच अंदाजे एका सेकंदात ५० वेळा ऑफसेट असणाऱ्या विजेच्या दाबाचे वहन करतात. व्यावहारिकदृष्ट्या शक्य तितक्या सम पद्धतीने वेगवेगळ्या तारांवर वीजभाराचे वितरण केले जाते. याचप्रमाणे मनुष्यप्राणीदेखील तीन पद्धतींनी सजग असतो. कोणत्याही वेळी तो एक तर जागृतावस्थेत असतो, स्वप्नावस्थेत असतो नाही तर प्रगाढ निद्रावस्थेत असतो. जेव्हा सजगता माणसाच्या जड देहाला चेतना देऊन कार्यरत करीत असते, त्या वेळी माणूस जागृतावस्थेत असतो असे म्हटले जाते. जेव्हा माणूस झोपलेला असतो आणि सजगता त्याने जागृतावस्थेत असताना त्याच्या इंद्रियांनी गोळा केलेल्या संवेदनांची मनात उजळणी करते व त्यात बुद्धी आणि जीवनशक्ती मिसळून सूक्ष्म देहातून प्रकट होते, त्या वेळी तो माणूस 'स्वप्नावस्थे'त पोहोचतो. यापुढे जाऊन जेव्हा सजगता आणखी आत, अंतरात शिरून कारणदेहाकरवी व्यक्त होऊ लागते, तेव्हा तो माणूस प्रगाढ निद्रावस्थेत पोहोचतो.

हीच तर्कपद्धती पुढे नेली तर आपला मूळ स्व-भाव म्हणूनच दैवी आहे - प्रगाढ निद्रावस्था. आपण असेही म्हणू शकतो की आपल्याला ब्रह्म होण्याची आवश्यकता नाही कारण आपण ब्रह्म आहोतच. पण आपण तसे म्हणत नाही; कारण आपल्यावर शारीरिक ऊर्मी, आवेग यांनी पछाडलेल्या आणि उन्मुक्तपणे भटकणाऱ्या आपल्या मनाचा जबरदस्त पगडा असतो. तेथे 'माया' ही संकल्पना मदतीला येऊ शकते. आपल्या खऱ्या स्वभावावरील, स्वरूपावरील बुरखा म्हणजे माया. ती आपल्या भोवतालच्या जगाच्या खऱ्या स्वरूपावरही मुखवटा चढवते. याचे उत्तम उदाहरण महाभारतातील अंध राजा धृतराष्ट्र ही व्यक्तिरेखा. त्याला त्याच्या पुत्रांच्या वर्तनात कधीच खोट दिसली नाही आणि जिने त्यागाच्या भावनेने स्वतःच्या डोळ्यांवर पट्टी बांधून घेतली होती त्या त्याच्या पत्नीचे - गांधारीचे स्वार्थत्यागी व्यक्तिमत्त्वही कधी दिसले नाही. ही माया खरोखरच अस्तित्वात आहे आणि तिची सुरुवात विश्वाच्या प्रारंभीच झाली आहे.

भगवद्गीता 'माये'ला परमेश्वराचीच निर्मिती म्हणते. भगवंत स्वतःच 'प्रकृति स्वतंत्र नसून माझीच माया आहे आणि ती फक्त मानवजातीला प्रदान केलेल्या ज्ञानाच्या, जाणीवेच्या, आकलनाच्या क्षमतेची कसोटी घेण्यासाठीच निर्माण केलेली आहे' असे सांगतात.

दैवी ह्येषा गुणमयी मम माया दुरत्यया ।
मामेव ये प्रपद्यन्ते मायामेतां तरन्ति ते ॥१४॥

भगवंत अर्जुनाला हे उघड करतात की त्यांनीच ही त्रिगुणात्मक माया निर्माण केली आहे, ती दैवी आहे म्हणूनच मर्त्यांसाठी दुस्तर आहे आणि जे भगवंतांना शरण जातात त्यांनाच ती तरून जाता येते. (भगवद्गीता, अध्याय ७, श्लोक १४)

प्रकृतिं पुरुषं चैव विद्ध्यनादी उभावपि ।
विकारांश्च गुणांश्चैव विद्धि प्रकृतिसम्भवान् ।।१९।।

भगवंत अर्जुनाला सांगतात, 'प्रकृती व पुरुष हे दोन्ही अनादि आहेत. सजीवांना सुखदु:ख पोहोचवणारे विकार व तिन्ही गुण ही प्रकृतीचीच रूपे आहेत.
(भगवद्‌गीता, अध्याय १३, श्लोक १९)

एकनाथ ईश्वरन लिहितात, 'या संकल्पना समजण्यास खूप कठीण आहेत कारण आपण पदार्थ आणि मन या गहन क्षेत्रांमध्ये शोध घेत आहोत. गीता आपल्याला या गोष्टीची वारंवार आठवण करून देते की कृती केवळ क्षेत्र परिसरातच घडतात. विचारही केवळ क्षेत्र परिसरातच घडतात. तरीही क्षेत्र स्वत: मात्र निरुपयोगी असते. वस्तू आणि मनाच्या या क्षेत्रात सजगता नसते, याचा अर्थ असा की, मन स्वतंत्रपणे कोणत्याही गोष्टीचा आनंद खरेतर घेऊ शकत नाही, बुद्धी वस्तुत: पृथ:करण करू शकत नाही, आणि संवेदना अनुभव घेऊ शकत नाहीत. केवळ 'स्व', शुद्ध सजगता, जी या सर्वांमध्ये असते, तीच केवळ पाहू शकते, आनंद घेऊ शकते आणि ज्ञानग्रहण करू शकते.''[९]

लोकमान्य लिहितात, 'कर्म म्हणजे दृश्य सृष्टी निर्माण होण्याच्या वेळी मूळ निर्गुण ब्रह्मात दिसून येणारा व्यापार होय.'

लोकमान्य बृहदारण्यकोपनिषदातील दाखला देतात. राजा जनकाच्या दरबारात याज्ञवल्क्य ऋषी आणि आदरणीय ज्ञानी विदुषी गार्गी वाचक्नवी या दोघांमध्ये 'या जगातील सर्व कर्मांमागचा कर्ता कोण असतो?' या विषयावर झालेली प्रश्नोत्तरे उपनिषदात (तिसरा अध्याय, आठवा ब्रह्मणा) समाविष्ट केलेली आहेत. गार्गी याज्ञवल्क्य यांना दोन प्रश्न विचारते. पहिला प्रश्न - स्वर्गात, पृथ्वीवर, पृथ्वीच्याही खाली आणि पृथ्वी आणि स्वर्ग यांच्यामध्येही, उभ्या-आडव्या धाग्यांसारखे अथवा लोकरीसारखे - ज्याला लोक भूतकाळ, वर्तमानकाळ व भविष्यकाळ म्हणतात - जे विणलेले असते ते कशावर विणलेले असते?' याज्ञवल्क्य उत्तर देतात, 'ते सर्व अवकाशावर विणलेले असते.' गार्गीचा दुसरा प्रश्न - 'हे अवकाश कशावर पुढेमागे विणलेले असते?' याज्ञवल्क्यांचे उत्तर - 'अविनाशी तत्त्वावर, निर्गुण ब्रह्मावर.'

एतस्य वा अक्षरस्य प्रशासने गार्गि सूर्याचन्द्रमसौ विधृतौ तिष्ठत: ।
द्यावापृथिव्यौ विधृते तिष्ठत: ।
निमेषा मुहूर्ता अहोरात्राण्यर्धमासा

---

९. एकनाथ ईश्वरन, 'द भगवद्‌गीता फॉर डेली लिव्हिंग' , जयको पब्लिशिंग हाऊस, मुंबई, २००७, खंड ३, पान ९३.

मासा ऋतवः संवत्सरा इति विधृतास्तिष्ठन्ति ।
प्राच्योऽन्या नद्यः स्यन्दन्ते श्वेतेभ्यः पर्वतेभ्यः
प्रतीच्योऽन्या यां यां च दिशमनु ।
ददतो मनुष्याः प्रशंसन्ति

हे अविनाशी तत्त्व, निर्गुण ब्रह्म आहे ज्याच्या आज्ञेवरून सूर्य व चंद्र
एकमेकांपासून दूर राहतात
ही पृथ्वी आणि स्वर्ग एकमेकांपासून लांब राहतात
घटिका आणि पळे, दिवस आणि रात्र
पंधरवडा आणि महिना, ऋतू आणि संवत्सर हे सगळे एकमेकांपासून दूर राहतात.
बर्फाळ पर्वतांमधून नद्या वाहतात, त्यांच्या त्यांच्या दिशांनी वाहत राहतात
लोक दानशूरांची स्तुती करतात
देव भक्तांच्या त्यागावर अवलंबून राहतात
वंशज जो नैवेद्य दाखवतात त्यावर पूर्वज अवलंबून राहतात.

लोकमान्य लिहितात, '...कर्मशक्तीचा कधीच नाश होत नाही. जी शक्ती आज एका नामारूपाने दिसते, तीच त्या नामारूपाचा नाश झाला तरी दुसऱ्या नामारूपाने प्रगट होते. शिवाय एका नामारूपाचा नाश झाल्यावर त्याला निरनिराळी नामरूपे प्राप्त होणे जर चुकत नाही, तर ही निरनिराळी नामरूपे निर्जीवच असतील. त्याहून भिन्न प्रकारची होणे शक्य नाही असेही मानता येत नाही... आज करावे ते उद्या भोगावे, उद्या करावे ते परवा; इतकेच नव्हे तर या जन्मी करावे ते पुढील जन्मी भोगावे याप्रमाणे हे भवचक्र सदैव चालू आहे...'

येथे लोकमान्य पुन्हा एकदा मागील प्रकरणात उल्लेख केलेल्या भीष्माच्या कथेचा संदर्भ देतात. शरपंजरी पडून बाणांच्या टोकांनी विद्ध झालेले भीष्म मृत्यूच्या शुभ वेळेची वाट पाहत आहेत. युधिष्ठिर त्याच्या विद्वान पितामहांकडून मौलिक ज्ञान मिळवण्यासाठी त्यांच्याकडे आलेला आहे. युधिष्ठिर त्यांना पुनर्जन्माविषयी विचारतो.

भीष्म म्हणतात,

पापं कर्म कृतं किंचिद्यदि तस्मिन्न दृश्यते ।
नृपते तस्य पुत्रेषु पौत्रेष्वपि च नप्तृषु ।।

हे राजा, एखाद्यास त्याच्या पापकर्माचे फळ त्याच्या आयुष्यात मिळाले नाही
असे दिसले, तरी ते पुढील आयुष्यात त्याच्या मुलास, नातवास किंवा पणतूस
भोगावे लागतेच. (शांतीपर्व, १२९.२०)

कर्मे कधीच नाश पावत नाहीत. आत्मा जेव्हा नव्या देहात प्रवेश करतो, तेव्हा तो त्याच्याबरोबर, त्याला सजगतेची वरची पातळी गाठता यावी यासाठी त्या आयुष्यात कोणते धडे गिरवायचे आहेत, कोणते बोध घ्यायचे आहेत त्याची यादीच बरोबर घेऊन येतो. अशा रीतीने आत्म्याला मिळणारे प्रत्येक नवं आयुष्य एक नवा अभ्यासक्रम असतो आणि तो पूर्ण करून परीक्षा यशस्वीपणे उत्तीर्ण होत नाही, तोवर त्याला वरच्या वर्गात प्रवेश मिळण्याची शक्यता फेटाळलीच जाते.

ब्रह्म, ईश्वर, साक्षात्कार यांविषयीच्या जगातील अन्य कोणत्याही तत्त्वज्ञानातील सिद्धान्ताशी तुलना होऊ शकणार नाही अशी ही अजोड संकल्पना आहे, ज्यात वेदान्त प्रत्येक व्यक्तीच्या कर्माची संपूर्ण जबाबदारी त्याच व्यक्तीवर देते. हे कार्य मुळीच महत्त्वाचे नाही असे जाहीर करून त्याकडे किंवा कोणीही स्वार्थासाठी त्या बाबतीत केलेल्या आळवणीकडेही लक्ष देण्यास वेदान्त परमेश्वरालासुद्धा परवानगी देत नाही, त्याला यात ढवळाढवळ करू देत नाही. सर्व काही परमेश्वराच्या हाती असले, तरी निवड करण्याचे स्वातंत्र्य असलेल्या माणसाला मिळणारे फळ हे त्याने केलेल्या कर्मावर, चांगल्या-वाईट कर्मांवर किंवा निष्क्रीयतेमुळे न केलेल्या कर्मावर अवलंबून असते. स्वतःच्या अल्पमतीनुसार माणूस जो काही निर्णय घेतो, त्यात परमेश्वराचाही काही संबंध नसतो. परमेश्वराला सगळे जण सारखेच असतात - चांगला, वाईट असे काही नसते. भगवंत स्वतःच सांगतात की 'समो अहं सर्व भूतेषु' - मी सर्वांसाठी सारखाच आहे.

समोऽहं सर्व भूतेषु न मे द्वेष्योऽस्ति न प्रियः ।
ये भजन्ति तु मां भक्त्या मयि ते तेषु चाप्यहम् ॥२९॥

भगवंत अर्जुनाला सांगतात, 'मी सर्वांसाठी सारखाच आहे, मला अमुक एक जण नावडता, एक जण आवडता असे काहीच नाही! जे माझे भक्तीने भजन करतात ते सर्व माझ्याठायी आणि मी त्यांच्या ठायी असतो.
(भगवद्गीता, अध्याय ९, श्लोक २९)

डॉक्टर राधाकृष्णन लिहितात, 'परमेश्वरासाठी कोणीच मित्र नाहीत आणि कोणी शत्रुही नाहीत. तो नि:पक्षपाती आहे. तो कधीच लहरीपणाने कोणाला यातनाही भोगायला लावत नाही किंवा कोणाची सुखासाठी खास निवडही करीत नाही. त्याची कृपा व्हायला हवी असेल तर त्याचे प्रेम जिंकावे लागते आणि ते श्रद्धा व भक्ती यांनीच मिळवता येते. श्रद्धेच्या व भक्तीच्या त्या मार्गावर प्रत्येकाला स्वत:च वाटचाल करावी लागते.[१०]

नादत्ते कस्यचित्पापं न चैव सुकृतं विभुः ।
अज्ञानेनावृतं ज्ञानं तेन मुह्यन्ति जन्तवः ॥१५॥

परमेश्वर सर्वव्यापी असला तरी तो कोणाच्याच पापात वा पुण्यात सहभागी होत नाही. सर्व सजीव त्यांच्या ज्ञानावर अज्ञानाचे पांघरूण पडल्यामुळे मोहात पडतात. (भगवद्गीता, अध्याय ५, श्लोक १५)

स्वामी मुकुंदानंद म्हणतात, 'परमेश्वर कोणाच्याच पापपुण्याचा धनी नसतो. या बाबतीत त्या परमेश्वराची तीन कामे असतात : १) तो कर्म करायला आत्मिक बळ पुरवतो, २) त्या आत्मिक बळावर आपण आयुष्यभर जी कर्मे करत असतो ती तो पाहत असतो आणि ३) तो आपल्याला आपल्या कर्माची फळे देतो.[११]

लोकमान्य लिहितात, 'परमेश्वर कोणाचे पाप घेत नाही, पुण्यही घेत नाही. कर्म किंवा माया यांच्या स्वभावाचे रहाटगाडगे चालूच राहते. प्रत्येक प्राणीमात्रास आपापल्या कर्माप्रमाणे सुखदु:खे भोगावी लागतात.

परमेश्वरेच्छेने जगातील कर्माला केव्हा आरंभ झाला आणि तदंगभूत मनुष्य सर्वप्रथम कर्माच्या तावडीत कसा सापडला याचे उत्तर देणे जरी शक्य नसले, तरी कर्माचे पुढील परिणाम म्हणजे फले केवळ कर्माच्या कायद्यानेच उत्पन्न होत असतात आणि त्यामुळे

---

१०. एस. राधाकृष्णन, 'द भगवद्गीता', हार्पर कॉलिन्स पब्लिशर्स इंडिया, २०१४, पान २९६.

११. http://www.holy-bhagavad-gita.org/chapter/5/verse/15. या संकेतस्थळावरून ३० नोव्हेंबर २०१७ पर्यंत मिळवलेल्या माहितीनुसार.

जगाच्या आरंभापासून प्रत्येक प्राणी नामरूपात्मक अनादि कर्माच्या कैदेत पडल्यासारखा झाला आहे हा निश्चित निष्कर्ष मनुष्याच्या विवेकबुद्धीला काढता येतो.'

कर्मणा बध्यते जन्तुर्विद्यया तु प्रमुच्यते ।

जीव (जंतु) हा कर्माने बांधला जातो आणि विद्येने (ज्ञानाने) त्याची सुटका होते. (महाभारत, शांतीपर्व, २४०.७)

आपल्या 'विवेकचूडामणि' या ग्रंथात श्री शंकराचार्यही 'फक्त विद्येनेच (ज्ञानानेच) माणूस कर्माच्या पाशातून मुक्त होतो' हे ठामपणाने सांगतात.

नास्त्रैर्न शस्त्रैरनिलेन वह्निना
छेत्तुं न शक्यो न च कर्मकोटिभिः ।
विवेकविज्ञानमहासिना विना
धातुः प्रसादेन सितेन मञ्जुना ।।१४७।।

हा (कर्माचा) पाश ना कोणत्या शस्त्राने तुटतो, ना वाऱ्याने सुटतो, ना अग्नीने जळून जातो. लक्षावधी कृतींनीही त्यातून मुक्त होता येत नाही. तो कापून काढता येतो तो केवळ परमात्म्याच्या कृपेची धार असलेल्या, ज्ञान व विवेक यांच्या तलवारीने! (विवेकचूडामणि, श्लोक १४७)

श्री शंकराचार्य ज्ञानाला व विवेकाला परमात्म्याच्या कृपेची जोड देतात.

लोकमान्य इथे जर्मन जीवशास्त्रज्ञ व तत्त्वज्ञ अर्न्स्ट हेकेल (१८३४-१९१९) याचा संदर्भ देतात. तो म्हणतो, 'सृष्टिवैज्ञानिकांनी शोधून काढलेली सृष्टीतील सुसूत्र रूपांतरातील एकता व एकतानता, आणि वैज्ञानिक संशोधनांना सुरुवात होण्याआधीच्या लोकांना जी जाणवत होती, अनुभवास येत होती ती परमेश्वर नावाची अमर्याद अशी एकता व एकतानता या दोन्ही एकच होत्या.'[१२] जैन तत्त्वज्ञांना आत्म्याच्या मूळ रूपातच त्याचे कर्माशी असलेले नाते दिसले होते. 'आत्म्याचे कर्माशी असलेले बंध हे अनादिकालापासून आहेत. या बंधांमुळेच आत्म्याचे परिपूर्ण ज्ञान, सर्वोत्तम सामर्थ्य, निर्दोष दृष्टी, निर्भेळ आनंदीपणा, अनंत अस्तित्व, समतोल वृत्ती, अशारीरत्व असे सर्व मूळ गुण मलिन होतात. विविध प्रकारची कर्मे आत्म्याचे गुण व गुणधर्म अस्पष्ट करतात. यालाच 'प्रकृतिबंध' असे म्हणतात. याची दोन अंगे आहेत : घटी कर्म - आत्म्याचे गुण निस्तेज करणारी कर्मे आणि अघटी कर्म - मानवी शरीराशी संबंधित

१२. http://home.uchicago.edu/~rjr6/articles/Richards.pdf. या संकेतस्थळावरून २४ सप्टेंबर २०१७ पर्यंत मिळवलेल्या माहितीनुसार.

कर्मे. माणूस जेव्हा त्याच्या 'घटी'कर्मांचा नाश करतो, त्याग करतो तेव्हा त्याला परमज्ञान - केवलज्ञान - प्राप्त होते... परंतु त्याच्या 'अघटी'कर्मांचे घडे भरेपर्यंत त्याला त्याचे आयुष्य जगावेच लागते. ते त्याच्या मृत्यूचे वेळीच पूर्ण भरतात आणि त्याच वेळी त्याला मुक्ती मिळते.'[१३]

अशा रीतीने कर्मांबद्दलच्या विविध जडवादी सिद्धान्तांचा एकत्रितपणे विचार केल्यानंतर लोकमान्य त्या सेतूचा उपयोग करून भगवद्गीतेने सांगितलेल्या कर्मसिद्धान्तापर्यंत पोहोचतात आणि त्याचा आशय समजावून सांगतात. ते लिहितात, 'हे विश्वचक्र जेथे नेईल तेथे जाणे एवढेच माणसाच्या हाती असते. मनुष्य आपल्या स्वतंत्र बुद्धीने केव्हाच काही करू शकत नाही... तो आज जे काही करतो ते त्याने अथवा त्याच्या पूर्वजांनी करून ठेवलेल्या कर्मांचा परिणाम असतो, ती कृती आणि ती करायची अथवा नाही हेही त्याच्या इच्छेवर कधीच अवलंबून नसते.' लोकमान्य अर्जुनाने विचारलेला प्रश्न आणि त्याला भगवंतांनी दिलेले उत्तर वाचकांपुढे ठेवतात,

अथ केन प्रयुक्तोऽयं पापं चरति पूरुषः ।
अनिच्छन्नपि वार्ष्णेय बलादिव नियोजितः ॥३६॥

अर्जुन श्रीकृष्णाला विचारतो, 'स्वतःची इच्छा नसतानाही, कोणीतरी जबरदस्ती केल्यासारखा मनुष्य पापकृत्य करायला कशामुळे प्रवृत्त होतो?'
(भगवद्गीता, अध्याय ३, श्लोक ३६)

डॉक्टर राधाकृष्णन याचे स्पष्टीकरण देतात, 'अनिच्छन्नपि - इच्छेविरुद्ध. अर्जुनाला असे वाटते आहे की माणसाला त्याच्या इच्छेविरुद्ध जाऊन काही गोष्टी कराव्या लागतात, तसे करण्यास भाग पाडले जाते. पण खरे तसे नसते. माणूस त्याच्या मनातील तीव्र इच्छांच्या आहारी जातो. डॉ. राधाकृष्णन श्री शंकराचार्यांचे वचन उद्धृत करतात, 'आपण ज्याला माणसाची प्रकृती किंवा स्वभाव म्हणतो त्या स्वभावाने - मोहाने, आवडीने किंवा नावडीने, ओढीने अथवा तिटकाऱ्याने - तो कर्माकडे ओढला जातो.'[१४]

भगवंत म्हणतात,

काम एष क्रोध एष रजोगुणसमुद्भवः ।
महाशनो महापाप्मा विद्ध्येनमिह वैरिणम् ॥३७॥

रजोगुणांनी चेतवलेले काम, क्रोध हे आसक्ती निर्माण करतात आणि मोठमोठी

---

१३. http://www.jaina.org/?page=KarmaTattvas. या संकेतस्थळावरून २४ सप्टेंबर २०१७पर्यंत मिळवलेल्या माहितीनुसार.

१४. एस. राधाकृष्णन, 'द भगवद्गीता', हार्पर कॉलिन्स पब्लिशर्स इंडिया, २०१४, पान १६९.

पापे हातून घडवतात. म्हणून हे लक्षात ठेव की काम, क्रोध हे मनुष्याचे या जगातील सर्वांत मोठे शत्रू आहेत. (भगवद्गीता, अध्याय ३, श्लोक ३७)

लोकमान्य असा प्रश्न उपस्थित करतात, 'याप्रमाणे कोणतेच कर्म करण्याची किंवा न करण्याची स्वतंत्रता जर मनुष्यास नसेलच, तर मनुष्याने आपली वर्तणूक अमुक पद्धतीने सुधारावी, अमुक एका रीतीने ब्रह्मात्मैक्यज्ञान संपादन करून बुद्धी शुद्ध करावी अशी अपेक्षा करणे हे व्यर्थच ठरत नाही का? ते म्हणतात, 'नदीच्या ओघात सापडलेल्या ओंडक्याप्रमाणे माया, प्रकृती, सृष्टिक्रम किंवा कर्माचा प्रवाह जिकडे खेचेल तिकडे निमूटपणे गेले पाहिजे, मग ती प्रगती असो वा अधोगती. पण सृष्टिरचनेत किंवा मनुष्यस्वभावात फेरफार होतो की नाही किंवा करून घ्यावा की नाही हा प्रस्तुतचा प्रश्न नसून हा फेरफार करून घेण्याची बुद्धी म्हणजे इच्छा मनुष्याला होते ती आवरणे किंवा त्याप्रमाणे करण्यास प्रवृत्त होणे ही गोष्ट त्याच्या स्वाधीनची आहे की नाही हेच आधी ठरवायचे आहे.'

'कर्म म्हणजे माया होय' हे जे गीता सांगते, ते 'पेरावे तसे उगवते' या वचनाच्या पलीकडे जाऊन सांगते. गतकाळात केलेल्या पापांमुळे माणूस अध:पतित असतो हा सिद्धान्तही गीतेस मान्य नाही. भगवंत तर त्यांनीच निर्माण केलेली प्रकृती आणि तिचे गुण हीच कर्माची उपपत्ति मानतात. गीतेत कर्म ही वैयक्तिक निर्णयापलीकडची प्रक्रिया मानली आहे. ती सामाजिक व नैतिक परिणाम घडवू शकते. कर्मामध्ये केवळ व्यक्तींनाच नव्हे तर समाजाला, पूर्ण देशाला, पिढ्यान्‌पिढ्यांना बदलण्याची, त्यांचे भविष्य बदलून टाकण्याची, त्याला निराळी दिशा देण्याची शक्ती सामावलेली आहे.

लोकमान्य लिहितात, 'एकाने करावे तसे भोगावे हा नियम केवळ एका व्यक्तीसच लागू आहे असे नाही. एका मनुष्याप्रमाणेच एका कुटुंबास, एका ज्ञातीस, एका राष्ट्रास किंबहुना सर्व जगास आपापले कर्म भोगल्यावाचून सुटका नाही. शिवाय प्रत्येक मनुष्याचा ज्या अर्थी कोणत्या तरी कुटुंबात, ज्ञातीत किंवा देशात समावेश झालेला असतो, त्या अर्थी आपल्या स्वत:च्या कर्माचीच नव्हे, तर कुटुंबादिकांच्या सामाजिक कर्मांची फलेही प्रत्येक मनुष्यास अंशत: भोगावी लागत असतात.'

स्वामी विवेकानंद म्हणतात, 'या जगात आपल्याला ज्या कृती घडताना दिसतात, मानवी समाजात ज्या हालचाली, ज्या चळवळी होताना दिसतात, भोवताली जी विविध प्रकारची कामे होताना दिसतात, ती सर्व माणसांच्या विचारांचे प्रकटीकरण असते. त्यांच्या आशा, इच्छा, आकांक्षा यांचे आविष्करण असते. यंत्रे, उपकरणे, शहरे, जहाजे, लढाया, त्या करणारे सैनिक - हे सर्व केवळ माणसाच्या इच्छांचे वैविध्यपूर्ण दर्शन असते. त्या इच्छा माणसांचे निरनिराळे, बरेवाईट स्वभावधर्म, त्यांची शुद्ध वा कलंकित चारित्र्ये यांतून निर्माण झालेल्या असतात आणि ते तसले स्वभावधर्म, ती चारित्र्ये ही कर्मांमधून. जसे कर्म तशी इच्छांची अभिव्यक्ती आणि तशाच कृती. या विश्वाने जे जबरदस्त इच्छाबळाचे श्रेष्ठ स्त्रीपुरुष निर्माण केले, ते सर्वच जण महान कर्ते

होते - श्रेष्ठ आत्मे होते, त्यांच्या इच्छा युगानयुगे चिकाटीने केलेल्या कार्यामुळे इतक्या शक्तिशाली बनल्या होत्या, की त्यांनी जगात उलथापालथ घडवून आणली. गौतम बुद्ध, येशू ख्रिस्त यांसारख्या महान आत्म्यांच्या मनातील अती प्रबळ इच्छा काही त्यांना त्यांच्या जन्मदात्याकडून वारशात मिळाल्या नव्हत्या. त्यांचे जन्मदाते कोण होते, ते कसे होते हे आपल्याला ज्ञात आहे. त्यांच्या पित्याने संपूर्ण मानवजातीच्या कल्याणाचा एक शब्दही कधी उच्चारला होता की नाही हेही आपल्याला माहीत नाही. आजवर जोसेफसारखे कोट्यवधी सुतार होऊन गेले, आजही कितीतरी आहेत. तसेच बुद्धाच्या वडिलांसारखे सामान्य राजेही लाखो होऊन गेले आहेत. महानता ही जर वंशपरंपरेने येणारी बाब असती, तर ज्याची आज्ञा त्याचे सेवकही पाळत नसतील असा एक सामान्य राजा, ज्याची आज्ञा संपूर्ण जग वर्षानुवर्षे पाळते आहे, त्याचे पूजन करते आहे असा गौतम बुद्धासारखा असामान्य, अद्वितीय पुत्र जन्माला घालतो याचे आपण काय स्पष्टीकरण देऊ शकतो? तीच गोष्ट एका सुताराच्या पोटी जन्माला आलेल्या त्या पुत्राची ज्याला संपूर्ण जग देव मानते आहे! या पितापुत्रांमधील या एवढ्या भिन्नतेचे स्पष्टीकरण कोणता सिद्धान्त देऊ शकेल? वंशपरंपरेचा सिद्धान्त तर नक्कीच नाही! गौतम बुद्धाने आणि येशू ख्रिस्ताने जगातील लाखो लोकांच्या मनात ज्या चांगल्या, पवित्र इच्छा जाग्या केल्या, रुजवल्या त्या मुळात आल्या कोठून? ते अचाट सामर्थ्य कसे साठत आले असेल? ते कोठेतरी असणारच; युगानुयुगे, सतत वाढत जात असणार. ते वाढत वाढत जाऊन गौतम बुद्ध, येशू ख्रिस्त यांच्या द्वारे जगात, समाजात त्याचा स्फोट झाला असणार. तेच सामर्थ्य, तोच इच्छांचा स्रोत आजही दुथडी भरून वाहतो आहे.'[१५]

आपण म्हणजे आपला जड देह नाही तर आत्मा आहोत हे समजून घेतले, आत्म्यासमवेत अगणित जड देहांत, अनेक रूपांत, निरनिराळ्या आयुष्यांत प्रवेश करणाऱ्या सूक्ष्म देहाची संकल्पना समजून घेतली, तर जीवन जगताना आपल्यावरच्या आपल्या आधीच्या जन्मातील कर्मांचे हिशेब चुकते होतील आणि पुढील जन्मातील देहांना आपल्या कर्मांचे ओझे वाहायला लागणार नाही याची खबरदारी घेऊन जीवन जगण्याची जबाबदारी आपल्यावर आहे याची जाणीव आपल्याला सतत होत राहील. काही मुलांना जन्मतःच एखादे व्यंग असते, त्यांची मानसिक वाढ पूर्ण झालेली नसते, काहींना आयुष्यात पुढे कधीतरी एखाद्या रोगाचा, व्याधीचा सामना करावा लागतो. अशा घटना हे आत्म्याचे मागील जन्मीचे कार्य सुरू असल्याच्या खुणा आहेत हे समजल्यामुळे मन शांत होते. आत्म्याने कधी मागील जन्मीच्या पापांचे प्रायश्चित्त करण्याचा निर्णय घेतलेला असतो, कधी तो एखादे लक्ष्य पूर्ण करीत असतो. १८४४ ते १८४७ ही तीन वर्षे हार्वर्ड डिव्हिनिटी स्कूलमध्ये व्यतीत केलेला विल्यम आल्जर याने ही गोष्ट फार सुंदर पद्धतीने सांगितली आहे, 'प्रत्येक वादळानंतर पुन्हा सूर्याचे

१५. http://www.vivekananda.net/PDFBooks/KarmaYoga.pdf

हास्य नजरेस पडतेच, प्रत्येक प्रश्नाला उत्तर असतेच आणि चांगले हास्य हे आत्म्याचे अपरिहार्य कर्तव्य आहे.'[१६]

लोकमान्य लिहितात, 'कर्मफले भोगण्याच्या प्रक्रियेच्या म्हणजेच 'कर्मविपाक' प्रक्रियेत कर्मांचे संचित (साठवलेली कर्मे), प्रारब्ध (फळे भोगण्यास सुरवात झालेली कर्मे) आणि क्रियमाण (सध्या करीत असलेले कर्म) असे तीन विभाग केलेले दिसतात. कोणत्याही माणसाने आजच्या क्षणापर्यंत केलेले - मग ते या जन्मात केलेले असो वा पूर्वीच्या जन्मात केलेले असो - ते सर्व त्याचे संचित म्हणजे 'साठवलेले' कर्म असे म्हणतात. या संचितासच 'अदृष्ट' किंवा 'अपूर्व' अशीही दुसरी नावे आहेत. काही म्हटले तरी त्या तिन्हीचा अर्थ 'या क्षणापर्यंत जी जी कर्मे केलेली असतील त्या सर्वांच्या परिणामांचा साठा' हे निर्विवाद आहे.'

अनारब्धकार्ये एव तु पूर्वे तदवधेः ॥१५॥

परंतु ज्यांची फळे भोगलेली नाहीत तीच भूतकाळातील कर्मे (पापपुण्ये) फक्त नष्ट होतात, कारण मुक्तीसाठी वाट पाहण्याची मृत्यू हीच मर्यादा असते.
(वेदान्त, ब्रह्मसूत्र, ४.१.१५)[१७]

पूर्वसंचितातील कुकर्मांची फळे भोगणे टाळता येणे शक्य असते का? वेदान्तावर लेखन करणारी सांप्रतकालीन लेखिका ॲनी विल्सन हिने कर्मांचे हे तीन प्रकार समजावून सांगण्यासाठी एका छान उपमेचा वापर केला आहे : 'या जन्मात आणि सर्व गतजन्मांत केलेली कर्मे - संचित कर्मे - ही भात्यात ठेवलेल्या बाणांसारखी असतात. संचित कर्मांपैकी ज्या कर्मांना 'फळे यायला' सुरुवात झालेली असते, त्यांना 'आगामी कर्मे' असे म्हणतात. ही आगामी कर्मे म्हणजे धनुष्यावर चढवलेले बाण असतात. जर हवामान अनुकूल असेल, खतपाणी व्यवस्थित मिळाले असेल तर 'आगामी कर्मां'चे 'प्रारब्ध कर्मां'त रूपांतर होते. संचित कर्मांपैकी जेवढ्या कर्मांची फले भोगण्यास सुरुवात झालेली असते, जी जगत असलेल्या जन्मात भोगण्यासाठी तयार झालेली असतात तेवढ्या कर्मांना 'प्रारब्ध कर्मे' म्हणतात. ही प्रारब्ध कर्मे म्हणजे धनुष्यातून सुटलेले, त्यांच्या लक्ष्याच्या दिशेने झेपावलेले बाण असतात. वर्तमान काळी ज्या कर्मांची फले भोगली जात असतात, त्यांना 'क्रियमाण कर्मे' म्हणतात. त्या कर्मांच्या बाणांनी लक्ष्य भेदलेले असते, लक्ष्याला बाणांच्या टोकदार धारेची जाणीव झालेली असते. त्या जाणिवेची प्रतिक्रिया नवी कर्मे निर्माण करते.'[१८]

---

१६. https://www.brainyquote.com/quotes/quotes/w/williamra393781.html?src=t_soul

१७. शंकराचार्यांच्या 'ब्रह्मसूत्र भाष्या'चे स्वामी गंभीरानंदांनी केलेले भाषांतर, अद्वैत आश्रम, कलकत्ता, २०११, पान ८३९.

१८. http://www.inner-light-in.com/2015/03/karma-theory-in-hinduism/.

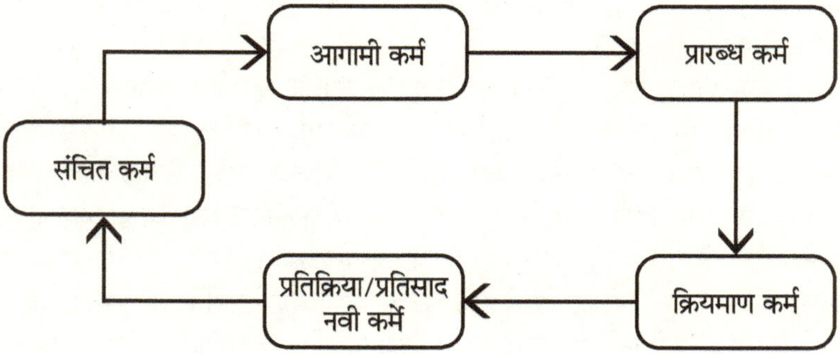

आगामी कर्मांविषयी पुरेशी जागरूकता दाखवली की संचित कर्मांचे उपशमन करता येते. अंतर्मन हे आगामी कर्मांचे कोठार असते. आयुष्य शेकडो संधी देते आणि तितकीच आव्हानेही देते. त्यांना कशी प्रतिक्रिया द्यायची ते सर्वस्वी आपल्या हाती असते. आपण जर शांतपणा दाखवला, नम्रपणाने त्यांचा स्वीकार केला, तर आगामी कर्मांचे ओझे हलके होऊ शकते. सकारात्मक विचार, निर्धार आणि इच्छाशक्ती यांच्या जोरावर अनेक आगामी कर्मांवर मात करता येते.[१९]

लोकमान्य लिहितात, 'कर्मांच्या कैचीतून अजिबात सुटून अमृत तत्त्वात मिळून जाण्याचा व जन्ममरणाची कटकट कायमची दूर करण्याचा म्हणजेच मोक्षप्राप्तीचा 'ज्ञान' हा एकमेव मार्ग आहे. ज्ञान म्हणजे व्यवहारज्ञान नव्हे, अगर नामरूपात्मक सृष्टिशास्त्राचे ज्ञान असा अर्थ नसून ब्रह्मात्मैक्यज्ञान असा या ठिकाणी अर्थ आहे. यासच 'विद्या' असेही म्हणतात (कर्मणा बध्यते जंतुः विद्यया तु प्रमुच्यते)... भाजलेले बी जसे रुजत नाही त्याप्रमाणे कर्माचे क्लेश ज्ञानाने दग्ध झाले म्हणजे ते आत्म्यास पुनःप्राप्त होत नाहीत, सोसावे लागत नाहीत.

यथैधांसि समिद्धोऽग्निर्भस्मसात्कुरुतेऽर्जुन ।
ज्ञानाग्निः सर्वकर्माणि भस्मसात्कुरुते तथा ।।३७।।

भगवंत अर्जुनाला सांगतात, 'ज्याप्रमाणे एकदा प्रज्वलित झालेली लाकडे वा काष्टे भस्म वा राख होऊन जातात, त्याचप्रमाणेज्ञानरूप अग्नी सर्व कर्मांचे (शुभाशुभ बंधन) भस्म करून टाकतो. (भगवद्गीता, अध्याय ४, श्लोक ३७)

लोकमान्य पुढे लिहितात, 'दृश्य सृष्टीत जे काही आहे ते सर्व जरी कर्ममय असले तरी

१९. http://www.inner-light-in.com/2015/03/karma-theory-in-hinduism/

या सृष्टीला आधारभूत झालेले जे परब्रह्म त्याचीच ही सर्व लीला असल्यामुळे कोणतेही कर्म परब्रह्मास आणि म्हणून मुळात त्याचाच भाग असलेल्या आत्म्यासही, बांधू शकत नाही... मोकळ्या वाफेत काही जोर नसतानाही ती एखाद्या भांड्यात कोंडली गेली म्हणजे त्याच वाफेचा भांड्यावर ज्याप्रमाणे दाब बसू लागतो, त्याच न्यायाने अनादि पूर्वकर्मार्जित जड देह व इंद्रिये यांनी परमात्म्याचा अंशभूत जीव कोंडला गेला, म्हणजे तो जीव या कोंडीतून त्याची सुटका करून देणारी कर्मे करण्यास देहेंद्रियांना उद्युक्त करतो...'

भगवंतांनी अर्जुनाला हे समजावून सांगितले की कर्म मनुष्यास त्याच्या आत्म्याच्या अस्तित्वाची जाणीव करून देते.

उद्धरेदात्मनात्मानं नात्मानमवसादयेत् ।
आत्मैव ह्यात्मनो बन्धुरात्मैव रिपुरात्मनः ।।५।।

मनुष्याने आपण होऊन आपला उद्धार करावा, स्वतःला कधी खचू देऊ नये कारण प्रत्येक जण मन (आत्मन, प्रतिरूपित आत्मा) 'स्व'चे मित्र आणि शत्रूही असू शकते. आपणच आपला हितकर्ता मित्र आणि आपणच आपला नाशकर्ता शत्रू आहोत - बनू शकतो. (भगवद्गीता, अध्याय ६, श्लोक ५)

हा श्लोक मनुष्याचा शरीरस्थ आत्मा (embodied soul of a person) आणि परमात्मा (Universal Self) यांतील फरक स्पष्टपणे समोर आणतो. डॉक्टर राधाकृष्णन म्हणतात, 'मनुष्याचा आत्मा आणि परमात्मा हे काही एकमेकांचे विरोधक किंवा प्रतिस्पर्धी नाहीत, (ते खरे तर एकच आहेत). परंतु ते एकमेकांचे मित्र वा शत्रू बनू शकतात. आपण जर क्षुद्र मोह, आसक्ती ताब्यात ठेवल्या, स्वार्थी हेतू साध्य करण्यासाठी त्यांचा वापर केला नाही, तर आपण त्या दोघांमधील दुवा बनू शकतो. आपल्या ऊर्मी, आपले आवेग यांवर जर आपण नियंत्रण ठेवले आणि आपला आत्मा आपण होऊनच परमात्म्याला समर्पित केला, तर तो परमात्मा आपला गुरू, आपला मार्गदर्शक बनतो. स्वतःचे उत्थान करून घ्यायचे की अधःपतन हे प्रत्येकाच्या हातीच असते, प्रत्येकाचे भविष्यही प्रत्येकाच्या स्वाधीन असते.'[२०]

लोकमान्य लिहितात, 'आपणच आपले मालक असतो आणि आपल्या आत्म्याखेरीज आपला कोणी तारणहार नसतो... कर्मपाशातून मुक्त होऊन सर्वाभूती एक आत्मा हे ओळखण्याची जी आध्यात्मिक पूर्णावस्था ती प्राप्त होण्यास ब्रह्मात्मैक्यज्ञान हेच एक वस्ताद औषध असून ते ज्ञान प्राप्त करून घेणे ही आपल्या ताब्यातील गोष्ट आहे. परंतु हेही लक्षात ठेवले पाहिजे की या स्वतंत्र आत्म्यासही आपल्या छातीवरील प्रकृतीचे दडपण एकदम म्हणजे एका क्षणात झुगारून देता येत नाही.'

---

२०. एस. राधाकृष्णन, 'द भगवद्गीता', हार्पर कॉलिन्स पब्लिशर्स इंडिया, २०१४, पान २२१.

एखादा व्यापारी जसा जवळ जे काही थोडेसे भांडवल असेल तेवढे घालून धंदा सुरू करतो आणि मग हळूहळू त्यातून संपत्ती मिळवत जातो; तसेच गीतेत सांगितलेल्या कर्मयोगाचेही आहे. जेवढा इंद्रियनिग्रह शक्य असेल तेवढ्यावर कर्मयोग आचरणात आणण्यास सुरुवात करून हळूहळू तो निग्रह वाढवत नेला पाहिजे. निरर्थक गप्पागोष्टींत वेळ जाईल अशा ठिकाणी बसणेही योग्य नाही. त्यामुळे मनाला लक्ष केंद्रित करण्याची लागलेली सवय मोडण्याचा संभव असतो. तेव्हा कर्मयोग आचरणात आणताना रोज एकांतात काही काळ चित्त स्थिर करणे आवश्यक आहे.

मयि चानन्ययोगेन भक्तिरव्यभिचारिणी ।
विविक्तदेशसेवित्वमरतिर्जनसंसदि ॥१०॥

श्रीकृष्ण अर्जुनाला अंतर्मन स्वच्छ व शुद्ध राखण्याचे उपाय सांगत आहेत : माझ्या ठायी सतत अनन्यभावाने, न ढळणारी भक्ती असली पाहिजे आणि सामान्य जनांचा चव्हाटा टाळून, काही काळ निवडक अशा एकांत जागी राहिले पाहिजे. (भगवद्‌गीता, अध्याय १३, श्लोक १०)

लोकमान्य लिहितात, 'आत्मा हा अमर आहे आणि त्यावर या जन्मी जे थोडेबहुत संस्कार होतात ते नष्ट होत नाहीत... अनेक जन्मांनी त्याला अखेर पूर्ण सिद्धी प्राप्त होऊन मोक्ष मिळतो... कर्मयोगमार्गाचे थोडे आचरणही माणसाला मोठ्या संकटातून सोडविते (स्वल्पमप्यस्य धर्मस्य त्रायते महतो भयात्). लोकमान्य मैत्रायणीय उपनिषदातील हा श्लोक उद्‌धृत करतात,

मन एव मनुष्याणं कारणं बन्धमोक्षयोः
बन्धाय विषयासङ्गी मोक्षो निर्विषयं स्मृतम् ।

मनुष्याला कर्मांचा बंध आणि मोक्ष दोन्ही घडण्यास मन हेच (एव) कारण आहे. जोवर माणसाचे मन विषयासक्त असते, तोवर तो (जन्ममृत्यूच्या चक्रात) अडकलेला असतो. निर्विषय, निष्काम, निःसंग - सर्व विषयांमधून मुक्त - होणे यालाच मोक्षप्राप्ती म्हणतात. (मैत्रायणीय उपनिषद, ६.३४)

लोकमान्य या गोष्टीवर भर देतात : 'निरग्नि होऊन म्हणजे संन्यास घेऊन अग्निहोत्रादि धार्मिक कर्मे सोडल्याने किंवा अक्रिय - निष्क्रीय, कोणतेही कर्म न करता स्वस्थ बसल्यानेही कर्माचा क्षय होत नाही. मनुष्याची इच्छा असो वा नसो, प्रकृतीचे रहाटगाडगे नेहमीच चालू असल्यामुळे मनुष्यासही त्याबरोबर फिरले पाहिजे. पण अडाणी लोक अशा स्थितीत प्रकृतीच्या पारतंत्र्यात राहून ज्याप्रमाणे नाचतात, तसे न वागता इंद्रियनिग्रहाने

आपली बुद्धी स्थिर व शुद्ध ठेवून जो पुरुष सृष्टिक्रमाप्रमाणे प्राप्त झालेले कर्म केवळ कर्तव्य म्हणून अनासक्त बुद्धीने व शांतपणाने करतो तोच खरा विरक्त, खरा स्थितप्रज्ञ आणि ब्रह्मपदाप्रत पावलेला पुरुष होय.'

भगवंत अर्जुनाला सांगतात :

न कर्मणामनारम्भान्नैष्कर्म्यं पुरुषोऽश्नुते ।
न च संन्यसनादेव सिद्धिं समधिगच्छति ।।४।।

आपली विहित कर्मे न करण्याने नैष्कर्म्य (कर्मांपासून मुक्ती) मिळत नाही.
कर्मांचा त्याग केला म्हणजे तेवढ्याने सिद्धी मिळत नाही.
(भगवद्गीता, अध्याय ३, श्लोक ४)

स्वामी विवेकानंद हा श्लोक असा समजावून सांगतात, 'कर्म करण्याचा सातत्याने आग्रह धरणारे गुरू श्रीकृष्ण आणखी एकदा तेच बजावतात, गीताही तेच सांगते - काम करा, रात्रंदिवस काम करा.' तुम्ही विचाराल, 'मग मला शांती कशी आणि कधी मिळणार? मी जर आयुष्यभर टांग्याला जोडलेल्या घोड्यासारखे कामच करीत राहणार असेन आणि मला लगाम बांधलेल्या स्थितीतच मरणही येणार असेल, तर मी या जगात आलो आहे तरी कशाला?' श्रीकृष्ण म्हणतात, 'मिळेल तुला शांती. शांती काम टाळण्याने कधीच मिळत नाही. काम सोडून तुम्ही एखाद्या पर्वतशिखरावर जरी गेलात, तरी तेथेही तुमचे मन अस्थिरच असेल, गोंधळलेले असेल, गरगरत असेल (शांती मिळायला मन स्थिर हवे.)'[२१]

यानंतर लोकमान्य हिंदू धर्मीयांमध्ये अत्यंत महत्त्वाच्या मानल्या जाणाऱ्या 'पूजा'विधी, कर्मकांड या विषयाकडे वळतात. एखाद्या देवाच्या नावाने मंत्र म्हणायचे, यज्ञयाग करून त्यात तीळतांदळाच्या आहुत्या द्यायच्या किंवा एखाद्या पशुचा बळी द्यायचा हे असले विधी निरुपयोगी असतात. प्रत्यक्ष पशु मारण्यापेक्षा प्रत्येकाच्या शरीरात कामक्रोधादि ज्या पशुवृत्ती असतात, त्यांचा साम्यबुद्धीरूप संयमाग्नीत होम करणे हा यज्ञ अधिक श्रेयस्कर होय... लोकमान्य लिहितात, 'ज्यात काही आपला स्वार्थ नाही असे कर्म शुद्ध बुद्धीने केल्यास तो यज्ञच होतो. जो असा यज्ञ करतो आणि सर्व प्राणीमात्रांप्रती समानतेची भावना ठेवतो, त्याला मोक्षरूपी सद्गती प्राप्त होते.'

पूजाअर्चा, कर्मकांड यात परमेश्वराशी संबंध जोडण्याच्या प्रयत्नांखेरीज काही नसते. परमेश्वराला कोण काय देणार? ज्याने हे संपूर्ण विश्व निर्माण केले त्याला त्याच्याच निर्मितीकडून काय हवे असणार? म्हणजे पूजापाठ हे त्याच्याशी संबंध ठेवण्याचे केवळ

२१. 'स्वामी विवेकानंद - कम्प्लीट वर्क्स'मधील स्वामी मधुरानंद यांनी संकलित केलेल्या 'भगवद्गीता ॲज व्ह्यूड बाय स्वामी विवेकानंद' या लेखातून. (कलकत्ता येथे प्रकाशित झालेल्या ग्रंथाच्या सातव्या पुनर्मुद्रित आवृत्तीतून, २०१६, पान ६२)

आपलेच प्रयत्न असतात. अमेरिकन योगी प्रेम प्रकाश हेच फार छान शब्दांत सांगतात, 'परमेश्वराची पूजा कोणत्या पद्धतीने केली हे महत्त्वाचे नाही, भक्ताच्या मनातील परमेश्वराविषयीच्या प्रेमभावना किती तीव्र आहेत हे महत्त्वाचे! परमेश्वराच्या सामूहिक प्रार्थनेत प्रत्येक भक्ताच्या आत्म्याच्या आवाजातील एक ओळ असतेच आणि त्या समूहगीतात कोणताच एक आवाज दुसऱ्यापेक्षा महत्त्वाचा नसतो.'[२२]

भगवान श्रीकृष्ण भगवद्‌गीतेत म्हणतात,

पत्रं पुष्पं फलं तोयं यो मे भक्त्या प्रयच्छति ।
तदहं भक्त्युपहृतमश्नामि प्रयतात्मनः ।।२६।।

एखादे पान, फूल, फळ किंवा (यथाशक्ती) थोडे पाणीही जो मला भक्तीने व प्रेमपूर्वक अर्पण करतो त्या प्रयतात्म म्हणजे नियतचित्त भक्ताची भेट मी आनंदाने स्वीकारतो. (भगवद्‌गीता, अध्याय ९, श्लोक २६)

परमेश्वराला कसल्या भक्तीची ओढ असते हे स्वामी विवेकानंद एका गोष्टीद्वारे सांगतात, 'गोपाळच्या आईने देवाच्या मूर्तीला स्नान घातले, तिला वस्त्रे नेसवली. तिच्यासमोर दिवा लावला. पण... देवाला नैवेद्य काय दाखवायचा? गरिबी आड येत होती. गोपाळच्या आईच्या डोळ्यांत अश्रू जमा झाले. पण तिला गोपाळचे वडील जे वाचून दाखवायचे ते आठवले, 'देव म्हणतात, मला जे काही - पान, फूल, पाणी काहीही - माझा भक्त प्रेमाने अर्पण करतो ते मी आवडीने स्वीकारतो.' मग ती देवाला नमन करून म्हणाली, 'देवा, तुझ्याचसाठी विविध फुलांचे जग बहरते, माझे एक छोटेसे, साधेसे फूल स्वीकार कर. देवा, तूच जगातल्या सर्वांना अन्न देतोस, मी हे एक फळ तुला अर्पण करते आहे ते गोड मानून घे. मी दुर्बळ आहे, मी अज्ञानी आहे, तुझ्याजवळ कसं यायचं ते मला माहीत नाही. तुझी भक्ती कशी करायची तेही मी जाणत नाही; पण माझ्या देवा, माझी भक्ती शुद्ध असू दे. माझे तुझ्यावरचे प्रेम निस्वार्थी असू दे. माझ्या भक्तीने जर काही पुण्य मिळणार असेल तर ते तूच ठेव, मला फक्त तुझे प्रेम दे. जे बदल्यात दुसरे काहीच मागत नाही ते प्रेम दे... ते प्रेम दुसरे काहीच मागत नाही, प्रेमाच्या बदल्यात फक्त प्रेमच मागते.'[२३]

स्वामी विवेकानंद 'भक्तियोगा'त म्हणतात, 'जगाचा इतिहास हेच दाखवतो की माणूस नेहमीच अमूर्ताला मूर्तस्वरूप, निराकाराला आकार देऊन, एखाद्या प्रतीकाद्वारे

२२. प्रेम प्रकाश, 'द योगा ऑफ स्पिरिच्युअल डिव्होशन, ए मॉडर्न ट्रान्सलेशन ऑफ नारद भक्ती सूत्राज्', इनर ट्रॅडिशन, रॉचेस्टर, व्हरमाँट, यूएसए, १९९८, पान - ४८, ४९, ९४.

२३. 'स्वामी विवेकानंद - कम्प्लीट वर्क्स'मधील स्वामी मधुरानंद यांनी संकलित केलेल्या 'भगवद्‌गीता ॲज व्ह्यूड बाय स्वामी विवेकानंद' या लेखातून. (कलकत्ता येथे प्रकाशित झालेल्या ग्रंथाच्या सातव्या पुनर्मुद्रित आवृत्तीतून, २०१६, पान ११८)

त्या अनाकलनीयाचे आकलन करून घ्यायचा प्रयत्न करत आला आहे. त्यातूनच देवळे, घंटा, मंत्र, आरत्या, भजने, जप इत्यादी गीतसंगीत, विविध ग्रंथ, विधी, कर्मकांड अशी धर्माची बाह्य दर्शने अस्तित्वात आली आहेत. त्याच्या ज्ञानेन्द्रियांना जे जाणवेल असे त्या अमूर्ताचे इंद्रियगोचर रूप माणसाने तयार केले आणि त्याची भक्ती केली. या मूर्तीपूजेमागची श्रद्धा नजरेआड करून मूर्तीपूजेला विरोध करणे व्यर्थ आहे आणि विरोध तरी का करावा? प्रतीके, मूर्ती यांचा वापर माणसाने का करू नये याला कोणतेही सबळ कारण नाही. देवाच्या मूर्ती या माणसांच्या भक्तीभावनांची दृश्य अभिव्यक्ती आहे.'[२४]

मोक्षासाठी कर्म करणे सोडा असे गीता कुठेच सांगत नाही. ती केवळ कर्मफळाची आशा सोडायला सांगते, निष्काम कर्मयोग शिकवते.

काम्यानां कर्मणां न्यासं संन्यासं कवयो विदुः ।
सर्वकर्मफलत्यागं प्राहुस्त्यागं विचक्षणाः ॥२॥

काम्य म्हणचे फलेच्छा ठेवून केलेली कर्मे, त्यांचा न्यास करा म्हणजे ती सोडा. सर्व कर्मांच्या फलांची आशा सोडून कर्मे करणे यालाच विद्वान पंडित 'त्याग' असे म्हणतात. (भगवद्गीता, अध्याय १८, श्लोक २)

ए.सी. भक्तिवेदान्त स्वामी प्रभुपाद हेही सांगतात, 'फळाच्या अपेक्षेने कर्मे करणे सोडा' हेच गीतेचे सांगणे आहे... स्वार्थापोटी, इच्छापूर्तीसाठी त्याग करणे थांबवले पाहिजे पण चित्तशुद्धीसाठी, आध्यात्मिक मार्गावरील प्रगतीसाठी त्याग (हे वेगळ्याच प्रकारचे असतात, ते) करणे मात्र सोडता कामा नयेत.'[२५]

तीन मार्ग आहेत : प्रवृत्ती मार्ग, निवृत्ती मार्ग आणि तिसरा गीतेतील कर्मयोगाचा मार्ग. प्रवृत्ती मार्ग (इंद्रियसुखाचा मार्ग) जिवाला जन्ममृत्यूच्या चक्रात अडकवून ठेवतो, दुःख देतो, क्लेश देतो. ऐहिक इच्छांची पूर्तता म्हणजे आणखी इच्छांची उपज! माणूस या न संपणाऱ्या इच्छा पूर्ण करण्याच्या मागे लागून ऐहिक यश मिळवण्याचे जीवतोड प्रयत्न करत राहतो आणि नैराश्याच्या गर्तेत खोल खोल जात राहतो. निवृत्ती मार्ग म्हणजे त्यागाचा मार्ग. त्यांनी कृतीचे वर्णन एक अपरिहार्य शक्ती, जी थर्मोडायनॅमिक प्रणालीतील एन्ट्रॉपीप्रमाणे सातत्याने स्वविस्तार करते, असे केले आहे. गीतेच्या आधीच्या काळात वेदान्ताने निवृत्ती मार्ग हा प्रवृत्ती मार्गाहून अधिक श्रेष्ठ असल्याचे जाहीर केल्याने कित्येक महत्त्वाच्या स्थानांवरील उत्तमोत्तम लोकांनी त्यांच्या विहित कर्मांचा त्याग करून सर्वसंगपरित्याग पत्करला होता. त्यामुळेच भारतीय समाजाच्या विकासाला खीळ पडली, समाज दुर्बल झाला, असाहाय्य,

२४. http://www.ramakrishnavivekananda.info/vivekananda/volume_2/bhakti_or_devotion.htm. या संकेतस्थळावरून २४ सप्टेंबर २०१७ पर्यंत मिळवलेल्या माहितीनुसार.
२५. https://asitis.com/18/2.html

हताश झाला आणि परदेशी व्यापारी व आक्रमक यांच्या तावडीत सापडला. तिसरा मार्ग गीतेतील कर्मयोगाचा. तो निवृत्तीमार्गातील कर्मांचा संपूर्ण त्याग निषिद्ध मानतो आणि प्रकृती मार्गातील कर्मांद्वारे केल्या जाणाऱ्या हानीकारक ऐहिक सुखाच्या पाठलागाचा त्याग आवश्यक मानतो. गीतेचा प्रारंभच मुळी अत्यंत बलशाली आणि कुशल असा योद्धा अर्जुन त्याचे तत्त्वशून्य गुरूजन, त्याचे ज्येष्ठ आप्तेष्ट, त्याच्या कुटुंबीयांशी गैरवर्तणूक केलेले जुलमी सत्ताधीश यांच्याशी युद्ध करण्याऐवजी, उद्वेगाने शस्त्र खाली ठेवून निवृत्तीमार्ग स्वीकारायला निघाला होता. त्या वेळी भगवान श्रीकृष्णांनी त्याला ज्यात प्रवृत्तीची जागा भक्ती घेते तो कर्मयोगाचा मार्ग दाखवला. योद्ध्याचा धर्म समजावून सांगितला. संपत्तीसाठीही नाही किंवा ख्याती, प्रसिद्धी वा सन्मान यांसाठीही नाही, तर स्वकर्माची फळे आणि स्वतःलाही परमेश्वरचरणी समर्पित करून विहित कर्म, कर्तव्य पार पाडायला त्याला प्रवृत्त केले.

भक्ती आणि कर्म यांचा संयोग झाला की त्या स्थितीला 'ब्रह्मीभूत स्थिती' असे म्हणतात. तशा भक्तीयुक्त कर्मांचे परिणाम अन्य कर्मांसारखे होत नाहीत. श्री शंकराचार्य लिहितात की 'हीच अध्यात्मज्ञानाची अत्यंत पराकाष्ठा किंवा पूर्णावस्था आहे'

न च कार्ये प्रतिपत्त्याभिसंधिः ॥१४॥

याखेरीज, साध्याबाबतचे भक्कम आश्वासन हे कोण देतो (दृश्यमान ब्राह्मण) याच्याशी संबंधित नसते. (पण परमशक्तिमान ईश्वराच्या, ज्याने प्राप्तकर्ता व अप्राप्तकर्ता ब्राह्मणाची निर्मिती केली आहे, त्याच्या ठायी वाहिलेले असते. (वेदान्त/ ब्रह्मसूत्र, ४.३.१४)[२६]

लोकमान्य लिहितात, 'ही ब्रह्मभूत स्थिती होण्यास मनुष्य एक प्रकारे परमेश्वरच झाला पाहिजे असे म्हणण्यास हरकत नाही. आणि अशा रीतीने ब्रह्मभूत झालेले पुरुष कर्मसृष्टीतील सर्व विधिनिषेधांच्या पलीकडच्या स्थितीत पोहोचलेले असतात हेही मग सांगावयास नको. कारण यांचे ब्रह्मज्ञान सदैव जागृत असल्यामुळे हे जे काही करतात ते नेहमीच शुद्ध, निष्काम बुद्धीने प्रेरित, अतएव पापपुण्यापासून अलिप्त असते. ही स्थिती प्राप्त झाल्यावर ब्रह्मप्राप्तीसाठी दुसरीकडे कुठे जाण्याची किंवा मरण्याची म्हणजे देहपात होण्याचीही जरूर नसल्यामुळे अशा स्थितप्रज्ञ पुरुषास 'जीवनमुक्त' असे म्हणतात... हेच माणसाचे परमसाध्य असते.'

ॐ

---

२६. शंकराचार्यांच्या 'ब्रह्मसूत्र भाष्या'चे स्वामी गंभीरानंद यांनी केलेले भाषांतर, अद्वैत आश्रम, कलकत्ता, २०११, पान ८८२.

११

योग्य निवड

केवळ सुखप्राप्ती हा आयुष्याचा उद्देश नाही, तर ते उपयुक्त ठरले पाहिजे. ते जसे मानाने जगले गेले पाहिजे, तसेच ते दयाबुद्धीनेही जगले पाहिजे आणि तुम्ही तुमचे आयुष्य जगून, चांगल्या पद्धतीने जगून, त्यामुळे प्राप्त परिस्थितीत योग्य तो बदलही घडवून आणला पाहिजे.

राल्फ वाल्डो इमर्सन

परमेश्वर कायदे करतो पण तो जुलूम, जबरदस्ती करत नाही. त्याने निर्माण केलेल्या मनुष्यजातीलाच नव्हे, तर संपूर्ण भौतिक विश्वाला त्याने योग्य तेवढे स्वातंत्र्य देऊ केले आहे.

जॉन पोकिंगहॉर्न[१]

या जगातले आपले आयुष्य अल्पकाळाचे असते. जे आयुष्य निश्चितपणे एक दिवस संपणार असते, ते आपण का जगत असतो? काय उद्देश असतो आपल्या आयुष्याचा? काय हेतू असतो ते जगत राहण्याचा? खरेच काही अर्थ असतो का आपल्या जगण्याला? प्रत्येकाला जाणीव असते त्याच्या मर्त्यपणाची. रोज अनेक मृत्यू होत असतात - कोणी वार्धक्याने, कोणी अनारोग्याने मरत असतो. अगदी तरुणसुद्धा मरतात - कोणी केवळ कमनशिबाने तर कोणी अपघातात जीव गमावतात. कधी अशा काही भयंकर आपत्ती कोसळतात की एका वेळी अनेकांचे जीव जातात. हे असे सगळे असूनही आपल्यापैकी काही जण जणू अमरपट्टाच घेऊन आले आहेत अशा आविर्भावात जगत असतात. सभोवतालच्यांशी भांडणे उकरून काढीत असतात, क्षुल्लक कारणांवरून तंटे करीत असतात. एखादी जागा, टापू स्वत:चा असल्याच्या भ्रामक समजुतीखाली त्याच्या रक्षणासाठी जीव टाकत असतात. आपल्या जगण्याचा उद्देश शोधणारे फारच विरळा! जेव्हा सॉक्रेटिस म्हणाला 'पारखून न घेतलेले (unexamined) आयुष्य जगण्यात काहीच अर्थ नसतो', तेव्हा त्याला जगण्याचा उद्देश माहीत असणे हे

---

१. जॉन चार्ल्टन पोकिंगहॉर्न (जन्म १९३०) हे इंग्लिश सैद्धान्तिक भौतिकशास्त्रज्ञ (थिअरॉटिकल फिजिसिस्ट) आणि धर्मशास्त्रवेत्ते आहेत.

केवळ तत्त्वज्ञान्यांसाठीच नाही तर आम माणसासाठीही अत्यंत महत्त्वाचे आहे याची पूर्ण जाणीव होती.[२] श्रीमंत, सत्ताधीश, कीर्तिवान, शास्त्रज्ञ, तत्त्वज्ञ, साक्षात्कारी, महान द्रष्टे - यांच्यापैकी सर्वांत यशस्वी कोण असतो? या जगातून जाताना आकसाने कर्मे करून कमावलेली धनदौलत, संपत्ती काहीच आपल्या बरोबर नेता येत नाही, आणि या कर्मांनी गजबजलेल्या जगात कर्मांचा त्याग करून सर्वसंगपरित्याग करणे हाही जगाचा प्रतिपरमोच्च बिंदू असू शकत नाही.

माणसाला भोगावी लागणारी दुःखे, यातना हे मानवी आयुष्यातील फार मोठे आणि ज्यावर विश्वास ठेवावाच लागतो असे एक गूढ कोडे आहे. ते कोडे सोडवण्यासाठी आणि त्या दुःख-यातनांमधून सुटका मिळण्यासाठी देव आणि धर्म यांचे एक निराळे जग उभारले गेले आहे. निष्पाप, निरपराधसुद्धा का दुःख-यातना भोगतात? देव वाईट घडूच का देतो? तो काही करायला असमर्थच असतो की समर्थ असूनही काही करायचेच नाही असे तो ठरवतो? त्याच्याकडे मदतीची, दुःख-यातनांमधून सोडवण्याची याचना करता येते का? तो देव काहीच करीत नाही म्हणजे तो दुष्ट, क्रूर असतो का? की तो अलिप्त, विरक्त असतो? की बेपर्वा असतो? आपल्याला जे दुःख भोगायला लागते ते आपल्या केलेल्या कर्मांचे फळ असते का? आपले कर्मसंचित असते का? ज्याला आपण पाहूही शकत नाही अशा कोणातरी हातचे आपण बाहुले आहोत, खेळणे आहोत ही भावनाच किती अस्वस्थ करणारी, भयकारक असते! या पुस्तकातील हे नवे प्रकरण या अशा माणसांना छळणाऱ्या अगणित प्रश्नांची उत्तरे - पटतील अशी उत्तरे - देऊन मनःशांती, पूर्णत्वाचे समाधान देऊ करणार आहे.

लोकमान्य या प्रकरणाची सुरुवात अशी करतात, 'अनादि कर्मांच्या फेऱ्यातून सुटण्यास सर्वाभूती एकत्वाने असणाऱ्या परब्रह्माचे ज्ञान होणे एवढा एकच मार्ग असून, या अमृत ब्रह्माचे ज्ञान संपादन करण्यास मनुष्य स्वतंत्र आहे की नाही, आणि हे ज्ञान प्राप्त होण्यास मायासृष्टीतील अनित्य व्यवहार किंवा कर्मे त्याने कशी करावी याचा आपण गेल्या प्रकरणात सविस्तर विचार केला आणि अखेर असे ठरविले की बंधन हा धर्म कर्माचा नसून मनाचा आहे, म्हणून व्यावहारिक कर्मांच्या फलात आपली आसक्ती असते ती इंद्रियनिग्रहाने कमीकमी करून, सदर कर्मे शुद्ध म्हणजे निष्काम बुद्धीने हळूहळू साम्यबुद्धीरूप आत्मज्ञान देहेंद्रियात मुरून जातात व शेवटी पूर्ण सिद्धी प्राप्त होते.'

अनेक आधुनिक विचारवंतांनी मनाला रेडिओची आणि विचारांना रेडिओला इलेक्ट्रोमॅग्नेटिक लहरींद्वारे पोचवल्या जाणाऱ्या संदेशांची उपमा दिली आहे. मन विचारांची देवघेव व्यवस्थित करू शकते - त्याला विचार पोहोचूही शकतात आणि ते विचार पोहोचवूही शकते. काही लोक शरीराने लांब असले तरी मनाने जवळ कसे असू शकतात, त्यांच्या मनांमध्ये भावनेचा सेतू कसा बांधलेला असतो याचे जसे हे

---

२. http://www.sjsu.edu/people/james.lindahl/courses/Phil70A/s3/apology.pdf, पान २०. या संकेतस्थळावरून ९ ऑक्टोबर २०१७पर्यंत मिळवलेल्या माहितीनुसार.

स्पष्टीकरण आहे, तसेच ते शरीराने एका छताखाली राहणाऱ्यांच्या मनांमध्येही कधीकधी वैचारिक दरी कशी असू शकते हेही स्पष्ट करते. या रेडिओच्या उदाहरणावरून दोन मनांमध्ये संदेशांचे वहन होते हे समजल्यावर 'टेलिपथी' या संज्ञेने प्रचलित असलेला दोन व्यक्तींमधील सुसंवाद हा आश्चर्यजनक, गूढ वगैरे वाटेनासा होतो. रेडिओ लावल्यावर तो नीट 'ट्यून' करावा लागतो म्हणजे तो ट्रान्समीटरच्या कंपनसंख्येशी जुळतो आणि इतर सर्व कंपनसंख्यांच्या लहरी बाहेर राहतात. ही कंपनसंख्या जुळणे, 'ट्युनिंग' होणे फार महत्त्वाचे आहे. देवाने माणसाला आपल्या इच्छेनुसार निवड करण्याची, निर्णय घेण्याची क्षमता दिलेली आहे. त्या बाबतीतील एक परंपरागत चालत आलेला आणि सातत्याने भर दिलेला हितोपदेश याच उपमेवर बेतलेला आहे असे लक्षात येते : 'माणसाला ही जी स्वेच्छेचा वापर करण्याची देवदत्त देणगी मिळालेली आहे तिचा उपयोग करताना त्याने त्याची इच्छा व देवाची इच्छा यांचे 'ट्यूनिंग' आवर्जून, हेतुपूर्वक करून नेहमीच जुळवून घेतले पाहिजे आणि हळूहळू देवाच्या इच्छेचे माध्यम बनले पाहिजे.' सेंट फ्रान्सिस ऑफ असिसी (११८२-१२२६) देवाकडेच अशी मागणी करतात, 'देवा, मला शांतीचा दूत बनव. जेथे कोठे द्वेष, मत्सर पसरलेला असेल तेथे मला प्रेमाचे बीज पेरू दे. इजा वा हानी तेथे क्षमा, संदेह तेथे विश्वास आणि श्रद्धा, नैराश्य तेथे आशा, अंधार तेथे प्रकाश, दुःख वा खिन्नता तेथे सुख आणि आनंद घेऊन जाऊ दे.'[३]

या प्रकरणात लोकमान्य या महत्त्वाच्या प्रश्नाचा विचार करतात : यथाशक्ती, यथाधिकार निष्काम कर्मे करीत गेल्याने कर्मबंध सुटून चित्तशुद्धीने अखेर पूर्ण ब्रह्मज्ञान प्राप्त झाल्यावर, पुढे म्हणजे सिद्धावस्थेत ज्ञानी व स्थितप्रज्ञ पुरुषाने कर्मच करत राहावे की जे काय मिळवायचे ते प्राप्त होऊन कृतकृत्य झाल्यामुळे मायासृष्टीतील सर्व व्यवहार निरर्थक व ज्ञानाला विरुद्ध समजून अजिबात सोडून द्यावे? कर्मसंन्यास घेतला की परमेश्वराची त्या माणसाकडून काही अपेक्षाच राहात नाही का? कर्मबंधातून मुक्त झालेला आत्मा जगाच्या कल्याणाविषयीही उदासीन, बेपर्वा होऊ शकतो का? संन्याशाने जगाची पर्वा, काळजी सोडून देऊन विजनवासात जाणे समर्थनीय आहे का? जगाच्या गरजेकडे असे दुर्लक्ष करणे, त्याविषयी अलिप्तता, उदासीनता दाखवणे हे आपल्या कर्तव्यात कसूर करणे नाही का?

आत्म्याच्या खऱ्या स्वरूपाचे ज्ञान होणे - आत्मसाक्षात्कार होणे - हा अनुभव बौद्धिक आकलनाच्या पलीकडचा - अलौकिक असतो. त्यात परमेश्वरप्राप्तीचा प्रयत्न नसतो. धर्मशास्त्रानुसार त्याच्याविषयी, त्याच्या अस्तित्वाविषयी चर्चा करणेही नसते. आत्मज्ञान म्हणजे आपल्या अंतरातील परमेश्वराची उपस्थिती आपण स्वतःच अतिशय जवळून अनुभवणे असते. विश्वाशी असलेल्या एकरूपतेचा गूढ अनुभव घेणे असते. आपला आत्माच परमात्मा आहे हे जाणणे असते.

---

३. https://www.loyolapress.com/our-catholic-faith/prayer/traditional-catholic-prayers/saints-prayers/peace-prayer-of-saint-francis. या संकेतस्थळावरून ९ ऑक्टोबर २०१७पर्यंत मिळवलेल्या माहितीनुसार.

हे आधी केलेले वर्णन जर खरे असेल, तर अशा प्रकारचा अनुभव हा आत्म्याच्या जन्मजन्मांतरीच्या प्रवासाचा अंतच असेल. परमोच्च अस्तित्व, सजगता, दैवी चेतना यांचा पूर्णपणे व्यक्तिगत आविष्कार असेल. मग त्यानंतर उरेल काय? त्यानंतरच्या क्षणी जर मोक्षाचीच प्राप्ती झाली, तर त्या व्यक्तीचे आयुष्य अचानक संपुष्टातच येईल का? त्या व्यक्तीच्या आत्म्याला असीम, अलौकिक अशा प्रकाशाने आपल्यात सामावून घेतले, तर त्याचा जडदेह नष्टच होईल का?

अशा आत्मसाक्षात्कारी लोकांनी इतिहास भरून गेला आहे. अशा महान आत्म्यांनी निरनिराळ्या कालखंडांत जगातील अध्यात्माच्या क्षेत्रात अज्ञानी असलेल्या, धर्मावर निराधार विश्वास ठेवून गैरसमजुतींनी आंधळ्या झालेल्या लोकांना केवळ आला दिवस न ढकलता, निरर्थक आयुष्य न जगता आत्मविकासाच्या मार्गावर वाटचाल करायला शिकवले. गुरू नानक देव (१४६९-१५३९), संत कबीर (१४४०-१५१८), डेस्मंड टूटू (जन्म १९३१) - हे असेच साक्षात्कारी पुरुष आहेत ज्यांनी त्यांच्या सभोवतालच्या

बुद्धाला दिव्य ज्ञानाची प्राप्ती झाल्यानंतर ते ज्ञान अन्य कोणाला द्यावे, शिकवावे याविषयी तो साशंकच होता. त्या वेळी ब्रह्मदेव त्याच्यासमोर अवतरले आणि त्यांनी बुद्धाला त्याला प्राप्त झालेल्या नव्या दृष्टीने जगाचे सर्वेक्षण करायला आणि जगातील लोकांकडे उमलण्याच्या निरनिराळ्या स्थितीतील कमळांसारखे पाहायला सांगितले. 'त्यातील काहींना सत्य समजून घेण्याची पात्रता असण्याची शक्यताही बोलून दाखवली. त्या वेळी बुद्धाने जगास शिकवण देण्याचा निर्णय घेतला आणि त्याच्या निर्वाणदिनापर्यंत, पंचेचाळीस वर्षे त्याने ते ज्ञानप्रसाराचे कार्य अविरतपणे पार पाडले.

लोकांचे जीवन बदलून टाकण्याचेच व्रत घेतले होते, आहे. गौतम बुद्धांच्या बाबतीतही असेच सांगतात की त्यांना साक्षात्कार झाल्यानंतर त्यांनी पूर्णपणे एकांतात, शांततेत आयुष्य कंठण्याचेच ठरवले होते; परंतु ब्रह्मदेवाने त्यांना 'धूळ डोळ्यात गेलेल्यांची दृष्टी स्वच्छ कर' असा आदेश दिला. हे एक ऐतिहासिक सत्य आहे की त्यानंतरचा पंचेचाळीस वर्षांचा प्रदीर्घ काळ गौतम बुद्धांनी दूर दूर प्रवास केला. अनेक राजे, कित्येक चोर-दरोडेखोर, अगणित उद्दाम, उद्धट, क्रूर, अनेक दुर्गुणांनी वेढलेले लोक यांचाच नव्हे तर आम्रपालीसारख्या वारांगनांचाही उद्धार केला.

सद्‌गुरू जग्गी वासुदेव ही गोष्ट चांगल्या पद्धतीने समजावून सांगतात : समजा तुम्हाला तुमची मोटरसायकल किंवा गाडी चालवायची आहे. तर मग त्यांच्यातील इंजिन वा मशीनविषयी माहिती करून घेणे फार महत्त्वाचे, उपयुक्त, फायदेशीर ठरते. त्यामुळे तुम्हाला त्यावर नियंत्रण कसे ठेवायचे, त्याच्याकडून काय काय सोयीसुविधा मिळवायच्या, एकंदरीतच त्यांच्याशी कसे वागायचे हे चांगले समजते... ज्याला तुम्ही 'माझे' म्हणता त्या आयुष्याचेही तसेच आहे. तेही तुम्ही जितक्या सखोलपणे समजून घ्याल, ते हाताळायची उत्तम रीत आत्मसात कराल, तितके ते तुम्हाला चांगले जगता येईल... आत्मज्ञान किंवा आत्मसाक्षात्कार म्हणजे 'ज्याच्या शोधात योगी संन्यासी हिमालयातल्या गुहेत प्रदीर्घ काळ बसतात, घोर तपश्चर्या करतात अशी काहीतरी गूढ गोष्ट' असे अजिबात समजू नका. ते तसे काही नसते. तुम्हाला तुमचे आयुष्य शांतपणे, स्वस्थपणे, सहजपणे जगायचे असते, आणि ते चांगल्या प्रकारे जाणून घेऊन, समजून-उमजून जगायचे असते इतकेच. जरा वेगळ्या शब्दांत सांगायचे तर, हेच सगळे सर्वात चांगल्या प्रकारे साधण्याचा आत्मसाक्षात्कार अथवा आत्मज्ञान हा राजमार्ग असतो.'[४]

यावरून हे स्पष्ट होते की आत्मज्ञानाची प्राप्ती तुमच्या साक्षात्कारी आत्म्याचा ऐहिक जगाशी संबंध तोडत नाही, कमीही करत नाही. मग प्रश्न असा निर्माण होतो की त्या निरीच्छ आत्म्याचा या आसक्तीयुक्त जगाशी संपर्क कोणत्या प्रकारचा असू शकतो? याचे एक उत्तर असे आहे की, तो त्याचा अनुभव, त्याची असाधारण शक्ती यांविषयी त्याच्या सभोवतालच्या लोकांशी बोलून त्यांना त्यांचेही आयुष्य अधिक चांगल्या प्रकारे जगायला प्रवृत्त करू शकतो. यातून पुढचा प्रश्न उद्भवतो, 'चांगल्या प्रकारे म्हणजे नेमके कसे जगायचे?' काळाचा आढावा असे सांगतो की विशुद्ध प्रेम आणि विधायक सर्जनशीलता यांची सढळ अभिव्यक्ती आयुष्य तेजस्वी बनवते आणि आजूबाजूच्या ग्रहणक्षम बुद्धी व मन असलेल्यांना आकर्षित करते, वेढून टाकते, प्रभावित करते. इतकेच नव्हे तर, एखाद आयुष्यपथावर अडखळतो किंवा पडतो, तेव्हा अशा पतिताच्या संपर्कात जर एखादी साक्षात्कारी व्यक्ती असेल किंवा तशी

---

४. http://isha.sadhguru.org/blog/yoga-meditation/demystifying-yoga/what-does-self-realization-mean/. या संकेतस्थळावरून ५ डिसेंबर २०१७पर्यंत मिळवलेल्या माहितीनुसार.

व्यक्ती त्याच्या संपर्कात आली, तर तो सावरला तर जातोच, बोधावस्थेच्या वरच्या पातळीवरही पोहोचू शकतो. अशा रीतीने साक्षात्कारी व्यक्तींची केवळ उपस्थितीही लोकांना उपयुक्त, लाभदायक ठरते. आता जाणीवेची, बोधावस्थेची वरची पातळी म्हणजे काय? तापमानाची पातळी वर जाऊन शंभर अंश सेल्शियसला पोहोचली म्हणून काही पदार्थविज्ञानाचे नियम बदलत नाहीत; कारण ते नेहमी सारखेच, एकच असतात. परंतु, पदार्थवैज्ञानिक तुम्हाला हे नक्की सांगेल की पदार्थ जर द्रवरूप स्थितीतून वायूरूप स्थितीत पोहोचला, तर मात्र त्या नियमांचे परिणाम आमूलाग्र बदलतात. जाणिवेच्या, बोधावस्थेच्या पातळीतील बदल असाच असतो.

लोकमान्य लिहितात, ''पूर्ण ब्रह्मज्ञान प्राप्त झाल्यावर कर्मे केली काय आणि न केली काय सारखेच' असे अर्जुनाला सांगणे नक्कीच उचित नव्हते. ज्ञानाने ज्याची बुद्धी सर्वांभूती सम झाली त्याला पुढे कोणत्याच कर्माच्या शुभाशुभत्वाचा लेप लागत नाही. सर्व व्यवहारात कर्मापेक्षा बुद्धी श्रेष्ठ असते. भगवंतांनी अर्जुनाला 'तू लढाईच कर' ('युध्यस्व) असाच निश्चित उपदेश केला. एखाद्या कर्माचा भयंकर परिणाम डोळ्यांपुढे दिसत असूनही शहाण्या माणसाने ते का केले पाहिजे हे सांगण्यासाठीच गीताशास्त्राची प्रवृत्ति झाली असून तेच गीतेचे वैशिष्ट्य आहे.'

अन्तवन्त इमे देहा नित्यस्योक्ताः शरीरिणः ।
अनाशिनोऽप्रमेयस्य तस्माद्युध्यस्व भारत ।।१८।।

हा देह, शरीरच फक्त नाशवंत आहे. त्या देहाचा मालक आत्मा हा नित्य, अविनाशी व अचित्य आहे. म्हणून, हे भारता (अर्जुना), तू युद्ध कर.
(भगवद्‌गीता, अध्याय २, श्लोक १८)

या नंतर लोकमान्य भगवद्‌गीतेच्या तिसऱ्या अध्यायाच्या आधारे पूर्ण ब्रह्मज्ञान झाल्यावरही कर्मत्यागापेक्षा कर्मे करणे हेच अधिमान्य आहे असे तर्कनिष्ठ विधान करतात. ते लिहितात, '...तिसऱ्या अध्यायाच्या आरंभी अर्जुनाने श्रीकृष्णास प्रथम असे विचारले आहे की 'तुमच्या मते कर्मापेक्षा निष्काम किंवा साम्यबुद्धी जर श्रेष्ठ, तर स्थितप्रज्ञाप्रमाणे मी आपली बुद्धी शुद्ध ठेवतो म्हणजे झाले. मला लढाईच्या या घोर कर्मात का घालता?'

ज्यायसी चेत्कर्मणस्ते मता बुद्धिर्जनार्दन ।
तत्किं कर्मणि घोरे मां नियोजयसि केशव ।।१।।
(गोंधळलेला अर्जुन श्रीकृष्णांना विचारतो) केशवा, कर्मापेक्षा साम्यबुद्धी श्रेष्ठ असे जर तुमचे मत आहे, तर मला तुम्ही या युद्धाच्या घोर कर्मात का घालता?
(भगवद्‌गीता, अध्याय ३, श्लोक १)

लोकमान्य लिहितात, 'अर्जुनाने केलेला हा प्रश्न काही अपूर्व नाही. योगवसिष्ठात श्रीरामाने वसिष्ठ ऋषींना व गणेशगीतेत वरेण्यनामक राजाने गणेशास हाच प्रश्न विचारला असून केवळ आमच्याकडेच नव्हे तर युरोपखंडात, जेथे तत्त्वज्ञानाचे विचार प्रथम झाले त्या ग्रीस देशातही, प्राचीन काळी हाच प्रश्न निघालेला होता असे ॲरिस्टॉटलच्या ग्रंथावरून दिसते.'

मानवी संस्कृतीच्या इतिहासात विचारवंतांनी या प्रश्नांची उत्तरे दोन मार्गांनी दिलेली दिसतात. एक मार्ग अस्तित्व, जाणीव, आत्मज्ञान, काल आणि अवकाश असलेल्या अमूर्त संकल्पनांमधून जातो. याला आध्यात्मिक मार्ग म्हणता येईल. प्रत्येकाची काही विशिष्ट, वैयक्तिक स्वरूपाची नैतिक तत्त्वे असतात आणि ती त्याचे वर्तन नियंत्रित करत असतात. त्या प्रश्नाचे दुसरे उत्तर हे ते कर्म त्या वैयक्तिक नैतिक तत्त्वात बसते की नाही या निकषाच्या मार्गाने दिले गेले आहे. दोन्ही मार्ग ग्राह्य आहेत. निवडीबद्दल पेच निर्माण झाला असता मन समतोल, साम्यस्थितीत ठेवून अयोग्य, अनुचित, अनैतिक कर्म बाजूला सारून योग्य, उचित, नैतिक कर्माची निवड करणे हे कर्मयोगाचे खरे मर्म आहे. त्या वेळी मन त्या कर्मांच्या परिणामांच्या विचाराने विचलित होता कामा नये. त्यासाठी मनाला बुद्धीचा आधार आणि अंकुश मात्र हवा. अशा रीतीने मन व बुद्धी जोडीने प्रत्येकाची विहित कर्मे पार पाडण्याच्या कर्तव्यात सक्रीय सहभागी झाली पाहिजेत. स्वामी विवेकानंदांचे हे विधान प्रसिद्ध आहे : 'आपल्या भोवतीच्या सृष्टीच्या अस्तित्वाचा उद्देश आपल्या आत्म्याला शिक्षित करणे हा आहे... जो फलाची आशा धरून कर्म करतो तो कर्ता त्याच्या वाट्याला आलेल्या कर्मकर्तव्यांविषयी तक्रार करतो. जो निष्काम वृत्तीने, अलिप्तपणे कर्म करतो त्याच्या दृष्टीने सर्व कर्मे सारखीच चांगली असतात आणि ती त्या कर्त्याच्या स्वार्थी वृत्तीचा आणि विषयासक्तीचा नाश करणारी सक्षम अशी साधने बनतात. अशा रीतीने त्याच्या आत्म्याची मोक्षप्राप्ती निश्चित होते.'

लोकमान्य लिहितात, 'कर्म ज्यायो ह्यकर्मणः' - 'अकर्मापेक्षा कर्म श्रेष्ठ' असे जे गीतेत स्वच्छ सांगितलेले आहे त्याचे महत्त्व वाचकांच्या लक्षात येते.'

नियतं कुरु कर्म त्वं कर्म ज्यायो ह्यकर्मणः ।
शरीरयात्रापि च ते न प्रसिध्येदकर्मणः ॥८॥
नियत केलेले कर्म तू कर; कारण कर्म न करण्यापेक्षा कर्म करणे हे अधिक चांगले, श्रेष्ठ आहे. कर्म केले नाहीस तर तुझा शरीरनिर्वाहही चालायचा नाही.
(भगवद्गीता, अध्याय ३, श्लोक ८)

या श्लोकात श्रीकृष्ण कर्माला किती महत्त्व देतात हे लक्षात येते. येथे कर्म म्हणजे मनुष्यधर्म, प्रत्येकाचे विहित, पवित्र कर्तव्य, असा अर्थ आहे. जी कर्मे करणे

आपल्याकडून अपेक्षित आहेत ती केलीच पाहिजेत. ती टाळून चालणार नाही. काम करत राहणे हे आपल्या शरीराचा निर्वाह चालवण्यासाठीही आवश्यक आहे.

पूर्ण ज्ञानप्राप्ती झाल्यावरही कर्मे करीत जीवन जगावे अथवा सर्वसंगपरित्यागाचे जीवन जगावे हे जे दोन पर्याय गीतेत चर्चिले आहेत, त्यांची तुलना करण्यापूर्वी लोकमान्य या संबंधी पाश्चिमात्य तत्त्वज्ञान काय म्हणते याचा आढावा घेऊन जणू एक मानदंडच उभा करतात.

ते प्रथम फ्रेंच तत्त्वज्ञ ऑगस्टस कान्ट (१७९८-१८५७) याचे मत सांगतात. 'तत्त्वविचारातच गढून जाऊन आयुष्य घालवणे श्रेयस्कर हे म्हणणे भ्रांतिमूलक आहे आणि जो कोणी तत्त्वज्ञ पुरुष अशा रीतीचा आयुष्यक्रम पत्करून आपल्या हातून शक्य तितक्या लोकांचे कल्याण करण्याचे सोडून देतो, तो आपणांस प्राप्त झालेल्या साधनांचा दुरुपयोग करतो असे म्हटले पाहिजे.' इंग्लिश तत्त्वज्ञ हर्बर्ट स्पेन्सर (१८२०-१९०३), जॉन स्टुअर्ट मिल (१८०६-१८७३) व अन्य काही जणांचे मतही कान्टसारखेच असल्याचे लोकमान्य सांगतात. ते पुढे लिहितात, 'परंतु अलीकडील आधिभौतिक जर्मन पंडित फ्रेडरिक नित्शे (१८४४-१९००) याने कर्मे सोडणाऱ्यांवर आपल्या ग्रंथातून अशी झोड उठवून दिली आहे, की 'मूर्खातले मूर्ख' यापेक्षा कर्मसंन्यासपक्षीयांस अधिक सौम्य नाव दुसरे काहीच देता येत नाही.'

डॉक्टर राधाकृष्णन असे मत व्यक्त करतात की, त्याग आणि अलिप्तता या दोन गोष्टी एकमेकींच्या खूपच जवळ आहेत आणि त्यांचा उल्लेख सहसा एकत्रितपणेच केला जातो. अलिप्ततेत माणसाच्या इच्छा त्याच्या आत्म्याच्या हुकमतीखाली आलेल्या असतात (किंवा तशा त्या आत्म्याच्या आधीन असणे शक्य असते), त्यागामध्ये सर्व इच्छा, कर्म, फले या सर्वांच्या पलीकडची स्थिती प्राप्त करण्याची क्षमता असते. या दोन गोष्टींमधील जवळचा संबंध लक्षात घेऊन दोन्ही एकच गुण म्हणून धरला जातो आणि तोच एकत्रित गुण गीतेमध्ये अन्य सर्व गुणांच्या तुलनेत प्रामुख्याने उठून दिसतो. हा गुण महत्त्वाचा, मौलिक आहेच; कारण तो मनःशांती देतो, आत्म्याला स्वातंत्र्य प्रदान करतो, जीव आणि आत्मा यांना एकरूप होण्यास साहाय्य करतो. यातील त्यागाची भावना ही कर्मांच्या बाबतीत असण्यापेक्षा ती कर्मांच्या फलांच्या बाबतीत असणे जास्त श्रेयस्कर ठरते; कारण त्यामुळे आपोआप मनाला शांती मिळते... हा त्याग अथवा परित्याग याचा अर्थ कर्मांपासून दूर राहणे, कर्मे वर्ज्य करणे असा मुळीच नाही. उलट कर्माचा कंटाळा न करणे, त्यांचा तिटकारा न करणे, त्यांच्याविषयी, त्यांच्या फलांविषयी जराही मोह, आसक्ती न बाळगणे असा आहे. खरा 'कर्मयोगी' हा 'नित्य संन्यासी' असतो; कारण तो त्याची कर्मे त्यांच्यात वा त्यांच्या फलात न गुंतता पूर्ण अलिप्तपणे करतो... प्रचलित समजुतीनुसार 'संन्यासी' म्हणजे मुंडन केलेला, भगवा पायघोळ अंगरखा घातलेला आणि हातात कटोरा घेतलेला भिक्षु डोळ्यांसमोर येतो; पण गीतेत वर्णन केलेला कर्मसंन्यासी, नित्य संन्यासी हा त्या प्रचलित संन्याशासारखा मुळीच नाही. गीता असे भटक्या भिक्षुंसारखे केवळ बाह्यांगी

संन्यासी व्हायला सांगत नाही. अर्थात गीतेत सांगितलेल्या संन्यस्त आयुष्यात गर्दीपासून दूरचा एकांत आणि शिस्तबद्ध आणि संयमित जीवन मात्र अभिप्रेत आहे.'[५]

यदा ते मोहकलिलं बुद्धिर्व्यतितरिष्यति ।
तदा गन्तासि निर्वेदं श्रोतव्यस्य श्रुतस्य च ।।५२।।

जेव्हा तुझी बुद्धी मोहाच्या गढूळ आवरणातून पार पडेल तेव्हा जे ऐकले असेल ते आणि जे ऐकावयाचे असेल ते या दोहोंचाही तुला कंटाळा येईल.
(भगवद्गीता, अध्याय २, श्लोक ५२)

विविक्तसेवी लघ्वाशी यतवाक्कायमानसः ।
ध्यानयोगपरो नित्यं वैराग्यं समुपाश्रितः ।।५२।।

जो एकांतवासात राहतो (विविक्तसेवी), अल्पाहार घेतो (लाघवः अशी), कृती, उक्ती व मन यावर नियंत्रण ठेवतो (यत-वाक्-काय-मानसः), ध्यानयोग सर्वांत श्रेष्ठ मानतो (ध्यानयोगपरः) तो विकारांपासून दूर, वैरागी वृत्तीने (वैराग्यम्) भारलेला असतो (समुपाश्रितः). (भगवद्गीता, अध्याय १८, श्लोक ५२)

लोकमान्य लिहितात, 'संन्यास हा शब्द जरा संदिग्ध असल्याने त्याच्या अर्थाचा येथे जास्त खुलासा करणे गरजेचे आहे. 'संन्यास' या शब्दाचा अर्थ येथे 'लग्न न करणे' किंवा केले असल्यास 'बायकामुले सोडून भगवी वस्त्रे घेणे' असा नाही... भीष्म आमरण लग्न न करता राज्याच्या उलाढाली करत होते. ब्रह्मचर्यापासून एकदम चतुर्थाश्रम घेऊन श्री शंकराचार्यांनी किंवा आमच्या महाराष्ट्र देशात आमरण ब्रह्मचारी, गोसावी राहून श्रीसमर्थ रामदास यांनी ज्ञानप्रसाराने जगाच्या उद्धाराची कर्मे केलेली आहेत. ज्ञानोत्तर जगातील व्यवहार केवळ कर्तव्य म्हणून, लोककल्याणार्थ करावे की ते मिथ्या म्हणून अजिबात सोडून द्यावे हा प्रकृतस्थली मुख्य मुद्दा आहे. हे व्यवहार जो करतो तो कर्मयोगी होय, मग तो लग्न करो वा न करो, अथवा भगवी वस्त्रे नेसो की पांढरी नेसो. किंबहुना अशी कर्मे करण्यास विवाह न करणे, भगवी वस्त्रे घेणे किंवा शहाराबाहेर विरक्त होऊन राहणेच कित्येकदा विशेष सोयीचे असते; कारण मग कुटुंबभरणाची उपाधी मागे नसल्यामुळे आपला सर्व वेळ व परिश्रम लोककार्यार्थ खर्ची घालण्यास काहीच अडचण राहत नाही. असे पुरुष वेषाने संन्यासी असले, तरी तत्त्वतः ते कर्मयोगीच होत. उलटपक्षी, जगातील सर्वच व्यवहार निःसार समजून व त्यांचा त्याग करून जे स्वस्थ बसतात, ते संन्यासी म्हणावयाचे; मग त्यांनी प्रत्यक्ष चतुर्थाश्रम घेतला असो वा नसो.'

---

५. ॲलोइसियस मिचेल, 'राधाकृष्णन ऑन हिंदू मॉरल लाईफ ॲण्ड ॲक्शन', कन्सेप्ट पब्लिशिंग कंपनी, नवी दिल्ली, १९७९, पान ६२.

लोकेऽस्मिन्द्विविधा निष्ठा पुरा प्रोक्ता मयानघ ।
ज्ञानयोगेन साङ्ख्यानां कर्मयोगेन योगिनाम् ।।३।।
भगवंत अर्जुनाला सदाचरणाने आयुष्य जगण्याचे दोन मार्ग सांगतात, एक सांख्य तत्त्वज्ञानाच्या उपासकांच्या ज्ञानयोगाचा आणि दुसरा योग्यांच्या कर्मयोगाचा.
(भगवद्गीता, अध्याय ३, श्लोक ३)

स्वामी विवेकानंद या श्लोकाचा अर्थ असा विशद करतात, '(श्रीकृष्ण अर्जुनाला सांगतात,) प्राचीन काळापासून दोन प्रकारच्या विचारधारा आपल्यापर्यंत आल्या आहेत. सांख्यशास्त्राचे तत्त्वज्ञानी ज्ञानयोगाचा पुरस्कार करतात, योगी कर्मयोगाचा करतात... बहुसंख्य लोक निवडतात... संसारी कर्मयोग - संसाराचे, जगाचे बंधच बंधमुक्त होण्यासाठी वापरतात. हा एक प्रकारचा त्यागच असतो, परंतु तो हळूहळू, पायरीपायरीने, समजूनउमजून, त्यातील मजा घेऊन, अनुभव गाठीशी बांधून मग केलेला असतो. सर्व गोष्टी अंतर्बाह्य उपभोगून झाल्या की मग अखेर त्यांना बाजूस सारले जाते आणि मन अनासक्त होते, अलिप्त होते... या मार्गात कर्म करणे थांबत नाही.'[६]

लोकमान्य लिहितात, सांप्रदायिक टीकाकार असेच प्रतिपादन करतात की मोक्ष मिळवायला सांसारिक कर्मे सोडून संन्यासच घेतला पाहिजे. ते असेही म्हणतात की गीतेचेही तात्पर्य हेच आहे की 'कर्मयोग हा स्वतंत्ररीत्या मोक्षप्राप्तीचा मार्ग नव्हे, प्रथम चित्तशुद्धीसाठी कर्मे करून अखेर संन्यासच घेतला पाहिजे. संन्यास हीच शेवटची म्हणजे मुख्य निष्ठा होय.' यावर लोकमान्य हा प्रश्न उपस्थित करतात की हा अर्थ स्वीकारला तर 'सांख्य (संन्यास) व योग (कर्मयोग) अशा या जगात द्विविध म्हणजे दोन प्रकारच्या निष्ठा आहेत' असे जे भगवंतांनी म्हटले आहे त्यातील द्विविध या पदाचे स्वारस्य बिलकुल राहत नाही.

या नंतर लोकमान्य 'कर्मयोग' या शब्दाचे वेगवेगळ्या पद्धतीने अर्थांतरण करतात. आपल्याकडे 'धर्मा'चा उगम वेदांपासून झाला आहे. परंतु वेदांकडून आध्यात्मिक बाबतीत मार्गदर्शन घ्यायचे म्हटले की पार गोंधळून जायला होते; कारण एक तर त्यात प्रचंड माहिती आहे, बरीच गुंतागुंत, क्लिष्टता आहे. त्यामुळे ती नीट समजत नाही. या माहितीच्या मौलिक खजिन्यातील ज्ञानधन काढून वापरायचे कसे? त्यातले महत्त्वाचे काय ते नेमके ओळखून, समजावून घ्यायचे कसे? त्यातले स्वीकारायचे काय आणि नाकारायचे काय? यासाठी एका मार्गाचा अवलंब शक्य असतो तो म्हणजे 'मीमांसा'.[७] परंतु गीता हा मार्गही मान्य करीत नाही. ज्याला ज्ञानप्राप्ती झाली आहे त्याला असे धर्मग्रंथ निरुपयोगी असतात. ज्याला आत्मा आणि परमात्मा समजला आहे तो वेद आणि उपनिषदे यांच्या पलीकडे पोहोचलेला असतो.

---

६. 'स्वामी विवेकानंद - कम्प्लीट वर्क्स', १.४६७, १,९८, अद्वैत आश्रम, कलकत्ता, २०१६, पृ. ६१.

७. http://www.srimatham.com/uploads/5/5/4/9/5549439/mimamsa.pdf. या संकेतस्थळावरून ५ डिसेंबरपर्यंत मिळवलेल्या माहितीनुसार.

यदा ते मोहकलिलं बुद्धिर्व्यतितरिष्यति ।
तदा गन्तासि निर्वेदं श्रोतव्यस्य श्रुतस्य च ।।५२।।

जेव्हा तुझी बुद्धी मोहाच्या गढूळ आवरणातून पार (दाट जंगलातून बाहेर) पडेल, तेव्हा जे ऐकले असेल ते आणि जे ऐकावयाचे असेल ते, या दोहोंचाही तुला कंटाळा येईल. (भगवद्गीता, अध्याय २, श्लोक ५२)

त्रैगुण्यविषया वेदा निस्त्रैगुण्यो भवार्जुन ।
निर्द्वन्द्वो नित्यसत्त्वस्थो निर्योगक्षेम आत्मवान् ।।४५।।

हे अर्जुना, वेद प्रकृतीचा संसार (सत्त्व, रज व तम या) तीन गुणांनी भरलेला असल्याचे सांगतात, पण तू त्यापासून मुक्त आहेस का? तू या सुखदुःखादि द्वंद्वापासून अलिप्त (निर्द्वंद्व) हो आणि निस्त्रैगुण्यावर म्हणजे या त्रिगुणांच्या परे जी शुद्धता आहे (नित्यसत्त्व) त्यावर लक्ष केंद्रित कर. जुन्या ऐहिक गोष्टी जतन करायच्या आणि नवनव्या प्राप्त करायच्या मागे लागू नकोस, आत्मनिष्ठ हो. (भगवद्गीता, अध्याय २, श्लोक ४५)

या श्लोकातील 'नित्यसत्त्व' यावर डॉक्टर राधाकृष्णन प्रकाश टाकतात, 'भौतिक जीवन जगण्यासाठी जी कर्मकांडे करावी लागतात ती सर्व प्रकृतीच्या तऱ्हा असतात. पूर्णत्वाचे दान मिळवण्यासाठी सर्वशक्तिमान अस्तित्वावर लक्ष केंद्रित करणे गरजेचे असते. जो या सर्वांतून मुक्त झालेला असतो त्याची वागणूक बाह्यतः जे 'सत्त्व'स्थितीत असतात त्यांच्यासारखीच असते. परंतु तो शांतपणे आणि अलिप्तपणे, निःसंग वृत्तीने कर्मे करीत असतो. वेदातील कर्मकांडांचे अनुकरण करणाऱ्यांना जसा कर्मांच्या फलात रस असतो, तसा त्याला अजिबात नसतो.'[८]

कर्मयोगाचा आणखी एक अर्थ 'मनाच्या शुद्धतेसाठी केला जाणारा कर्मांचा योग' असाही होऊ शकतो. ती कर्मे अखेरीस संन्यास घेण्याची पूर्वतयारी म्हणून फलेच्छारहित केली जातात. परंतु गीता हे मतही मान्य करीत नाही. कर्मे ही प्रत्येकाने त्याच्या त्याच्या जीवनमार्गावर गाठलेले स्थान, त्याची एकंदर स्थिती यांना अनुसरून आणि समाजाच्या प्रचलित प्रथेनुसार सर्वांच्या कल्याणाची असली पाहिजेत आणि ती ज्ञानप्राप्तीनंतरच आणि पूर्णतः अलिप्तपणे, निरासक्त मनाने केली असली पाहिजेत असे गीता सांगते.

सक्ताः कर्मण्यविद्वांसो यथा कुर्वन्ति भारत ।
कुर्याद्विद्वांस्तथासक्तश्चिकीर्षुर्लोकसंग्रहम् ।।२५।।

---

८. एस. राधाकृष्णन, 'द भगवद्गीता', हार्पर कॉलिन्स पब्लिशर्स इंडिया, २०१४, पान १३४-१३५.

(श्रीकृष्ण अर्जुनाला सांगतात,) लोकसंग्रह आणि जनकल्याण करण्याच्या उद्देशाने ज्ञानी माणसानेही अज्ञानी लोकांसारखीच कर्मे केली पाहिजेत, परंतु अज्ञानी लोक मनात जशी फलाची आसक्ती धरतात तशी त्याने कदापिही धरता कामा नये. (भगवद्‌गीता, अध्याय ३, श्लोक २५)

महात्मा गांधी ही गोष्ट समजावून सांगताना म्हणतात, 'प्रत्येकाने काम हे केलेच पाहिजे. अज्ञानी लोक करतात तसेच केले पाहिजे, फक्त त्यांच्यासारखी फलासक्ती मात्र ठेवता कामा नये. आपणही प्रत्येकाने कुदळ हाती घेऊन त्यांच्यासारखेच कष्ट केले पाहिजेत. ज्ञानी, सुजाण माणसानेही उद्योगी असले पाहिजे, अन्य जनांसारखेच भरपूर कष्ट केले पाहिजेत. फक्त त्याने स्वत:साठी नाही तर इतरांसाठी, जगासाठी काम केले पाहिजे आणि तेही पूर्णपणे निरपेक्ष भावनेने आणि निरासक्तपणे, अलिप्त राहून केले पाहिजे. आपण जर गरीबांसाठी सूत काढले आणि त्या कामात जराही फलेच्छा धरली नाही, तर त्यात त्यांचेही भले होईल आणि आपलेही हित साधले जाईल. या वृत्तीने काम केले तर आपल्याला अध्यात्म ज्ञान मिळेल आणि काम करीत असूनही आपण काही केले असे होणार नाही. समजा एखाद्याने एकादशीच्या उपवासाचे व्रत ठेवले असताना त्याच दिवशी हाताने स्वयंपाक केला, तर ते काही पाप ठरेल का? तो स्वयंपाक काही स्वत:साठी करत नाही, तर निरपेक्षपणे, निरीच्छपणे त्याच्या मुलाबाळांसाठी वा पाहुण्यांसाठी करतो.'[९]

सांप्रतकालीन भक्तियोगी संत स्वामी मुक्तानंद म्हणतात, 'या श्लोकातील 'सक्ता: विद्वांस:' हे शब्द वेदांसारख्या धर्मग्रंथात सांगितलेल्या कर्मकांडांवर पूर्ण विश्वास असलेल्या परंतु तरीही भौतिक सुखाला लालचावलेल्या लोकांसाठी वापरलेले आहेत. त्यांना 'अविद्वांस:' म्हणतात; कारण त्यांना जरी धर्मग्रंथांचे पुस्तकी ज्ञान असले, तरी अंतिम ज्ञानप्राप्तीचे आकलन झालेले नसते. असे लोक धर्मग्रंथातील आज्ञा जराही आळस न करता नि:संदेहपणे तंतोतंत आणि काटेकोरपणे पाळतात. वेदांनी सांगितलेली कर्मकांडे केली, त्यातील आदेशांचे पालन केले की आपल्याला आपल्या इच्छेप्रमाणे सर्व ऐहिक सुखांचा लाभ होणारच असा त्यांना दृढ विश्वास असतो. अशा लोकांनी जर उच्च विचार, श्रेष्ठ ज्ञान यांसंबंधी मनात विश्वास निर्माण करून घेतला नाही, तर जेव्हा त्यांचा कर्मकांडांच्या ऐहिक फलांवरील विश्वास भंग पावतो, त्या वेळी त्यांना कशाचाच आधार राहत नाही, अन्य कोणताच मार्ग उरत नाही.'[१०]

लोकमान्य म्हणतात, 'कर्मयोग संन्यासमार्गाचे पूर्वांग निश्चित नव्हे. गीता स्पष्टपणे सांगते की ज्ञानप्राप्ती झालेली असली की निष्काम कर्मे बंधक न होता संन्यासाने जो मोक्ष मिळवायचा तोच या निष्काम कर्मयोगाने प्राप्त होतो.'

---

९. महात्मा गांधी, 'द भगवद्‌गीता', जयको पब्लिशिंग हाऊस, मुंबई, २०१०, पान १०७.

१०. http://www.holy-bhagavad-gita.org/chapter/3/verse/25. या संकेतस्थळावरून ११ ऑक्टोबर २०१७ पर्यंत घेतलेल्या माहितीनुसार.

यत्साङ्ख्यै प्राप्यते स्थानं तद्योगैरपि गम्यते ।
एकं साङ्ख्यं च योगं च यः पश्यति स पश्यति ।।५।।

सांख्य मार्गातील योगी ज्या (मोक्ष)स्थानी पोहोचतात, तेथेच कर्मयोगीही पोहोचतात. सांख्य आणि योग हे दोन्ही मार्ग अशा रीतीने एकच आहेत हे जो जाणतो, तोच खरे तत्त्व ओळखतो. (भगवद्गीता, अध्याय ५, श्लोक ५)

डॉक्टर राधाकृष्णन म्हणतात, 'जो संपूर्ण निष्क्रीय राहतो तो नव्हे, तर जो निष्कामपणे, निरासक्तपणे कर्म करत राहतो तो खरा संन्यासी होय. संन्यास ही मनोवृत्ती आहे. अशी मनोवृत्ती जिच्यामुळे कर्मांच्या फलांची आशा उरत नाही. निरीच्छपणे, निरपेक्षपणे कर्म करणे म्हणजे खरे काम करणे होय. या दोहोंत विरोध मुळीच नाही. ज्ञानी माणूस करो वा अज्ञानी, कर्म करणारा एक कर्ता, एक देह हा असतोच. प्रत्येक देहाची, कर्त्याची कर्म करतानाची मनोवृत्ती निराळी असते. (प्रज्ञस्य मूर्खस्य च कार्ययोगे समत्वमभ्येति तनुर्न बुद्धिः।)'[११]

संस्कृत भाषेतील एक प्राचीन आणि श्रेष्ठ भारतीय नाटककार भास याने हे गीतेचे तत्त्वज्ञान पुढील प्रमाणे सांगितले आहे :

न ते न बुद्धिर्मम दूषणीया येन प्रकामं भवतास्मि हास्यः ।
प्राज्ञस्य मूर्खस्य च कार्ययोगे समत्वमभ्येति तनुर्न बुद्धिः ।।५।।

दोष द्यायचा तर तो मनाला, बुद्धीला द्यायला हवा. शरीरावर नियंत्रण ठेवणाऱ्या मन आणि बुद्धी यांनुसार कर्त्याचे तेच शरीर कधी मूर्खासारखे दुराचरण करते, तर कधी विवेकी माणसासारखे सदाचरण. (अविमारक, अंक ५, श्लोक ५)

लोकमान्य गीतेच्या मूळ हेतूवर लक्ष केंद्रित करताना म्हणतात, 'मूळ ग्रंथ व टीकाकार यांचे संप्रदाय भिन्न असून टीकाकार आपलाच मार्ग मूळ ग्रंथात वर्णिला आहे अशा दृढ समजुतीने त्या ग्रंथावर टीका करू लागले, की ग्रंथाचा - गीतेचा - मूळ हेतू जो 'कर्मयोगो विशिष्यते' (कर्मयोगाची मातब्बरी किंवा योग्यता विशेष आहे) त्याची कशी ओढाताण, मोडतोड होते ते माझ्या वाचकांच्या लक्षात येईलच. 'अर्जुना, तुझा प्रश्न बरोबर नाही' असे श्रीकृष्णास किंवा व्यासास संस्कृत भाषेत स्पष्ट शब्दांनी सांगता येत नव्हते काय? पण तसे न करता 'कर्मयोगच विशेष योग्यतेचा' असेच अनेक ठिकाणी स्वच्छ म्हटले आहे.'

लोकमान्य हे मत स्पष्टपणे मांडतात की कर्मयोग हा काही नवा सिद्धान्त नाही, तो भारतात चालत आलेला अतिप्राचीन वारसा आहे. तो शिकवणारे श्रीकृष्ण हे काही पहिले गुरू नव्हेत... कर्मयोग ही अशी पद्धती आहे जी भौतिक व आध्यात्मिक या दोन्ही क्षेत्रांत यश प्राप्त करून देते.[१२] लोकमान्य श्री शंकराचार्य व श्री मध्वाचार्य या दोघांचाही

११. एस.राधाकृष्णन, 'द भगवद्गीता', हार्पर कॉलिन्स पब्लिशर्स इंडिया, २०१४, पान २०५.
१२. बी.जी. टिळक - सिलेक्टेड डॉक्युमेंट्स, खंड ३, ६४ व ६५.

या बाबतीतील गीतार्थ 'समाधानकारक नाही' असेच म्हणतात. कारण कर्मयोग समजून देऊन श्रीकृष्णांनी अर्जुनाला 'गुह्यातले गुह्य' (इति गुह्यतमं) असे शास्त्र सांगितले, जे समजल्यावर दुष्टांविरुद्ध युद्ध करण्याचे त्याचे लक्ष्य अर्जुन साध्य करू शकला.

इति गुह्यतमं शास्त्रमिदमुक्तं मयानघ ।
एतद्बुद्ध्वा बुद्धिमान्स्यात्कृतकृत्यश्च भारत ॥२०॥
हे अर्जुना, मी असे हे जे गुह्यातले गुह्य शास्त्र तुला सांगितले आहे, त्याने तू बुद्धिमान व कृतकृत्य होशील. (भगवद्गीता, अध्याय १५, श्लोक २०)

लोकमान्य लिहितात, 'यावरून ज्ञात्या पुरुषाने ज्ञानोत्तरही निष्काम कर्म करीत राहण्याचा पक्ष सर्वोत्तम असाच भगवंतांचा अभिप्राय असल्याचे स्पष्ट सिद्ध होते. शिवाय अर्जुनास एक वेळ अज्ञानी म्हटले तरी त्याला केलेल्या उपदेशाच्या समर्थनार्थ ज्या जनकादिक प्राचीन कर्मयोग्यांचा व पुढे भगवंतांनी आपलाही दाखला दिला आहे, ते सर्व अज्ञानीच होते असे कदापि म्हणता येत नाही... गीतेत ज्ञानयुक्त कर्मयोगाचाच उपदेश केला आहे असे म्हणणे भाग आहे.'

फ्रिटजोफ कॅप्रा (जन्म १९३९) नावाचा ऑस्ट्रियात जन्मलेला एक अमेरिकन सांप्रतकालीन पदार्थवैज्ञानिक आहे. तो शंकराच्या तांडव नृत्याची तुलना उपअणूंच्या कणांच्या नाचाशी करतो. निर्मिती आणि संहार यांची लय म्हणजे केवळ एका ऋतुचा अंत व दुसऱ्याचा आरंभ नसतो किंवा सर्व सजीवांचा जन्म व मृत्यूही नसतो, तर जेथे अणूच्या केंद्रकाभोवती सतत परमाणू फिरत असतात त्या असेंद्रिय पदार्थाचे ते मूळ सत्त्व असते. शिवाचे तांडव हे खरोखरच उपअणू पदार्थांचा नाच असतो.

या फ्रिटजोफ कॅप्राचे हे वक्तव्य प्रसिद्ध आहे : अशा रीतीने क्वांटम थिअरी विश्वाची मूलभूत एकरूपता उघड करते. ती हे दाखवून देते की आपण विश्वाचे स्वतंत्र अस्तित्व असलेल्या सर्वात लहान एककांमध्ये विघटन करू शकत नाही. जेव्हा आपण पदार्थामध्ये प्रवेशतो, तेव्हा निसर्ग आपल्याला अस्तित्व बांधणाऱ्या स्वतंत्र विटांप्रमाणे दिसत नाही, तर संपूर्णाच्या विविध भागांचे एकमेकांशी असलेल्या नात्यांच्या बंधांचे क्लिष्ट जाळे असल्यासारखे आपल्याला भासते. नात्यांचे हे बंध नेहमीच निरीक्षकाला अपरिहार्यपणे सामावून घेतात. या निरीक्षण प्रक्रियांतील अंतिम जोडणी म्हणून मानवी निरीक्षक काम करतो. आणि कोणत्याही आण्विक पदार्थाला जाणून घ्यायचे असल्यास त्याच्या आणि निरीक्षकाच्या परस्परक्रियांमधूनच ते जाणता येते.[१३]

शंभर वर्षांपूर्वी लोकमान्यांनी हीच संकल्पना बुद्धीचा आश्चर्यजनक वापर करून लिहिली होती, 'मनुष्यच काय, पण सूर्य-चंद्रादिदेखील एकसारखे कर्मच करत आहेत!

१३. http://www.azquotes.com/quote/364051. या संकेतस्थळावरून ११ ऑक्टोबर २०१७ पर्यंत घेतलेल्या माहितीनुसार.

किंबहुना कर्म म्हणजेच सृष्टी आणि सृष्टी म्हणजेच कर्म हे निश्चित असल्यामुळे सृष्टीच्या घडामोडीस किंवा कर्मांस क्षणभरदेखील विसावा नाही हे आपण प्रत्यक्ष पाहतो… भगवंत अर्जुनास निमित्त करून सर्वांसच असा उपदेश करीत आहेत की 'यः क्रियावान् स पंडितः।' - 'जो क्रियावान तोच पंडित'. या जगात कर्म सुटणे कोणालाही शक्य नसल्यामुळे कर्माची बाधा न लागण्यास नेहमी आपल्या धर्माप्रमाणे प्राप्त झालेले कर्तव्य फलाशा सोडून म्हणजे विरक्त बुद्धीने करणे एवढाच काय तो एक मार्ग (योग) मनुष्याच्या ताब्यातला असून उत्तम आहे… प्रकृती आपले व्यवहार नेहमीच करीत राहणार, पण त्यातील कर्तृत्वाच्या अभिमानाची वृत्ती तुम्ही सोडलीत म्हणजे तुम्ही मुक्तच आहात.'

प्रत्यक्ष भगवंतही निरनिराळे अवतार धारण करून या मायिक जगात साधूंचे परित्राण, दुष्टांचा विनाश, धर्माचे संस्थापन ही कर्मेच प्रत्येक युगात करत आले आहेत.

परित्राणाय साधूनां विनाशाय च दुष्कृताम् ।
धर्मसंस्थापनार्थाय सम्भवामि युगे युगे ।।८।।

साधूंच्या रक्षणासाठी, दुष्टांच्या विनाशासाठी आणि जगात धर्माला स्थान मिळवून देण्यासाठी मी प्रत्येक युगात अवतार घेतो. (भगवद्गीता, अध्याय ४, श्लोक ८)

या श्लोकावरील भाष्यात स्वामी विवेकानंद म्हणतात, 'जगाच्या इतिहासात आपण परमेश्वराच्या प्रेषितांविषयी, त्यांच्या जीवनाविषयी वाचतो. त्यांचे शिष्य, अनुयायी यांच्याकडून शतकानुशतके त्यांच्याविषयीची माहिती, त्यांची, त्यांच्या कार्याची महती आपल्यापर्यंत पोहोचत आलेली आहे. गेल्या हजारो वर्षांत अनेक भक्तांनी उभ्या केलेल्या आदर्शांच्या स्वरूपात, घडवलेल्या शिल्पांच्या स्वरूपात अतिप्राचीन महान संतमहंतांच्या प्रतिमा आपल्यासमोर आलेल्या आहेत. परंतु माझ्या मते त्यातील एकाही प्रतिमेच्या तेजाची, महानतेची तुलना ज्यांचे तेजःपुंज जीवन मी स्वतः पाहिले अनुभवले आहे, ज्यांच्या कृपेच्या सावलीत मी माझे आयुष्य घालवलेले आहे, ज्यांच्या पायाशी मी परमज्ञान प्राप्त केले आहे त्या रामकृष्ण परमहंस यांच्याशी होऊ शकत नाही… जेव्हा जेव्हा धर्माची अवनती होऊन अधर्म फोफावू लागला तेव्हा मी अवतार घेतला… जेव्हा तुम्हाला कोणीतरी महान आत्मा मानवजातीच्या उन्नतीसाठी झगडताना दिसेल, तेव्हा हे जाणून घ्या की मी आलो आहे…'[१४]

माणूस जेव्हा ज्ञान प्राप्त करतो - ज्ञाता होतो, त्याला 'स्व'चा विसर पडतो, तेव्हा तो ईश्वरनिर्मित विश्वातील सर्व कर्मे स्वतःला बाजूला ठेवून - स्वतःला विसरून - पार पाडत राहतो. हाच ज्ञानी आणि अज्ञानी यांतला फरक आहे. भगवंत अशा ज्ञात्यांना 'तत्त्ववित' असे संबोधतो.

---

१४. 'स्वामी विवेकानंद - कम्प्लीट वर्क्स', १.४६७, १,९८, अद्वैत आश्रम, सातवे पुनर्मुद्रण, कलकत्ता, २०१६, पान ७८.

तत्त्ववित्तु महाबाहो गुणकर्मविभागयोः ।
गुणा गुणेषु वर्तन्त इति मत्वा न सज्जते ।।२८।।

गुण आणि कर्मे ही दोन्ही आपल्याहून भिन्न आहेत हे तत्त्व जाणणारा (तत्त्ववित्तु) - ज्ञानी पुरुष (गुणांचा हा आपापसात खेळ चालला आहे असे समजून) त्यात आसक्त होत नाही. (भगवद्गीता, अध्याय ३, श्लोक २८)

महात्मा गांधी म्हणतात, 'या श्लोकातील मुद्दा असा आहे की, हे जे विश्वाचे गुंतागुंतीचे यंत्र चालले आहे, जे चालवणे अत्यंत अवघड, दुर्धर आहे, जे चालवण्याच्या नुसत्या विचाराने मस्तक गरगरू लागते, त्या विश्वात मी काय करू शकणार आहे? कोणती शक्ती आहे माझ्यापाशी? त्या यंत्रातल्या एका भागालाही स्पर्श करण्याची माझी प्राज्ञा नाही. हे विश्वाचे यंत्र कसे चालते याचा जर कोणी बारकाईने विचार केला, तर त्याच्या हे लक्षात येईल की त्यासाठी विविध गुण सतत क्रियाशील आहेत आणि त्यांची त्यांची कामे करण्यात व्यस्त आहेत.'[१५]

यातून पुढील प्रश्न सहजपणे समोर येतोच - ही सगळी कामे आहेत तरी काय? स्वामी विवेकानंद त्याचे उत्तर देतात, 'विश्वाच्या चांगल्यासाठी कामे करायची म्हणजे काय? आपण करू शकतो का जगहिताची कामे? साकल्याने बोलायचे तर नाही, पण कार्यकारणभावाने, होय. कायम टिकणारे, शाश्वत स्वरूपाचे सत्कर्म या जगासाठी कोणीच करू शकत नाही. तसे असते तर हे जग सांप्रतचे जग राहिलेच नसते. आपण एखाद्याची भूक काही काळासाठी भागवू शकतो, पण काही काळाने त्याला परत भूक लागणारच! कोणालाही सुख दिले, तरी ते अल्पकाळ टिकते असेच लक्षात येईल. माणसाची सुखाची भूक, आनंदाची तहान कोणीच कायमची भागवू शकत नाही, आणि दुःखाचाही ज्वरही शमवू शकत नाही. जगाला कोणीतरी शाश्वत सुख देऊ शकेल का? कुठेतरी पोकळी निर्माण केल्याशिवाय सागरातही लाट उत्पन्न होत नाही. आजवर असे निदर्शनास आले आहे की माणसाची गरज आणि त्याची हाव दोन्ही लक्षात घेता जगात चांगल्या गोष्टींचे प्रमाण नेहमी सारखेच - त्याच्या अपेक्षेपेक्षा कमीच - राहिले आहे. ते वाढवताही येत नाही, कमीही करता येत नाही. मानववंशाचा आजवर आपल्याला माहीत असलेला इतिहास नजरेखालून घाला - तीच सुखे आणि तीच दुःखे, तेच समाधान आणि तेच क्लेश, तेच परिस्थितीतील बदल पुनःपुन्हा दिसून येतील, हो ना? तसेच काही लोक सधन काही निर्धन, काही श्रेष्ठ, काही कनिष्ठ, काही सबल, काही निर्बल, काही निरोगी काही सततचे रोगी - असे दिसतेच ना जगात?'[१६]

---

१५. महात्मा गांधी, 'द भगवद्गीता', जयको पब्लिशिंग हाऊस, मुंबई, २०१०, पान ११०.

१६. http://www.sacred-texts.com/hin/kyog/kyog08.htm, या संकेतस्थळावरून ११ ऑक्टोबर २०१७ पर्यंत घेतलेल्या माहितीनुसार, पान ११०.

लोकमान्य लिहितात, 'ज्ञानी पुरुष हे लोकांचे डोळे होत; आणि ते जर आपले काम सोडतील, तर जग आंधळे होऊन लोकांचा सर्वतोपरी नाश झाल्यावाचून राहणार नाही. ज्ञानी पुरुषांनीच लोकांना ज्ञानी करून उन्नतीस आणले पाहिजे. पण हे काम केवळ तोंडपाटिलकीने, म्हणजे केवळ उपदेशाने कधीही सिद्धीस जात नाही. कारण ज्या लोकांना सदाचरणाची सवय नसून ज्यांची बुद्धीही पूर्ण शुद्ध झालेली नसते, त्यांना कोरडे ब्रह्मज्ञान सांगितले तर 'तुझे ते माझे आणि माझे तेही माझेच' अशा रीतीने त्याच ज्ञानाचा ते दुरुपयोग करतात असे व्यवहारात नेहमी आढळून येते.'

लोकमान्य संत तुकारामांचे अभंग उद्‌धृत करतात,

जे का रंजले गांजले । त्यांसि म्हणे जो आपुले ।
तोचि साधु ओळखावा । देव तेथेचि जाणावा ।।

जे दुःखात असतात, जे संकटात असतात त्यांचे कोणीच नसते. फक्त साधु, संत तेवढेच त्यांच्याविषयी अनुकंपा दाखवतात, त्यांना आपले म्हणतात, ते त्या पीडितांमध्ये देव पाहतात. (तुकारामगाथा, ९६०. १-२)

पर उपकारी वेंचियेल्या शक्ती । तेणें आत्मस्थिती जाणीतली ।।

दुसऱ्यांच्या कल्याणासाठी आपली शक्ती खर्च केली तरच आत्मज्ञान होते. (तुकारामगाथा, ४५६३)

जगाच्या कल्याणा संतांच्या विभूति । देह कष्टविती उपकारे ।।

संतांचा जन्मच लोककल्याणासाठी झालेला असतो. दुसऱ्यांच्या यातना कमी करण्यात, त्यांना मदत करण्यात ते त्यांचे देह झिजवतात, कष्ट उपसतात. (तुकारामगाथा, ९२९)

लोकमान्य पाचव्या शतकातील संस्कृत लेखक भर्तृहरी याचे शब्दही उद्‌धृत करतात, 'स्वार्थो यस्य परार्थ एव स पुमानेकः सतामग्रणीः' - परार्थ हाच ज्याचा स्वार्थ झाला, तोच पुरुष साधूंमध्ये श्रेष्ठ होय. अशा परोपकारी साधूंची स्वतःची मालमत्ता नसते. ते एका जागी राहतही नाही, सतत संचार करत असतात आणि त्यांचे श्रेष्ठ ज्ञान सर्वांना देत असतात. त्याचा प्रचार व प्रसार करत असतात. स्वतःची भूक भागवण्यास लागणारे अन्नही भीक मागून मिळवतात; कारण त्यांच्यापाशी त्यांचे काहीच नसते. स्वतःसाठी अगदी जरुरीपुरतेच घेऊन ते लोकांना शिक्षण देतात, संस्कृती प्रदान करतात. सर्वश्रेष्ठ ज्ञान वाटतात. या दानात ते कधीच भेदभाव करत नाहीत. ते त्यांच्या वर्तनाने आदर्श

संत तुकाराम (१६०८-१६५०) साध्या, सरळ शब्दांत सांगतात की, आपले शरीर हे एक देवाचे देऊळ आहे आणि त्यातला देव आपल्या आत्म्याच्या रूपात आहे. जशी उसाच्या रसात साखर, तसा आपल्या शरीरातील तो आत्म्याच्या रूपातला देव!

घालून देतात, लोकांना त्यांच्यासारखेच सदाचरण करण्याची स्फूर्ती, प्रेरणा देतात. त्यातच आयुष्याचे सार्थक मानतात. गुरूदेव रवीन्द्रनाथ टागोर म्हणतात, ' स्वप्नात मला जीवन म्हणजे हर्ष, आनंद असे दिसले होते. मी जागा झाल्यावर माझ्या लक्षात आले की जीवन म्हणजे सेवा आहे. आणि काय सांगू - मी सेवेचे जीवन जगू लागलो आणि ते हर्षित झाले, आनंदी झाले!'

ब्रह्मज्ञानाची प्राप्ती हा भगवद्गीतेचा मुख्य विषय आहे. तेथपर्यंत पोहोचण्याच्या मार्गावर भगवंत प्रथम सांख्ययोग आणि कर्मयोग समजावून सांगतात, नंतर ध्यानयोग आणि भक्तियोग शिकवतात. भगवंत अर्जुनाला सांगतात, 'भक्तोऽसि मे सखा चेति रहस्यं ह्येतदुत्तमम् ।' (हा पुरातन कर्मयोगमार्ग, हे सर्व रहस्यातील उत्तम रहस्य, ही ब्रह्मविद्या मी तुला) तू माझा भक्त व सखा आहेस म्हणून सांगितली.' लोकमान्य लिहितात, 'भगवद्गीतेच्या प्रत्येक अध्यायाच्या शेवटी 'इति श्रीमद्भगवद्गीतासु

उपनिषत्सु ब्रह्मविद्यायां योगशास्त्रे...' असा जो संकल्प असतो त्यातील मर्म आता वाचकांच्या लक्षात येईल. भगवंतांनी गायलेले जे उपनिषत् त्यात उपनिषदांप्रमाणे प्रथम ब्रह्मविद्या तर आहेच, पण नुसती ब्रह्मविद्याच आहे असे नाही, तर ब्राह्मविद्येत 'सांख्य' आणि 'योग' (वेदान्ती संन्यासी आणि वेदान्ती कर्मयोगी) असे जे दोन पंथ उत्पन्न होतात, त्यांपैकी योगाचे म्हणजे कर्मयोगाचे प्रतिपादन हा भगवद्गीतेचा मुख्य विषय होय असे वरील संकल्प सांगत आहे. किंबहुना 'भगवद्गीतोपनिषत्' हा कर्मयोगावरील मुख्य ग्रंथ आहे असे म्हणण्यास हरकत नाही... प्रस्थानत्रयीत भगवद्गीतेचा समावेश का केला याचीही आता नीट उपपत्ती लागते. जर उपनिषदे आणि वेदान्तसूत्रे या दोहोंपेक्षा गीतेत काही अधिक नसते, तर प्रस्थानत्रयीत गीतेचा संग्रह करण्याचे कारणच नव्हते.'

लोकमान्य विस्ताराने सांगतात, 'वैदिक धर्मरूपी पुरुष केवळ एकहाती म्हणजे संन्यासपर न समजता, त्याला ब्रह्मविद्या हे जरी एकच डोके आहे, तरी सांख्य व कर्मयोग हे मोक्षदृष्ट्या तुल्यबल असे त्याचे डावे-उजवे दोन हात आहेत असा गीतेप्रमाणे सिद्धान्त केला, म्हणजे उपनिषदे व गीता यांत विरोध रहात नाही. किंबहुना उपनिषदांत एक, तर गीतेत दुसऱ्या मार्गाचे समर्थन असल्यामुळे प्रस्थानत्रयीचे हे दोन्ही भाग दोन हातांप्रमाणे परस्परविरुद्ध न होता साह्यकारीच होतात असे दिसून येईल.' यानंतर लोकमान्य ब्रह्मविद्या (किंवा आत्मज्ञान) प्राप्त झालेल्याला सांख्ययोगाने सांगितलेला कर्मसंन्यास आणि गीतेने सांगितलेला कर्मयोग यातील साम्य व वैषम्य दाखवणारे तेरा मुद्द्यांचे एक जोड-कोष्टकच सादर करतात. त्यात जे तीन मुद्दे दोन्हींमधील साम्य दाखवतात ते असे : १) मोक्ष आत्मज्ञानानेच मिळतो, कर्माने नाही. ज्ञानविरहित पण श्रद्धेने केलेल्या यज्ञयागादि कर्मांनी मिळणारे स्वर्गसुख अनित्य होय. २) आत्मज्ञान होण्यास इंद्रियनिग्रहाने बुद्धी स्थिर, निष्काम, विरक्त व सम झाली पाहिजे. ३) हा मार्ग अनादि असून श्रुति-स्मृतिप्रतिपादित आहे.

सांख्य योगाने सांगितलेला कर्मसंन्यास आणि गीतेने सांगितलेला कर्मयोग यांतील दहा फरक लोकमान्य स्पष्टपणे दाखवतात आणि म्हणतात, 'तसेच गीतेत फक्त उपनिषदाचेच प्रतिपादन आहे असे मानल्याने जो वैय्यर्थ (पुनरोच्चाराचा कमीपणा) गीतेस प्राप्त झाला असता, तोही होत नाही.'

सांख्य : इंद्रियांच्या विषयांचा पाश तोडून मोकळा हो.

गीता : इंद्रियांचे विषय न सोडता त्यातच वैराग्याने म्हणजे निष्काम बुद्धीने वागून इंद्रियनिग्रह कसोटीस लाव. निष्काम म्हणजे निष्क्रीय नव्हे.

सांख्य : तृष्णामूलक कर्मे दुःखमय व बंधक आहेत.

गीता : दुःख व बंध कशात आहे याचा नीट विचार केला, तर असे दिसून येईल की अचेतन कर्मे कोणासही बांधत अथवा सोडत नसून त्यांच्या ठायी असणाऱ्या कर्त्याच्या मनातील काम किंवा फल यांची आशा हेच बंधाचे व दुःखाचे मूळ आहेत.

सांख्य : चित्तशुद्धी होईपर्यंत कर्मे केली तरी अखेर सोडून दिली पाहिजेत.

गीता : चित्तशुद्धीनंतरही फलाशा सोडून सर्व कर्मे धैर्याने व उत्साहाने कर. कर्मे सोडू म्हटल्यासही सुटत नाहीत. सृष्टी म्हणजेच कर्म; त्याला विसावा नाही.

सांख्य : यज्ञार्थ केलेली कर्मे बंधक नसल्यामुळे गृहस्थाश्रमात ती केल्यास हरकत नाही.

गीता : निष्काम बुद्धीने किंवा ब्रह्मार्पण विधीने केलेली सर्व कर्मे हा एक मोठा यज्ञच आहे. यासाठी स्वधर्मविहित सर्व कर्मे निष्काम बुद्धीने केवळ कर्तव्य म्हणून नेहमीच केली पाहिजेत.

सांख्य : देहाचे कर्म सुटत नसल्यामुळे संन्यास घेतल्यावर पोटासाठी भिक्षा मागणे गैर नाही.

गीता : पोटासाठी भिक्षा मागणे तरी कर्मच व तेही लाजीरवाणे. हे कर्म जर करावयाचे तर गृहस्थाश्रम्यांखेरीज कर्मेही निष्काम बुद्धीने का करू नयेत? शिवाय भिक्षा तरी इतर कोण घालणार?

सांख्य : ज्ञानप्राप्तीनंतर स्वतःचे कर्तव्य शिल्लक राहत नाही व लोकसंग्रहही करण्याची गरज उरत नाही.

गीता : ज्ञानप्राप्तीनंतर स्वतःसाठी काही प्राप्त करून घेणे राहिले नसले, तरी कर्म सुटत नाही. यासाठी जे काही शास्त्रतः प्राप्त होईल ते 'मला नको' अशा निर्मम बुद्धीने लोकसंग्रहाकडे दृष्टी ठेवून करत जा. लोकसंग्रह कोणास सुटत नाही. उदाहरणार्थ, भगवंतांचे चरित्र पहा.

सांख्य : तथापि अपवाद म्हणून अधिकारी पुरुषांनी ज्ञानोत्तरही आपले व्यावहारिक अधिकार जनकादिकांप्रमाणे आमरण चालू ठेवण्यास हरकत नाही.

गीता : गुणविभागरूप चातुर्वर्ण्य व्यवस्थेप्रमाणे लहान मोठे अधिकार सर्वांसच जन्मतः प्राप्त होतात आणि स्वधर्माप्रमाणे प्राप्त झालेले अधिकार लोकसंग्रहार्थ सर्वांनीच निःसंगबुद्धीने आमरण निरपवाद चालवले पाहिजेत. कारण हे चक्र जगाच्या धारणार्थ परमेश्वरानेच निर्माण केले आहे.

सांख्य : काही झाले तरी कर्मत्यागरूपी संन्यासच श्रेष्ठ. इतर आश्रमांची कर्मे चित्तशुद्धीची साधने किंवा पूर्वतयारी असून, ज्ञानाचा व कर्मांचा स्वभावतःच विरोध आहे. म्हणून पूर्वाश्रमात होईल तितक्या लवकर चित्तशुद्धी करून घेऊन ज्ञानोत्तर अखेर कर्मत्यागरूपी संन्यास घे. चित्तशुद्धी जन्मतः किंवा पूर्ववयात झाली असेल, तर गृहस्थाश्रमीची कर्तव्येही करत बसण्याची जरूर नाही. कर्मांचा स्वरूपतः त्याग करणे हाच खरा संन्यासधर्म होय.

गीता : सासांरिक कर्मे शास्त्रोक्तरीत्या केल्याने चित्तशुद्धी होते हे खरे. पण चित्तशुद्धी हा कर्माचा एकच उपयोग आहे असे नाही. जगाचा व्यवहार चालण्यासही कर्मांची जरूर आहे. तसेच काम्य कर्मे व ज्ञान यांचा जरी विरोध असला, तरी निष्काम कर्म

व ज्ञान यांमध्ये बिलकूल विरोध नाही. म्हणून चित्तशुद्धीनंतरही फलाशेचा त्याग करून चातुर्वर्ण्याची कर्मे आमरण निष्काम बुद्धीने जगाच्या संग्रहार्थ चालू ठेव. हाच खरा संन्यास होय. कर्माचा स्वरूपतः त्याग करणे केव्हाच उचित नाही व ते शक्यही नाही.

सांख्य : कर्मसंन्यास घेतल्यावर शमदमादिक धर्म पाळले पाहिजेत.

गीता : ज्ञानप्राप्तीनंतर फलाशात्यागरूप संन्यास घेऊन शमदमादिक धर्माखेरीज आत्मौपम्यदृष्टीने प्राप्त होणारे सर्व धर्म पाळ आणि या शमाने म्हणजे शांत वृत्तीनेच शास्त्रतः प्राप्त झालेली सर्व कर्म लोकसंग्रहार्थ आमरण करत जा. निष्काम कर्म सोडू नको.

सांख्य : शुक-याज्ञवल्क्यादि या मार्गाने गेले.

गीता : व्यास-वसिष्ठ-जैगीषव्य (ज्यांना त्यांच्या सर्व पूर्वजन्मांचे आणि विश्वाच्या दहा सलग महाप्रलयांचे ज्ञान होते) आदि ऋषी आणि जनक-श्रीकृष्ण आदिही या मार्गाने गेले.

महाभारतातील शांतीपर्वाच्या ३०४व्या अध्यायात युधिष्ठिर शरपंजरी पडलेल्या भीष्मांना सांख्य व योगमार्ग यांमधील फरक विचारतो आणि त्यातील कोणता मार्ग अधिक योग्य ते सांगण्याची विनंती करतो. ते म्हणतात, 'योग मार्ग सिद्ध करणारी प्रमाणे थेट संवेदनांना जाणण्यावर आधारलेली आहेत आणि सांख्य मार्गाची प्राचीन परंपरागत धर्मग्रंथांवर आधारलेली आहेत. मी हे दोन्ही मार्ग मान्य करतो... दोन्ही शास्त्रशुद्ध आहेत... त्यातील कोणताही मार्ग त्यातील सूचनांनुसार आचरला तरी, हे युधिष्ठिरा, तो साधकाला मोक्षाप्रत घेऊन जाईल. हे पुण्यवान पुरुषा, दोन्ही मार्गांत शुद्धता, सर्व सजीवांप्रती अनुकंपा या गुणांची शिफारस केली आहे. जे नियम सांगितले आहेत, जी वचने घेतलेली आहेत त्यांचे प्रतिदिनी पालन करणे हेही दोन्ही मार्गांनी सारखेच अनिवार्य ठरवले आहे. मार्ग ठरवणारी शास्त्रे, ग्रंथ हे निराळे आहेत... योगाची शक्ती वापरून आसक्ती, निष्काळजीपणा, बंध, मोह, हाव, क्रोध या दुर्गुणांचा सर्वस्वी त्याग करून मोक्षप्राप्ती शक्य होते.'[१७]

लोकमान्यही भीष्माप्रमाणेच याच निष्कर्षाप्रत येतात, 'हे दोन्ही मार्ग किंवा निष्ठा ब्रह्मविद्यामूलक असून दोहोंकडेही मनाची निष्कामवस्था व शांति एकाच प्रकारची असल्यामुळे, दोन्ही मार्गांनी अखेर मोक्षच प्राप्त होतो. ज्ञानोत्तर कर्म सोडणे आणि काम्य कर्म सोडून निष्काम कर्म करत राहणे, हाच काय तो या दोन मार्गांतील फरक आहे.'

परंतु संन्यासही अतिशय धोकादायक ठरू शकतो. ए.सी. भक्तिवेदान्त स्वामी प्रभुपाद त्यांच्या 'श्री चैतन्य चरितामृत'मध्ये म्हणतात, 'तुम्ही भक्तीचा नुसता देखावा करून भोंदू संन्यासी बनू नका. लोकांना दाखवण्यापुरते 'मर्कट-वैराग्य' नको.'[१८] जगातील व्यवहारी जीवनातील अवघड प्रसंग, कसोटीच्या वेळा, क्लेश यांच्यापासून सुटकेचा,

---

१७. http://www.sacred-texts.com/hin/m12/m12b128.htm. या संकेतस्थळावरून १२ ऑक्टोबर २०१७ पर्यंत घेतलेल्या माहितीनुसार.

१८. https://prabhupadabooks.com/cc/madhya/16/238?d=1&f=189313. या संकेतस्थळावरून १२ ऑक्टोबर २०१७ पर्यंत घेतलेल्या माहितीनुसार.

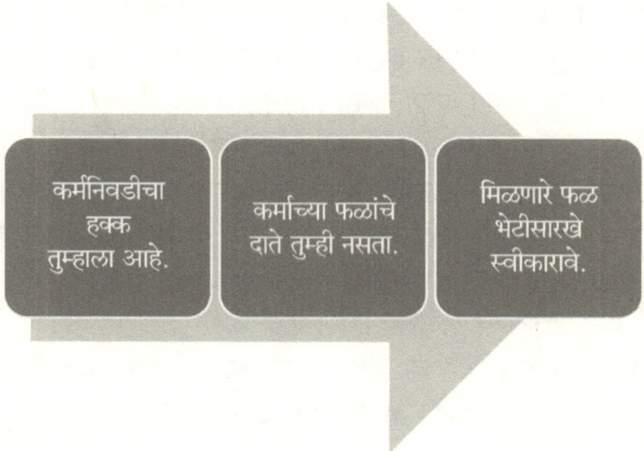

ज्या क्षणी तुम्ही कर्म करता त्या क्षणी ते तुमच्या हातून सुटून गेलेले असते. लाक्षणिक अर्थाने ते या विश्वाचा एक भाग बनून जाते. एकदा का ते विश्वाचा भाग बनले, की मग त्याला या विश्वाचे सर्व कायदे लागू होतात; कारण जे जे या विश्वात निर्माण होते, ते विश्वाच्या कायद्यानुसारच चालते.

पलायनाचा मार्ग म्हणून संन्यास स्वीकारल्याची उदाहरणे बरीच दिसतात. संन्यास म्हणजे आपली कर्तव्ये करण्याची जबाबदारी टाळणे नव्हे, जगाबद्दल मनात नावड, नाराजी उत्पन्न होणेही नव्हे. काही जण ज्ञानप्राप्ती होण्याआधीच केवळ शारीरिक कष्टांच्या भीतीने कामे करणे सोडून देतात. याला 'राजस त्याग' म्हणतात. भगवंत अर्जुनाला सांगतात,

दुःखमित्येव यत्कर्म कायक्लेशभयात् त्यजेत् ।
स कृत्वा राजसं त्यागं नैव त्यागफलं लभेत ।।८।।

केवळ शरीराला कष्टदायक होतील, क्लेशकारक होतील या भीतीने कोणी विहित कर्मे सोडून देईल, तर तो 'राजस त्याग' - विकारवश केलेला त्याग - ठरेल. असा त्याग कधीच फलदायी होत नाही. (भगवद्गीता, अध्याय १८, श्लोक ८)

एकनाथ ईश्वरन म्हणतात, 'जबाबदाऱ्यांचा त्याग हा अत्यंत तामस वृत्तीचा द्योतक आहे - 'तामस त्याग' आहे. कॉलेज शिक्षण सुरू असताना किंवा कुटुंबाला केवळ त्याचाच आधार असताना तो 'हे ऐहिक जीवन सोडून देऊन मी माझा वेळ चिंतन मनन, बागकाम, काव्यलेखन यात घालवणार आहे' किंवा 'मी अगदी साधे जीवन जगणार आहे' असा निर्णय घेतो आणि वर असेही म्हणतो की 'मी कोणाचे नुकसान करीत नाही, कोणाला अपाय करीत नाही'. हे सगळे वरवर दिसायला खरेही वाटते. पण खरे हे असे

की तो मनातून अगदी स्पष्टपणे असेच म्हणत असतो की 'मला पर्वा नाही, मला हवे तेच मी करणार, तेच महत्त्वाचे आहे!' या उलट राजस त्यागाचे आहे. यात केलेला त्याग जबरदस्तीने करायला लागलेला असतो, त्रासापासून सुटका म्हणून केलेला असतो. तो 'मार्टिनी' पिणे थांबवून टाकतो. तो त्याग काही इच्छातृप्तीतून केलेला नसतो, त्याला अतिमद्यपानाने अल्सर झालेला असतो आणि मद्यपान अल्सर वाढवते म्हणून नाईलाजाने केलेला 'मद्यत्याग' असतो. तो धूम्रपान सोडतो तेही याकरिता की त्याचा खोकला अशा स्थितीला पोहोचलेला असतो की श्वास घेणेही अवघड होऊ लागलेले असते... आपल्याला हा मानवी जन्म एकाच कार्यासाठी मिळालेला असतो - इतरांचे जीवन सुखी, संपन्न करणे. जो इतरांना काहीही न देता स्वत:ला मिळालेल्या आयुष्याकडून मात्र दोन्ही हातांनी घेतो तो चोर असतो!'[१९]

'आयुष्यात संकटकाळी, अडचणीचे वेळी निष्क्रीय न राहता कृती करा' असे भगवद्गीता सांगते. तिचा आरंभच मुळी आपलेच ज्येष्ठ, आपले कुटुंबीय, आपले गुरू यांच्याशी युद्ध करण्याचा प्रसंग समोर येऊन ठेपलेल्या अर्जुनाच्या संकटात सापडलेल्या, पेचात अडकलेल्या स्थितीपासून होतो. तो हातपाय गळून गेलेला - गलितगात्र - स्वकीयांशी लढणे हे महापाप समजून, न लढता, पराजय स्वीकारून रणभूमी सोडून जाण्याच्या विचारात असतो. श्रीकृष्ण या त्याच्या दुर्बलतेबद्दल त्याचा निषेध करतो. परंतु त्याला सरळसरळ युद्ध करण्याची आज्ञा न देता भगवान श्रीकृष्ण त्याचे मनपरिवर्तन करण्याचे कार्य हाती घेतो आणि त्याला कर्मयोगाचा (मानवतेसाठी कर्मयोग) संदेश देतो. श्रीकृष्णांचा उपदेश ऐकल्यावर अर्जुनाला ही जाणीव होते, की या युद्धाचा उद्देश केवळ पांडवकुलाचा सन्मान राखण्यासाठी, पांडवांच्या सुखासाठी हस्तिनापुरचे साम्राज्य परत मिळवणे एवढाच नसून, सत्तेवर असणाऱ्या दुष्टांचा नाश करून सर्व जनतेला जुलमी राजसत्तेच्या जाचातून सोडवणे हा आहे.

स्वामी मुक्तानंद लिहितात, 'मोक्षप्राप्तीसाठी त्याग - सर्वसंगपरित्याग - आवश्यक आहेच. परंतु अडचण ही येते की लोकांना या 'सर्वसंगपरित्यागा'चा पुरेसा खोल अर्थ समजत नाही. बाह्यत: केवळ कर्मे करणे सोडून देणे म्हणजे सर्वसंगपरित्याग असे ते समजतात. असला त्याग म्हणजे केवळ फसवणूक असते, ढोंगीपणा असतो. बाहेरून संन्याशाचा अंगरखा चढवला तरी मनात अनेक ऐहिक गोष्टींचा विचार सुरू असतो. भारतात असे भोंदू साधू खूप आहेत. परमेश्वराच्या साक्षात्काराचा उच्च उद्देश मनात ठेवून ते संसारी जग तर सोडतात; परंतु संसारातील गोष्टींचा विचार मनातून जात नाही, त्यांच्यापासून अलिप्त राहता येत नाही आणि त्यामुळे उद्देशही सफल होत नाही. लवकरच त्यांच्या लक्षात येते की त्यांची आध्यात्मिक उंची जराही वाढलेली नसते. ज्या क्रमाने गोष्टी व्हायला हव्यात त्या क्रमाने त्या न झाल्याचा हा परिणाम असतो. ते प्रथम बाह्य गोष्टींचा त्याग करतात, आणि मग मन त्या

१९. एकनाथ ईश्वरन, 'द भगवद्गीता फॉर डेली लिव्हिंग', जयको पब्लिशिंग हाऊस, मुंबई, २००७, खंड ३ पान - ३८७ ते ३८९.

सर्व गोष्टींपासून अलिप्त करण्याचा प्रयत्न करतात. हा क्रम उलटा करावा - प्रथम मनातून सर्व इच्छांचा त्याग करावा, मन विरक्त करावे आणि मग बाह्यजगापासून अलिप्तता स्वीकारावी - हे सांगणे हाच या प्रवचनाचा हेतू आहे.'[२०]

कर्मांना नेहमीच ज्ञानाचा बळकट टेकू हवा. तोच मानवी जीवनाचा योग्य मार्ग आहे हे सांगताना लोकमान्य नृसिंहपुराणातील श्लोकांचा दाखला देतात. 'पक्ष्यांची गती दोन्ही पंखांच्या योगानेच होते, त्याच प्रमाणे ज्ञान व कर्म या दोहोंनी शाश्वत ब्रह्म प्राप्त होते.'

यथाश्वा रथहीनाश्च रथाश्चाश्वैर्विना यथा ।
एवं तपश्च विद्या च उभावपि तपस्विनः ।।९।।
यथान्नं मधुसंयुक्तं मधु चान्नेन संयुतम् ।
एवं तपश्च विद्या च संयुक्ते भेषजं महत् ।।१०।।
द्वाभ्यामेव हि पक्षाभ्यां यथा वै पक्षिणां गतिः ।
तथैव ज्ञानकर्मभ्यां प्राप्यते ब्रह्म शाश्वतम् ।।११।।

ज्याप्रमाणे रथावाचून घोडे किंवा घोड्यांवाचून रथ चालत नाहीत, त्याप्रमाणे तपस्व्यांचे तप व विद्या दोहोंचीही स्थिती आहे. ज्याप्रमाणे कडू वनौषधीत मध मिसळला की औषध तयार होते (अन्न मधाने संयुक्त व मध अन्नाने संयुक्त) त्या प्रमाणे तप व विद्या संयुक्त झाली की (एक मोठे औषध तयार होते) मोक्षप्राप्ती होते. ज्याप्रमाणे पक्षी त्यांचे दोन्ही पंख वापरून उडतात (पक्ष्यांची गती दोन्ही पंखांच्या योगाने होते), त्याचप्रमाणे ज्ञान व कर्म या दोहोंनी शाश्वत ब्रह्म प्राप्त होते. (नृसिंह पुराण, ६१, ९-११)

या प्रकरणाच्या शेवटी लोकमान्य ही गोष्ट अधोरेखित करतात, 'आत्तापर्यंत या प्रकरणात मी ही गोष्ट सिद्ध केली आहे की मृत्युलोकीचे व्यवहार चालण्यास किंवा लोकसंग्रहार्थ यथाधिकार निष्काम कर्म आणि मोक्षप्राप्त्यर्थ ज्ञान या दोहोंचा एककालीन समुच्चय हाच गीतेत प्रतिपाद्य आहे... हा कर्मयोगाचा मार्ग प्राचीन काळापासून चालत आलेला आहे, तो जनकादिकांनी आचरलेला आहे, व भगवंतांनी त्याचा अधिक प्रसार व पुनरुज्जीवन केल्यामुळे त्यासच 'भागवत धर्म' असे म्हटले गेले आहे. आता या मार्गातील ज्ञानी पुरुष आपला परमार्थयुक्त प्रपंच कोणत्या रीतीने चालवितात हे पाहणे लोकसंग्रहदृष्ट्या आवश्यक आहे. तोच पुढील प्रकरणाचा विषय आहे.'

ॐ

२०. http://www.holy-bhagavad-gita.org/chapter/18/verse/9. या संकेतस्थळावरून १२ ऑक्टोबर २०१७ पर्यंत घेतलेल्या माहितीनुसार.

१२

मार्गदर्शक गुरू

> बीजांना जसे अचानक अंकुर फुटतात तसेच जीवनाचा मार्ग दाखवणारे, योग्य वाट दाखवणारे आध्यात्मिक गुरू, मार्गदर्शक, अकस्मात भेटतात. शास्त्रीय दृष्टिकोनातून माणसाचे अंतरंग म्हणजे विचार, प्रतिमा, भावना, संवेदना, स्वप्ने, मर्मदृष्टी आणि प्रेरणा यांचा एक निराकार संचय असतो. वास्तव आणि रूपक यांच्यातील संबंधात थोडी मनाची संवेदनशीलता मिसळा आणि पाहा त्याला कसे रूप, मिती प्राप्त होते.
>
> ए.पी.जे. अब्दुल कलाम

भारतीयांना पूर्णपणे निष्क्रीय करून टकून परकीय आक्रमणांखाली चिरडायला लावणाऱ्या ज्ञान व संन्यास वा विरक्ती यांच्या तत्त्वज्ञानाला दिल्या जाणाऱ्या अवाजवी महत्त्वाचे जोरदार खंडन करून लोकमान्यांनी अशी हानीकारक निष्क्रीयता टाळण्याचा, त्यासाठी मनोबल वाढवण्याचा कर्मयोगाचा उपायही सांगितला. सर्वसंगपरित्यागाच्या नावाखाली येणाऱ्या या दुर्बल निष्क्रीयतेचा, त्यामुळे होणाऱ्या नुकसानाचा दमदार, प्रदीर्घ विरोध करताना त्यांनी ज्ञानाच्या या निराळ्या, पोषक लक्षणावर भर दिला की ते ज्ञान माणसाला लोकसंग्रहापासून, समाजसेवेपासून कधीच फारकत घ्यायला सांगत नाही. हिंदुत्वावर टीका करणाऱ्यांनी गीतेने दिलेल्या या लोकसंग्रहाच्या महत्त्वाच्या उपदेशाकडे नेहमीच दुर्लक्ष केले आहे आणि समाजहित, समाजसेवा हे हिंदू धर्माचे पायाभूत तत्त्व आहे हे सोयीस्करपणे विसरून समाजसेवा हा हिंदू धर्माचा भाग कधीच नव्हता असे बेजबाबदार विधानही केले आहे.

ब्रह्मज्ञान मिळवून कर्तव्यांचाही त्याग करायला सांगणाऱ्या अहंकारी वृत्तीच्या कर्मसंन्यासमार्गावर जोरदार टीका करून निष्काम कर्मयोगाची महती सांगून लोकमान्य या नव्या प्रकरणाचा आरंभ महाभारतातील शांतीपर्वातील एका श्लोकाने करतात. पितामह भीष्म यांनी पांडव, श्रीकृष्ण आणि अन्य सूज्ञ श्रोत्यांस तुलाधराची कथा सांगितली. कथेतील तुलाधर हा व्यापारी असून तो जाजली नावाच्या ब्राह्मण तपस्व्यास धर्म म्हणजे काय ते या श्लोकाद्वारे समजावून सांगतो.

सर्वेषां यः सुहृन्नित्यं सर्वेषां च हिते रतः ।
कर्मणा मनसा वाचा स धर्मं वेद जाजले ।।

जो सर्वांना स्नेहभावाने वागवतो, सर्वांच्या हिताचा विचार करतो, तशीच कृतीही, कर्मेही करतो, सर्वांशी प्रेमाने बोलतो - म्हणजेच (केवळ बुद्धीचा वापर करून स्वहित नाही तर) काया, वाचा, मन यांनी व सर्वांआधी कर्मांनी जनकल्याण साधतो, त्यालाच, हे जाजली, धर्म आणि धर्मग्रंथ समजले असे म्हणता येईल.
(महाभारत, शांतीपर्व, अध्याय २५४, श्लोक ९)

जाजली या ब्राह्मणाने कठोर तपस्या करून अनेक योगसिद्धी प्राप्त करून घेतल्या होत्या. त्यातील एका सिद्धीने तो एका जागी महिनोन्‌महिने एखाद्या खांबासारखा निश्चल उभा राहू शकत असे. त्या काळात त्याला खायलाही लागत नसे आणि मलमूत्रविसर्जनही करावे लागत नसे. असाच तो निर्जीवपणे उभा असताना एका पक्ष्याच्या जोडीने त्याच्या वाढलेल्या जटांमध्ये घरटे केले आणि त्यात अंडीही घातली. यथावकाश ती अंडी उबून त्यातून पिल्ले बाहेर पडली, त्यांच्या पंखात बळ आले आणि ती उडूनही गेली. या 'जनन-पालन' प्रक्रियेने जाजलीला मोठेपणाच्या भावनेने भारून टाकले. 'आपल्याहून अन्य कोणीच असा 'जनक-पालक' नसेल' असा अहंकारी विचार त्याच्या मनात आला. त्याच वेळी आकाशवाणी झाली, 'हे जाजली, तुझी धार्मिक उंची तर काशी नगरातील व्यापारी तुलाधर याच्याएवढीही नाही!'

जाजली अपमानित झाला, क्रोधित झाला; पण त्याची उत्सुकता त्याला स्वस्थ बसू देईना. तो तडक काशीला गेला आणि त्याने तुलाधराचा शोध घेतला. तुलाधर त्याच्या लहानशा दुकानात विक्रीच्या गोष्टी विकण्यात मग्न होता. मनातून तुलाधराचा उपहास करण्याच्या उद्देशाने जाजलीने त्याला मर्त्यपणा व ज्ञानमार्ग याविषयी काही प्रश्न विचारले. जाजलीसमोर नम्रपणे नतमस्तक होत्साता तुलाधर म्हणाला, 'मी एक साधा, लहान व्यापारी आहे; पण माझा तराजू अचूक आहे, वजनात कधीच काही चूक होत नाही. मी माझ्या सर्व ग्राहकांना समान लेखून मान देतोच परंतु प्राण्यांनाही समान लेखतो. माझ्या लेखी चिखलाचा गोळा, एक दगड आणि सोन्याचा गोळा यांत काहीच फरक नाही. मी कोणालाच भीत नाही, मलाही कोणी घाबरत नाही. मी पाण्यावर तरंगणाऱ्या लाकडी ओंडक्यासारखा जगतो.' तुलाधराचे उत्तर ऐकून जाजली खजील झाला, त्याचा दुरभिमान गळून पडला.

लोकमान्य या प्रकरणाच्या प्रारंभी लिहितात, 'ब्रह्मज्ञान होऊन बुद्धी अत्यंत सम व निष्काम झाल्यावर मनुष्याचे पुढे काहीच कर्तव्य शिल्लक राहत नाही व त्यामुळे क्षणभंगुर संसारातील दुःखमय व शुष्क व्यवहार ज्ञानी पुरुषाने विरक्त बुद्धीने अजिबात सोडून दिले पाहिजेत असे ज्या मार्गाचे मत आहे, त्यातील पंडितांस कर्मयोग किंवा गृहस्थाश्रमातील

काही लोक मृत्यूपर्यंत ऐहिक जीवन जगणे, व्यवहार पाळणे हे मूर्खपणाचे समजतात आणि आयुष्यात लवकरात लवकर सर्वसंगपरित्याग करणे हे प्रत्येकाचे परमकर्तव्य मानतात. जाजलीच्या कठोर तपश्चर्येचा व्यर्थपणा, त्यातील निरर्थकता आणि तुलाधराच्या जगाशी जोडून राहण्यातील अर्थपूर्णता, सखोलता यावर भर देऊन लोकमान्य त्या लोकांच्या त्या मताविषयी प्रश्न उपस्थित करतात.

वर्तन हे एक विचारार्ह शास्त्र आहे असे वाटणे कधीच शक्य नाही', आणि प्रकरणाला शीर्षक देतात 'सिद्धावस्था व व्यवहार'.

स्वामी रंगनाथानंद (सरकारी अधिकाऱ्यांशी बोलताना) हे चांगल्या पद्धतीने समजावून सांगतात, 'कारकुनाचे काम करताना ते एक कारकून म्हणून करू नका, स्वतंत्र भारताचे नागरीक म्हणून करा... काम मोठ्या मनाने केले म्हणजे ते मोठे होते, कोत्या मनाने केले की हलके, खालच्या दर्जाचे होते. काम लहान किंवा महान नसते, जे मन लावून ते काम

केले जाते, ते मन ते काम लहान की महान ते ठरवते. घरी तुमची आई स्वयंपाक करते, पगारी स्वयंपाकीही स्वयंपाक करतो. स्वयंपाक तोच, पण तो करताना दोघांच्या मनातील भावना निराळ्या. त्या भावना, ते मन हे महत्त्वाचे. हा विषय कर्मयोग याच पद्धतीने समजावतो. मग हे जे महत्त्वाचे मन आहे ते श्रीमंत, संपन्न, उमदे कसे बनवायचे? त्याला बंधमुक्त, स्वतंत्र कसे करायचे? तेच काम आपल्याला करायला हवे.'[१]

कर्मे कशासाठी करायची? प्रयत्न कशासाठी वाढवायचे? जोवर एखादे कर्म हे धन मिळवण्यासाठी, कोणती तरी परीक्षा उत्तीर्ण होण्यासाठी, आपले लक्ष्य किंवा हेतू साध्य करण्यासाठी केले जाते तोवर ते इच्छेने, आसक्तीने प्रेरित असते. आपल्या कर्मसंचितात भर घालणारे, जीवनबंध, पाश घट्ट करणारे असते. पण जर तेच प्रयत्न करताना संकुचित विचारांऐवजी विशाल, व्यापक दृष्टिकोन ठेवला, हेतू वैयक्तिक ठेवला नाही, त्यातून स्वार्थ वगळला, परिणाम कल्याणकारी होतील अशी खबरदारी घेतली, तर कर्त्याची इच्छा आणि परमेश्वराची इच्छा यांचे 'ट्युनिंग' चांगले जुळते, कर्ता कोणत्याही प्रतिक्रियेपासून दूर राहतो, कर्म बंधनकारकही होत नाही. जगप्रसिद्ध तत्त्वज्ञ कॉन्फ्युशियस याचे एक सुंदर वचन आहे, जे अब्दुल कलाम त्यांच्या अनेक भाषणांमधून श्रोत्यांना ऐकवत असत.

जर हृदयात सौजन्य व प्रामाणिकपणा असेल
तर तुमच्या चारित्र्याला सौंदर्य लाभेल.
तुमचे चारित्र्य जर सुंदर असेल
तर तुमच्या घरात सुसंवाद असेल.
तुमच्या घरात जर सुसंवाद असेल
तर तुमच्या देशात सुस्थिती नांदेल
आणि जर अशी सर्व देशांत सुस्थिती नांदत असेल
तर जगात शांतीचे साम्राज्य असेल!

तेव्हा हृदयाचे सौजन्य आणि प्रामाणिकपणाा आणि मनाची शुद्धता आणि पावित्र्य हे पायाभूत गुण आहेत. हेच दोन गुण जगात शांतता पसरवायला साहाय्यभूत होतात आणि जगात शांतता असेल, तर राजकीयदृष्ट्या आणि सामाजिकदृष्ट्याही जगात सुस्थिती नांदते. जे मनाच्या शुद्धतेला, पावित्र्याला पुरेसे महत्त्व न देता केवळ कर्माचे बाह्यरूप पाहून नीतिमत्तेविषयीचा निर्णय घेतात, त्यांना हे तत्त्व जरा विचित्र वाटेल. परंतु गीता मात्र हेच तत्त्व 'स्थितप्रज्ञते'च्या आदर्शाच्या रूपात स्पष्टपणे प्रतिपादन करते. हा मुद्दा विचारार्थ घेण्याआधी लोकमान्य कर्मयोग व कर्मसंन्यास या दोन मार्गांचा

१. स्वामी रंगनाथानंद, 'युनिव्हर्सल मेसेज ऑफ भगवद्गीता', खंड २, अद्वैत आश्रम, कलकत्ता, २०१५ (सातवे पुनर्मुद्रण) पान ३०.

अखेरचा आढावा घेतात. निष्काम बुद्धीने प्रापंचिक कर्मे करणारे ज्ञानी कर्मयोगी पुरुष हे जगातील सामान्य जनांसाठी सद्वर्तनाचा आदर्शच ठरतात. त्यांचा कित्ता गिरवण्याने धर्माधर्म, कार्याकार्य, कर्तव्याकर्तव्य यांसंबंधी एरवी सजग नसलेल्या सामान्य जनांना फार मोठा लाभ होतो.

लोकमान्य लिहितात, 'ज्ञानी पुरुषाने ज्ञानोत्तरही त्याला ब्रह्मज्ञानाने प्राप्त झालेल्या वैराग्याने व समतेनेच सर्व व्यवहार केले पाहिजेत असा गीतेचा विशेष सिद्धान्त असल्याचे आम्ही गेल्या प्रकरणात सविस्तर दाखवले आहे. जेव्हा हे मान्य आहे की १) जगातून ज्ञानयुक्त कर्म काढून टाकल्याने जग आंधळे होऊन त्याचा नाश होतो, २) ज्ञानी पुरुषानेही निष्काम बुद्धीने सर्व प्रापंचिक कर्मे करून सामान्य जनांस सद्वर्तनाचा आदर्श घालून दिला पाहिजे; कारण जगाचा नाश न होता ते सुरळीत चालावे अशी भगवंताचीच इच्छा आहे आणि ३) हाच मार्ग अधिक श्रेयस्कर व ग्राह्य आहे, तेव्हा अशा प्रकारचा ज्ञानी पुरुष जगातील व्यवहार कसे करतो हे पाहणे जरूर पडते. कारण अशा ज्ञानी पुरुषाचे वर्तन म्हणजे त्याने लोकांस घालून दिलेला कित्ताच असल्यामुळे हा कित्ता तो कसा घालतो हे पाहिले म्हणजे धर्माधर्म, कार्याकार्य अगर कर्तव्याकर्तव्य यांचा निर्णय करण्यास जे साधन अगर युक्ती आपण शोधत होतो ती आपोआपच आपणांस प्राप्त होते... अशा रीतीने आपल्यासमोर 'कर्माकर्मविचिकित्से'चा किंवा 'कार्याकार्य व्यवस्थिती'चा बिकट प्रश्न होता, त्याचे स्वतःच्या वर्तनाने प्रत्यक्ष उत्तर देणारा गुरू आपणास मिळाला... अर्जुनापुढे तसा गुरू श्रीकृष्णरूपाने साक्षातच उभा होता.'[1]

यद्यदाचरति श्रेष्ठस्तत्तदेवेतरो जनः ।
स यत्प्रमाणं कुरुते लोकस्तदनुवर्तते ।।२१।।

श्रेष्ठ (म्हणजे आत्मज्ञानी कर्मयोगी) पुरुष जे जे करतात, ते ते सामान्य लोक करीत असतात, ते जी गोष्ट प्रमाण म्हणून अंगीकारतात तिलाच लोकही अनुसरतात.
(भगवद्‌गीता, अध्याय ३, श्लोक २१)

नारायणीय धर्मात एके ठिकाणी म्हटले आहे,

एकान्तिनो हि पुरुषा दुर्लभा बहवो नृपा ।
यद्येकान्तिभिराकीर्णं जगत् स्यात्कुरुनन्दन ।।५७।।
अहिंसकैरात्मविद्भिः सर्वभूतहिते रतैः ।
भवेत् कृतयुगप्राप्तिराशीःकर्मविवर्जितैः ।।५८।।

एकान्तिक म्हणजे प्रवृत्तिपर भागवत धर्माचे पूर्णपणे आचरण करणारे पुरुष पुष्कळ सापडणे कठीण आहे. आत्मज्ञानी, अहिंसक, सर्वभूतहितार्थ झटणाऱ्या

अशा एकान्तधर्माच्या ज्ञानी पुरुषांनी जर हे जग भरून जाईल, तर 'आशीः कर्मे' म्हणजे काम्य अगर स्वार्थीबुद्धीने केलेली कर्मे या जगातून नाहीशी होऊन पुन्हा कृतयुग परतून येईल. (महाभारत, शांतीपर्व, अध्याय ३३६, मोक्षधाम पर्व)

लोकमान्य लिहितात, 'आमच्या शास्त्रकारांचे असे मत आहे की समाजाची अशा प्रकारची स्थिती पूर्वी फार प्राचीन काळी एकदा होती व पुन्हा केव्हा तरी प्राप्त होईल... परंतु पाश्चात्त्य पंडित अर्वाचीन इतिहासाच्या आधारे असे म्हणतात की पूर्वी अशी स्थिती नव्हती पण पुढे मात्र केव्हा ना केव्हा तरी मानवजातीच्या सुधारणेने ती प्राप्त होणे शक्य आहे. कसेही असो, इतिहासाचा विचार तूर्त कर्तव्य नसल्यामुळे समाजाची जी ही अत्युत्कृष्ट स्थिती किंवा पूर्णावस्था त्या अवस्थेत प्रत्येक मनुष्य परम ज्ञानी असणार व तो जे वर्तन करील तेच शुद्ध, पुण्यकारक, धर्म्य किंवा कर्तव्याची पराकाष्ठा मानली पाहिजे हे मत दोघांनाही ग्राह्य आहे असे म्हणण्यास हरकत नाही.'

लोकमान्य प्रसिद्ध इंग्रजी सृष्टीशास्त्रज्ञ हर्बर्ट स्पेन्सर (१८२०-१९०३) याने त्याच्या 'द प्रिन्सिपल्स ऑफ एथिक्स' या पुस्तकात हेच मत नोंदवले असल्याचे सांगतात. 'हिंस्र प्राण्याला जसा पिंजरा, तसा स्वार्थी माणसाला नीतिनियम!' हे हर्बर्ट स्पेन्सरचे वचन प्रसिद्ध आहे. ठरावीक नियमांच्या मर्यादेच्या आतील वर्तन कधी तीव्र आसक्ती वा हाव निर्माण करीत नाही, सुसंवादी सहकार्य निर्माण करते आणि समाजात एकत्रित राहणाऱ्या लोकांना त्या सुसंवादाचे धनी बनण्याचा लाभ मिळतो. ज्याने 'तत्त्वज्ञानी राजा' ही कल्पना मांडली तो ग्रीक तत्त्ववेत्ता प्लेटो (इ.स.पू.४२८-३४८) याचेही वचन लोकमान्य उद्धृत करतात, 'तत्त्वज्ञानी पुरुषास जे कर्म प्रशस्त दिसेल तेच शुभकारक किंवा न्याय्य होय; सामान्य मनुष्यास हे धर्म कळत नाहीत, सबब त्यांनी तत्त्वज्ञ पुरुषांचाच निर्णय प्रमाण धरला पाहिजे.' एपिक्यूरस नावाच्या आणखी एका ग्रीक तत्त्वशास्त्रज्ञाने (इ.स.पू. ३४१-२७०) अशा प्रकारच्या प्रमाणभूत परमज्ञानी पुरुषाचे केलेले वर्णन लोकमान्य वाचकांसमोर ठेवतात, 'तो शांत, समबुद्धीचा, किंबहुना परमेश्वराप्रमाणे सदा आनंदमय असून लोकांना त्याजपासून किंवा त्याला लोकांपासून यत्किंचितही त्रास होत नाही.'

अशा रीतीने आपल्याकडे प्रचलित असलेल्या नीतितत्त्वांचा उगम, त्यांचा अर्थ, तो लावताना त्यातील देवाच्या इच्छेचे स्थान आणि बुद्धीचे स्थान व त्या दोहोंचे महत्त्वपूर्ण योगदान यांची चर्चा करताना भारतीय व पाश्चिमात्त्य तत्त्ववेत्त्यांच्या वचनांचा संदर्भ दिल्यानंतर लोकमान्य कर्मे करताना स्वतःच्या भावना व वासनांचे नियमन करणे, इतरांच्या भावनांचा, सर्वांच्या कल्याणाचा विचार करणे यांसारखी तत्त्वे ही त्या सगळ्याचा गाभा असल्याचे आणि गीतेत प्रतिपादन केलेल्या 'स्थितप्रज्ञ' ही संकल्पना हा तिचा पाया असल्याचे सांगतात.

भगवद्गीतेत या 'स्थितप्रज्ञा'ची लक्षणे अतिशय स्पष्ट शब्दांत व वारंवार सांगितली आहेत.

यस्मान्नोद्विजते लोको लोकान्नोद्विजते च यः ।
हर्षामर्षभयोद्वेगैर्मुक्तो यः स च मे प्रियः ॥१५॥

ज्याला लोक कंटाळत नाहीत किंवा ज्याच्यामुळे त्रासत नाहीत आणि तोही लोकांनाही कंटाळत नाही अथवा लोकांकडून त्याला त्रासही होत नाही, तसेच जो हर्ष, क्रोध, भय व विषाद यांपासून अलिप्त, मुक्त असतो असा ('स्थितप्रज्ञ') बुद्धीचा भक्त मला अतिशय प्रिय असतो.
(भगवद्गीता, अध्याय १२, श्लोक १५)

प्रजहाति यदा कामान्सर्वान्पार्थ मनोगतान् ।
आत्मन्येवात्मना तुष्टं स्थितप्रज्ञस्तदोच्यते ॥५५॥

श्रीकृष्ण अर्जुनाला सांगतात, 'जेव्हा एखादा मनुष्य मनाला यातना देणारे सर्व स्वार्थी विचार व वासना यांचा त्याग करतो, आणि आत्मज्ञानाने संतुष्ट होतो, तृप्त होतो तेव्हा त्याला स्थितप्रज्ञ म्हणतात. (भगवद्गीता, अध्याय २, श्लोक ५५)

समदुःखसुखः स्वस्थः समलोष्टाश्मकाञ्चनः ।
तुल्यप्रियाप्रियो धीरस्तुल्यनिन्दात्मसंस्तुतिः ॥२४॥
मानापमानयोस्तुल्यस्तुल्यो मित्रारिपक्षयोः ।
सर्वारम्भपरित्यागी गुणातीतः स उच्यते ॥२५॥

अशा लोकांना सुख, दुःख दोन्ही सारखेच असते. ते स्थिरचित्त असतात. त्यांच्या दृष्टीने माती, दगड व सोने हे समानच असते. ते आनंददायी वा दुःखदायी प्रसंगांतही एकसारखेच धैर्याने, विचलित न होता राहतात. ते त्यांची केलेली निंदा वा स्तुती दोन्हीही समसमानच मानतात. (भगवद्गीता, अध्याय १४, श्लोक २४)
ते सन्मान व अपमान यांचा स्वीकार समचित्ताने करतात, शत्रु वा मित्र यांना समान वागणूक देतात, त्यांनी सर्व काम्य उद्योगांचा त्याग केलेला असतो, ते तिन्ही गुणांच्या परे - पलीकडे - पोहोचलेले असतात (म्हणून त्यांना 'गुणातीत' म्हणतात). (भगवद्गीता, अध्याय १४, श्लोक २५)

ब्रह्मभूतः प्रसन्नात्मा न शोचति न काङ्क्षति ।
समः सर्वेषु भूतेषु मद्भक्तिं लभते पराम् ॥५४॥

जो ब्रह्मात विलीन होतो - ब्रह्मभूत होतो - तो प्रसन्नचित्त असतो, सदा आनंदी असतो. त्याला कशाची अपेक्षा नसते, कशाचे दु:ख नसते. तो सर्वांशी सारखा वागतो. म्हणूनच त्याला माझी भक्ती लाभदायक ठरते. (भगवद्गीता, अध्याय १८, श्लोक ५४)

स्वामी रंगनाथानंद म्हणतात, 'ब्रह्मभूत व्यक्ती एका सामान्य व्यक्तीमधून उत्क्रान्त होत असते. ती सामान्य व्यक्ती कोण असते? जी स्वत:ला एक स्वतंत्र व्यक्ती समजत असते, तिचा निराळा 'स्व' - 'अहं' - असतो - जी 'व्यक्तिभूत' असते... आपला प्रत्येकाचा जीवनप्रवास असाच सुरू होतो. मग आपण आपल्या मनाला त्या प्रत्येकाच्या स्वतंत्र असलेल्या 'स्व'ला, 'अहं'ला विसरायला शिकवतो, ब्रह्मात विलीन व्हायला शिकवतो... 'व्यक्तिभूत ते ब्रह्मभूत' हा प्रवास आपण किती कौशल्याने करतो, आपल्यातल्या 'अहं'ला कसे हाताळतो यावर आपले सुख, आनंद, आपले जीवनहित हे सर्व अवलंबून असते. या काळात आपल्या आयुष्यात असे अनेक प्रसंग येतात, ज्या वेळी आपला अहं आणि अन्य कोणाचा ना कोणाचा तरी अहं यांची टक्कर होत असते... बिलियर्डचा चेंडू जसा इतर अनेक चेंडूंना टक्कर देत जातो तसेच! ...मनुष्याचे व्यक्तिमत्त्व अशाच प्रसंगांमधून आकारते, विकास पावते. आपले जीवन सुखी कसे होईल, आपल्याला मन:शांती कशी लाभेल, आपली जीवनकथा ही सुखांतिका कशी होईल, इतकेच नव्हे, तर आपले इतरांशी असलेले संबंध कसे सलोख्याचे असतील, आपल्या भोवतालच्या जगातही आपल्या मनातील सुखशांतीच कशी पसरेल हेही आपण आपला अहं कसा जोपासतो यावरच ठरते.'[२] डॉक्टर राधाकृष्णन वरील श्लोकाविषयी म्हणतात, 'माणसाचा अहं निराकार अनंतात विलीन होण्याच्या प्रक्रियेपेक्षा भगवद्गीता ईश्वरावरील परमभक्तीला अधिक महत्त्व देते हे या वरील श्लोकावरून दिसून येते.'[३]

लोकमान्य लिहितात, 'स्थितप्रज्ञावस्था किंवा जीवनमुक्तावस्था कितीही दुष्प्राप्य असली, तरी ज्या पुरुषास ही परमावधीची सिद्धी एकदा प्राप्त झाली, त्यास कार्याकार्याचे किंवा नीतिशास्त्राचे नियम घालून देण्याचे कधीच कारण नसते. कारण परमावधीची शुद्ध, सम व पवित्र बुद्धी हेच काय ते नीतीचे सर्वस्व असल्यामुळे अशा स्थितप्रज्ञ पुरुषास नीतिनियम लावू पाहणे म्हणजे स्वयंप्रकाशी सूर्याजवळ अंधकार असेल असे कल्पून त्यास मशाल दाखवण्याइतके असमंजस होय. एखादा पुरुष या पूर्णावस्थेस पोहोचला आहे की नाही याबद्दल मात्र शंका असू शकेल...'

असे जे स्थितप्रज्ञावस्था प्राप्त केलेले लोक असतात, त्यांना सामान्य माणसांच्या वर्तणुकीतील नीतिअनीतिमत्तेविषयी न्याय करण्याचे अधिकार प्रदान होतात. ख्रिश्चन धर्मात 'प्रॉफेटिक मिनिस्ट्री' अशी एक संकल्पना असते. बायबल सांगते, '...आणि त्याने

२. स्वामी रंगनाथानंद, 'युनिव्हर्सल मेसेज ऑफ भगवद्गीता', खंड ३, अद्वैत आश्रम, कलकत्ता, २०१५ (सातवे पुनर्मुद्रण) पान ३३२.

३. एस.राधाकृष्णन, 'द भगवद्गीता', हार्पर कॉलिन्स पब्लिशर्स इंडिया, २०१४, पान ४४०.

काही प्रेषित पाठवले, काही धर्मप्रचारक पाठवले, काही धर्मोपदेशक, काही धर्मगुरू आणि काही शिक्षक दिले.' (एफिशन्स, ४:११) ख्रिस्ताच्या या पाच प्रतिनिधींना 'असेन्शन गिफ्ट्स' म्हणतात, ख्रिस्ताच्या त्या पाचही देणग्या सारख्याच महत्त्वाच्या असतात. धर्मप्रचारक आध्यात्मिक पिता असतो, लोकांच्या मनात धार्मिक वृत्तीची वास्तू उभारणारा वास्तुविशारद आणि अभियंता असतो. म्हणून त्याची समाजाला गरज असते. आत्मा जिंकून घेणारा धर्मोपदेशकही हवा असतो; कारण तो सतत सर्वांना ते विसरत असलेल्या अनेक चांगल्या गोष्टींची आठवण करून देत असतो. धर्मगुरू तर सर्वांनाच सल्ला देत असतो, दिलासा देत असतो, सर्वांचा विश्वास बळावत असतो, धार्मिकतेची जोपासना करीत असतो. शिक्षक शिकवतो, सूचना देतो, देववाणीचा अर्थ समजावून सांगतो, त्याच्या पद्धतींचा परिचय करून देतो आणि प्रेषित - तो तर प्रत्यक्ष देवदूतच असतो, देववाणीच असतो - मानसिक व नैतिक उन्नती साधून देणारा, देवाचा उपदेश जगणारा, सुखकर्ता, दुखहर्ता, जीवनदायी संदेश देणारा देवदूत. तो प्रेषित जो दैवी, अलौकिक असा आनंद देतो, जीवनाला जो ताजेपणा देतो त्याची प्रत्येकालाच नितांत गरज असते. तो जो उजाळा देतो, तो मिळाला नाही, तर आपल्याला एका शुष्क धार्मिक मृत्यूला सामोरे जावे लागते आणि आपला आपल्या पूर्वजांशी आत्मिकदृष्ट्या काहीच संबंध उरत नाही. पृथ्वीवर, जिथे कदाचित आपल्यामध्ये एक 'जिवंत जग' संक्रमित होऊ शकते, येण्यासाठी आपणा सर्वांना भविष्यसूचक ध्वनीची गरज भासते.[४]

हिंदू धर्मामध्ये वरील सर्व महत्त्वाची कार्ये स्थितप्रज्ञ करतो. लोकमान्य लिहितात, 'एखादा पुरुष या स्थितप्रज्ञावस्थेस, पूर्णावस्थेस पोहोचला असे एकदा ठरले की त्याच्या पापपुण्यासंबंधाने अध्यात्मशास्त्रातील सिद्धान्तांखेरीज दुसरी कल्पना करणेच शक्य नाही. राजसत्ता ज्याप्रमाणे एका स्वतंत्र पुरुषात अथवा पुरुषसमूहात अधिष्ठित असते, तसाच नीतीच्या राज्यात स्थितप्रज्ञ पुरुषाचा अधिकार असतो. त्यांच्या मनात कोणतीच काम्य बुद्धी नसते; म्हणून केवळ शास्त्रतः प्राप्त झालेल्या कर्तव्याखेरीज दुसऱ्या कोणत्याच हेतूने कर्म करण्यास ते प्रवृत्त होत नसतात व त्यामुळे पाप वा पुण्य, नीती वा अनीती हे शब्द अत्यंत निर्मल व शुद्ध वासनेच्या या पुरुषांस कधीच लागू होत नाहीत.'

स्थितप्रज्ञ हा द्रष्टा असतो, त्याला भविष्यात होणाऱ्या गोष्टी स्पष्टपणे दिसत असतात. यामुळे स्थितप्रज्ञांवर जीवनाचा चुकीचा मार्ग अवलंबणाऱ्यांना सावध करण्याची, त्यांना धोक्याची जाणीव करून देऊन, वेळप्रसंगी कठोर इशारा देण्याची अवघड जबाबदारी येऊन पडते. स्थितप्रज्ञ अवस्थेत लवकरच घडणाऱ्या घटना स्वच्छ दिसत असल्यामुळेच स्थितप्रज्ञांना दुराग्रही अथवा हेकेखोर लोकांना त्यांच्या उद्दामपणाच्या, मग्रूरीच्या वाईट परिणामांची स्पष्ट जाणीव करून द्यावीच लागते.

४. http://www.jonasclark.com/index.php/12-functions-of-prophetic-ministry/. या संकेतस्थळावरून १४ ऑक्टोबर २०१७ पर्यंत घेतलेल्या माहितीनुसार.

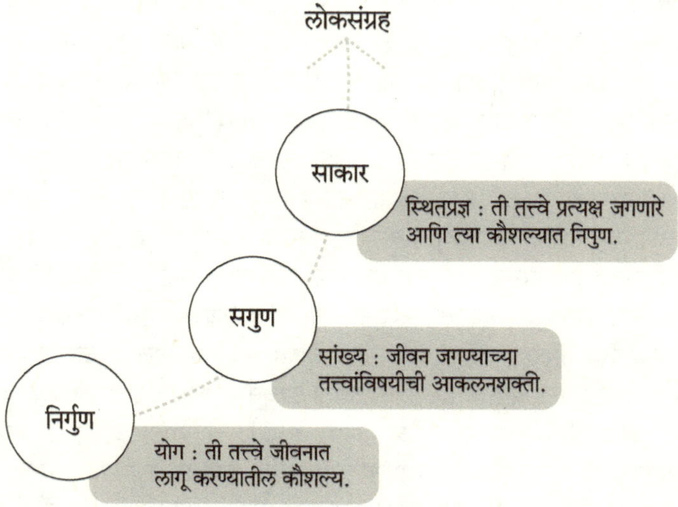

'स्थितप्रज्ञ' हा शब्द तयार केला तो सर्वप्रथम गीतेनेच... त्या शब्दातच त्याचा 'अढळ बुद्धीचा' हा अर्थ स्पष्ट झालेला आहे. परंतु इंद्रियनिग्रह केल्याशिवाय, संयम पाळल्याशिवाय बुद्धी अढळ कशी होणार? म्हणूनच स्थितप्रज्ञाला 'मूर्तिमंत निग्रह' असेच म्हटले आहे. निग्रह म्हणजे बुद्धी आत्म्यामध्ये स्थिर करायची आणि मन व सर्व इंद्रिये बुद्धीच्या नियंत्रणाखाली ठेवायची. स्थितप्रज्ञ त्याच्या सर्व इंद्रियांना संयमाचा लगाम घालतो आणि निष्काम, फलेच्छारहित कर्मांसाठी त्यांचा वापर करतो.[५]

लोक सहसा स्वतःच्या मर्यादित जगात जगत असतात, स्वतःच्या आयुष्यावर, जीवनपद्धतीवर खूश असतात. त्यांना त्यांच्या स्वधर्माचे रक्षण पुरेसे वाटते. काही विपरित घडले तर त्यांचे मित्र, त्यांनी जोपासलेले स्नेहीसंबंधी, त्यांची नोकरी, धंदा, विम्यांचे संरक्षक कवच या गोष्टी त्यांच्या मदतीला, त्यांची संकटातून सुटका करायला धावतील अशी त्यांची खातरी असते. यामुळे स्थितप्रज्ञांचे काम अधिकच अवघड होते. त्यातच विविध प्रकारच्या 'गुरूं'चाही - भोंदू बाबांचाही - सुळसुळाट असतो. लोकांना असले गुरू आवडतात कारण ते लोकांना त्यांच्या वाईट सवयी, त्यांचे चुकीचे वर्तन हे बरोबर, योग्य असल्याची खोटी ग्वाही देतात. त्यांच्या जीवनपद्धतीत काहीही गैर नसल्याचे आश्वासन देतात.

---

५. http://www.vinobabhave.org/index.php/talks-on-geeta/group1-2/chapter-2-col-120. या संकेतस्थळावरून १३ ऑक्टोबर २०१७ पर्यंत घेतलेल्या माहितीनुसार.

- आणि अखेरीस सर्वांनाच छळणारे शंका-कुशंकांचे काहूर प्रत्येकाच्या मनात असतेच. जेव्हा आपण कोणत्या तरी बाह्य गोष्टींच्या हाती आपले आयुष्य सोपवतो, त्यांना ते नियंत्रित करू देतो, तेव्हा मनात सतत अनिश्चितता तर डोकावणारच! सर्वच अडचणी मोठे रूप धारण करतात. आत्म्यावर सावट येते. परमेश्वरकृपेविषयीसुद्धा शंका उत्पन्न होते. काही जण तर त्याच्या अस्तित्वाविषयीच साशंक होतात. अशा अवस्था येतात म्हणूनच स्थितप्रज्ञ आधारासाठी असतात. गीता या 'स्थितप्रज्ञ' संकल्पनेद्वारे सर्व जगताला एक अतिशय महत्त्वाचा, मौलिक असा संदेश देते की 'या जगात येणाऱ्या प्रत्येकाला त्याच्या जीवनात काहीतरी विशिष्ट कर्म पार पाडायचे असते. कोणालाच त्या कर्मापासून सुटका नसते; कारण ते कर्म हेच त्याच्या जगातील आगमनाचे कारण असते. तोच त्याच्या अस्तित्वाचा हेतू असतो. आपल्याला आपल्या जन्मामागच्या या तर्कमीमांसेची जाणीव असलीच पाहिजे आणि त्याच जाणीवेने काहोही झाले तरी आपण आपले विहित कर्म करत राहिलेच पाहिजे. त्या कर्माच्या यशापयशापेक्षा ते करत राहणे जास्त महत्त्वाचे आहे. या कर्तव्यपालनापेक्षा जेव्हा परिणाम महत्त्वाचे वाटू लागतात, तेव्हा धोक्यांची शक्यताही वाढते. मग 'आपण केवळ परमेश्वराच्या हातातील खेळणे - साधन आहोत या सत्याचा आपल्याला विसर पडतो आणि आपण स्वत:ची योग्यता सिद्ध करायला सरसावतो.

लोकमान्य लिहितात, 'केवळ वैदिक धर्मातच नव्हे तर बौद्ध व ख्रिस्ती धर्मांतही (निष्काम कर्मयोगाने मन:शांती मिळते) हाच सिद्धान्त आढळून येत असून प्राचीन ग्रीक तत्त्वज्ञानी पुरुषांसही हे तत्त्व मान्य झालेले होते आणि अर्वाचीन काळी इमॅन्युअल कान्ट याने आपल्या नीतिशास्त्रावरील ग्रंथात हेच तत्त्व सोपपत्तिक सिद्ध करून दाखवले आहे. नीतिनियमांचा कधीही गढूळ न होणारा मूळ झरा किंवा निर्दोष कित्ता कोणता याचा याप्रमाणे नियम झाल्यावर नीतिशास्त्राची किंवा कर्मयोगशास्त्राची मूलतत्त्वे ज्याला पाहणे असेल, त्याने या थोर व निष्कलंक सिद्धपुरुषांच्या चरित्राचेच अवलोकन केले पाहिजे हे उघड सिद्ध होते. म्हणूनच भगवद्गीतेत अर्जुनाने श्रीकृष्णाला हा प्रश्न विचारला आहे :

कैर्लिङ्गैस्त्रीन् गुणानेतानतीतो भवति प्रभो ।
किमाचारः कथं चैतांस्त्रीन्गुणानतिवर्तते ।।२१।।

अर्जुनाने श्रीकृष्णाला विचारले, 'हे प्रभो, जो (सत्त्व, रज, तम) या तीन गुणांच्या पलीकडे जातो, त्याला कोणत्या लक्षणांनी ओळखायचे, त्यांचा आचार कसा असतो आणि तो त्या तीन गुणांच्या पलीकडे कसा जातो ते मला समजावून सांगा. (भगवद्गीता, अध्याय १४, श्लोक २१)

डॉक्टर राधाकृष्णन या बाबतीत एक महत्त्वाचा मुद्दा मांडतात, 'जो त्याच्या सांप्रत आयुष्यात परिपूर्णता संपादन करतो, जो 'जीवनमुक्त' होतो त्याची लक्षणे कोणती असा

प्रश्न आला, तर असेच दिसते की जी गीतेच्या दुसऱ्या अध्यायाच्या पंचावन्नाव्या श्लोकात 'स्थितप्रज्ञा'ची आणि बाराव्या अध्यायाच्या तेराव्या श्लोकात 'भक्तिमाना'ची जी लक्षणे सांगितली आहेत, तीच त्याची लक्षणे असतात. यावरून हेही सिद्ध होते की कसेही प्राप्त केले तरी परिपूर्णतेसाठी लागणारे गुण सारखेच असतात.'[६]

लोकमान्य लिहितात, 'सराफाकडे कोणी एखादा सोन्याचा दागिना परीक्षेसाठी नेल्यास आपल्याजवळ नमुन्यासाठी ठेवलेल्या एका बावनकशी सोन्याच्या तुकड्याशी त्याची तुलना करून मग ज्याप्रमाणे सराफास त्याचा कस ठरविता येतो, त्याचप्रमाणे कार्याकार्याचा वा धर्माधर्माचा निर्णय करण्यास स्थितप्रज्ञाचे वर्तन ही एक कसोटी असल्यामुळे मला तिचे ज्ञान करून द्या, असा या अर्जुनाच्या प्रश्नातील गर्भितार्थ आहे... आणि गीतेत भगवंतांनी अर्जुनास केलेल्या उपदेशाचे सार हे आहे की 'कर्मे सोडण्याची गरज नाही व ती सुटतही नाहीत; ब्रह्मात्मैक्यज्ञान करून घेऊन कर्मयोग्याप्रमाणे व्यवसायात्मक बुद्धी साम्यावस्थेत राहू दे, म्हणजे त्याबरोबर वासनात्मक बुद्धीही नेहमी शुद्ध, निर्मम व पवित्र राहून कर्माचे बंधन घडत नाही.'

लोकमान्य येथे स्थितप्रज्ञाच्या जीवनाचे आणखी थोडे बारकाईने परीक्षण करतात आणि सामान्यांना त्यापासून मिळणारे लाभ विशद करून सांगतात. परंतु त्यापूर्वी ते हा सावधगिरीचा इशाराही देतात, 'हे लक्षात ठेवले पाहिजे की आता स्थितप्रज्ञालाही, ज्या समाजातील बहुतेक लोक स्वार्थातच गढलेले असतात अशा कलियुगातील समाजातच राहावे लागते. कारण मनुष्याचे ज्ञान कितीही पूर्ण व त्याची बुद्धी कितीही साम्यावस्थेत पोहोचलेली असली, तरी कामक्रोधादिकांच्या कह्यात सापडलेल्या अशुद्ध बुद्धीच्या लोकांबरोबर वागताना अहिंसा, दया, शांति, क्षमा इत्यादी नित्य व परमावधीच्या सद्गुणांचाच सर्व प्रकारे सर्वदा स्वीकार करून त्याचा निभाव लागणार नाही.'

याचा अर्थ असा समजायचा का की नैतिकतेची प्रमाणे व्यक्तिसापेक्ष असतात? तसे निश्चितच नसले पाहिजे. कारण मग त्याचा अर्थ असा होईल की मानवतेचा स्पष्ट, योग्य असा ठरलेला मार्ग नसतोच, तो काळाच्या लाटांबरोबर बदलत राहतो किंवा तो दिशाहीनच असतो. खरे तर प्रत्येकाचे मन हेच उत्तम, निःपक्षपाती दिशादर्शक असते. जेव्हा केव्हा हातून चूक घडते, तेव्हा आपल्यापैकी प्रत्येकाला ते मनातून माहीत असते; पण आपण त्याकडे दुर्लक्ष करतो, मनाचा इशारा टाळतो. दुर्दैवाने धर्माचाही धाक राहिलेला नाही, खरे आणि खोटे गुरू, मार्गदर्शकही ओळखणे अवघड झाले आहे. ते येतात आणि नाहीसेही होतात. परिणामी बरोबर काय आणि चूक काय हे कळण्याचा हमखास असा मार्गच राहिलेला नाही. नेते नुसत्याच मोठमोठ्या गप्पा मारतात, भव्य काल्पनिक चित्रे उभी करतात, आदर्शांच्या बढाया मारतात पण काहीही उपयुक्त, व्यवहार्य बोलत नाहीत. सदाचरणी आयुष्य कसे जगावे या बाबतीतील सत्य दडले आहे तरी कुठे? गीता स्थितप्रज्ञस्थितीद्वारे ते सत्य, आपल्या अनेक प्रश्नांची निश्चित स्वरूपाची उत्तरे आपल्या

६. एस. राधाकृष्णन, 'द भगवद्गीता', हार्पर कॉलिन्स पब्लिशर्स इंडिया, २०१४, पान ३८२.

समोर ठेवते. त्यातून एक निराळीच - भूतकाळ विसरून जाण्याची, जे वर्तमानकाळाने समोर ठेवले आहे ते स्वीकारून त्यात समाधान मानण्याची आणि भविष्याविषयी ठाम आत्मविश्वास बाळगण्याची - वृत्ती मनात मूळ धरते आणि ती आपोआप, हळूहळू विकसित होते.

लोकमान्य लिहितात, 'अर्थात जेथे सर्वच स्थितप्रज्ञ असतील, त्या समाजातील नीती वा धर्माधर्म आणि ज्या समाजात लोभी पुरुषांचाच भरणा जास्त असेल त्या समाजातील नीती आणि धर्माधर्म हे थोडेतरी भिन्न असलेच पाहिजेत. नाही तर साधूपुरुषांस हे जग सोडूनच जावे लागेल आणि दुष्टांचेच सर्वत्र साम्राज्य होईल. याचा अर्थ असा मात्र नव्हे की साधूपुरुषांनी आपली साम्यबुद्धी सोडली पाहिजे. गीतेत असे सांगितले आहे की संत, पंडित यांची बुद्धी 'ब्राह्मणे गवि हस्तिनि' - ब्राह्मण, गाय व हत्ती - यांच्या ठायी समच असते.'

विद्याविनयसम्पन्ने ब्राह्मणे गवि हस्तिनि ।
शुनि चैव श्वपाके च पण्डिताः समदर्शिनः ।।१८।।

जे खरोखर विद्यावान असतात, विनयी असतात ते ब्राह्मण, गाय, हत्ती, श्वान आणि चांडाल यांनासुद्धा समदृष्टीनेच पाहतात.
(भगवद्गीता, अध्याय ५, श्लोक १८)

डॉक्टर राधाकृष्णन हा श्लोक जरा विस्ताराने समजावून सांगतात. 'श्रेष्ठ ज्ञानाबरोबर नम्रता येते. ज्ञानाचा प्रकाश जसजसा वाढत जातो, तसतशी आपल्याला आजूबाजूच्या अंधकाराची वाढती जाणीव होते. परंतु आपले ज्ञान हे मर्यादित असते. आपल्याला जे ज्ञात असते, त्याहून जे अज्ञात असते ते कितीतरी जास्त असते. सीमित ज्ञान माणसाला दुराग्रही बनवते. ते जरा वाढले तर मनातील प्रश्न, शंका वाढवते; परंतु ते त्याहूनही वाढले की आपण नम्र होऊन प्रार्थनार्थी होतो. आपले अस्तित्व ही परमेश्वराची कृपा आहे, ते त्याच्या आपल्यावरील प्रेमाची परिणती आहे ही जाणीव ही ज्ञानाची परिणती असते. कोणत्याही काळातील श्रेष्ठ विचारवंत सखोल व धार्मिक मनोवृत्तीचेच होते... ज्ञानी, विचारी सर्वाभूती एकच परमेश्वर, सर्वाभूती एकच आत्मा अशी समता वृत्ती बाळगणारेच होते. तीच दृष्टी विधात्याचीही असते.'[७]

कर्मयोगातील सर्वात अवघड प्रश्न हाच आहे की हे असे शक्य होते का? जर सर्व साधूसंत आजूबाजूच्या समाजाविषयी उदासीन बनले, स्वार्थी लोकांवर न रागावता त्यांची कुकर्मे सहन करीत राहिले, शहामृग जसा डोके वाळूत खुपसून बसतो तसे समाजातील पापांकडे कानाडोळा करू लागले, तर ते संत म्हणवून घ्यायची पात्रता गमावून बसतील. लोकमान्य समर्थ रामदासांची शिकवण समोर ठेवतात : ज्ञानी पुरुषाच्या म्हणजे

७. एस.राधाकृष्णन, 'द भगवद्गीता', हार्पर कॉलिन्स पब्लिशर्स इंडिया, २०१४, पान २१० ते २१२.

जाणत्याच्या कथा, गोष्टी, छलबल, युक्ती, पेच, प्रसंग, साक्षेप, तर्क, धूर्तपणा, राजनीति, सहिष्णुता, तीक्ष्णता, औदार्य, अध्यात्मज्ञान, भक्ती, अलिप्तता, वैराग्य, धाष्टर्य, हव्यास, करारीपणा, निग्रह, समता, विवेक इत्यादि अनेक गुण सर्वांनी शिकावे.'

(घटासी जाणावा घट । उद्धटासी पाहिजे उद्धट ।।)
खटनटासी खटनट । अगत्य करी ।।

गर्विष्ठ, शिष्ट व दुसऱ्यांचा तिरस्कार करणाऱ्या लोकांशी आपणही तिरस्काराने, उद्धट लोकांशी धिटाईने, आणि गद्दारांशी दुष्टपणेच वागले पाहिजे.
(दासबोध १९.९.३०, राजकारणनिरूपण)

लोकमान्य लिहितात, 'तात्पर्य, पूर्णावस्थेतून व्यवहारात उतरले म्हणजे अत्युच्च पायरीचे जे धर्माधर्म त्यात थोडाबहुत फरक करावा लागतो... शुद्ध नीतिधर्माशी तंटा करीत बसण्याचा काही उपयोग नाही. शास्त्रकार नित्य नीतिधर्मांनाही काही अपवाद सांगतात, त्याबरोबर ते त्याबद्दलची प्रायश्चित्तेही सांगतात... स्थितप्रज्ञ ज्ञानी पुरुषाची बुद्धी व वर्तन हा नीतिशास्त्राचा पाया आहे.'

सध्या माहिती, संदेश आणि संपर्काच्या तंत्रज्ञानाने जग व्यापून टाकले आहे, त्यामुळे विशेषतः तरुणांचे भाग्य उजळलेले असून त्यांच्या हाती मुबलक पैसा खेळू लागला आहे. याचा परिणाम म्हणून त्या तरुण पिढीच्या वैयक्तिक गोष्टींना - शारीरिक गरजा, व्यक्तिगत हक्क, अधिकार, मिळकत, संपत्ती आणि त्या सर्वांमधून सुख व समाधान या गोष्टींना - कमालीचे महत्त्व प्राप्त झाले आहे. दागदागिने, सौंदर्यप्रसाधने, करमणूक, चैनीच्या अतिरेकामुळे लागलेली व्यसने, कामाच्या जागी सहकर्मचाऱ्यांबरोबरचे लैंगिक संबंध यांना समाजात चुकीची वरची जागा मिळू लागली आह. या सगळ्याचे मूल्यांकनच चुकीचे होऊ लागले आहे. साहजिकच मूळच्याच अनुचित असलेल्या या असल्या गोष्टी अपेक्षित परिणाम घडवूच शकत नाहीत, त्या घातकच ठरतात. विशेषतः त्या आर्थिक नुकसानाला आणि त्यातून येणाऱ्या आणि आयुष्यभर पाठ न सोडणाऱ्या मानसिक नैराश्य व वैफल्याला कारणीभूत ठरतात. दूरदर्शनवरील वाढत्या वाहिन्या, इंटरनेट, वैविध्यपूर्ण विक्रीव्यवस्था, विशेषतः इंटरनेटवरून केली जाणारी खरेदी यामुळे माणसाच्या खऱ्या मूलभूत गरजा आणि त्याच्या वैयक्तिक लालसा, अपेक्षा यांतील तफावत अभूतपूर्वरित्या वाढते आहे. बाजारातील नवनवीन गोष्टींची उपलब्धता त्या तफावतीत आणि पर्यायाने लोकांच्या अपेक्षाभंगाच्या, नैराश्याच्या दुःखातही भर घालते आहे. निरुपयोगी पण आकर्षक अशा मौजमजेसाठी, अर्थहीन गोष्टींच्या खरेदीसाठी 'क्रेडिट कार्ड्स' लोकांची भविष्यातील मिळकतसुद्धा आधीच खर्च टाकून टाकत आहेत. अगणित लोकांच्या दुःखांनी प्रचंड रूप धारण केले आहे.

सर्वच गोष्टींचे जे 'बाजारीकरण' सुरू आहे, ते त्या शब्दांच्या व्याख्येपेक्षाही फार भयंकर झाले आहे. लोकांच्या जीवनपद्धतीच नव्हेत, तर व्यक्तीमत्त्वविकासाचीसुद्धा 'पॅकेजेस' तयार आहेत आणि ती लोकांच्या नव्हे, बाजाराच्या निकषांनुसार, सररास विकली जात आहेत. तरुणतरुणींनासुद्धा बाजारातील मागणीप्रमाणे तयार केले जात आहे - इतके इंजिनीयर्स, इतके डॉक्टर्स, इतक्या नर्सेस, कॉम्प्युटर प्रोग्रॅमर्स, बांधकाम पर्यवेक्षक, अगदी हवे त्या प्रमाणातच औषधाचे व्यापारी, अगदी टॅक्सी ड्रायव्हर्ससुद्धा! शैक्षणिक संस्था - शाळा, कॉलेजेस आणि विद्यापीठेदेखील - मासे जाळ्यात अडकवणारी जहाजे असतात तशा आधुनिक अर्थव्यवस्थेच्या गरजेनुसार, तिचे यंत्र सुरळीत चालण्यासाठी आवश्यक त्या प्रमाणात मनुष्यबळ उत्पादन करून पुरवणारे कारखाने बनल्या आहेत. मूळची काही आदर्श जीवनमूल्यांवर आधारलेली आपली जीवनपद्धती आता बाजारातील वस्तूंच्या मूल्यांवर, दूरदर्शनवरील जाहिरातींवर, इंटरनेट मुक्त वाटप करत असलेल्या मोफत 'ॲप्स'वर चालू लागली आहे. अशा रीतीने आजवर उभा असलेला एकसंध समाजाचा डोलारा कोसळून त्याचे कण आधुकितेच्या वाऱ्यावर सर्वत्र निर्हेतुकपणे पण अपरिहार्यपणे विखरून जाण्याआधी हे सर्व थांबले पाहिजे. लोकमान्य अगदी निःसंदिग्धपणे सांगतात, 'लोकांच्या अभ्युदयासाठीच धर्माधर्मशास्त्र निघाले आहे. लोकव्यवहार चालून उभयलोकी कल्याण व्हावे म्हणून धर्माधर्माचे नियम केलेले असतात.'

लोकयात्रा च द्रष्टव्या धर्मश्चात्महितानि च ।
एवं नरो वर्तमानः शाश्वतीरेधते समाः ।।१७।।

एखाद्याने काय करावे हे ठरवताना समाजाची प्रगती, योग्य-अयोग्य, चूक-बरोबर यातील संदेह आणि व्यक्तिगत कल्याण यांचा (यांसारख्या बाह्य मार्गदर्शक शक्तींचा) नेहमी विचार केला जातो.
(महाभारत, अनुशासन पर्व, अध्याय (पात्र परीक्षा) ३७, श्लोक १७)

योग्यायोग्याचा, धर्माधर्माचा बरोबर अर्थ लावण्याच्या संदर्भात लोकमान्य शिबी नावाच्या चंद्रवंशी राजाचा उल्लेख करतात. त्याची कथा महाभारताच्या वनपर्वात आलेली आहे. धर्माचा मान राखणे आणि एकदा दिलेला शब्द खरा करण्यासाठी जीवही पणाला लावणे या गुणांचे महत्त्व या कथेत सांगितले आहे. हीच कथा बौद्धांच्या जातककथांमध्येही समाविष्ट झालेली सापडते. एक दिवस शिबी राजा दरबारात बसला असताना अचानक एक कबुतर त्याच्या मांडीवर येऊन बसते. त्याच्या पाठोपाठ एक गरुडही दरबारात येतो. तो गरुड त्या कबुतराच्या मागावर असतो आणि ते कबुतर त्याच्यापासून संरक्षण मिळावे म्हणूनच शिबी राजाच्या आश्रयाला आलेले असते. शिबी राजाला अर्थातच कबुतराचा जीव वाचवायचा असतो. परंतु गरुड राजाकडे कबुतराची मागणी करतो. त्याचा मुद्दा

असा असतो की कबुतर हे त्याचे अन्न आहे, ते मिळाले नाही तर तो भुकेला राहील. शरण आलेल्या कबुतराचा जीवही राजाला वाचवायचा असतो; परंतु गरुडाचे उदरभरणाचे साधनही हिरावून घेऊन त्याच्यावरही अन्याय करायचा नसतो. म्हणून धर्मरक्षणार्थ तो कबुतराच्या वजनाइतके स्वत:चे मांस गरुडाला देऊ करतो. राजाची मांडी कापून ते मांस आणि कबुतर तराजूत ठेवले जाते, तेव्हा मांडीच्या मांसाचे वजन कबुतराइतके भरतच नाही. वास्तविक इंद्र आदी देवांनी शिबी राजाची परीक्षा घेण्यासाठी तो कट रचलेला असतो. अखेर शिबी राजा स्वत:च तराजूत बसतो, तेव्हा कबुतरापेक्षा त्याचे वजन जास्त भरते. त्या वेळी गरुड एक उंच भरारी घेतो आणि तो राजाच्या दिशेने झेपावतो. सर्व दरबारी भयाने, राजाच्या चिंतेने डोळे झाकून घेतात. परंतु तसे काहीच घडत नाही.

ही कथा आदर्श राजा कसा असावा हे फार सुंदर पद्धतीने सांगते. जो त्याच्या सर्व प्रजाजनांचे उत्तम रीतीने रक्षण करतो तो आदर्श राजा. या कथेत असे दाखवण्यात आले आहे की राजाने केवळ कबुतराचे रक्षण करणे एवढेच पुरेसे नव्हते, गरुडही उपाशी राहून चालणार नव्हते. दोघांच्याही रक्षणासाठी राजाने स्वत:चा जीव धोक्यात घातला. गरुडाची भूक भागवण्यासाठी कबुतराच्या ऐवजी राजाने त्याचे स्वत:चे मांस देऊ केले.

दरबारात झगमगता मुकुट घातलेला देवांचा राजा इंद्र त्या गरुडाच्या जागी अवतरतो. तो मोठ्या सन्मानाने शिबी राजाचा हात धरून त्याला तराजूच्या पारड्यातून उठवतो.

सांप्रतकालीन कॅनेडियन तत्त्वज्ञ जेफ नूनन आंतरिक शक्ती बाह्य गोष्टींचे स्वरूप कसे बदलून टाकतात ते सांगताना लिहितो, 'माझे घर विटांचे बांधलेले आहे, परंतु ते 'माझे घर' या माझ्या भावनेत ते कशाचे बांधले आहे यामुळे काहीही फरक पडत नाही. एक विशिष्ट हेतू समोर ठेवून तो पूर्ण व्हावा यासाठी त्या विटा पद्धतशीरपणे मांडल्या आहेत आणि त्यातून ही इमारत उभी राहिली आहे. तिच्यामध्ये माझ्या अशा काही तीव्र आंतरिक भावना गुंतलेल्या आहेत ज्या अन्य कोणत्याच इमारतीत गुंतलेल्या नाहीत. ही विशिष्ट इमारत, तिची बांधणी, ती पूर्ण करत असलेला हेतू आणि माझ्या त्यात गुंतलेल्या तीव्र आंतरिक भावना या सर्व गोष्टी माझ्या घराच्या त्या विटांमध्ये अशा काही एकवटल्या आहेत की त्यांपैकी कोणतीच गोष्ट त्या विटांमधून बाजूला काढता येत नाही.'[८]

परंतु एका कोणाच्या तरी भावना, त्याची आवड-नावड यांवर समाज टिकाव धरू शकत नाही. उदाहरणच द्यायचे झाले तर, समजा, एखाद्याने अतिशय पौष्टिक असावे अशा अपेक्षेने एक फळ खाल्ले आणि ते विषारी निघाले तर त्याची आंतरिक अपेक्षा काहीही असली, कितीही प्रामाणिक असली तरी बाह्य वस्तुस्थिती - त्या फळातील विष - त्या माणसाच्या अपेक्षेसकट त्याचा जीव घेतेच! जीवनमूल्ये जोवर जगण्याला आधारभूत असतात, जगण्याला अर्थ प्रदान करतात तोवरच ती तग धरून राहतात. जोवर समाजरचना 'पुष्कळांचे पुष्कळ सुख' (किंवा हित, कल्याण) पाहणारी असेत, शिवाय ती निरनिराळ्या प्रकारचे विचार, अनुभव, कृती सामावून घेणारी असते, तोवरच त्या समाजाचे घटक अधिक मोकळे आणि चांगले आयुष्य जगू शकतात.

लोकमान्य लिहितात, 'एखादे कर्म नीतिदृष्ट्या योग्य वा अयोग्य आहे याचा विचार दोन तऱ्हांनी करता येतो. (१) त्या कर्माचे केवळ बाह्य फल म्हणजे जगावर दृष्य परिणाम काय घडला किंवा घडेल ते पाहून; आणि (२) सदर कर्म करणाऱ्याची बुद्धी म्हणजे वासना कशी आहे ते पाहून... शुद्ध कर्म घडण्यास वासनात्मक बुद्धी शुद्ध असावी लागते आणि वासनात्मक बुद्धी शुद्ध राहण्यासाठी व्यवसायात्मक म्हणजे कायाकार्याचा निर्णय करणारी बुद्धीही स्थिर, सम व शुद्ध असावी लागते.'

जर कार्याकार्याचा निर्णय करणारी बुद्धी नसेल, तर केवळ वासनात्मक बुद्धी 'वेड' म्हणता येईल अशा अवाजवी, अव्यवहार्य गोष्टी हातून घडवते. अशी वासनेने बरबटलेली कर्मे बनावट असतात. राजकीय, औद्योगिक - कधीकधी धार्मिकही - क्षेत्रांतील बडी बडी धेंडे अशा प्रकारची वेडे जोपासतात आणि सामान्यांना अडचणीत आणतात. केवळ समाजाची वाढच खुंटवतात, प्रगती थांबवतात असे नव्हे तर लोकांचा चांगुलपणावरचा विश्वास उडवतात, त्यांच्या मनात शंकांचे काहूर उठवतात. घराघरांमधली शांती हिरावून

८. जेफ नूनन, 'मटीरियलिस्टिक एथिक्स अँण्ड लाईफ व्हॅल्यू', मॅक-गिल क्वीन्स युनिव्हर्सिटी प्रेस, मॉन्ट्रियाल, २०१२, पान २१.

घेतात. रस्त्यांवरून हिंडणेदेखील असुरक्षित करून टाकतात आणि सर्वांत वाईट म्हणजे अशा सततच्या अनुभवांमुळे मुलांच्या मनातील शिकण्याची इच्छा नष्ट होते, त्यांच्या मनात पुढे जाण्याची, कर्तव्यपूर्तीची आसच उरत नाही. लक्षाधीशांचा, सत्ताधीशांचा आणि प्रसिद्धीच्या झोतात असलेल्यांचा दांभिकपणा सामान्यांना सामान्यांवरही विश्वास ठेवणे अशक्य करतो, मग परिणामकारक असे नातेबंध जोडणे तर दूरच राहते! कर्त्याच्या कर्मामागच्या बुद्धीपेक्षा कर्मालाच अधिक महत्त्व प्राप्त झाले आहे. गीता नेमके हेच होऊ न देण्यासाठी 'नीतीचे मूळ कर्मात नसून सम, निष्काम बुद्धीत आहे, नीतिमत्ता ही नुसत्या जड कर्मात नसून ती सर्वस्वी कार्यकर्त्याच्या बुद्धीवर अवलंबून असते' हेच सांगत आहे.

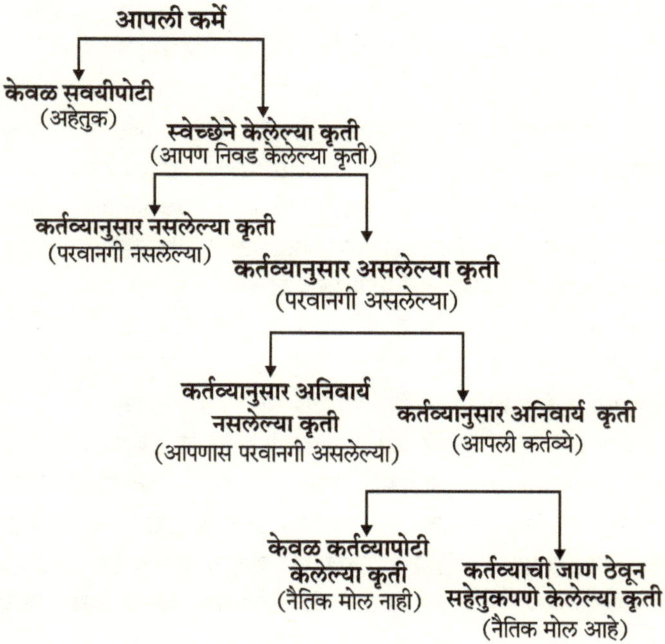

प्राचीन ग्रीक तत्त्वज्ञ प्लेटो आणि ॲरिस्टॉटल यांची तत्त्वप्रणाली चांगल्या चारित्र्याला (नीतिमानतेला, सदाचरणाला) प्राधान्य देते. उपयुक्ततावादाच्या सिद्धान्तानुसार कृतीचा अंतिम परिणाम हा त्या कृतीच्या पद्धतीचाही समर्थक ठरतो. ज्या वर्तनाने अंतिम परिणाम चांगला होईल ते वर्तन सद्वर्तन समजले जाते. भगवद्गीता असे सांगते की केवळ सुखप्राप्तीपेक्षा आपले अस्तित्व हे फार जास्त विधायक आहे. कृतीच्या चांगल्या अंतिम परिणामापेक्षा ती कोणत्या बुद्धीने केली हे महत्त्वाचे आहे, ती बुद्धी हाच कृतीचा पाया आहे. स्थितिप्रज्ञाची इच्छा केवळ साधन म्हणून नव्हे, तर मुळापासूनच चांगली असते.

अनुबन्धं क्षयं हिंसामनवेक्ष्यच पौरुषम् ।
मोहादारभ्यते कर्म यत्तत्तामसमुच्यते ॥२५॥

परिणामांचा - इजा, हानी, हिंसा घडेल किंवा नाही याचा - व आपल्यातील पौरुषाचा (सामर्थ्याचा) विचार न करता केवळ मोहाने जे कर्म केले जाते ते तामस कर्म होय. (भगवद्गीता, अध्याय १८, श्लोक २५)

अशा रीतीने बुद्धीचा वापर न करता मनाला जे वाटेल ते करणाऱ्याला तामसी अथवा राक्षसी म्हणतात. स्वामी मुकुंदानंद म्हणतात, 'तामसी वृत्तीच्या लोकांच्या बुद्धीवर अज्ञानाचे धुके पसरलेले असते. ते स्वत:मधे इतके गुंतून गेलेले असतात, की त्यांना स्वत:च्या फायद्याखेरीज अन्य काही दिसतच नाही. ते त्यांच्या कर्माच्या योग्यायोग्यतेविषयी अनभिज्ञ तरी असतात, किंवा त्यांना त्याची तमा वाटेनाशी झालेली असते. स्वत:कडे पैसे किती आहेत, साधनसामग्री किती आहे याचाही ते विचार करीत नाहीत. त्यांच्या त्या कर्मांमुळे इतरांना होणाऱ्या त्रासाकडे तर ते जराही लक्ष देत नाहीत. अशा पद्धतीने केलेले कर्म इतरांना तर हानी पोहोचवतेच, त्या तामसी कर्त्यांनाही नुकसान पोहोचवते... या तामसी कृती उत्साह, चैतन्य यांचा ऱ्हास करतात, आरोग्यालाही धोका पोहोचवतात. त्यासाठी केलेले प्रयत्न, घालवलेला वेळ, वापरलेली साधनसामुग्री हे सर्व व्यर्थ ठरते. मद्यपान, जुगार, चोरी, भ्रष्टाचार यांसारख्या कृती या प्रकारच्या तामसी कृतींची उदाहरणे आहेत.'[१] याउलट, जो माणूस कार्याकार्याचा निर्णय करणारी बुद्धी वापरून कर्म करतो, ती कर्मे आपोआपच योग्य, जनमान्य अशीच असतात. असा माणूस स्वत:चा विकास तर साधतोच, त्याच्या आजूबाजूच्यांचेही हित पाहतो.

लोकमान्य लिहितात, 'थोडक्यात सांगणे असल्यास नीतिमत्ता ही नुसत्या जड कर्मांत नसून ती सर्वस्वी कर्त्याच्या बुद्धीवर अवलंबून असते, असा गीतेचा सिद्धान्त आहे. परंतु या आध्यात्मिक सिद्धान्तातील खरे तत्त्व न ओळखता कोणी वाटेल ते करू लागले, तर तो पुरुष राक्षसी किंवा तामसी होय असे गीतेतच पुढे म्हटले आहे. एकदा बुद्धी सम झाली, म्हणजे त्या पुरुषास पुढे कर्तव्याकर्तव्याचा जास्त उपदेश करावा लागत नाही. हे तत्त्व लक्षात आणूनच संत तुकोबांनी शिवाजी महाराजांस जो उपदेश केला आहे त्या अभंगातही भगवद्गीतेप्रमाणे कर्मयोगाचे एकच तत्त्व सांगितले आहे :

कल्याणकारक अर्थ याचा एक । सर्वांभूती देख एक आत्मा ॥

याचा एकच कल्याणकारक अर्थ आहे,
सर्व सजीवांमध्ये देवरूपी एकच आत्मा आहे. (तुकाराम गाथा, ४४२८.९)

---

१. www.holy-bhagavad-gita.org/chapter/18/verse/25. या संकेतस्थळावरून १३ ऑक्टोबर २०१७ पर्यंत घेतलेल्या माहितीनुसार.

येथे 'गाडी आधी की घोडा आधी' अशी थोडीशी स्थिती आहे. आपल्या हातून सदाचरण घडावे म्हणून समबुद्धी कशी प्राप्त करावी? तशा समबुद्धीतून योग्य कर्म घडते की सतत सदाचरण केल्याने बुद्धी समस्थिती प्राप्त करते? ब्रह्मदेशातील बुद्धांमध्ये एक फार प्रसिद्ध वचन आहे : 'मानवी जीवन म्हणजे जे बांधण्यासाठी सदाचरणाचे मंडप उभे करावे लागतात असे मंदीर नाही.' परंतु समाजाचे भव्य मंदीर उभारण्यासाठी मात्र मानवी जीवनांचे मंडप उभारावे लागतातच. तेव्हाच ते भव्य मंदीर उभे राहते. खरोखर, माणसांची आयुष्ये हीच समाजबांधणीसाठीच्या दगडविटा आहेत.

लोकमान्य लिहितात, 'गीतेच्या आरंभीच असा उपदेश केलेला आहे की स्थितप्रज्ञाप्रमाणे बुद्धी करणे हे परम ध्येय आहे हे खरे असले, तरी ते साध्य होईपर्यंत वाट न पाहता शक्य तेवढ्या निष्काम बुद्धीने प्रत्येक मनुष्याने आपली कर्मे करत जावे; म्हणजे त्यानेच बुद्धी शुद्ध होऊन अखेर पूर्ण सिद्धी मिळते. पूर्ण सिद्धी मिळाल्याखेरीज कर्मे न करण्याचा आग्रह धरून काल फुकट घालवू नये.'

नेहाभिक्रमनाशोऽस्ति प्रत्यवायो न विद्यते ।
स्वल्पमप्यस्य धर्मस्य त्रायते महतो भयात् ।।४०।।

हा जो (ज्ञानप्राप्तीकरून घेऊन निष्काम कर्मयोग करण्याचा) मार्ग आहे त्यात एकदा आरंभिलेल्या कर्मांचा नाश होत नाही व त्यात काही प्रत्यवायही येत नाही आणि या धर्मानुसार केलेले थोडे आचरणही मोठ्या भयापासून आपले संरक्षण करते. (भगवद्‌गीता, अध्याय २, श्लोक ४०)

इशोपनिषदात दिलेल्या 'यत्र वा अस्य सर्वमात्मैवाभूत:' - 'ज्याला सर्व आत्ममय झाले तो साम्यबुद्धीने सर्वांशी वागत असतो' या तत्त्वाचा ऊहापोह केलेला आहे :

यस्तु सर्वाणि भूतानि आत्मन्येवानुपश्यति ।
सर्वभूतेषु चात्मानं ततो न विजुगुप्सते ।।६।।

सर्व सजीव एकाच परमात्म्यापासून निर्माण झाले आहेत आणि सर्व सजीवांत तोच परमात्मा वास करीत असतो, हे तत्त्व ज्याला समजले, त्याला अन्य कोणी आवडत नाही असे होतच नाही. (इशोपनिषद, श्लोक ६)

याच तत्त्वाचा गीतेतही अक्षरश: उल्लेख आहे :

सर्वभूतस्थमात्मानं सर्वभूतानि चात्मनि ।
ईक्षते योगयुक्तामा सर्वत्र समदर्शन: ।।२९।।

परमात्म्याशी एकरूप झालेले योगी सर्वत्र समबुद्धीने पाहतात आणि त्यांना सर्व भूतांच्या ठायी परमेश्वर आणि परमेश्वराचे ठायी सर्व भूते असल्याचे दिसते.
(भगवद्‌गीता, अध्याय ६, श्लोक २९)

हिंदु तत्त्वज्ञानामध्ये जी 'आत्मज्ञाना'ची, 'आत्मसाक्षात्कारा'ची (आत्मा हीच प्रत्येकाची खरी ओळख असते ही) जी संकल्पना आहे, तिच्याकडे जगभरातील लोक निरनिराळ्या दृष्टिकोनातून पाहतात. काही जण तिला माणसाच्या सुप्त वा बीजरूप गुणांची, अंत:सामर्थ्याची संपूर्ण वाढ झालेली, पूर्णस्थिती समजतात - म्हणजे बीज हे कोंब वा रोपट्याच्या अवस्थेत कोमेजून गेलेले नसते, तर त्याची पूर्ण वाढ होऊन त्याचा सपर्ण, संपूर्ण वृक्ष झालेला असतो. काही जण तिच्याकडे आंतरिक सृजनशीलतेची विविध कला वा कौशल्यांच्या स्वरूपातील अभिव्यक्ती म्हणून पाहतात. पाश्चिमात्य लोक आणि त्यातही जुने प्रोटेस्टंट ख्रिश्चन मिशनरी, तिला आध्यात्मिक साक्षात्काराचा दीर्घ शोध घेण्याची आणि समाजाचे देणे देण्याची वृत्ती मानतात. गीता हे तत्त्व स्पष्टपणे मांडते की माणसाला आत्म्याची पूर्णावस्था - आत्मौपम्य दृष्टी - ही जगापासून दूर जाऊन, सर्वसंगपरित्याग करून नाही, तर बाह्यजगाशी चांगले, जवळिकीचे संबंध ठेवण्यानेच प्राप्त होते.

लोकमान्य लिहितात, 'कुटुंब हे आत्मौपम्य बुद्धीचा पहिला धडा शिकण्याचे साधन होय यातच सदैव लंपट होऊन न राहता कुटुंबाचे पुढे मित्र, आप्त, गोत्रज, ग्रामस्थ, ज्ञातिबंधू, धर्मबंधू आणि अखेर सर्व मनुष्ये अगर सर्व भूते याप्रमाणे प्रत्येक मनुष्याने आपली आत्मौपम्य बुद्धी जास्तीत जास्त व्यापक करून आपल्या ठिकाणी जो आत्मा तोच सर्व भूतांच्या ठिकाणी आहे हे ओळखणे व अखेर त्याप्रमाणे वर्तन करणे ही ज्ञानाची व आश्रमव्यवस्थेची परमावधी किंवा मनुष्याच्या साध्याची सीमा होय असा आत्मौपम्य-बुद्धीरूप सूत्राचा शेवटचा व व्यापक अर्थ आहे.'

कर्मयोगाचे तत्त्वज्ञान हे मानवी जीवनाच्या आंतरिक व बाह्य विश्वांचे चकित करणारे, अविश्वसनीय असे एकत्रीकरण आहे. आत्मज्ञान हा कर्मयोगाचा पाया असला तरी कर्मयोग त्याला जीवनाचा अंतिम व संकुचित हेतू मानत नाही. 'आत्मा वै पुत्रनामासि' असा आत्म्याच्या व्याप्तीचा संकोच न करता, त्याची स्वभावत:च असलेली व्याप्ती ओळखून 'उदारचरितानां तु वसुधैव कुटुम्बकम्' - 'ही पृथ्वी, हे जगच आपले कुटुंब' या समजुतीने प्रत्येकाने आपले व्यवहार करीत जावे असेच अध्यात्मशास्त्राच्या पायावरील कर्मयोगशास्त्र सर्वांना सांगते.

अयं बन्धुरयं नेति गणना लघुचेतसाम् ।
उदारचरितानां तु वसुधैव कुटुम्बकम् ।।७१।।

जे लोकांमध्ये आपले-परके, माझे-तुझे असा भेद करतात, ते संकुचित मनाचे

होत. ज्यांचे मन मोठे असते, जे उदार हृदयाचे असतात, त्यांच्या दृष्टीने हे संपूर्ण जग एका कुटुंबासारखे असते. (महा उपनिषद, अध्याय ६, श्लोक ७१)

याच्या तुलनेची व्यापक संकल्पना जगातील अन्य कोणत्याही संस्कृतीत नाही. ही संकल्पना वंशावंशांत, जातीजातींत, धर्माधर्मांत, देशादेशांत शांती व सुसंवाद राखायला सांगण्यापुरती मर्यादित नाही, तर ती हे परमसत्य सांगते की हे फरक विसरून, या सीमा ओलांडून, संपूर्ण जगाने एका कुटुंबासारखे, जबाबदाऱ्या आणि साधने दोन्ही आपापसांत वाटून घेऊन एकोप्याने, सलोख्याने राहायला हवे. या पृथ्वीवरील मानवाचे अस्तित्व सहज नष्ट होणारे आहे हा भ्रम आधुनिक तंत्रज्ञानाने अधिकच घट्ट झाला आहे. आपल्या घरातील 'किचन'मधील 'मायक्रोवेव्ह ओव्हन'मध्ये तात्काळ तयार होणारे जेवण रोज जेवणाऱ्या आजकालच्या मुलांना या गोष्टीची जराही माहिती नाही की ते खातात ते अन्न 'सुपरमार्केट'मध्ये बनत नाही. ते शेतकऱ्यांच्या शेतमळ्यातही आपण होऊन उगवत नाही, तर त्यासाठी एकशे पन्नास दशलक्ष किलोमीटर्स दूर असणाऱ्या सूर्याच्या उष्णतेची गरज असते. तो सूर्यसुद्धा ज्या एका प्रचंड अवकाशयंत्रणेचा एक लहानसा भाग आहे, त्याचाच ही आपली पृथ्वी व आपण सर्व जणही त्याहूनही अतिसूक्ष्म भाग आहोत. या विषयी आपण अनभिज्ञ राहिलो, तरी त्यामुळे हे सत्य बदलत नाही की आपले ते अतिसूक्ष्म अस्तित्व झाडे, वनस्पती, प्राणी, हवा, पाणी, चंद्र, ग्रह, तारे अशा आपल्या भोवतालच्या जवळजवळ प्रत्येक गोष्टीवर अवलंबून असते.

लोकमान्य सामान्यांच्या संकुचित मनोवृत्तीचे कोणतेही स्पष्टीकरण न देता लिहितात, 'ज्यांची बुद्धी साम्यावस्थेस पोहोचली नाही असे सामान्य लोक या कर्मविपाकाच्या कायद्यात आपली ममत्वबुद्धी घालून क्रोधाने किंवा द्वेषाने आघातापेक्षा अधिक प्रत्याघात करून आघाताचा सूड घेत असतात; किंवा आपल्यापेक्षा कोणी दुर्बल असला तर त्याच्या शुष्क अगर काल्पनिक गुन्ह्यासाठी प्रतिकारबुद्धीच्या निमित्ताने त्याला लुबाडून आपला फायदा करून घेण्यास नेहमी प्रवृत्त होतात. पण सूड घेण्याची, वैराची, अभिमानाची, क्रोधाने, लोभाने किंवा द्वेषाने दुर्बलांना लुबाडण्याची, अगर हेक्याने आपल्या प्रौढीचे, शेखीचे, सत्तेचे व शक्तीचे प्रदर्शन करण्याची ही बुद्धी सामान्य लोकांप्रमाणे ज्याच्या मनात राहिली नाही, त्याने आपल्या अंगावर आलेला चेंडू केवळ माघारा फिरवल्यामुळे त्याची शांत, निर्वैर व समबुद्धी न बिघडता, उलट दुष्ट लोकांचे जगात प्राबल्य माजून गरिबांचा छळ होऊ नये म्हणून असले प्रत्याघातरूप कर्म करणे हे लोकसंग्रहदृष्ट्या त्याचा धर्म म्हणजे कर्तव्य होय.'

सक्ताः कर्मण्यविद्वांसो यथा कुर्वन्ति भारत ।
कुर्याद्विद्वांतस्तथासक्तश्चिकीर्षुर्लोकसंग्रहम् ।।२५।।

(श्रीकृष्ण अर्जुनाला सांगतात,) अज्ञानी लोक फळाची आशा, आसक्ती धरून कर्मे करतात, हे भरत कुलवंशी अर्जुना, ज्ञानी लोकांनीही लोकसंग्रहासाठी आणि जनकल्याणासाठी तशीच, पण फलासक्ती न ठेवता कर्मे केली पाहिजेत. (भगवद्गीता, अध्याय ६, श्लोक २५)

प्रत्येक जण आधीपासून अस्तित्वात असलेल्या जगात जन्माला आला आहे आणि त्याच्या अटळ मरणानंतरही हे जग असेच अस्तित्वात राहणार आहे. प्रत्येकाचे आयुष्य म्हणजे अथांग समुद्राच्या पाण्यावर उठलेल्या एका लाटेहून अधिक काही नसते. त्यामुळे जगाकडे आपल्या आयुष्याच्या रोपाची भूमी म्हणून पाहणे गरजेचे आहे. म्हणूनच केवळ आपल्याच रोपाला खतपाणी न घालता, त्यालाच तेवढे मोठे न करता, त्याचीच तेवढी काळजी न घेता, या भूमीवरील अन्य रोपांच्या वाढीकडे, जोपासनेकडेही लक्ष पुरवणे हा आपला खरा जीवनहेतू असतो, असला पाहिजे. सर्व धर्मांचा हाच गाभा आहे. लोकमान्य लिहितात, 'सर्वांशी निर्वैरपणाने वागावे, दुष्टांशी दुष्ट होऊ नये, रागावणाऱ्यावर रागावू नये ही धर्मतत्त्वे स्थितप्रज्ञ कर्मयोग्यास मान्य नाहीत असे नाही, पण निर्वैर म्हणजे निष्क्रीय किंवा प्रतिकारशून्य हे केवळ संन्यासमार्गातले मत खरे न मानता, वैर म्हणजे मनातील दुष्टबुद्धी सोडून द्यावी एवढाच निर्वैर पदाचा अर्थ समजून, कर्म ज्याअर्थी कोणासच कधीच सुटले नाही त्या अर्थी केवळ लोकसंग्रहार्थ किंवा प्रतिकारार्थ जरूर व शक्य तेवढे कर्म दुष्टबुद्धी मनात न ठेवता केवळ कर्तव्य म्हणून, वैराग्याने व निःसंग बुद्धीने केले पाहिजे असे कर्मयोगाचे सांगणे आहे. म्हणूनच केवळ निर्वैर हे पद न योजता भगवंतांनी त्याच्यामागे 'मत्कर्मकृत' म्हणजे 'माझ्या म्हणजे परमेश्वराच्या प्रीत्यर्थ अर्थात परमेश्वरार्पण बुद्धीने सर्व कर्म करणारा' हे विशेषण लावले आहे.'

मत्कर्मकृन्मत्परमो मद्भक्तः सङ्गवर्जितः ।
निर्वैरः सर्वभूतेषु यः स मामेति पाण्डव ।।५५।।

श्रीकृष्ण अर्जुनाला सांगतात, 'जे सर्व कर्मे माझ्या प्रीत्यर्थ करतात, जे माझ्यावर विसंबून राहतात, जे माझी भक्ती करतात, जे आसक्तीविरहित, निष्काम वृत्तीने आणि कोणाविषयीही वैर न बाळगता कर्मे करतात, असे भक्त माझ्यापर्यंत येऊन पोहोचतात. (भगवद्गीता, अध्याय ११, श्लोक ५५)

या श्लोकात भगवंतांनी निर्वैरत्वाची आणि निष्काम कर्माची भक्तिदृष्ट्या उत्तम सांगड घालून दिली आहे. त्यांच्याप्रती, परमेश्वरार्पण केलेल्या कर्मांची पूर्ण जबाबदारी भगवंत स्वतःकडे घेतात. येथे लोकमान्य द्वापारयुगातील एक उदाहरण देतात. रावणाच्या

दुष्कृत्याबद्दल निर्वैर व निष्पाप रामचंद्रांनी युद्धात त्याचा वध केल्यावर त्याचा बंधु बिभीषण जेव्हा त्याची उत्तरक्रिया करण्यास कचरू लागला, तेव्हा रामचंद्रांनी बिभीषणाला सांगितले,

मरणान्तानि वैराणि निवृत्तं नः प्रयोजनम् ।
क्रियतामस्य संस्कारो ममाप्येष यथा तव ।।

तुझ्या भावाच्या मनात जे वैर होते, ते त्याच्या मृत्यूबरोबर लयाला गेले आणि माझेही दुष्टांना शासन करण्याचे काम संपले. आता माझ्या मनात रावणाविषयी जराही वैर नाही. तो जसा तुझा भाऊ आहे, तसा माझाही आहे. तेव्हा तू कर्तव्यबुद्धीने, कोणतीही ओढ न बाळगता त्याच्यावर अग्निसंस्कार कर.
(वाल्मिकी रामायण, युद्ध पर्व, सर्ग १०९, श्लोक २५)

येथे लोकमान्य आपल्या कुटुंबाची, समाजाची, देशाची काळजी घेण्याच्या, त्याविषयी अभिमान बाळगण्याच्या वृत्तीचे आणि आत्मज्ञानाने प्राप्त झालेल्या साम्यबुद्धीनुसार वागण्याचे कारण पुढे करून स्वतःच्या जबाबदाऱ्यांप्रती औदासिन्य न दाखवणे आणि त्या कधीही न टाळणे, त्या सर्वांपासून कधीही सुटका करून न घेणे या गोष्टींचे समर्थन करतात. ते लिहितात, 'असेही लक्षात ठेवले पाहिजे की घराचे वरचे मजले बांधून तयार केले असले, तरी खालचे मजले जसे काढून टाकता येत नाहीत, किंवा तलवार हातात पडली म्हणजे कुदळीची, अगर सूर्य असला तरी अग्नीची जरूर ज्याप्रमाणे नाहीशी होत नाही, तद्वत सर्वभूतहिताच्या शेवटच्या पायरीवर पोहोचले, तरी देशाभिमानाचीच नव्हे, तर कुलाभिमानाचीही आवश्यकता नाहीशी होत नाही.'

कोणाच्या हिताला, कोणत्या आवडीला जास्त महत्त्व वा अग्रक्रम द्यायचा या संबंधीचा पेच हा मानवजातीला, समाजाला नेहमीच भेडसावणारा प्रश्न आहे. काय अधिक महत्त्वाचे? वैयक्तिक लाभ की कुटुंबाचे हित? जात महत्त्वाची की धर्म? की भाषा? हा देव मानायचा की तो? त्याची भक्ती अशी करायची की तशी? - असे कितीतरी पेच आहेत ज्याचे बरेवाईट, कमीजास्त परिणाम जगाच्या व्यवहारावरदेखील होतात. अशा वेळी मार्ग कसा काढायचा, योग्य निवड कशी करायची हा अनेक धर्मग्रंथांचा, तत्त्वज्ञानावरील लेखनाचा नेहमीच एक महत्त्वाचा विषय राहिलेला आहे. लोकमान्य या बाबतीत महाभारतातील एका पेचाचे उदाहरण देतात. आपला पुत्र दुर्योधन याचा आग्रह मानल्याने युद्ध होऊन कुलक्षय होणार हे दिसत असून धृतराष्ट्राने पुत्रप्रेमाला अग्रक्रम दिला. त्या धृतराष्ट्राला सल्ला देणाऱ्या त्याच्या बंधूची, विदुराची ही वाक्ये लोकमान्य उद्धृत करतात :

त्यजेदेकं कुलस्यार्थे ग्रामस्यार्थे कुलं त्यजेत् ।
ग्रामं जनपदस्यार्थे आत्मार्थे पृथिवीं त्यजेत् ।।

कुलाच्या बचावासाठी एका कुटुंबसदस्याचा, संपूर्ण गावाच्या रक्षणासाठी एका कुटुंबाचा, सर्व लोकसमूहासाठी एका गावाचा आणि आत्म्याच्या रक्षणासाठी - आत्मसंरक्षणासाठी - संपूर्ण जगाचा, जीवनाचा त्याग करावा.
(महाभारत, आदी पर्व, ११५.३६)

लोकमान्य लिहितात, 'सर्व गोष्टींचा याप्रमाणे विचार केला म्हणजे हे लक्षात येते की ज्ञानी पुरुषाचा खरा धर्म १) ब्रह्मात्मैक्य ज्ञानाने आपली बुद्धी निर्विषय, शांत, सर्वांभूती निर्वैर व सम ठेवणे, २) आपणास ही स्थिती प्राप्त झाली म्हणून सामान्य अज्ञानी लोकांस न कंटाळता किंवा आपण स्वत: सर्व सांसारिक कर्मांचा त्याग करून म्हणजे कर्मसंन्यास स्वीकारून, या लोकांची बुद्धी न बिघडवता, देशकालपरिस्थितीप्रमाणे ज्यांना जे योग्य असेल त्याचाच उपदेश करून, स्वत:च्या निष्काम कर्तव्याचरणाने सद्वर्तनाचा यथाधिकार प्रत्यक्ष धडा घालून देणे आणि ३) सर्वांस हळूहळू यथासंभव शांतपणे पण उत्साहाने उन्नतीच्या मार्गास लावणे - हाच आहे. वेळोवेळी अवतार धारण करून भगवानही हेच काम करतात. सर्व गीताशास्त्राचा इत्यर्थ हाच आहे की ज्ञानी पुरुषानेही तोच कित्ता गिरवून फलाकडे लक्ष न देता या जगातील आपले कर्तव्य शुद्ध म्हणजे निष्काम बुद्धीने नेहमीच यथाशक्ती करत राहिले पाहिजे. किंबहुना त्यात मरण आले तरीही ते मोठ्या आनंदाने पत्करून आपले कर्तव्य म्हणजे धर्म न सोडता कर्म करत राहिले पाहिजे. यालाच लोकसंग्रह किंवा खरा कर्मयोग म्हणतात.'

कर्मयोगाचे हे तत्त्वज्ञान नीतिमत्तेची पातळी पुरेशी वरची नसलेल्या समाजात ज्यांनी स्थितप्रज्ञ वृत्ती अंगी बाणवलेली आहे, ज्यांचा आदर्श समाज समोर ठेवू शकेल अशा ज्ञानी लोकांवर फार मोठी जबाबदारी टाकते. सामान्य लोक त्याच ज्ञानी लोकांचे वर्तन हे प्रमाण मानून त्याच्या तुलनेत स्वत:चे वर्तन तपासून पाहत असतात आणि आवश्यक त्या सुधारणा करत असतात. या बाबतीत काही 'टेन कमांडमेंट्स'सारख्या आज्ञा नाहीत, की त्याची काही 'हे करा, हे करू नका' असे सांगणारी नियमपुस्तिकाही नाही. या बाबतीत भगवंतांनी प्रत्येकाच्या वैयक्तिक स्वातंत्र्याला जे महत्त्व दिलेले आहे ते आश्चर्यकारकच आहे. पुढे मात्र निरनिराळ्या धर्मांनी त्यावर बंधने आणून पद्धतशीरपणे ते स्वातंत्र्य पूर्णपणे काढूनच घेतलेले दिसते.

श्रेयान्स्वधर्मो विगुणः परधर्मात्स्वनुष्ठितात् ।
स्वधर्मे निधनं श्रेयः परधर्मो भयावहः ।।३५।।

दुसऱ्याच्या धर्माचे उत्तमरीत्या पालन करता येत असले, तरी त्यापेक्षा स्वत:चा

धर्म थोड्याबहुत दोषांसकट पाळणे केव्हाही श्रेयस्कर. स्वधर्माचे पालन करताना मरण आले तरी त्यात कल्याण आहे, पण परक्याचा धर्म हा फारच धोकादायक, भयंकर होय. (भगवद्गीता, अध्याय ३, श्लोक ३५)

डॉक्टर राधाकृष्णन यात अशी भर घालतात, 'सर्वांकडेच काही सारखे गुण नसतात. एखाद्याकडे पाच गुण आहेत की फक्त एकच आहे याला तेवढे महत्त्व नाही, जेवढे आपल्यावर टाकलेला विश्वास आपण किती प्रामाणिकपणे खरा ठरवतो याला आहे. काम कमी असो वा जास्त, ते धीटपणे, खंबीरपणे, आपला पुरुषार्थ पणाला लावून केले पाहिजे. त्या कामाची गुणवत्ताच त्याची किंमत ठरवते. कदाचित आपले काम आपल्याला आवडतही नसेल, पण तरीही ते आयुष्याच्या अंतापर्यंत एकनिष्ठपणे, प्रामाणिकपणे आणि बिनचूक केले पाहिजे.'[१०]

स्वामी रंगनाथानंद म्हणतात, 'तुमच्या मानसिक जडणघडणीप्रमाणे तुम्ही तुमचा स्वधर्म काय ते शोधा. 'श्रेयान् स्वधर्मो विगुणः' - आपला धर्म उत्तम गुणवत्तेचा नसला तरीही तो तुमच्यासाठी उत्तमच असतो... प्रत्येकाच्या अंगठ्याचा ठसा कसाही असला तरी तो सर्वांपेक्षा निराळा असतो, एकमेव असतो! आपल्या आवडीनिवडी, आपल्या वृत्ती-प्रवृत्ती, आपल्या प्रतिक्रिया आणि आपल्या जीवनाचा कल, त्याचे वळण या सर्वांमुळे आपले असे एक मानसिक व्यक्तित्व तयार झालेले असते, विकसित झालेले असते. प्रत्येकाने त्याचा आदर केला पाहिजे. आपल्या व्यक्तित्वाची लाज तर कदापि बाळगू नये आणि दुसऱ्याच्या व्यक्तित्वाची नक्कल करायलाही जाऊ नये. वरील श्लोक आपला आपल्या त्या मानसिक व्यक्तित्वावर, आपल्या धर्मावर पूर्ण, ठाम विश्वास असण्याची, आत्मविश्वासाची गरज अधोरेखित करतो. त्यात सुधारणा अवश्य कराव्यात पण त्या बदल्यात दुसऱ्याचे व्यक्तित्व कधीच स्वीकारू नये. दुसऱ्याच्या मुशीत स्वतःला कधीच ओतू नये.'[११]

स्वहित व परहित, स्वार्थ व परार्थ यांचा समतोल, समन्वय हे तत्त्व आपल्याकडल्या तत्त्ववेत्त्यांनी खरे तर कधीच स्वीकारले नाही. प्राचीन भारतीय समाजात 'स्वधर्म' हा नीतिमत्तेचा गुणविशेष समजला गेला आहे. त्या समाजात मोर नाच करतो म्हणून लांडोर नाचायला लागली, तर तिची कीवच केली गेली आहे. गरुड झेप घेऊन सावज आपल्या पंजात पकडून पुन्हा भरारी घेतो म्हणून कावळाही तसे करू पाहू लागला, तर तो अयशस्वीच होईल. म्हणून स्वधर्माचा स्वीकार करणे हे मूलभूत तत्त्व आहे आणि त्याचे पालन साम्यबुद्धीनेच शक्य आहे. लोकमान्य लिहितात, 'साधुपुरुषांच्या नुसत्या बाह्य युक्तीवर अवलंबून न राहता, अंतःकरणात सदैव जागृत असलेल्या साम्य बुद्धीसच

१०. एस. राधाकृष्णन, 'द भगवद्गीता', हार्पर कॉलिन्स पब्लिशर्स इंडिया, २०१४, पान १६८, १६९.
११. स्वामी रंगनाथानंद, 'युनिव्हर्सल मेसेज ऑफ भगवद्गीता', खंड ३, अद्वैत आश्रम, कलकत्ता, २०१५ (सातवे पुनर्मुद्रण) पान ३१३.

अखेर शरण गेले पाहिजे... साम्यबुद्धी हेच कर्मयोगशास्त्राचे खरे मूळ होय असे गीता सांगत आहे.'

एक महत्त्वाचा मुद्दा येथे उपस्थित केला गेला आहे, तो मन सतत इंद्रियगोचर वस्तूंच्या विचारात असताना जी इंद्रिये कर्म करत असतात त्या इंद्रियांवरील नियंत्रणाचा. लोकमान्य लिहितात, 'ज्याचे मन वा अंतःकरण शुद्ध तोच पुरुष उत्तम म्हणायचा. किंबहुना अंतःकरण निर्मल, निर्वैर व शुद्ध नसता केवळ बाह्य कर्माच्या हिशोबी तारतम्यात गुंतून त्याप्रमाणे वागणारा पुरुष ढोंगीही बनण्याचा संभव आहे.' बऱ्याच वेळा बाहेरून माणूस अगदी शांत दिसत असला, तरी त्याचे मन अनेक गोष्टींसाठी आसक्त असते. काही जण तोंडाने शारीरिक सुखांचा त्याग करण्याच्या गोष्टी बोलतात, शपथा घेतात, वचने देतात; पण त्यांचे मन शुद्ध, स्थिर नसते, त्यांची साम्यबुद्धी मुळीच जागृत नसते. ते गुप्तपणे घातपाती कृत्ये, कुकर्मे करत राहतात. भगवंत अशा फसव्यांना 'मिथ्याचारी' म्हणतात.

कर्मेन्द्रियाणि संयम्य य आस्ते मनसा स्मरन् ।
इन्द्रियार्थान्विमूढात्मा मिथ्याचारः स उच्यते ॥६॥

एका बाजूला हस्तपायादी कर्मेंद्रियांना आवर घालून दुसरीकडे मनाने जे मूढ इंद्रियांच्या विषयांचे चिंतन करत राहतात, ते स्वतःचीच फसवणूक करत असतात. त्यांना मिथ्याचारी, दांभिक म्हणतात.
(भगवद्गीता, अध्याय ३, श्लोक ६)

डॉक्टर राधाकृष्णन म्हणतात, 'आपण बाह्यात्कारी कृतींवर नियंत्रण असल्याचा देखावा केला, पण जर आपल्याला त्या कृती करायला लावणाऱ्या मनातील इच्छा, आसक्ती यांना आवर घातला नाही, तर आपल्याला संयमाचा अर्थच कळला नाही असेच म्हणावे लागेल.'[१२]

स्वामी रंगनाथानंद म्हणतात, 'हे तुला हवे आहे का? या प्रश्नाला 'होय, हवे आहे' असे उत्तर देणे हा प्रामाणिकपणा झाला आणि एकीकडे 'छे, छे, मला ते नको आहे' असे म्हणत दुसरीकडे लबाडीने ते घेणे हा अप्रामाणिकपणा झाला, ही फसवेगिरी झाली. आपल्याला अनासक्ती, कृतिशून्यता अशी उच्च तत्त्वे नीट कळत नाहीत म्हणून ही दांभिकता आपल्यामध्ये येते. आपल्या सद्यस्थितीत खरे तर आपण प्रामाणिकपणे 'होय, मला हे इंद्रियसुख हवे आहे' असे म्हणू शकतो. त्यात काहीच लबाडी, बतावणी नाही. मी एखाद्या गोष्टीच्या मागे धावतो, तिचा शोध घेतो, ती मला हवी असते - ठीक आहे. त्यात फसवाफसवी कशाला? जेव्हा मी मनाला अनासक्ती शिकवेन, माझे मन

१२. एस. राधाकृष्णन, 'द भगवद्गीता', हार्पर कॉलिन्स पब्लिशर्स इंडिया, २०१४, पान १५३.

विकसित होईल त्या वेळी मी ठामपणाने 'हे मला नको आहे' असे म्हणेन; कारण त्या वेळी मला त्यापेक्षाही मौलिक, उच्च असे काहीतरी मिळालेले असेल. त्या वेळी त्या माझ्या नकारातही दांभिकता नसेल.'[१३]

लोकमान्य या ठिकाणी व्यवहारी दृष्टिकोन मांडतात, 'एखादा मोठा दुर्धर रोग झाला असता वैद्याच्या मदतीशिवाय त्याचे निदान व चिकित्सा होणे जसे शक्य नसते, त्याचप्रमाणे धर्माधर्म-संशयाच्या बिकट स्थली सत्पुरुषाच्या मदतीखेरीज... कोणीही सामान्य मनुष्य आपण स्वतःच धर्माधर्माचा अचूक निर्णय करण्याचा अभिमान बाळगील तर तो व्यर्थ होय.'

परंतु लोकमान्य 'प्रत्येकाने साम्यबुद्धी वाढवण्याचा अभ्यास केला पाहिजे' असा सल्लाही देतात. ते लिहितात, 'अशा अभ्यासाने क्रमाक्रमाने जगातील सर्व मनुष्यांची बुद्धी जेव्हा पूर्ण साम्यावस्थेत पोहोचेल, तेव्हाच 'कृतयुग'प्राप्ती होऊन मानवजातीचे जे परमसाध्य किंवा पूर्णावस्था ती सर्वांस प्राप्त होईल.'

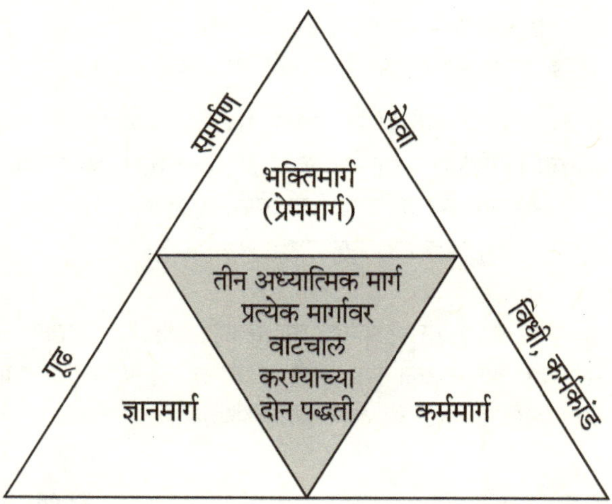

जिज्ञासूला सर्वोच्च ध्येयाचे ज्ञान व ब्रह्म किंवा या विश्वाचे संचालन करणारा सर्वज्ञ आणि सर्वव्यापक सजगतेशी सख्याच्या दृष्टीने वैयक्तिक स्वभावाचे आरेखन करण्यासाठी मदत करणे, भगवद्गीता योगाच्या तीन प्रमुख मार्गांची शिफारस करते. प्रत्येक मार्ग जरी भिन्न असला तरी सर्वांचे गन्तव्य एकच आहे. तिन्ही मार्ग एकाच इष्टस्थळी पोहोचतात.

---

१३. स्वामी रंगनाथानंद, 'युनिव्हर्सल मेसेज ऑफ भगवद्गीता', खंड ३, अद्वैत आश्रम, कलकत्ता, २०१५ (सातवे पुनर्मुद्रण) पान २६२.

'या जगात सुव्यवस्था नांदावी आणि उत्क्रांतीच्या प्रक्रियेत सतत प्रगती व्हावी' या दोन गोष्टी साध्य होण्यात आपण एक महत्त्वपूर्ण भूमिका बजावायची आहे' अशा निश्चित दृष्टिकोनातून स्थितप्रज्ञ हा जगाकडे पाहत असतो. असे स्थितप्रज्ञ फारच थोडे असतात, क्वचित सापडणारे असतात. अशा मोजक्या व्यक्ती समाजासाठी असतात, समाज त्यांच्यासाठी नसतो ही गोष्ट लक्षात ठेवून सामान्यांनी त्यांच्यातले निदान काही गुण, त्यांच्यासारखी नीतिमत्ता बाणवण्याचा सदैव प्रयत्न करावा. ही जाणीव मनात ठेवून जगले तरच आयुष्य खरे सुखाचे होईल. सामान्यांनाही चोखाळता येतील असे सर्व आध्यात्मिक सन्मार्ग आणि ते चोखाळण्याचे सुलभ उपाय यांचा अतिशय चतुराईने केलेला अर्थबोध हे भगवद्गीतेचे खास वैशिष्ट्य आहे. गीता आज्ञा देत नाही, 'हे करा, हे करू नका' असे फर्मावत नाही. ती बुद्धीचा आधार घ्यायला सांगते, ज्ञानाच्या प्रकाशाने तुमचे अंतरंग उजळायला सांगते आणि त्या प्रकाशात योग्य मार्गाची निवड करून त्यावर वाटचाल करायला सांगते.

अशा रीतीने ज्ञानमार्ग आणि कर्ममार्ग यांचे सखोल, सर्वांगीण परीक्षण केल्यानंतर लोकमान्य वाचकांना गीतातात्पर्य-निरूपणाच्या अजून शिल्लक राहिलेल्या आणखी एका महत्वाच्या मार्गाचे - भक्तिमार्गाचे - द्वार खुले करतात.

ॐ

१३

भक्तिमार्ग

तुम सुणो जी मुहांरो अरजी ।
भवसागर में बही जात हूं काढो तो थांरी मरजी ।
इण संसार सगो नहि कोई सांचा सखा रघुबरजी ।।
मात-पिता और कुटम कबीलो सब मतलबके गरजी ।।

माझ्या रघुवरा, ही माझी विनवणी ऐक - मी या भवसागरात बुडते आहे. तुझी इच्छा असली तर मला त्यातून बाहेर काढ. या जगात एका खऱ्या, कनवाळू परमेश्वराखेरीज (रघुवराखेरीज) माझे दुसरे कोणीच नाही. ज्याच्यावर पूर्ण भार टाकावा, विश्वास ठेवावा असे त्याच्याशिवाय अन्य कोणीच नाही, ना माझे मातापिता, ना माझे कुटुंबीय, ना भोवतालचा समाज. प्रत्येक जण त्याच्या स्वार्थासाठीच माझा उपयोग करतो!

संत मीराबाई

परमेश्वरावरील प्रेम आणि भक्ती यांविना केलेले काम निराधारच असते. ते एकटे कधीच टिकाव धरू शकत नाही.

रामकृष्ण परमहंस

'प्रेम' - लहानसा शब्द, पण त्याला किती उंची, किती खोली, त्याची किती व्याप्ती! भावनेने ओतप्रोत भरलेला, कितीतरी विचार करायला लावणारा. मानवी आयुष्यात या प्रेमाची विविध रूपे दिसतात. मानवी जीवन या प्रेमाच्या अगणित धाग्यांनी विणलेले असते - जिव्हाळा, कौतुक, भक्ती, आवड, मैत्री, आकर्षण, लालसा, वेड, आदर, ममता, ओढ, श्रद्धा आणि कितीतरी... हक्क किंवा स्वामीत्व गाजवणारे प्रेम - ज्या प्रेमात कोणी वाटेकरी असलेले मुळीच खपत नाही असे काही वस्तू, प्राणी आणि काही माणसेसुद्धा - यांच्यावरचे आग्रही प्रेम; स्वतःचे नाव, कीर्ती, संपत्ती यावरील अहंकारी प्रेम; कला, संगीत, निसर्ग यांसारख्या सुंदर गोष्टींवरील कोमल, रसिक प्रेम आणि या सर्वांहून श्रेष्ठ - परमेश्वरावरील अपार समर्पित भक्ती,

त्याच्या चरणी वाहिलेली उदात्त प्रीती. महान संतकवी कबीर (१४४०-१५१८) यांचा अजरामर दोहा आहे :

ढाई अक्षर प्रेमका, पढे सो पंडित होए ।।

प्रेम - अडीच अक्षरे - त्यात विश्वभराचे शहाणपण सामावलेले आहे! ती जो शिकला तो जगभराचे शहाणपण शिकला.

परमेश्वरावरील प्रेमाला चांगला शब्द आहे - भक्ती. आपले आचार, विचार, कृती, उक्ती या सर्वांतून परमेश्वराच्या चरणी सर्वस्वाचे समर्पण म्हणजे भक्ती. त्यात ईश्वराप्रती पूर्ण एकनिष्ठा आणि त्याच्याविषयीचा कमालीचा आदर, नितांत श्रद्धा असते आणि नम्रता, विनयशीलता हा तिचा सर्वात मोठा गुणविशेष असतो. त्या महान परमेश्वरासमोर भक्त सान होतो, लहान होतो, नत होतो आणि एरवी अगदी हलकी वाटणारी त्याची कामे जराही न कचरता, कमीपणा न वाटता करू लागतो. उदाहरणार्थ, गुरुद्वारातील फरशी धुणे, दर्शनाला येणाऱ्या भक्तांची पादत्राणे स्वच्छ करणे. बहुसंख्य भक्त ईश्वराच्या साकार रूपाचीच भक्ती करतात. देवाच्या विविध रूपांतील मूर्तींची पूजा करतात, इतकेच नव्हे तर संत, महंत, साधू, काही प्राणी, काही वृक्ष यांनाही भजतात. अनेक कर्मकांडे, विधी करतात; गंडे, दोरे, ताईत, अंगठ्याही घालतात. काही लोकांना देवाचा दृष्टांत होतो, सिद्धी प्राप्त होतात, देवाच्या अस्तित्वाचा अनुभव येतो, आध्यात्मिक शक्ती त्यांच्या जीवनाचे प्रमुख अंग बनते, त्यांना विविध रूपात ईश्वराचा साक्षात्कारही होतो.

जो परमेश्वरावर असे भक्तीरूप प्रेम करीत असतो, त्या भक्ताला ईश्वरपूजेने, त्याची हरतऱ्हेने सेवा करण्याने एक स्वर्गीय समाधान लाभते. कृतार्थतेची भावना मनात दाटते. देवाशी जुळलेल्या या आगळ्या नात्यामुळे भक्ताच्या बाह्यात्कारी कर्मांची गुणवत्ता तर वाढतेच, शिवाय जसजसे प्रेम वाढत जाते, नाते दृढ होत जाते, तसतसे त्यांच्या शरीरातही परिवर्तन घडून येते. स्पॅनिश धर्मगुरू व धर्मशास्त्रवेत्ता सेंट इग्नॅशियस ऑफ लॉयोला (१४९१-१५५६) याचे हे वचन सुप्रसिद्ध आहे : या सगळ्याहून ही महत्त्वाची गोष्ट लक्षात ठेवा की, तो परमेश्वर आपल्यामधे संयम, विनम्रता, आज्ञाधारकपणा अशा गुणांचा शोध घेत असतो. आपण स्वतःच्या इच्छा, लालसा, आसक्ती यांचा परित्याग करून त्याची आणि आपल्या शेजाऱ्यांमध्येही स्थित असलेल्या त्याची सेवा करण्याची इच्छा मनात बाणवतो की नाही ते पाहत असतो. त्या इच्छेची तीव्रता, प्रामाणिकता जोखत असतो. त्याची कृपा आपल्याला केवळ योग्य, उचित अशाच गोष्टी करण्याची परवानगी देते.' भगवंताच्या भक्तांना वारंवार त्याच्या उपस्थितीचा प्रत्यय येत राहतो. त्याचे आदेश ऐकू येत राहतात, त्याचे दर्शनही घडत राहते.

लोकमान्य 'भक्तिमार्ग' या प्रकरणाचा आरंभ या श्लोकाने करतात,

सर्वधर्मान्परित्यज्य मामेकं शरणं व्रज ।
अहं त्वां सर्वपापेभ्यो मोक्षयिष्यामि मा शुचः ।।६६।।

माझ्यासाठी सर्व धर्म, सर्व विधी, सर्व कर्मकांडे सोडून दे आणि मला एकट्याला शरण ये. मी तुला सर्व पापांपासून मुक्त करेन, भिऊ नको.
(भगवद्‌गीता, अध्याय १८, श्लोक ६६)

लोकमान्य लिहितात, 'ब्रह्मात्मैक्यज्ञान एवढेच काय ते खरे सत्य व साध्य असून त्यासारखे जगात दुसरे काहीच पवित्र नाही हे जरी निःसंशय आहे तरी... साम्यबुद्धी संपादन करण्याचा जो विधी म्हणजे मार्ग सांगितला, तो पूर्णपणे बुद्धिगम्य आहे. त्याचे पूर्ण आकलन करण्याइतकी बुद्धी कोठून आणावी हा सामान्यांना प्रश्नच पडतो. ज्याची बुद्धी तितकी तीव्र नसेल, तर तो पुरुष सर्वस्वी बुडालाच समजावयाचा की काय अशी त्यांना शंका येते; ती काही गैरवाजवी नाही.' ते म्हणतात, 'मोठमोठ्या ज्ञानी पुरुषांनादेखील विनाशी नामरूपात्मक मायेने आच्छादिलेल्या तुझ्या त्या अमृतस्वरूपी परब्रह्माचे वर्णन करताना 'नेति नेति' म्हणून जर मूग गिळावे लागतात, तर आमच्यासारख्या सामान्य जनांना ते कसे करता येणार?'

यामुळेच भक्तिमार्ग हा सोपा मार्ग आहे. ब्रह्म आणि आत्मा यांच्या ऐक्याचे ज्ञान झाले, की तो पुरुष अत्यंत आदरणीय अशा गुरुपदाच्या जवळ पोहोचतो, त्याचे त्याच्या इंद्रियांवरचे, त्यांच्या इच्छा-आसक्तींवरचे नियंत्रण वाढते, तशीच मनाची आकलनशक्तीही वाढते. हा जो ब्रह्मात्मैक्यपदाचा अलौकिक असा अनुभव आहे त्याविषयी जे अनेक ठिकाणी लिहिले गेले आहे, त्यात ही गोष्ट विश्वसनीय मानली गेली आहे की तो अनुभव खरोखरच अवर्णनीय असाच असतो. तो शब्दांत सांगताही येत नाही आणि लिहिताही येत नाही आणि त्यामुळेच तो परमानंद कोणाशी वाटताही येत नाही. ही गोष्ट फार सुंदर रीतीने सांगणारी श्रुति-ग्रंथातील एक बोधकथा लोकमान्य सांगतात, 'बाष्कली नावाच्या एका शिष्याने त्याचे गुरू बाह्वा यांना प्रश्न विचारला, 'गुरुजी, ब्रह्म म्हणजे काय?' त्याचे गुरू काहीच बोलले नाहीत. पुनःपुन्हा तोच प्रश्न विचारूनही गुरूंचे मौन काही सुटेना! असे चारपाच वेळा झाल्यावर बाह्वा गुरुजी बाष्कलीस म्हणाले, 'अरे, तुझ्या प्रश्नाचे उत्तर मी इतका वेळ एकसारखे देत असताही तुला ते कळत नाही त्याला मी काय करू? ब्रह्मस्वरूप कोणत्याही प्रकारे सांगता येत नाही, म्हणून शांत म्हणजे गप्प बसणे हेच खरे ब्रह्मलक्षण आहे, समजलास?'

दर्शयति चाथो अपि स्मर्यते ।।१७।।

ब्रह्माचे स्वरूप कोणत्याच पद्धतीने वर्णन करून सांगता येत नाही, त्यामुळे काहीही न बोलता शांत राहणे हीच त्याचे खरे वर्णन करण्याची सर्वात चांगली पद्धत आहे. आता समजले का तुला? (वेदान्तसूत्र, ३. २. १७)

हे अगदी खरे आहे की अशा अवर्णनीय, कल्पनातीत असलेल्या ब्रह्माचे आकलन कोणाही माणसाला होणे शक्यच नाही. ते या दृश्य जगाहून सर्वस्वी निराळे असल्यामुळे त्याविषयी काही चर्चाही करता येत नाही. 'या विश्वात निर्माण झालेल्या सर्व गोष्टींमध्ये एकाच आत्म्याचा वास आहे' हे वचन गूढ वाटते, खरे तर त्याचा अर्थही नीट कळत नाही. हे अपवादात्मक ज्ञान, ही ब्रह्मात्मैक्य स्थिती जगातील करोडो लोकांना प्राप्त होईल अशी आशा करणेही व्यर्थ आहे. असे असले तरी काही ऋषिवर, संत, प्रेषित, अभ्यासक, शास्त्रकार असे आहेत ज्यांनी त्यांचा अनुभव शब्दबद्ध केलेला आहे. त्याबद्दल शंका घेण्याचे काही कारणच नाही. ती भरपूर आहेत आणि त्या वर्णनात भरपूर विविधताही आहे. स्वामी विवेकानंद यांनी फार सुंदर शब्दांत म्हटले आहे, 'या संपूर्ण विश्वात एकच गोष्ट सत्य आहे ज्याला 'ब्रह्म' म्हटले जाते, बाकी काहीही खरे नाही. आपणा सर्वांसकट बाकी सगळे त्याच ब्रह्मापासून मायेच्या शक्तीने निर्माण केले गेलेले आहे, आपण आणि बाकीचे सगळे ही सर्व त्याचीच रूपे आहोत. ज्या ब्रह्मापासून आपण आलो आहोत त्याच्याचकडे परतणे हाच आपला जीवनहेतू आहे. आपल्यापैकी प्रत्येक जण हा ते ब्रह्म, ते परमसत्य (Reality) आणि ती माया आहोत. त्यातील मायेपासून जर आपण सुटका मिळवू शकलो तर आपले अज्ञानही नष्ट होईल आणि आपल्याला आपल्या खऱ्या स्वरूपाचा साक्षात्कार होईल.'[१]

परमेश्वराच्या अस्तित्वाचा अनुभव घेतलेल्या लोकांमध्ये आणि त्यांच्या अनुभवांमध्ये इतके वैविध्य आहे की ते अनुभव नियमबद्ध विज्ञानाच्या आकृतीबंधात, शास्त्राच्या कक्षेत बसूच शकत नाहीत आणि म्हणूनच ते अनुभवांचे ज्ञान विज्ञानापासून विलग झाले आहे. खरे तर वैज्ञानिक, शास्त्रज्ञ यांची मते, निष्कर्षही वारंवार 'चुकीचे' असलेले सिद्ध झाले आहे. पिढ्यान्‌पिढ्या चालत आलेल्या या वादात एका पिढीने खरे मानलेले पुढल्या पिढीने 'भ्रामक' म्हणून नाकारले आहे आणि एका पिढीने जे 'कल्पनेचा खेळ' म्हणून उडवून लावले आहे, तेच दुसऱ्या पिढीने 'सामान्य गोष्ट' म्हणून स्वीकारले आहे. 'श्रद्धा म्हणजे पुरावा नसलेला दृढ विश्वास' ही व्याख्या जशी सर्वमान्य आहे, तशीच 'श्रद्धा म्हणजे पुराव्याची गरजच नसलेला दृढ विश्वास' हीही आहे. परंतु कोणीच परिपूर्ण नसलेल्या या विश्वात कोणाचे अनुभवही परिपूर्ण नाहीत, जाणिवाही परिपक्व नाहीत. सर्व काही अपुरे आहे, त्यामुळे निश्चित, खातरीशीर गोष्ट किंवा अगदी शास्त्रीय प्रश्नसुद्धा या श्रद्धेसारखेच अमूर्त ठरतात.

१. http://www.swamivivekanandaquotes.org/2013/12/swami-vivekananda-brahma-quotes.html. या संकेतस्थळावरून २० ऑक्टोबर २०१७ पर्यंत घेतलेल्या माहितीनुसार.

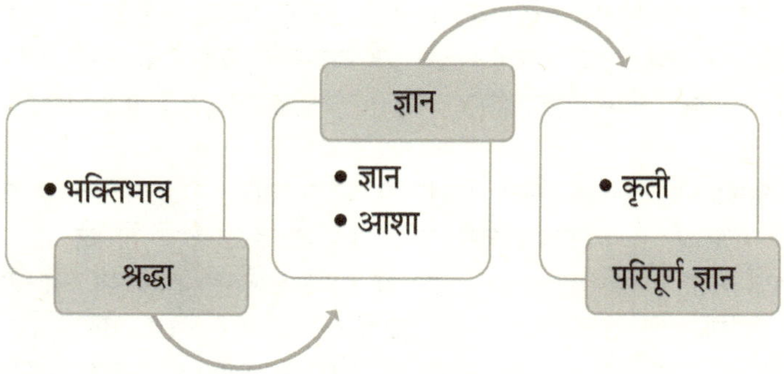

विश्वास हा श्रद्धा आणि ज्ञान यांच्यामधील सेतू आहे. विश्वास एखाद्या वाहनासारखा माणसाला श्रद्धेपासून ज्ञानापर्यंत नेऊन पोहोचवतो. विश्वास हा कधी आंधळा असू शकत नाही; कारण तो ज्या पुराव्यांवरून मनात निर्माण झालेला असतो, त्या पुराव्यांची विश्वासार्हता बुद्धीने तपासलेली असते. (ते ज्ञान बुद्धिगम्य असते.) आपली ईश्वरावर श्रद्धा असते कारण संतमहंतांच्या वाणीवर आपला विश्वास असतो. शिवाय आपल्या पूर्वजांनी पूर्ण विश्वासाने ज्या कृती, जी कर्मे केलेली असतात त्यातून जे ज्ञान आपल्याला मिळालेले असते तेही अत्यंत उपयुक्त असेच असते.

लोकमान्य लिहितात, 'खरे पाहिले तर श्रद्धेखेरीज ज्ञानाची पूर्तता किंवा फलद्रूपताही होत नाही असेच आढळून येईल. सर्व ज्ञान केवळ बुद्धीनेच प्राप्त होते, त्याला दुसऱ्या कोणत्याही मनोवृत्तीचे साहाय्य लागत नाही हा केवळ तर्कप्रधान शास्त्रातच जन्म घालविल्यामुळे बुद्धी कर्कश झालेल्या पंडितांचा वृथाभिमान आहे.'

या जगात आपण प्रवेश केल्यापासूनच आपल्या मेंदूवर विशिष्ट संस्कार होत असतात. आत्मा जेव्हा नव्या जड देहात प्रवेश करतो, तेव्हा त्याच्या बरोबरचा सूक्ष्म देह आधीच्या जन्मातील कर्मांच्या संचिताने भारलेल्या ऊर्जा आवेगांबरोबरच मातेचा स्पर्श, प्रकाश, आवाज, वास यांसारख्या ज्ञानेंद्रियांच्या काही विशिष्ट संवेदनाही घेऊन येतो. नवजात अर्भकाच्या अगदी अपरिपक्व अशा मेंदूमध्ये त्याच वेळी त्या सगळ्या नोंदल्या जातात. पुढेही आयुष्याच्या प्रारंभीच्या काळापासूनच अशी जी निरनिराळी माहिती मिळत जाते आणि मेंदूमध्ये साठवली जाते, तिच्या आधारे प्रत्येकाची पूर्ण व्यक्तिगत अशी एक विचारपद्धती तयार होते, जिच्या आधारे प्रत्येक जण योग्यायोग्यतेचा निर्णय करत असतो. व्यक्ती तितक्या प्रकृती आणि प्रवृत्ती! एकमेकांच्या सान्निध्यात, संबंधात येणाऱ्या व्यक्तींच्या विचारपद्धतीही हळूहळू एकत्र येतात आणि त्या संकरातून एखाद्या कुटुंबाचा, जातीजमातीचा, प्रजातीचा, समाजाचा आणि देशाचाही संपूर्ण जगाविषयीचा एक समान दृष्टिकोन तयार होतो. कोणतीही नवीन माहिती आपल्याला मिळते, तेव्हा ती आपण सरळ स्वीकारत नाही. ती या एकत्रित दृष्टिकोनाचे संस्कार घेऊनच आपल्या विचारयंत्रणेत

प्रवेश करते, ती आपल्या संस्कारित अनुभवांच्या निकषांवर तोलली जाते. त्यावरूनच त्यावरील आपला प्रतिसाद, आपल्या प्रतिक्रिया ठरतात. तेव्हा हे लक्षात घेणे महत्त्वाचे आहे की आपला जगाविषयीचा दृष्टिकोन, आपल्या समजुती, विश्वास, श्रद्धा या सर्वांना आपल्या संस्कारित मेंदूच्या पलीकडे कोणतीही वैधता वा सप्रमाणता नसते. आपल्यापैकी प्रत्येकाच्या मेंदूमध्ये एक 'फूटपट्टी' तयार झालेली असते, त्यानेच आपण सर्व काही, भोवतालच्या जगातील कोणतीही गोष्ट मापत असतो.

लोकमान्य लिहितात, 'म्हणून बुद्धिगम्य ज्ञानाची पूर्तता होण्यास आणि पुढे ते ज्ञान बुद्धीतून खाली उतरून आचरणात व कृतीत फलद्रूप होण्यास या ज्ञानास नेहमीच श्रद्धा, दया, वात्सल्य, कर्तव्यप्रेम इत्यादी दुसऱ्या नैसर्गिक मनोवृत्तींची अपेक्षा असते. आणि जे ज्ञान या मनोवृत्ती शुद्ध व जागृत करून त्यांच्या साहाय्याची अपेक्षा ठेवत नाही, ते कोरडे, अपुरे, तर्कटी, वांझ किंवा कच्चे समजले पाहिजे. दारूशिवाय नुसत्या गोळीने बंदुकीचा बार जसा उडत नाही, तद्वत प्रेम, श्रद्धा या मनोवृत्तींच्या साहाय्याखेरीज केवळ बुद्धिगम्य ज्ञान कोणालाही तारू शकत नाही.'

लोकमान्य या ठिकाणी छांदोग्योपनिषदातील श्वेतकेतूची कथा सांगतात. श्वेतकेतूस त्याच्या वडिलांनी वडाचे एक फळ आणून त्यात काय आहे हे पाहण्यास सांगितले. श्वेतकेतूने ते फळ फोडून पाहिले व 'आत पुष्कळ बारीकबारीक बिया किंवा दाणे आहेत' असे सांगितले. 'त्यातले एक बी घे आणि ते फोडून आत काय आहे ते सांग' असे वडिलांनी पुन्हा म्हटल्यावर श्वेतकेतूने त्यातील एक बी फोडून 'आत काही दिसत नाही' म्हणून उत्तर दिले. त्यावर 'अरे, हे जे तुला आत काही दिसत नाही त्यापासूनच वडाचे हे मोठे झाड झाले आहे' असे सांगून वडील त्याला म्हणाले, 'अखेर 'श्रद्धत्स्व' - यावर विश्वास ठेव - म्हणजे ही कल्पना नुसत्या बुद्धीत ठेवून तोंडापुरते 'होय' न म्हणता त्याच्या पलीकडे जा. हे तत्त्व तुझ्या हृदयात ठसून कृतीत उतरू दे.'

तँ होवाच यं वै सौम्यैतमणिमानं न निभालयस
एतस्य वै सोम्यैषोऽणिमम्न एवं महान्यग्रोधस्तिष्ठति
श्रद्धस्त्व सोम्येति ॥ ६.१२.२ ॥

मग ते (श्वेतकेतूचे वडील) त्याला म्हणाले, 'या सूक्ष्म बीजाच्या (परब्रह्माच्या) आत तुला काहीच दिसत नसले (ज्यातून वास्तवात एक प्रचंड 'न्यग्रोध' वृक्ष निर्माण होतो), तरी (तेच सर्व दृश्य जगाचे मूलकारण आहे) त्यावर विश्वास ठेव, श्रद्धा ठेव. (छांदोग्योपनिषद, अध्याय ६, विभाग १२, श्लोक २)

लोकमान्य अनेक प्रभावशाली उपमा देतात, 'सूर्य उद्या सकाळी उगवणार हे निश्चयात्मक ज्ञान होण्यासही जर श्रद्धेची जरूर लागते, तर सर्व सृष्टीच्या बुडाशी असणारे

मूळ तत्त्व अनादि, अनंत, सर्वकर्तु, सर्वज्ञ, स्वतंत्र व चैतन्यस्वरूप आहे हे पूर्णपणे ओळखण्यास बुद्धीच्या गाडीरस्त्याने शक्य तेवढा मार्ग आक्रमिल्यावर तदुरोधाने पण त्याच्या पुढे थोडे तरी श्रद्धेच्या व प्रेमाच्या पायवाटेने गेलेच पाहिजे, हे निर्विवाद आहे. मी जिला आई म्हणून देवासारखी वंद्य, पूज्य मानतो तिलाच इतर लोक एक सामान्य स्त्री किंवा नैयायिकांच्या शास्त्रीय शब्दावडंबराप्रमाणे 'गर्भधारणप्रसवादिस्त्रीत्वसामान्याव च्छेदकावच्छिन्नव्यक्तिविशेष:' समजतात. या एका लहानशा व्यावहारिक उदाहरणावरून नुसत्या तर्काने होणारे ज्ञान श्रद्धेच्या व प्रेमाच्या मुशीत ओतले गेल्याने काय फरक पडतो हे कोणाच्याही सहज लक्षात येईल. आणि याच कारणास्तव गीतेत 'कर्मयोग्यांमध्येही श्रद्धावान श्रेष्ठ' असे म्हटले आहे.'

योगिनामपि सर्वेषां मद्गतेनान्तरात्मना ।
श्रद्धावान्भजते यो मां स मे युक्ततमो मत: ।।४७।।

सर्व 'कर्म'योग्यांमध्येही जो माझ्या ठिकाणी अंत:करण ठेवून श्रद्धेने मला भजतो त्यालाच मी सर्वात उत्तम युक्त म्हणजे सिद्ध झालेला कर्मयोगी समजतो.
(भगवद्गीता, अध्याय ६, श्लोक ४७)

आज याच्या नेमके विरुद्ध घडते आहे. आज ज्ञानाची व्याख्या 'माहिती' एवढीच संकुचित करण्याचे प्रमाण सतत वाढत चालले आहे. मोबाईल फोन्सवर उपलब्ध असलेल्या इंटरनेटद्वारे याच माहितीरूपी ज्ञानाचा भडिमार होतो आहे. कोणतीही माहिती - म्हणजे ज्ञान - 'तुमच्या हाताच्या बोटावर' आहे, पण तिच्यासंबंधी तुम्हाला कोणताही अनुभव नाही, ती बरोबर की चूक हे ठरवणारा कोणताही पुरावा नाही. अशा आधारहीन ज्ञानावर आपण आपला दृष्टिकोन, आपली मते, प्रतिक्रिया ठरवत आहोत. लोकांच्या सामुदायिक आकलनशक्तीवर अभूतपूर्व असा काळोख साठत चालला आहे. आज उद्योग, वैद्यक वा कृषी - कोणतेही क्षेत्र घ्या, त्यातील जे शास्त्रशुद्ध, अचूक आणि विश्वासार्ह ज्ञान म्हणून सर्वसाधारण लोक वापरतात ती तर खूपच सीमित, अपुरी अशी माहिती असते आणि तीही त्यातील हितसंबंधी व्यापारी, स्वार्थी लाभार्थी यांनी त्यांचा कार्यभाग साधण्यासाठी प्रदूषित केलेली असते. अशा कलुषित, चुकीचे ज्ञान म्हणून स्वीकारलेल्या माहितीमुळे अनेकांच्या श्रद्धेला, आत्मविश्वासाला धक्का पोहोचतो आहे, तडा जातो आहे. अनेक जण उद्योगातील नुकसान, शारीरिक व मानसिक अनारोग्य यांसारख्या अवघड परिस्थितीत ढकलले जात आहेत. अशा फसवणुकीमुळे सत्य नेहमीच आपल्यापासून दूर राहते आहे, अधिकाधिक दूर जाते आहे. सत्यावर जितका अधिक भर देऊ, तितके ते जास्त फसवे असण्याचा संभव बळावतो आहे. या परिस्थितीत काय करायचे? अशा परिस्थितीत लोकमान्यांचे हे शब्द अतिशय महत्त्वाचे ठरतात, 'निर्गुण

परब्रह्म सामान्य मनुष्यास कळणे कठीण एवढी एकच अडचण असेल, तर बुद्धिमान पुरुषांमध्ये मतभेद असला तरी ही अडचण श्रद्धेने किंवा विश्वासाने दूर करता येण्यासारखी आहे, कारण या पुरुषांपैकी अधिक विश्वसनीय कोण हे पाहून आपण त्याच्या वचनावर श्रद्धा ठेवू म्हणजे झाले.'

ध्यानेनात्मनि पश्यन्ति केचिदात्मानमात्मना ।
अन्ये साङ्ख्येन योगेन कर्मयोगेन चापरे ॥२४॥
अन्ये त्वेवमजानन्तः श्रुत्वान्येभ्य उपासते ।
तेऽपि चातितरन्त्येव मृत्युं श्रुतिपरायणाः ॥२५॥

काही लोक आपण होऊनच, तर काही ध्यानाने आपल्या ठायी आत्म्याला पाहतात काही सांख्ययोगाने (ज्ञानाची जोपासना करून) आणि काही कर्मयोगाने पाहतात. (भगवद्भीता, अध्याय १३, लोक २४)
परंतु ज्यांना याप्रमाणे स्वतः ज्ञान होत नाही असे कित्येक जण दुसऱ्यांचे सांगणे ऐकून श्रद्धेने परमेश्वराचे भजन करतात. ऐकलेली गोष्ट प्रमाण मानून वागणारेही मृत्यू तरून पलीकडे जातात. (भगवद्गीता, अध्याय १३, श्लोक २५)

असे कोणते ज्ञान असते ज्यायोगे आपल्या समोर आलेल्या माहितीचे परीक्षण करून, तिच्या सत्यतेची खातरी करून घेऊन ती स्वीकारायची की तिचे खंडन करायचे हे ठरवता येते? या प्रश्नाचे उत्तर लोकमान्य पुरवतात, 'आपली प्रज्ञा ज्या श्रद्धेच्या बळावर काम करीत असते, ती श्रद्धा आपल्याला असल्या क्लेशापासून, माहितीच्या दलदलीत फसण्यापासून वाचवते. ते लिहितात, 'वैविध्य हे परमेश्वराच्या निर्मितीचे सर्वत्र दिसून येणारे लक्षण आहे. कोणतीही दोन पाने सारखी नसतात, कोणत्याही दोन व्यक्तींच्या बोटांचे ठसे सारखे नसतात. दोन मानवी समाजांच्या पद्धतींमध्ये, गुणविशेषांमध्येही साम्य नसते. तसेच दोन आत्मेही समान नसतात; कारण जन्ममृत्यूच्या चक्रातील प्रवासात ते जे विशिष्ट गुणधर्म गोळा करतात ते विभिन्न असतात. आध्यात्मिक जगतातील पद्धतींचेही तसेच आहे. त्यामुळेच सर्व साधक सारख्याच साधनपद्धतींकडे आकर्षित होत नाहीत. भगवद्गीता तसेच वैदिक ग्रंथ यांचे हे खास सौंदर्य म्हणून सांगता येईल की त्यात मानवी जीवनातील या वैविध्याची जाणीव ठेवलेली दिसते आणि त्यांनी साधक, वाचक यांना दिलेल्या सूचनांमध्ये त्याची दखल घेतलेली दिसते.'

आपल्या प्रज्ञेला हे श्रद्धेचे बळ मिळते कसे? या प्रश्नाचे उत्तर स्वामी मुक्तानंद देतात, 'देवावरील परम भक्तीने'. ते वरील श्लोकावरील भाष्यात लिहितात, 'श्रीकृष्ण ही गोष्ट समजावून सांगतात की काही साधक मनाशी झगडून त्याला स्वतःच्या ताब्यात आणण्यात एक निराळाच आनंद घेतात. त्यांना त्यांच्याच हृदयात वास करणाऱ्या

परमेश्वराचे ध्यान करण्याचे आणि तसे ध्यान करताना त्या परमेश्वरावर मन स्थिर झाले की जी शांती, जो परमानंद प्राप्त होतो त्या आनंदाचे फार मोठे आकर्षण वाटते. काही साधकांना बुद्धीला व्यायाम देण्यात समाधान वाटते. आत्मा, शरीर, मन, बुद्धी, अहंभाव या प्रत्येकाचे वेगळेपण त्यांना उत्तेजित करते. आत्मा, परमात्मा आणि त्याची माया या तीन गोष्टींचे जास्तीत जास्त आकलन करून घेण्यात त्यांना रस वाटतो. त्यासाठी ते श्रवण, मनन, चिंतन, निदिध्यास यांसारख्या प्रक्रियांचा वापर करतात. काही जणांना प्रत्यक्ष कृती, काहीतरी अर्थपूर्ण कर्मे केली की इतका आनंद होतो, की त्यांचे चित्त हर्षभरित होऊन नाचू लागते. परमेश्वराने त्यांना दिलेले गुण, कौशल्य, सामर्थ्य यांचा त्याचेच कोणते तरी कार्य करण्यासाठी उपयोग करण्याचा ते कसून प्रयत्न करतात. शारीरिक व मानसिक शक्तीचा अखेरचा कण जोवर ते त्याच्या सेवेत खर्च करत नाहीत, तोवर त्यांना चैनच पडत नाही. अशा रीतीने वेगवेगळ्या प्रकारचे साधक परमेश्वराच्या साक्षात्कारासाठी त्यांच्याजवळील वेगवेगळ्या प्रवृत्तींचा, मार्गांचा वापर करतात. बुद्धी, कृती, प्रीती - यांपैकी काहीही, किंवा हे सर्वच समाविष्ट असलेले कोणतेही कर्म मनाला तेव्हाच पूर्ण समाधान, शांती देते, जेव्हा ते परमेश्वराला आवडणारे असते, जेव्हा त्यात त्याच्याविषयीची अपार भक्ती भरलेली असते.

पण परमेश्वराला काय आवडते? श्रीमद् भागवतामध्ये नारद मुनी आणि राजा प्राचीनबृही यांच्यातील एक संवाद आहे. हा राजा ईश्वराला प्राण्यांचे बळी देत असतो आणि त्याच्या त्या प्रकारच्या भक्तिमार्गाचा अभिमान बाळगत असतो. नारद मुनी त्यांची निर्भर्त्सना करतात. 'परमेश्वराच्या कृपेने या भूमीत जे गवत उगवते त्या गवतात चरणाऱ्या, त्यावर गुजराण करणाऱ्या प्राण्यांना मारून तू पापाचा धनी होतो आहेस आणि त्याचा वृथा अभिमानही बाळगतो आहेस' असे ते त्याला बजावतात. ज्याला परमेश्वराच्या अस्तित्वाची जाणीव नसते तो गैरकर्मात अडकतो, चुकीचे ज्ञान प्राप्त करायच्या मागे लागतो.

आस्तीर्य दर्भैः प्रागग्रैः कात्स्न्र्येन क्षितिमण्डलम् ।
स्तब्धो बृहद्वधान्मानी कर्म नावैषि यत्परम् ।
तत्कर्म हरितोषं यत्सा विद्या तन्मतिर्यया ।।४९।।

जगभरातील भूमी गवताने आच्छादलेली आहे आणि त्यावरच प्राण्यांची गुजराण होते. काही मूढ लोक या प्राण्यांचा बळी देऊन ईश्वराचे पूजन करतात. त्यांना या गोष्टीचे ज्ञान नसते की, ईश्वराचे पूजन करण्याचा, त्याचा संतोष प्राप्त करण्याचा भक्ती हाच एकमेव मार्ग आहे. आपण आपली समज त्या पद्धतीने उन्नत केली पाहिजे. (श्रीमद् भागवतम् ४.२९.४९)

पण जो अमूर्त आहे, अगोचर आहे, अनाकलनीय आहे त्याची भक्ती, त्याची सेवा कशी करायची? हा अनेकांना पडणारा प्रश्न आहे. त्याची निरनिराळी उत्तरे देणारे अनेक धर्म, पंथ स्थापन झाले; पण त्यामुळे लाभ कमी, नुकसानच जास्त झाले. आपण जो धर्म, पंथ वा विचारपद्धती स्वीकारली असेल, त्याखेरीज बाकीच्यांचे अर्थ लावणे खरोखरच अवघड होते. मग तत्त्वज्ञांनी यातून तर्कशुद्ध, सयुक्तिक दृष्टिकोन बनवण्याची एक पद्धत शोधून काढली. अनेक रहस्यांनी भरलेले हे जग समजून घेण्यासाठी कल्पनाशक्तीचा वापर केला गेला आणि मानवी आयुष्यांवर परिणाम घडवणाऱ्या अगणित दृश्य व अदृश्य अशा बाह्यशक्ती आणि माध्यमे यांची बीजे समाजाच्या मनात, डोक्यात रुजवली गेली. शतकानुशतके धर्म व विज्ञान हे एकमेकांपासून दूर जात राहिले आणि अखेर एकत्र राहूच शकणार नाहीत अशा स्थितीला येऊन पोहोचले. ऐहिक प्रगती जास्त झालेल्या पाश्चिमात्य देशात ही फारकत विशेषत्त्वाने घडून आली. भारतात मात्र लोकांनी खूपच सहिष्णु वृत्तीने अनेक धर्मपंथांना जागा करून दिली. कितीतरी धर्म, पंथ येथे गुण्यागोविंदाने नांदले. शिवाय मूलभूत विज्ञान व खरे अध्यात्म यांच्यामध्येही भारतीयांनी विभाजन केले नाही. मानवी शरीराच्या आतल्या आणि बाहेरच्या खोल अवकाशातल्या काही अज्ञात गोष्टींविषयी मिळालेल्या माहितीचे विश्लेषण करणे, त्यांचा अर्थ लावणे या बाबतीत विज्ञानाला बऱ्याच अडचणी आल्या; पण आध्यात्मिक दृष्टिकोनातून मात्र त्यांचे चांगले ज्ञान मिळत गेले.

लोक देवळांत, पूजास्थानांत गर्दी करतात; कपाळावर टिळे लावतात; गंडेदोरे, ताईत वापरतात; जपमाळ ओढत बसतात आणि वर्षभरात रोज अथवा अनेक विशिष्ट दिवशी, ठरावीक वेळी पूजाअर्चा, ध्यानधारणा करतात. साधेपणाचे, संन्यस्त वृत्तीचे प्रदर्शन करतात. सुबुद्धांना या भक्तीच्या अनेकविध प्रकारांतील बेगडीपणा, देखावा सहजपणे लक्षात येतो. असे 'देवभक्त' खोट्या अभिमानाने पछाडलेले असतात, बाह्य देखाव्याने पथभ्रष्ट झालेले असतात. त्यांची मने फायदातोटा, जयपराजय असल्या व्यवहारी गोष्टींत अडकून पडलेली असतात. त्यातून ते बाहेर पडू शकत नाहीत. त्यांच्या अपरिपक्व बुद्धीला भक्ती हा नाव व कीर्ती मिळवण्याचा, मोठेपणा मिरवण्याचा खेळ असतो. काही जण तर या बाबतीत दुराग्रहीदेखील बनलेले असतात. ते स्वतःच परमेश्वराच्याही पालकत्वाची जबाबदारी घेतात आणि असे 'वरलिया रंगाला भुललेले' भक्त खऱ्या, अंतर्यामी भक्ती साठवलेल्या भोळ्या, विशेषतः निर्धन, कनिष्ठ वर्गातील भक्तांना धिक्कारतात.

बाह्यतः काही 'इमानी' भक्त फक्त ते पूजित असलेल्या देवाच्या रूपाला, अवताराला, मूर्तीला मानतात आणि अन्य सर्वांना कमी लेखतात. श्री शंकराचार्यांच्या वेळेला भारत देश म्हणजे अनेकविध रूपांतील देवांचा एक शोभादर्शकच बनला होता. देशातील राज्यांच्या राजांचे प्रामुख्याने तीन गट होते - विष्णुभक्त, शिवभक्त व शक्तीचे उपासक. राजा ज्या पंथाचा, त्याप्रमाणे त्या त्या राज्यात देवळे उभी राहत. बाकीची देवळे पाडली जात. जे राजाचे दैवत तेच प्रजेचे, त्यानुसार देवार्पण करण्याच्या गोष्टी

बदलायच्या. समाजातही निरनिराळ्या दैवतांच्या उपासकांचे गट होते. प्रत्येक कुटुंबही त्यातील एका गटात सामील असायचे. भक्तांमध्ये नर्तक, गायक, कवी, कीर्तनकार, कथाकार इत्यादी कलाकार भक्तही होते, जे त्यांच्या कलांद्वारे देवाची भक्ती, सेवा करायचे. ते त्यांच्या त्यांच्या कलाप्रकारांत प्रवीण होते आणि त्याद्वारे परमेशाची स्तुतीही करायचे, त्याच्या नावाने उत्तम कला सादर करायचे. परंतु त्यांच्या अंतरंगांत तेवढी देवभक्ती नसायची, तशी त्यांची प्रवृत्तीही नसायची. ते लोकांकडून घसघशीत मानधन घेऊन त्यांची कला 'देवाच्या पायी' वाहायचे आणि मिळालेल्या धनात सुखद, आरामाचे, चैनीचेसुद्धा आयुष्य जगायचे.

अंतर्गत स्तरावर काही 'बेईमान' भक्तही असतात. ते देवाचे परमभक्त असल्याचे सोंग आणतात; पण प्रत्यक्षात मात्र लपून पापे करणे सोडत नाहीत. तसले कलंकित आयुष्य बदलायचा जराही प्रयत्न करत नाहीत. ते खास दिवस ठरवून त्या दिवशी त्यांच्या देवाच्या नावाने उपवास करतात, परंतु बाकीचे दिवस मात्र मेजवान्या झोडतात. यांतील बहुसंख्य लोक केवळ लोकांना दाखवण्यासाठी, त्यांच्या नजरेत सालस, सज्जन देवभक्त दिसण्यासाठी भक्तीची सोंगे करतात. ते पक्के दांभिक असतात. भक्तांचा आणखी एक प्रकार असतो - 'व्यवहारी भक्त'. भक्ती देऊन बदल्यात देवाकडून काहीतरी मागणारे भक्त. ते त्यांना हव्या असलेल्या यशासाठी, सत्तेसाठीच फक्त देवाचा वापर करतात.

लोकमान्य याविषयी लिहितात, 'प्रथम काहीतरी व्यक्त गोष्ट पाहिल्याखेरीज अव्यक्ताची कल्पनाच माणसाच्या मनात जागृत होऊ शकत नाही. उदाहरणार्थ तांबडा, हिरवा इत्यादि व्यक्त रंग प्रथम पाहिल्यानंतरच 'रंग' ही सामान्य व अव्यक्त कल्पना मनुष्याच्या मनात जागृत होते, एरवी नाही असे आढळून येते. मग त्याला तुम्ही मनुष्याच्या मनाचा स्वभाव म्हणा किंवा दोष म्हणा. काही म्हटले तरी मनाचा हा स्वभाव जोपर्यंत देहधारी मनुष्याला काढून टाकता येत नाही, तोपर्यंत उपासनेसाठी म्हणजे भक्तीसाठी निर्गुणातून सगुणात व त्यातही अव्यक्त सगुणापेक्षा व्यक्त सगुणात उतरल्याखेरीज दुसरा मार्ग नाही. म्हणून व्यक्तोपासनेचा मार्ग अनादि काळापासून प्रचारात आला असून अखेर रामतापनीयादि उपनिषदांतून प्रत्यक्ष मनुष्यधारी व्यक्त ब्रह्मस्वरूपाची उपासना वर्णिली आहे आणि भगवद्गीतेतही तोच सिद्धान्त खालील तर्कशुद्ध श्लोकात मांडला आहे :

क्लेशोऽधिकतरस्तेषामव्यक्तासक्तचेतसाम् ।
अव्यक्ता हि गतिर्दुःखं देहवद्भिरवाप्यते ।।५।।

ज्यांचे चित्त अव्यक्ताचे ठिकाणी आसक्त असते, त्यांना क्लेश अधिक पडतात.
देहधारी मनुष्यास अव्यक्तोपासनेचा मार्ग कष्टाने सिद्ध होतो.
(भगवद्गीता, अध्याय १२, श्लोक ५)

आपण जेव्हा पूजा करतो, तेव्हा आपण 'देव अर्थपूर्ण आहे, सकलऐश्वर्यसंपन्न आहे, तो पूज्य, पूजनीय आहे' असे म्हणतो. परंतु आपण त्याचे गुणगान आणि त्याची स्तुती मात्र अन्य कोणत्याही गुणापेक्षा त्याच्या ऐश्वर्यसंपन्नतेमुळेच करतो. काहीतरी फळ मिळावे, इनाम मिळावे म्हणून केलेली पूजा हे भक्तीचे सर्वांत उथळ, सर्वांत निकृष्ट रूप आहे. स्तुती जेव्हा याचनेची जोड म्हणून केली जाते, तेव्हा ती खुषमस्करी होते, हांजीहांजी होते. तिची योग्यता शून्य होते. खरी पूजा ही हृदयातील भाव प्रकट करते. खऱ्या भक्तीत मनाचा सहभाग तर असतोच; पण सर्वाम्त जास्त ती शरीरानेही केली जाते. वरवरची, 'वरून' काहीतरी सूचना मिळावी म्हणून केलेली ईश्वरस्तुती ही खरी भक्ती नव्हेच. ती मनात आशा ठेवून केलेली स्वार्थी कृती होय. व्यक्ताच्या मागील अव्यक्ताची जाणीव व्हावी म्हणून प्रयत्नशील असण्याऐवजी आपण आपल्याच आशा, अपेक्षा, लहरी, कल्पना यात मग्न राहतो.

वरील श्लोकावरील भाष्यात डॉक्टर राधाकृष्णन अवधूत गीतेमधील हा श्लोक उद्धृत करतात,

येनेदं पूरितं सर्वमात्मनैवात्मनात्मनि ।
निराकारं कथं वन्दे ह्यभिन्नं शिवमव्ययम् ।।

अविकारी, अव्यक्त असा परमात्मा मनात सहजपणे उतरू शकत नाही, जागा मिळवू शकत नाही. म्हणूनच निराकारभक्तीचा मार्ग कष्टदायक, जिकिरीचा आहे. साकार रूपातील परमेश्वरभक्तीच्या मार्गाने, त्या मूर्त रूपातील परमात्म्याप्रती आपले सर्व ज्ञान, मनःशक्ती, इच्छा, आकांक्षा, सर्व भावना समर्पित करून आपले साध्य साधणे आपल्याला अधिक सहज व सोपे पडते.[२]

लोकमान्य लिहितात, 'अव्यक्ताचे ठिकाणी चित्ताची (मनाची) एकाग्रता करू पाहणारास फार कष्ट होतात; कारण देहेंद्रियधारी मनुष्यास ही अव्यक्त गती प्राप्त करून घेणे निसर्गतःच कष्टमय आहे. या 'प्रत्यक्ष' मार्गासच 'भक्तिमार्ग' असे म्हणतात.'

स्वामी मुकुंदानंद यावर म्हणतात, 'निराकार ब्रह्माचे पूजन इतके कठीण का असते? याचे पहिले आणि सर्वांत महत्त्वाचे कारण हे आहे की आपणा सर्व सजीव-निर्जीवांनाही एक आकार असतो. आपण सर्व जण दृश्यरूप असतो आणि आपला संबंध कायम तशाच साकार गोष्टींशीच येत असतो. आपल्याला आयुष्याच्या सुरुवातीपासूनच दृश्यरूप गोष्टी पाहण्याचीच सवय झालेली असते आणि तीच संपूर्ण आयुष्यभर राहते. त्याचमुळे जेव्हा देवाची प्रेमपूर्ण भक्ती करायची वेळ येते, तेव्हाही जर भक्ताला मन केंद्रित करायला एक सुंदर, आनंददायी, मोहक रूपडे - दृष्य, साकार रूप - मिळाले, तर त्याचे

२. एस. राधाकृष्णन, 'द भगवद्गीता', हार्पर कॉलिन्स पब्लिशर्स इंडिया, २०१४, पान ३४६, ३४७.

काम तर सुलभ होतेच, त्याला त्याची ओढही वाटू लागते, आणि ती वाढूही लागते. तेच निराकार वा अव्यक्त ब्रह्माच्या बाबतीत बुद्धीही काही विचार करू शकत नाही, मनही काही कल्पना करू शकत नाही, ज्ञानेंद्रियांनाही काही संवेदना प्राप्त होत नाहीत. त्यांना संबंध जोडायला निश्चित काही मिळतच नाही. त्यामुळे तशी निराकार देवावर चित्त एकाग्र करणे, मनाला त्याची ओढ वाटणे या दोन्ही गोष्टी अवघड होऊन बसतात... जे ज्ञानी निर्गुण, निर्विशेष, निराकार परमेश्वराची भक्ती करतात, त्यांना त्या मार्गावर प्रगती करण्यास सर्वस्वी स्वप्रयत्नांवर अवलंबून राहावे लागते. त्या उलट, साकार ईश्वर 'दयेचा अर्णव', 'करुणेचा सागर' होतो, मूर्तीपूजा करणाऱ्यांना त्यांच्या साधनेत त्याच साकार ईश्वराचे साहाय्य आणि आधार लाभतो.'[३]

पातंजलीचे एक सूत्र आहे जे आपल्याला असा इशारा देते की, जर आपण मन अत्यंत तरल अशा विषयावर एकाग्र करायचा प्रयत्न करत असू, तर ते फारच अवघड प्रकरण होऊन बसते.

सूक्ष्मविषयत्वं चालिङ्गपर्यवसानाम् ।।४५।।

सर्व सूक्ष्म धातूंचे आकार कोणत्याही फरकदर्शी खुणेविना अंतिमतः मूलभूत पदार्थामध्ये स्थापित होतात. (शुद्ध सजगतेमध्ये ज्याप्रमाणे कोणत्याही वस्तू नसतात, त्याप्रमाणे कोणतीही सूक्ष्मता नसते.) (पतंजली योगसूत्र, १.४५)

लोकमान्य लिहितात, 'बुद्धीने परब्रह्माचे स्वरूप निश्चित केल्यावर त्याच्या अव्यक्त स्वरूपाच्या ठायी केवळ विचाराने आपले मन स्थिर करणे एखाद्या बुद्धिमान पुरुषास शक्य होईल; नाही असे नाही. पण अशा रीतीने अव्यक्ताचे ठायी 'मन' आसक्त करण्याचे काम तरी श्रद्धेने व प्रेमाने सिद्ध होणारे असल्यामुळे या मार्गातही श्रद्धा आणि प्रेम यांची आवश्यकता सुटत नाही. म्हणून तात्त्विकदृष्ट्या पाहिले, तर सच्चिदानंद ब्रह्मोपासनेचासुद्धा (जे ब्रह्म अनंत आहे, सजग आहे आणि आनंदमय आहे) प्रेममूलक भक्तिमार्गात समावेश केला पाहिजे. तथापि ध्यानासाठी या मार्गात घेतलेले हे ब्रह्मस्वरूप पहिल्यापासूनच अव्यक्त आणि केवळ बुद्धिगम्य, म्हणजे ज्ञानगम्य असून, तेच प्रधान असल्यामुळे या क्रियेस भक्तिमार्ग असे नाव न देता अध्यात्मविचार, अव्यक्तोपासना किंवा नुसती उपासना, अथवा ज्ञानमार्ग म्हणण्याची वहिवाट आहे. आणि उपास्य ब्रह्म जरी सगुणच असले पाहिजे, तरी ते अव्यक्ताऐवजी व्यक्त व त्यातही विशेषतः मनुष्यदेहधारी स्वीकारले म्हणजे तो भक्तिमार्ग होतो.'

हा भक्तिमार्ग पूजनाचा उन्नत पण थेट असा मार्ग आहे. याच मनुष्यदेहधारी

---

३. http://www.holy-bhagavad-gita.org/chapter/12/verse/5. या संकेतस्थळावरून २३ ऑक्टोबर २०१७ पर्यंत घेतलेल्या माहितीनुसार.

दैवताचा स्वीकार करून हनुमानाने श्रीरामाची भक्ती केली आणि गोकुळातील गोपिकांनी श्रीकृष्णाची. जर प्रत्यक्ष मनुष्यदेहधारी दैवत समोर नसले, तर त्याच्या मूर्तीची तशीच आत्यंतिक प्रेमाने पण पूर्ण निष्काम मनोवृत्तीने, स्वत:साठी काहीही न मागता, केवळ आर्त भक्तीने उपासना केली जाते. संत मीराबाईंनी श्रीकृष्णाच्या मूर्तीचेच पूजन केले आणि रामकृष्ण परमहंसांनी कालीमातेच्या मूर्तीचे. त्यांची निर्जीव मूर्तीवरील भक्ती तितकीच जिवंत होती, जेवढी हनुमानाची प्रत्यक्ष श्रीरामावर आणि गोपिकांची श्रीकृष्णावर होती. श्री स्वामीनारायण (१७८१-१८३०) यांनी हे सांगूनच ठेवले आहे, 'पूर्ण पुरुषोत्तम नारायण असा देव जगात असतोच. तो प्रकृतीच्या त्रिगुणांच्या पलीकडे पोहोचलेल्या, गुणातीत अशा एखाद्या महान सत्पुरुषाच्या रूपात असतो. अशा गुणातीत सत्पुरुषाची मनोमन उपासना हाच केवळ ईश्वरप्राप्तीचा, मोक्षप्राप्तीचा राजमार्ग आहे. तोच 'जिवा'ला 'परब्रह्मा'ची ओळख पटविण्याच्या कामी मदत करतो. मला तसे गुणातीत गुरू प्रमुख स्वामी व महंत स्वामीजी यांच्या रूपात भेटले हे माझे परमभाग्य होय. त्यांच्या कृपेने मला ईश्वरप्राप्ती होईल याविषयी मला जराही संदेह नव्हता. ईश्वरप्राप्तीचा आणखी एक हमखास मार्ग आहे तो गरजूंना मदत करण्याचा. तो मार्ग परमेश्वरालाही अत्यंत आवडणारा, आनंद देणारा मार्ग आहे.'

लोकमान्य लिहितात, 'परंतु मार्ग जरी दोन झाले, तरी दोहोंतही एकाच परमेश्वराची प्राप्ती होऊन अखेर एकच साम्यबुद्धी मनात उत्पन्न होत असल्यामुळे ज्याच्या त्याच्या अधिकाराप्रमाणे एकाच माडीवर चढण्यास हे दोन अनादिसिद्ध भिन्नभिन्न जिने आहेत. मार्ग भिन्न झाल्यामुळे साध्ये भिन्न होत नाहीत असे स्पष्ट दिसून येईल. त्यांपैकी एका जिन्याची पहिली पायरी बुद्धी तर दुसऱ्याची पहिली पायरी श्रद्धा व प्रेम ही आहे. कोणीकडूनही गेले तरी अखेर एकाच परमेश्वराचे एकाच प्रकारचे ज्ञान होऊन एकच मोक्ष मिळतो. म्हणून 'अनुभवात्मक ज्ञानावाचून मोक्ष नाही' हा सिद्धान्तही दोन्ही मार्गांत एकसारखाच कायम राहतो.'

स्वामी विवेकानंदांचे हे वचन प्रसिद्धच आहे, 'खरा भक्त आपल्या ईश्वराच्या भेटीसाठी देवळातही जात नाही, चर्चमधेही जात नाही. त्याला त्याचा देव भेटत नाही अशी जागाच त्याला माहीत नाही! तो त्याला देवळात भेटतो, तसाच देवळाबाहेरही भेटतो. तो त्याला संतांच्या संतपणात तर दिसतोच, परंतु दुष्टांच्या दुष्टपणातही दिसतो; कारण तो त्या भक्ताच्या हृदयातच नित्य वास करून असतो. ईश्वरप्रेमाची ज्योत न विझता, अखंड भक्ताच्या हृदयात प्रकाशलेली असते.'

भक्त्या मामभिजानाति यावान्यश्चास्मि तत्त्वत: ।
ततो मां तत्त्वतो ज्ञात्वा विशते तदनन्तरम् ।।५५।।

भक्तीनेच केवळ मी खरा कोण आहे, केवढा आहे याचे त्याला तात्त्विक ज्ञान

होते आणि त्याप्रमाणे माझ्या तत्त्वाची त्याची ओळख झाली, की (माझी तात्त्विक ओळख झाल्यावर) तो माझे ठायीच प्रवेश करतो.
(भगवद्गीता, अध्याय १८, श्लोक ५५)

पौर्वात्य आणि पाश्चिमात्य आध्यात्मिक पद्धतींचा एक सांप्रतकालीन उपासक जनक उर्फ जॉन स्टॅग्नॅरो (जन्म १९६०) सगुण आणि निर्गुण भक्तीतील सायुज्य एका कवितेमधून समोर मांडतो :

हनुमान श्रीरामासमोर हात जोडून उभा राहिला आणि त्याला प्रणाम करून म्हणाला,
'मला माहीत आहे की आपण दोघे अनादी कालापासून एकच होतो,
आजही एकच आहोत आणि अनंत काळापर्यंत तसेच राहणार आहोत.
आणि त्याविषयी माझ्या मनात जराही संदेह नाही.

परंतु जोवर तुम्ही प्रत्यक्षच माझ्यासमोर आहात आणि हे जगही आपल्याभोवती आहे
तोवर तरी मला तुमची सेवा करू दे, तुमचा सेवक होऊन राहू दे!' [४]

लोकमान्य सगुण व निर्गुण भक्तीतील वृथा भेद नाकारताना लिहितात, 'ज्ञानमार्ग श्रेष्ठ की भक्तिमार्ग श्रेष्ठ हे खूळ माजवण्यात हशील काय?' आणि ज्ञानमार्गाला कमी लेखण्याविरुद्ध इशाराही देतात. 'भक्ति हा नुसता मार्ग म्हणजे ज्ञानप्राप्तीचे साधन आहे, निष्ठा नव्हे. म्हणून गीतेच्या आरंभी ज्ञान (सांख्य) आणि योग (कर्मे) अशा दोनच निष्ठांचा उपन्यास करून त्यांपैकी कर्मयोगनिष्ठेच्या सिद्ध्यर्थ उपाय, साधने, विधी किंवा मार्ग कोणते हे सांगत असता अव्यक्तोपासना (ज्ञानमार्ग) आणि व्यक्तोपासना (भक्तिमार्ग) या भावंडांप्रमाणे पूर्वापार चालत आलेल्या दोन साधनांचे वर्णन करून त्या दोहोंपैकी अव्यक्तोपासना क्लेशमय असून व्यक्तोपासना किंवा भक्ती हे साधन अधिक सुलभ म्हणजे सर्वांना आचरिता येईल असे आहे एवढेच काय ते या बाबतीत गीतेचे सांगणे आहे.'

ज्ञानमार्ग साधकांना एक ना एक दिवस या गोष्टीची जाणीव करून देतोच की सर्व सजीवांचे मूळ हे त्या जगन्नियंत्याशीच जोडलेले असते. परंतु त्याच मार्गावर ते साधक जसजसे पुढेपुढे जातात, प्रगती करतात, तसतसे काही वेळेला, खरे तर बहुतेक वेळेला, 'आपण इतरेजनांपेक्षा त्या परमेश्वराच्या अधिक जवळ पोहोचलो आहोत' हा अहंपणाचा विचार त्यांच्या मनात येऊ लागतो. त्यांना असे वाटू लागते की त्या परमेश्वराची महानता, त्याची भव्यता त्यांच्यामध्ये उतरलेली आहे आणि ते पुढे जाऊन स्वतःला 'भगवान' म्हणून

४. http://www.mindfulness-meditation-techniques.com/devotion-and-knowledge.html. या संकेतस्थळावरून २३ ऑक्टोबर २०१७ पर्यंत घेतलेल्या माहितीनुसार.

घ्यायलाही सुरुवात करतात. खरे तर 'त्या'च्याशी जडलेले असे जवळचे नाते सर्वांपासून लपवून ठेवणे श्रेयस्कर असते, सर्व काही 'त्य'च्यावर सोपवून त्याच्या इच्छेप्रमाणे जगणे अपेक्षित असते. डॉक्टर ए.पी.जे. अब्दुल कलाम अशा स्थितीला 'त्या परमात्म्याच्या कक्षेत स्थान मिळणे' असे म्हणत. त्याच्याशी जुळलेल्या आपल्या संयोगाचे प्रदर्शन करणे, नुसती वाच्यताही करणे हे बरोबर नाही. स्वतःला 'भगवान'पदाला पोहोचवणे ही तर फार मोठी चूक आहे.

भारतात नुकतेच (२०१६-२०१७ या काळात) अशाच दोन 'महागुरूं'ना त्यांच्या अनुयायी स्त्रीभक्तांवर बलात्कार केल्याबद्दल दोषी ठरवण्यात आले आहे. सांप्रतकालीन अमेरिकन लेखक टॉड टॉमासेला या विषयीचे झोंबणारे सत्य सांगतो, 'किती भयंकर आहे हे! ज्यांच्यावर स्वर्गाचा रस्ता दाखवायची जबाबदारी टाकलेली असते, ते परमेश्वराचे दूतच जर स्वर्गाऐवजी नरकाची वाट दाखवू लागले... जर असे विचारले तर ... जगातील हजारो, स्वतःला शहाणे, सूज्ञ, मान्यवर म्हणवणारे लोक - मग ते कोणत्याही धर्माचे, पंथाचे वा संप्रदायाचे असोत, समाजात कोणत्याही स्थानावर असोत, - अशा अहंकारी, क्षुद्र, आसक्त, ऐहिक जगातील सुखांचा, चैनींचा भोक्ता असलेल्या, अन्यायी, क्रूर, बेफिकीर, निष्काळजी, न्याय्य कारणासाठी ज्याला कोणत्याही तिरस्काराचा सामना करावा लागत नाही, अशा माणसाला, अशा दांभिकाला उत्तेजन देतात, मूर्खासारखे त्याच्या मागे लागतात, त्याला स्वर्गाची वाट दाखवणारे देवदूत समजतात. खरोखरच, हे असले लोक सर्वोच्च अर्थाने खोटे प्रेषित असतात. ते माणसांचा तर विश्वासघात करतातच, त्या परमेश्वराप्रतीही कृतघ्न असतात.'[५]

लोकमान्य लिहितात, 'ज्ञानप्राप्तीच्या या सुलभ, अनादि आणि प्रत्यक्ष मार्गातही जी एक धोक्याची जागा आहे, ती आता सांगितली पाहिजे. नाहीपेक्षा या वाटेने जाणारा गैरसावधपणे खड्ड्यात पडण्याचा संभव आहे. भगवद्गीतेत या खड्ड्याचे स्पष्ट वर्णन केले असून वैदिक भक्तिमार्गात इतर भक्तिमार्गांहून जो काय विशेष आहे तो हाच होय. परब्रह्माचे ठिकाणी मनाची आसक्ती जडून चित्तशुद्धीद्वारा साम्यबुद्धी उत्पन्न होण्यास सामान्य मनुष्यापुढे परब्रह्माचे 'प्रतीक' म्हणून काही तरी सगुण किंवा व्यक्त वस्तू पाहिजे, एरवी चित्त स्थिर होऊ शकत नाही, एवढे सर्वांना यद्यपि कबूल आहे, तरी हे प्रतिक कसे असावे याबद्दल कित्येकदा रणे पडतात असे इतिहासावरून दिसून येते.'

स्वामी विवेकानंद हा मुद्दा फार चांगल्या रीतीने मांडतात, 'ज्याचा स्वतःचा लहानसा आत्मा मृत झालेला असतो आणि त्याची जागा प्रत्यक्ष परमात्म्याने घेतलेली असते तो माणूस या संपूर्ण विश्वाला हलवू शकतो, बदलून टाकू शकतो. त्याच्या नजरेत या जगाचे रूप पालटून जाते. हे जग म्हणजे जेथे आपण सर्व जण भाकरीच्या तुकड्यासाठी झगडतो, एकमेकांशी स्पर्धा करतो असा तुरुंग राहत नाही. ते आपण जेथे स्वैरपणे, मजेत खेळू शकू

५. टॉड टोमासेला, 'डिसीव्हर्स ॲण्ड फॉल्स प्रॉफेट्स अमंग अस : रिव्हेटिंग इनसाइट्स इन टू द डार्क वर्ल्ड ऑफ डिसेप्शन ॲट वर्क इन टुडेज् चर्च', ऑथर हाऊस, ब्लूमिंग्टन, यूएसए. २००८, पान ४.

असे छानसे क्रीडांगण बनते, अतिशय सुंदर स्थान बनते. 'सारे क्षेम कुशल आहे, हे जग सुंदर आहे' असे म्हणण्याचा हक्क फक्त त्याच साक्षात्कारी पुरुषाला लाभतो. जेथे सतत विसंवाद, वादविवाद सुरू असतात, त्या जगातील लोकांना त्या परमसत्यातील काही थोडा अंश जरी कळला - ते त्या साक्षात्कारी पुरुषामुळेच घडू शकते - तरी जग बदलून जाईल, तंटेबखेडे, कलह, माऱ्यामाऱ्या यांची जागा शांतता घेईल, जगात शांतीचे साम्राज्य येईल.'[६]

लोकमान्य अधिक विस्ताराने सांगतात, 'अध्यात्मशास्त्रदृष्ट्या पाहिले, तर परमेश्वर या जगात कोठे नाही असे नाही; आणि भगवद्गीतेतही अर्जुनाने 'तुमचे कोणकोणत्या विभूतींच्या रूपाने चिंतन (भजन) करावे त्या विभूति मला सांगा' असा श्रीकृष्णास प्रश्न केल्यावर दहाव्या अध्यायात भगवंतांनी इंद्रियांपैकी मन, स्थावरांपैकी हिमालय, यज्ञांपैकी जपयज्ञ, सर्पांपैकी वासुकी, दैत्यांपैकी प्रल्हाद, पितरांपैकी अर्यमा, गंधर्वांपैकी चित्ररथ, झाडात अश्वत्थ, पक्ष्यात गरुड, महर्षींत भृगु, अक्षरात 'अ'कार, आदित्यात विष्णु इत्यादि स्थावर व जंगम सृष्टीतील चोहोंकडे भरलेल्या आपल्या अनेक विभूतींचे वर्णन करून सांगितले. अखेरीस भगवंत म्हणाले,

यद्यद्विभूतिमत्सत्त्वं श्रीमदूर्जितमेव वा ।
तत्तदेवावगच्छ त्वं मम तेजोंऽशसंभवम् ।।४१।।

जी जी वस्तू सुंदर, तेजस्वी आणि प्रभावशाली (वैभव, लक्ष्मी किंवा प्रभाव यांनी युक्त) दिसेल, ती ती माझ्या तेजाच्या अंशापासून उगम पावली आहे असे समज.
(भगवद्गीता, अध्याय १०, श्लोक ४१)

डॉक्टर राधाकृष्णन म्हणतात, 'तशा सर्वच गोष्टींना परमेश्वराचाच आधार असतो; परंतु ज्या सुंदर असतात, भव्यदिव्य असतात, त्यांतून त्याचे अधिक स्पष्ट दर्शन घडते. कोणतीही शौर्यपूर्ण कृती, त्यागी अथवा समर्पित जीवन, लोकोत्तर, प्रतिभाशाली असे कार्य यात तोच परमेश्वर दिसतो. प्रत्येक माणसाच्या आयुष्यातले महान, अविस्मरणीय असे क्षण त्याच्या सीमित मनाच्या शक्तीच्या पलीकडच्याच असतात.'[७]

भगवद्गीतेच्या अकराव्या अध्यायात असा एक प्रसंग आहे जेव्हा अर्जुन त्याचा मोह पूर्ण नाहीसा झाला असल्याची कबुली देऊन भगवंतांना त्यांचे विश्वरूप दर्शन घडवण्याची विनंती करतो. त्यांचे ते रूप मानवी दृष्टीला दिसणार नाही असे सांगून भगवंत त्याला त्यांचे योगसामर्थ्य पाहण्यासाठी काही काळ दिव्यदृष्टी देतात.

---

६. https://www.wisdomlib.org/hinduism/book/isha-Upanishad/d/doc122464.html. या संकेतस्थळावरून २३ ऑक्टोबर २०१७ पर्यंत घेतलेल्या माहितीनुसार.

७. एस. राधाकृष्णन, 'द भगवद्गीता', हार्पर कॉलिन्स पब्लिशर्स इंडिया, २०१४, पान ३१७.

भगवंतांच्या दिव्य विश्वरूपात अर्जुन अनेक बाहू, अनेक उदरे, अनेक तोंडे, अनेक नेत्र असणारे अनंतरूप पाहतो. त्याला आदीही नसतो, मध्यही नसतो. आकाश व पृथ्वी यांतील सर्व अंतर आणि सर्व दिशा भगवंतांच्याच विश्वरूपाने व्यापून टाकलेल्या दिसतात.

अर्जुनाला त्यांचे प्रदीप्त मुख, विक्राळ दात व दाढाही दिसतात. येथे मानवी जीवनाच्या अंतासाठी दोन उपमा दिलेल्या आहेत : समुद्राकडे धाव घेणारे नद्यांच्या पाण्यांचे लोट आणि पेटलेल्या ज्योतींच्या अग्नीत झेप घेणारे पतंग. बहुधा चांगले जीवन जगून शांतपणे मृत्यूला सामोऱ्या जाणाऱ्यांसाठी सागराशी एकरूप होणाऱ्या नदीची आणि आसक्तीपूर्ण जीवन घाईने, उसासून जगून मरणाऱ्यांसाठी ज्वाळेवर झेप घेऊन जीव गमावणाऱ्या पतंगांची उपमा देऊन दोहोंमधील फरक स्पष्ट केला गेलेला दिसतो.

अर्जुनाला या सत्याची जाणीव झाली की सर्वांना मृत्यू येणारच आहे आणि (युद्धभूमीवरील एक योद्धा या स्वरूपात) त्याला येणाऱ्या मृत्यूच्या बाबतीत तो परमेश्वराच्या हातातील केवळ एक आयुध, एक साधन आहे. अर्जुन अखेर श्रीकृष्णाला त्याचे डोक्यावर किरीट, एका हातात गदा, दुसऱ्या हातात चक्र, तिसऱ्या हातात शंख व चौथ्या हातात कमळ धारण केलेले चतुर्भुज रूप दाखवण्याची विनंती करतो. भगवंत त्यांचे चतुर्भुज रूपही दाखवतात आणि भयाने व्याकुळ झालेल्या अर्जुनाला धीर देत अखेरीस त्यांच्या नेहमीच्या सौम्य रूपात दर्शन देतात.

लोकमान्य लिहितात, 'भगवंतांनी (त्यांच्या एका अंशाने सर्व जग व्यापून टाकले आहे) या सिद्धान्ताचा प्रत्यक्ष अनुभव अर्जुनाला विश्वरूप दर्शनाने दिला. जगात दृष्टीस पडणाऱ्या सर्व वस्तू किंवा गुण परमेश्वराचीच रूपे म्हणजे प्रतीके आहेत, तर त्यांपैकी परमेश्वर एकात आहे आणि दुसऱ्यात नाही हे कोण व कसे सांगणार? तो दूर आहे आणि जवळही आहे, सत् आणि असत्‌ही असून या दोहोंपलीकडलाही आहे, किंवा गरुड आणि सर्प, मृत्यू व मरणारा, विघ्नकर्ता आणि विघ्नहर्ता, भयकृत आणि भयनाशन(क), घोर व अघोर, शिव आणि अशिव, पाऊस पाडणाराही आणि आखडणाराही तोच आहे असे मानणे शास्त्रतः प्राप्त होते.'

प्रत्येक गोष्ट, प्रत्येक वस्तू हे परमेश्वराचेच अधिकृत रूप आहे या तत्त्वाला अनुसरून हिंदू धर्मात परमेश्वरभक्तीच्या पद्धतीत लक्षणीय फरक आहेत. बऱ्याच कर्मकांडांचे कडक आचरण करून केलेले यज्ञयाग, समारंभपूर्वक केलेली पूजाअर्चा, औपचारिक पूजन, सांकेतिक पद्धतीची उपासना असे अनेक प्रकार आहेत. शिवाय बरेचसे लोक दिनचर्येचा भाग म्हणून साधी, पटकन होणारी पूजाही 'उरकतात'. काही पूजा भरपूर धांदल, गडबड, दणदणीत आवाजातील आरत्या, मंत्रोच्चार, भजने, त्यांच्यासोबत तारस्वरातील संगीत अशा मोठ्या थाटामाटात, रंगमंचावरील कार्यक्रमाच्या दिमाखातही केल्या जातात. त्या उलट पवित्र वातावरणात, नीरव शांततेत, केवळ साधकांच्या श्वासोच्छ्वासाच्या ताललयीत, आपल्याच हृदयाचा आवाज ऐकत केल्या जाणाऱ्या

चिंतनात्मक अर्चनाही असतात. पूजापाठ भव्य मंदिरात केले जातात, सुंदर देवळातही होतात, एखाद्या वृक्षाखालीही होतात. रस्त्याच्या बाजूच्या ताडपत्रीच्या मांडवाखाली एखाद्या प्रसिद्ध मंदिरातील भव्य मूर्तीच्या छोट्या प्रतिकृतीची पूजाही मांडलेली दिसते. असे टोकाचे वैविध्य असलेल्या हिंदूंच्या या वैविध्यपूर्ण पूजापद्धतींकडे बाहेरचे 'ज्याची त्याची आवड' म्हणून पाहतात. हे सर्व पूजाप्रकार अधिकृत, मान्यताप्राप्त असतात का? की पद्धत आणि कुठल्या देवाची पूजा केली जाते यावरून त्यात फरक केला जातो? अनेक वेगवेगळे देव, त्यांच्या निरनिराळ्या प्रकारच्या मूर्ती आणि विविध पूजापद्धती यांवरून गंभीर वाद, कलह, भांडणतंटे होत असले, तर त्यात आश्चर्य वाटायला नको.

अर्जुनाच्या इच्छेनुसार त्याच्या समोरच असलेल्या परमेश्वराचे विश्वरूप त्याला पाहता यावे यासाठी श्रीकृष्णांनी अर्जुनाला आवश्यक ती दिव्यदृष्टी बहाल केली. श्रीकृष्णांनी काही त्यांचे रूप बदलले नाही, फक्त अर्जुनाला त्यांचे विश्वरूप पाहता यावे यासाठी दिव्यदृष्टीची कृपा केली. म्हणूनच ते म्हणतात, 'नीट पाहा!' परमेश्वरी शक्तीचे विराट 'स्व'रूप अर्जुनासमोर प्रकट झाले. त्यातून त्याला विश्वनिर्मितीच्या प्रक्रियेचा आणि नियतीचा खरा अर्थ समजला. ते दृश्य काल्पनिकही नव्हते किंवा तो चमत्कारही नव्हता, तो एक दिव्यानुभव होता.[८]

---

८. http://srimadbhagvatgita.blogspot.in/2013/07/bhagavad-gita-chapter-11-vishwaroopa.html. या संकेतस्थळावरून २४ ऑक्टोबर २०१७ पर्यंत घेतलेल्या माहितीनुसार.

लोकमान्य लिहितात, 'जगातील प्रत्येक वस्तू जर अंशतः परमेश्वराचेच रूप आहे तर परमेश्वराचे सर्वव्यापी रूप ज्यांच्या एकदम लक्षात भरत नाही, त्यांनी हे अव्यक्त व शुद्ध रूप ओळखण्याचे साधन किंवा प्रतीक म्हणून या अनेक वस्तूंपैकी कोणतीही वस्तू प्रथमतः उपासनेसाठी घेण्यात हरकत कोणती? कोणी मनाची उपासना करतील तर कोणी द्रव्ययज्ञ अगर जपयज्ञ करतील. कोणी गरुडाची भक्ती करतील, तर कोणी ॐ या मंत्राक्षराचा जप करत बसतील. कोणी विष्णुचे तर कोणी शिवाचे आणि कोणी गणपतीचे तर कोणी भवानीचे भजन करतील. कोणी मातापितरांचे ठायी परमेश्वर-बुद्धी ठेवून त्यांची सेवा करतील, तर कोणी त्याहून व्यापक अशा सर्वभूतात्मक विराट पुरुषाची उपासना पसंत करतील. कोणी म्हणेल सूर्याला भजा, तर कोणी म्हणेल सूर्यापेक्षा कृष्ण किंवा रामचंद्रच श्रेष्ठ. पण सर्व विभूति मुळात एकच ही दृष्टी अज्ञानाने किंवा मोहाने सुटून गेल्यामुळे किंवा काही धर्मांत मुदलातच नसल्यामुळे अशा प्रकारच्या उपास्यातच वृथाभिमान उत्पन्न होऊन कित्येकदा रणे पडेपर्यंत मजल येत असते.'

म्हणूनच सर्वांनीच व्यापक, सामावून घेणारी, विकसित होणारी परमेश्वराची संकल्पना आपल्यासमोर ठेवून जीवन जगले पाहिजे. जे सामावून घेणारे, विकसित होणारे नसेल ते खुंटेल आणि नष्ट होईल. हिंदू धर्मात प्रत्येक माणूस हा परमेश्वराचा अविभाज्य भाग असल्याचे मानले जाते. प्रत्येकाचा जीव हा एकाच परमात्म्याचा अंश असतो या तत्त्वानुसार हिंदू समाज म्हणजे केवळ लोकांचा गट नसतो, त्यांच्यामध्ये निराळे 'जैविक' नाते असते. परंतु श्रद्धापूर्ण भक्ती ही गोष्ट फार लोकांना सहजपणे जमत नाही. प्रत्येकापाशी असलेल्या आत्म्याला ध्यास लागलेला असतो; परंतु लोकांना त्यांच्या अंतरातील परमात्म्याची काही ओळख पटलेली नसते. ते देवांच्या मूर्तींमध्ये परमेश्वर शोधत बसतात. विशिष्ट मूर्तींच्या पूजेविषयी आग्रही बनतात. समविचारी लोकांचा गट, पंथ, संप्रदाय तयार करतात, कडवे धर्म स्थापन करतात. दिखाऊ उपासनापद्धती पाळू लागतात. अशा रीतीने मानवी मनांमध्ये एखाद्या कारखान्यासारखी विविध रूपांतील दैवते तयार होतात आणि मग त्यावरून लोकांमध्ये फूट पडते, मतभेद वाढीस लागतात आणि श्रेष्ठत्वाचे बेगडी वाद सुरू होतात.

लोकमान्य लिहितात, 'वैदिक, बौद्ध, जैन, ख्रिस्ती किंवा महंमदी या धर्मांतील परस्परविरोध बाजूला ठेवला, तरी एकाच सगुण, व्यक्त ख्रिस्ताच्या उपासकांतही विधिभेदाने एकमेकांचे जीव घेईपर्यंत वेळ आली होती, असे युरोप खंडाच्या इतिहासावरून दिसून येते व आमच्याकडील सगुणोपासकांतही एकाचा देव निराकार असल्यामुळे दुसऱ्याच्या साकार देवापेक्षा चांगला असे तंटे अद्याप चालू आहेत. भक्तिमार्गात उद्भवणाऱ्या या तंट्यांचा निकाल लागण्यास काही मार्ग आहे काय? आणि असल्यास तो कोणता? हे सांगितल्याशिवाय भक्तिमार्ग बिनधोक्याचा होत नाही म्हणून गीतेत या प्रश्नाचे काय उत्तर दिले आहे याचा विचार करू.'

भगवंतांनी अर्जुनाला अगदी स्पष्ट इशारा दिला आहे :

अव्यक्तं व्यक्तिमापन्नं मन्यन्ते मामबुद्धयः ।
परं भावमजानन्तो ममाव्ययमनुत्तमम् ।।२४।।

अबुद्धी म्हणजे मूढ लोक असे मानतात की मी माझे 'पर' म्हणजे श्रेष्ठ, उत्तम आणि अव्यक्त असे रूप त्यागून व्यक्त रूपात, मनुष्यरूपात प्रकट झालो आहे.
(भगवद्‌गीता, अध्याय ७, श्लोक २४)

स्वामी मुकुंदानंद हे विस्तारपूर्वक सांगतात, 'जे लोक परमेश्वराच्या दोन्ही, व्यक्त व अव्यक्त रूपांवर विश्वास ठेवतात, त्यांच्यामध्ये दोन्हीपैकी मूळ रूप कोणते याविषयी वाद निर्माण होतात. निराकार रूपाचा आविष्कार मूळच्या साकार रूपातून झाला आहे की साकार रूपाचा मूळच्या निराकार रूपातून? श्रीकृष्ण हा वाद या श्लोकाद्वारे संपवतात. ते म्हणतात, 'हे दैवी व्यक्तित्व अनादि अनंत आहे, ते अव्यक्त ब्रह्मातून प्रकट झालेले नाही. परमेश्वर त्याच्या दैवी स्वरूपात अनंत काळापासून आध्यात्मिक क्षेत्रामध्ये अस्तित्वात आहे. निराकार ब्रह्म हा त्या रूपांतरणशील शरीरामधून प्रसृत होणारा प्रकाश, तेज आहे.'[९]

डॉक्टर राधाकृष्णन म्हणतात, 'निर्गुण-निराकार परमेश्वरावर सगुण-साकार रूप लादणे ही मानवी मर्यादेची परिणती आहे. आपण अंतिम सत्याकडे पाठ फिरवून काल्पनिक पुनर्रचनांवर वेळ व शक्ती दवडतो. एक अनियमित अनंत सोडला तर बाकी सर्व आकार, रूपे मर्यादित सामर्थ्याच्या मानवाने परमेश्वराला चिकटवलेली आहेत. तो एकमेव आहे - 'अनेकांमधला एक' नाही... तो सर्व रूपे, आकार यांच्या परे, पलीकडे आहे, तो अंतविहीन चलतेचे अपरिवर्तनशील केंद्र आहे.'[१०]

स्वामी रंगनाथानंद या श्लोकावरील त्यांच्या भाष्यात रामकृष्ण परमहंस कथन करत असलेली एक कथा सांगतात : एक माणूस त्याच्याजवळचा हिरा घेऊन एका भाजीवाल्याकडे गेला आणि त्याने भाजीवाल्याला विचारले, 'या हिऱ्याच्या बदल्यात तू मला काय देशील?' तो भाजीवाला म्हणाला, 'फक्त दहा किलो बटाटे, बस. आणि काही नाही.' तो माणूस तोच हिरा घेऊन एका कापडविक्रेत्याकडे गेला. त्याने त्या माणसाला हिऱ्याच्या बदल्यात दहा वार कापड देतो असे सांगितले. शेवटी तो माणूस जवाहिऱ्याकडे गेला. तो म्हणाला, 'मी या हिऱ्याचे तुम्हाला दहा हजार रुपये देईन.' आध्यात्मिक जीवनातही असेच होते. जेव्हा आपण एखाद्याविषयी मत बनवायला जातो तेव्हा हे सत्य लक्षात ठेवणे अत्यंत गरजेचे आहे की, कोणाचीही पारख ही पारख्याच्या

---

९. http://www.holy-bhagavad-gita.org/chapter/7/verse/24. या संकेतस्थळावरून ११ डिसेंबर २०१७ पर्यंत घेतलेल्या माहितीनुसार.

१०. एस. राधाकृष्णन, 'द भगवद्‌गीता', हार्पर कॉलिन्स पब्लिशर्स इंडिया, २०१४, पान २६३.

अनुभवांच्या मर्यादांवर अवलंबून असते. त्याच्या कक्षेतच तो पारख करू शकतो, मत बनवू शकतो.'[११]

लोकमान्य लिहितात, 'भक्तिमार्गात मनुष्याला तारण्याची जी शक्ती आहे, ती सजीव वा निर्जीव मूर्तीत किंवा दगडाच्या इमारतीत नसून, या प्रतीकांपेक्षा श्रेष्ठ अशी जी ईश्वरभावना सदर प्रतीकाचे ठायी उपासक आपल्या सोयीसाठी ठेवीत असतो, तीच खरी तारक होय. प्रतीक दगडाचे, धातूचे किंवा दुसरे कसलेही असो, प्रतीकापेक्षा त्याची योग्यता कधीही अधिक होऊ शकणार नाही. प्रतीकाचे ठिकाणी जशी तुमची भावना असेल, तसे तुमच्या भक्तीचे फल ते प्रतीक नव्हे, तर परमेश्वर तुम्हाला देत असतो. मग तुझे प्रतीक चांगले का माझे चागले अशी भांडणे करण्यात अर्थ काय?'

लोकमान्य समर्थ रामदासांचा श्लोक उद्धृत करतात,

विषयी लोक श्रवणा येती । ते बायकांकडेच पाहती ।
चोरटे लोक चोरूनी जाती । पादरक्षा ।।

विषयासक्त लोक देवळात पुराण ऐकायला म्हणून जातात, पण प्रत्यक्षात पुराण ऐकायला आलेल्या बायकांकडे पाहत बसतात. काही लोक चोरी करायच्या उद्देशाने देवळात येतात आणि भक्तांची पादत्राणे चोरून नेतात. तेवढाच त्यांचा लाभ असतो. (दासबोध, १८.१०.२६)

लोकमान्य पुढे लिहितात, 'नुसत्या देवालयात किंवा देवांच्या मूर्तीत जर तारकत्व असेल, तर या लंपटांना अथवा चोरट्यांनाही मुक्ती मिळाली पाहिजे. कित्येकांची अशी समजुत आहे की परमेश्वराची भक्ती मोक्षासाठी आहे, पण ज्याला व्यावहारिक किंवा स्वार्थाच्या गोष्टींची अपेक्षा आहे त्याने निराळ्या देवतांचीच आराधना केली पाहिजे. गीतेत सांगितले आहे की, असे लोक स्वार्थ बुद्धीने या देवतांच्या नादी लागतात; परंतु या देवता त्यांच्या आराधनांची फळे आपण होऊनच देतात ही समजूत तात्त्विकदृष्ट्या खरी नव्हे.'

कामैस्तैस्तैर्हृतज्ञाना: प्रपद्यन्तेऽन्यदेवता: ।
तं तं नियममास्थाय प्रकृत्या नियता: स्वया ।।२०।।

आपापल्या प्रकृतिनियमांप्रमाणे त्या त्या (स्वर्गादिक फलांच्या) कामवासनांनी वेडावलेले लोक तो तो (उपासनेचा) नियम पाळून दुसऱ्या (निरनिराळ्या) देवतांच्या भजनी लागत असतात. (भगवद्गीता, अध्याय ७, श्लोक २०)

---

११. स्वामी रंगनाथानंद, 'युनिव्हर्सल मेसेज ऑफ भगवद्गीता', खंड २, अद्वैत आश्रम, कलकत्ता, २०१५ (सातवे पुनर्मुद्रण) पान २५७, २५८.

यो यो यां यां तनुं भक्तः श्रद्धयार्चितुमिच्छति ।
तस्य तस्याचलां श्रद्धां तामेव विदधाम्यहम् ।।२१।।

जो जो भक्त ज्या ज्या रूपाची म्हणजे देवतेची श्रद्धेने उपासना करू इच्छितो, त्याची त्याची तीच श्रद्धा मी स्थिर करतो.
(भगवद्‌गीता, अध्याय ७, श्लोक २१)

डॉक्टर राधाकृष्णन म्हणतात, 'परमेश्वर प्रत्येकाच्या श्रद्धेची खातरी करून घेतो आणि त्याला हवे ते फळ देतो. भक्ताचा आत्मा परब्रह्मापर्यंत पोहोचण्यासाठी जेवढी जास्त उंची गाठतो, परमेश्वरही तेवढा खाली झुकून त्याला भेटतो. गौतम बुद्ध आणि श्री शंकराचार्य यांच्यासारख्या कोणत्याच महान विचारवेत्त्यांनी प्रचलित व लोकप्रिय भक्तिमार्गाचा अस्वीकार केलेला नाही. परमेश्वराच्या अगणित रूपांच्या शक्यतेविषयी त्यांना पूर्ण जाणीव होती. प्रत्येक पृष्ठभाग त्याच्या आतूनच माती काढून बनत असतो आणि प्रत्येक सावली ही वस्तूचे प्रतिबिंबच असते. आणि पूजन कोणत्याही रूपाचे कोणत्याही पद्धतीने केले असले, तरी त्याने आत्मोन्नतीच साधते. जोवर मनातील भक्तीची भावना खरी, शुद्ध, पवित्र असेल, तोवर आपण कशाची भक्ती करतो याला महत्त्व राहत नाही, ती भक्तीच आपल्या विकासाला साहाय्यभूत होते.'[१२]

वेदान्त तत्त्वज्ञान हेच सांगते की कोणतीही फलेच्छा ठेवून कोणत्याही देवतेची आराधना करा, तिचे फळ सर्वव्यापी परमेश्वरच देत असतो.

फलमत उपपत्तेः ।।३८।।

कोणत्याही कर्माचे फळ हे त्या परमेश्वराकडूनच मिळते हा सिद्धान्त तर्कशुद्ध आहे. (श्री शंकराचार्य यांचे ब्रह्मसूत्रावरील भाष्य, ३.२.३८)

भगवद्‌गीताही या सिद्धान्ताला पुष्टी देते :

स तया श्रद्धया युक्तस्तस्याराधनमीहते ।
लभते च ततः कामान्मयैव विहितान्हि तान् ।।२२।।

भक्त (मी स्थिर केलेल्या) श्रद्धेने युक्त होत्साता कोणत्याही देवतेची उपासना करू लागतो आणि मग मीच निर्मिलेली कर्मफले त्याला मिळतात.
(भगवद्‌गीता, अध्याय ७, श्लोक २२)

---

१२. एस. राधाकृष्णन, 'द भगवद्‌गीता', हार्पर कॉलिन्स पब्लिशर्स इंडिया, २०१४, पान २६१.

लोकमान्य हे समजावून सांगतात, 'फल देणारा परमेश्वर जरी याप्रमाणे एक असला, तरी ज्याच्या त्याच्या बऱ्यावाईट भावनेप्रमणे तो ज्याला त्याला निरनिराळे फल देत असल्यामुळे, निरनिराळ्या देवतांच्या किंवा प्रतीकांच्या उपासनेची फले भिन्न भिन्न आहेत असे आपल्या नजरेस येते; आणि हाच अभिप्राय मनात आणून भगवंत म्हणतात,

सत्त्वानुरूपा सर्वस्य श्रद्धा भवति भारत ।
श्रद्धामयोऽयं पुरुषो ये यच्छ्रद्धः स एव सः ।।३।।

मनुष्याची श्रद्धा त्याच्या त्याच्या सत्त्वाप्रमाणे म्हणजे प्रकृतीस्वभावाप्रमाणे होत असते. मनुष्य हा श्रद्धामय आहे. ज्याची ज्या ठिकाणी श्रद्धा आहे, तसा तो घडत असतो. (भगवद्गीता, अध्याय १७, श्लोक ३)

डॉक्टर राधाकृष्णन हा श्लोकावर विस्ताराने भाष्य करतात, 'या श्लोकामध्ये महाभारतकार बऱ्याच प्रश्नांचा एकत्रित विचार करताना दिसतात. ते विषय कदाचित त्या वेळी प्रकर्षाने समोर आले असतील. ते विषय आहेत - श्रद्धा, आहार, त्याग, संन्यास, तपश्चर्या, दान आणि फलेच्छाविरहित कर्म. या श्लोकातील सत्त्व हा शब्द मनुष्याचा प्रकृतीस्वभाव या अर्थी आला आहे... श्रद्धा म्हणजे मानवतेवरील येणारा एक प्रकारचा दबाव आहे, श्रद्धा माणसाला अधिक चांगल्याकडे वळवते. केवळ चांगले ज्ञानच वाढवते असे नाही, तर संपूर्ण आध्यात्मिक जीवनावरच उचित परिणाम घडवते. श्रद्धा म्हणजे आंतरिक सत्याची जाणीव. ती नाणसाला अशा गोष्टींकडे वळवते, ज्यावर कालांतराने अधिक प्रकाश पडतो. भागवत म्हणते, 'भक्ताच्या श्रद्धेनुसार त्याला पूजेचे फळ मिळते (श्रद्धा अनुरूपम् फलहेतुकत्वत). आपण आपल्या पूर्वसंचितानुसार, भूतकालानुसार घडलेलो असतो. आपला भविष्यकाळ मात्र आपल्या हाती असतो, तो आपण घडवू शकतो.'[१३]

यान्ति देवव्रता देवान्पितॄन्यान्ति पितृव्रताः ।
भूतानि यान्ति भूतेज्या यान्ति मद्याजिनोऽपि माम् ।।२५।।

देवांची भक्ती करणारे देवांकडे, पितरांची भक्ती करणारे पितरांकडे, भूतांची भक्ती करणारे भूतांकडे जातात आणि माझी भक्ती करणारे माझ्यापर्यंत येऊन पोहोचतात. (भगवद्गीता, अध्याय ९, श्लोक २५)

डॉक्टर राधाकृष्णन या श्लोकाविषयी म्हणतात, 'त्याच्या आध्यात्मिक विकासाच्या काळात मनुष्य कधी तेजस्वी देवमूर्ती, कधी पितरांचे आत्मे, तर कधी अवकाशात

१३. एस. राधाकृष्णन, 'द भगवद्गीता', हार्पर कॉलिन्स पब्लिशर्स इंडिया, २०१४, पान ४०६, ४०७.

फिरणारे आत्मे अशा निरनिराळ्या दैवतांचे पूजन करतो; परंतु ती परमात्म्याची परिपूर्ण रूपे नव्हेत आणि त्यामुळे ती त्या इच्छुक भक्ताला परमशांतीच्या साक्षात्काराचा महानुभव देऊ शकत नाहीत. भक्तीचे फळ म्हणजे ज्या देवतेचे वा प्रतीकाचे पूजन केले असेल त्याच्याशी एकरूपता. परमेश्वराची ही मर्यादित रूपे तशीच मर्यादित फळे देतात.'[१४]

ये यथा मां प्रपद्यन्ते तांस्तथैव भजाम्यहम् ।
मम वर्त्मानुवर्तन्ते मनुष्याः पार्थ सर्वशः ।।११।।

जे मला ज्या प्रकारे भजतात, त्याचा मी स्वीकार करतो. कोणीही झाले तरी (कळत नकळत) माझाच मार्ग अनुसरतात. (भगवद्गीता, अध्याय ४, श्लोक ११)

या श्लोकावरील भाष्यात डॉक्टर राधाकृष्णन म्हणतात, 'परमेश्वराची भक्ती करण्याच्या मार्गांची, त्याच्या संभाव्य रूपांची विविधता किती विस्मयकारक आहे याची हिंदू विचारवंतांना चांगलीच कल्पना होती. त्या परमेश्वराचे खरे रूप कसे आहे हे लोकांना पटवून देण्याचा कोणताही तर्कशुद्ध मार्ग आपल्याजवळ नाही हेही त्यांना माहीत होते. परमार्थाच्या दृष्टीने विचार केला, तर कोणतेच एक रूप निश्चितपणे खरे आहे असे मानता येत नाही आणि व्यवहाराच्या दृष्टीने विचार केला, तर प्रत्येक रूप हे ग्राह्य मानायला कोणताच प्रत्यवाय नाही हेही त्यांनी ओळखले होते... गीता निरनिराळ्या धर्मांबद्दल बोलत नाही पण श्रद्धा, त्यातून निर्माण होणारी भक्ती यांची अनेकविध रूपे, प्रतीके, परमेश्वराचा शोध घेण्याची आंतरिक इच्छा, तळमळ आणि मनुष्य व भगवंत यांच्यामधील नाते यांविषयी बोलते... गीता हेही निश्चितपणे सांगते की प्रत्येकाच्या श्रद्धेचे स्वरूप भिन्न असते, भक्तीचे मार्ग निरनिराळे असतात; पण ते ज्या अंतिम सत्याचा शोध घेतात ते एकच असते.'[१५]

श्रद्धा - माणसाच्या मनातील या भावनेत फार मोठी शक्ती आहे. परमेश्वरावर जशी श्रद्धा असते, तशीच ती आपल्या कामावर, तत्त्वांवर, अन्य कितीतरी गोष्टींवरही असावी लागते. ती इतकी आवश्यक असते की तिच्याशिवाय कोणत्याच बाबतीत आपण एका मर्यादेच्या बाहेर प्रगती साधू शकत नाही, यश प्राप्त करू शकत नाही. श्रद्धा ही अशी भावना आहे की, जी मनात एकदम उत्पन्न होत नाही, ती जन्म घेऊन तिला आकारायला, वाढायला, पुरेशी खोली आणि उंची गाठायला वेळ लागतो. परमेश्वराबरोबरच्या एखाद्याच्या नात्यात जर वाढती श्रद्धा नसेल, तर परमेश्वराचा मार्गदर्शक हात त्याच्याच काय त्याच्या भोवतालच्या माणसांच्या पाठीवरही पडत नाही आणि त्याची स्थिती प्रचंड

---

१४. एस. राधाकृष्णन, 'द भगवद्गीता', हार्पर कॉलिन्स पब्लिशर्स इंडिया, २०१४, पान २९४.

१५. एस. राधाकृष्णन, 'द भगवद्गीता', हार्पर कॉलिन्स पब्लिशर्स इंडिया, २०१४, पान १८३, १८४, १८५.

रहदारीचा रस्ता ओलांडण्याची वेळ आलेल्या माणसासारखी होते. श्रद्धा आपली आपण वाढत जाते. परमेश्वरी कृपेचा प्रसाद किती मिळतो हे मनातील श्रद्धेच्या पातळीवर अवलंबून असते. परमेश्वर हे जग चालवतो यावर श्रद्धा नसलेले लोक सहसा निरुद्देश आयुष्य जगत असतात, ते आणि त्यांचे कुटुंब यांच्या उदरनिर्वाहापलीकडचे ते काहीच पाहत नसतात. आयुष्यात काहीतरी चांगले, मोठे घडावे, क्वचित एखादा चमत्कार घडावा असेही त्यांना कधीच वाटत नसते. गीतेमध्ये भगवंत अर्जुनाला वारंवार ही गोष्ट सांगताना दिसतात की, लोकांनी त्यांच्यावर पूर्ण श्रद्धा ठेवावी ही गोष्ट त्यांना आवडते. श्रद्धेची अत्यंत खरी, प्रामाणिक भावना मनात जागावी लागते, तिचे बीज रुजावे लागते. तसे झाले की मग ती बीजरूप श्रद्धा अंकुरते, वाढते आणि ती त्या व्यक्तीच्या, इतकेच नव्हे तर त्याच्या भोवतालच्या व्यक्तींच्या अ युष्यातही विस्मयकारक गोष्टी घडवू शकते. परंतु ही फार मोठी शक्तिवान असलेली श्रद्धा चुकीच्या, वाईट गोष्टींविषयीही वाटू शकते. लोकमान्य लिहितात, 'शाळिग्राम हा केवळ एक दगड आहे. त्याच्या ठिकाणी विष्णुचा भाव ठेवला तर विष्णुलोकाला जाल, आणि त्याच प्रतिकाच्या ठिकाणी यक्षराक्षसादि भूतांची भावना ठेवून त्याला भजाल, तर त्या यक्षराक्षसादि भूतांचाच लोक तुम्हाला प्राप्त होईल. फल तुमच्या भावाचे आहे, प्रतीकाचे नाही.'

परमेश्वरावर लक्ष केंद्रित केल्यावर त्याच्यावरील श्रद्धा जराही विचलित न होता कायम राहील, वाढत राहील याची काळजी कशी घ्यायची? त्याच श्रद्धेने आयुष्याच्या सर्व क्षेत्रांत काम कसे करायचे? पवित्र, सद्विचारी ग्रंथांचे वाचन करणे, पूजाअर्चा, प्रार्थना करणे, काही धार्मिक रीतीरिवाज पाळणे, सण साजरे करणे, उपासतापास करणे, रोज देवळात जाणे - अशा गोष्टींमधून श्रद्धा प्रकट होते? या प्रश्नाचे उत्तर निःसंदिग्धपणे 'नाही' असे आहे. परमेश्वरावर श्रद्धा असणे म्हणजे 'तोच या विश्वाचा कर्ताकरविता, पालनकर्ता आहे, या विश्वात जे काही घडते वा घडत नाही ते सर्व त्याच्याचमुळे' हा दृढ विश्वास असणे. जगात वाईट, भीषण, धक्कादायक, विचित्र वा अविश्वसनीय वाटणाऱ्या गोष्टी घडतात त्यामागेसुद्धा काहीतरी हेतू असतो, त्यांनाही काहीतरी अर्थ असतो, कारण असते याची खातरी असणे म्हणजेही श्रद्धा. श्रद्धा हे काही असे एखादे बीज नाही जे खिशात ठेवून फिरावे. ते मनाच्या भूमीत रुजवावे लागते, त्याला पाणी घालावे लागते, त्याचे रक्षण करावे लागते, म्हणजे मग ते अंकुरते, वाढते आणि त्याचा त्या श्रद्धावानाला फळे, फुले आणि सावली देणारा वृक्ष होतो.

परमेश्वरावरील आपली श्रद्धा प्रकट करण्याचा सर्वात चांगला मार्ग म्हणजे वास्तवाचा स्वीकार आणि आपल्या वाट्याला आलेले आयुष्य उत्तम रीतीने जगणे. जो श्रद्धा बाळगतो तो आपण काय विचार करतो, काय बोलतो, काय करतो यावर बारीक लक्ष ठेवून असतो आणि आपले विचार, कृती व उक्ती यांच्यात मेळ असेल अशी काळजी घेतो. ज्यांच्या विचारांत, कृतींत व उक्तींत असा मेळ नसतो त्यांचे आयुष्य निरर्थक असते, ते कुचकामाचे असतात. जग पुढे जाते आणि असे लोक बाजूला फेकले

जातात आणि इतरांकडून तुडवले जातात. असे होणे हा काही परमेश्वराकडून केला जाणारा अन्याय नसतो, क्रूर कर्मही नसते, ती शिक्षाही नसते. तो आयुष्याचे दिशाभान हरपल्याचा, शरीर, मन व आत्मा यांच्यातील एकात्मतेच्या अभावाचा परिणाम असतो. श्रद्धेशिवाय प्रतीकांना काहीच अर्थ नसतो.

लोकमान्य लिहितात, 'प्रतीक आणि प्रतीकात ठेवलेला भाव यांचा याप्रमाणे भेद केल्यावर प्रतीक कोणतेही असले, तरी त्याबद्दल तंटा करण्याचे कारणच उरत नाही. कारण प्रतीक म्हणजेच देव ही बुद्धी आता राहत नाही. सर्व कर्मांचे फल देणाऱ्या परमेश्वराची दृष्टी भक्तांच्या भावाकडे असते... भक्तिमार्गाचे हे तत्त्व ज्याला कळले त्याच्या मनात 'मी ज्याची उपासना करतो तेच ईश्वरस्वरूप किंवा प्रतीक खरे असून इतर प्रतिके खोटी' हा दुराग्रह न राहता 'कोणाचे प्रतीक कसेही असो, तद्द्वारा परमेश्वराचे भजन करणारे एका परमेश्वरालाच पोहोचतात' अशी उदार-बुद्धी उत्पन्न होते आणि मग -

येऽप्यन्यदेवताभक्ता: यजन्ते श्रद्धयान्विता: ।
तेऽपि मामेव कौन्तेय यजन्त्यविधिपूर्वकम् ।।२३।।

विधी म्हणजे बाह्योपचार किंवा साधन जरी शास्त्रोक्त नसले, तरी इतर देवतांचे श्रद्धेने (म्हणजे त्यात शुद्ध परमेश्वराचा भाव ठेवून) यजन करणारे लोक (पर्यायाने) माझेच यजन करीत असतात. (भगवद्‌गीता, अध्याय ९, श्लोक २३)

किं पुनर्ब्राह्मणा: पुण्या भक्ता राजर्षयस्तथा ।
अनित्यमसुखं लोकमिमं प्राप्य भजस्व माम् ।।३३।।

राजांनी, ब्राह्मणांनी त्यांच्या जागेवर पोहोचण्यासाठी कितीही पुण्यवान काम केलेले असू दे, त्यांनी माझी भक्ती करूनच त्यांच्या सर्व त्रासांमधून मुक्ती मिळवली आहे. म्हणून या अनित्य, असुख म्हणजे दु:खकारक जगात तू आला आहेस तर माझीच भक्ती कर. (भगवद्‌गीता, अध्याय ९, श्लोक ३३)

ए.सी. भक्तिवेदान्त स्वामी प्रभुपाद म्हणतात, 'हे जग काही सुखस्थान नाही, ते 'अनित्यम् असुखम् लोकम्' - मर्त्य, दु:खमय जग आहे... पण या जगाखेरीज एक दुसरे विश्व आहे, जे अक्षय आहे, कायम टिकणारे आहे. हे मर्त्य जग दु:खाने भरलेले आहे; पण ते अक्षय विश्व सुख, आनंद यांनी भरलेले आहे... या दु:खमय जगातील सर्व प्रकारच्या लोकांचे सर्व प्रकारचे प्रश्न सोडवण्याचा एकच मार्ग आहे - परमेश्वराची अन्योन्य भक्ती.'[१६] एकनाथ ईश्वरन म्हणतात, 'तुम्ही धनवान आहात, रसिक आहात,

---

१६. https://asitis.com/9/33.html. या संकेतस्थळावरून ३० सप्टेंबर २०१७ पर्यंत घेतलेल्या माहितीनुसार.

सुखसंपन्न आयुष्य जगत आहात म्हणून तुम्हाला आध्यात्मिक मार्गावर दूरवर वाटचाल करता येणार नाही असे मुळीच नाही. माझा अनुभव तर असे सांगतो की जे जे डॉक्टर, इंजिनीयर्स, वकील, कलाकार, शास्त्रज्ञ, कोणत्याही विषयात विद्वत्ता मिळवण्यासाठी त्या त्या क्षेत्रात आवश्यक असलेल्या सर्व प्रकारच्या शिस्तबद्ध शिक्षणाच्या, प्रशिक्षणाच्या प्रक्रियेतून गेले आहेत, त्यांपैकी कोणालाही ध्यानधारणा करणेही सहजपणे जमू शकते. ते शिक्षण, प्रशिक्षण घेताना, त्या क्षेत्रात प्रावीण्य मिळवताना त्यांनी जसे त्यांचे सर्व लक्ष त्यावरच केंद्रित केलेले असते, सामर्थ्य एकवटलेले असते, प्रयत्नांची पराकाष्ठा केलेली असते - तेच सर्व त्यांनी जीवनातील या सर्वोच्च लक्ष्याच्या साध्यासाठी करायचे असते... एकदा का त्यांना त्यांचे सामर्थ्य, त्यांचे प्रयत्न ध्यानधारणेच्या बाबतीत कसे वापरायचे हे समजले, की तेही चांगली आध्यात्मिक उंची गाठू शकतात.'[१७]

लोकमान्य लिहितात, 'सारांश, कर्मयोगाची नुसती जिज्ञासा झाल्याबरोबर मनुष्य चरकाच्या तोंडात सापडल्याप्रमाणे पूर्ण सिद्धीकडे ओढला जातो, त्याप्रमाणे भक्तिमार्गातही भक्ताने आपल्यास परमेश्वराच्या हवाली केले म्हणजे त्याची निष्ठा वाढवत वाढवत भगवानच त्याला आपल्या स्वरूपाचे अखेर पूर्ण ज्ञान करून देतात आणि त्या ज्ञानाने (नुसत्या कोरड्या व आंधळ्या श्रद्धेने नव्हे) भगवद्भक्तास शेवटी पूर्ण सिद्धी मिळते असा गीताधर्माचा सिद्धान्त आहे.'

'मनुष्याच्या मनाचा प्रत्यक्षाकडे किंवा व्यक्ताकडे जो साहजिक ओढा, त्याची आणि तत्त्वज्ञानाच्या गहन सिद्धान्तांची एकवाक्यता करण्याची वैदिक धर्माची ही शैली इतर कोणत्याही देशातील लोकांच्या भक्तिमार्गात आढळून येत नाही. हे लोक एकदा परमेश्वराच्या एखाद्या सगुण विभूतीला चिकटून व्यक्तात आले, म्हणजे त्यातच गुरफटून जातात व त्याखेरीज त्यांस दुसरे काही दिसेनासे होऊन आपापल्या सगुण प्रतीकाबद्दल वृथा अभिमान त्यांच्या हृदयात उत्पन्न होतो आणि असे झाले की मग तत्त्वज्ञान निराळे व श्रद्धेचा भक्तिमार्ग निराळा असा खोटाच भेद ते करू लागतात. पण तत्त्वज्ञानाचा उदय आमच्या देशात प्राचीन काळीच झाला असल्यामुळे गीता-धर्मात श्रद्धा आणि ज्ञान यांचा विरोध न येता वैदिक ज्ञानमार्ग श्रद्धाभूत चार वैदिक आणि भक्तिमार्ग ज्ञानपूत झालेला आहे; व त्यामुळे मनुष्य कोणत्याही मार्गाने गेला, तरी अखेर त्याला एकच सद्गती प्राप्त होते.'

याप्रमाणे वर्णाचा, आश्रमांचा, ज्ञातीचा किंवा स्त्री-पुरुषादिकांचाही भेद न ठेवता उपनिषदांतील ब्रह्मात्मैक्यज्ञान, व्यवहारलोप न करता आबाल-वृद्धांस सुलभ करून देण्याचे गीतेतील भक्तिमार्गाचे हे सामर्थ्य व समता लक्षात आणली, म्हणजे 'सर्व धर्म सोडून तू मला एकट्याला शरण ये, मी तुला पापांपासून मुक्त करीन, घाबरू नकोस' असा प्रतिज्ञापूर्वक गीताशास्त्राचा जो उपसंहार गीतेच्या शेवटच्या अध्यायात भगवंतांनी केला आहे, त्यातील मर्म उघड होते.'

---

१७. एकनाथ ईश्वरन, 'द भगवद्गीता फॉर डेली लिव्हिंग', जयको पब्लिशिंग हाऊस, मुंबई, २००७, खंड २, पान १९८.

सर्वधर्मान्परित्यज्य मामेकं शरणं व्रज ।
अहं त्वां सर्वपापेभ्यो मोक्षयिष्यामि मा शुचः ।।६६।।

सर्व धर्मांचा त्याग करून तू मला एकट्यालाच शरण ये. भिऊ नकोस, दुःखही करू नकोस. मी तुला सर्व पापांपासून मुक्त करीन.
(भगवद्गीता, अध्याय १८, श्लोक ६६)

डॉक्टर राधाकृष्णन म्हणतात, 'आपण स्वेच्छेने परमेश्वराच्या आग्रहाला मान दिला पाहिजे, त्याच्या चरणी पूर्ण शरणागती पत्करली पाहिजे आणि त्याच्या प्रेमाचा आश्रय घेतला पाहिजे. आपण अहंभावाचा संपूर्ण नाश केला आणि त्याच्या भक्तिभावाने मन भरून टाकले, तर तो आपले निश्चितपणे रक्षण करेल. परमेश्वर संपूर्ण समर्पण मागतो आणि त्याच्या बदल्यात आपल्याला असे आत्मबळ देतो जे सर्वच परिस्थिती बदलून टाकते... आपल्याला आपले प्रारब्ध माहीत करून घ्यायचे असेल, तर परमेश्वरापुढे अगदी प्रामाणिकपणे, कोणताही आडपडदा न ठेवता समर्पित व्हायला पाहिजे. आपण अधूनमधून विनाकारण त्याच्यापासून काही गोष्टी लपवण्याचा, सत्य दडवण्याचा प्रयत्न करतो... श्री रामानुजाचार्यांचे अनुयायी गीतेतील हा (वर दिलेला) श्लोक हा गीतेचा अंतिम आदेश समजतात.'[१८]

स्वामी रंगनाथानंदही या श्लोकाचे वर्णन 'गीतेचे सार, निष्कर्ष' असे करतात. ते लिहितात, 'तत्त्वज्ञान मानवी आयुष्य सुजाण बनवते, त्याला विवेकाची जोड देते. केवळ पुस्तकी तत्त्वज्ञान ते काम करू शकत नाही, त्याला सखोल सत्याचे दर्शन घडावे लागते. त्याच्या आधारे मग आपण आपला जीवनमार्ग शोधू शकतो. तो विवेक, ते ज्ञान हे एखाद्या दीपासारखे आपला जीवनमार्ग उजळते आणि आपल्याला वाट दाखवते.'[१९]

लोकमान्य लिहितात, 'व्यवहारात पापापासून अलिप्त राहून परमेश्वरप्राप्तिरूप आत्मश्रेय संपादन करण्याचे जे प्रत्यक्ष मार्ग किंवा उपाय ते धर्म, अशा व्यापक अर्थी धर्म शब्दाचा या ठिकाणी उपयोग केलेला आहे... तथापि या अनेक मार्गांच्या अथवा प्रतीकोपासनेच्या भानगडीत पडून मन गांगरून जाण्याचा संभव असल्यामुळे चित्तशुद्धीचे अनेक धर्ममार्ग सोडून 'तू एकट्या मलाच शरण ये, मी तुला सर्व पापांपासून मुक्त करेन, भिऊ नको,' असे अर्जुनासच नव्हे तर अर्जुनाला निमित्त करून सर्वांसच भगवंतांचे अखेरचे हे निश्चित आश्वासन आहे.'

---

१८. एस. राधाकृष्णन, 'द भगवद्गीता', हार्पर कॉलिन्स पब्लिशर्स इंडिया, २०१४, पान ४०६, ४४८, ४४९.

१९. स्वामी रंगनाथानंद, 'युनिव्हर्सल मेसेज ऑफ भगवद्गीता', खंड ३, अद्वैत आश्रम, कलकत्ता, २०१५ (सातवे पुनर्मुद्रण) पान ३५५.

संत तुकारामही सर्वधर्मनिरसनपूर्वक देवापाशी अखेरचे मागणे हेच मागतात,

जळो ते जाणीव जळो ते शाहाणीव । राहो माझा भाव विठ्ठलापायीं ।
जळो तो आचार जळो तो विचार । राहो मन स्थिर विठ्ठलापायीं ।।

ज्ञान जळू दे, त्या बरोबर माझे शहाणपणही जळू दे. माझा माझ्या विठ्ठलावरची श्रद्धा कधीच ढळणार नाही. सर्व धार्मिक विधी, आचार जळू देत, सर्व विचारही जळून जाऊ देत. माझे चित्त, माझे मन माझ्या विठ्ठलाच्या पायी स्थिर राहू दे.
(तुकारामगाधा, ३४६४)

लोकमान्य या प्रकरणाची सांगता मोठ्या काव्यपूर्ण पद्धतीने करतात. 'श्रीमद्भगवद्गीतारूपी सुवर्णपात्रातील 'भक्ती' हा शेवटचा गोड घास होय. प्रेमाचा हा घास घेतला, आता आपोष्णी घेऊन उठायच्या तयारीस लागू.'

ॐ

१४

विचारधारा

> जमिनीवर एकच पाऊल ठेवून पायवाट तयार होत नाही, तसेच एखादाच विचार मनातही विचारांची चाकोरी आखू शकत नाही. पक्की पायवाट बनायला आपण त्याच वाटेवरून पुन्हापुन्हा चालतो. तसेच ज्या विचारांच्या चाकोरीत आपल्या आयुष्याचा प्रवास चालावा अशी आपली इच्छा असेल, ती चाकोरी चांगली स्पष्ट व्हायला ते विचार मनात वारंवार घोळवावे लागतात.[१]
>
> हेन्री डेव्हिड थोरो

अशा रीतीने आत्तापर्यंतच्या तेरा प्रकरणांतून लोकमान्यांनी भगवद्गीतेतील दोन महत्त्वपूर्ण सिद्धान्तांचे सखोल विवरण केले. पहिला सिद्धान्त - समबुद्धी प्राप्त करणे. जेव्हा माणसाला त्याच्या आत्म्याची खरी ओळख पटते, त्या वेळी ते शक्य होते. त्यासाठी ज्ञानमार्ग आणि भक्तिमार्ग असे दोन मार्ग आहेत. दुसरा सिद्धान्त आहे - आपली विहित कर्मे, आपल्या वाट्याला आलेली कर्तव्ये त्याच समबुद्धीने पार पाडणे. हे दोन सिद्धान्त वाचकांपर्यंत पोहोचवण्यासाठी लोकमान्यांनी गीता अगदी निराळ्या पद्धतीने वाचकांसमोर ठेवली आहे. त्यांनी उघड केलेले ते गीतारहस्य वाचताना हेन्री डेव्हिड थोरो (१८१७-१८६२) या महान अमेरिकन कवीच्या वरील वचनाची प्रतीती येते. या चौदाव्या प्रकरणात लोकमान्य गेल्या तेरा प्रकरणात बांधलेल्या भगवद्गीतेतील दोन सिद्धान्तांवरील त्यांच्या विवरणाची संगती गीतेतील अठरा अध्यायांशी लावतात आणि म्हणूनच त्याचे शीर्षक 'गीताध्यायसंगति' असे देतात.

कोणताही सिद्धान्त समजावून घेण्याचे तीन मार्ग असतात - तार्किक, अनुभवसिद्ध (प्रत्यक्ष अवलोकन आणि प्रयोग यावर आधारित) आणि तिसरा कथा, दंतकथा यांवर आधारित. लोकमान्यांनी तिन्ही मार्गांचा वापर करून 'गीतारहस्य' सांगितले आहे : कर्मे करत असताना अध्यात्मविचाराने किंवा भक्तीने सर्वात्मैक्यस्वरूप साम्य-बुद्धी पूर्णपणे संपादन करणे व ती प्राप्त झाल्यावरही संन्यास घेण्याच्या भरीस न पडता संसारात शास्त्रतः प्राप्त झालेली सर्व कर्मे केवळ कर्तव्य म्हणून नेहमी करत राहणे, हाच या जगात मनुष्याचा

१. https://www.goodreads.com/quotes/29754-as-a-single-footstep-will-not-make-a-path-on. या संकेतस्थळावरून २५ ऑक्टोबर २०१७ पर्यंत घेतलेल्या माहितीनुसार.

परम पुरुषार्थ किंवा आयुष्यक्रमाचा उत्तम मार्ग होय - हा गीतेचा सिद्धान्त आहे. भारतीयांच्या गेल्या शेकडो पिढ्यांनी पुनःपुन्हा सांगितलेल्या कथा, कहाण्या, भारतीय धर्मग्रंथ व अन्य अनेकोत्तम ग्रंथामधील मते, विचार, सुवचने, विविध शास्त्राधार, इतकेच नव्हे, तर अनेक पाश्चिमात्त्य तत्त्वज्ञ, विद्वान, विचारवंत यांचे लिखाण - या सर्वांच्या अभ्यासपूर्ण संशोधनातून व संकलनातून लोकमान्यांनी एक बळकट पाया असलेली तर्कशुद्ध विचारधारा वाचकांसमोर मांडली. जे लोक आपल्याला लाभलेले मानवी जीवन हे परमेश्वराचे बहुमोल देणे मानून, त्यांच्या उपजत गुणांचा सुयोग्य उपयोग करून, त्यांनी स्वतः निवडलेल्या क्षेत्रात श्रेष्ठस्थान प्राप्त करण्याची महत्त्वाकांक्षा बाळगतात, अशांना मार्गदर्शक ठरेल असा एक उंच, उज्ज्वल दीपस्तंभ त्यांनी त्या विचारधारेच्या रूपाने उभा केला आहे. भारतीय तत्त्वज्ञानात वरील तीन मार्ग दोन सत्यशोधक पद्धतींमध्ये परिवर्तित होतात. पहिली - पुराणांमध्ये समाविष्ट असलेल्या पूर्वजांच्या मौल्यवान अनुभवकथा व त्यांची सूक्ष्मदृष्टी यांवर आधारलेली 'पौराणिक' पद्धती आणि दुसरी - सर्व साधकबाधक प्रमाणांची तर्कशास्त्रानुसार क्रमवार मांडणी करून मूलतत्त्वांपर्यंत पोहोचणारी 'शास्त्रीय' पद्धती. लोकमान्यांनी दोन्ही पद्धती एकत्र करून त्यांचा खुबीने वापर करून वरील दोन सिद्धान्तांचे 'गीतारहस्य' सांगितले आहे.

लोकमान्य लिहितात, 'वाचकांनी प्रथम हे लक्षात ठेवले पाहिजे की आपला हिंदुस्थान देश ज्ञानाचे, वैभवाचे, यशाचे आणि पूर्ण स्वराज्याचे सुख अनुभवत आहे अशी जेव्हा त्याची चोहोकडे ख्याती झाली होती, तेव्हा एका सर्वज्ञ, महापराक्रमी, यशस्वी, परमपूज्य क्षत्रियाने दुसऱ्या महान धनुर्धरास क्षात्र धर्माच्या स्वकार्यास प्रवृत्त करण्यासाठी गीता उपदेशिली आहे... कोणताही उपदेश झाला, तरी तो करण्यास काही तरी कारण घडून यावे लागते; आणि तो उपदेश सफल होण्यास शिष्याच्या मनात सदर उपदेशाचे ज्ञान करून घेण्याची इच्छाही प्रथम जागृत व्हावी लागते.'

गीतेच्या पहिल्या अध्यायात श्रीकृष्णांनी अर्जुनास हा उपदेश करण्याचे कारण काय झाले ते सांगितले आहे. एकाच राजवंशातील कौरव व पांडव यांची सैन्ये लढाईस सज्ज होऊन कुरुक्षेत्रावर उभी आहेत. ही लढाई काही एकदम उपस्थित झालेली नाही. बऱ्याच काळापर्यंत दोन्ही पक्षांमध्ये अनेक चर्चा, विचारविनिमय, सामोपचाराची बोलणी - ज्यांत शेवटी खुद्द श्रीकृष्णाची अयशस्वी ठरलेली शिष्टाईही होती - चाललेली होती. दोन्ही बाजूंनी सैन्यांची जुळवाजुळव करण्यासाठी भारतवर्षातील निरनिराळ्या प्रदेशातील राजांशी संपर्क साधलेला होता आणि त्यांच्या मदतीने पद्धतशीरपणे सैन्यांची रचना करण्यात आली होती. श्रीकृष्णानेही कौरव व पांडव या दोघांनाही त्यांच्या बाजूने मदत देऊ केली होती. कौरवांनी त्याच्या प्रचंड सैन्याची निवड केली होती आणि पांडवांनी मात्र त्याचे व्यक्तिगत मार्गदर्शन मागितले होते. श्रीकृष्णाने पांडवांमधील सर्वश्रेष्ठ योद्धा अर्जुन याचे सारथ्य स्वीकारलेले आहे. युद्धास प्रारंभ होत असतानाच अर्जुनाने श्रीकृष्णाला त्याचा रथ दोन्ही सैन्यांच्या मध्यभागी नेऊन उभा करण्यास सांगितलेले आहे. तद्वत रथ दोन्ही

सैन्यांच्या मधे उभा आहे. अर्जुनाला दोन्ही बाजूंच्या सैन्यात त्याचेच आप्त, स्वकीय, स्नेहीसोबती, आदरणीय वडीलधारे दिसलेले आहेत आणि आपल्या हातून त्यांचा वध होणार या केवळ कल्पनेनेच त्याच्यासारख्या धुरंधर लढवय्याचे धैर्य गळालेले आहे, तो हतबल झालेला आहे.

लोकमान्य लिहितात, 'परस्परांमधल्या या लढाईत होणाऱ्या कुलक्षयाचे प्रत्यक्ष स्वरूप जेव्हा डोळ्यांपुढे आले, तेव्हा अर्जुनासारख्या महायोद्ध्यासही वाईट वाटून 'अरेरे! आम्हाला राज्य परत मिळावे म्हणून आमच्या कुलाचाच हा भयंकर क्षय आम्ही करणार ना? यापेक्षा भिक्षा मागितलेली काय वाईट?' असे उद्गार त्याच्या तोंडून निघाले. 'मलाच शत्रूंनी ठार मारले तरी चालेल; पण त्रैलोक्याच्या राज्यासाठीदेखील पितृहत्या, गुरुहत्या, बंधुहत्या किंवा कुलक्षय यांसारखी घोर पातके मी करू इच्छित नाही' असे त्याने श्रीकृष्णास सांगितले. त्याच्या सर्वांगाला कंप सुटला, हातपाय गळाले व तोंड कोरडे पडून खिन्नवदन होत्साता हातचे धनुष्यबाण टाकून देऊन तो बिचारा आपल्या रथात खाली बसला.'

त्या प्रसंगी केवळ 'लढायचे की नाही?' एवढाच प्रश्न नव्हता ही गोष्ट अतिशय स्पष्टपणे समोर आणली गेली आहे. कारण तो काही आयत्या वेळचा विषय नव्हता, कौरव-पांडवांमधील कलह दीर्घ काळापासून सुरू होता आणि समेटाचे, सलोख्याचे केले गेलेले अनेक प्रयत्न व्यर्थ ठरले होते. अचानक समोर उभ्या राहिलेल्या प्रसंगामुळे लहानपणापासून शत्रूंचा नि:पात करण्याचे शिक्षण घेतलेल्या अर्जुनाच्या मनात दया साठून आली. कोणाला मारण्याच्या कल्पनेचाच त्याला तिटकारा वाटू लागला असे काही तेथे घडले नव्हते. शत्रू म्हणून समोर उभे ठाकलेल्यांमध्ये आपल्याच कुटुंबातील लोक, आपलेच नातेवाईक आहेत आणि युद्ध केले तर आपल्याच जवळच्या आप्तेष्टांचा मृत्यू आपल्या हातून घडण्याची शक्यता आहे हा विचार, त्या सर्वांबद्दल वाटणारे प्रेम, जवळीक अर्जुनाच्या मनात दाटून आली हे त्याच्या त्या हताश स्थितीचे कारण होते. शत्रूचा नि:पात करून त्याला यमसदनाला पाठवण्याच्या कौशल्यासाठी प्रसिद्ध असलेला सर्वश्रेष्ठ योद्धा त्याच्या कर्तव्याकडे पाठ फिरवू पाहत होता. युद्धाची वेळ समोर आलेली असताना एक सैनिक रणांगण व सैन्य सोडून पलायनाचा विचार करत होता. अर्जुनाची स्थिती, रंगमंचावर उभे राहिल्यावर समोरील प्रेक्षकांची गर्दी पाहून गायनात सिद्धहस्त असूनही पार घाबरून जाणाऱ्या गायकासारखी किंवा शस्त्रक्रियादालनात आत्मविश्वास ढळलेल्या एखाद्या कसलेल्या शल्यविशारदासारखी किंवा पहिला चेंडूही न खेळता बाद होणाऱ्या क्रिकेटखेळाडूसारखी झाली होती.

लोकमान्य लिहितात, 'इतकी कथा गीतेच्या पहिल्या अध्यायात सांगितलेली आहे. या अध्यायास 'अर्जुनविषादयोग' असे म्हणतात, कारण सर्व गीतेत ब्रह्मविद्यान्तर्गत (कर्म) योगशास्त्र हा एकच विषय जरी प्रतिपाद्य असला, तरी प्रत्येक अध्यायात जो विषय मुख्यत्वेकरून वर्णिलेला असतो, तो या कर्मयोगशास्त्राचा भाग समजून दर एक

अध्यायास त्यातील विषयाप्रमाणे अमुक योग, तमुक योग अशी निरनिराळी नावे दिलेली आहेत; आणि हे सर्व योग एकत्र आले म्हणजे 'ब्रह्मविद्येतील कर्मयोगशास्त्र' होते.'

तेव्हा 'आपले आयुष्य हे कर्मे करण्यासाठी आहे' हा गीतेचा संदेश पहिल्या अध्यायातच स्पष्ट केला आहे. आपले जीवन हे केवळ भक्ती करत राहणे किंवा सर्वसंगपरित्याग करून संन्यास घेणे यासाठी नाही. लोकमान्य लिहितात, 'आपल्यापुढे प्रश्न काय हेच जर नीट कळले नाही, तर त्या प्रश्नाचे उत्तरही पुरे लक्षात येत नाही. सांसारिक कर्मांपासून निवृत्त होऊन भगवद्भजनी लाग किंवा संन्यास घे, हेच जर गीतेचे तात्पर्य म्हणावयाचे, तर अर्जुन लढाईचे घोर कर्म सोडून भिक्षा मागण्यास आयताच तयार झाला असल्यामुळे त्याला हा उपदेश करण्याची जरूर नव्हती.'

ते पुढे लिहितात, 'दुसऱ्या अध्यायाच्या आरंभीच 'अरे! ही अवदसा (कश्मल) तुला कोठून आठवली? हा हिजडेपणा (क्लैब्य) तुला शोभत नाही! हा तुझ्या कीर्तीचे वाटोळे करील! म्हणून हे दुबळेपण सोडून देऊन युद्धाला उभा रहा' असे श्रीकृष्णांनी अर्जुनास सांगितले आहे. तथापि अर्जुनाने भागूबाईप्रमाणे पुन्हा पहिलीच रडकथा गाऊन 'भीष्म-द्रोणादि महात्म्यांस कसे मारू?' असा प्रश्न केला... तेव्हा जरा हसल्यासारखे करून श्रीकृष्णाने त्याला ज्ञान सांगण्यास सुरुवात केली आहे.'

अशोच्यानन्वशोचस्त्वं प्रज्ञावादांश्च भाषसे ।
गतासूनगतासूंश्च नानुशोचन्ति पण्डिताः ।।११।।

ज्याचा शोक करू नये त्याचा तू शोक करतोस आणि ज्ञानाच्या बाता सांगतोस?
कोणाचे प्राण गेले अथवा राहिले याचा शोक ज्ञानी माणूस करीत नाही.
(भगवद्गीता, अध्याय २, श्लोक ११)

लोकमान्य लिहितात, 'अर्जुन ज्ञानी माणसासारखा वागू इच्छित होता आणि कर्मसंन्यासाच्या बाता सांगू लागला होता म्हणून जगात ज्ञानी पुरुषांच्या आचरणाचे 'कर्मे सोडणे' व 'कर्मे करणे' असे जे दोन पंथ, म्हणजे निष्ठा दिसून येतात, तेथपासून भगवंतांनी आपल्या उपदेशास आरंभ केला आहे. या दोन्ही निष्ठांपैकी कोणतीही निष्ठा घेतली तरी तू चुकत आहेस हे अर्जुनास भगवंतांचे पहिले सांगणे आहे... ते त्याला सांगतात, सांख्यमार्गातील अध्यात्मज्ञानाप्रमाणे आत्मा हा अविनाशी व अमर असल्यामुळे 'भीष्मद्रोणादिकांना तू मारणार' ही तुझी समजूतच खोटी आहे; कारण आत्मा मरत नाही आणि मारतही नाही. मनुष्य ज्याप्रमाणे आपले वस्त्रे बदलतो त्याप्रमाणे आत्मा एक देह सोडून दुसऱ्या देहात जातो इतकेच... 'मी मारणार आणि तो मरणार' ही नुसती कर्मदृष्टी सोडून देऊन 'मी केवळ स्वधर्म करीत आहे' या बुद्धीने तू आपले प्रवाहपतित कार्य कर, म्हणजे तुला त्यापासून कुठलेही पाप लागणार नाही.'

अर्जुनावर आलेल्या युद्धाच्या आपत्तीतून भगवद्‌गीतेची उत्पत्ती झाली. निर्णय घेण्याच्या 'खऱ्या अडचणी'त आपण केव्हा सापडतो? त्या परिस्थितीत आपण कसे वागतो? यातच गीता वाचण्यासाठीची सर्वात मोठी प्रेरणा आहे. अतिशय हवालदिल झालेल्या अर्जुनाचे जर त्या दयनीय परिस्थितीतून विमोचन होऊ शकले, तर आपल्यालाही आपल्या आयुष्यातील मोठमोठ्या आव्हानांना सामोरे जाण्याची, ती पेलण्याची प्रेरणा व शक्ती मिळेल.[२]

लोकमान्य लिहितात, '...गीतेच्या सर्व उपपादनाचे मूळ दुसऱ्याच अध्यायात आहे.' या अध्यायात 'अमुक एक कर्म हे चांगले की वाईट हे ठरविणे' हे कर्मयोगाचे मध्यवर्ती तत्त्व आहे हे प्रस्थापित केले आहे. गीतेआधीच्या धर्मग्रंथांत, शास्त्रात सांगितलेल्याच्या अगदी विरुद्ध असे तत्त्व गीता सांगते ते हे की, कर्म चांगले की वाईट आणि ते करावे की नाही याचा निर्णय त्या कर्माच्या बाह्य परिणामांपेक्षा कर्त्याची व्यवसायात्मिक बुद्धी शुद्ध की अशुद्ध यावर ठरवले पाहिजे. फळाच्या हेतूने केलेली कर्मे ही अशुद्ध असतात, कर्तव्यबुद्धीने केलेली कर्मे शुद्ध असतात.

दूरेण ह्यवरं कर्म बुद्धियोगाद्धनञ्जय ।
बुद्धौ शरणमन्विच्छ कृपणाः फलहेतवः ।।४९।।

---

२. http://www.iimb.ac.in/sites/default/files/22%20Reality%20of%20difficult%20decision%20 making%20situations.pdf. या संकेतस्थळावरून २५ ऑक्टोबर २०१७ पर्यंत घेतलेल्या माहितीनुसार.

फळाचा हेतू ठेवून कर्मे करण्यापासून दूर राहा. ती कर्मे बुद्धीचा उपयोग करून केलेल्या कर्मापेक्षा हीन असतात. साम्यबुद्धीला शरण जा. जे लोक फलहेतूने कर्म करतात, ते कृपण म्हणजे दीन असतात. (भगवद्‌गीता, अध्याय २, श्लोक ४९)

व्यवसायात्मिक बुद्धी स्थिर करण्यासाठी निवडानिवड करणारी बुद्धी (जी कर्तव्य, जबाबदाऱ्या यांच्या बंधनात असते) स्थिर असावी लागते आणि ती समाधीने स्थिर होते.

व्यवसायात्मिका बुद्धिरेकेह कुरुनन्दन ।
बहुशाखा ह्यनन्ताश्च बुद्धयोऽव्यवसायिनाम् ॥४१॥

हे कुरुनंदना, व्यवसाय म्हणजे कार्याकार्याचा निश्चय करणारी (इन्द्रियरूपी) बुद्धी या मार्गात एकाग्र असावी लागते. ज्यांच्या बुद्धीचा अशा प्रकारे एक निश्चय होत नाही त्यांच्या बुद्धी म्हणजे वासना अनेक फाटे फुटलेल्या व अनंत प्रकारच्या असतात. (भगवद्‌गीता, अध्याय २, श्लोक ४१)

व्यवसायात्मिक बुद्धी आणि निवडानिवड करणारी बुद्धी या दोन्ही एकत्र येऊन वासनात्मक कर्मांचा, फलेच्छा ठेवून केलेल्या यज्ञयागादी कर्मांचा त्याग करून ती कर्मे फलेच्छा न ठेवता करायला लावतात; कारण कर्मे करणे हा मनुष्याचा अधिकार आहे, त्याच्या फलावर नाही. कर्मफल ही अत्यंत गुंतागुंतीची (कर्मनियम व ईश्वरेच्छा या दोहोंशी जोडलेली) प्रक्रिया आहे आणि ती मनुष्याच्या आकलनशक्तीच्या बाहेरची आहे.

कर्मण्येवाधिकारस्ते मा फलेषु कदाचन ।
मा कर्मफलहेतुर्भूर्मा ते सङ्गोऽस्त्वकर्मणि ॥४७॥

कर्म करण्यापुताच तुझा अधिकार आहे; फल मिळणे किंवा न मिळणे हे केव्हाही तुझ्या अधिकारातले म्हणजे ताब्यातले नाही. (म्हणून माझ्या कर्माचे) अमुक फल मिळावे असा (हावरेपणाचा) हेतू (मनात) ठेवून कर्म करणारा होऊ नको, पण कर्मे करणेही सोडू नको. (भगवद्‌गीता, अध्याय २, श्लोक ४७)

ज्याची बुद्धी याप्रकारे सम व स्थिर होते त्याला 'स्थितप्रज्ञ' म्हणतात. त्याची बुद्धी समाधिवृत्तीत स्थिर झालेली असते.

श्रुतिविप्रतिपन्ना ते यदा स्थास्यति निश्चला ।
समाधावचला बुद्धिस्तदा योगमवाप्स्यसि ॥५३॥

जेव्हा नाना प्रकारच्या वेदवाक्यांनी गांगरून गेलेली तुझी बुद्धी समाधिवृत्तीत स्थिर व निश्चल होईल, तेव्हा (हा साम्य-बुद्धिरूप) योग तुला प्राप्त होईल. (भगवद्गीता, अध्याय २, श्लोक ५३)

दुसऱ्या अध्यायाच्या उरलेल्या भागात स्थितप्रज्ञाची लक्षणे सांगितली असून हे प्रस्थापित केले आहे की स्थितप्रज्ञाला ब्रह्मस्थिती प्राप्त होते.

तिसऱ्या अध्यायाची सुरुवात अर्जुनाला पडलेल्या आणखी एका पेचाने होते. तो श्रीकृष्णाला विचारतो की, 'कर्मयोगमार्गातही जर कर्मापेक्षा बुद्धी श्रेष्ठ आहे, तर मी युद्ध का करावे? बुद्धीचा वापर करून युद्ध न करण्याचे का ठरवू नये? किंवा बुद्धी सम ठेवून सांख्य व योगाचे उल्लंघन न करता उदासीन का बसू नये?' लोकमान्य लिहितात, '(अर्जुनाच्या तिसऱ्या अध्यायाच्या आरंभीच्या) त्या प्रश्नाचे उत्तर भगवान असे देतात की, पूर्वी तुला सांख्य व योग अशा दोन निष्ठा सांगितल्या खऱ्या, परंतु कोणाही मनुष्यास कर्मे सर्वथैव सुटणे अशक्य आहे. जोपर्यंत तो देहधारी आहे, तोपर्यंत प्रकृती स्वभावतःच त्याला कर्मे करायला लावणार... कर्मे न केलीस तर तुला खायलादेखील मिळणार नाही. कर्म हे परमेश्वरानेच निर्माण केले आहे, मनुष्याने नव्हे.'

नियतं कुरु कर्म त्वं कर्म ज्यायो ह्यकर्मणः ।
शरीरयात्रापि च ते न प्रसिध्द्येदकर्मणः ॥८॥

तुझ्या धर्माप्रमाणे नियत म्हणजे नेमलेले कर्म तू कर. कारण कर्म न करण्यापेक्षा कर्म करणे हे अधिक चांगले आहे. कर्म न केलेस तर तुझा शरीरनिर्वाहसुद्धा चालायचा नाही. (भगवद्गीता, अध्याय ३, श्लोक ८)

लोकमान्य लिहितात, 'कर्म हे कोणालाच सुटत नसल्यामुळे स्वार्थासाठी नको असले तरी तेच कर्म लोकसंग्रहार्थ आता निष्काम बुद्धीने केले पाहिजे असे अनुमान करणे भाग आहे... या गोष्टी लक्षात आणूनच जनकादी ज्ञानी पुरुषांनी पूर्वी कर्मे केली होती व मीही (स्वतः भगवंतही) करीत आहे... लोकसंग्रह करणे म्हणजे लोकांना आपल्या वर्तनाने धडा घालून देऊन उन्नतीच्या मार्गास लावणे हे ज्ञानी पुरुषाच्या कर्तव्यांपैकी एक आहे.'

सांप्रतकालीन गीतेचे अध्यापन करणाऱ्या, वेदान्त ट्रस्टच्या संस्थापक श्रीमती जया राव लिहितात, 'अर्जुनाने श्रीकृष्णाला विचारले, 'कोण मला माझ्या विहित मार्गापासून विचलित करते? ज्या गोष्टी मी करायला नकोत त्या करायला मला कोण भाग पाडते?' श्रीकृष्ण त्याच्या प्रश्नाचे उत्तर देतात, 'रजोगुणांपासून उत्पन्न होणारे काम आणि क्रोध. तुझा शत्रू तिकडे बाहेर नाही. तुझ्याच आत, तुझ्या मनात आहे. तरीसुद्धा तू तुझा वेळ आणि शक्ती बाह्यात्कारी गोष्टींशी झगडण्यात वाया घालवतो आहेस. इच्छा वा आसक्ती

सत्त्व, रज आणि तम या तीन गुणांच्या असतात... तत्त्वज्ञान आणि काव्य यांची सांगड घालून श्रीकृष्ण या तीन प्रकारच्या आसक्ती आत्म्याला, अंतरातल्या पवित्र ज्योतीला कशा झाकोळून टाकतात ते सांगतात. सत्त्व हे ज्वालांभोवतीच्या धुरासारखे असते. सात्विक पुरुषातील आत्म्याचे तेज, त्याची भव्यता ज्वालेसारखी चमकत असते. रज हे आरशावरील धुळीसारखे असते. स्वार्थ आणि अहंकार हे आत्म्याची प्रतिमा झाकोळून टाकतात. राजस पुरुषामधील देवपण दिसू शकत नाही. तम हे गर्भाशयातील गर्भासारखे असते. ते आत्म्याचे देवपण नुसते झाकून टाकत नाही, तर आळस, सुस्ती इतकी वाढवते की ती झटकून टाकायला प्रचंड वेळ लागतो... मनात श्रेष्ठ प्रतीची इच्छा धर म्हणजे हीन प्रतीच्या इच्छा तुझ्यावरील ताबा सोडतील. श्रीकृष्ण शेवटी एक अत्यंत स्फूर्तीदायक संदेश देतात, 'सर्वश्रेष्ठ अशी आत्मसाक्षात्काराची इच्छा मनात जागवून तुझ्या इच्छारूपी भयावह शत्रूचा नायनाट करून टाक.' त्यानंतर अर्जुनामधील योद्धा जागा होतो आणि योग्य प्रतिक्रिया देतो.[३]

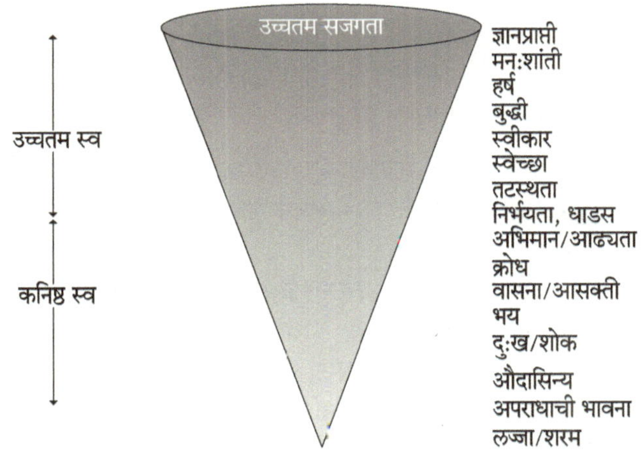

ब्रिटिश थिऑसॉफिस्ट आणि अध्यात्मवादी पॉल ब्रंटन (१८९८-१९८१) याचे हे प्रसिद्ध वचन आहे, 'संत आणि संन्यासी, विचारवंत आणि तत्त्ववेत्ते, धर्मगुरू आणि शास्त्रीय पृच्छक असे सर्व जण गेली कित्येक शतके मानवी आत्म्याचे गूढ उकलण्याचा प्रयत्न करत आहेत. त्यांना मानवी स्वभावात फार मोठा विरोधाभास असल्याचे लक्षात आले आहे. माणूस कुकर्माच्या खोल विवरातही उतरू शकतो आणि उदात्त महानतेची उंचीही गाठू शकतो. एकाच देहात दोन विभिन्न व्यक्ती राहत असल्याचाही त्यांना शोध लागला आहे - एक असुरांशी नाते असलेली आणि दुसरी देवदूतांशी.[४]

---

३. http://vedantavision.org/bhagavad-gita/summary-of-chapters/bhagavad-gita-chapter-iii.html. या संकेतस्थळावरून २५ ऑक्टोबर २०१७ पर्यंत घेतलेल्या माहितीनुसार.
४. पॉल ब्रंटन, 'द सीक्रेट पाथ : ए टेक्निक ऑफ स्पिरिच्युअल सेल्फ डिस्कव्हरी फॉर द मॉडर्न वर्ल्ड' पिल्ग्रिम्स पब्लिशिंग, वाराणसी, २००२.

गीतेच्या या तिसऱ्या अध्यायात नीचतम 'स्व'पासून उच्चतम स्वपर्यंत सजगतेचा उदय अशी एक तेजस्वी कल्पना मांडली आहे. या प्रक्रियेचा परिणाम देवाचे साधन बनण्यात होतो. सर्व कृती देवसाक्षीने होतात आणि त्यातून कोणतेही कर्मिक परिणाम उद्भवत नाहीत. लोकमान्य लिहितात, 'कर्मयोगाची आवश्यकता सिद्ध करून भगवंत 'मला सर्व कर्मे अर्पण कर' असे परमेश्वरार्पणपूर्वक कर्म करण्याच्या भक्तिमार्गातील तत्त्वाचेही सूतोवाच करतात.

मयि सर्वाणि कर्माणि संन्यस्याध्यात्मचेतसा ।
निराशीर्निर्ममो भूत्वा युध्यस्व विगतज्वरः ।।३०।।

सर्व कर्मे अध्यात्मबुद्धीने माझ्या ठायी अर्पण कर. फलाची लालसा सोडून, कर्तेपण स्वतःकडे न घेता, मनाला क्लेश न देता (ममत्व सोडून) तू युद्ध कर. (भगवद्गीता, अध्याय ३, श्लोक ३०)

ये मे मतमिदं नित्यमनुतिष्ठन्ति मानवाः ।
श्रद्धावन्तोऽनसूयतन्तो मुच्यन्ते तेऽपि कर्मभिः ।।३१।।

जे दोष न काढता, माझ्या शिकवणुकीप्रमाणे श्रद्धापूर्वक कर्मे करतात, ते सर्व कर्मबंधनांपासून मुक्त होतात. (भगवद्गीता, अध्याय ३, श्लोक ३१)

चौथ्या अध्यायाकडे जाताना लोकमान्य लिहितात, 'हे विवेचन तिसऱ्या अध्यायात पुरे न होता चौथा अध्याय त्याचकरिता आरंभिला आहे. आतापर्यंत केलेले प्रतिपादन केवळ अर्जुनाला युद्धास प्रवृत्त करण्यासाठी नवीन रचले असेल अशी शंका येऊ नये, म्हणून चौथ्या अध्यायाच्या आरंभी या कर्मयोगाची म्हणजे भागवत किंवा नारायणीय धर्माची त्रेतायुगातील परंपरा दिली आहे. आदी किंवा युगारंभी मीच हा कर्मयोगमार्ग विवस्वनास, विवस्वनाने मनूस व मनूने इक्ष्वाकूस सांगितला होता; पण मध्ये नष्ट झाल्याने तोच योग (कर्मयोगमार्ग) मी आता तुला पुन्हा सांगितला असे श्रीकृष्णाने म्हटल्यावर 'विवस्वानाचे आधी तुम्ही कोठून येणार' असा अर्जुनाने प्रश्न केला. तेव्हा त्या प्रश्नास उत्तर देताना साधूंचे संरक्षण, दुष्टांचा नाश आणि धर्माची स्थापना अशा प्रयोजनांसाठी आपल्याला फार पूर्वीपासून अवतार घ्यावे लागल्याची माहिती भगवंतांनी अर्जुनास दिली.'

यदा यदा हि धर्मस्य ग्लानिर्भवति भारत ।
अभ्युत्थानमधर्मस्य तदात्मानं सृजाम्यहम् ।।७।।
परित्राणाय साधूनां विनाशाय च दुष्कृताम् ।
धर्मसंस्थापनार्थाय सम्भवामि युगे युगे ।।८।।

श्रीकृष्ण अर्जुनाला सांगतात, 'जेव्हा जेव्हा, जेथे जेथे धर्माला ग्लानी येऊन - धर्माची अवनती होऊन - अधर्माचे प्राबल्य माजते, तेव्हा तेव्हा मी स्वतःच जन्म घेत असतो. (भगवद्‌गीता अध्याय ४, श्लोक ७)

साधूंच्या रक्षणासाठी, दुष्टांच्या नाशासाठी आणि धर्मसंस्थापनेसाठी मी युगानुयुगे जन्म घेत असतो. (भगवद्‌गीता, अध्याय ४, श्लोक ८)

डॉक्टर राधाकृष्णन म्हणतात, 'धर्म याचा शब्दशः अर्थ 'अस्तित्वाचे साधन' असा आहे. हा अस्तित्वाचा मूलभूत स्थायिभाव असून तो वर्तनपद्धती निर्धारित करतो. जोवर आपली वर्तणूक आपल्या स्थायी स्वभावाला धरून होत असते, तोवर आपण योग्य रीतीने वागत असतो. अधर्म म्हणजे स्वभावाप्रती अनिश्चितता... ज्या वेळी आपण आपल्या स्वातंत्र्याचा गैरफायदा घेतो, गैरवापर करतो, समतोल बिघडवतो, त्या वेळी परमेश्वर केवळ प्रेक्षकाची भूमिका घेत नाही. तो हे जग गुंडाळत नाही, ते योग्य मार्गावर आणून ठेवतो आणि मग त्याचे त्याला मार्गक्रमण करू देतो. तो सतत त्याच्या प्रेमळ हाताने जगाचे सारथ्य करीत असतो... धर्माची संकल्पना 'ऋत'चे विकसन आहे, जिचा अर्थ आहे ऋग्वेदातील अवकाशीय आणि नैतिक क्रम.[५]

या चौथ्या अध्यायाच्या सोळाव्या श्लोकात श्रीकृष्ण अर्जुनाला कर्माचे रहस्य सांगतात - कर्म कोणते व अकर्म कोणते (किन् कर्म किम् अकर्मेति) हे त्यातले कोणते तुम्हाला ऐहिक बंधनातून, अशुभापासून मुक्ती देते ते जाणून घेण्याने समजते. (प्रवक्ष्यामि यज् ज्ञात्वा मोक्ष्यसे अशुभात्).

श्रीमती जया राव लिहितात, 'चोविसावा आणि तिसावा हे दोन श्लोक बारा महिने, रात्रंदिवस ईश्वरभक्ती कशी करावी याची एक विशेष पद्धत वर्णन करतात. मानवी कर्मे बारा प्रकारात विभागली असून प्रत्येक कर्म हे यज्ञ - पूजन, भक्ती - समजले आहे. आहुत्या टाकणे आणि हवन करणे - समर्पण करणे - या यज्ञातील दोन प्रक्रिया श्रीकृष्ण मानवी जीवनातील सर्वच कर्मांना लागू करतात आणि त्यायोगे आपल्या दिनक्रमातील प्रत्येक कृती-कर्मात आपल्याला ईश्वराचे स्मरण होईल अशी सोय करतात. दिनक्रमातून बाजूला होऊन मुद्दाम ईश्वरप्रार्थना करण्यापेक्षा ही पद्धत केव्हाही चांगली व सोयीस्कर. निराळी अशी प्रार्थना ही मधूनमधून करणेच शक्य असते. ऐहिक जीवनातील नित्यकर्मे करत असतानासुद्धा मनात परमेश्वराचा विचार असणे, त्याचे स्मरण करणे यासाठीचा हा फार चांगला उपाय आहे. भक्तीला निराळा वेळ नको. ती सातत्याने, रोज, चोवीस तास सुरूच असली पाहिजे. परमेश्वरस्मरण ही कधीकधी, जमेल तशी करण्याची गोष्ट नव्हे. त्याचा उपयोगही नाही; कारण ते आपल्या अन्य ऐहिक व्यवसायात, छंदात परिणामशून्य शाबित होते. सामान्य माणसाला ईश्वरभक्ती,

५. एस. राधाकृष्णन, 'द भगवद्‌गीता', हार्पर कॉलिन्स पब्लिशर्स इंडिया, २०१४, पान १७९.

पूजन यासाठी त्याच्या प्रापंचिक कर्मांना बाजूला सारता येत नाही.'[६]

या अध्यायातील चौतिसावा श्लोक आदर्श शिष्य व आदर्श गुरू दोघांची लक्षणे सांगतो.

तद्विद्धि प्रणिपातेन परिप्रश्नेन सेवया ।
उपदेक्ष्यन्ति ते ज्ञानं ज्ञानिनस्तत्त्वदर्शिनः ।।३४।।

आध्यात्मिक गुरूला प्रणिपात कर, आणि आदरपूर्वक त्याची सेवा करून ज्ञान मिळव. ज्याने स्वतः ब्रह्म जाणले आहे, तोच तत्त्ववेत्ता तुला ज्ञान प्रदान करू शकेल. (भगवद्गीता, अध्याय, ४, श्लोक ३४)

श्रीमती जया राव पुढे लिहितात, 'ज्ञान मिळवण्याची उत्तम तयारी केलेला बुद्धिमान शिष्य हा कोरड्या आगकाडीसारखा असतो. त्याच्यामध्ये ज्ञानज्योत प्रज्वलित करून ज्ञानप्रबोधन घडवण्यास एखादी सूचक क्रियाही पुरेशी असते. मध्यम बुद्धीचा शिष्य हा ओल्या आगकाडीसारखा असतो. भरपूर प्रयत्न आणि कष्टसुद्धा त्याच्यामध्ये ज्ञानज्योत प्रज्वलित करण्यास, त्याला प्रेरित करण्यास अपयशी ठरतात.'[७]

या अध्यायाचा शेवट श्रीकृष्णाच्या या स्फूर्तिदायक शब्दांनी होतो :

तस्मादज्ञानसम्भूतं हृत्स्थं ज्ञानसिनात्मनः ।
छित्वैनं संशयं योगमातिष्ठोत्तिष्ठ भारत ।।४२।।

तस्मात, हे भारता, तुझ्या हृदयात अज्ञानाने उत्पन्न झालेला हा संशय ज्ञानरूप तलवारीने छाटून टाक आणि कर्मयोगाचा आश्रय करून युद्धास उभा रहा. (भगवद्गीता, अध्याय ४, श्लोक ४२)

स्वामी रंगनाथानंद म्हणतात, 'हा संशय 'हृत्स्थं' म्हणजे तुझ्या हृदयात, 'अज्ञानसम्भूतं' म्हणजे अज्ञानाने किंवा आध्यात्मिक आंधळेपणाने दबकत शिरून तुझे जीवन, तुझी कृती पांगळी करून टाकत आहे. तुझ्या मनात संभ्रम आणि अनिश्चितता निर्माण करीत आहे. म्हणूनच त्याला नष्ट करून टाक. कसा नष्ट करायचा? ज्ञानसिन् - ज्ञानाच्या तलवारीने ते संशयाचे आणि संभ्रमाचे जंगल छाटून टाक.'[८]

---

६. https://www.speakingtree.in/blog/bhagavad-gita-chapter-iv या संकेतस्थळावरून २५ ऑक्टोबर २०१७ पर्यंत घेतलेल्या माहितीनुसार.

७. https://www.speakingtree.in/blog/bhagavad-gita-chapter-iv या संकेतस्थळावरून २५ ऑक्टोबर २०१७ पर्यंत घेतलेल्या माहितीनुसार.

८. स्वामी रंगनाथानंद, 'युनिव्हर्सल मेसेज ऑफ भगवद्गीता', खंड १२, अद्वैत आश्रम, कलकत्ता, २०१५ (सातवे पुनर्मुद्रण) पान ४८९.

लोकमान्य लिहितात, 'कर्मयोगाची अवश्यकता म्हणजे कर्मे का केली पाहिजेत याची कारणे तिसऱ्या व चौथ्या अध्यायात सांगितली खरी; परंतु दुसऱ्याच अध्यायात सांख्यज्ञान सांगून नंतर कर्मयोगाच्या विवेचनातही कर्मापेक्षा बुद्धी श्रेष्ठ असे वारंवार सांगण्यात आल्यामुळे, या दोन मार्गांपैकी श्रेष्ठ मार्ग कोणता हे सांगणे आता जरूर आहे. कारण दोन्ही मार्ग सारख्याच योग्यतेचे म्हटल्यास यांपैकी ज्याला जो मार्ग बरा वाटेल तो त्याने स्वीकारावा, कर्मयोगच स्वीकारण्याचे कारण नाही असे प्राप्त होते. अर्जुनाच्या मनात हीच शंका येऊन 'सांख्य व योग अशा दोन्ही निष्ठा मला सरमिसळ करून न सांगता या दोहोंपैकी श्रेष्ठ मार्ग कोणता तेवढे एकच निश्चयात्मक आता मला सांगा; म्हणजे त्याप्रमाणे वागण्यास मला सोयीचे पडेल' असा प्रश्न पाचव्या अध्यायाच्या आरंभीच त्याने केला आहे; आणि दोन्ही मार्ग जरी निःश्रेयस्कर म्हणजे एकसारखेच मोक्षप्रद आहेत तरी त्यातल्या त्यात कर्मयोगाची मातबरी अधिक होय - 'कर्मयोगो विशिष्यते' असे आता भगवंतांनी स्वच्छ सांगून अर्जुनाचा संदेह दूर केला आहे.'

संन्यासः कर्मयोगश्च निःश्रेयसकरावुभौ ।
तयोस्तु कर्मसंन्यासात्कर्मयोगो विशिष्यते ॥२॥

कर्मसंन्यास आणि कर्मयोग हे दोन्ही (मार्ग किंवा निष्ठा) निःश्रेयस्कर म्हणजे मोक्षदायी आहेत, पण (मोक्षदृष्ट्या दोन्ही सारखेच श्रेयस्कर असले तरी) त्या दोहोंत कर्मसंन्यासापेक्षा कर्मयोगाची मातबरी अधिक आहे.
(भगवद्‌गीता, अध्याय ५, श्लोक २)

जन्ममृत्यूच्या अखंड चक्रातून सुटका, मुक्ती हाच आध्यात्मिक साधकांचा उद्देश असतो. परंतु या उद्देशाच्या सफलतेसाठी एक जन्म पुरा पडत नाही, अनेक जन्मांचा काळ जावा लागतो. ज्याने इंद्रियनिग्रह केलेला असतो, वासनांवर नियंत्रण ठेवलेले असते, अशा योग्याच्या बऱ्याच इच्छा असू शकतात आणि त्यासाठी त्यालाही कर्मे करावीच लागतात. फक्त तो त्या इच्छामध्ये, कर्मफलांमध्ये गुंतून पडत नाही आणि त्यामुळे तो सर्वसंगपरित्यागही करत नाही किंवा लोकांचा तिरस्कारही करत नाही. तो आता जगातील विरुद्धधर्मींच्या जोड्यांमुळे विचलित होत नाही आणि तो कर्मे करतो म्हणून स्वतःला दोषीही मानत नाही. तेव्हा ध्यानधारणेच्याही आधी कर्माचे स्थान असते. जो यशस्वीरीत्या ध्यानधारणा करतो, तोच निष्काम मनोवृत्तीने कर्मे करू शकतो आणि सर्व कर्मे ब्रह्मार्पण करू शकतो. फूल योग्य वेळी फुलते, शांतपणे आपला सुगंध आसमंतात पसरवते आणि कोणताही गाजावाजा न करता कोमेजून जाते. योग्याचे जीवनही तशा फुलासारखे असते.

पाचव्या अध्यायातील तेराव्या श्लोकात मानवी शरीराला नऊ द्वारांच्या नगराची उपमा दिलेली आहे.

सर्वकर्माणि मनसा संन्यस्यास्ते सुखं वशी ।
नवद्वारे पुरे देही नैव कुर्वन्न कारयन् ॥१३॥

सर्व कर्मांचा मनाने (साक्षात् नव्हे) संन्यास केलेले (जितेंद्रिय) पुरुष त्या कर्मांचे कारण वा कर्तेपण स्वत:कडे न घेता आपल्या नऊ द्वारांच्या नगररूपी देहात आनंदाने राहतात. (भगवद्गीता, अध्याय ५, श्लोक १३)

अठरावा श्लोक हे ज्ञान माणसाच्या जगाकडे पाहण्याच्या दृष्टीत असा बदल घडवून आणते की ते दोन अगदी परस्परांच्या विरुद्ध जातीच्या, स्वरूपाच्या प्राण्यांकडेही समान दृष्टीने पाहू लागतात.

विद्याविनयसंपन्ने ब्राह्मणे गवि हस्तिनि ।
शुनि चैव श्वपाके च पण्डिता: समदर्शिन: ॥१८॥

जे विद्या आणि विनय यांनी संपन्न असलेले खरे ज्ञानी असतात, ते ब्राह्मण, गाय, हत्ती, तसेच कुत्रा आणि चांडाल यांनासुद्धा सर्वांना समबुद्धीने, सारख्याच दृष्टीने पाहतात (त्यांच्या ठायी हे सर्व समानच असतात).
(भगवद्गीता, अध्याय ५, श्लोक १८)

स्वामी मुक्तानंद लिहितात, 'आपण जेव्हा ज्ञानाच्या दृष्टीतून गोष्टींकडे पाहतो तेव्हा त्याला 'प्रज्ञा चक्षु' असे म्हणतात. श्रीकृष्ण ज्ञानी माणसासाठी 'विद्या संपन्न' असा शब्द वापरतात, पण त्यात 'विनया'ची भर घालतात. जे ज्ञान श्रेष्ठ असते, सखोल असते, त्याच्या बरोबरीने स्वभावात नम्रताही येते. जे केवळ उथळ, पुस्तकी ज्ञान असते, त्याच्या बरोबरीने त्या विद्वत्तेचा वृथा अभिमान, गर्वही येतो.'[९]

ही भगवद्गीतेतील कल्पना ऑस्ट्रियन तत्त्वज्ञ रुडॉल्फ स्टाइनर (१८६१-१९२५) आणि अन्य ब्रह्मविद्यावादी यांनी वेगळी परिभाषा वापरून सांगितली आहे. त्यांनी नीचतम भावनिक देहाला 'संवेदनात्मक देह', मानसिक / बौद्धिक शरीर / स्तराला 'बौद्धिक आत्मा' आणि आत्मिक स्व (अंतर्ज्ञानाचा शिक्षक), जीवनप्रेरणा (कल्पनेचा शिक्षक) आणि आत्मन (अंतर्ज्ञानाचा शिक्षक या तीन उच्चतम परिवर्तनशील किंवा आत्मिक स्तरांना 'सर्वोत्तम स्व' संबोधले.

पाचव्या अध्यायात सुरू केलेला कर्मयोग व कर्मसंन्यास यांच्यातील तुलनेचा विषय सहाव्या अध्यायातही पुढे सुरू राहतो. आणि श्रीकृष्ण त्यातील कर्मयोगाचीच शिफारस करतात. लोकमान्य लिहितात, 'कर्मयोग सिद्ध होण्यास लागणारी समबुद्धी संपादन

९. http://www.holy-bhagavad-gita.org/chapter/5/verse/18 या संकेतस्थळावरून २५ ऑक्टोबर २०१७ पर्यंत घेतलेल्या माहितीनुसार.

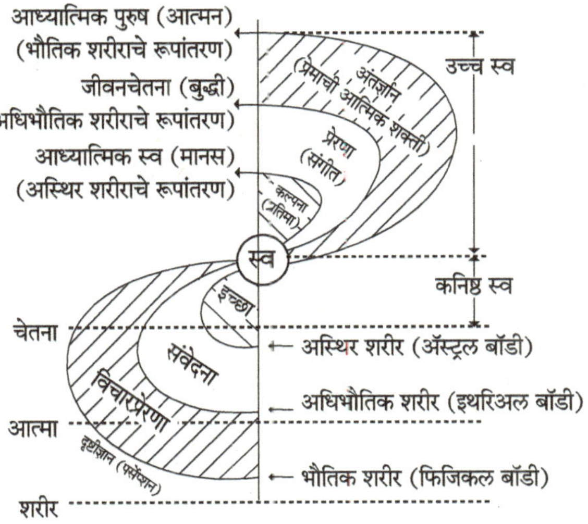

मनाचा विस्तार प्रचंड असतो - बाह्य मन (महत्), अंतर्ज्ञान (बुद्धी), प्रदीप्त मन (प्रज्ञा), विवेकी मन (शुद्ध कारणभाव) आणि विचारशील मन (कारण). विचारशील मन वगळता इतर चारही उच्चतम मानसे आधिभौतिक स्तरावर पूर्वस्थित असतात आणि ती संपूर्णाचे (सच्चिदानंदाचे) स्वरूप किंवा पद्धती निर्धारित करतात. सच्चिदानंदाचे स्वरूप पूर्णाकार, जाणिवेने युक्त आणि शुभंकर असते.

करण्याचा उपाय भगवंत या अध्यायात सांगतात. पहिल्याच श्लोकात 'कर्मफलाची आशा न ठेवता कर्तव्य म्हणून प्राप्त झालेली कर्मे जो करतो, तोच खरा योगी व खरा संन्यासी, अग्निहोत्रादी कर्मे सोडून स्वस्थ बसलेला खरा संन्यासी नव्हे' असे भगवंतांनी आपले मत स्पष्ट सांगितले आहे... त्यानंतर ते आत्मस्वातंत्र्याचे वर्णन करतात. ते म्हणतात, 'कर्मयोगात बुद्धी स्थिर करण्यास इंद्रियनिग्रहरूपी जे कर्म करावे लागते, ते आपले आपण होऊनच केले पाहिजे आणि तसे न केल्यास त्याचा दोष दुसऱ्यास लावता येत नाही.'

अनाश्रितः कर्मफलं कार्यं कर्म करोति यः ।
स संन्यासी च योगी च न निरग्निर्न चाक्रियः ॥१॥

कर्मफलाची आशा न ठेवता जो (शास्त्राप्रमाणे आपले विहित) कर्तव्यकर्म करतो, तोच संन्यासी, तोच कर्मयोगी म्हणावयाचा. निरग्नि म्हणजे अग्निहोत्रादी कर्मे सोडून देणारा किंवा अक्रिय म्हणजे कोणतेही कर्म न करता स्वस्थ बसतो, तो खरा संन्यासी वा योगी नव्हे. (भगवद्गीता, अध्याय ६, श्लोक १)

हा श्लोक फार महत्त्वाचा आहे. ज्याने वानप्रस्थाश्रम स्वीकारला, म्हणजे सर्वसंगपरित्याग केला, त्याने इतका कडक कर्मसंन्यास घेतला पाहिजे की अन्न शिजवायला देखील अग्नीला स्पर्श करता कामा नये, भिक्षा मागूनच पोट भरले पाहिजे असेच गृहीत धरले जाते. 'मी केवळ फलाहार करतो', 'फक्त दुधावर जगतो', 'हवेवर जगतो' असे मोठ्या अभिमानाने सांगणारे 'फलाहारीबाबा', 'दुधाहारी बाबा', 'पवनाहारी बाबा' किंवा कपडेही न वापरणारे 'नंगा बाबा' बरेच निघाले आहेत. या श्लोकात भगवंत या असल्या खोट्या समजुतींचा धिक्कार करतात. ते सांगतात की असले साधूपणाचे देखावे करून कोणीही खरा संन्यासी वा योगी होत नाही.

बुद्धी, वृत्ती या 'सर्वभूताप्रती सम' होण्यासाठी जाणीवपूर्वक आणि अढळ प्रयत्न केले पाहिजेत असे भगवंत सांगतात.

सर्वभूतस्थमात्मानं सर्वभूतानि चात्मनि ।
ईक्षते योगयुक्तात्मा सर्वत्र समदर्शनः ।।२९।।

ज्याचा आत्मा योगयुक्त झाला, त्याची दृष्टी सम होऊन त्याला सर्व भूतांच्या ठायी आपण आणि आपल्या ठायी सर्व भूते दिसू लागतात.
(भगवद्गीता, अध्याय ६, श्लोक २९)

यो मां पश्यति सर्वत्र सर्वं च मयि पश्यति ।
तस्याहं न प्रणश्यामि स च मे न प्रणश्याति ।।३०।।

जो मला (परमेश्वर, परमात्म्याला) सर्व ठिकाणी पाहतो आणि माझ्या ठायी सर्वांना पाहतो, त्याला मी कधी अंतरत नाही आणि तोही मला कधी अंतरत नाही.
(भगवद्गीता, अध्याय ६, श्लोक ३०)

स्वामी मुक्तानंद लिहितात, 'जेव्हा मन शुद्ध असते, तेव्हा देह, मन आणि बुद्धी याहून आत्म्याचे अस्तित्व सर्वस्वी निराळे असते याचे आकलन होण्याची पात्रता अंगी येते. उदाहरणार्थ, एखाद्या पेल्यात जर अगदी गढूळ पाणी भरलेले असेल, तर त्यातून पलीकडचे दिसू शकत नाही. पण त्या पाण्यात आपण तुरटी मिसळली की घाण खाली बसते, पाणी स्वच्छ होते आणि त्यातून पलीकडचे दिसू लागते. तसेच मन अशुद्ध असले, गढूळ असले, की ते आत्म्याचे दर्शन अस्पष्ट, धूसर करते आणि पवित्र ग्रंथांच्या वाचनाने मिळणारे आत्म्याविषयीचे ज्ञान हे केवळ पुस्तकी राहते. पण जेव्हा मन शुद्ध होते, तेव्हा थेट आत्म्याचाच साक्षात्कार होऊन त्यातूनच त्याच्याविषयीचे सर्व ज्ञान प्राप्त होते.'[१०]

---

१०. http://www.holy-bhagavad-gita.org/chapter/6/verse/20. या संकेतस्थळावरून १३ डिसेंबर २०१७ पर्यंत घेतलेल्या माहितीनुसार.

या ठिकाणी लोकमान्य एक अत्यंत महत्त्वपूर्ण गोष्ट नजरेस आणतात, 'कित्येकांचे असे मत आहे की कर्मयोगाचे विवेचन येथे, म्हणजे पहिल्या सहा अध्यायाच्या अखेरीस संपते. त्यानंतर भगवंतांनी ज्ञान व भक्ती या दोन निष्ठा स्वतंत्र - म्हणजे परस्परनिरपेक्ष किंवा कर्मयोगाच्या तोडीच्याच पण त्याहून भिन्न व त्याच्याऐवजी विकल्प म्हणून आचरण्यास योग्य अशा वर्णिल्या आहेत. पुढील अध्यायांपैकी सातव्या अध्यायापासून बाराव्या अध्यायापर्यंत भक्ती व बाकी राहिलेल्या सहा अध्यायांत ज्ञान सांगितले असून, अठरा अध्यायांची याप्रमाणे वाटणी केली म्हणजे कर्म, भक्ती व ज्ञान यांपैकी प्रत्येकाच्या वाट्यास सहासहा अध्याय येऊन गीतेचे सारखे भाग होतात. परंतु हे मत बरोबर नाही.'

सातवा अध्याय भगवंतांच्या या शब्दांनी सुरू होतो :

मय्यासक्तमनाः पार्थ योगं युञ्जन्मदाश्रयः ।
असंशयं समग्रं मां यथा ज्ञास्यसि तच्छृणु ।।१।।

हे पार्था, माझ्या ठायी चित्त ठेवून व माझा आश्रय करून - मला शरण येऊन वा समर्पित होऊन - योग (म्हणजे कर्मयोग) आचरत असता, 'यथा' म्हणजे ज्या प्रकारे तुला माझे निःसंशय ज्ञान होईल ते (तुला सांगतो) ऐक.
(भगवद्गीता, अध्याय ७, श्लोक १)

लोकमान्य लिहितात, '(या पहिल्या श्लोकातील) योग म्हणजे अर्थातच पूर्वीच्या सहा अध्यायांतून वर्णिलेला कर्मयोग होय; आणि हा कर्मयोग आचरत असता ज्या प्रकारे म्हणजे विधीने भगवंतांचे पूर्ण ज्ञान होईल, तो विधी सांगण्यास आता म्हणजे सातव्या अध्यायापासून सुरुवात करतो असा या श्लोकाचा अर्थ आहे.'

ज्ञानं तेऽहं सविज्ञानमिदं वक्ष्याम्यशेषतः ।
यज्ज्ञात्वा नेह भूयोऽन्यज्ज्ञातव्यमवशिष्यते ।।२।।

आता मी विज्ञानासहित हे ज्ञान, काहीही शेष न ठेवता तुला सांगतो; जे जाणण्याने या लोकी पुन्हा जाणण्याचे दुसरे काहीही शिल्लक राहत नाही.
(भगवद्गीता, अध्याय ७, श्लोक २)

डॉक्टर राधाकृष्णन यात अशी भर घालतात, 'आपल्याला केवळ संबंधरहित संपूर्ण ज्ञान असून भागणार नाही, त्याच्या विविध स्वरूपांचेही ज्ञान असणे आवश्यक आहे. परमात्मा सर्व भूतांमध्ये आणि या निसर्गामध्ये वास करतोच, पण तेवढ्याच त्याच्या अस्तित्वाच्या सीमा नाहीत.'[११]

---

११. एस. राधाकृष्णन, 'द भगवद्गीता', हार्पर कॉलिन्स पब्लिशर्स इंडिया, २०१४, पान २४९,२५०.

लोकमान्य लिहितात, 'सातव्या अध्यायात क्षराक्षर सृष्टीच्या, म्हणजे संपूर्ण ब्रह्मांडाच्या विचारास आरंभ केला आहे.' परमात्म्याची प्रकृती पृथ्वी, आप, तेज, वायू, आकाश, मन, बुद्धी आणि अहं अशा आठ प्रकारांत विभागलेली आहे आणि गीता त्यास खालच्या प्रकारची म्हणजे 'अपरा' प्रकृती म्हणते आणि जीवशक्तीला श्रेष्ठ प्रकृती म्हणते.

अपरेयमितस्त्वन्यां प्रकृतिं विद्धी मे पराम् ।
जीवभूतां महाबाहो ययेदं धार्यते जगत् ।।५।।

ही अशी माझी 'अपरा' म्हणजे खालच्या प्रतीची प्रकृती असते आणि जिने या जगाचे धारण होते ती 'परा' म्हणजे श्रेष्ठ प्रतीची जीवस्वरूपी प्रकृती असते.
(भगवद्गीता, अध्याय ७, श्लोक ५)

पुढे भगवंत म्हणतात, तेच या जगताचे 'प्रभव' म्हणजे मूळ आहेत आणि तेच जगाचा 'प्रलय' म्हणजे शेवटही आहेत. हे विश्व अखेरीस त्यांच्यातच विलीन होणार आहे. दोऱ्यातील अनेक मण्यांसारखे त्या भगवंतातच सर्व काही ओवलेले आहे. त्यांच्याहून महान अन्य काहीच नाही. परंतु या विश्वातील लोक सत्त्व, रज, तम या तीन गुणात्मक भावांनी म्हणजे पदार्थांनी मोहित होऊन हे सर्व जग, आणि त्याच्याही पलीकडचा निर्गुण, अव्यय असा जो मी त्याला जाणत नाही.

या अध्यायाच्या शेवटी भगवंत असे सांगतात की, तेच अधिभूत म्हणजे सर्व भूतांची नाशवंत स्थिती, अधिदैव म्हणजे सर्व भूतांमधील सचेतन अधिष्ठाता आणि अधियज्ञ म्हणजे सर्व यज्ञांचा अधिपती आहेत. या तीन पारिभाषिक शब्दांचा अर्थ पुढच्या, आठव्या अध्यायात समजावून सांगितला आहे.

अधिभूतं क्षरो भावः पुरुषश्चाधिदैवतम् ।
अधियज्ञोऽहमेवात्र देहे देहभृतां वर ।।४।।

(उत्पन्न झालेल्या सर्व भूतांची) क्षर म्हणजे नामरूपात्मक किंवा नाशवंत अशी जी स्थिती ते अधिभूत, सर्व स्वर्गस्थ दैवतांचा सचेतन अधिष्ठाता तो अधिदैवत, सर्व यज्ञांचा अधिपती तो अधियज्ञ; असा मीच सर्व देहांच्या ठायीही वसतो.
(भगवद्गीता, अध्याय ८, श्लोक ४)

श्रीमती जया राव लिहितात, 'त्यानंतर श्रीकृष्ण विचारांची शक्ती वर्णन करतात. तुमचे विचारच तुम्हाला घडवतात. तुम्ही जे जीवनाचे लक्ष्य ठरवले असेल, त्याकडे तुमचे सर्व विचार केंद्रित झाले असले, की त्यातून तुम्ही तुमच्या भविष्याचे शिल्प खोदू शकता. तुमचे लक्ष्य जर भौतिक असेल, तर तुम्हीही जगाच्या चंचलतेत गुंतून पडता. आपले

विचार भौतिक गोष्टींवरून आध्यात्मिक विषयांकडे वळवण्याने आपला आत्मशोधाचा प्रवास सुरू होतो. विचारांना योग्य दिशा मिळाली की मग इंद्रियनिग्रहावर लक्ष केंद्रित करावे. कर्मयोग, भक्तियोग आणि ज्ञानयोग यांचे पालन करावे. हे तीन योग मन शांत आणि निष्काम, निरीच्छ बनवतात. आत्मज्ञानाच्या आदर्शात विचारांची गुंतवणूक केली की जन्ममृत्यूच्या चक्रातून सुटका मिळते आणि ब्रह्मात विलीन होता येते.'[१२]

या जगात नेहमीच दोन मार्ग उपलब्ध असतात - पहिला मार्ग प्रकाशमय आणि दुसरा अंधकारमय. गीतेतील आठवा अध्याय अशा दोन मार्गांची दृष्टान्तकथा आहे. प्रकाशमय मार्ग मोक्षाप्रत नेतो आणि अंधकारमय मार्ग पुनर्जन्माच्या फेऱ्यात अडकवतो. सूर्य सहा महिने उत्तरायण आणि सहा महिने दक्षिणायन करतो. चंद्राचाही एक पौर्णिमेकडे नेणारा शुक्ल व एक अमावस्येकडे नेणारा वद्य पंधरवडा असतो. उजेडाच्या दिवसामागून अंधारी रात्र येते. बृहदारण्यकोपनिषदात (१.३.२८) एक पवमान मंत्र आहे, गीतेतही त्यातील अर्थच ध्वनित होतो :

ॐ असतो मा सद्गमय
तमसो मा ज्योतिर्गमय ।
मृत्योर्मा अमृतं गमय
ॐ शान्तिः शान्तिः शान्तिः ॥

मला असत्याकडून सत्याकडे जाणारा ,
अंधारातून प्रकाशाकडे जाणारा,
मरणाकडून अमरत्वाकडे जाणारा मार्ग दाखव.
सर्वत्र शांतीचा वास असू दे!

लोकमान्य लिहितात, 'नवव्या अध्यायातही तोच विषय चालू ठेवून, चोहोकडे याप्रमाणे भरून राहिलेल्या अव्यक्त परमेश्वराच्या व्यक्त स्वरूपाची भक्तीने ओळख करून घेऊन, त्याला अनन्यभावाने शरण जाणे हाच ब्रह्मप्राप्तीचा प्रत्यक्षावगम्य सुलभ मार्ग किंवा राजमार्ग होय, आणि राजविद्या किंवा राज्यगुह्य यालाच म्हणतात, असा उपदेश आहे. तथापि या तिन्ही (७, ८ व ९) अध्यायांत 'ज्ञानवान किंवा भक्तिवान पुरुषाने कर्मे करीत राहिले पाहिजे' हे कर्मयोगाचे प्रधान तत्त्व मध्येमध्ये सांगण्यास भगवंत विसरत नाहीत.'

या नवव्या अध्यायातील बाविसाव्या श्लोकातूनच आपल्या 'लाईफ इन्शुरन्स कॉर्पोरेशन'चे सुप्रसिद्ध बोधवाक्य 'योग क्षेमं वहाम्यहम्' घेतलेले आहे.

---

१२. http://www.speakingtree.in/blog/bhagavad-gita-chapter-viii. या संकेतस्थळावरून २६ ऑक्टोबर २०१७ पर्यंत घेतलेल्या माहितीनुसार.

अनन्याश्चिन्तयन्तो मां ये जनाः पर्युपासते ।
तेषां नित्याभियुक्तानां योगक्षेमं वहाम्ययम् ।।२२।।

जे लोक अनन्यभावाने, म्हणजे माझ्यात एकरूप होऊन माझे नित्य चिंतन व पूजन करतात, त्या योगयुक्त लोकांना त्यांच्याकडे नसलेल्या गोष्टी देतो (योग), त्यांच्याजवळच्या गोष्टींचे रक्षण करून त्यांचे सर्व काही क्षेम कुशल, शुभ करतो.
(भगवद्गीता, अध्याय ९, श्लोक २२)

डॉक्टर राधाकृष्णन यात अशी भर घालतात, 'परमेश्वर त्याच्या भक्तांच्या काळज्यांचे ओझे स्वतःच्या खांद्यावर घेतो. त्याच्या प्रेमाची प्रचिती येण्यासाठी अन्य सर्व गोष्टींविषयीच्या आकर्षणाचा त्याग करावा लागतो. आपण जर सर्वस्वी त्याला शरण गेलो, तर तो आपली सर्व दुःखे, चिंता यांचे हरण करतो, संकटांपासून वाचवतो, आपण त्याच्या कृपेवर अवलंबून राहू शकतो.'[१३]

स्वामी मुक्तानंद त्यांच्या या श्लोकाच्या भाष्यात लिहितात, 'जे भक्त केवळ परमेश्वरचरणी शरण जातात त्यांना तो मातेचे प्रेम आणि जिव्हाळा देतो. या श्लोकात वापरलेले 'वहामि अहम्' या शब्दांचा अर्थ माझ्या भक्तांचे योगक्षेम 'मी स्वतः' चालवतो असा आहे... नवजात अर्भक आणि त्याची माता यांच्या दृष्टान्तानेही परमेश्वर व भक्त यांचे प्रेम वर्णन करता येते. नुकतेच जन्मलेले मूल हे सर्वस्वी त्याच्या मातेवर अवलंबून असते आणि तीही त्याची सर्वतोपरी काळजी घेत असते. ते बालक त्याच्या सर्व गरजा केवळ रडून मातेपर्यंत पोहोचवते आणि ती योग्य प्रकारे त्याला स्वच्छ करते, त्याला दूध पाजते, त्याला अंघोळ घालते. पण ते मूल जेव्हा पाच वर्षांचे होते, तेव्हा काही गोष्टी स्वतःच्या स्वतः करू लागते. ते जसे जास्त जास्त जबाबदाऱ्या उचलू लागते, तसतशी त्याची आई एकेका जबाबदारीतून मुक्त होत जाते. ईश्वराचे घरीही असाच कायदा आहे. जेव्हा आपण स्वतंत्रपणे, आपल्या इच्छेने, आपल्या शक्ती व सामर्थ्यावर विसंबून राहून एखादे कर्म करतो आणि शिवाय त्याचे कर्तेपणही स्वतःकडे घेतो, तेव्हा परमेश्वर त्याची कृपा आपल्याला प्रदान करत नाही. तो केवळ त्या कर्माचे फळ तेवढे आपल्या पदरात टाकतो. जेव्हा आपण ऐहिक साधने वापरून कर्म करतो आणि काही थोड्या प्रमाणातच परमेश्वराचे कृपासाहाय्य घेतो, त्या वेळी तो तेवढ्याच प्रमाणात ते साहाय्य देऊ करतो. आणि जेव्हा आपण केवळ त्याच्या एकट्याच्याच चरणी पूर्ण समर्पित होऊन, त्यालाच सर्वस्वी शरण जाऊन कर्म करतो (मामेकं शरणं व्रज), त्या वेळी तो त्या कर्माची पूर्ण जबाबदारी उचलतो, आपल्याजवळ जे असते त्याचे रक्षण, संवर्धन करतो, जे आपल्याकडे नसते ते तो आपल्याला देतो. थोडक्यात, त्याच्या कृपेचे पूर्ण दान आपल्याला देऊन आपल्याला उपकृत करतो.'

---

१३. एस. राधाकृष्णन, 'द भगवद्गीता', हार्पर कॉलिन्स पब्लिशर्स इंडिया, २०१४, पान २९२,२९३.

यत्करोषि यदश्नासि यज्जुहोषि ददासि यत् ।
यत्तपस्यसि कौन्तेय तत्कुरुष्व मदर्पणम् ॥२७॥

तू जे करतोस, तू जे खातोस, जे यज्ञात हवन करतोस, जे दान करतोस, ज्याची तपस्या करतोस, ते सर्व मला अर्पण करत जा.
(भगवद्गीता, अध्याय ९, श्लोक २७)

शुभाशुभफलैरेवं मोक्ष्यसे कर्मबन्धनैः ।
संन्यासयोगयुक्तात्मा विमुक्तो मामुपैष्यसि ॥२८॥

अशा प्रकारे सर्व काही मला अर्पण करून कर्मे केल्याने तू त्या कर्माच्या शुभाशुभ फलांपासून, म्हणजे त्या कर्मबंधनातून मुक्त राहतोस. अशा रीतीने कर्मसंन्यासयोग आचरल्याने तू माझ्याशी जोडलेला राहतोस, त्यामुळे तुला मुक्ती मिळेल आणि तू माझ्यापर्यंत येऊन पोहोचशील.
(भगवद्गीता, अध्याय ९, श्लोक २८)

भगवंतांनी गीतेमध्ये भक्ताशी हा जो स्पष्ट, परखड करार केला आहे - तू अनन्य भावाने मला शरण ये, मी तुझा योगक्षेम चालवेन - याला जगातील कोणत्याही धर्मात तोड नाही.

दहाव्या अध्यायात अर्जुनाला भगवंत त्यांचे श्रेष्ठत्त्व, त्यांचा गौरव, त्यांची भव्य दिव्यता वर्णन करून सांगतात. त्या आधी (नवव्या अध्यायात) त्याला प्रामुख्याने भगवंतचरणी अनन्यभावाने शरण जाण्याचा भक्तीयोगच समजावून सांगितला गेलेला आहे. अर्जुनाची भगवंतांप्रती भक्ती वाढावी म्हणून ते त्याला या अध्यायात त्यांच्या तेजाचे, वैभवाचे दर्शनही घडवतात.

यद्यद्विभूतिमत्सत्त्वं श्रीमदूर्जितमेव वा ।
तत्तदेवावगच्छ त्वं मम तेजोंऽशसम्भवम् ॥४१॥
तुला जे जे वैभव, संपन्नता, सौंदर्य किंवा प्रभावाने युक्त दिसेल, ते ते माझ्याच तेजाच्या अंशापासून निर्माण झाले आहे हे जाणून घे.
(भगवद्गीता, अध्याय १०, श्लोक ४१)

अथवा बहुनैतेन किं ज्ञातेन तवार्जुन ।
विष्टभ्याहमिदं कृत्स्नमेकांशेन स्थितो जगत् ॥४२॥
हे अर्जुना, हे सर्व एवढ्या विस्तराने जाणून घेण्याची गरजच काय? एवढेच लक्षात घे, की मी आपल्या एकाच अंशाने हे सर्व जग व्यापून राहिलो आहे.
(भगवद्गीता, अध्याय १०, श्लोक ४२)

त्या पुढे लोकमान्य लिहितात, 'सर्व जग माझ्यापासून झालेले व माझेच रूप होय असे जे आधी सांगितले तेच दहाव्या अध्यायात जगातील प्रत्येक श्रेष्ठ वस्तु ही माझीच विभूती आहे हे अनेक उदाहरणे देऊन समजून दिल्यावर श्रीकृष्णांनी अर्जुनाच्याच प्रार्थनेवरून अकराव्या अध्यायात त्यास आपले विश्वरूप दर्शन देऊन मीच परमेश्वर चहूकडे भरलेलो आहे या गोष्टीची सत्यता अर्जुनाच्या डोळ्यांसमोर मांडून अनुभवास आणून दिली आहे.'

अकराव्या अध्यायाचे वैशिष्ट्य आहे भगवंतांचे विश्वरूपदर्शन. सर्व देवांचा देव असलेल्या भगवंतांच्या दिव्य रूपात अर्जुनाला संपूर्ण विश्वाचे दर्शन घडले. स्वर्ग, पृथ्वी व नरक या त्रैलोक्याची, त्या परमात्म्याचे अद्‌भुत व उग्र रूप पाहून भीतीने गाळण उडालेली अर्जुनाने पाहिली आणि ते जसे या त्रैलोक्याचे निर्माते आहेत तसेच संहारकही आहेत हे त्याला कळले.

तस्मात्त्वमुत्तिष्ठ यशो लभस्व
जित्वा शत्रून्भुङ्क्ष्व राज्यं समृद्धम् ।
मयैवैते निहताः पूर्वमेव
निमित्तमात्रं भव सव्यसाचिन् ।।३३।।
(श्रीकृष्ण अर्जुनास सांगतात,) तस्मात्, तू ऊठ; यश, मान मिळव. शत्रूंना जिंकून राज्याची समृद्धी, राज्यकर्त्याचे वैभव यांचा उपभोग घे. या तुझ्या शत्रूंना मी आधीच मारले आहे, तू केवळ निमित्त हो.
(भगवद्‌गीता, अध्याय ११, श्लोक ३३)

डॉक्टर राधाकृष्णन यावर लिहितात, 'आपल्या भोवतीच्या विश्वात चाललेल्या प्रत्येक प्रक्रियेकडे 'एक पूर्वनियोजित योजनेचे संचालन' किंवा 'एका आधीच लिहून ठेवलेल्या पटकथेचे प्रत्यक्ष सादरीकरण' यापेक्षा निराळ्या दृष्टिकोनातून पाहण्याची गरज नाही... काळाच्या उत्क्रांतीच्या प्रत्येक क्षणाचे नावीन्य दैवी अनंततेशी विसंगत नसते. परमेश्वराच्या मनातील कल्पना मानवरूपी साधनांद्वारे प्रत्यक्षात आणल्या जातात. आपण जर शहाणे असू तर कोणतीही कृती वा कर्म करताना आपले हे परमेश्वराच्या हातातील साधनाचे स्थान समजून घेऊन आपण त्यानुसारच, त्याच्या हातातील एका साधनाच्या भूमिकेतूनच ते करतो. आपला आत्मा त्याच्यामध्ये शोषून घेणे आणि आपला अहंभाव नाहीसा करणे ही त्याची दोन कार्ये आपण त्याला करू देतो. आपण त्याच्या आज्ञांचे पालन केलेच पाहिजे आणि 'ईश्वरेच्छा बलियसी' असे म्हणून त्याचीच इच्छा मानली पाहिजे आणि मनःशांती मिळवली पाहिजे. शिल्लक वेळेच्या या जगाच्या मागे त्याचे वर्णन सर्जकपणे करणे हे ईश्वराचे सर्जक उद्दिष्ट आहे. आपण त्याची ती श्रेष्ठ योजना

समजून घेऊन ती पार पाडण्यात समाधान मानले पाहिजे. प्रत्येक कृती म्हणजे त्याच्या पलीकडच्या बऱ्याच काही ईश्वरेच्छांचे प्रतीक असते.'[१४]

हा अध्याय हे निःसंदेहपणे प्रतिपादन करतो की फक्त खरा भक्त परमेश्वराचे मानवदेही रूप बघू शकतो. शास्त्रांचा अभ्यास वा यज्ञयाग करण्याने ते साध्य होत नाही.

भक्त्या त्वनन्यया शक्य अहमेवंविधोऽर्जुन ।
ज्ञातुं द्रष्टुं च तत्त्वेन प्रवेष्टुं च परन्तप ।।५४।।

हे अर्जुना, केवळ विशुद्ध भक्तीनेच मी तुझ्यापुढे ज्या स्वरूपात उभा आहे, त्या स्वरूपात मला पाहता येते, माझे ज्ञान होते आणि माझी दिव्यदृष्टी प्राप्त करूनच, हे शत्रुंना होरपळून काढणाऱ्या (परन्तप) अर्जुना, माझ्याशी एकरूप होता येते.
(भगवद्गीता, अध्याय ११, लोक ५४)

वीस श्लोकांच्या सर्वात लहान अशा बाराव्या अध्यायात परमेश्वराच्या व्यक्त स्वरूपाच्या उपासनेचा, प्रेमळ भक्तीचा मार्गच अन्य पद्धतींपेक्षा सुलभ असल्याचे मत भगवंतांनी पुन्हा नोंदवले आहे. लोकमान्य लिहितात, 'बाराव्या अध्यायाचे आरंभी अर्जुन भगवंतांना प्रश्न विचारतो की, परमेश्वराची उपासना करायची ती व्यक्ताची करावी की अव्यक्ताची करावी? तेव्हा नवव्या अध्यायात वर्णिलेली व्यक्त स्वरूपाची उपासना सुलभ आहे असे आपले मत सांगून, दुसऱ्या अध्यायात स्थितप्रज्ञाचे जे वर्णन आहे त्याप्रमाणे परम भगवद्भक्ताची स्थिती असते असे सांगून भगवंत हा अध्याय समाप्त करतात.'

भगवंत अर्जुनाला भक्तिमार्ग सांगतात. माझ्याच ठायी मन ठेव, माझ्याच ठायी बुद्धी स्थिर कर (मयि बुद्धी निवेशय). तुझे चित्त जर माझ्या ठायी चांगल्या प्रकारे स्थिर ठेवणे तुला जमत नसेल, तर तुझी ऐहिक कर्मे करीत असतानाही अभ्यास म्हणजे पुनःपुन्हा प्रयत्न कर (अभ्यासयोगेनततो माम). तेही तुला जमत नसेल तर माझ्या प्राप्तीसाठी (मदर्थ) गरजू व्यक्तीची सेवा कर (मत्कर्म परमो भव). तेही करण्यास असमर्थ असशील तर कर्मांच्या फलांचा त्याग कर आणि यतात्मवान म्हणजेच आत्मनाने वेढलेला हो.

याच्या पुढील श्लोकात भगवंत भक्तीच्या पद्धतींची वर्गवारी सांगतात.

श्रेयो हि ज्ञानमभ्यासाज्ज्ञानाद्ध्यानं विशिष्यते ।
ध्यानात्कर्मफलत्यागस्त्यागाच्छान्तिरनन्तरम् ।।१२।।

यांत्रिकपणे केलेल्या अभ्यासापेक्षा ज्ञान चांगले, ज्ञानापेक्षा ध्यान अधिक चांगले, ध्यानाहून कर्मफलत्याग श्रेष्ठ, कारण त्यातूनच मनःशांतीचा लाभ होतो.
(भगवद्गीता, अध्याय १२, श्लोक १२)

---

१४. एस.राधाकृष्णन, 'द भगवद्गीता', हार्पर कॉलिन्स पब्लिशर्स इंडिया, २०१४, पान ३३२,३३३.

स्वामी मुक्तानंद लिहितात, 'बरेच लोक यांत्रिकपणे कर्म करण्याच्या पातळीवरच असतात. त्यांच्या धर्मात, पंथात जी कर्मकांडे सांगितलेली असतात ती ते श्रद्धाळूपणे बजावतात परंतु त्यांचे मन इतरत्र असते, ते ईश्वराचे ठायी स्थिर नसते. नवे घर घेतले, नवी गाडी घेतली, की ते लगेच पंडित-पुरोहितांना बोलावून, समारंभपूर्वक पूजा करून घेतात. पंडित ज्या वेळी पूजेचा विधी पार पाडत असतो, मंत्र म्हणत असतो, तेव्हा घर वा गाडीचे मालक, पूजाविधीचे यजमान दुसऱ्या खोलीत बसून मित्रमंडळी, नातेवाईक यांसमवेत गप्पा मारत असतात, चहाचा आस्वाद घेत असतात. त्यांच्या दृष्टीने भक्ती, उपासना म्हणजे केवळ धर्माने सांगितलेले विधी करणे, नव्हे करवणे, एवढेच असते. हे असले पूजाविधी, समारंभ हे वंशपरंपरागत चालत आले म्हणून केले जातात. अर्थात काहीच न करण्यापेक्षा हेही विधी बरेच म्हणायचे. निदान काही लोक, बाह्यतः का होईना, भक्तीकार्य करत राहतात.'[१५]

बाराव्या अध्यायाविषयी सांगितल्यानंतर लोकमान्य पुढील अध्यायाकडे वळण्याअगोदर लिहितात, 'कर्म, भक्ति व ज्ञान असे गीतेचे तीन स्वतंत्र तुकडे करता आले नाहीत, तरी सातव्या अध्यायापासून सुरू झालेल्या ज्ञानविज्ञानाचे भक्ति व ज्ञान असे दोन पृथक विभाग करता येतील असे कित्येकांचे मत असून द्वितीय षडध्यायी (सहाव्या अध्यायाचा दुसरा भाग) भक्तिपर आहे असे ते म्हणतात. परंतु हे मतही खरे नाही असे थोड्या विचारांती कोणाच्याही लक्षात येईल. कारण सातव्या अध्यायाची सुरुवात क्षराक्षर सृष्टीच्या ज्ञानविज्ञानापासून आहे, भक्तीपासून नाही... आणि पुढील अध्यायातही जागोजाग भक्तीचाच उपदेश केलेला आढळून येतो.'

लोकमान्य लिहितात, 'परमेश्वरच सर्व ब्रह्मांड किंवा क्षराक्षर सृष्टी व्यापून आहे असा विश्वरूप दर्शनाने अर्जुनाच्या चर्मचक्षूंस प्रत्यक्ष अनुभव आणून दिल्यावर, हाच परमेश्वर पिंडात म्हणजे मनुष्याच्या शरीरात किंवा क्षेत्रात आत्मा या रूपाने राहत असून या आत्म्याचे म्हणजे क्षेत्रज्ञाचे जे ज्ञान तेच या परमेश्वराचेही (परमात्म्याचे) ज्ञान होय असा क्षेत्र-क्षेत्रज्ञ विचार आता तेराव्या अध्यायात सांगितला आहे.'

हे साहजिकच आहे की बाराव्या अध्यायानंतरही 'ध्यानेनात्मनि पश्यन्ति' (ध्यानाने आत्म्याला पाहणे) हे भक्तीचे सूत्र कायम राखले आहे.

ध्यानेनात्मनि पश्यन्ति केचिदात्मानमात्मना ।
अन्ये साङ्ख्येन योगेन कर्मयोगेन चापरे ॥२४॥

काही लोक स्वतःच्याच आत्म्याच्या ठायी परमात्म्याला पाहतात, काही ध्यानाने, तर काही ज्ञानाने, म्हणजे सांख्ययोगाने, तर काही कर्मयोगाने परमात्म्याचा शोध घेतात. (भगवद्गीता, अध्याय १३, श्लोक २४)

---

१५. http://www.holy-bhagavad-gita.org/chapter/12/verse/12. या संकेतस्थळावरून २६ ऑक्टोबर २०१७ पर्यंत घेतलेल्या माहितीनुसार.

य एवं वेत्ति पुरुषं प्रकृतिं च गुणैः सह ।
सर्वथा वर्तमानोऽपि न स भूयोऽभिजायते ।।२३।।

पुरुष (निर्गुण) व प्रकृति (-च काय ती) गुणांसहवर्तमान, याप्रमाणे परमात्म्याला जो जाणतो तो कसाही वागत असला तरी त्याला पुनर्जन्म घडत नाही.
(भगवद्गीता, अध्याय १३, श्लोक २३)

प्रथम परमात्म्याचे म्हणजे परब्रह्माचे 'अनादिमत्परं ब्रह्म' इत्यादि उपनिषदांच्या आधारे वर्णन केल्यावर पुढे हाच क्षेत्राक्षेत्रविचार प्रकृती व पुरुष हा भेद ओळखून सर्वगत निर्गुण परमात्मा ज्याने 'ज्ञानचक्षूंनेनी' जाणला तो मुक्त होतो. तथापि त्यातही 'सर्व कर्मे प्रकृती करते, आत्मा हा कर्ता नव्हे हे जाणल्याने कर्मे बंधक होत नाहीत' असे कर्मयोगाचे सूत्र कायम राखले आहे.

आत्मा आणि शरीर यांच्यातील भेद तेराव्या अध्यायात सांगितल्यानंतर चौदाव्या अध्यायात हेच ज्ञान पुढे चालू असून एकच आत्मा अगर परमेश्वर सर्वत्र असताही सत्त्व, रज व तम या प्रकृतिगुणांच्या भेदामुळे जगात वैचित्र्य कसे उत्पन्न होते याचे सांख्यशास्त्राप्रमाणे वर्णन असून जो हे प्रकृतीचे खेळ जाणतो व आपण कर्ता नाही हे ओळखून परमेश्वराची भक्तियोगाने सेवा करतो, तोच खरा त्रिगुणातीत किंवा मुक्त असे सांगितले आहे.

महद्ब्रह्म म्हणजे प्रकृती ही माझीच योनी असून मी त्या ठिकाणी गर्भ ठेवतो; नंतर त्यापासून सर्व भूते उत्पन्न होऊ लागतात. या प्रकृतीपासून उत्पन्न झालेले सत्त्व, रज व तम हे गुण देहात राहणाऱ्या अव्ययास म्हणजे निर्विकार आत्म्यास देहात बांधून टाकतात. जे अव्यभिचारी म्हणजे एकनिष्ठ, विशुद्ध भक्तियोगाने माझी सेवा करतात ते या तीन गुणांच्या पलीकडे जाऊन ब्रह्मभूतावस्था प्राप्त करून घेण्यास समर्थ होतात.

लोकमान्य मग लिहितात, 'पंधराव्या अध्यायाचे आरंभी परमेश्वराचे वृक्षरूपाने वर्णन केले आहे.

श्रीमती जया राव लिहितात, 'अगदी छोट्याशा पण अतिशय सखोल विचारांच्या या अध्यायात श्रीकृष्ण ब्रह्माच्या स्वरूपाचे विवरण करतात. लाखो मोठमोठे तारकासमूह असलेले हे अफाट विश्व ब्रह्माचे क्षर, मर्त्य स्वरूप आहे. या नाशवंत भूतांच्या मुळाशी असणारे जे प्रकृतिस्वरूप, अव्यक्त तत्त्व त्यास अक्षर असे म्हणतात. या क्षराक्षराहून भिन्न असणारा जो परमात्मा त्यास श्रीकृष्ण या अध्यायात 'उत्तम पुरुष' ही संज्ञा देतात.'[१६]

द्वाविमौ पुरुषौ लोके क्षरश्चाक्षरएव च ।
क्षरः सर्वाणि भूतानि कूटस्थोऽक्षर उच्यते ।।१६।।

---

१६. http://vedantavision.org/library/articles/the-supreme-self.html. या संकेत-स्थळावरून १३ डिसेंबर २०१७ पर्यंत घेतलेल्या माहितीनुसार.

या लोकात क्षर व अक्षर हे दोन पुरुष आहेत. क्षर म्हणजे नाशवंत भूते आणि अक्षर म्हणजे त्या सर्व भूतांच्या मुळाशी असणारे प्रकृतिरूप अव्यक्त तत्त्व. भौतिक विश्वात सर्व नाशवंत असते आणि आध्यात्मिक विश्वात सर्व अमोघ, दोषातीत असते. (भगवद्गीता, अध्याय १५, श्लोक १६)

उत्तमः पुरुषस्त्वन्यः परमात्मेत्युदाहृतः ।
यो लोकोत्रयमाविश्य बिभर्त्यव्यय ईश्वरः ।।१७।।

या क्षराक्षराहून भिन्न असलेला जो उत्तम पुरुष, तो म्हणजे परमात्मा आहे. तो अव्यय ईश्वर या त्रैलोक्यात भरलेला आहे आणि तो त्रैलोक्याचे रक्षण व पोषण करतो. (भगवद्गीता, अध्याय १५, श्लोक १७)

लोकमान्य लिहितात, 'सोळाव्या अध्यायात प्रकृतिभेदामुळे जगात जसे वैचित्र्य निर्माण होते, तद्वतच मनुष्यांमध्येही दैवी संपत्तीचे व असुरी संपत्तीचे असे दोन भेद होतात असे सांगून त्यांची कर्मे कशी असतात व त्यांना कोणकोणती गती प्राप्त होते याचे वर्णन आहे.'

अभय, शुद्ध सात्त्विक वृत्ती, ज्ञानयोगव्यवस्थिती म्हणजे ज्ञान (ज्ञानमार्ग) व योग (कर्मयोग) यांची तारतम्याने व्यवस्था, दातृत्त्व, इंद्रियनिग्रह, यज्ञ, स्वाध्याय म्हणजे स्वधर्माप्रमाणे आचरण, तप (साधेपणा), सरळपणा (प्रामाणिकपणा), अहिंसा, सत्यवचन, क्रोधाचा अभाव, त्याग, शांती, दोष काढण्यापासून परावृत्ती, सर्व भूतांचे ठायी दयाबुद्धी, हावरेपणाचा अभाव, मार्दव, विनम्रता, चंचलतेचा अभाव, तेजस्विता, क्षमावृत्ती, मनोधैर्य, शुचिता, अजातशत्रुत्व आणि अहंकाराचा अभाव ही दैवी प्रवृत्तीच्या पुरुषांची लक्षणे आहेत.

त्याउलट असुरी प्रवृत्तीच्या लोकांमध्ये दांभिकता, गर्व, दुरभिमान, क्रोध, निष्ठुरपणा, अज्ञान हे दुर्गुण असतात. काय करावे आणि काय करू नये हे या लोकांना समजत नाही. त्यामुळे शुद्धता, सद्वर्तन, सचोटी यांचे त्यांना वावडे असते. त्यांच्या जगात सत्याला जागा नसते. परमेश्वराचे अस्तित्व, त्याचे नियंत्रण त्यांना मान्य नसते. त्यांच्या मते हे जग कामेच्छेतून, विषयोपभोगाच्या इच्छेतून निर्माण झालेले असते आणि त्या कामेच्छेची पूर्ती, विषयोपभोग हाच या जगाचा हेतू असतो. स्वतःच्या भ्रामक कल्पनांनी पछाडलेले, इंद्रियसुखात रमलेले, मोहाच्या जाळ्यात अडकलेले हे लोक घाणेरड्या नरकात जाऊन पडतात. एका श्लोकात या नरकाला तीन दारे असल्याचे सांगितले आहे :

त्रिविधं नरकस्येदं द्वारं नाशनमात्मनः ।
कामः क्रोधस्तथा लोभस्तस्मादेतत्त्रयं त्यजेत् ।।२१।।

आत्मनाश करणाऱ्या या नरकाला तीन दारे असतात - काम, क्रोध व लोभ.
म्हणूनच या तिन्ही दुर्गुणांचा त्याग करावा.
(भगवद्गीता, अध्याय १६, श्लोक २१)

असे दैवी गुण त्या गुणवंताला मोक्षाकडे घेऊन जातात आणि असुरी गुण प्रारब्धाच्या बंधनात अडकवण्यास कारणीभूत ठरतात.

लोकमान्य लिहितात, 'सतराव्या अध्यायात त्रिगुणात्मक प्रकृतीच्या गुणवैषम्यामुळे होणारे वैचित्र्य श्रद्धा, दान, यज्ञ, तप इत्यादिकांमध्येही कसे दृष्टीस पडते, याचे अर्जुनाच्या प्रश्नावरून विवेचन असून अखेर 'ॐ तत्सत्' या ब्रह्म निर्देशातील 'तत्' या पदाचा निष्काम बुद्धीने केलेले कर्म, आणि 'सत्' या पदाचा चांगले परंतु काम्यबुद्धीने केलेले कर्म असा अर्थ करून हा सामान्य ब्रह्मनिर्देशही कर्मयोगमार्गासच अनुकूल आहे असे दाखविले आहे.'

गीतेचा अखेरचा, अठरावा अध्याय सर्वात मोठा आहे. त्याची सुरुवात 'संन्यास' आणि 'त्याग' या दोन प्रचलित संस्कृत शब्दांसंबंधीच्या प्रश्नाने होते. लोकमान्य लिहितात, 'स्मृतिग्रंथातून वर्णिलेला 'संन्यासाश्रम' कर्मयोगात राहत नाही व त्यामुळे मन्वादी स्मृतिग्रंथांचा व या कर्मयोगाचा विरोध येण्याचा संभव आहे अशी एक शंका मनात येऊन 'संन्यास' व 'त्याग' यांतील रहस्य काय ते मला सांगा असा अठराव्या अध्यायाच्या आरंभी अर्जुनाचा प्रश्न आहे. भगवान त्यास असे उत्तर देतात की संन्यास म्हणजे सोडणे असा मूळ अर्थ असल्यामुळे, व कर्मयोगात कर्मे सोडली नाहीत तरी फलाशा सोडतात म्हणून कर्मयोग हा तत्त्वतः संन्यासच होतो.'

अध्यायाच्या अखेरीस भगवंत काय करायचे ते आपल्या इच्छेवर सोडतात. पाळल्याच पाहिजेत अशा कोणत्याही आज्ञा देत नाहीत, कोणताही प्रश्न न विचारता मुकाटपणे पालन करण्याचे हुकूम सोडत नाहीत. गीतेचा संदेश हा जुन्या पवित्र ग्रंथांचा सखोल अभ्यास, परंपरागत चालत आलेल्या परंपरांचे काळजीपूर्वक निरीक्षण आणि सर्वात महत्त्वाचे म्हणजे तर्कबुद्धीच्या निकषांवर उतरलेला असा सल्ला आहे.

इति ते ज्ञानमाख्यातं गुह्याद्गुह्यतरं मया ।
विमृश्यैतदशेषेण यथेच्छसि तथा कुरु ।।६३।।

याप्रमाणे मी तुला गुह्यातले गुह्य असे ज्ञान दिले आहे, त्यावर पूर्ण विचार कर आणि मग तुझ्या इच्छेला जे येईल ते कर. (भगवद्गीता, अध्याय १८, श्लोक ६३)

डॉक्टर राधाकृष्णन म्हणतात, 'यथेच्छसि तथा कुरु' - 'तुझ्या इच्छेला येईल तसे कर' या शब्दांत भगवंत अंतिम निर्णय अर्जुनावर सोडतात. त्यांना आज्ञा देऊन त्यांचा

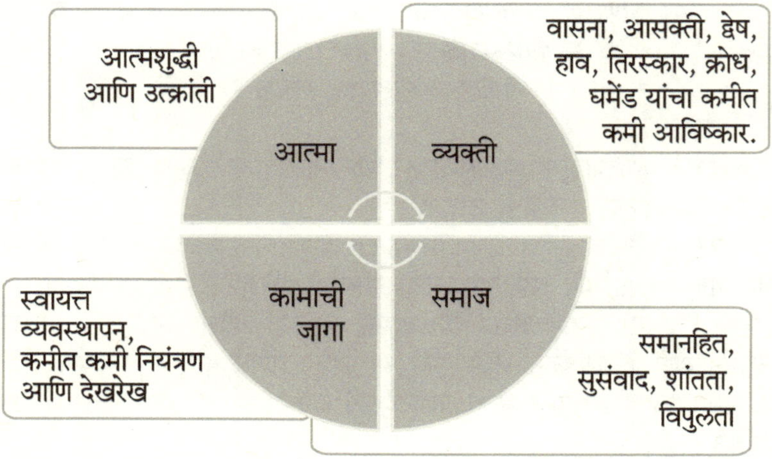

कर्मयोग व ज्ञानयोग दोघेही मानवी मनाचा 'मी आणि माझे' हा दृष्टिकोन अधिक व्यापक करण्यासाठी एकमेकांना साह्य करतात. जेव्हा दोघांपैकी एक एखाद्याच्या आयुष्याला इतरांच्या कल्याणासाठी वेचण्याची दिशा देण्यामध्ये यशस्वी होतो, तेव्हा स्वार्थी उद्देश वाऱ्याच्या झोतामुळे ढग जसे पांगतात, तसे विरून जातात.

निर्णय त्याच्यावर लादायचा नाही. यात त्यांची तटस्थता, अलिप्तता दिसते. कोणीही परमेश्वराकडे स्वेच्छेनेच गेले पाहिजे या त्यांच्या अपेक्षेतून ही तटस्थता आलेली दिसते. ते कोणावर दबाव आणू इच्छित नाहीत; कारण उत्स्फूर्तता, स्वाभाविकता, सहजता या गोष्टी फार महत्त्वाच्या, मौलिक आहेत. माणसाला विनंती करणे योग्य आहे, क्वचित चांल्या गोष्टीसाठी अनुनयही ठीक आहे; पण त्याच्यावर बळजबरी करता कामा नये... आपण अडखळलो, ठेचकाळलो, धडपडलो तर आपल्याला सावरायला, पडलो तर उठवायला, हात द्यायला तो परमेश्वर नेहमी असतोच. आपण त्याच्याकडे वळण्याची तो शांतपणे प्रतीक्षा करत राहतो... चूक हीसुद्धा प्रगतीची एक पायरीच असते.'[१७]

गीतेतील तत्त्वे सखोल विचार करण्यास प्रवृत्त करतात. त्यातील वर्णने अभ्यास करणाऱ्याला आयुष्याच्या निरनिराळ्या पैलूंचे दर्शन घडवतात. लोकमान्यांनी गीतारहस्यात वेद, उपनिषदे, स्मृतिग्रंथ असे अमोल अतिप्राचीन साहित्य, इतिहास आणि काव्य या सर्वांमधील संपन्न असे ज्ञानभांडार वाचकांसाठी खुले केले आहे आणि आजच्या पिढीला त्यावरून स्वत: प्रयोग करून निष्कर्षाप्रत येण्यास, स्वत:ची मते बनवावयास सांगितले आहे. असा सतर्कपणे केलेला अभ्यास लोकांना आयुष्य जगताना गीतेतील तत्त्वांचे

---

१७. एस. राधाकृष्णन, 'द भगवद्गीता', हार्पर कॉलिन्स पब्लिशर्स इंडिया, २०१४, पान ४४५, ४४६.

पालन करण्यास उद्युक्त करेल. गीतेत कित्येक गूढ, अवघड सत्ये अशा पद्धतीने सादर केली गेली आहेत, की अगदी सामान्य माणूसही मुक्तीचा आनंद उपभोगू शकेल, दुःख यातना यांच्या पलीकडले जग पाहू शकेल. गीता एखाद्या राजाच्या अधिकाराने आणि जबाबदारीनेही आयुष्य जगायला शिकवते आणि एखाद्या संन्याशासारखे शांत चित्ताने, निरीच्छपणे, समबुद्धीने विचार करण्याची आणि कोणत्याही विपरित परिस्थितीतही अविचल राहण्याची प्रेरणाही देते. समोरील वास्तवाला घाबरून पळून गेले, तर नंतर खालच्या पातळीवरील आयुष्य जगणे भाग पडते हे समजावून सांगून गीता आपल्याला त्या अवकाशीय बुद्धिमत्तेत लपेटलेल्या वास्तवाला निर्भयपणे सामोरे जाण्यास आणि मानवी वंशाच्या उत्क्रांतीचा एक भाग होण्यास सांगते.

लोकमान्य या गोष्टीचे महत्त्व स्पष्ट करतात की 'गीतेच्या अठरा अध्यायांची ही जी संगती सांगितली, त्यावरून गीता म्हणजे कर्म, भक्ति व ज्ञान या तीन स्वतंत्र निष्ठांची खिचडी किंवा कापूस, रेशीम व जर यांच्या चिंध्या शिवून तयार केलेली गोधडी नसून कापूस, रेशीम व जर यांचे निरनिराळे धागे यथास्थानी बसवून दिल्यावर कर्मयोग नावाचे मौल्यवान व मनोहर असे हे गीतारूपी सणंग अव्वलपासून अखेरपर्यंत 'अत्यंत योगयुक्त-चित्ताने' सलग विणलेले आहे असे दिसून येईल.'

गीतेच्या निरूपणामागील अत्यंत व्यवस्थित, अचूक आणि काटेकोर विचारपद्धती वाचकांसमोर आणणाऱ्या या प्रकरणाची सांगता लोकमान्य या शब्दांत करतात, 'जग चालावे असा परमेश्वराचा हेतू असून, त्यासाठीच ज्या अर्थी तो वेळोवेळी अवतार धारण करतो, त्या अर्थी ज्ञानोत्तर निष्काम बुद्धीने व्यावहारिक कर्मे चालू ठेवण्याचा भगवंतांनी गीतेत उपदेशिलेला मार्गच कलिकाली युक्त आहे.'

ॐ

१५

द कोड ऑफ क्रिएशन

जाती, गट, वर्ग, पंथ, देश अथवा अन्य कोणताही पंक्तिप्रपंच न करता, भगवद्‌गीतेचा धर्म सर्वांना सारख्याच प्रमाणात मोक्षाचा परमानंद देतो आणि त्याचबरोबर सर्व अन्य धर्मांविषयी सहिष्णुताही दाखवतो. भगवद्‌गीता हे वैदिक धर्माच्या विशाल वृक्षाला आलेले एक सुमधुर व चिरस्थायी असे फळ आहे.

बाळ गंगाधर टिळक

गीतारहस्याच्या या अखेरच्या, पंधराव्या प्रकरणाची सुरुवात लोकमान्य गीतेतील आठव्या अध्यायातील या श्लोकाच्या पहिल्या ओळीने करतात :

तस्मात्सर्वेषु कालेषु मामनुस्मर युध्य च ।
मय्यर्पितमनोबुद्धिर्मामेवैष्यस्यसंशयम् ।।७।।

म्हणून सर्व काळी माझेच स्मरण कर आणि युद्ध कर, म्हणजे यथाधिकार कर्मे करीत जा. माझ्या ठायी मन व बुद्धि अर्पण केलीस म्हणजे (लढाई करूनही) तू निःसंशय माझ्या ठायी येऊन पोचशील, तुला माझी प्राप्ती होईल.
(भगवद्‌गीता, अध्याय ८, श्लोक ७)

लोकमान्य लिहितात, 'गीतेतील अध्यायांची संगती पहा, किंवा त्यातील विषयांचे मीमांसकांच्या पद्धतीने पृथक् पृथक् विवेचन करा, कोणत्याही बाजूने पाहिले, तरी असेच सिद्ध होते की १) सांप्रदायिक टीकाकारांनी कर्मयोग गौण ठरवून अनेक प्रकारे गीतेची जी तात्पर्ये वर्णिली आहेत, ती यथार्थ नाहीत २) उपनिषदांतील अद्वैत वेदान्ताची भक्तीशी जोड घालून तद्द्वारा थोर व कर्त्या पुरुषांच्या आयुष्यक्रमाची उपपत्ती लावणे किंवा थोडक्यात सांगावयाचे झाल्यास 'ज्ञानभक्तियुक्त कर्मयोग' हेच गीतेचे खरे तात्पर्य आहे.'

स्वामी रंगनाथानंद लिहितात, 'माम् अनुस्मर युध्य च - माझेच स्मरण कर आणि जीवनाचे युद्ध खेळत राहा... हाच गीतेचा विशेष आणि महत्त्वपूर्ण संदेश आहे. आपण

सगळेच जण कामे करणारी माणसे आहोत. आपली या भौतिक जगातील रोजची कामे करताना परमेश्वराचे चिंतन, त्याचे ध्यान स्मरण करणे आपल्याला शक्य तरी आहे का? होय, शक्य आहे. तो परमात्मा आपलाच भाग आहे, स्व-भाव आहे. त्याचा साक्षात्कार हा आपला जन्मसिद्ध हक्क आहे. प्रत्येकाला त्याचा साक्षात्कार होऊ शकतो. गीतेत परमात्म्याचे असेच स्वरूप दाखवले आहे.'[१]

स्वामी मुकुंदानंद यात अशी भर घालतात, 'तुमच्या शरीराला कामे करू द्या, मन माझ्याशी जोडून ठेवा' - हे तत्त्व कुठल्याही क्षेत्रात काम करणाऱ्याला लागू होते. मग तो डॉक्टर असो, इंजिनीयर असो वा वकील असो, घरकाम करणारी गृहिणी असो, नाहीतर विद्यार्थी असो. अर्जुन हा एक योद्धा होता आणि लढणे हे त्याचे कर्म, त्याचे कर्तव्य होते. त्यालाही भगवंतांनी मन त्यांच्याशी जोडून ठेवून युद्ध करायला सांगितले. काही लोक आध्यात्मिक जीवनाचा स्वीकार केल्याचे कारण पुढे करून त्यांची भौतिक जीवनातील कर्मे, कर्तव्ये बाजूला सारतात, तर काही लोक भौतिक जीवनातील कामांची सबब पुढे करून आध्यात्मिक नित्यक्रम टाळतात. लोकांची अशी गैरसमजूत असते की भौतिक व आध्यात्मिक कर्मांचा मेळ घालताच येत नाही. परंतु भगवंत मात्र संपूर्ण आयुष्याचे पावित्र्य राखायला सांगतात.'[२]

संतकवी कबीर (१४४०-१५१८) परमेश्वराशी सायुज्य कसे राखावे हे एका सुंदर रूपकाने समजावून सांगतात.[३] खेड्यात आजही बायका एकत्र जमून, मातीच्या घागरी, हंडे डोक्यावर घेऊन एखाद्या लांबच्या तळ्यावर वा विहिरीवर जाऊन पाणी भरतात. त्या जातायेताना आपापसांत गप्पागोष्टी करतात. बऱ्याच वेळा त्यांच्या डोक्यावरील भांड्याबरोबरच त्यांनी त्यांच्या कंबरेवरही जास्तीची घागर किंवा हंडा घेतलेला असतो. त्यांच्या पायाखालची वाट बहुतेक वेळला उंचवटे आणि खाचखळग्यांची असते. त्या बायका तोंडाने मनसोक्त गप्पा मारत असतात, पण त्याच वेळी आपले पाऊल कोठे वाकडे पडत नाही ना याचेही त्यांना भान असते आणि डोक्यावरील, कंबरेवरील घागरी-हंड्यांवरही त्यांचे बारीक लक्ष असते. ते हिंदकळून पाणी जराही सांडत नाही अशी काळजी घेत त्या चालत असतात, स्वतःची करमणूक करत पाणी भरण्याचे महत्त्वाचे काम निगुतीने करत असतात. कर्मयोग्याचे जीवनही असेच असते. ते त्यांची कर्मे चोख करतात, सर्वांशी यथायोग्य संवाद साधतात, पण त्यांचे मन, त्यांचे विचार परमेश्वरावर केंद्रित असतात.

---

१. स्वामी रंगनाथानंद, 'युनिव्हर्सल मेसेज ऑफ भगवद्गीता', खंड २, अद्वैत आश्रम, कलकत्ता, २०१५ (सातवे पुनर्मुद्रण) पान २८८.

२. http://www.holy-bhagavad-gita.org/chapter/8/verse/7. या संकेतस्थळावरून २८ ऑक्टोबर २०१७ पर्यंत घेतलेल्या माहितीनुसार.

३. https://hindividya.com/kabir-ke-dohe-hindi/

सुमिरन की सुधियों करो, ज्यों गागर पनिहारी ।
होले डोले सुरति में, कहैं कबीर विचारी ।।

पाणी भरणाऱ्या बायका आपापसांत गप्पागोष्टी करत त्यांच्या डोक्यावरून पाण्याचे हंडे घागरी वाहून नेतात; पण त्याच वेळी त्यातून भरलेल्या पाण्याचा एक थेंबही सांडणार नाही यावर लक्ष केंद्रित करतात. तसे तुम्हीही कुठलेही काम करत असताना देवावरील लक्ष ढळू देऊ नका असे कबीर विचारपूर्वक सांगत आहे.[३]

वेदांनी शतकानुशतके जी परमेश्वरभक्ती रोजच्या विहित कर्मांपासून वेगळी काढून कडव्या कर्मकांडांच्या स्वरूपात मांडून ती सामान्यांपासून दूर नेली होती, ती गीतेने पुन्हा कर्मयोगाद्वारे जवळ आणली. पंडित, पुरोहित हे लोभी बनून यज्ञयागादि कर्मकांडे दुर्दैवावरील इलाज आणि सुदैवाचा उपाय म्हणून वापरू लागले होते. लोकमान्य लिहितात, '...ज्ञानाशिवाय होणाऱ्या तांत्रिक क्रियांनी बुद्धिमान मनुष्याचे समाधान होत नाही; आणि उपनिषदातील धर्म पहावा तर तो केवळ ज्ञानमय असल्यामुळे अल्पबुद्धि लोकांस त्याचे आकलन होणे कठीण असून शिवाय त्यातील संन्यासमार्गही लोकसंग्रहास विरुद्ध पडतो.'

सामान्य लोकांची अडचण फार चांगल्या रीतीने सांगणारा एक श्लोक आहे.[४] लोकांना त्यांच्या कर्मांची चांगली फळे हवी असतात, आयुष्य छान, सुरळीत, सुखात चालायला हवे असते; परंतु त्यासाठी चांगली कर्मे करायला मात्र ते तयार नसतात, ती करणे त्यांना कटकटीचे, त्रासदायक वाटते. ते त्यांना आवडत नाही. काही वाईट घडलेले कोणालाच आवडत नाही. दुर्दैवाला सामोरे जायला लागलेले कोणालाच नको असते पण तरीही लोक शेवटी दुःखेच पदरात टाकणारी, पश्चात्ताप करायला लावणारी अनैतिक व अयोग्य कृतीकर्मे करण्यात, मौजमजा लुटण्यात मग्न राहतात.

पुण्यस्य फलमिच्छन्ति पुण्यं नेच्छन्ति मानवाः ।
न पापफलमिच्छन्ति पापं कुर्वन्ति यत्नतः ।।

माणसाला चांगल्या फळांची अपेक्षा असते; पण तो तशी फळे देणारी चांगली कामे मात्र करत नाही. माणसाला वाईट परिणाम नको असतात; पण तरीही तो पापकर्मात बुडतोच.[४]

काय चांगले, योग्य, उचित ते समजून घेऊन त्यानुसार कर्म करणे हे खरे आध्यात्मिक ज्ञान होय. इच्छा एकाची धरायची आणि करायचे मात्र अगदी विरुद्ध हा निव्वळ मूर्खपणा आहे. कर्म करणे टाळता तर येत नाही, तेव्हा ती करताना मनाची ठेवण चांगली ठेवावी.

४. https://sanskritstudy.blogspot.in/2014/06/lesson-69.html

ही चांगली मनाची ठेवण राखण्याचा एक उत्तम उपाय गीता सांगते - निष्काम कर्मयोग. पण 'फलेच्छेचा त्याग करा' असे म्हटल्याने तो करता येत नाही. म्हणूनच त्यासाठी भक्तीचा मार्ग सांगितला आहे. जसे संगणकात व्हायरस किंवा मालवेअर्स यांना घुसू न देता संगणकाचे रक्षण करण्याचे काम 'फायरवॉल' करते, तसेच भक्ती माणसाच्या मनात अनुचित इच्छा घुसू न देता त्याला त्यांच्यापासून सुरक्षित ठेवते. लोकमान्य लिहितात, 'म्हणून बुद्धी (ज्ञान), प्रेम (भक्ती) व कर्तृत्व या सर्वांचा योग्य मेळ बसून मोक्षाला अंतर न पडता ज्याने लोकव्यवहारही सुरळीत चालेल असा ज्ञानमूलक, भक्तिप्रधान व आमरणान्त निष्काम कर्मपर धर्म भगवंतांनी गीतेत उपदेशिला आहे...'

नैतिक मानदंड आणि त्यांच्याबद्दलची तात्त्विक अनिश्चितता यांतील मतभेद अतिप्राचीन काळापासून चालत आलेला आहे. आपल्या प्रत्येकाच्या मनाला, बुद्धीला सतत या ना त्या बाबतीत 'हे करावे की न करावे?', 'हे घ्यावे की घेऊ नये?', 'यासाठी प्रयत्न करावा की हे सोडून द्यावे?' असे प्रश्न पडत असतात. इंग्लिश कवी विल्यम ब्लेक (१७५७-१८२७) याचे हे वचन प्रसिद्ध आहे, 'संवेदनक्षमतेची किंवा ग्रहणक्षमतेची दारे जर स्वच्छ ठेवली, तर माणसाला प्रत्येक गोष्ट जशी असते तशीच, तिच्या खऱ्या स्वरूपात, म्हणजे 'अनंतरूपात' दिसेल. परंतु माणूस स्वतःला असे काही कोंडून घेतो की त्याला सगळेच त्याच्या स्वतःच्या खोल कपारीच्या अरुंद भेगांमधून, चिरांमधूनच दिसते.'[५] आपल्या भोवतालच्या जगाविषयीची सत्य इतकी अवघड, गुंतागुंतीची पण विशाल असतात, की त्या मानाने आपली ग्रहणक्षमता फारच मंद, फारच संकुचित असते आणि ती सत्याचे आकलन व्हायला अपुरीच पडते.

लोकमान्य लिहितात, 'कोणते कर्म धर्म्य, पुण्यप्रद, न्याय्य किंवा श्रेयस्कर आणि कोणते त्या उलट म्हणजे अधर्म्य, पापप्रद, अन्याय्य किंवा गर्ह्य हे दोन प्रकारे सांगता येते. पहिला प्रकार म्हटला म्हणजे त्याची उपपत्ति किंवा मर्म न सांगता अमुक गोष्ट अमक्या रीतीने केली तर शुद्ध आणि तमक्या रीतीने केली तर अशुद्ध, असे नुसते विधान करणे हा होय. हिंसा करू नको, चोरी करू नको, 'सत्यं वद', 'धर्मं चर' ही विधाने या प्रकारची आहेत. मन्वादी स्मृतीतून व उपनिषदांतून हे विधी, आज्ञा किंवा आचार स्पष्टपणे नमूद केलेले आहेत. पण मनुष्य हा ज्ञानवान प्राणी असल्यामुळे वरच्यासारख्या नुसत्या विधानांनी त्याचे समाधान न होता हे नियम घालून देण्याचे कारण काय हे समजून घेण्याची त्याला स्वभावतःच इच्छा होते आणि मग विचार करता करता या नियमांतील नित्य व मूळचे तत्त्व काय हे तो शोधून काढत असतो.'

मानवाच्या अस्तित्वाविषयीचे सत्य जाणून घेण्यासाठीच्या त्याच्या निश्चयपूर्वक प्रयत्नांत फ्रेंच तत्त्वज्ञ रेने डेकार्ट (१५९६-१६५०), एका भक्कम, निश्चित, शंकातीत,

५. विल्यम ब्लेक, 'द मॅरेज ऑफ हेवन ॲण्ड हेल' १७९०, पान २१५. हे पुस्तक विल्यम ब्लेकने, बायबलमध्ये परमेश्वराने त्याच्या प्रेषिताच्या माध्यमातून सर्व मानवजातीशी साधलेल्या संवादांना स्वतःच्या अद्‌भुतरम्य आणि क्रांतिकारक विचारांचे, श्रद्धांची विलक्षण जोड देऊन लिहिलेले आहे.

पायाभूत तत्त्वाच्या शोधात होता ज्यावरून एका नव्या, शास्त्रीयदृष्ट्या अचूक अशा दृष्टिकोनाची उभारणी करता येईल. ते करताना त्याने त्या वेळची इतर काही विचारवंतांची जी काही प्रचलीत मते होती, त्यांना 'सृजनशीलतेची मूळ निर्मिती नसून कोणातरी दुसऱ्यांच्या विचारांची, मतांची निव्वळ प्रतिबिंबे' या सदरात टाकून देऊन ती फेटाळून लावली. अखेरीस स्वअस्तित्वाच्या सत्याऐवजी हा तत्त्वज्ञ 'विचार करण्याची शक्ती हेच माझ्या अस्तित्वाचे कारण' या अथांग अशा निष्कर्षाप्रत येऊन पोहोचला, जो आजही जगात 'I think, therefore I am' या अजरामर शब्दांत प्रसिद्ध आहे. त्यानंतर पुढे जाऊन विचार करताना त्याने आधी जशी इतरांची मते धुडकावून लावली होती, तशीच त्याची स्वतःचीही एकूण एक मते व निरीक्षणेही 'यांच्या अस्सलपणाविषयीही शंका घेता येऊ शकते' असे म्हणून नाकारून टाकली.

अशा शंका तर प्रत्येक गोष्टीविषयी घेता येणे शक्य आहे; पण प्रत्येकाला त्याचे आयुष्य जगायचे असते, त्यातील बऱ्या वाईटाला सामोरे जायचे असते. आपल्याला जरी शेकडो शंका असल्या, मनात जरी हजारो संदेह असले, जगातील सर्वच गोष्टी व्यक्तीसापेक्ष आहेत, त्यात कोणतीच निश्चितता नाही, ज्याच्याविषयी ती खरी, बरोबर आहे अशी खातरी देता येईल अशी कोणतीच परिस्थिती नाही, अशी जरी आपली खातरी पटली असली, तरीसुद्धा आपल्याला वास्तवाशी जुळवून घ्यावे लागते, अनेक गोष्टींबद्दलचे निर्णय घ्यावे लागतात, पोटापाण्यासाठी पैसे मिळवावे लागतात आणि दिवसअखेरीला चार घटका शांत झोपही घ्यावी लागते. अशा परिस्थितीत काय बरोबर, काय चूक, काय योग्य, काय अयोग्य हे ठरवायचे तरी कसे, कुठल्या निकषांवर? आयुष्याबद्दलचे निर्णय घ्यायचे तरी कसे? लोकमान्य सांगतात, 'व्यावहारिक धर्माचा याप्रमाणे अंत पाहून यातील मूलतत्त्वे शोधून काढणे हे शास्त्राचे काम असून सदर विषयाचे नुसते नियम एकत्र करून सांगणे यास आचारसंग्रह म्हणतात. कर्ममार्गाचा आचारसंग्रह स्मृति-ग्रंथात आहे आणि भगवद्‌गीतेत त्या आचाराची मूलतत्त्वे काय याचे संवादात्मक किंवा पौराणिक पद्धतीचे पण शास्त्रीय, म्हणजे तात्त्विक विवेचन आहे. म्हणूनच भगवद्‌गीतेतील प्रतिपाद्य विषयास नुसते कर्मयोग असे म्हणण्यापेक्षा कर्मयोगशास्त्र असे म्हणणे अधिक प्रशस्त होय.'

ते पुढे असे स्पष्टीकरण देतात, 'उपनिषदांच्या काळात आणि त्यानंतर जनक-श्रीकृष्णासारखे क्षत्रियांतही ज्ञानी पुरुष झाले होते... अशा ज्ञानी पुरुषांच्या चरित्रातील मर्म म्हणजेच कर्मयोग किंवा व्यवहारशास्त्र आणि ते सांगण्यासाठीच महाभारतात जागोजागी सूक्ष्म धर्माधर्मांचे विवेचन करून अखेर जगाच्या धारण पोषणाला कारणीभूत झालेल्या सदाचाराच्या म्हणजे धर्माच्या मूलतत्त्वांचा मोक्षदृष्टी न सोडता गीतेत ऊहापोह केला आहे. इतर पुराणांतूनही असे पुष्कळ प्रसंग आहेत, पण गीतेच्या तेजापुढे इतर सर्व विवेचने फिकी पडत असल्यामुळे भगवद्‌गीता हाच कर्मयोगशास्त्रावरील प्रधान ग्रंथ होऊन बसला आहे.'

लोकमान्यांचा पाश्चिमात्य साहित्याचा उत्तम अभ्यास होता. त्यातील बहुतत्त्ववाद, मानवी अस्तित्वाविषयीची अनिश्चितता आणि भौतिक जीवनातील नैतिकता या विषयीच्या

मतांशी ते परिचित तर होतेच, त्याविषयी सजगही होते. ग्रीक तत्त्वज्ञ प्राटागोरस (इ.स.पू. ४९०-४२०) याच्या 'संपूर्ण ज्ञान असे काही नसते आणि माणूस हाच सर्व गोष्टींवरील उपाय असतो' या प्रतिपादनांशी त्यांनी त्यांची स्पष्ट असहमती नोंदवलेली होती. परंतु तरीही गीतेतील तत्त्वांविषयीच्या त्यांच्या ज्ञानात, समजुतीत पाश्चात्त्य तत्त्वज्ञानाचा अभ्यास भर घालू शकेल हे त्यांना पूर्णपणे मान्य होते.

म्हणूनच ते लिहितात, 'तथापि गीतेत वर्णिलेल्या कर्माकर्मांच्या आध्यात्मिक मूलतत्त्वांशी पाश्चिमात्य पंडितांनी प्रतिपादिलेली नीतीची मूलतत्त्वे कितपत जुळतात याची तुलना केल्याखेरीज गीताधर्माचे हे निरूपण पूर्ण झाले असे म्हणता येणार नाही. ही तुलना करताना दोहोंकडील अध्यात्मज्ञानाचीही तुलना करावयास पाहिजे. पण पाश्चिमात्य आध्यात्मिक ज्ञानाची धाव आमच्या वेदान्तापलीकडे अद्याप फारशी गेलेली नाही ही गोष्ट सर्वमान्य असल्याने पौर्वात्य व पाश्चिमात्य अध्यात्मशास्त्राची तुलना करण्याचे विशेष कारण राहत नसून ज्या शास्त्राची उपपत्ति आमच्या प्राचीन शास्त्रकारांनी सांगितलेली नाही अशी कित्येकांची समजुत झालेली आहे, त्या नीतिशास्त्राच्या व कर्मयोगाच्या तुलनेचाच प्रश्न काय तो शिल्लक राहतो. पण या एकट्या विषयाचा विचारही इतका विस्तृत आहे की त्याचे पूर्ण प्रतिपादन करण्यास एक निराळाच ग्रंथ लिहावा लागेल. तथापि तेवढ्यासाठी या ग्रंथात हा विषय पूर्णपणे गाळणेही उचित नाही असे वाटल्यावरून दिग्दर्शनार्थ त्यातील महत्त्वाच्या काही गोष्टीचे या उपसंहारात विवेचन केले आहे.'

एका व्यक्तिनिरपेक्ष अशा नियमाने आपण सर्व जण बांधले गेलेलो असतो असे केवळ आपल्याला वाटत असते, पण तसा काही नियम नसतो. नीतिमत्ता हीसुद्धा व्यक्तिनिरपेक्ष असते असाच आपला समज असतो; पण नीट पाहिले तर असे लक्षात येते की, नैतिकतेचे निरनिराळ्या समाजाचे, निरनिराळ्या काळात निरनिराळे दंडक होते आणि आहेत आणि ते बदलतही आहेत - आधीचे रद्द ठरवले जात आहेत, नवीन स्थापन केले जात आहेत. असेही कधीच घडत नाही की सगळ्यांना ते नेहमीच मान्य असतात. असतात का? असे अनेक जण असतातच जे असल्या नियमांना, दंडकांना धूपही न घालता त्यांना हवे तसे त्यांचे आयुष्य जगत असतात. त्यांचे काय? सिकंदर ज्या वेळी भारत जिंकण्याची महत्त्वाकांक्षा मनात ठेवून भारतात आला, त्या वेळी ग्रीक तत्त्वज्ञ प्युरो (इ.स.पू. ३६०-२७०) त्याच्याबरोबर होता. त्याने असे म्हटले आहे, 'काही गोष्टी अपरिमित असतात, आस्थारहित असतात, अपरिवर्तनीय असतात आणि त्यामुळे आपल्या संवेदना अथवा आपले विचार, बुद्धी, आपली मते यांपैकी काहीच त्या बरोबर की चूक हे सांगू शकत नाही.'

लोकमान्य या प्रश्नांचे उत्तर असे देतात, 'सदाचरण व दुराचरण किंवा धर्म व अधर्म हे शब्द खरे म्हटले म्हणजे ज्ञानवान मनुष्याच्या कर्मासच लागत असल्यामुळे नीतिमत्ता नुसत्या जडकर्मात नसून बुद्धीत आहे असे थोड्या विचाराअंती कोणाच्याही लक्षात येईल. 'धर्मो हि तेषामधिको विशेषः'- धर्माधर्मज्ञान हा मनुष्याचा म्हणजे बुद्धिमान

प्राण्यांचाच विशेष गुण आहे - या वचनाचे तात्पर्य किंवा भावार्थही तोच आहे... त्यातही जर वेडेपणाने किंवा अजाणता एखाद्याच्या हातून काही अपराध घडल्यास लोकांत व कायद्यात तो क्षम्य मानला जातो. मनुष्याच्या कर्माकर्मांचा बरेवाईटपणा ठरविण्यास कर्त्याच्या बुद्धीचा, म्हणजे त्याने कोणत्या हेतूने ते कर्म केले व सदर कर्माच्या परिणामाचे त्यास ज्ञान होते की नाही, याचाच आधी अवश्य विचार करावा लागतो.'

आणखी एक ग्रीक तत्त्वज्ञ ॲरिस्टॉटल (इ.स.पू.३८४-३२२) याने त्याच्या 'लॉ ऑफ नॉन-कॉन्ट्रॅडिक्शन'मध्ये असे लिहिले आहे की 'एखाद्या गोष्टीविषयी ती काय आहे, काय नाही हे एकाच वेळी आणि एकाच बाबतीत विचार करून सांगता येत नाही.' हे विधान नीतिमत्तेच्या बाबतीत कसे लागू होते? कोणतीही कृती, उक्ती नैतिक की अनैतिक याचा निर्णय करताना विचारात घेण्याचे अनेक मुद्दे जे अंतिमतः नैतिक, अनैतिक किंवा एक नैतिक विधान असू शकतात. कृतीमागील हेतू आणि ती करतानाची परिस्थिती यांवर ती कृती किती प्रमाणात नैतिक वा अनैतिक ते ठरते. लोकमान्य लिहितात, 'एखाद्या श्रीमंत गृहस्थास आपल्या खुशीप्रमाणे पुष्कळ दानधर्म करणे काही कठीण नसते. पण ही गोष्ट जरी चांगली असली, तरी त्याची खरी नैतिक किंमत जेव्हा ठरवायची असते तेव्हा केवळ सहजगत्या केलेल्या या दानावरूनच ती ठरविता येत नाही. या श्रीमंत गृहस्थाची बुद्धी खरोखर श्रद्धायुक्त आहे की नाही हे पाहावे लागते आणि त्याचा निर्णय करण्यास सहजगत्या केलेल्या या दानाखेरीज जर दुसरा काही पुरावा नसेल, तर या दानाची योग्यता श्रद्धापूर्वक केलेल्या दानाबरोबर आहे असे कोणी समजत नाही; निदान शंका घेण्यास तरी कारण असते.'

श्रीमंत असणे आणि सदाचरणी, सत्त्वशील असणे या दोन निराळ्या गोष्टी आहेत. असे अनेक दुष्ट, अनैतिक प्रवृत्तीचे लोक असतात जे वाईट मार्गाने संपत्ती मिळवतात आणि केवळ समाजात आपली चांगली प्रतिमा निर्माण व्हावी यासाठी दातृत्वाचे प्रदर्शन करतात. दानाची किंमत ही त्यामागील हेतू आणि ते करताना केलेला त्याग यावर ठरत असते. अगदी कमी उत्पन्न असलेल्या माणसानेही आपल्या पदराला खार लावून जर कोणा गरजूला वा सत्कार्याला मदत दिली, तर तिचे मोल एखाद्या राजाने गरिबांना दिलेल्या जेवणापेक्षा अधिक आहे, कारण राजा जे अन्नदान करतो त्यात काही त्याची त्यागवृत्ती नसते. जेव्हा गरीब सुदाम्याने त्याच्या मित्राला - श्रीकृष्णाला - भेटायला येताना त्याच्यासाठी केवळ तीन मुठी पोहे आणले होते, त्या वेळी तितक्याच उदार हृदयाच्या भगवंतांनी ते प्रेमाने, ममतेने आणलेले पोहे त्यांच्या त्या निर्धन परंतु मोठ्या मनाच्या सच्चा मित्रासमोरच तेवढ्याच जिव्हाळ्याने खाल्ले आणि त्याला त्या छोट्याशा पण शुद्ध हेतूने दिलेल्या भेटीच्या बदल्यात त्याच्या गरजेच्या अनेक वस्तू दिल्या. याच विषयाचे महत्त्व सांगताना एका मुंगसाची कथा नेहमी सांगितली जाते. लोकमान्य लिहितात, 'सर्व धर्माधर्माचे विवेचन झाल्यावर महाभारतात अखेर हा अर्थ एका कथानकात सुंदर रीतीने वर्णिला आहे.'

महाभारताचे भीषण युद्ध जिंकून स्वतःचे राज्य परत मिळवल्याने पांडव साहजिकच आनंदात होते. अशा दिग्विजयानंतर सार्वभौमत्व सिद्ध करण्याच्या हेतूने केला जाणारा

अश्वमेध यज्ञही त्यांनी केला. त्याच्या अखेरच्या दिवशी सन्मानात न्हाऊन निघालेला, अतिथींनी केलेल्या प्रशंसेमुळे अभिमानाने छाती फुगलेला युधिष्ठिर यज्ञासाठी जमलेल्या उपस्थितांना देणग्या देण्यासाठी उभा राहिला. तेव्हा सर्वांनाच आश्चर्यात टाकणारा एक पाहुणा - एक मुंगूस - तेथे आला. त्याचे अर्धे अंग सोन्याने मढलेले होते. ते आले आणि यज्ञकुंडाभोवतीच्या राखेत लोळू लागले. काही वेळ लोळल्यानंतर ते जोरजोरात मान हलवून त्याची झालेली प्रचंड निराशा व्यक्त करू लागले. युधिष्ठिराने त्या मुंगसाला त्याच्या निराशेचे कारण विचारले तेव्हा ते सोनेरी मुंगूस उत्तरला, 'माझे उरलेले अर्धे अंग सोनेरी करण्यासाठी मी मोठ्या आशेने येथे आलो होतो; पण... नाही झाले माझे अंग सोनेरी!' युधिष्ठिराने त्याचे अर्धे अंग सोनेरी कसे झाले ते सांगण्याची विनंती केली.

त्या मुंगसाने एक मोठी आश्चर्यकारक कथा सांगितली, 'मी एका अगदी दरिद्री ब्राह्मण कुटुंबाच्या घरात हिंडत होतो. त्यांनी त्यांच्या तुटपुंज्या उत्पन्नातून खर्च करून नुकताच एक पवित्र यज्ञ केला होता. यज्ञविधी संपल्यावर ते कुटुंब जेवायला बसले आणि त्याच वेळी एक अतिथी अकस्मात तेथे येऊन पोहोचला. त्याच्यासाठी काही अन्न उरलेले नव्हते. तेव्हा एका शब्दानेही तक्रार न करता त्या कुटुंबाने स्वतः उपाशी राहून त्यांच्या वाटणीचे अन्न त्या पाहुण्याला देऊन त्याला तृप्त केले. त्यांचे ते उदात्त औदार्य, तो महान निस्वार्थी त्याग पाहून र्म हर्षभरित झालो आणि त्या भरात त्यांच्या

यज्ञकुंडाशेजारी पडलेल्या राखेत लोळलो. आणि काय आश्चर्य, माझे अर्धे अंग सोनेरी झाले! उरलेले अर्धे सोनेरी करून घेण्याच्या उद्देशाने मी जेथे जेथे यज्ञ केले गेले होते, अशा जागी जाऊन तेथील यज्ञकुंडांच्या राखेत लोळून बघितले, पण त्या निर्धन पण त्यागी ब्राह्मणाच्या यज्ञातील पावित्र्य अन्य कोठेच नव्हते आणि त्यामुळे कुठेच माझे अंग सोनेरी झाले नाही. या पांडवांच्या यज्ञात मी मोठ्या आशेने आलो होतो, पण...'

त्याचे बोलणे ऐकून युधिष्ठिर वरमला, त्याचा चेहरा कोमेजला. वृथा अभिमान गळून पडला. तो मोठ्या औदार्याने अतिथींना मोठमोठ्या किंमती भेटी देत होता; पण त्यात त्याग जराही नव्हता, श्रद्धा नव्हती. महाभारतातील ही कथा प्रतिकूल परिस्थितीही आपल्या तत्त्वांना चिकटून राहण्याच्या मनाच्या दृढतेचे, मोठेपणाचे आणि आपल्याजवळ कमी असतानासुद्धा शुद्ध मनाने, त्याग व श्रद्धापूर्वक ते दान करून टाकण्याच्या भारतीयांच्या औदार्याचे 'सोनेरी' उदाहरण आहे.

लोकमान्य लिहितात, '...ब्राह्मणाच्या कर्माची योग्यता युधिष्ठिराच्या यज्ञापेक्षा अधिक नसली, तरी निदानपक्षी दोहोंची नैतिक व धार्मिक किंमत महाभारतकार एकच समजतात हे निर्विवाद आहे. व्यवहारातही याच न्यायाने एखाद्या लक्षाधीशाने एखाद्या धर्मकृत्यास हजार रुपये आणि गरिबाने एक रुपया वर्गणी दिल्यास आपण दोहोंची नैतिक किंमत एकच समजतो... मुंगसाची कथा चालू असता महाभारतात धर्माधर्माचे जे विवेचन केले आहे त्यातच खालील श्लोक आहे -

सहस्रशक्तिश्च शतं शतशक्तिर्दशपि च ।
दद्यादापश्च यः शक्त्या सर्वे तुल्यफलाः स्मृताः ।।

जवळ हजार असणाऱ्याने शंभर दिले, शंभर असणाऱ्याने दहा दिले किंवा एखाद्याने यथाशक्ती थोडेसे पाणीच जरी प्यायला दिले, तरी त्या सर्व दानांच्या योग्यता सारख्याच, तुल्यफल - सारखेच फळ देणाऱ्या - आहेत.
(महाभारत, अश्वमेध पर्व, अध्याय ९०, श्लोक ९६)

हेच तात्पर्य गीतेतील हा श्लोकही सांगतो :

पत्रं पुष्पं फलं तोयं यो मे भक्त्या प्रयच्छति ।
तदहं भक्त्युपहृतमश्नामि प्रयतात्मनः ।।२६।।

एखादे पान, फूल, फळ किंवा यथाशक्ती थोडे पाणीही जो मला भक्तीपूर्वक अर्पण करतो, त्या प्रयतात्म म्हणजे नियतचित्त भक्ताची भेट मी आनंदाने स्वीकारतो. (भगवद्गीता, अध्याय ९, श्लोक २६)

हे तत्त्व केवळ आपल्याच धर्मात नव्हे, तर ख्रिस्ती धर्मातही सांगितले आहे असे सांगून लोकमान्य ख्रिस्ताची एक गोष्ट सांगतात.

ख्रिस्त एके दिवशी चर्चमध्ये धर्मार्थ पैसे टाकण्याच्या पेटीसमोर बसला होता. लोक त्यात पैसे टाकत होते. श्रीमंत भरपूर टाकत होते, इतर जण त्यांच्या ऐपतीनुसार कमीजास्त टाकत होते. त्याच रांगेतून एक गरीब विधवा पुढे आली आणि तिने तिच्याजवळची अगदीच कमी किंमतीची दोन तांब्याची नाणी पेटीत टाकली. ख्रिस्ताने त्याच्या शिष्यांना जवळ बोलावले आणि तो म्हणाला, 'मी खरंच सांगतो, या गरीब विधवेने इतर सर्वांपेक्षा अधिक श्रेष्ठ दान धर्मार्थ पेटीत टाकले आहे. कारण इतरांनी त्यांच्याजवळ त्यांच्या गरजेपेक्षा अधिक असलेल्या पैशातून मदत दिली आहे; पण या विधवेने तिचे सर्वस्वच दान करून टाकले आहे!' (मार्क १२, ४१-४४)[६]

लोकमान्य लिहितात, 'कर्माची योग्यता कर्त्याच्या बुद्धीच्या शुद्धतेवर ठरते. बुद्धी शुद्ध नसताना कर्माच्या नैतिक किंमतीवर त्याचा काय परिणाम घडतो याचा विचार केला तर असे आढळून येते की हत्या करणे हे एकच कर्म; पण ते अंगावर धावून आलेल्यास स्वसंरक्षणार्थ मारणे व एखाद्या श्रीमंत वाटसरूचा द्रव्यासाठी वाटेत खून करणे या दोन हत्या नैतिकदृष्ट्या अत्यंत भिन्न ठरतात.' येथे लोकमान्य जर्मन कवी फ्रेडरिक शिलर याच्या 'विल्यम टेल' नावाच्या नाटकातील एक प्रसंगाचा उल्लेख करतात.

विल्यम टेल हा उरी या परगण्यातील प्रसिद्ध शिकारी असतो; पण तरीही शांतीवादी असतो. ऑस्ट्रियाच्या सम्राटाचा प्रतिनिधी असलेला त्या परगण्याचा गव्हर्नर स्थानिक स्विस लोकांवर जुलूम करीत असतो. विल्यम टेल त्या गव्हर्नरची हत्या करून त्या जुलमी सत्ताधाऱ्याला शिक्षा देतो. त्या आधी तो गव्हर्नर विल्यम टेलच्या नेमबाजीच्या कौशल्याची परीक्षा त्याला त्याच्याच मुलाच्या डोक्यावरील सफरचंद सत्तर पावलांच्या अंतरावरून बाणाने फोडायची आज्ञा देऊन घेतो. टेल त्याची आज्ञा पाळतो पण तरीही तो जुलमी गव्हर्नर टेलला अटक करतो. त्याला तुरुंगात घेऊन जाणाऱ्या बोटीतून सुटून टेल त्याच्या धनुष्यबाणाने गव्हर्नरला मारून टाकतो.[७]

कोणत्याही कर्माचे वा कृतीचे मूल्यमापन करण्याचे अनेक मार्ग असतात. त्याचे नैतिक मूल्यमापन करण्याचे दोन अगदी भिन्नभिन्न असे मार्ग आहेत - नैतिकतेच्या शास्त्रोक्त नियमांनुसार ते 'बरोबर आहे की चूक आहे' हे पाहणे हा एक मार्ग आणि ते नैतिकतेच्या दृष्टीने 'चांगले की वाईट आहे' हे पाहणे हा दुसरा मार्ग. हे दोन मार्ग तर्कदृष्ट्या एकमेकांपासून स्वतंत्र आहेत. नैतिकदृष्ट्या बरोबर आणि नैतिकदृष्ट्या चांगले यात फरक कसा करायचा? तो करताना 'कर्त्याचा हेतू' हा मुद्दा मध्ये येतो. एक

---

६. http://biblehub.com/bsb/mark/12.htm. या संकेतस्थळावरून २८ ऑक्टोबर २०१७ पर्यंत घेतलेल्या माहितीनुसार.

७. https://www.enotes.com/topics/william-tell/characters या संकेतस्थळावरून २८ ऑक्टोबर २०१७ पर्यंत घेतलेल्या माहितीनुसार.

उदाहरण घेऊ या : एका रोग्याला कर्करोग झाला असून तो काही महिन्यांचाच सोबती आहे. सत्य सांगणे या नैतिक नियमांचे पालन करून त्याच्या डॉक्टरने रोग्याच्या मनावर काय परिणाम होईल याचा जराही विचार न करता, बेधडक त्या रोग्याला त्याच्या मृत्यूचे सत्य सांगून रिकामे व्हावे का? रोग्याला असे भयंकर सत्य सांगून निराशेच्या गर्तेत लोटणे हेही डॉक्टरी पेशाच्या नैतिकतेत न बसणारेच आहे. रोग्याला व त्याच्या कुटुंबीयांना ते दारुण सत्य पचवण्याची मानसिक तयारी करायला वेळ मिळावा यासाठी रोग्यावर उपचार सुरू ठेवणे हेही डॉक्टरचे नैतिक कर्तव्यच आहे. लोकमान्य लिहितात, 'स्थितप्रज्ञाच्या साम्यबुद्धीत व्यवसायात्मिक बुद्धीची स्थिरता आणि वासनात्मक बुद्धीची शुद्धता या दोहोंचाही समावेश होतो.'

सांप्रतकालीन तत्त्वज्ञ पॉल बोगॉसियन याने 'न्यूयॉर्क टाइम्स'मध्ये 'द मेझ ऑफ मॉरल रिलेटिव्हिझम'[८] या शीर्षकाचा एक लेख लिहिला आहे. त्यात तो म्हणतो, 'आजच्या संस्कृतीत नैतिकतेच्या सापेक्षतेला फार महत्त्व प्राप्त झाले आहे. विशेषत: जे लोक नैतिकतेसाठी धर्म हे प्रमाण मानायला राजी नसतात, त्यांच्यासाठी तर ही सापेक्षता अनिवार्यच होऊन बसते. 'बरोबर आणि चूक' यांचा न्यायनिवाडा करणारा जर कोणी 'सरन्यायाधीश' नसतो, तर त्याच्या मूल्यमापनाची अंतिम मानके कशावरून ठरतात?' असा त्यांचा प्रश्न असतो.' बोगॉसियन या लोकांच्या असल्या विचारपद्धतीला 'शून्यवाद' म्हणतो. तो म्हणतो, 'आपण जेव्हा असे ठरवले की चेटकिणी वगैरे काही नसतात, त्या वेळी आपण काही सापेक्षतावादाचा निकष लावला नाही. आपण त्या शक्यतेवर कायमची फुली मारून टाकली... 'नैतिक शून्यवाद' असा काही मधला प्रकार नसतो ज्यात आपण नैतिकतेच्या बाबतीत सापेक्ष अशा आदर्शांचा वापर करू शकतो. कारण जर 'अंतिम मानके' नसतीलच, तर मग 'बरोबर आणि चूक' या निकषांनाही 'चेटकिणीं'चाच दर्जा देऊन त्यावर कायमची फुलीच मारली पाहिजे. तेव्हा, ज्याला तशी सापेक्षता हवी असेल त्याने आधीच हे ठरवले पाहिजे, की नैतिकतेच्या अंतिम मानकांचे अस्तित्व त्याला मान्य आहे की तो ती सापेक्ष आहेत असे मानतो... तसे झाले तर तो शून्यवादीच होतो, नाहीतर मग त्याला नैतिकतेच्या अंतिम मानकांचा शोध घेत राहावे लागते.'

लोकमान्य लिहितात, 'युद्ध केल्याने किती मनुष्यांचे किती कल्याण होईल आणि किती लोकांचे किती नुकसान होईल हे पाहा असे भगवंतांनी अर्जुनाला सांगितले नाही. उलट भगवान असे सांगतात की तुझ्या युद्ध करण्याने भीष्म मरणार की द्रोण हा विचार गौण आहे. तू कोणत्या बुद्धीने युद्ध करण्यास उभा राहिला आहेस हा मुख्य प्रश्न होय; व तुझी बुद्धी जर स्थितप्रज्ञाप्रमाणे असेल, तर त्या शुद्ध व पवित्र बुद्धीने आपले कर्तव्य करीत असता भीष्म अथवा द्रोण मेले तरी त्याचे पाप तुला लागणार नाही. भीष्माला मारण्याची फलाशा धरून त्यासाठी म्हणून तुम्ही युद्ध करत नाही. तुम्हास जन्मत:च

---

८. https://opinionator.blogs.nytimes.com/2011/07/24/the-maze-of-moral-relativism/. या संकेतस्थळावरून २८ ऑक्टोबर २०१७ पर्यंत घेतलेल्या माहितीनुसार.

हक्काने प्राप्त झालेल्या राज्याचा विभाग तुम्ही मागितला व युद्ध टाळण्यासाठी होईल तितकी पड घेण्यासही कमी केले नसून सामोपचाराच्या मध्यस्थाही केल्या; पण शिष्टाईच्या व साधूपणाच्या या मार्गाने जेव्हा निभाव लागेना, तेव्हा नाईलाजास्तव तुम्ही युद्धास प्रवृत्त झाला यात तुमचा काहीही दोष नाही. कारण दुष्टाजवळ आपल्या धर्म्य हक्कासाठी ब्राह्मणाप्रमाणे भिक्षा मागत न बसता, जरूर पडल्यास अखेर क्षात्रधर्माप्रमाणे लोकसंग्रहार्थ सदर हक्क युद्धाने संपादन करणे हे तुमचे कर्तव्य होय.'

नैतिकतेच्या प्रश्नाचे निर्विवाद उत्तर कधीच सोपे नसते. असे समाधानकारक उत्तर सापडत नसले आणि प्रश्न जर अवघड असला, धर्मग्रंथही जर काहीच निर्णय देऊ शकत नसतील, तर अशा परिस्थितीत आपण कोणावर आणि कशावर अवलंबून राहायचे? आइनस्टाईननेही हे सिद्ध केले आहे की गती व स्थिरता या दोन्ही स्थिती सापेक्ष आहेत. ते काळ-वेळ-अवकाश यांच्या संदर्भांनुसार ठरते. जे एका संदर्भानुसार गतिशील असते, तेच दुसऱ्या संदर्भानुसार स्थिरही असू शकते. लोकमान्य लिहितात, 'परंतु कर्माकर्मनिर्णयार्थ बुद्धी जरी याप्रमाणे श्रेष्ठ मानली, तरी शुद्ध-बुद्धी म्हणजे काय हे आता सांगणे जरूर आहे कारण मन व बुद्धी हे दोन्ही प्रकृतीचे विकार असल्यामुळे ते उपजतच सात्त्विक, राजस व तामस असे तीन प्रकारचे असू शकतात. म्हणून बुद्धीच्याही पलीकडला जो नित्य आत्मा त्याचे सर्वांभूती एकच असणारे स्वरूप ओळखून त्याप्रमाणे कार्याकार्याचा निर्णय करणारी जी बुद्धी तिलाच या शास्त्रात शुद्ध किंवा सात्त्विक बुद्धी म्हणावे असे गीतेत सांगितले आहे. या सात्त्विक बुद्धीसच साम्यबुद्धी असेहे नाव आहे व त्यातील 'साम्य' या शब्दाचा अर्थ 'सर्वभूतान्तर्गत आत्म्याचे एकत्व किंवा साम्य ओळखणारी' असा आहे.'

येथे मार्कंडेय ऋषींची कथा सांगितली आहे. मृकंडू नावाच्या ऋषींनी पुत्रप्राप्तीसाठी शंकराची तपश्चर्या केली. शंकराने प्रसन्न होऊन त्यांच्यासमोर दोन पर्याय ठेवले. एक - नदीकाठी पसरलेल्या वाळूच्या कणांसारखे सामान्य बुद्धीचे, सामान्य आयुष्य जगणारे पण अतिशय दीर्घायुषी असे अनेक पुत्र होऊ शकतील किंवा दुसरा पर्याय - तेजस्वी उल्केसारखा, अत्यंत कुशाग्र बुद्धीचा पण अगदी अल्पायुषी असा एकच पुत्र होऊ शकेल. त्याची बुद्धिमत्ता असामान्य असेल; परंतु आयुष्य फक्त सोळा वर्षांचे असेल. मृकंडु ऋषींनी तेजस्वी बुद्धीच्या अल्पायुषी एका पुत्राचा पर्याय स्वीकारला. त्यांच्या पत्नीने मुलाला जन्म दिला, त्या वेळीच त्याच्या बुद्धीचे तेज प्रतीत होत होते. त्याचे नाव मार्कंडेय ठेवण्यात आले.

मार्कंडेय जरा मोठा झाल्याबरोबर त्याच्या आईवडिलांनी त्याला वस्तुस्थितीची स्पष्ट कल्पना दिली. आपल्याला लाभलेले सोळाच वर्षांचे आयुष्य जराही व्यर्थ जाऊ नये यासाठी मार्कंडेयाने तुंगभद्रा नदीच्या काठी एकांतात शंकराची घोर तपश्चर्या आरंभली. त्याने शिवभक्तीने विलक्षण मनोनिग्रह संपादन केला. त्याच्या पूर्वनियोजित मृत्यूच्या दिवशी मार्कंडेयाने एका शिवलिंगाला मिठी मारली आणि शंकराला आवाहन केले की 'मी तुला शरण आलो आहे. तू माझ्या रक्षणार्थ असताना यम मला कसा घेऊन जाऊ शकेल?' यमराज

त्याला घेऊन जाण्यासाठी आले आणि त्यांच्या हातून चुकून मृत्यूपाश एकट्या मार्कंडेयाच्या गळ्यात पडण्याऐवजी तो व त्याने मिठी मारलेले शिवलिंग या दोन्हींभोवती पडला. त्याने पाश ओढताच शिवलिंग भंग पावले आणि त्यातून प्रत्यक्ष शंकर प्रकट झाले.

शंकर यमाला म्हणाले, 'तू बुद्धीचा वापर करायला हवा. भिन्न लोकांशी भिन्न परिस्थितीत भिन्न मार्गांनी वर्तन करावे लागते हे तुला समजायला हवे. या ठिकाणी तू तुझे कर्तव्य करत असताना अतिशय उद्दामपणे वागला आहेस. परिस्थितीच्या योग्यतेनुसार तू तुझे तारतम्य वापरायला हवे. हा तपस्वी तरुण माझा भक्त आहे. त्याने तपश्चर्येच्या बळाने मृत्यूला जिंकून घेतले आहे. त्याची ख्याती विश्वभरात पसरली असून तो अमर होणार आहे. परंतु या जगाची घडी विस्कटायला नको, म्हणून तो कायम सोळा वर्षांचाच राहील.' यमाकडे परत जाण्याशिवाय अन्य पर्यायच नव्हता.

लोकमान्य लिहितात, 'नारदपंचरात्र नावाचा भागवत धर्माचा जो एक गीतेहून अर्वाचीन ग्रंथ आहे त्यात मार्कंडेय नारदास म्हणतात,

मानसं प्राणिनामेव सर्व्वकर्मैककारणं ।
मनोऽनुरूपं वाक्यं च वाक्येन प्रस्फुटं मनः ॥८॥

लोकांच्या सर्व कर्मांचे मन हेच एक (मूळ) कारण होय. मन तसे बोलणे आणि बोलण्यावरून मन प्रगट होते. (नारदपंचरात्र, अध्याय ७, श्लोक ८)

सारांश, मन (म्हणजे मनाचा निश्चय) प्रथम होऊन नंतर सर्व कर्मे घडत असतात. म्हणून गीतेतील शुद्धबुद्धीचा सिद्धान्तच बौद्ध ग्रंथकारांनीही स्वीकारला आहे. उदाहरणार्थ, धम्मपद नावाच्या बौद्धधर्मीयांच्या प्रसिद्ध नीतिग्रंथात आरंभीच -

मनःपूर्वङ्गमा धर्मा मनःश्रेष्ठा मनोमयाः ।
मनसा चेत्प्रदुष्टेन भावते वा करोति वा ।
तत एनं दुःखमन्वेति चक्रमिव वहतः पदम् ॥

मन म्हणजे मनाचा व्यापार प्रथम आणि नंतर धर्माधर्माचे आचरण (असा क्रम) असल्यामुळे या कामी मनच मुख्य व मनच श्रेष्ठ असून हे सर्व धर्म मनोमय म्हटले पाहिजेत. म्हणून कर्त्याचे मन ज्याप्रमाणे शुद्ध किंवा दुष्ट असेल त्याप्रमाणे त्याचे भाषण व कर्म बरेवाईट घडून त्याला पुढे सुखदुःख प्राप्त होते. (जसे बैलगाडीचे चाक गाडी ओढणाऱ्या बैलाच्या पायामागेच जाते.) [९]

---

९. एस.राधाकृष्णन, 'द धम्मपदा', ऑक्सफर्ड युनिव्हर्सिटी प्रेस, ऑक्सफर्ड इंडिया पेपरबॅक्स, नवी दिल्ली, १९९६, पान ९६.

मार्कंडेयाच्या कथेत काळ हा यमाच्या रूपात येतो. काळ मृत्यूही आणतो आणि सर्व गोष्टींचा नाशही तोच करतो; परंतु भगवान शिव काळालाही मृत्यू आणतात म्हणूनच त्यांना महाकाल अथवा महाकालभैरव असे म्हणतात. ते एकटेच मृत्यू आणि काळ यांच्या परे आहेत, म्हणून त्यांना महामृत्युंजय असेही म्हणतात.[१०]

या ठिकाणी मी मूळ पाली भाषेत लिहिलेल्या सूक्तांचे महापंडित राहुल सांकृत्यायन (१८९३-१९६३) यांनी संस्कृतात केलेले भाषांतर वापरले आहे. ज्याचे मन एकदा पूर्ण शुद्ध व निष्काम झाले, अशा स्थितप्रज्ञ पुरुषाच्या हातून पुढे कोणतेच पाप घडणे शक्य नाही, सर्व करूनही तो पापपुण्यापासून अलिप्त असतो यावरून पुढे उपनिषदांत व गीतेत काढलेले दुसरे अनुमान बौद्धास मान्य असून 'अर्हत' म्हणजे पूर्णावस्थेस पोहोचलेला पुरुष नेहमीच शुद्ध व निष्पाप असतो' असे बौद्ध ग्रंथातून अनेक स्थळी वर्णन आहे.

मातरं पितरं हत्वा राजानौ द्वौ च क्षत्रियौ ।
राष्ट्रं सानुचरं हत्वानघो याति ब्राह्मणः ।।५।।

---

१०. http://shivadarshana.blogspot.in/2008/02/story-of-markandeya.html. या संकेतस्थळावरून २९ ऑक्टोबर २०१७ पर्यंत घेतलेल्या माहितीनुसार.

वासनारूपी मातेची, अहंकारूपी पित्याची, आत्मवाद व शून्यवाद यांच्या रूपातील योद्धे असलेल्या राजांची हत्त्या केलेला आणि ज्ञानेंद्रिये व त्यांच्या संवेदना यांना त्यांच्या सर्व मोह-लोभांसह जराही शोक न करता जो नष्ट करून टाकतो तो साधुसंत असतो. (श्लोक २९४, अध्याय २१, श्लोक ५)[११]

लोकमान्य लिहितात, 'म्हणून अंतःकरणात नेहमी साम्य-बुद्धी जागृत असली पाहिजे एवढे म्हटले म्हणजे पुष्कळ मनुष्यांच्याच काय, पण सर्व भूतांच्या किंवा प्राणिमात्राच्या हिताचा सारासार विचार कर हे निराळे सांगावे लागत नाही. ...नीतिमत्ता हा निर्मम, शुद्ध, प्रेमळ, सम किंवा थोडक्यात सांगणे असल्यास सत्त्वशील अंतःकरणाचा धर्म आहे, नुसत्या सारासार विचारांचे फल नव्हे... ज्यांची स्वार्थबुद्धी सुटलेली नसते ते लोक कारस्थानी, तर्कटी किंवा ढोंगी बनतात... बाह्य कर्मावरून व्यक्त होणाऱ्या व संकटसमयीही दृढ राहणाऱ्या साम्यबुद्धीसच या कामी, म्हणजे कर्मयोगात, परिणामी शरण गेले पाहिजे, ज्ञानयुक्त निस्सीम शुद्ध-बुद्धी किंवा शील हीच सदाचरणाची खरी कसोटी होय' हा जो गीतेत सिद्धान्त केला आहे, तोच पाश्चिमात्य आधिदैविक किंवा आधिभौतिक पक्षातील मतांपेक्षा अधिक मार्मिक, व्यापक, मुद्देसूद आणि निर्दोष होय...'

अखेरीस नीतिशास्त्रावरील आधिदैविक व आधिभौतिक पंथाच्या पाश्चिमात्य लेखकांचे लिखाण बाजूला ठेवून लोकमान्य नीतीचा अध्यात्मदृष्ट्या विचार करणाऱ्या पाश्चिमात्य पंडित व तत्त्ववेत्ते यांच्या ग्रंथांचा परामर्श घेतात आणि हे दाखवून देतात की त्यांनीही नीतिमत्तेचा निर्णय करण्याच्या कामी गीतेप्रमाणेच कर्मापेक्षा शुद्ध-बुद्धीसच विशेष प्राधान्य दिले आहे. ते प्रसिद्ध जर्मन तत्त्ववेत्ता इमॅन्युअल कान्ट (१७२४-१८०४) याच्यापासून प्रारंभ करून नंतर इंग्लिश तत्त्वज्ञ थॉमस हिल ग्रीन (१८३६-१८८२), जर्मन तत्त्वज्ञ आर्थर शोपेनहॉवर (१७८८-१८६०) आणि पॉल जेकब डायसन (१८४५-१९१९) यांनी मांडलेल्या विचारांवर चर्चा करतात.

ते लिहितात, 'उदाहरणार्थ, प्रसिद्ध जर्मन तत्त्ववेत्ता कान्ट याचे 'नीतीची आध्यात्मिक मूलतत्त्वे' व दुसरे नीतिशास्त्रावरील ग्रंथ घ्या. कान्ट याने सर्व भूतात्मैक्याचा सिद्धान्त जरी दिला नाही, तरी व्यवसायात्मिक व वासनात्मिक बुद्धीचाच सूक्ष्म विचार करून त्याने असे ठरविले आहे की १) कोणत्याही कर्माची नैतिक किंमत सदर कर्मापासून किती लोकांस किती सुख होईल अशा बाह्य फलावरून न ठरविता कर्म करणाऱ्या पुरुषाची 'वासना' किती शुद्ध आहे हे पाहूनच ठरविली पाहिजे; २) मनुष्याची ही वासना (किंवा वासनात्मक बुद्धी) इंद्रियसुखाला लुब्ध न होता सदैव (व्यवसायात्मक) बुद्धीच्या आज्ञेत (म्हणजे या बुद्धीने ठरविलेल्या कर्तव्याकर्तव्याच्या नियमाप्रमाणे) वागू लागली म्हणजे ती शुद्ध, पवित्र व स्वतंत्र समजावी; ३) इंद्रियांचा निग्रह करून याप्रमाणे ज्याची वासना

११. आचार्य बुद्धरक्षिता (बुद्धरखिखता), 'द धम्मपदा : द बुद्धाज् पाथ ऑफ विज्डम', बुद्धिस्ट पब्लिकेशन सोसायटी, कान्डी, श्रीलंका, १९६५, पान ६८.

शुद्ध झाली, त्या पुरुषास पुढे कोणतेही नीतिनियम घालून देण्याची जरुरी नाही; हे निर्बंध सामान्य मनुष्यासाठी होत; ४) वासना या प्रकारे शुद्ध झाली, म्हणजे ती जे कर्म करण्यास सांगते ते 'आपल्याप्रमाणेच इतरांनी केले तर काय होईल' याचा विचार करून सांगितलेले असते आणि ५) वासनेची ही शुद्धता व स्वतंत्रता यांची उपपत्ति कर्म-सृष्टी सोडून ब्रह्म-सृष्टीत शिरल्याखेरीज लागत नाही.'

त्याच्या काळात ज्या अनुभववाद व जीवशास्त्रीय उत्क्रांती यांचे प्राबल्य होते त्यांच्याशी असहमत असलेल्या थॉमस ग्रीन हिल याने असे मत मांडले की मनुष्य हा काही केवळ नैसर्गिक आणि सामाजिक शक्तींचा परिणाम असू शकत नाही. लोकमान्य लिहितात, 'आपल्या 'नीतिशास्त्राचा उपोद्घात' ('Prolegomena to Ethics') या ग्रंथात, बाह्यसृष्टीत (ब्रह्मांडात) जे अगम्य तत्त्व आहे, तेच आत्मस्वरूपाने म्हणजे मनुष्याचे देहात (पिंडी) अंशतः प्रादुर्भूत झालेले आहे असे प्रथम सिद्ध केले आहे. पुढे मनुष्याच्या शरीरातील नित्य व स्वतंत्र तत्त्वास म्हणजे आत्म्यास आपले सर्वभूतान्तर्गत सामाजिक पूर्ण स्वरूप प्राप्त करून घेण्याची जी दुर्धर इच्छा, तीच मनुष्यास सदाचाराकडे प्रवृत्त करीत असते आणि त्यातच मनुष्याचे नित्य व कायमचे कल्याण असून 'विषयसुख अनित्य आहे' असे त्याने प्रतिपादन केले आहे.

शोपेनहॉवर त्याच्या 'द वर्ल्ड अॅज विल अॅण्ड रिप्रेझेन्टेशन' या ग्रंथात जगाचे 'वासना' आणि 'वासनांचे दर्शन' असे दोन पैलू असल्याचे सांगतो - ते दोन्ही एकाच नाण्याच्या दोन बाजूंसारखे असून ते एकमेवाद्वितीय वस्तुस्थिती आहेत. शोपेनहॉवरने ही वासनेची शक्ती आणि तिचे प्रकटीकरण हे समजावून सांगताना विद्युतशक्ती आणि विद्युतप्रवाह खंडित झाल्याने होणारा छोटा प्रकाशमान थेंब अथवा ठिणगी यांच्यातील नात्याची उपमा वापरली आहे. शोपेनहॉवरच्या कल्पनांवर लिहिताना फ्रेडरिक नित्शे याने म्हटले आहे, 'श्रेष्ठ, सदाचारी पुरुषांचे आदर्श सतत जगासमोर आले पाहिजेत असा आग्रह मानवजातीने धरला पाहिजे. हेच तिचे आद्य कर्तव्य आहे, अन्य कोणतेही नाही.' एखादी व्यक्ती सार्वकालिकदृष्ट्या सत्य ठरणारी आणि प्राणी आणि वनस्पती जगतालाही लागू पडणारी वस्तुस्थिती, जिथे विकास प्रामुख्याने उच्च मनुष्यप्रकारांवर, जे दुर्मीळ आणि तरीही सातत्यपूर्ण, अवघड आणि उत्पादक असतात, त्यांच्यावर अवलंबून असतो, अशी वस्तुस्थिती समाजालाही जोडू पाहते. पण प्रचलित प्रथांनुसार असणाऱ्या समाजाच्या अंताला भेदून ती पुढे जाते.[१२]

पॉल डायसन हे शोपेनहॉवरचे एक अनुयायी होते. ते फ्रेडरिक नित्शे याचे मित्र तर होतेच; पण त्यांचा स्वामी विवेकानंदांशीही स्नेह होता. ते हिंदू धर्माने इतके प्रभावित झाले होते आणि त्यामुळे 'संस्कृताळले' होते, की त्यांनी त्यांचे डायसन हे नाव 'देवसेन' असे ठेवून घेतले होते. लोकमान्य लिहितात, 'डायसन हे शोपेनहॉवरचे अनुयायी असून

१२. https://en.wikisource.org/wiki/Schopenhauer as Educator. या संकेतस्थळावरून २९ ऑक्टोबर २०१७ पर्यंत घेतलेल्या माहितीनुसार.

त्यांनीही शोपेनहॉवरचा 'संसाराचे कारण वासना असल्यामुळे तिचा क्षय केल्याखेरीज दुःखनिवृत्ती होणे शक्य नाही, वासनाक्षय करणे हेच प्रत्येकाचे कर्तव्य आहे' हाच सिद्धान्त ग्राह्य धरला आहे. त्यांनी त्यांच्या 'Elements of Metaphysics' (अध्यात्मशास्त्राची मूलतत्त्वे) या ग्रंथात या आध्यात्मिक सिद्धान्तावरून पुढे नीतीची उपपत्ति कशी लागते हे स्पष्ट करून सांगितले आहे. त्यांनी लिहिले आहे, 'वासनाक्षय होण्यास किंवा झाल्यावरही कर्मे सोडण्याची जरूर नाही, इतकेच नव्हे तर वासनेचा पूर्ण क्षय झाला आहे की नाही हे परोपकारार्थ केलेल्या निष्काम कर्मांनी जसे व्यक्त होते, तसे दुसऱ्या कशानेही व्यक्त होत नसल्यामुळे निष्काम कर्म हे वासनाक्षयाचेच लक्षण व फल आहे.' त्यांनी शेवटी गीतेतील 'तस्मादसक्तः सततं कार्य कर्म समाचर' हा श्लोक उद्धृत केला आहे त्यावरून ही उपपत्ति डायसन यांना गीतेवरून सुचली असावी असे दिसते.'

तस्मादसक्तः सततं कार्यं कर्म समाचर ।
असक्तो ह्याचरन्कर्म परमाप्नोति पूरुषः ॥१९॥

म्हणून तू कसलीही अपेक्षा न ठेवता, फलाचे ठायी आसक्ती न ठेवता आपले कर्तव्यकर्म नेहमी करत जा. तोच मानवाच्या अस्तित्वाचा हेतू आहे. आसक्ती सोडून कर्म करणाऱ्या पुरुषालाच परम गती मिळते.
(भगवद्गीता, अध्याय ३, श्लोक १९)

लोकमान्य लिहितात, 'कसेही असो, डायसन, ग्रीन, शोपेनहॉवर, कान्ट यांच्या पूर्वी किंबहुना ॲरिस्टॉटलच्याही पूर्वी शेकडो वर्षे हे विचार आमच्या देशात प्रचलित झालेले होते. ही काही लहानसहान गोष्ट नव्हे.'

हिंदू पुराणात ब्रह्मदेवाचे मानसपुत्र असलेल्या चार कुमारांचा उल्लेख आहे - सनक, सनातन, सनंदन आणि सनत्कुमार. ज्ञानेच्छुंना ज्ञान देण्यासाठी ते त्रिलोकात संचार करायचे. वेदान्ताच्या परिभाषेत सांगितलेली एक प्रसिद्ध गोष्ट अशी आहे : जगात उपलब्ध असणारे सर्व प्रकारचे कला, शास्त्र इत्यादी क्षेत्रांतील लिखित, वाचिक, ऐकीव ज्ञान मिळवल्यानंतर एक साक्षात्कारी परंतु विनयशील असा गुरू शोधला पाहिजे आणि त्याच्याकडून आत्मज्ञान प्राप्त केले पाहिजे कारण ते प्रत्यक्ष आणि प्रयोगात्मक असते.

जेव्हा नारदमुनी या कुमारांना भेटले तेव्हा त्यांनी कुमारांना सांगितले की त्यांना चार वेद, पुराण, इतिहास, व्याकरण, सर्व कला व शास्त्रे यांचे ज्ञान आहे आणि त्यांना पिढीजात ईश्वरभक्तीचा वारसा लाभलेला आहे. सनत्कुमाराने त्यांना सांगितले की ते सर्व केवळ नावापुरते ज्ञान आहे. तदनंतर चार कुमारांनी नारदमुनींना ब्रह्मज्ञान दिले. तेच उपनिषद या नावाने ओळखले जाते.

श्रीशंकराचार्य लिहितात, '' वैविध्यपूर्ण अनुभव मुशीतून बाहेर पडणाऱ्या पदार्थांना, दृष्टी आणि अर्थबोधातून चांगले ते साध्य करणाऱ्या आणि वाईट ते टाळणाऱ्या साधनांचे ज्ञान सहजी उपलब्ध होते... आत्मा आहे आणि त्याचा संबंध भविष्यातील देहाशी येतो, यावर ज्याचा विश्वास आहे, तो त्याच्या देहाशी संबंधित चांगले ते साध्य करण्याचे आणि वाईट ते टाळण्याचे ज्ञान मिळवण्यासाठी प्रयत्नशील राहतो. हा तपशील लोकांना समजावा, यासाठी त्यांना वेदांतील प्रारंभिक धडे दिले जातात. पण चांगले ते साध्य आणि वाईट ते टाळण्याची इच्छा निर्माण होण्यामागील कारण आत्म्याविषयीचे अज्ञान असते, जे 'स्व' अनुभविक आणि माध्यम दोन्हीही आहे या कल्पनेतून प्रकट होते आणि ज्याला विरोधी प्रतिवाद नसतो, त्या 'स्व'रूपाचे स्वाभाविक ज्ञान ब्रह्माशी समकक्ष असते. जोवर ते बाजूला सारले जात नाही, तोवर माणूस फळाच्या अपेक्षेने कर्म करण्याच्या नैसर्गिक सकाम प्रवृत्तीतून निर्मात्याच्या आदेशांच्या अथवा निर्बंधांच्या विरुद्ध जाऊन कृती करण्यास धजावतो, आणि सकाम प्रवृत्तीच्या दोषाचा प्रभाव त्याच्या विचारांवर, शब्दांवर आणि कृतींवर पडून तो असमान वृत्तीने काम करू लागतो आणि त्याचे वर्तन प्रत्यक्ष वा अप्रत्यक्षपणे इतरांना त्रास होईल, असे असते. याचा परिणाम कृतींच्या गुणहीनतेमध्ये होतो. कधीकधी निर्मात्याने मनावर ठसवलेली मते इतकी ठाम असतात, की ती विचार, काम आणि कृतींवर दीर्घकालीन सकारात्मक परिणाम घडवतात आणि माणसाला कल्याणकारक होईल, असे चांगले कार्य हातून घडते... सर्वशक्तिमान अशा ब्रह्माला जाणण्यासाठी, स्वयंदीप्तिमान अशा 'स्व'ला जाणण्यासाठी त्याने वेदांचे ज्ञान असणाऱ्या आणि ब्राह्मणांमध्ये पारंगत अशा गुरुकडे गेले पाहिजे.''[१३]

लोकमान्य लिहितात, 'वेदान्त म्हणजे संसार सोडून मोक्ष संपादन करण्याची शुष्क कटकट अशी अलीकडे कित्येकांची समजूत होऊ लागली आहे. पण ही कल्पना खरी नाही. पुढील गहन प्रश्नांचा यथाशक्ती शास्त्रीयरीत्या विचार करण्यासाठी वेदान्तशास्त्राची प्रवृत्ती झालेली आहे : १) जगात जे डोळ्यांना दिसते त्याच्या पलीकडे जाऊन मी कोण याचा शोध घेणे, २) सृष्टीच्या बुडाशी कोणते तत्त्व आहे ३) त्या तत्त्वाचा आणि मनुष्याचा संबंध काय आहे - हे लक्षात घेऊन मनुष्याचे या जगात परम साध्य कोणते ठरते? ४) ते साध्य प्राप्त करून घेण्यासाठी मनुष्याने कोणत्या प्रकारचा आयुष्यक्रम स्वीकारला पाहिजे? ५) कोणत्या मार्गाने कोणते साध्य प्राप्त होईल? वास्तविक पाहिले तर सर्व नीतिशास्त्र अथवा मनुष्यांनी व्यवहारात एकमेकांशी कसे वागावे यासंबंधाचा विचार हे त्याच गहन शास्त्राचेच एक अंग आहे.'

एक सांप्रतकालीन तत्त्ववेत्ते डॉक्टर पी.एल. मुजुमदार लिहितात, 'कर्मयोगाचीही काही नैतिक मार्गदर्शक तत्त्वे आहेतच, परंतु ती अन्य धर्मांच्या नियमांपेक्षा वेगळी आहेत. धर्माधर्मातही फरक आहे. ख्रिस्त धर्माच्या 'टेन कमांडमेंट्स' आहेत तशा हिंदू धर्माच्या

१३. सुदक्षिणा रंगास्वामी यांनी भाषांतरित केलेले 'द रूट्स ऑफ वेदान्त : सिलेक्शन्स फ्रॉम शंकराज् रायटिंग्ज', पेंग्विन इंडिया, नवी दिल्ली, २०१२.

नाहीत. मुस्लिमांच्या कुराणामध्ये नैतिकतेचे नियम समाविष्ट केलेले आहेत. परंतु या धर्मनियमांच्या बाबतीत ही गोष्ट अध्याहृत असते की ते कडक नियम सर्वांनाच सर्व वेळेला लागू होत नाहीत. कर्मयोगाचे या सर्वांपेक्षा निराळेच आहे. कर्मयोग त्याचे नैतिक नियम पाळण्याची पद्धतच आपल्याला शिकवतो - आपल्या व्यक्तिमत्त्वात बदल करण्याची पद्धत. काय काय करायचे नाही यापेक्षा जे करायचे ते कसे करायचे हे शिकवतो. क्रौर्य, लोभ, मोह, क्रोध यांपासून मुक्त असलेली सात्त्विक वृत्ती कशी अंगी बाणवायची ते शिकवतो आणि तिचाच वापर करायचा हे ठामपणे सांगतो. आपल्याला सत्त्व पाळता आले, तर विशिष्ट परिस्थितीत काय कृती करायची हे आपले आपल्याला समजते. हिंदू धर्मातही अनैतिकतेची व्याख्या 'धर्माने सांगितलेले नैतिक नियमांचे उल्लंघन' अशी नसून 'सात्त्विक वृत्ती सोडून राजस वा तामस वृत्तीने केलेले वर्तन' अशी आहे. सात्त्विक मनोवृत्तीचे लोक कधीच काही वाईट करू शकत नाहीत, ते कायमच नैतिकतेच्या दृष्टीने जे योग्य तेच करतात; कारण त्यांच्या डोळ्यांवर हाव, राग, स्वार्थ इत्यादी दुर्गुणांचे झापड कधीच बांधलेले नसते. सर्व सामाजिक शक्ती जरी काहीतरी अनैतिक गोष्ट करवून घेण्यासाठी त्यांच्याविरुद्ध एकवटल्या, तरीही ते वाईटापासून, कुकर्मांपासून दूरच राहतात. तसेच जे लोकसंग्रहार्थ, नैतिकतेची बूज राखण्यासाठी करणे अत्यावश्यक असते, ते करण्यापासून त्यांना रोखायला जरी संपूर्ण जग मध्ये पडले, तरी ते ते केल्यावाचून राहत नाहीत. कर्मयोगाचा हाच संदेश आहे. एकदा आपल्याला व्यापक स्वरूपात योग्य गोष्टी कशा करायच्या हे कळले, ते करायची सवय लागली, की वैयक्तिक पातळीवरही आपण त्या बरोबरच करतो, प्रत्येक पावलावर आवश्यक तो उचित निर्णय घेण्याची पात्रताही आपल्यामध्ये येते.'[१४]

लोकमान्य लिहितात, 'आरंभी जरी बुद्धानेही कर्मशून्य संन्यासमार्गच उपदेशिला होता, तरी गीतेतील कर्मयोगानुसार बौद्ध धर्मात लवकरच सुधारणा करण्यात आली. बौद्ध यतींनी रानात एकलकोंडेपणाने न राहता, धर्मप्रसारार्थ व परोपकारार्थ सदैव झटले पाहिजे असा उपदेश करण्यात आला. या सुधारणेमुळे उद्योगी बौद्धधर्मीय यतींच्या संघाची मजल उत्तरेस तिबेट, पूर्वेकडे ब्रह्मदेश, चीन, जपान, दक्षिणेस लंका आणि पश्चिमेस तुर्कस्थान व त्यास लागून असणारे ग्रीस वगैरे युरोपातील देश येथपर्यंत गेली होती असे इतिहासावरून समजते... मोक्षधर्म क्षणभर बाजूला ठेवून केवळ कर्माकर्माच्या परीक्षणाचे नैतिक तत्त्व या दृष्टीनेही 'साम्य-बुद्धि'च जर श्रेष्ठ ठरते, तर गीतेतील आध्यात्मिक पक्षाखेरीज नीतिशास्त्रात दुसरे पंथ कसे व का निर्माण झाले याचाही थोडा विचार करणे आवश्यक आहे.'

डॉक्टर पॉल कॅरस (१८५२-१९१९) नावाचा एक जर्मन-अमेरिकन लेखक होऊन गेला. तो स्वतःला 'ईश्वरावर प्रेम करणारा नास्तिक' असे म्हणून घ्यायचा आणि त्याने

१४. पी.जे. मुजुमदार, 'द सर्कल ऑफ फायर : द मेटाफिजिक्स ऑफ योगा', नॉर्थ अटलांटिक बुक्स, बर्कले, कॅलिफोर्निया, २००९.

स्वतःच्या तत्त्वज्ञानाला 'विज्ञानाचा धर्म'[१५] असे नाव दिले होते. १८९४ साली पॉल कॅरस याने 'न्यू टेस्टामेंट'च्या धर्तीवर 'गॉस्पेल ऑफ बुद्धा' प्रकाशित केले. त्यात बायबलच्या शैलीतील दृष्टान्तकथा अथवा तात्पर्यकथांच्या माध्यमातून बुद्धाची चरित्रकथा सांगितली आहे. डॉक्टर कॅरसला पौर्वात्यांच्या मानसिकतेचा खूपच जवळून परिचय होता. त्यामुळे हे संपूर्ण विश्व, पृथ्वीवरील मानवी जीवन - या सृष्टीचे सर्व नियमच - हे सर्व परमेश्वराची निर्मिती व रचना आहे असेच तो मानत असे.

लोकमान्य डॉक्टर कॅरसच्या 'द एथिकल प्रॉब्लेम' या ग्रंथातील उद्धरण देतात, 'पिंडब्रह्मांडाच्या रचनेसंबंधाने मनुष्याचे जे मत असते, त्याप्रमाणे नीतिशास्त्रातील मूळ तत्त्वांबद्दलच्या त्याच्या विचारांचा रंग पालटत असतो. पिंडब्रह्मांडाच्या रचनेविषयी कायम मत असल्याखेरीज खरे म्हटले म्हणजे नैतिक प्रश्नच उपस्थित होत नाही. पिंडब्रह्मांडाच्या रचनेविषयी कायम मत नसताही आपल्या हातून कदाचित नैतिक वर्तन घडू शकेल; पण हे वर्तन झोपेतल्या व्यापाराप्रमाणे असल्यामुळे यास नैतिक म्हणण्याऐवजी देहधर्मानुसार घडणारी केवळ कायिक चेष्टा असे म्हटले पाहिजे. उदाहरणार्थ, वाघीण ही आपल्या पिल्लाच्या रक्षणार्थ जीव देण्यास तयार होते, पण वाघिणीचे हे वर्तन नैतिक न म्हणता तिचा हा जन्मसिद्ध स्वभाव आहे असे आपण म्हणत असतो.'

लोकमान्य लिहितात, 'नीतिशास्त्राच्या उत्पादनात अनेक पंथ का निर्माण झाले याचा (डॉ. कॅरस यांच्या) या उत्तरावरून चांगला उलगडा होतो. कारण, 'मी कोण', 'जग कसे झाले', 'माझा या जगात काय उपयोग' इत्यादी गूढ प्रश्नांचा ज्या तत्त्वाने निकाल लागणार त्यानेच मी आपल्या हयातीत लोकांशी कसे वागावे याचाही प्रत्येक विचारी पुरुष अखेर निकाल लावणार यात काही शंका नाही. परंतु या गूढ प्रश्नांचे उत्तर निरनिराळ्या काळी व निरनिराळ्या देशांत एकच असू शकत नाही.'

येथे लोकमान्य पाश्चिमात्य देशातील नीतिमत्तेच्या उत्क्रांतीचा आढावा घेतात, 'युरोप खंडात चालू असलेल्या ख्रिस्ती धर्मात 'मनुष्याचा व सृष्टीचा कर्ता बायबलमधील सगुण परमेश्वर असून त्यानेच प्रथमतः जग उत्पन्न करून सदाचरणाचे नियम किंवा आज्ञा मनुष्यास घालून दिल्या' असे वर्णन आहे; आणि पिंडब्रह्मांडाच्या बायबलमधील या कल्पनेप्रमाणे बायबलमध्ये सांगितलेले नीतीचे नियम हेच नीतिशास्त्राचे मूळ, असा पहिल्याने ख्रिस्ती पंडितांचा अभिप्राय होता. पुढे पुढे हे नियम व्यवहारास अपुरे पडतात असे दृष्टीस पडल्यावर या नियमांच्या पूर्त्यर्थ किंवा स्पष्टीकरणार्थ परमेश्वरानेच सदसद्‌विवेकशक्ती मनुष्यास दिली आहे असे प्रतिपादन होऊ लागले. पण चोराची वा सावाची सदसद्‌विवेकशक्ती एक नसते ही अडचण पुढे लक्षात येऊन परमेश्वराची इच्छा

१५. https://theendlessfurther.com/buddha-the-atheist-who-loved-god-and-the-other-james-baldwin या संकेतस्थळावरून २९ ऑक्टोबर २०१७ पर्यंत घेतलेल्या माहितीनुसार.

हाच जरी नीतिशास्त्राचा पाया असला, तरी परमेश्वराची ही इच्छा पुष्कळांचे पुष्कळ कल्याण कशात आहे याचा विचार केल्याने आपणास समजते, तिचे स्वरूप जाणण्यास दुसरे साधन नाही, हे मत प्रचारात आले.'

लोकमान्य लिहितात, 'मनुष्य या सृष्टीत उत्पन्न झाल्या दिवसापासून स्वतःच्या बुद्धीनेच तो आपले वर्तन देशकालाप्रमाणे शुद्ध ठेवत आला आहे व वेळोवेळी जे थोर पुरुष निर्माण झाले त्यांनी त्यांच्या त्यांच्या समजुतीप्रमाणे आचारशुद्ध्यर्थ चोदनारूपी नियमही घालून दिलेले आहेत. नीतिशास्त्र हे नियम मोडून नवे नियम घालण्याकरिता प्रवृत्त झालेले नाही. हिंसा करू नको, सत्य बोल, परोपकार कर, इत्यादी नीतीचे नियम प्राचीन कालापासून चालत आलेले आहेत. पण नीतीची वाढ होण्यास सोयीचे पडावे म्हणून या नीतीच्या नियमांतील मूलतत्त्व काय एवढेच नीतिशास्त्रात पहावयाचे असते; व त्यामुळे नीतिशास्त्राचा कोणताही पंथ घेतला, तरी नीतीचे हल्ली प्रचारात असलेले नियम सर्व पंथात सारखेच असतात. त्यात जो भेद पडतो तो उपपत्तीच्या स्वरूपाबद्दलचा होय; आणि हा भेद पडण्यास प्रत्येक पंथांचे पिंडब्रह्मांडाच्या रचनेसंबंधाने निरनिराळे मत हेच मुख्य कारण आहे, असे जे डॉ. पॉल कॅरस यांनी म्हटले आहे तेच खरे असे दिसून येते.'

भारतीय संस्कृतीने मनुष्याला या विश्वाच्या केंद्रस्थानी मानले आहे. छांदोग्योपनिषदातील या श्लोकात फार सुंदर कल्पना मांडली आहे :

यावान्वा अयकामाशस्तावानेषोऽन्तर्हृदय आकाशः।
उभे अस्मिन्द्यावापृथिवी अन्तरेव समाहिते ।
उभेवग्निश्च वायुश्च सूर्याचन्द्रमसावुभौ
विद्युन्नक्षत्राणि। यच्चास्येहास्ति यच्च नास्ति सर्वं
तदस्मिन्समाहितमिति ।।८.१.३।।

जेवढे हे बाह्यावकाश विस्तृत आहे, तेवढेच हृदयातील अवकाशही विशाल आहे. त्या अंतरातील अवकाशातही स्वर्ग आणि पृथ्वी, अग्नी आणि वायू, सूर्य व चंद्र, शलाका आणि तारका हे सर्व सामावलेले आहेत. या विश्वात त्या परमात्म्याचे जे जे काही आहे, ते सर्व आणि शिवाय त्याचे नसलेलेही सर्व या अंतरातील अवकाशात स्थित आहे.[१६] *(छांदोग्योपनिषद, ८.१.३)*

असे जर आहे तर मग मनुष्याला स्वतःला सान, क्षुद्र, अपुरा, आणि सर्वात महत्त्वाचे म्हणजे निराधार समजण्याची गरजच काय आहे? एकदा का परमात्म्याचे हे

---

१६. एस. राधाकृष्णन, 'द प्रिन्सिपल उपनिषदाज्', हार्पर कॉलिन्स पब्लिशर्स इंडिया, २१वी आवृत्ती, पान ४९२.

त्याच्या अंतरातील ऊर्जाकेंद्र कार्यान्वित झाले, की या जगातील कोणत्याही प्रकारची असमता, कठोर परिस्थिती, अडचणी, अडथळे यांचा पराजय होतो. नाझींनी ज्यू लोकांचे जे प्रचंड हत्त्याकांड केले, जे 'होलोकॉस्ट' म्हणून कुप्रसिद्ध आहे, त्यातून बचावलेला एक ऑस्ट्रियन मज्जातंतुविशारद व मानसशास्त्रज्ञ व्हिक्टर एमिल फ्रँकल (१९०५-१९९७) हीच कल्पना फार सुंदररीत्या मांडतो, 'अखेर माणसाने त्याच्या आयुष्याचा अर्थ, त्याचे प्रयोजन काय हे विचारूच नये, उलट याची जाणीव करून घ्यावी की त्याचे आयुष्य त्यालाच तो प्रश्न विचारते आहे. प्रत्येक माणसाला आयुष्य हा प्रश्न विचारते आणि तो त्याच्या स्वतःपुरते त्याचे उत्तर देऊ शकतो. परंतु ज्या आयुष्याला तो जबाबदार असतो, त्या आयुष्यापुरतेच तो उत्तर देऊ शकतो... दुःखाचेसुद्धा असेच असते. त्यागाच्या अर्थासारखा त्या दुःखाचा अर्थ वा त्याचे प्रयोजन कळले की ते मग दुःख राहतच नाही. आपण आपल्या आयुष्याकडून काय अपेक्षा ठेवतो याला खरे तर काही महत्त्वच नाही, ते आपल्याकडून काय अपेक्षा ठेवते हे महत्त्वाचे असते. तेव्हा प्रश्नकर्त्याच्या भूमिकेमधून बाहेर येऊन आयुष्य नावाचा प्रश्नकर्ता तासातासाला, प्रत्येक दिवशी आपल्याला जो प्रश्न विचारत आहे, त्याचे उत्तर देणाऱ्याच्या भूमिकेत शिरून त्या उत्तराविषयी विचार करण्याची गरज आहे. आणि हो, आपले उत्तर हे केवळ भाषण वा ध्यान या स्वरूपात असता कामा नये. ते सत्कर्मातून, सद्वर्तनातून दिले गेले पाहिजे. आयुष्य प्रश्न उभे करत असते, आपल्यावर विविध कामांच्या जबाबदाऱ्या टाकत असते. अखेर प्रत्येकाने त्याचे व्यक्तिशः आयुष्य जगणे म्हणजे त्या आयुष्याच्या प्रश्नांना सामोरे जाऊन त्यांचा निकाल लावणे, आयुष्याने आपल्यावर टाकलेल्या जबाबदाऱ्या व्यवस्थित पार पाडणे हेच आहे.'[१७]

आपल्या अंतरात परमात्म्याचा सतत वास असतो ही जाणीव कोणत्याही आपत्तीत, विपत्तीत मन स्थिर ठेवण्याचे सामर्थ्य देते. भगवंत या मनाच्या स्थितीला भयमुक्त, क्रोधमुक्त आणि अलिप्त अशी स्थिती म्हणतात.

दुःखेष्वनुद्विग्नमनाः सुखेषु विगतस्पृहः ।
वीतरागभयक्रोधः स्थितधीर्मुनिरुच्यते ।।५६।।

दुःखातही ज्याचे मन स्थिर राहते, जो सुखाला लालचावलेला नसतो, ज्याला आसक्ती, भीती आणि क्रोध हे विकार सोडून गेलेले असतात, त्यास स्थितप्रज्ञ म्हणतात. (भगवद्गीता, अध्याय २, श्लोक ५६)

रोमन तत्त्ववेत्ता व कवी ल्युक्रिशस (इ.स.पू. ९९-५५) याचे 'डे रेरम नटुरा' (ऑन द नेचर ऑफ थिंग्ज) नावाचे एक उपदेशपर दीर्घकाव्य प्रसिद्ध आहे. डॉक्टर राधाकृष्णन

---

१७. व्हिक्टर फ्रँकल, 'मॅन्स सर्च फॉर मीनिंग', वॉशिंग्टन स्क्वेअर प्रेस, न्यू यॉर्क, १९८५.

त्या काव्याचा संदर्भ घेऊन लिहितात, 'धर्म म्हणजे झाकून ठेवलेल्या दगडांभोवती प्रदक्षिणा घालणे नव्हे, देवस्थानांचे उंबरे झिजवणे नव्हे, देवासमोर हात जोडणे नव्हे, नाक घासणे नव्हे की साष्टांग नमस्कार घालणे नव्हे. देवस्थानात प्राण्यांचे बळी देऊन त्यांच्या रक्ताचे पाट वाहवणे नव्हे आणि देवासमोर शपथा वाहणेही नव्हे. धर्म मागणी करतो, आग्रह करतो तो स्वतःवर, स्वतःच्या इच्छा-वासनांवर विजय मिळवण्याचा, आत्मशांती मिळवण्याचा!'[१८]

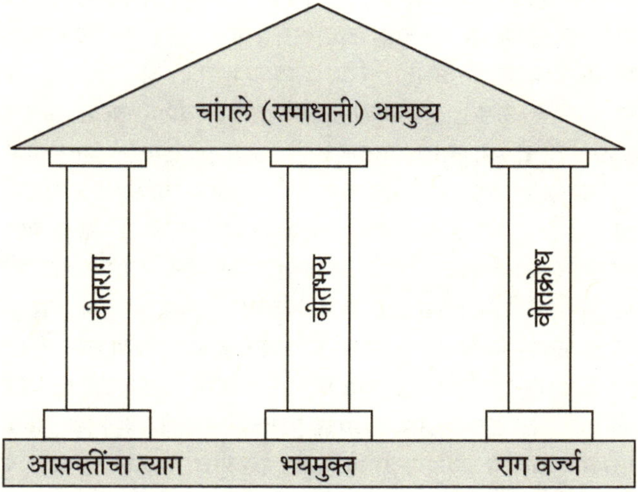

आयुष्य जी दुःखे वाट्याला आणते त्याने विचलित न होणे, सुख, मौजमजा आणणाऱ्या गोष्टींची लालसा न धरणे, आसक्ती, भीती, क्रोध यांपासून मुक्ती प्राप्त करणे यातून स्थितप्रज्ञ मनोवृत्तीचा उदय होतो. बुद्धीने मनाला या गोष्टींचे सतत स्मरण करून द्यावे लागते.

लोकमान्य लिहितात, 'म्हणून गीतेचे सांगणे आहे की, संसार सुखमय असो वा दुःखमय असो, सांसारिक कर्मे सोड म्हणून सुटत नाहीत, तर त्यांच्या सुखदुःखाचा विचार करण्यात काही फायदा नाही. सुख असो वा दुःख असो, मनुष्यजन्म प्राप्त झाला हेच महद्भाग्य समजून, कर्मसृष्टीच्या अपरिहार्य व्यवहारात जे जे तप्त होईल ते ते अंतःकरणाचा हिरमोड न होऊ देता साम्यबुद्धीने तो सहन करणे आणि जगाच्या धारण-पोषणार्थ आपल्या अधिकाराप्रमाणे कर्माचा जो भाग शास्त्रतः आपल्या वाट्यास आला आहे तो अमक्यातमक्यासाठी नव्हे, तर निष्काम बुद्धीने आमरण करत राहणे हेच मनुष्याचे कर्तव्य होय.'

१८. एस. राधाकृष्णन, 'द भगवद्गीता', हार्पर कॉलिन्स पब्लिशर्स इंडिया, २०१४, पान १४१.

समाजात मतभेदाची बीजे पेरली जावीत या उद्देशाने काही विघ्नसंतोषी लोक गीतेतील नीति-धर्म भारतीय चातुर्वर्ण्यपद्धतीमूलक आहे असा प्रचार करतात त्यात काहीही तथ्य नाही. गीता जातीव्यवस्थेविषयी बोलत नाही, ती समाजातील वर्गव्यवस्थेविषयी सांगते.

चातुर्वर्ण्यं मया सृष्टं गुणकर्मविभागशः ।
तस्य कर्तारमपि मां विध्द्यकर्तारमव्ययम् ।।१३।।

लोकांचे गुण, कर्म यांच्या भेदाप्रमाणे मीच समाजात चार वर्णांची व्यवस्था निर्माण केली आहे. मी तिचा कर्ताही आहे आणि अकर्ताही, म्हणजे न करणाराही - अव्ययही - मीच आहे हे तू लक्षात घे. (भगवद्गीता, अध्याय २, श्लोक १३)

डॉक्टर राधाकृष्णन या चातुर्वण्यव्यवस्थेविषयी स्पष्टीकरण देतात, 'यात जन्मानुसार मिळालेल्या जातीवर भर दिलेला नसून तो मनुष्याचे गुण व कर्म या दोन गोष्टींवर दिला गेला आहे. हा वर्ण जन्म, पालन पोषण, लिंग या पैकी कशाशीही संबंधित नसतो. व्यवसाय व आचारविचारपद्धती, स्वभावधर्म यांनुसार निवडला जाणारा वर्ग म्हणजे जन्म वा आनुवंशिकता यावर बेतलेली जातीव्यवस्था नव्हे... एक प्राचीन श्लोक ('अंत्यजो विप्रजातिश्च एक एवा सहोदरः। एकयोनिप्रसुताश्च एकशाखेन जायते।।') असे सांगतो की ब्राह्मण आणि वाळीत टाकलेला माणूस हेसुद्धा रक्ताच्या नात्याने बांधलेल्या भावांसारखेच असतात.'[१९]

स्वामी मुकुंदानंद म्हणतात, 'वेदांनी लोकांचे चार व्यवसायप्रकारात वर्गीकरण केलेले आहे ते त्यांच्या जन्मानुसार नाही तर त्यांच्या स्वभावधर्मानुसार केलेले आहे. अशी व्यवसायातील विविधता प्रत्येक समाजात दिसून येते. साम्यवादी देशात खरे तर समतेच्या तत्त्वाला सर्वात जास्त महत्त्व असते, परंतु त्या देशातही लोकांमधील विभिन्नता झाकून टाकता येत नाही. समाजात एका बाजूला साम्यवादी पक्षाचे विचारवंत, तज्ज्ञही असतात, देशाचे रक्षण करणारे लष्करी अधिकारी व जवानही असतात, शेतकरीही असतात आणि कारखान्यात काम करणारे कामगारही असतात.[२०]

समाजाचे स्तरीकरण ही गोष्ट अत्यावश्यकच असते. वैदिक तत्त्वज्ञानाने ते स्तरीकरण अत्यंत शास्त्रशुद्ध पद्धतीने केले आहे. त्रिगुणात्मक प्रकृतीचेच तत्त्व समाजघटकांच्या उपजीविकेच्या साधनाला लागू केले गेले आहे. ज्यांच्यामध्ये सात्त्विक गुणांचे आधिक्य असते त्यांनी ज्ञानाशी संबंधित, अध्यापन, ईश्वरोपासना, भजन पूजन इत्यादि कामे करावीत, ज्यांच्यामध्ये सात्त्विक गुण अल्प प्रमाणात असतात व राजस गुणांचे प्राबल्य

१९. एस. राधाकृष्णन, 'द भगवद्गीता', हार्पर कॉलिन्स पब्लिशर्स इंडिया, २०१४, पान १८६.
२०. http://www.holy-bhagavad-gita.org/chapter/4/verse/13

असते त्यांनी सत्ता हाती घ्यावी, शासनाशी संबंधित कामे करावीत, लष्करात जावे. ज्यांच्यामध्ये राजस व तामस गुणांचे मिश्रण असते, त्यांनी उद्योग धंदा, व्यापार व शेतीव्यवसाय करावा. शेवटी ज्यांच्यामध्ये तामस गुणांचे वर्चस्व असते त्यांनी शेतमजूर, कारखान्यातील कामगार, विणकर, शिंपी, न्हावी बनावे. या वर्गीकरणामध्ये जन्माचा कोठेही संबंध नाही, ते बदलता येत नाही असेही नाही. आपल्या भारतातच ब्राह्मण कुळात जन्माला आलेला परशुराम सर्वश्रेष्ठ योद्धा म्हणून प्रसिद्धी पावला. विश्वामित्रासारखा महान ऋषी क्षत्रिय कुळात जन्माला आलेला होता. ऐतरेय महिदास, लोपामुद्रा, मातंग, वाल्मिकी यांसारखे ऋषीगण, शबरी, कबीर, रायदास, नरसी मेहता, तुकाराम, स्वामी विवेकानंद... अशा कितीतरी महान व्यक्ती कोणत्या कुळात, वंशात, जातीत जन्मल्या याची दखलही न घेता त्यांच्या सामाजिक, आध्यात्मिक कार्याने सर्व लोकांच्या मनामध्ये मानाचे, आदराचे स्थान मिळवून बसल्या आहेत.

गीता याला 'स्वधर्म' म्हणते.

श्रेयान्स्वधर्मो विगुण: परधर्मात्स्वनुष्ठितात् ।
स्वधर्मे निधनं श्रेय: परधर्मो भयावह: ।।३५।।

आपला धर्म थोडा सदोषपणे पाळणे हे परक्याचा धर्म अगदी निर्दोषपणे पाळण्यापेक्षाही अधिक श्रेयस्कर आहे. खरे तर भयापोटी परक्याच्या धर्माचे पालन करण्यापेक्षा स्वधर्माचे पालन करीत असता मरण आले तरी ते अधिक कल्याणकारक आहे. (भगवद्गीता, अध्याय ३, श्लोक ३५)

स्वे स्वे कर्मण्यभिरत: संसिद्धिं लभते नर: ।
स्वकर्मनिरत: सिद्धिं यथा विन्दति तच्छृणु ।।४५।।

आपापल्या स्वभावजन्य गुणांप्रमाणे प्राप्त झालेल्या कर्मांचे पालन करण्याने मनुष्य परमसिद्धी प्राप्त करू शकतो. आपल्या कर्मात तत्पर राहिल्याने सिद्धी कशी प्राप्त होते ते माझ्याकडून ऐक. (भगवद्गीता, अध्याय १८, श्लोक ४५)

या श्लोकावरील भाष्यात डॉक्टर राधाकृष्णन म्हणतात, 'स्वे स्वे कर्मण्यभिरत: - आपापल्या कर्माला वाहून घेतलेला. प्रत्येकाने स्वत:च्या मनातील भावनांशी, विचारांशी, ऊर्मींशी प्रामाणिक राहिले पाहिजे. आपल्या स्वभावधर्मात न बसणारे काम करणे धोकादायक ठरते (उदाहरणार्थ, अप्रशिक्षित शल्यचिकित्सकाने शस्त्रक्रिया करणे किंवा अप्रशिक्षित वैमानिकाने विमान चालवणे, प्रजेशी कोणताही संबंध न ठेवणाऱ्याने राज्य करणे) स्वभावात बसणारे काम मात्र आपण जीव लावून केले पाहिजे.'

लोकमान्य लिहितात, 'अर्जुनाप्रमाणेच शेतकरी, सोनार, लोहार, वाणी-उदमी,

व्यापारी, ब्राह्मण, कारकून वगैरे सर्वांनीच आपापल्या अधिकारानुरूप आपले व्यवहार परमेश्वरार्पण बुद्धीने चालू ठेवून जगाचे धारण-पोषण केले पाहिजे. ज्याला जो धंदा निसर्गतः प्राप्त झाला आहे तो त्याने अशा प्रकारे निष्काम बुद्धीने चालू ठेवला, म्हणजे कर्त्याला त्याचे काही पाप लागत नाही. कर्मे येथून तेथून सर्व सारखीच; दोष कर्त्याच्या बुद्धीत आहे, कर्मात नाही. म्हणून बुद्धी सम करून सर्व कर्मे केल्याने परमेश्वराची उपासना घडून पाप न लागता अखेरीस सिद्धी मिळते.'

गीतेचा हाच संदेश आहे की आपले विहित कर्म ही ईश्वराची पूजा आहे या भावनेने कर्म करत आपले आयुष्य या जगात व्यतीत करावे. प्रत्येक गोष्टीत त्या परमेश्वराचा वास आहे याची जाणीव असली की ते शक्य होते. आपण जर कामात स्वार्थ आणला, कर्माच्या फळाची, प्रयत्नांच्या फलिताची अपेक्षा ठेवली की आपल्याला अस्वस्थता जाणवू लागते, आपण कासावीस होतो. त्या उलट कर्म करून ती परमेश्वरार्पण करून टाकली, तर मन शुद्धही होते आणि मनाला शांतीही लाभते. केवळ आपल्या स्वतःसाठीच नव्हे, तर आपल्या सभोवतालच्या सर्वांसाठीच मनःशांती व निर्मळ आनंद मिळवण्याचा हाच एक साधा सोपा मार्ग आहे.

यतः प्रवृत्तिर्भूतानां येन सर्वमिदं ततम् ।
स्वकर्मणा तमभ्यर्च्य सिद्धिं विन्दति मानवः ॥४६॥

ज्याच्यापासून सर्व भूतांची प्रवृत्ती झाली व ज्याने हे सर्व जग व्यापलेले आहे त्याची पूजा आपल्यास (स्वधर्माप्रमाणे) प्राप्त झालेल्या कर्मांनी केली, तर आपल्याला परमसिद्धी प्राप्त होते. (भगवद्‌गीता, अध्याय १८, श्लोक ४६)

लोकमान्य अत्यंत परखडपणे लिहितात, 'मी सर्वांना असे घोषित करतो की... तुम्ही आपापल्या योग्यतेनुरूप आपापली सांसारिक कर्तव्ये लोकसंग्रहार्थ निष्काम बुद्धीने, आत्मौपम्य दृष्टीने व उत्साहाने यावज्जीव करत राहून तद्द्वारा पिंडब्रह्मांडात सर्वांभूती एकत्वाने भरलेल्या नित्य परमात्मदेवतेचे नेहमी यजन करा, त्यातच तुमचे पारलौकिक व ऐहिक कल्याण आहे. कर्म, बुद्धी (ज्ञान) आणि प्रेम (भक्ती) या तिन्हींमधील विरोध नाहीसा होऊन सर्व आयुष्यच यज्ञमय करण्यास सांगणाऱ्या या गीताधर्मात सकल वैदिक धर्मांचे सार आले आहे. हा नित्यधर्म ओळखून केवळ कर्तव्य म्हणून सर्वभूतहितार्थ शेकडो खटाटोप करणारे महात्मे व कर्ते पुरुष जेव्हा या भरतभूमीस अलंकृत करत होते, तेव्हा हा देश परमेश्वराच्या कृपेस प्राप्त होऊन ज्ञानाच्याच नव्हे, तर ऐश्वर्याच्याही शिखरास पोहोचला होता आणि हा उभयत्र श्रेयस्कर पूर्वतर धर्म सुटला, तेव्हा त्याला निकृष्ट स्थिती प्राप्त झाली हे कोणासही सांगावयास नको.'

लोकमान्य या ग्रंथाचा शेवट एका अत्यंत भावपूर्ण प्रार्थनेने करतात, 'यासाठी भक्तीची, ब्रह्मज्ञानाची व कर्तृत्वाची जोड घालून देणाऱ्या या सम आणि तेजस्वी गीताधर्माने परमेश्वराचे यजन-पूजन करणारे सत्पुरुष पुन्हा या देशात उत्पन्न होवोत अशी भगवंताची अखेर प्रार्थना करून, आणि ग्रंथात काही न्यूनाधिक झाले असल्यास वाचकांनी ते समान दृष्टीने सुधारून घ्यावे असे खालील मंत्राने त्यांस विनवून गीतेचे हे रहस्यविवेचन येथे पुरे करतो.

समानी व आकूतिः समाना हृदयानि वः ।
समानमस्तु वो मनो यथा वः सुसहासति ।।
यथा वः सुसहासति ।।

तुमचा अभिप्राय एकसारखा, तुमची अंतःकरणे एकसारखी व तुमचे मन एकसारखे असो; जेणेकरून तुमचे सुसह्य म्हणजे संघशक्तीची बळकटी होईल.
(ऋग्वेदसंहिता, १०वे मंडल, सूक्त १९१) [२१]

'यथा वः सुसहासति' या शब्दाची द्विरुक्ति ग्रंथाची समाप्ति दाखविण्यासाठी आहे.

लोकमान्यांनी हे शब्द लिहिले त्याला आज शंभर वर्षे होऊन गेली. या मधल्या काळात भारताने स्वातंत्र्य मिळवले आणि प्रचंड प्रगती करून जगात आपले एक स्वतंत्र स्थान निर्माण केले. मधल्या काळात ज्या तामसी वृत्तींच्या अतिरेकाने एके काळी 'ज्ञानाच्याच नव्हे तर ऐश्वर्याच्याही शिखरास पोहोचलेल्या' भारताला 'निकृष्ट स्थिती प्राप्त झाली होती' त्यांची चांगलीच जाणीव लोकांना झाली होती. परंतु माहितीच्या आदानप्रदानाच्या, प्रसाराच्या तंत्रज्ञानाचे आगमन झाले, ते विकसित होत गेले आणि परिणामी विद्युतपरमाणूंच्या, संगणकाच्या माध्यमातून माहितीचा प्रचंड ओघ जगभरात वाहू लागला. त्यात भारतीयही वाहून जाऊ लागले, विशेषतः तरुण मने तर त्या नव्या पूर्णपणे इहवादी गोष्टींत - कला, संगीत, साहित्य - आकंठ बुडून जाऊ लागली. त्यांनी स्वतःच कमावलेला पैसा त्यांच्या हाती खेळू लागला आणि मौजमजा, चैन, विलास यातच ते दंग होऊ लागले. भोगवादी जीवन जगू लागले. अशा या पदभ्रष्ट तरुणांना भगवंतांनी शिकवलेल्या, कधीच न बदलणाऱ्या आणि या अशा परिस्थितीत फारच मौल्यवान ठरणाऱ्या आध्यात्मिक ज्ञानाच्या, सुसंवादी भक्तीच्या, नैतिकतेच्या सन्मार्गावर आणण्याचे लोकमान्यांचे ध्येयप्रेरित असे निकराचे प्रयत्न होत.

संपूर्ण मानवजातीला अज्ञानाच्या दलदलीतून बाहेर काढून शुद्ध मनाच्या प्रकाशात

---

२१. एच.एच. विल्सन, 'ऋग्वेद संहिता' (सायनाचार्यांच्या भाष्यानुसार केलेले इंग्लिश भाषांतर), परिमल पब्लिकेशन्स, दिल्ली, २०१४, पान ५७९.

आणण्यासाठी अर्जुनाच्या रणांगणावरील संभ्रममुक्तीच्या निमित्ताने श्रीकृष्णांनी दिलेल्या सर्वश्रेष्ठ, उदात्त, ईश्वरी संदेशाचे लोकमान्य प्रतिनिधित्व करतात. अधिकृत आणि सर्वसमावेशक आकृती, हा संदेश म्हणूनच काळजीपूर्वक केलेला अभ्यास आणि दोन्ही पार्श्वभूमींचा आणि शिष्यवृत्ती व अभिव्यक्तीतील हुशारी यांसारख्या मुद्द्यांचा सर्वंकष आढावा घेतल्यावरच प्राप्त होऊ शकतो. भगवद्गीतेतील त्रिकालाबाधित ज्ञान व विवेकी शहाणपण यांचे अमृत लोकमान्यांनी त्या भगवद्गीतेचे 'मंथन' करून आपल्या देशातील आजच्या पिढीतील ज्या संभ्रमित तरुणांना भारतीय तत्त्वज्ञान, संस्कृती यात त्यांच्या संभ्रमित अवस्थेतून बाहेर येण्याचा मार्ग शोधायचा असेल त्यांच्यासाठी गीतारहस्याच्या रूपाने उपलब्ध केले आहे.

लोकमान्यांमध्ये मला भारतीय संस्कृतीचे तेज बाहेर फेकणारा सूर्य दिसतो आणि माझे मार्गदर्शक, गुरू डॉक्टर ए.पी.जे. अब्दुल कलाम यांच्यामध्ये त्या सूर्याच्या परावर्तित प्रकाशाने चमकणारा चंद्र दिसतो. मी एक ताराही नाही, गुरूही नाही, परंतु मी ज्या प्रकाशात न्हालो, त्यातील काही किरण, माझ्या देशाच्या महानतेचा वारसा मी माझ्या या देशातील तरुणांपर्यंत पोहोचवण्याचा, जरा धाडसीच, प्रयत्न केला आहे. आजवर 'ज्ञान' हीच आपल्या भारतीयांची शक्ती असल्याचे सिद्ध झाले आहे. समग्र व सखोल विचार, चुकांची दुरुस्ती आणि स्वत:मध्ये सुधारणा या काही गोष्टी आपणा भारतीयांच्या रक्तातच आहेत. आपण मूलत:च स्वतंत्र वृत्तीचे आहोत. मी तर म्हणेन की, या भारतभूमीत जे जन्म घेतात, ते या पृथ्वीवरील सर्वात भाग्यवान लोक आहेत.

।। ॐ तत्सत् ब्रह्मार्पणमस्तु ।।

सर्व भूतांमध्ये वास करणाऱ्या या विश्वातील परम सत्याला, 'ब्रह्म'ला हे माझे लिखाण मी अर्पण करतो. श्रीमद्भगवद्गीता हे त्या परब्रह्माचे सर्वात सुगम, सुबोध, सुस्पष्ट असे दर्शन आहे. त्या विवरणाचा अर्थ लोकसंग्रहार्थ, मानवजातीच्या कल्याणासाठी समजावून सांगण्याचे महान कार्य करण्यासाठीच बाळ गंगाधर टिळक या महात्म्याने या पृथ्वीतलावर जन्म घेतला होता.

ॐ

समारोप

देवाने माणसाला घडवला ते कर्म करण्यासाठी
कर्म करणे हे माणसाचे सर्वश्रेष्ठ कर्तव्य आहे.

कर्माशिवाय माणूस माणूस नसतोच
कर्म केल्याशिवाय तो अन्य काहीही करू शकत नाही
काही पार पाडू शकत नाही, काही प्राप्त करू शकत नाही
कर्म यावरच तो अवलंबून राहू शकतो, तोच फक्त त्याचा आधार असतो

गरीब असलात, कर्म करा
श्रीमंत असलात, कर्म करा
एखाद्या अपयशाने निराश झालात, कर्म करा
एखाद्या यशाने प्रोत्साहित झालात, कर्म करा

तुमच्यावर अयोग्य जबाबदाऱ्यांचे ओझे टाकले गेले तरी कर्म करा,
योग्य, महत्त्वाच्या जबाबदाऱ्या विश्वासपूर्वक सोपवल्या तर कर्म कराच.
कामाचा उचित मोबदला दिला नाही तरी कर्म करा,
भरपूर मिळाला तर तर कर्म कराच.

तुमच्या स्वप्नांचा चुराडा झाला तरी कर्म सोडू नका
विश्वासघात झाला तरी कर्म करा.
भविष्य धूसर दिसले तरी कर्म करा
आशा मरून गेली तरी कर्म करा.

कर्म तनमनावर सर्वात जास्त ताण आणते
कर्म मनोधैर्य चांगले उंचावतेही
कर्म रोग, आजार पळवूनही लावते.

कर्मांकडे लक्ष दिले नाहीत
तर तुम्ही काळजी, भीती, शंका यांना निमंत्रण देता, कर्जात भर घालता.
कर्म हा सर्व समस्यांवरचा रामबाण उपाय आहे.

तेव्हा, कर्म करा, कर्म करा, कर्म करा
पण ते हेतूपूर्वक करा आणि फलेच्छेविना करा!

कर्मण्येवाधिकारस्ते मा फलेषु कदाचन ।
मा कर्मफलहेतुर्भूर्मा ते सङ्गोऽस्त्वकर्मणि ।।

चित्रे व आकृती यांची सूची

प्रकरण ४

पान ११९ : मौर्य साम्राज्य, इ.स.पू. २५०, (https://erenow.com/books/Warinworldhistory/12.html)

पान १३३ : शंकर मठ, रामेश्वर येथील चित्र - यमराज नचिकेत यास ज्ञान देत आहे. (https://en.wikipedia.org/wiki/Katha_Upanishad#/media/File:Yama_teaches_Nasiketha.jpg)

प्रकरण ५

पान १४९ : शापित ययाती शुक्राचार्यांना क्षमेची याचना करत आहे. (महाभारत, प्रकाशक - गीता प्रेस, गोरखपूर) https://en.wikipedia.org/wiki/Yayati#/media/File:Yayathi_ka_Shap.jpg,

पान १५८ : आकृती संकल्पना - अरुण तिवारी, रेखाटन - मधुमिता शिंदे

प्रकरण ६

पान १६५ : आकृती संकल्पना - अरुण तिवारी, रेखाटन - मधुमिता शिंदे

पान १६९ : http://www.watchwordtest.com/Images/balances.png

पान १७८ : https://commons.wikimedia.org/wiki/File:Aurora_Riding_in_Her_Chariot_MET_DP807708.jpg

पान १८४ : http://tripurashakti.com/nidra/

प्रकरण ७

पान १९० : http://www.yoganandaji.org/board/picture.php?albumid=4&pictureid=51

पान १९२ : http://www.swamij.com/images/prakriti.gif

पान १९९ : आकृती संकल्पना - अरुण तिवारी, रेखाटन - मधुमिता शिंदे

पान २०३ : समर्थ रामदास स्वामी https://commons.wikimedia.org/wiki/File:Samarth_Ramdas_swami.JPEG

प्रकरण ८

पान २१८ : https://xgeronimo.wordpress.com/2008/07/21/evolution-of-human-consciousness-map/

पान २२५ : http://steve.myers.co/gifs/caduceus.gif

पान २२९ : http://www.deinayurveda.net/wordpress/2009/07/kundalini-the-mystical-tree/

प्रकरण ९

पान २४२ : http://www.kheper.net/integral/Absolute_and_Manifestation.html

प्रकरण १०

पान २६३ : http://clipart-library.com/clipart/318360.htm

पान २६५ : https://hinduism.stackexchange.com/questions/3073/what-are-five-layers-pancha-kosha-of-human

पान २७२ : शरपंजरी पडलेल्या पितामह भीष्मांशी श्रीकृष्ण, पांडव व नारद मुनी चर्चा करत आहेत. (महाभारत, गीता प्रेस, गोरखपूर). https://commons.wikimedia.org/wiki/File:Krishna_and_Pandavas_along_with_Narada_converse_with_Bhishma_who_is_on_bed_of_Arrows.jpg

पान २७९ : http://www.inner-light-in.com/2015/03/karma-theory-in-hinduism/

प्रकरण ११

पान २८९ : http://thedailyenlightenment.com/wp-content/uploads/2011/07/121.jpg

पान ३०३ : http://devaayathana.blogspot.in/2015/03/saints-of-maharashtra-devotees-of.html संत तुकाराम, चित्रकार - रघुवीर मुळगावकर

पान ३०७ : आकृती संकल्पना - अरुण तिवारी, रेखाटन - मधुमिता शिंदे

प्रकरण १२

पान ३१२ : वैश्य तुलाधार संत जाजलीचा सत्कार करत आहे. लेखक - रामायणदत्त शास्त्री, खंड ५, प्रकाशक - गीता प्रेस, गोरखपूर. https://commons.wikimedia.org/wiki/File:Sage_Jajali_is_honoured_by_the_Vaishya_Tuladhara.jpg,

पान ३१९ : आकृती संकल्पना - अरुण तिवारी, रेखाटन - मधुमिता शिंदे

पान ३२५ : https://commons.wikimedia.org/wiki/File:Kindness_of_Shibi.jpg, लेखक - रामायणदत्त शास्त्री, खंड ५, प्रकाशक - गीता प्रेस, गोरखपूर.

पान ३२७ : http://www.wutsamada.com/alma/modern/ सर्व्हे ऑफ वेस्टर्न फिलॉसॉफी, २, मॉडर्न फिलॉसॉफी, निर्देशक - लॅरी हाउसर. http://www.wutsamada.com/alma/modern/kant2_files/image001.jpg
पान ३३७ : आकृती संकल्पना - अरुण तिवारी, रेखाटन - मधुमिता शिंदे

प्रकरण १३
पान ३४३ : आकृती संकल्पना - अरुण तिवारी, रेखाटन - मधुमिता शिंदे
पान ३५७ : http://www.Bhagavad-Gita.us/wp-content/uploads /2012/09/Gita-1-1.jpg

प्रकरण १४
पान ३७३ : पाच हजार वर्षांपूर्वी भारतातील कुरुक्षेत्र येथील रणांगणावर श्रीकृष्णांनी त्यांचा गोंधळलेला, भांबावलेला प्रिय सखा अर्जुन याला आत्मसाक्षात्कार घडवला होता. http://back2godhead.com/wp-content/ uploads/2013/11/1978-09-021.jpg
पान ३७६ : आकृती संकल्पना - अरुण तिवारी, रेखाटन - मधुमिता शिंदे
पान ३८२ : http://www.kheper.net/topics/Anthroposophy/selflevels.gif
पान ३९५ : आकृती संकल्पना - अरुण तिवारी, रेखाटन - मधुमिता शिंदे

प्रकरण १५
पान ४०४ : https://commons.wikimedia.org/wiki/File: Mongoose_comes_to_Aswamedha_of_ Yudhisthira.jpg, लेखक - रामायणदत्त शास्त्री, खंड ५, प्रकाशक - गीता प्रेस, गोरखपूर.
पान ४१० : बलशाली तपस्वी शिव त्याचा भक्त मार्कंडेय याचे मृत्यूदेवता यमापासून रक्षण करतो आहे. (प्रथम मुद्रण - रवि वर्मा प्रेस, १९१०) https://en.wikipedia.org/wiki/File:Raja_Ravi_Varma,_Markandeya.jpg
पान ४१९ : आकृती संकल्पना - अरुण तिवारी, रेखाटन - मधुमिता शिंदे

www.ingramcontent.com/pod-product-compliance
Lightning Source LLC
LaVergne TN
LVHW040552051026
849519LV00004B/1322